नयी तालीम

गांधीप्रणीत शिक्षणविषयक प्रयोगांचा इतिहास

प्रा. रमेश पानसे

गांधी सेवा संघ, सेवाग्राम, वर्धा.

डायमंड पब्लिकेशन्स

नयी तालीम

प्रा. रमेश पानसे

Nayi Talim

Prof. Ramesh Panase

पहिली आवृत्ती : जानेवारी २००७

पुनर्मुद्रण : मे २०१८

ISBN 81-89724-88-6

मुखपृष्ठ

राजू देशपांडे

प्रकाशक

डायमंड पब्लिकेशन्स

२६४/३ शनिवार पेठ, ३०२ अनुग्रह अपार्टमेंट

ओंकारेश्वर मंदिराजवळ, पुणे-४११ ०३०

☎ ०२०-२४४५२३८७, २४४६६६४२

गांधी सेवा संघ, सेवाग्राम, वर्धा.

info@diamondbookspune.com

प्रमुख वितरक

डायमंड बुक डेपो

६६१ नारायण पेठ, अप्पा बळवंत चौक

पुणे-४११ ०३० ☎ ०२०-२४४८०६७७

प्रकाशकीय

'आपण देशाला व जगाला देत असलेली अंतिम व सर्वोत्तम देणगी' असे 'नयी तालीम' चे वर्णन महात्मा गांधींनी केले होते. नयी तालीम ही महात्मा गांधींची अंतिम देणगी होती, हे आपण सर्व जाणतोच. नयी तालीमच्या कल्पनेतले नावीन्य आणि वैशिष्ट्य सांगणारे जे पुस्तक आचार्य जे.बी. कृपलानी यांनी लिहिले, त्याला त्यांनी 'नवीनतम नादिष्टपणा' (द लेटेस्ट फॅड) असे नाव दिले, जे वास्तविक नयी तालीमच्या विरोधकांनी ठेवले होते. विनोबांनी याला 'नित्य नयी तालीम' म्हटले, तर काकासाहेब कालेलकरांनी 'नयी बुनियादी की तालीम' म्हटले. धीरेंद्र मजुमदारांनी याला 'अहिंसक समाजरचनेची वाहक' असे नाव दिले. नयी तालीमच्या या विचारांना आधुनिक मानसशास्त्र, मज्जाशास्त्र यांत झालेल्या संशोधनाची, अनुभवांची जोड देत, समृद्ध करत हा नयी तालीमचा इतिहास प्रा. रमेश पानसे यांनी आपल्यासमोर मांडला आहे.

नयी तालीम ही गांधीजींची सर्वोत्तम देणगी आहे, कारण याद्वारेच समतापूर्ण, अहिंसक समाजरचनेचे अभ्यासक व उपासक अशी गांधीजींची प्रतिमा आपल्यासमोर आली आहे. भारतीय विचारसरणीतून उभी राहिलेली आणि जगातल्या विविध अभ्यासकांच्या अभ्यासांतून तयार झालेली अशी ही शिक्षणपद्धती आहे. आजच्या राजकीय, सामाजिक, आर्थिक प्रश्नांची उत्तरे शोधण्याचे मार्ग तर ती दाखवतेच, पण त्याचबरोबर भावी कालासाठीचे दिशादिग्दर्शनही करते.

गांधीजींना एकदा कुणीतरी विचारले होते, तुमचे जीवनातले मुख्य ध्येय काय? त्यावर त्यांनी तात्काळ उत्तर दिले होते, हरिजनांची सेवा आणि खादी! या दोन कामांमधून गांधीजींचे व्यावहारिक आदर्शवादी रूप समोर आले होते. हरिजनसेवा याचाच अर्थ समताधारित समाजरचना आणि खादी म्हणजे सत्य, अहिंसा, असंग्रह इत्यादी तत्त्वांवर आधारित रचनात्मक कार्यक्रम. नयी तालीममध्ये हाच मूलभूत विचार सामावलेला आहे. या सर्वाची मांडणी व विश्लेषण प्रा. पानसे यांनी या पुस्तकात केले आहे. गांधी सेवा संघाने, विविध ठिकाणांहून मिळवलेल्या नयी तालीमविषयक ३०,००० पेक्षा अधिक संदर्भ पृष्ठांच्या अभ्यासावरून, त्यावरच्या चिंतनातून व विश्लेषणातून गांधीजींचे शिक्षणविषयक विचार व पद्धती या ग्रंथात नव्याने मांडल्या आहेत.

नयी तालीम ही एका अहिंसावादी महान व्यक्तीची, तिने पन्नासहून अधिक

वर्षे केलेल्या शोधाची, आचरलेल्या सत्याच्या मार्गाची फलश्रुती आहे. समाजाच्या सत्य-शिव-सुंदराच्या दिशेने होणाऱ्या वाटचालीसाठी ती पथदर्शक ठरते आहे. 'बहुजन हिताय बहुजन सुखाय' या घोषवाक्याच्या पुढे जाणारी, 'सर्वजन हिताय, सर्वजन सुखाय'ची कल्पना मांडणारी ही पद्धती आहे.

भारताला स्वातंत्र्य मिळण्याचे स्पष्ट संकेत मिळाले, तेव्हापासून गांधीजींचे अनेक प्रमुख अनुयायी सत्य, अहिंसा इत्यादी त्यांच्या सिद्धांतांचे एकनिष्ठेने पालन करणे सोडून त्याकडे एक तत्त्व म्हणून पाहू लागले. अर्थातच त्यामुळे गांधीजींची ही 'नयी तालीम'ची सर्वोत्तम भेट त्यांना अव्यवहार्य वाटू लागली. पश्चिमेकडच्या भांडवलशाही आर्थिक विकासाला प्रतिक्रिया म्हणून जन्मलेल्या समाजवादी विचारधारेला स्वीकारण्याचा प्रयत्न देशभर झाला. पण ज्याप्रमाणे भांडवलशाही विकास हा व्यक्तीविकासापुरताच मर्यादित राहिला, त्याचप्रमाणे भांडवली व्यवस्थेवर आधारित समाजवादी विचारही, व्यक्तीच्या जागी फक्त समाजाला प्राधान्य दिल्यामुळे एकांगीच ठरत गेला. व्यक्ती, समाज व भोवतालचा परिसर या तिन्हींच्या सर्वांगीण, संतुलित विचाराची आणि त्यातील एकात्मतेची गांधीजींची दृष्टी जी 'नयी तालीम'मधून प्रकट झाली, तिकडे मात्र देशातील बुद्धिवाद्यांचे एकतर लक्ष गेले नाही, किंवा त्यांनी जाणूनबुजून दुर्लक्ष केले, असे म्हणावे लागेल.

आज भोवताली दिसणारी हिंसा, आतंकवाद, उपभोगवाद, विषमता, पर्यावरणीय असंतुलन इत्यादी सर्व प्रश्नांवर शाश्वत उपाय शोधण्याची दृष्टी नयी तालीम देते. शाश्वत मूल्यांवर आधारित उदात्त, ध्येयपूर्ण विचारसरणीच्या अभावामुळे पश्चिमेकडची संस्कृती कशी लयाला जाते आहे हे आपण पाहात आहोत. ज्या ज्या वेळी समाजापुढे अशी संकटे येतील, त्या त्या वेळी गांधीजींचा नयी तालीमचा विचार, सर्वोदयाचा विचार, समाजाला त्या संकटातून बाहेर पडण्याचा मार्ग दाखवील.

आज गांधीजींचे विचार, त्यांची 'नयी तालीम' देशातल्या विद्वानांना आणि सामान्य लोकांनाही पुन्हा आकर्षित करत आहे. देशात अनेक ठिकाणी नयी तालीमची उपयुक्तता सिद्ध करण्याचे प्रयत्न होत आहेत. नयी तालीमच्या सर्वकालीन उपयोगी अशा विचारांना समजून घेण्यासाठी या पुस्तकाचा निश्चितच उपयोग होईल. नयी तालीमचा जो प्रयोग देशात आणि मुख्यतः सेवाग्राममध्ये झाला, त्या प्रयोगाची ऐतिहासिक, शैक्षणिक आणि विश्लेषणात्मक मांडणी या पुस्तकात थोडक्यात, पण सुंदर पद्धतीने केली आहे. हे पुस्तक आजच्या, नवनवे उन्मेष असणाऱ्या नव्या पिढीला आधारभूत ठरेल, असा विश्वास वाटतो. तसेच देशातल्या

आणि जगातल्या विचारवंतांना गांधीजींची सर्वकालीन, सर्वदेशीय, सर्वव्यापी जीवनदृष्टी समजायलाही या पुस्तकाची मदत होईल.

नयी तालीमचे विचार, भूमिका, प्रयोगपद्धती, तिचे परिणाम या सर्वांचे सिंहावलोकन करून त्यांची मांडणी करण्याचे प्रा. रमेश पानसे यांचे काम अभिनंदनीय आहे. आम्हा सर्व मित्रांच्या प्रेमाग्रहावरून त्यांनी हे अत्यंत उपयोगी असे काम पूर्ण केले. अनेकांनी यासाठी संदर्भ शोधायला मदत केली, त्यांचा मी आभारी आहे. गांधीविचार आणि नयी तालीम याविषयी जवळीक असल्याने, श्री. राहुल बजाज यांनी आम्हांला मदत केली, तसेच जमनालाल बजाज फाउंडेशनने आर्थिक मदत केली, या सर्वांचे मी विशेष आभार मानतो.

कनकमल गांधी
मंत्री, गांधी सेवा संघ,
महादेवभाई भवन, सेवाग्राम, वर्धा.

गांधीप्रणीत शिक्षणविचार आत्मसात करून
त्याचा प्रयोग, प्रशिक्षण, प्रसार आणि प्रचार
करण्यात ज्यांनी आपले आयुष्य पणाला लावले,
जे नयी तालीमच्या प्रयोगाचे जनन, संगोपन,
संवर्धन आणि विसर्जन यांचे साक्षी होते त्या

ई.डब्ल्यू. आर्यनायकम्
आणि
आशादेवी आर्यनायकम्
यांच्या स्मृतीस अर्पण!

नयी तालीम : गांधीप्रणीत शिक्षणविषयक प्रयोगांचा इतिहास

प्रस्तावना

गांधीजींची अखेरची व सर्वोत्तम देणगी

गांधीजी १८९६ मध्ये दक्षिण अफ्रिकेत गेले. एकीकडे स्वतःचे अर्थकारण आणि दक्षिण आफ्रिकेतील भारतीय समाजासाठी सत्याग्रहाचे राजकारण करीत असतानाच, गांधीजींना स्वतःच्या आणि इतरांच्या मुलांच्या शिक्षणाचा विचार अपरिहार्यपणे करावा लागला. त्यामुळे फिनिक्स आणि टॉलस्टॉय आश्रमांमध्ये इतर जबाबदाऱ्यांबरोबरच शिक्षणविषयक प्रयोगांमध्येही आपला विचार आणि वेळ त्यांनी खर्ची घातला. भारतात परतल्यानंतर, प्रामुख्याने साबरमती आश्रमात, शिक्षणाचे संघटित प्रयोग आणि हिंदुस्तानातील गरजांशी जोडणारी शिक्षणविषयक मांडणी करण्याचा प्रयत्न त्यांनी केला. १९२१ सालच्या असहकारितेच्या चळवळीचा परिपाक, शिक्षणाच्या अंगाने पाहता, राष्ट्रीय शाळांच्या आणि गुजरात विद्यापीठाच्या स्थापनेत झाला. १९३६ साली गांधीजींचे सेवाग्राममधील वास्तव्य सुरू झाले. १८९६ ते १९३६ या चाळीस वर्षांमध्ये गांधीजी, हिंदुस्तानात रूढ झालेल्या ब्रिटिश शिक्षणपद्धतीच्या उणिवांचा आणि स्वदेशातील, प्रामुख्याने ग्रामीण जनतेच्या गरजांच्या अनुषंगाने, शिक्षणाचा विचार करीत राहिले होते. १९३७ साली वर्धा येथील शिक्षण संमेलनात, गांधीजींनी, बेसिक एज्युकेशनची म्हणजे बुनियादी शिक्षणाची आपली नवी संकल्पना देशासमोर ठेवली. गांधीजी स्वतः या शिक्षणविचाराला 'नयी तालीम' असे म्हणणे अधिक पसंत करीत असत. देशात मात्र ही 'वर्धा योजना' म्हणून मान्यता पावली होती.

भारतात साक्षरतेचे असलेले अत्यंत अल्प प्रमाण आणि त्यामुळे साक्षरतेच्या म्हणजेच प्राथमिक शिक्षणावर भर देण्याची असलेली गरज, नव्याने निवडून आलेल्या काँग्रेसच्या सरकारांसमोर होती. त्यातच शिक्षण हा, १९३५ च्या कायद्यानुसार प्रांतांच्या स्तरावरचा विषय मानलेला असल्यामुळे शिक्षणासाठी पैसा उभारण्याची जबाबदारीही या प्रांतिक सरकारांवर पडली होती. सरकारांचे करांच्या उत्पन्नाचे मार्ग मर्यादित होते. दारूवरील कर हा त्यातल्या त्यात चांगले उत्पन्न देणारा मार्ग होता. परंतु राष्ट्रीय स्तरावरूनच काँग्रेसची बांधिलकी दारूबंदीशी होती. दारूबंदीचे धोरण अवलंबले तर हे उत्पन्न बंद होणार होते; एवढेच नाही तर दारूबंदीच्या अंमलबजावणीची यंत्रणा नव्याने निर्माण करण्याच्या खर्चाचा जादा बोजाही सरकारांवर पडून त्यांची आर्थिक क्षमता आणखी कमी होणारी होती.

त्यामुळे दारूबंदी की शिक्षण विस्तार असा पेच या प्रांतिक सरकारांपुढे उभा राहिलेला होता. गांधीजींना दोन्ही गोष्टी एकदमच घडायला हव्या होत्या. त्यामुळे असा शिक्षणविषयक विचार त्यांनी पुढे आणला की ज्यामुळे त्याचा फारसा आर्थिक भारच सरकारवर पडणार नाही आणि दारूबंदीचे उद्दिष्टही साध्य होईल.

हा शिक्षणाचा नवविचार गांधीजींनी ३१ जुलै १९३७ च्या 'हरिजन'मधील लेखातून मांडला. दोन शैक्षणिक मुद्दे, ठळकपणे, त्यांनी या लेखाकरवी पुढे आणले. एक होता एकूण शिक्षणव्यवस्थेविषयीचा. शिक्षण शक्य तेवढे आर्थिकदृष्ट्या स्वावलंबी करण्याचा. म्हणजे शिक्षणाचे सरकारवरील अवलंबित्व कमी करण्याचा, शिक्षण सरकारमुक्त करण्याचा विचार. गांधीजींनी यापूर्वी व यानंतरही अशातऱ्हेचा विचार अनेकदा मांडला आहे. उदाहरणार्थ, १९२० साली 'यंग इंडिया'मध्ये त्यांनी लिहिले होते[१] की प्रत्येक गावाने आपल्या मुलांच्या शिक्षणाची सोय आपणच करावी. सरकारी मदत घेऊ नये; किंवा 'सरकारी शिक्षणसंस्थांतूनच आपल्या गुलामीच्या साखळीची पहिली कडी तयार होते.' इत्यादी. गांधीजींनी जो दुसरा मुद्दा पुढे आणला होता तो प्रत्यक्ष ज्यांचे शिक्षण करायचे त्या विद्यार्थ्यांविषयीचा. शिक्षण म्हणजे काय आणि ते कसे असावे. याविषयी त्यांची भूमिका अशी आहे, की शरीर, मन आणि आत्मा यांबाबतचे उत्तमातले उत्तम असे मुलामधले (माणसामधले) संचित शिक्षणाकरवी प्रफुल्लित केले जावे; आणि हे करण्यासाठी विद्यार्थ्याला प्रथमपासूनच एखादा हस्तोद्योग देऊन प्रत्यक्षपणे उत्पादक कार्यातच गुंतवावे. एखाद्या उत्पादक कार्याच्या सर्व प्रक्रिया का व कशा घडून येतात, याची पूर्ण माहिती विद्यार्थ्याला होत गेली पाहिजे.

गांधीजींनी या आपल्या नयी तालीमच्या सुरूवातीच्या विचारात चार मूलभूत तत्त्वांचा समावेश केला होता.

१. प्राथमिक शिक्षण हे आजचे (तत्कालीन) मॅट्रिकपर्यंतचे शिक्षण वजा इंग्रजी अधिक हस्तोद्योग असे असेल. त्यात ७ ते १४ किंवा त्यापुढील अशा वयाचा समावेश असेल.

२.निवडलेला हस्तोद्योग हा परिसरातील लोकांच्या मुख्य व्यवसायांतील असावा.

३.(शाळेतील) सर्व शिक्षण निवडलेल्या हस्तोद्योगाशी अनुबंध साधून दिले जावे.

४. असे दिले जाणारे शिक्षण उत्पादक व स्वयंपोशित असावे.

यावर ऑक्टोबर १९३७ मध्ये झालेल्या दोन दिवसांच्या चर्चेत मुख्य

शंका प्रदर्शित केली गेली ती शिक्षण 'स्वाश्रयी' करण्याच्या मुद्द्यावर. एरवी, शिक्षणाला एखादा ग्रामोद्योग केंद्रीभूत असावा याविषयी सामान्यतः एकमतच झाले. गांधीजींचे म्हणणे होते की, पूर्वीचा अनुभव हाताशी नसल्यामुळे, या प्रकारच्या शिक्षण विचाराला प्रत्यक्ष प्रयोगांनीच भिडावे. त्यानेच या कल्पनेचा कस लागेल. त्यामुळे हिंदुस्तानी तालिमी संघाच्या वतीने अशातऱ्हेचा प्रयोग-प्रथमतः सेवाग्राममध्ये लगेचच हाती घेण्यात आला.

कालांतराने आणि प्रत्यक्ष प्रयोगांनी या तत्त्वांमध्ये भरच पडत गेली. १९३८ सालापासून नयी तालीमच्या प्रयोगाला प्रथम सेवाग्राममध्ये आणि नंतर अन्य ठिकाणी सुरुवात झाली. १९४४ च्या अखेरीस गांधीजींची आगाखान पॅलेसमधील स्थानबद्धतेतून मुक्तता झाली. त्यानंतर त्यांनी, नयी तालीमच्या शिक्षणाला बालशिक्षण (पूर्वबुनियादी), माध्यमिक शिक्षण (उत्तरबुनियादी) आणि प्रौढ शिक्षण अशी जोड देऊन शिक्षणाचा विस्तार जीवनभराच्या शिक्षणापर्यंत नेऊन भिडविला. तसेच शिक्षणाची नवी व्याख्याही 'जीवनासाठी जीवनातून शिक्षण' अशी दिली. या दोन्हींमुळे शिक्षणाची संकल्पनाच व्यापक झाली, अधिक अर्थगर्भ झाली.

'नयी तालीम'चा विचार प्रत्यक्षात उतरवण्यासाठी १९३८ साली 'हिंदुस्तानी तालिमी संघा'ची स्थापना करण्यात आली. डॉ. जाकिर हुसेन यांची अध्यक्ष म्हणून आणि इ.डब्ल्यू. आर्यनायकम् यांची कार्यवाह म्हणून नियुक्ती करण्यात आली. या संघाचे मुख्य कार्यालय सेवाग्रामला ठेवण्यात आले. सेवाग्राममध्येच, इ.डब्ल्यू. आर्यनायकम आणि त्यांच्या पत्नी आशादेवी आर्यनायकम् यांच्या नेतृत्वाखाली 'नयी तालीम'चा पथदर्शी आणि प्रमुख कार्यक्रम राबविण्यात आला.

इ.डब्ल्यू. आर्यनायकम् यांनी शिक्षणशास्त्रातच न्यूयॉर्क विद्यापीठाची पी.एच्.डी ची पदवी प्राप्त केली होती. १९२६ सालापासून पुढे दहा वर्षे त्यांनी रवींद्रनाथ टागोर यांच्या सहवासात आणि त्यांच्या समवेत शांति-निकेतनमध्ये शिक्षणशास्त्राचे प्राध्यापक आणि विश्वभारतीचे रेक्टर म्हणून काम केले होते. तेथील शिशुविभागाचे संचालनही सुरुवातीला काही काळ ते होते. सेवाग्राममधील नयी तालीमच्या प्रयोगाची जबाबदारी, पूर्णतः आर्यनायकम् यांनी १९३७ पासून त्यांच्या मृत्यूपर्यंत म्हणजे १९६७ सालापर्यंत, अशी तीस वर्षे, पेलली होती. नयी तालीमच्या विचारावरील श्रद्धेने आणि या विचाराची व्यावहारिकता सिद्ध करण्याच्या जिद्दीने त्यांनी हे काम केले आणि इतरांनाही त्यांनी प्रेरणा दिली. त्यांच्या पत्नी आशादेवी यांनीही, गुरुदेव टागोरांच्या शांतिनिकेतनात अनुभव घेऊन पुढे आपल्या आयुष्याच्या अखेरपर्यंतची म्हणजे १९७० सालपर्यंतची सुमारे तेहतीस वर्षे, नयी तालीम

समुदायाची 'माँ' बनून घालविली. प्रत्यक्ष प्रयोग, प्रयोगाचा विस्तार, या नवीन शिक्षणाच्या बारकाव्यांचा सातत्याने केलेला विचार, चिंतन, लेखन असे नयी तालीमशी निगडित असे त्यांचे जीवितकार्य होते.

आर्यनायकम् पतिपत्नींव्यतिरिक्त अनेक कृतिशील विचारवंतांनी नयी तालीमच्या कार्यात आपले योगदान दिलेले आहे. आचार्य विनोबा भावे, आचार्य काका कालेलकर, जे.सी. कुमारप्पा, किशोरलाल मश्रुवाला, धीरेंद्र मजूमदार, मार्जरी साइक्स, जुगतराम दवे, देवीप्रसाद,शांता नारूळकर, राधाकृष्ण ही त्यांपैकी काही ठळक नावे. याशिवाय विविध राज्यांतील शेकडो कार्यकर्तेही या प्रयोगात प्रत्यक्ष कार्य करीत होते.

बुनियादी शिक्षणाचे वारे काही वर्षांतच देशभर पसरले. मुंबई, बिहार, ओरिसा, आंध्र, तामीळनाडू, काश्मिर अशा भारताच्या विविध प्रांतांतून सरकारी आणि स्वेच्छा प्रयत्नांतून नयी तालीमचा विस्तार झाला. पुढे मात्र, स्वातंत्र्ययुद्धाच्या अंतिम टप्प्यात आणि स्वातंत्र्यानंतरच्या काळात हा भर ओसरत गेला.

१९५९ साली, हिंदुस्तानी तालिमी संघ, सर्वसेवा संघात विलीन झाला. त्यानंतर मात्र या साऱ्या शिक्षण व्यवहारास उतरती कळा लागली. १९७४ साली सेवाग्राम आश्रमातील 'आनंदनिकेतन'अखेरीस पूर्णतः बंद केले गेले.

◆ गांधीजींच्या शिक्षणविषयक विचारांचा प्रवास

गांधीजींच्या शिक्षणविषयक विचारांचा प्रवास मांडता येतो. तसा सविस्तर प्रयत्न या ग्रंथात केलेला दिसून येईल. त्याला प्रयोग आणि चिंतन अशी दोन्ही अंगे आहेत. यांची सुरुवात १९०४ साली स्थापन केलेल्या फिनिक्स आश्रमापासून होते. येथे आपल्या आणि इतरांच्या मुलांच्या शिक्षणाचा व्यावहारिक प्रश्न गांधीजींसमोर होता. मुलांना इतर शाळांतून घालायचे नाही असे ठरविल्यानंतर मुलांच्या शिक्षणाची जबाबदारी अर्थातच गांधीजींवरच आली, आणि मुलांचे औपचारिक शिक्षण त्यांनी फिनिक्स आश्रमात सुरू केले. फिनिक्स आश्रमातील सर्व व्यवहारांवर प्रामुख्याने रस्किनच्या 'अन टू धिस् लास्ट' या पुस्तकातील विचारांचा प्रभाव होता. साहजिकच हा प्रभाव मुलांच्या शिक्षण व्यवहारांपर्यंतही पोचला. श्रमनिष्ठा हा त्यातील कळीचा मुद्दा होता. येथील मुलांना साक्षरी शिक्षणा बरोबरच श्रमाधारित जीवन जगावे लागत असे. रोज शेतात, बागेत, स्वयंपाकघरात अथवा छापखान्यात काम करावे लागत होते. यापूर्वी जोहान्सबर्ग येथील गांधीजींच्या घरात उदयाला आलेली साध्या राहणीची संकल्पना येथेही व्यवहारात पाळली जात होती. मुलांना पालक घरीच चांगले शिक्षण

देऊ शकतात, अशी गांधीजींची कल्पना असल्यामुळे त्यांनी स्वतःच या मुलांचे पालकत्व स्वीकारून त्यांच्या दैनंदिन शिक्षणाचा घाट घातला होता. स्वभाषेतूनच शिकण्याचा त्यांचा आग्रह होता.

गांधीजींनी १९१० साली टॉलस्टॉय फार्म स्थापन केला. यापूर्वी सुमारे वर्षभर त्यांचा काऊंट लिओ टॉलस्टॉय यांच्याशी थोडाफार पत्रव्यवहार झाला होता. ऑक्टोबर १९०९ ला त्यांनी पहिले पत्र त्यांना पाठवले आणि चौथे पत्र पाठविल्यावर हा पत्रव्यवहार नोव्हेंबर १९१० मध्ये टॉलस्टॉय यांच्या निधनाने खंडित झाला. दक्षिण आफ्रिकेत असताना, १९०९ साली गांधीजी तीन महिने तुरुंगवासात होते आणि या अल्पकाळात त्यांनी सुमारे तीस पुस्तकांचे वाचन केले. त्यात मुख्यतः अमेरिकन विचारवंत हेन्री थोरो (१८१७-१८६२) आणि रशियन साहित्यिक लिओ टॉलस्टॉय (१८२८-१९१०) यांच्या पुस्तकांचा समावेश होता. या दोन्हीही लेखकांच्या लेखनाशी गांधीजी त्यापूर्वीही काहीसे परिचित होते. गांधीजींनी आपल्या लंडनमधील विद्यार्थिदशेत, थोरोचे वाचन केले होते. पुढे त्यांनी त्याच्या 'सिव्हिल डिसओबिडियन्स' वरील निबंधाचा गोषवारा १९०७ साली 'इंडियन ओपिनियन' या वृत्तपत्रात दिला होता. टॉलस्टॉयचे 'द किंगडम् ऑफ गॉड इज विदिन यू' हे पुस्तक त्यांनी १८९४ सालीच हातावेगळे केले होते. परंतु कारावासाच्या काळात या ग्रंथांचा अभ्यास त्यांना अधिक सखोलतेने करता आला. हिंदुधर्माचाही अधिक अभ्यास ते या काळात करू शकले. गांधीजींच्या टॉलस्टॉय फार्ममधील दैनंदिन व्यवहारांवर आणि तेथील शिक्षणविषयक आचार-विचारांवरही या तिन्हींचा प्रभाव पडलेला दिसून येतो. पुढे आयुष्यभर चाललेल्या सत्य आणि अहिंसेच्या शोधांची पार्श्वभूमी गांधीजींच्या या अभ्यासातून तयार झाली.

प्रिटोरियाच्या तुरुंगातून मुक्त झाल्यानंतर, गांधीजी, दक्षिण आफ्रिकेतील भारतीयांची बाजू ब्रिटिश सरकारपुढे मांडण्यासाठी इंग्लंडच्या दौऱ्यावर रवाना झाले. परंतु या सुमारे पाच महिन्यांच्या त्यांच्या दक्षिण आफ्रिकेतील गैरहजेरीत तेथील अहिंसात्मक प्रतिकाराची चळवळ जराशी ढेपाळली. अनेक सत्याग्रही चळवळीपासून दूर गेले, विशेषतः प्रौढ पुरुषांची ट्रान्सवालहून हिंदुस्तानला पाठवणी करण्याच्या सरकारी निर्णयाने लोकांचे नैतिक धैर्य खचू लागले होते. गांधीजींच्या लक्षात असे आले की, सत्याग्रहींची अजून पुरेशी मानसिक तयारी झालेली नाही, त्यांचे याविषयीचे पुरेसे शिक्षण झाले पाहिजे.

अशा शिक्षणासाठी एखादी मध्यवर्ती जागा असावी, आणि सत्याग्रहींचे तेथे एकत्र वास्तव्य असावे या हेतूने प्रामुख्याने टॉलस्टॉय फार्म स्थापन झाला. या

आश्रमात अनेक धर्मांचे, अनेक भाषांचे आणि वेगवेगळ्या वयांचे स्त्री–पुरुष जमा झाले होते. त्यांमध्ये असणाऱ्या पंचवीस–तीस मुलांच्या शिक्षणालाही, आश्रमाच्या स्थापनेनंतर लगेचच भिडावे लागणार होते. पण आता एकूणच प्रौढांच्या आणि मुलांच्याही शिक्षणामागे निश्चित हेतू होता. तोवर वैचारिक निश्चिती झालेली गांधीजींची भूमिका अशी होती की, व्यक्तीच्या जीवनाचे अंतिम श्रेय हे स्वतःला जाणून घेण्यात आहे आणि त्याचा मार्ग जीवन–व्यवहारांतील लहान–सहान सत्य वर्तनांकडून अंतिम सत्याकडे जात असतो. अंतिम सत्याची ही संकल्पना, सर्वच धर्मांतून, परमेश्वराशी एकरूप होत असते. गांधीजींच्या मते, यासाठी आत्म्याच्या शक्तीचा विकास झाला पाहिजे. व्यक्तींनी आपल्यातील चांगुलपणाला आवाहन केले पाहिजे, यामधून 'आत्म्याचा विकास' साधू शकेल.

गांधीजींनी, एक 'पूर्ण सत्याग्रही' बनण्याच्या हेतूने व्यक्तीचे दीर्घकाल शिक्षण होण्याची गरज या काळात प्रतिपादन केली होती. साहजिकच लहानपणापासूनच मुलांचे या दिशेने शिक्षण–प्रशिक्षण होणे आवश्यक आहे, असे त्यांचे मत होते. टॉलस्टॉय फार्ममधील शिक्षणाच्या विचारामागे ही विशिष्ट दिशेने, विशिष्ट हेतूने करावयाच्या आत्म्याच्या विकासाची भूमिका होती. फिनिक्स आश्रमातील श्रमाधिष्ठित शिक्षणाच्या तत्त्वामध्ये पडलेली ही भर होती.

आश्रमातील निसर्गाचे सान्निध्य, साधी राहणी, शाकाहारी अन्न, श्रमाधिष्ठित जीवन, सहकारी व्यवहार आणि सामाजिक गरजपूर्ती या दैनंदिन व्यवहारांतून मुलांचे हेतूपूर्ण असे अनौपचारिक शिक्षण होत होते. उदाहरणार्थ, तेथे गेल्यानंतर केवळ सहाच महिन्यांत तीन भव्य इमारती उभ्या राहिल्या, त्या मुख्यतः आश्रमवासीयांच्या श्रमांतूनच. मुलांच्या तेथील वास्तव्यात, अन्न शिजवणे, कपडे शिवणे, सँडल्स तयार करणे हे सारे सार्वत्रिक श्रमांकरवीच होत होते. (मे १९१० ते फेब्रुवारी १९११ या कालावधीत गांधीजींनी स्वतः चौदा सँडल्सच्या जोड्या तयार केल्याचे मगनलाल गांधींना पत्रातून लिहिले आहे.) या अनौपचारिक शिक्षणासमवेतच, मुलांना मूल्यशिक्षण प्राप्त व्हावे असा गांधीजींचा प्रयत्न होता. गांधीजींनी यासंदर्भात १९१४ साली लिहिले आहे की 'खऱ्या शिक्षणाचा गाभा कोणता असेल तर तो हा की, आपल्या जीवनसंघर्षात, द्वेषाला प्रेमाने, असत्याला सत्याने आणि हिंसेला आत्मत्यागाने जिंकता येते.' आपल्या आत्मचरित्रातही गांधीजींनी, 'हृदयाची संस्कृती' आणि 'चारित्र्य' यांच्या निर्मितीचा हेतू शिक्षणाला दिला आहे.

पुढे सारे फिनिक्स कुटुंब १९१४ साली हिंदुस्तानात शांतिनिकेतनमध्ये दाखल झाल्यानंतर तेथील वातावरणातही, गांधीजींनी, आश्रमीय जीवनातील

अनुभवाधारित मूल्ये शिक्षक व विद्यार्थी यांच्यात निर्माण करण्याचा प्रयत्न सुरू केला. आपल्या आचारातून ही 'फिनिक्स पार्टी' इतरांना ते दाखवून देतच होती. पण, इथे आल्याआल्या गांधीजींनी शिक्षक-विद्यार्थ्यांच्यात मिसळून त्यांना स्वावलंबनाचे महत्त्व पटवायला सुरुवात केली. त्याचे काहीसे प्रयोग स्वयंपाकक्षेत्रात करूनही दाखविले.

गांधीजींनी १९३७ साली राष्ट्रासमोर मांडलेल्या नवशिक्षण योजनेला पार्श्वभूमी आहे, ती दक्षिण आफ्रिकेत घरच्या नि आश्रमांतील मुलांच्या शिक्षणासाठी गांधीजींनी केलेल्या प्रयत्नांची नि प्रयोगांची. '१९१५ साली भारतात परतल्यावर हा (दक्षिण आफ्रिकेतील) शिक्षणपद्धतीचा प्रयोग हाती का घेतला नाही, याचा व्यापक पुरस्कार का केला नाही, १९३७ पर्यंत ते का थांबले, याचे आश्चर्य वाटते,' असे भारतीय शिक्षणज्ज्ञ कृष्णकुमार यांनी त्यांच्या एका व्याख्यानात म्हटले आहे.[२] परंतु तसे झालेले नाही. आश्रमातील शिक्षणविषयक प्रयोग भारतातीतील कोचरब व साबरमती आश्रमांत आणि इतरत्र चालू राहिलेले आहेत. आफ्रिकेनंतर थेट सेवाग्रामच्या १९३७ च्या नयी तालीम पर्यंतच्या 'मधल्या काळातला बुनियादी शिक्षणाचा इतिहास पाहूच नये, कारण त्याने बुनियादी शिक्षणाची प्रतिमा विद्रूपच झाली असेही, कृष्णकुमारांनी म्हटले आहे;'[३] पण ते तसे दिसत नाही. उलट, शिक्षणात उद्योगाला स्थान देण्याचा, उद्योग आणि शिक्षण यांचा घनिष्ट संबंध बांधण्याचा, आणि शिक्षण राष्ट्राची गरजांशी जोडण्याचा गांधीजींचा जो विचार आहे, त्याला भारतातील त्यांच्या स्वतःच्या शैक्षणिक प्रयोगांचा मोठा आधार आहे.

१९१५ सालच्या मे महिन्यात अहमदाबादचा कोचरब आश्रम उभा राहिला आणि पुढे तो साबरमतीला हलवला गेला. तेथेही शिक्षणविषयक प्रयोगांना नव्याने सुरुवात झाली. या प्रयोगांना एका नव्या उद्दिष्टाचे परिमाण लाभले. हे परिमाण होते 'देशसेवे'चे. येथे राहणारांसाठी जी नियमावली बनविण्यात आली होती, त्यामध्ये, सत्य, अहिंसेपासूनची सर्व 'एकादश व्रते' होती. त्याचबरोबर प्रार्थना, स्वच्छता, सूतकताई, शेती-दुग्धोत्पादन, चामड्याचे काम येथपासून त 'राष्ट्रीय शिक्षणा'पर्यंत सगळ्या गोष्टी होत्या. धर्मभेद, जातिभेद, अस्पृश्यता या देशामध्ये मुरलेल्या सामाजिक प्रश्नांना पूर्णतः छेद देण्याचा प्रयत्न आश्रमात केला जात होता. त्यामुळे तेथील शिक्षणाच्या प्रयोगशाळेत समानता, बंधुभाव बाळगणारे असे भावी राष्ट्रीय नागरिक घडविण्याचा प्रयत्न होत होता, असे म्हणता येईल. येथील शाळेचे उद्दिष्ट, आता पूर्वीसारखे केवळ व्यक्तिगत चारित्र्य हेच नव्हे तर 'राष्ट्रीय चारित्र्य' असे झाले. पुरुषांच्या बरोबरीने स्त्रियांच्याही

शिक्षणाकडे आदराने पाहिले जात असे.

दक्षिण आफ्रिकेतील शैक्षणिक प्रयोगांत विविध भाषकांना त्यांच्या त्यांच्या भाषांमधून शिकविण्याचा प्रयत्न होत असे. साबरमतीला मात्र परिसराची-प्रांताची भाषा हेच शिक्षणाचे माध्यम करण्यात आले होते; सोबतीने इतर भाषांचे शिक्षणही चालत असे. गांधीजींनी पुढे १९३७ साली जो उद्योगकेंद्री शिक्षणाचा विचार मांडला, त्याचेही मूळ साबरमतीच्या तांत्रिक शिक्षणाच्या प्रयोगात सापडते.

गांधीजी १९१७ साली बिहारमधील चंपारण येथे गेले. तेथील वास्तव्यात त्यांना जसे भारतीय खेड्याचे गचाळ दर्शन झाले, तद्वतच माणसाच्या सर्वसामान्य अडाणीपणाचे दर्शन झाले. त्यांनी, पुढील काळातील नागरिकत्व घडविण्याचा शैक्षणिक प्रयोग, येथे सहा खेड्यांमधून सहा शाळा सुरू करून, केला. व्यक्तिगत स्वच्छता, परिसर स्वच्छता, गावाची स्वच्छता अशा गोष्टींना, शाळेतील साक्षरी (अ‍ॅकेडेमिक) शिक्षणाच्या बरोबरीने मध्यवर्ती स्थान देण्यात आले. शाळेच्या शिक्षकांच्या उदरभरणाची नि निवासाची सोय गावानेच करायची, अशी गांधीजींची अट होती. त्यामुळे आपली शाळा आपण चालविण्याचा, एक अनेकांगांनी महत्त्वाचा असलेला प्रयोगही येथे झाला. 'समुदाय-विकासाचा शैक्षणिक प्रयोग,' असे या शाळांचे वर्णन करता येईल. गांधीजींनी मांडलेल्या शिक्षणविषयक वर्धा-योजनेची पार्श्वभूमी, थोडक्यात, ही अशी तत्पूर्वीच्या शिक्षणाच्या प्रयोगशाळांतून घडत गेलेली अशी होती.

◆ अखेरची मौलिक देणगी

गांधीजींनी या नयी तालीमच्या शिक्षणविषयक नवसंकल्पनेची व्याख्या 'जीवनासाठी आणि जीवनाकरवी शिक्षण' अशी केली आहे. पुढे १९४४ साली नयी तालीमच्या संकल्पनेचा विस्तार करताना पुन्हा एकदा, नयी तालीम म्हणज 'जे राष्ट्राच्या मूलभूत गरजा भागवते असे शिक्षण होय,' अशी व्याख्या केली व त्यालाच 'खरे शिक्षण' असे संबोधले आहे.

नयी तालीम ही जगाला दिलेली आपली अखेरची आणि सर्वांत मोठी देणगी आहे, असे १९३७ साली गांधीजींनी म्हटले होते. गांधीजींच्या पुढील आयुष्यातील अखेरच्या दहा वर्षांच्या काळात, नयी तालीमचे सेवाग्राममध्ये झालेले प्रयोग, त्यांचा वेगवेगळया प्रांतांमध्ये झालेला विस्तार आणि यामागे असणारा नि विकसित होत जाणारा, विचार यांच्याशी एक चिंतक आणि एक मार्गदर्शक या नात्याने गांधीजींचा घनिष्ठ संबंध राहिला होता. देशातील स्वातंत्र्यलढ्याचे राजकारण ऐन भरात येत असतानाच, नयी तालीमचे तत्त्वज्ञानही प्रयोगांच्या

मुशीमध्ये तावून सुलाखून निघत होते. राजकारणात सक्रिय असलेल्या काँग्रेसने आपल्या १९३८ सालच्या अधिवेशनात गांधीजींच्या नयी तालीमला 'राष्ट्रीय शिक्षण' म्हणून मान्यता दिली,आणि तत्कालीन प्रांतामधील काँग्रेस सरकारांनी आपापल्या क्षेत्रांत त्याचा अवलंब करायलाही सुरुवात केली. नयी तालीमविषयी एक आशादायक असे वातावरण निर्माण करणाऱ्या या घटना होत्या.

मोठ्या उत्साहाने नयी तालीमचे प्रयोग सुरू झाले. इ. डब्ल्यू आर्यनायकम् आणि त्यांच्या पत्नी आशादेवी हे दोघे आपल्या सर्व शक्तींनिशी सेवाग्राममध्ये नयी तालीमचा शास्त्रीय नमुना उभारण्याच्या कामास लागले. डॉ.जाकिर हुसेन यांनी हिंदुस्थानी तालिमी संघाचे नेतृत्व स्वीकारले,विनोबाजी नयी तालीमचे पहिले आचार्य बनले. काका कालेलकर,मार्जरी साईक्स, किशोरलाल मश्रुवाला असे,गांधीजींच्या भारतातील आगमनानंतर, त्यांनी वेळोवेळी केलेल्या शिक्षणकार्यात समाविष्ट झालेले खंदे वीरही या प्रयोगात सदैव सक्रिय राहिले. प्रयोगाचा पूर्वविचार, प्रयोगांची व्यावहारिकता,वेळोवेळीचा विचारविनिमय या साऱ्यांमध्ये या मंडळींचा सातत्याने सहभाग होता. या प्रयोगाच्या निमित्ताने, धीरेंद्र मजूमदार, देवीप्रसाद, शांता नारूळकर, जुगतराम दवे अशा बळकट कार्यकर्त्यांची नवी फळी उभी राहात गेली आणि त्यानुसार कामाचा विस्तारही होत गेला.

एकीकडे नयी तालीमला आकार देण्याचे प्रयत्न सुरू झाले आणि त्याचवेळी दुसरीकडे, काँग्रेस सरकारांचे राजीनामे, दुसऱ्या महायुध्दाचे झाकोळलेले जागतिक वातावरण,त्यातच १९४२ च्या अखेरच्या स्वातंत्र्य लढयाच्या वाजलेल्या नौबती,आणि क्षितिजावरील फाळणीची चिन्हे, आणि बंगालमधील दुष्काळ अशा विविध घटनांनी, नयी तालीमपुढे अडचणींचे डोंगर उभे केले.

पुन्हा गांधीजींनी नयी तालीमचा नवा विचार देऊन कार्यकर्त्यांमध्ये उत्साहाचे बळ निर्माण केले. आगाखान पॅलेसमधील स्थानबध्दतेतून सुटल्यानंतर त्यांनी नयी तालीमच्या ७ ते १४ या वयोमनाचा विस्तार करून त्याला संपूर्ण जीवनासाठीच्या शिक्षणाचे नवे रूप दिले. या विस्ताराबरोबरच नयी तालीमचा आशयही त्यांनी सधन केला. आता त्यांनी 'जीवनाकरवी जीवनासाठी शिक्षण' हा विचार कार्यकर्त्यांसमोर मांडला. कार्यकर्त्यांमध्ये पुन्हा बळ संचारले. गांधीजींनी दिलेला जीवनशिक्षणाचा विचार हीच खरी तर त्यांची पुढील पिढ्यांना प्राप्त झालेली अखेरची सर्वांत मोठी आणि कालातीत अशी देणगी आहे, असे म्हणता येईल.

◆ नयी तालीमची दोन सूत्रे

ऑक्टोबर १९३७ च्या वर्धा परिषदेमध्ये प्रांतीय काँग्रेस सरकारांचे शिक्षणमंत्री,

आणि शिक्षणाशी संबंधित अशा लोकांपुढे गांधीजींनी आपली जी नवी शिक्षण योजना मांडली तिच्यामध्ये, प्रचलीत शिक्षण पध्दतीला छेद देणारे असे दोन मुद्दे होते. नयी तालीमच्या पध्दतीची ती,दोन महत्त्वाची सूत्रे होती.

एक, शिक्षणाच्या केंद्रस्थानी एखादा उत्पादक हस्तोद्योग असावा. त्याच्या माध्यमातून सर्व विषयांचे शिक्षण दिले जावे. हा हस्तोद्योग विद्यार्थ्यांच्या स्थानिक परिस्थितीतील आणि परिचित अशा वातावरणातील मुख्य उद्योग असावा. आणि

दोन, अशा हस्तोद्योगकेंद्रित शिक्षणातून जे आनुषांगिक उत्पादन होईल त्यातून शिक्षणाचा चालू खर्च – किमान शिक्षकांचा वेतनखर्च – भरून निघावा.

गांधीजींनी प्रामुख्याने सूतकताई–विणकाम असा 'कापड' उद्योग शिक्षणाचे माध्यम म्हणून निवडला यालाही एक ऐतिहासिक पार्श्वभूमी आहे. भारतीय खेड्यांच्या दारिद्र्यावस्थेसाठी गांधीजी ईस्ट इंडिया कंपनी आणि ब्रिटिश सरकारला दोषी धरतात. ईस्ट इंडिया कंपनीच्या भारतातील आगमनामुळे लँकेशायरचे कापड भारतीय बाजारपेठांतून वेगाने पसरले आणि त्याने, भारतातील तत्कालीन खेड्यापाड्यांतून विकेंद्रित असलेला कापड उद्योग बहुतांशी लयाला नेला. (किंबहुना, म्हणूनच, साबरमती आश्रमात, चरख्यासाठी गुजरातच्या खेड्या–खेड्यांतून शोध घ्यावा लागला. अखेरीस एका खेड्यात सर्व चरखे माळ्यावर टाकलेले गाव आढळले!) त्यामुळे बेकार–अर्धबेकारांची मोठी संख्या निर्माण झाली. अशातऱ्हेने एक मुख्य उद्योग नाहीसा होऊन निर्माण झालेल्या बेकारीचा फटका इतरही उद्योगांना बसला. कापड उद्योगाच्या ऱ्हासामुळे खेड्यांचे अर्थकारणच गोत्यात आले. इतर वस्तूंच्या मागणीवर विपरीत परिणाम होऊन ते उद्योगही हळूहळू बसू लागले. परिणामतः बेकारीत आणि गरिबीत भरच पडली. अशा तऱ्हेने सारे ग्रामोद्योगाचे क्षेत्रच या आघाताने खचले. लोक निरुद्योगी व निराश होऊन स्वस्थ बसून राहू लागले.

गांधीजींचा विचार उलट्या दिशेने सुरू झाला. विदेशी कापडाला देशी खादीचा पर्याय उभा करणे, खादीच्या उत्पादनासाठी चरख्याची सार्वत्रिकरीत्या खेड्याखेड्यांतून पुनर्स्थापना करणे आणि या मध्यवर्ती उद्योगाच्या पुनर्उभारणीच्या अनुषंगाने, इतर ग्रामोद्योगांची मागणी वाढवून त्यांना चालना देणे, लोकांच्या हाती काम पुरवणे. गांधीजींनी म्हटले आहे की या अरिष्टातून पस्तीस कोटी जनतेस बाहेर काढण्याचा एकच उपाय आहे, तो म्हणजे या लोकांना उद्योगी आणि शहाणे बनवणे. त्यांनी हाती चरखा घेतला किंवा अन्य ग्रामोद्योगांची कास धरली तरच हे शक्य आहे. मात्र हे त्यांनी अडाणीपणाने करायचे नाही, तर योग्य अशा प्रौढ शिक्षणाकरवी हे केले

पाहिजे. त्यासाठी चिकाटी पाहिजे, नैतिकता आणि उद्योगाचे शास्त्रीय नि व्यावहारिक ज्ञान कामकऱ्यांना मिळायला हवे. या अशा व्यवस्थेत, गांधीजी लिहितात, "चरखा हा केंद्रस्थानी असेल. जर या व्यवस्थेला आपण सूर्यमाला म्हणून संबोधले तर चरखा हा सूर्य असेल आणि इतर ग्रामोद्योग हे याभोवती फिरणारे ग्रह ठरतील. जेव्हा या सूर्याचे तेज ईस्ट इंडिया कंपनीच्या कार्यामुळे ढळले तेव्हा साहजिकच त्याच्या ग्रहांची शक्तीही मंद झाली व ते जवळजवळ दिसेनासे झाले. सूर्याला आता पूर्वीच्या स्थानी पुनश्च प्रस्थापित केल्याने त्याच्या तेजाच्या प्रमाणात आता ग्रहही भोवती फिरू लागतील आणि तेजाने झळकतील."[४]

साबरमती आश्रमातील शिक्षणप्रयोगांतील अनुभवांवरून असा सार्वत्रिकरीत्या शिक्षणात मध्यवर्ती स्थान घेऊ शकणारा उद्योग म्हणजे खादी उद्योगाचा उद्योग असू शकेल, असे गांधीजींचे मत होते. परंतु हाच नव्हे, तर कालानुरूप नि स्थानानुरूप परिसरातील उद्योगाला त्यांनी हरकत घेतली नव्हती. फक्त त्याचा स्थानिक नि राष्ट्रीय गरजांशी अनुबंध असला पाहिजे असे त्यांचे म्हणणे होते. अशा प्रकारच्या उद्योगकेंद्री शिक्षणाकरवी दोन दिशांनी स्वावलंबनाकडे जाता येणार होते. शिक्षणातील हस्तोद्योगाच्या उत्पन्नामुळे शिक्षण काही प्रमाणात स्वावलंबी ठरून सरकारवरील अवलंबित्व घटण्याची प्रक्रिया होणार होती आणि त्यातून प्रत्यक्ष शिक्षणच स्वावलंबी होणार होते. तसेच अशाच प्रकारे या प्रकारच्या शिक्षणात सहभागी होणारा विद्यार्थीही स्वावलंबी होणार होता. शालेय शिक्षणातच एका किंवा अनेक हस्तोद्योगांचे कौशल्य अंगी बाणल्यामुळे, शिक्षण संपताच प्रत्येक विद्यार्थी स्वतःच्या पायांवर उभा राहू शकणार होता.

विनोबाजींनी ही शिक्षणरचना आपल्या 'शिक्षणविचार' या, ग्रंथाच्या प्रस्तावनेत समजावून दिली आहे. ते म्हणतात की, नयी तालीममध्ये ज्ञान आणि काम हे एकच आहेत; एकाच वेशात ते अवतरतात. कामामुळे ज्ञानप्राप्ती होते आणि ज्ञानातून फलदायी काम निघते; आणि ज्ञान व काम यांच्या एकत्रिकरणातून बुद्धीचा विकास होतो. आपल्यापैकी अनेकांच्या अजूनही लक्षात येत नाही की माहितीचा ढीग आणि खरा बौद्धिक विकास यांमध्ये फारसा संबंध नसतो. उपयोग करायचा असेल तेव्हा माहिती कशी मिळवावी एवढे मुलांना कळले तरी पुरेसे आहे; ती कशी मिळवावी हे शिकवणे हे शिक्षणाचे कार्य आहे. परंतु सत्यनिष्ठता, व्यावहारिक कौशल्य, सेवाभावी बनणे या फार मोठ्या गोष्टी आहेत. अशा प्रकारचे शिक्षण संपूर्ण भारतात दिले गेले तर ज्येष्ठ आणि कनिष्ठ, श्रीमंत नि गरीब यांमधील अंतर नाहीसे होईल. श्रमाला त्याची योग्य प्रतिष्ठा प्राप्त होईल.

समाजाला सुरक्षितता मिळून चांगली सेवाही प्राप्त होत राहील; असे प्रत्येक गाव स्वयंपूर्ण होईल.

◆ नयी तालीमचे हेतू

नयी तालीमची योजना ही व्यक्तिगत विकास आणि समाजात विकास यांची सांगड घालणारी होती. किंबहुना, व्यक्तिविकास ही व्यापक अशा समाज विकासाचीच पूर्वअट होती. गांधीजींच्या विचारांत शिक्षणाचा हेतू असा व्यक्तीकडून समाजाकडे वळलेला होता. शिक्षणाचा जो सामाजिक हेतू कल्पिला होता त्याची दोन अंगे होती. त्यांपैकी एक होते ते गावविकासाचे, ग्रामीणविकासाचे. भारतातील लाखो खेडी दयनीय अवस्थेत होती. अस्वच्छता, भौतिक सुखसोयींचे अपुरेपण, गरिबी, बेकारी, शोषण, लाचारी, अज्ञान आणि अंधश्रद्धा, विषमता आणि जातीयता अशा कितीतरी प्रश्नांनी ग्रामीण भारत अत्यंत कमजोर असे जिणे जगत होता. या साऱ्या आर्थिक-सामाजिक प्रश्नांवर आघात करायचा होता. त्यासाठी प्रश्नांची समज आणि सोडवणूक करण्याची कौशल्ये, ताकद नि आत्मविश्वास असणारा असा युवकांचा वर्ग, मोठ्या प्रमाणावर, अस्तित्वात येण्याची गरज होती. गांधीजींचा असा होरा होता की नयी तालीममधून ग्रामीण जीवनात क्रांतिकारक बदल घडवून आणण्यासाठी आवश्यक असणारा सेवकवर्ग तयार होईल. तो असा असेल की जो स्वतःच्या गरजांसाठी समाजावर अवलंबून न राहता आपले स्वावलंबी जीवन जगत असेल आणि सारा वेळ समाज विकासाचा ध्यास घेऊन रचनात्मक कामांमधून स्वतःला झोकून देईल.

नयी तालीमच्या शिक्षणाला दुसरे हेतुपूर्ण अंग होते ते नवसमाजरचनेच्या निर्मितीचे. शोषणविहीन आणि, समतेवर नि न्याय्यतेवर आधारित असा खरा लोकशाही समाज गांधीजींना अभिप्रेत होता. उच्च-नीच भाव नसलेला, शहरे आणि खेडी यांमधील अंतर नाहीसे करणारा, बुद्धीचे काम आणि श्रमाचे काम यांमध्ये फारकत न करणारा, शिक्षित आणि अडाणी समाजात पडलेले अंतर भरून काढणारा, जन्मापेक्षा कर्मावर भर देण्याची मानसिकता असलेला, जेथे प्रत्येकाला आपल्या गरजेनुसार मिळते आहे, पण त्याचबरोबर, आपल्यासारख्या दुसऱ्याला जे मिळणार नाही ते आपलेही असणार नाही, अशी मानसिकता तयार झालेला आणि परस्परांमध्ये धर्मभेद, जातिभेद, भाषाभेद, वर्गभेद अशा समाज मोडणाऱ्या वृत्तींच्या वर उठणारा नि बंधुभावाने परस्परव्यवहार साधणारा असा समाज अपेक्षित होता. गांधीजींच्या मते, नयी तालीमचे शिक्षण हे आजच्या समाजाला या ध्येयाकडे पावले टाकायला लावणारे, शिक्षण असणार होते. गांधीजींनी म्हटले होते, की

प्राथमिक शिक्षण प्रदान करण्याची योजना ही फार दूरवरचे परिणाम अनुस्यूत असलेल्या अशा एका शांतिपूर्ण क्रांतीकडे अंगुलीनिर्देश करणारी आहे.

परिसरातील हस्तोद्योगाला शिक्षणाच्या केंद्रस्थानी आणून ठेवण्याला शैक्षणिक, आर्थिक आणि सामाजिक पैलू आहेत. अशा शिक्षण व्यवस्थेमुळे उच्च प्रतीच्या बुध्दीचा नि आत्म्याचा विकास होऊ शकतो,असे गांधींजीचे प्रतिपादन आहे. अर्थात त्यासाठी हस्तोद्योगाचे 'तांत्रिक' पध्दतीने नव्हे तर 'शास्त्रीय' पध्दतीने शिक्षण अभिप्रेत आहे. विद्यार्थ्याला प्रत्येक प्रक्रियेचे कौशल्य तर आत्मसात झालेच पाहिजे, पण त्याबरोबर त्याचे सखोल ज्ञानही प्राप्त झाले पाहिजे. उत्पादनातील एखादी प्रक्रिया कशी आहे एवढेच कळून उपयोग नाही, तर ती तशी का आहे, कशासाठी तिची उत्पादनात योजना आहे, या साऱ्या बाबी विद्यार्थ्यांने आत्मसात केल्या पाहिजेत. गांधीजींनी असेही म्हटले आहे की हस्तोद्योगाचे शिक्षण हे केवळ उत्पादनाचे शिक्षण म्हणून नव्हे तर बालकाचा बौध्दिक विकास व्हावा यासाठी द्यावयाचे ते असे शिक्षण आहे. हस्तोद्योगाच्या सर्व प्रक्रिया शिकवीत असतानाच, मुलामध्ये मूलत:च असणाऱ्या सर्व क्षमतांना वाव दिला गेला पाहिजे. थोडक्यात असे की सर्व शिक्षण प्रक्रिया हीच मुळी 'करून शिकण्या'ची, श्रमकेंद्री अशी झाली पाहिजे.

शिक्षण हे केवळ श्रमाधारितच नव्हे तर ते स्वाश्रयी असले पाहिजे, असाही गांधीजींचा आग्रह आहे. किंबहुना, गांधीजी असे म्हणत की, शिक्षण श्रमाधारित असेल; एखाद्या हस्तोद्योगाकरवी दिले जात असेल तर ते आपसूकच स्वाश्रयी बनते. स्वाश्रयी बनणे हीच या शिक्षणाची कळीची परीक्षा आहे. असे म्हणत असतानाच गांधीजींनी अशीही सूचना देऊन ठेवली आहे की, स्वाश्रयी होणे ही काही शिक्षण यशस्वी झाल्याची पावती नव्हे. शिक्षणाची यशस्विता मोजली जाईल ती मात्र हस्तोद्योगाचे शास्त्रीय शिक्षण देण्यातून संपूर्ण मनुष्य घडतो की नाही, यावरून. गांधीजींनी असेही म्हणून ठेवले आहे की एखादा शिक्षक जर मला असे आश्वासन देत असेल की तो कुठल्याही परिस्थितीत शिक्षण स्वाश्रयी करून दाखवील तर मी त्याला नाकारीनच. याचा अर्थ असा की हस्तोद्योग हे शिक्षणाचे माध्यम आहे. त्याचा शिक्षणात समावेश झाला की त्यातून उत्पादन आणि उत्पन्न निघणारच. ही केवळ तार्किकतेने समजणारी गोष्ट आहे. परंतु हे उत्पन्न निघणे म्हणजे शिक्षण नव्हे. शिक्षणाचा तो हेतू नव्हे. शिक्षणाचा हेतू आहे तो परिपूर्णतेने माणूस घडविण्याचा. विद्यार्थी उद्योग शिकला की उत्पादन करू लागेल. गांधीजींच्या म्हणण्यानुसार, दिवसातून तीन तास जरी काम केले तरी तो त्यातून

स्वत:च्या पुरेसे उत्पन्न काढू शकेल; पण त्यापेक्षा त्याचा खरा लाभ आहे तो त्यांच्या बुध्दीचा नि आत्म्याचा जो विकास होतो त्यात.

शालेय शिक्षणात हस्तोद्योग हा शिक्षणाचे माध्यम म्हणून मध्यवर्ती स्थानी असेल तर त्यामधून विद्यार्थ्याचे कौशल्य वाढून, एक प्रकारे भावी कालातील बेरोजगारीपासून त्याला मुक्ती मिळेल. गांधीजींच्या शब्दात, 'बेरोजगारीपासून संरक्षण देणारा तो विमा'च ठरेल. परंतु हे केवळ तांत्रिक कौशल्य आत्मसात केल्यामुळे नाही तर त्याचे शास्त्रीय ज्ञान आणि एकूण शिक्षणातून होणारा शारीरिक, बौध्दिक नि मानसिक – गांधीजींच्या शब्दात 'आध्यात्मिक' विकास साधल्याने हे घडून येईल.

आर्थिकदृष्ट्या व्यक्तीला स्वावलंबी करण्याची किमया तर या शिक्षणात आहेच. अनेक वर्षे हस्तोद्योगाच्या शिक्षणात घालविलेला विद्यार्थी, त्या कामात तरबेज होऊन, शिक्षणाच्या अखेरीस स्वत:च स्वाश्रयी होईल, स्वावलंबी होईल. एवढेच नाही, तर या प्रक्रियेतून संपूर्ण शिक्षणव्यवस्थाही स्वावलंबी होईल. केवळ आर्थिकदृष्ट्याच नव्हे तर सामाजिक आणि नैतिक अर्थांनीही. म्हणूनच मूलोद्योग शिक्षणाची परस्परसंबंधित अशी दोन उद्दिष्टे, हिंदुस्तानी तालिमीसंघाने, अभ्यासक्रम बनवताना समोर ठेवली होती.

१. हिंदुस्तानातील सर्व मुला–मुलींनी, आपले हक्क, जबाबदाऱ्या समजावून घेऊन आणि सहकारावर आधारित अशा, नयी तालीमने मानलेल्या, नवीन समाजव्यवस्थेस आपली बांधिलकी ठेवून, एक नागरिक म्हणून तयार व्हावे.

२. वैयक्तिक क्षमतांचा संतुलित नि एकात्मपद्धतीने विकास घडून येण्यासाठी प्रत्येक मुला–मुलीला पूर्णतः संधी प्राप्त व्हावी; तसेच, एकीकडे, स्वच्छ, निकोप नि सुसंस्कृत जीवनाच्या प्रत्येक अंगात स्वावलंबी होण्याची कला आत्मसात करतानाच, दुसरीकडे, अशा जीवनाच्या सामाजिक नि नैतिक अंगांचीही पूर्ण जाण मिळवावी.

◆ अनुबंधपद्धती

नयी तालीमच्या प्रारूपात, प्रत्यक्ष शिक्षणव्यवहारात अनुबंध पद्धतीचा वापर करावयाचा होता. समवाय/अनुबंध ही संकल्पना, नयी तालीममध्ये, दोन दिशांनी कार्यरत होण्याची अपेक्षा होती. एक, शिक्षणात मध्यबिंदूला असलेला जो हस्तोद्योग असेल त्याचे काम करताना त्याचा संबंध ज्ञानाशी जोडणे आणि दोन, शाळेत, या अनुषंगाने करावयाच्या श्रमाचा संबंध विद्यार्थ्यांच्या वास्तव जीवनाशी जोडणे. नयी तालीमच्या शाळांमधून या दोन्हींचा विस्ताराने अर्थ

शोधण्याचा प्रयत्न केलेला होता.

हस्तोद्योगाचे काम करीत असताना त्याचा ज्ञानाशी जोडलेला संबंध हा दोन पायऱ्यांनी जाणारा होता. पहिल्या पायरीला हस्तकौशल्याबरोबरच, त्या कौशल्यप्राप्तीसाठी आवश्यक असे, हस्तोद्योगाच्या संदर्भातले तंत्र-मंत्राचे ज्ञान आत्मसात करणे. दुसऱ्या पायरीला, हस्तोद्योगाला व्यापक परिप्रेक्षात पाहून, त्यातील उत्पादनाच्या सर्व प्रक्रियांच्या भोवताली असणारे इतिहास, भूगोल, शास्त्रे अशा विषयांचा अभ्यास करणे, तसेच, त्या कामासाठी आवश्यक ते भाषा, गणित, हिशोब अशा विषयांचे ज्ञान आत्मसात करणे.

नयी तालीमच्या शाळांतून विद्यार्थ्यांनी श्रम करणे अभिप्रेत होते. हे श्रम उत्पादक, सर्जनशील आणि समाजाला उपयुक्त असणे आवश्यक होते. साहजिकच यांपैकी कोणत्याही हेतूंनी केलेले श्रम हे अखेरीस समाजजीवनाशीच जोडले जाणार होते. मनुष्य हा एक सामाजिक प्राणी आहे, त्याच्या सर्व भौतिक आणि भावनिक गरजा समाजातच भागविल्या जातात. माणसाचा बौद्धिक, भाषक आणि मानसिक-नैतिक विकास हा समाजसहाय्यानेच होत असतो. हे मूलभूत तत्त्वज्ञान गृहीत धरले तर, मनुष्याचा समाजाशी असणारा संबंध अपरिहार्य असतो, हे लक्षात येईल. गांधीजी, शिक्षणाची व्याख्या 'जीवनांतून जीवनासाठी' अशी करतात तेव्हा ते शिक्षणाचा जीवनाशी असणारा अपरिहार्य संबंधच ध्यानात आणून देत असतात.

नयी तालीममध्ये प्रत्यक्ष शालेय स्तरावर, विद्यार्थ्यांच्या श्रमाकरवी शिकण्याच्या पद्धतीचा संबंध समाजजीवनाशी बांधण्याचा प्रयत्न झाला तेव्हा तो दोन दिशांनी झाला. एक म्हणजे, शाळेचा, परस्परांशी दैनंदिन संबंध येणारा जो विद्यार्थी-शिक्षक समुदाय होता, तो बाहेरच्या व्यापक समाजाचेच एक छोटे रूप मानून, समाजातील व्यवसाय, समाजातील सण-उत्सव, समाजातील स्वच्छता-आरोग्याची अत्यावश्यक कामे, आणि समाजातील आदर्शवत् असे लोकशाही स्वरूपाचे शासन या साऱ्यांना शालेय व्यवहारात स्थान देणे. दुसरे म्हणजे, विद्यार्थ्यांना त्यांच्या शिक्षकांसमवेत शाळेच्या मर्यादित चौकटीतून बाहेर काढून त्यांना व्यापक समाजजीवनाच्या शाळेत अनुभव घेण्यास धाडणे. या साऱ्या धडपडीतून, या अनुबंध पद्धतीमधून, विद्यार्थ्यांतून, एक जबाबदार लोकशाहीतील नागरिक, एक समाजसेवा करणारा कार्यकर्ता आणि समाजातील एक स्वावलंबी घटक, निर्माण होण्याची अपेक्षा धरलेली होती.

पाचव्या संमेलनाच्या उद्घाटनपर भाषणात, विनोबाजींनी, नयी तालीममधील अनुबंध पद्धतीबद्दल एक महत्त्वाचे विधान केले आहे. ते म्हणतात,

"अलीकडे मी अनुबंधपद्धतीविषयी ऐकतो की, आपण मुलांना जे ज्ञान देणार ते 'शक्य तेवढे' हस्तोद्योगाशी आणि विद्यार्थ्यांच्या जीवनाशी जोडले पाहिजे. हा 'शक्य तेवढे' हा दृष्टिकोन चुकीचा आहे. आपण तर असे म्हटले पाहिजे की, जे ज्ञान हस्तोद्योगाशी आणि विद्यार्थ्यांच्या जीवनाशी जोडता येणार नाही ते आपल्या शिक्षणकार्यक्रमाच्या बाहेरच ढकलेले पाहिजे. जगातले सगळेच ज्ञान आपण प्राप्त केले पाहिजे असे नाही."[५]

◆ नयी तालीमची ग्रामीण पार्श्वभूमी

गांधीजींनी ज्या काळात नयी तालीमचा, म्हणजे नव्या दृष्टिकोनांतून शिक्षणाचा नवा विचार लोकांपुढे मांडला, त्या काळात गांधीजी खेड्यांच्या आर्थिक दारिद्र्याचा, सामाजिक विषमतेच्या परिस्थितीचा, शहरांकडून होणाऱ्या खेड्यांच्या पिळवणुकीचा आणि खेड्यांमधील रोजगारनिर्मितीसाठी तेथील ग्रामोद्योगांच्या पुनरुज्जीवनाचा विचार करीत होते. साहजिकच, शिक्षणात हस्तोद्योगास केंद्रस्थानी आणण्यातील त्याचा हेतू हा केवळ शैक्षणिक होता, असे म्हणता येणार नाही. याचे इतर म्हणजे आर्थिक-सामाजिक पदर हे ग्रामीण विकासाशी तसेच त्यांच्या कल्पनेतील प्रगल्भ भारताच्या संकल्पनेशी जोडलेले होते.

गांधीजींनी १९३० सालापासून खेड्यांच्या विकासाचा विचारच आपल्या कार्याच्या व विचारविश्वाच्या केंद्रस्थानी ठेवला होता. आपल्या रचनात्मक कार्याची दिशा कशी असावी, याबद्दल एका सामाजिक संस्थेपुढील भाषणात त्यांनी सांगितले होते. "आजपर्यंत आपली कामाची दिशा चुकीची होती. आपले सारे काम आपण शहरांत राहून केले आणि साऱ्या योजना आखल्या त्याही शहरांच्या दृष्टिकोनांतून. आपण खेड्यांतील जनतेपासून दूर राहिलो, म्हणून आपण ग्रामवासीयांपासून कायम दूर राहिलो आहे. त्यामुळे ते आपल्या उपासमारीला 'देवाचा कोप' असेच मानतात. याला दुसरी काही कारणे असतील याची ते कल्पना करू शकत नाहीत. आता, समाजसेवेच्या संस्था लोकांच्यात जाऊन वसल्या पाहिजेत; त्यांच्या सुख-दुःखाशी एकरूप झाले पाहिजे आणि त्यांना ज्ञान देऊन त्यांची सेवा केली पाहिजे."[६]

१९३३ साली 'हरिजन सेवक संघा'ची स्थापना करण्यात आली. सवर्ण हिंदूंनी अस्पृश्यांची सेवा करून, हिंदूसमाजावरील अस्पृश्यतेचा कलंक धुऊन काढावा असा उद्देश ही संस्था निर्माण करण्यात होता. संबंध वर्षभर नवीन कार्यकर्ते हाताशी घेऊन आणि जिल्हावार, तालुकावार समित्या निर्माण करून एकप्रकारे अस्पृश्यतेविरुद्धची मोहीमच उभी करण्याचा प्रयत्न गांधीजींनी केला. तरीही चळवळ फार मंद गतीने चालत असल्याची खंत ठक्करबाप्पांनी व्यक्त केली.[७]

यानंतर १९३३ च्या अखेरीस गांधीजींनी स्वतःच जवळजवळ नऊ महिने भारतभ्रमण केले; आणि चळवळीला वेग आणतानाच खेड्यांचे जाणीवपूर्वक दर्शनही त्यांनी पुनश्च एकदा घेतले. (यापूर्वी १९१५ साली त्यांचे पहिले वर्षभराचे भारत भ्रमण झालेले होते!)

स्वच्छतेचे काम करण्याची नवी तंत्रे भंगीवर्गाला शिकवणे इथपासून ते सवर्ण हिंदूंना संडास सफाईच्या कामांत गुंतवण्यापर्यंतची अनेक कामे हरिजनसेवक संघाने अंगीकारली. यामध्ये देवळे, विहिरी, शाळा आणि रस्ते हरिजनांना खुले करण्यावरही भर देण्यात आला होता. याच परिक्रमेत, गांधीजींना, हरिजन किती दैन्यावस्थेत जगताहेत आणि आपली खेडीही किती दारिद्र्यावस्थेत आहेत याचे वास्तव दर्शन झाले. त्यामुळे, इथून पुढील काळात त्यांनी, केवळ हरिजनच नव्हे तर एकूण खेड्यांची स्थिती सुधारण्यावर भर देण्याची भूमिका घेतली. गावांची स्वच्छता, अस्पृश्यता निवारण, ग्रामोद्योगांचे उत्थापन आणि या नि अशा अनेक कार्यांकरवी गावांच्या पुनर्रचनेचे ध्येयच समोर ठेवले.

१७ सप्टेंबर १९३४ ला गांधीजींनी जाहीर केले की, ते १ ऑक्टोबर १९३४ पासून राजकारणातून निवृत्त होतील आणि ग्रामीण उद्योगांचा विकास, हरिजनसेवा आणि मूलोद्योगांतून शिक्षण या गोष्टींना वाहून घेतील.

लगेचच, म्हणजे २६ ऑक्टोबर १९३४ ला, गांधीजींनी, त्यांच्याच प्रेरणेने सुरू झालेल्या, 'अखिल भारतीय ग्रामोद्योग संघा'चे उद्घाटन केले.

त्यानंतर त्यांनी खेड्यामध्येच जाऊन राहण्याचा आपला निर्णय प्रत्यक्षात आणला. ३० एप्रिल १९३६ ला शेगावला (नंतरचे सेवाग्राम) ते कायमच्या वास्तव्यासाठी म्हणून जाऊन राहिले.

पुढे २८ ते ३० डिसेंबर १९३६ या कालावधीत, गांधीजींच्याच आग्रहाने काँग्रेसचे खेड्यामधील पहिले अधिवेशन, खानदेशामधील फैजपूर येथे भरविण्यात आले.

त्यानंतर वर्षभरच्या अवधीतच २२-२३ ऑक्टोबर १९३७ या दोन दिवशी वर्धा येथे भरलेल्या शिक्षण-संमेलनात अध्यक्षपदावरून 'मूलोद्योगाकरवी शिक्षणा'चा नवा मूलमंत्र गांधीजींनी दिला.

या १९३० च्या दशकांतील साऱ्या घटना गांधीजी मनाने कसे खेड्यांच्या प्रश्नांशी एकरूप झाले होते ते दाखवतात. खेड्यांचे विविधांगी प्रश्न त्यांनी सातत्याने या काळात मांडलेले दिसतात. उदाहरणार्थ, १६ नोव्हेंबर १९३४ च्या 'हरिजन'मध्ये त्यांनी लिहिले आहे की, "खेड्यांतील लोक निर्जीव जीवन जगत

आहेत. त्यांचे जीवन म्हणजे हळूहळू उपासमारीकडे जाणारी प्रक्रिया आहे. त्यांच्यावर कर्जाचा मोठा डोंगर आहे.’

खेड्यांमधील लोकांची आर्थिकदृष्ट्या, मानसिकदृष्ट्या आणि नैतिकदृष्ट्या प्रगती साधण्यासाठी ग्रामीण हस्तोद्योगांना पुनरुज्जीवित करण्याची आवश्यकता आहे, असे गांधीजींचे मन बनले होते.[८] याकरिता, किंबहुना गांधीजींनी काँग्रेस सोडण्यापूर्वीच काही दिवस आधी काँग्रेसकडून अखिल भारतीय ग्रामोद्योग संघ’ स्थापन करण्याची अनुमती घेतली व या संस्थेला जन्म दिला. यासंदर्भात त्यांना काँग्रेसला स्पष्ट केले होते की, या संघाचा हेतू राजकीय जाणीव जागृतीचा नसेल तर तो ग्रामोद्योगांना पुनरुज्जीवित करून त्यांची सुधारणा करण्याचाच असेल.[९] अर्थात राजकीय जाणीव जागृतीला गांधीजींचा विरोध कधीच नव्हता. परंतु केवळ एवढेच करणे हे राष्ट्रविकासाला, त्यांच्या मते, अपुरे होते. राजकीय जाणीव आणि सामाजिक जाणीव यांची फारकत झाली तर त्याचे अंतिम परिणाम घातक ठरतील अशी त्यांची भावना होती.

अखेरीस स्वतःच खेड्यात जाऊन वास्तव्य करण्याचा निर्णय गांधीजींनी घेतला आणि जमनालाल बजाज यांच्या सल्ल्याने त्यांनी ग्रामोद्योग संघाचे मुख्यालय वर्धा येथे नेले; आणि आपण स्वतः सेवाग्राममध्ये, कायमचे वास्तव्य करण्यासाठी म्हणून गेले. सेवाग्राममध्ये ग्रामविकासाचे अनुभव घेत असताना, गांधीजींना खेड्यांचे ‘आजार’ अधिक ठळकपणे नजरेस पडले. “वाढत्या प्रमाणात दारिद्र्याच्या गर्तेत जाणाऱ्या लाखो खेडुतांना काम कसे मिळवून द्यावे हाच खरा आजचा गंभीर प्रश्न आहे. आज अनेक तज्ज्ञानी तर हे दाखवून दिलेच आहे, पण जो कोणी ग्रामीण भागात जाण्याचे कष्ट घेईल त्यालाही हे जाणवेल, की माणसे आता आर्थिकदृष्ट्या, मानसिकदृष्ट्या आणि नैतिकदृष्ट्याही दुबळी होत चालली आहेत. त्यांची काम करण्याची, विचार करण्याची आणि जगण्याचीही इच्छा वेगाने नष्ट होत चालली आहे. हा तर जिवंतपणीचा मृत्यूच ते अनुभवताहेत.”[१०] या अशा खेड्यांचे आर्थिक, सामाजिक आणि नैतिक परिवर्तन करण्याचा कार्यक्रम हा गांधीजींच्या मनात घर करून राहिला होता. “झोपडीत राहणाऱ्या शेतकऱ्याला जर त्याचा जुना ग्रामोद्योग प्राप्त करून दिला आणि आपल्या मूलभूत गरजांसाठी तो आजच्यासारखा शहरांवर नव्हे तर स्वतःच्या खेड्यावरच अवलंबून राहिला तरच त्याची सुधारणा होणे शक्य आहे. हे साधे तत्त्व आत्मसात केले नाही तर ग्रामीण पुनर्निर्माणासाठी कितीही वेळ दिला तरी तो फुकटच जाईल.”[११] असे गांधीजींचे खेड्यांच्या प्रश्नाचे निदान आहे. लोकांना ‘खेड्यांकडे वळा’ असा संदेश याच काळात

गांधीजींनी दिला आहे, त्याचबरोबर आपली आदर्श खेड्याची कल्पनाही गांधीजींनी, ९.१.१९३७ च्या 'हरिजन'मधील लेखात देऊन ठेवली आहे.

आदर्श खेड्याची एकूण व्यवस्थाच अशी असेल की तेथे सर्व सुखसोयींनी युक्त अशा तऱ्हेचे जीवन असेल. याचे वर्णन गांधीजींनी असे केलेले आहे की, "आदर्श भारतीय खेडे असे असेल की ज्यात जलनिस्सारणाची उत्तम सोय असेल. पाच मैलांच्या अंतरात उपलब्ध असलेल्या मालाच्या साहाय्याने उभारलेल्या झोपड्या पुरेसा प्रकाश असलेल्या आणि हवेशीर असतील. झोपड्यांना पुरेसे अंगण असेल आणि त्यांचा उपयोग जनावरांना ठेवण्यासाठी आणि कुटुंबापुरेसा भाजीपाला पिकविण्यासाठी लोक करतील. गावातील रस्ते व गल्ल्या स्वच्छ असतील. गावात सर्वांसाठी आणि सर्वांपुरेशा विहिरी असतील. प्रार्थना मंदिरे असतील. शिवाय सर्वांना एकत्र येण्यासाठी जागा असेल, सर्व जनावरांसाठी सामायिक चराऊ कुरण असेल. तसेच सहकारी दूध उत्पादन केंद्र, प्राथमिक व माध्यमिक शाळा असतील. शाळांमध्ये औद्योगिक शिक्षण हा महत्त्वाचा भाग राहील. गावातील तंटे सोडविण्यासाठी पंचायत असेल. गाव स्वतः पुरेसे अन्नधान्य, फळे व भाजीपाला आणि खादी यांचे उत्पादन करील. आदर्श खेड्याविषयी माझी कल्पना अशी आहे."[१२]

◆ हिंदस्वराज्य

गांधीजींची, तत्कालीन हिंदुस्तानच्या परिस्थितीविषयीच्या विश्लेषणात्मक प्रकट विवेचनाची सुरुवात 'हिंदस्वराज्य' या १९०९ सालच्या छोट्या पुस्तिकेपासून झालेली आहे. १९०९ साली इंग्लंडहून दक्षिण आफ्रिकेस जात असताना जहाजावरील प्रवासात १३ नोव्हेंबर ते ३0 नोव्हेंबर या कालावधीत, गांधीजींनी ही पुस्तिका लिहिली आहे. या पुस्तिकेच्या मूळ प्रस्तावनेत सुरुवातीलाच त्यांनी लिहिले आहे, "मला राहवले नाही तेव्हाच मी लिहिले. खूप वाचले, खूप विचार केला. इंग्लंडमध्ये ट्रान्सवाल शिष्टमंडळासोबत चार महिने राहिलो असताना, तेथे जमेल तितक्या भारतीय लोकांशी विचार-विनिमय केला; शक्य झाले तितक्या इंग्रजांनाही भेटलो. या विचारांनंतर मी जे निष्कर्ष काढले आहेत ते वाचकांसमोर ठेवणे हे मला माझे कर्तव्य वाटल ".....[१३] हिंदस्वराज्यमध्ये केलेल्या तथाकथित आधुनिक सभ्यतेच्या कठोर विश्लेषणाची पार्श्वभूमी ही अशी होती.

या पुस्तिकेत व्यक्त केलेल्या मतांबाबत गांधीजी कायमच ठाम होते. जानेवारी १९२१ च्या 'यंग इंडिया'मध्ये 'हिंद स्वराज्य'संबंधी लिहिलेल्या लेखात त्यांनी म्हटले आहे की, "या पुस्तकात आधुनिक सभ्यतेचा तीव्र धिक्कार

आहे. १९०९ मध्ये हे पुस्तक लिहिले गेले. त्यानंतर त्यातील विचारांच्या सत्यतेबद्दल माझा विश्वास अधिक दृढ झाला आहे.'' 'आर्यनपाथ' या मासिकाच्या सप्टेंबर १९३८ मधील 'हिंद स्वराज्य विशेषांका'ला पाठविलेल्या संदेशात, गांधीजी म्हणतात, ''हे पुस्तक नव्याने लिहायचे झाले तर मी थोडीफार भाषा बदलीन. परंतु गेल्या तीस वर्षांच्या वादळी जीवनानंतरही या पुस्तकात व्यक्त केलेली मते बदलावी असे मला वाटत नाही.''[१४]

या पुस्तकातील प्रतिपादनाचा आशय, गांधीजींनी स्वतःच सांगितला आहे. उदाहरणार्थ, ''तथाकथित अज्ञानमय अंधारयुगात परत जाण्याचा हा प्रयत्न नाही. हा प्रयत्न आहे ऐच्छिक साधेपणा, दारिद्र्य आणि संथगती यांतील सौंदर्य पाहण्याचा. माझा आदर्श मी त्यात रेखाटला आहे.'' लगोलग त्यांनी असेही कबूल केले आहे की ''मी स्वत:च तो आदर्श गाठू शकणार नाही आणि म्हणून देशाने तो गाठावा अशी माझी अपेक्षाही नाही.'' ही भूमिका त्यांनी १९३९ साली लिहिलेल्या एका पत्रातून व्यक्त केली आहे.[१५]

'हिंदस्वराज्यां'चे पुनर्प्रकाशन १९९० साली करताना, या पुस्तिकेला लिहिलेल्या दीर्घ नि विश्लेषक प्रस्तावनेत वसंत पळशीकर यांनी म्हटले आहे, भारताने, आणि साऱ्या जगानेच, भविष्यात कोणती वाट धरावी, कोणती सभ्यता आदर्श मानावी, संस्कृती कशाला म्हणावे या मुद्द्यांच्या बाबतींत मुळातून विचार करायला प्रवृत्त करण्याचे सामर्थ्य तीमध्ये आहे.[१६]

इंग्रजी सभ्यतेचा, स्वातंत्र्यानंतरही स्वैरपणे स्वीकार केल्यानंतर भारताच्या (नि जगाच्याही) परिस्थितीत वेगाने बदल होत गेले. 'हिंद स्वराज्य'च्या प्रस्तावनेत वसंत पळशीकरांनी लिहिले आहे की, एका अर्थी सर्व जगापुढेच कोणती वाट धरावयाची हा प्रश्न आज उपस्थित आहे. एका वाटेने अणुयुध्दाच्या उंबरठ्यावर आपणास आणून सोडलेच. अणुयुध्द समजा टळले तरी, पर्यावरणीय असमतोलामुळे पृथ्वीवरील सारे मनुष्यजीवनच धोक्यात आणील अशी ही वाट आहे. पाश्चात्त्य सभ्यतेविषयी पश्चिमी मंडळींचेच आज मूलभूत आक्षेप आहेत. आपण कोणती वाट धरावी, याचे उत्तर ज्या प्रश्नावर अवलंबून आहे तो प्रश्न म्हणजे, खरी सुसंस्कृतता व उन्नती कशात आहे, हाच होय. सुधारणा, प्रगती या शब्दांचे अर्थही या प्रश्नाच्या उत्तरानुसार ठरणार.[१७]

खरी सुसंस्कृतता कशात आहे, याचा शोध घेताना स्वत: गांधीजी हिंदी सभ्यतेकडे वळतात. त्यातही अजूनही खेड्यांमध्ये टिकून असलेल्या सभ्यतेकडे ते वळतात. ''हिंदी सभ्यता ही नीतीच्या आचरणाच्या पायावर उभारलेली

असल्याने ती श्रेष्ठतम आहे; तिच्यात अनेक दोष व वैगुण्ये आढळत असली तरी, तिची मूळ बांधणी नीतीच्या तत्त्वांवर केलेली असल्याने, मूळ गाभा कायम ठेवून वरपांगी दोष व वैगुण्ये यांची पुटे काढून टाकली म्हणजे झाले, असा गांधींचा युक्तिवाद आहे.[१८]

नीतीच्या पायांवर उभारलेला समाज असे गांधींपुढील भावी भारतीय (नि जागतिक) समाजरचनेचे चित्र होते. इंग्रज गेले तरी इंग्रजी बोडक्यावर बसलेली. इंग्रजांची गुलामी गेली तरी इंग्रजी शिक्षण पठडीची गुलामी तशीच शिल्लक राहिलेली. त्यातही या शिक्षणपध्दतीचे वैशिष्ट्य असे की ती तिच्या मांडवाखालून जाणाऱ्या बहुसंख्यांना आचार – विचारांनी पाश्चात्त्य सभ्यतेची गुलामच राखणारी अशी ती आहे. गांधीजींनी 'हिंदस्वराज्य'मध्ये याच शिक्षणपद्धतीवर कोरडे ओढले; आणि तिला 'नयी तालीम'च्या रूपाने एक पर्याय उभा करण्याचा प्रयत्न केला.

स्वातंत्र्यप्राप्तीनंतरच्या परिस्थितीचे वर्णन करताना, विनोबाजींनी फार परखडपणे म्हटले आहे की, ''मला याचे आश्चर्य नि दुःखही वाटते की, राज्यप्राप्ती होऊन तीन वर्षांचा दीर्घ काल गेला तरी यावर आपण कार्यवाही करू शकलो नाही. मी तरी अशी उपमा वापरतो की, एक दिवसतरी पूर्वीच्या राज्याचा झेंडा आपल्याला चालला असता का ? मग जी गोष्ट झेंड्याची तीच शिक्षणाची. जे शिक्षण लोकांना गुलाम राखण्यासाठी उपयुक्त म्हणून अमलात आणले होते, तेच शिक्षण स्वराज्यप्राप्तीनंतरही जर तसेच कायम ठेवले जात असेल तर आमच्या नादानीचा आणखी दुसरा कोणता पुरावा हवा ?........(ते शिक्षण) ही अशी गोष्ट आहे की, जी आपण टाकून द्यायला हवी होती. जर ती त्वरित टाकून देऊन तुम्ही असे म्हणाल की आता शिक्षणाचे स्वरूप कसे असायला हवे ते आम्हाला सुचत नाहीये ; ते ठरविण्यासाठी आम्हाला निदान काही महिन्यांचा तरी अवधी लागेल, तर तेवढा काळ आम्ही शिक्षण बंद ठेवतो, आणि आमचे विद्यार्थी आणि आम्ही सारेजण श्रम करायला जातो. कारण आम्हाला धान्य पिकविण्याची, उत्पादन वाढविण्याची गरज आहे, तर याने असे काय नुकसान झाले असते? परंतु जेवढी भावनेची तीव्रता आमची झेंड्याबाबत आहे तेवढी ती शिक्षणाबाबत नाही. याला मी नादानी म्हणतो.''[१९]

नयी तालीमचा विचार हा अशाप्रकारची नादानी दूर करू पाहणारा विचार होता. भारतीय परिस्थिती आणि भारतीय संस्कृती यांना धरून केलेला हा विचार होता. तद्वतच, एका नव्या न्याय्य अशा समाजरचनेच्या दिशेने समाजाला आणि म्हणून त्यांतील व्यक्तींना नेणारे असे हे शिक्षण असणार होते.

नयी तालीमच्या १९५१ सालच्या संमेलनात ही भूमिका खूपच स्पष्टपणे मांडली गेली. बुनियादी शिक्षणाच्या सेवाग्राममध्ये भरलेल्या या सातव्या संमेलनात (फेब्रु–मार्च १९५१) ग्राम–विश्वविद्यालयाची संकल्पना प्रामुख्याने चर्चेमध्ये होती. या चर्चेत भाग घेताना, आपली ग्राम–विश्वविद्यालयाची कल्पना स्पष्ट करताना, शिक्षणाला आदर्श समाजरचनेच्या दिशेने नेण्याचाच प्रस्ताव ठेवला होता. "सर्व शिक्षक व विद्यार्थी दोघेही एकत्र येऊन सामूहिक जीवन जगतील आणि देशासमोर उत्तमातले उत्तम समग्र जीवन कसे असू शकते याचा नमुना सादर करतील." अर्थातच हा आदर्श जीवनाचा नमुना म्हणजे स्वावलंबी जीवनाचा नमुना होता. त्यामध्ये शिकणारे विद्यार्थी आणि शिकविणारे शिक्षक सारेच स्वावलंबी जीवनपद्धती स्वीकारणारे व त्याद्वारे अशा नवजीवनाचे दर्शन लोकांपुढे ठेवणारे असे असणार होते. गांधीजींनी 'हिंदस्वराज्य' मध्ये नाकारलेल्या पश्चिमी सभ्यतेला दूर करणाऱ्या आणि तिच्या जागी आपली संस्कृती जागविणाऱ्या अशा नवशिक्षणाची कास धरण्याचाच विचार या संमेलनात विनोबाजींनी बोलून दाखविला होता. "आज आमच्या देशात जी विद्यापीठे आहेत ती परदेशी सरकारने स्थापन केलेली आहेत. पश्चिमी विद्येच्या प्रचारासाठी त्यांची स्थापना झाली आहे. इंग्रजी साहित्य, पश्चिमेचा इतिहास आणि शास्त्रे यांचा आविष्कार हे त्यांचे भांडवल आहे. बलाढ्य संघटनांच्या सामर्थ्यावर साम्राज्याची स्थापना करणाऱ्या संस्कृतीची ती दुर्बल प्रतिनिधी आहेत. त्यांच्या जागी आम्ही, आमची संस्कृती, आमचे अनुभव आणि आपल्या विश्वकल्याणाच्या आदर्शावर बेतलेली अशी विद्यापीठे चालवू इच्छितो."[२०] ही आपली संस्कृती कशी? तर "तिचा पाया हा ग्रामजीवनाचाच आहे. ग्रामजीवनात माणसा–माणसांमध्ये बंधुभावाचा संबंध होता. जीवन उद्योगप्रधान होते. त्याचबरोबर ते संतोषप्रधानही होते. या अशा जीवनाच्या सामाजिक आदर्शांमध्ये थोडे–फार परिवर्तनही करीत जावे लागेल. पण, आम्हाला आज आमच्या विश्वकल्याणाच्या आदर्शाच्या आधारावरच नवनिर्मिती करायची आहे..."[२१]

संमेलनातील या आपल्या भाषणाच्या अखेरीस, सारांशरूपाने विनोबाजींनी, गांधीजींची 'हिंदस्वराज्य'मधील विचारधारेची नाळ नयी तालीमच्या शिक्षणाशी, ग्रामविश्वविद्यालयाच्या स्थापनांशी आणि आपल्या जीवनादर्शाशी जोडली. विनोबा म्हणतात, "गांधीजींनी आम्हाला अहिंसेची कसोटी दिली आहे. प्रगतीचे प्रत्येक पाऊल आपण या कसावर लावून पाहिले पाहिजे. यंत्रवाद, भांडवलशाही, समाजवाद आणि साम्यवाद यांपैकी कोणत्याही जाळ्यात आपण फसता कामा नये. आम्ही, अर्थशास्त्र, समाजशास्त्र, यंत्रशास्त्र सारे काही, सत्य,

अहिंसा, अस्तेय, अपरिग्रह आणि संयम या पाच कसोट्यांवर ताऊन सुलाखून घेतले पाहिजे. आपण जुने पूर्वीचे जग पुन्हा आणू इच्छित नाही. तर पूर्वीच्या संस्कृतीत जी कल्याणकारी तत्त्वे होती, त्यांच्या पायावर, आजच्या अनुभवांना अनुसरून आणि भावी कालाला योग्य अशा सर्वहितकारी आदर्श संस्कृतीची प्रतिष्ठापना करू इच्छितो आणि हाच आमच्या ग्रामविश्वविद्यालयांचा आदर्श असेल. परिश्रम, ग्रामोद्योग, स्वावलंबन, स्वयंपूर्णता, परस्पर सहयोग आणि मानवजातीची एकता हे आमच्या शैक्षणिक जीवनाचे आदर्श असतील.''[२२]

सेवाग्राममध्ये खास, स्वतंत्र असे अखिल भारतीय उत्तरबुनियादी शिक्षण संमेलन १९५६ मध्ये भरविण्यात आले होते. सुरुवातीलाच कार्यवाहांनी म्हणजे ई.डब्ल्यू.आर्यनायकम् यांनी तोवर झालेल्या उत्तरबुनियादी कार्याचा आढावा घेतला. विद्यार्थी कोणत्या दिशेने तयार व्हायला हवे आहेत, त्यांच्यात कोणकोणत्या प्रवृती निर्माण झाल्या पाहिजेत, याविषयी सांगताना, उत्तरबुनियादी शिक्षणाचे उद्दिष्ट स्पष्ट केले. हे उद्दिष्ट, ''...अहिंसक पद्धतीने न्याय, समता व सहयोगी श्रम यांवर आधारित नवा समाज निर्माण करण्याचे आहे. व्यक्तींमधून समाज सिद्ध होतो; त्यामुळे नवसमाजनिर्मितीसाठी अशा व्यक्ती निर्माण व्हायला हव्यात की ज्या धर्मनिष्ठ नि सत्यनिष्ठ आहेत, ज्यांच्यात सेवा, प्रेम आणि सहकाराची वृत्ती यांचा विकास झालेला असेल, आपली अंतःशुद्धी व बाह्यशुद्धी यांसाठी त्यांची तयारी झालेली असेल आणि ते भौतिक, बौद्धिक व आध्यात्मिक स्वावलंबनाच्या साधनेत पुढे सरसावलेले असतील. याशिवाय उत्तरबुनियादीमधून तयार होऊन बाहेर पडलेल्या विद्यार्थ्यांमध्ये विशिष्ट उद्योगांमध्ये कुशलता आणि त्याचे पुरेसे ज्ञान असले पाहिजे.''[२३]

गांधीजींच्या कल्पनेतील 'ग्रामस्वराज्या'चा नागरिक यांतून घडावा अशीच ही मांडणी होती.

◆ ग्रामस्वराज्यासाठी नयी तालीम

गांधीजींनी आपली ग्रामस्वराज्याची कल्पना ठिकठिकाणी सविस्तरपणे मांडली आहे. 'हरिजन'च्या एका अंकात (२८ जुलै १९४२) त्यांनी लिहिले आहे. ''ग्रामस्वराज्याची माझी कल्पना अशी आहे की ते एक संपूर्ण प्रजासत्ताक असेल. महत्त्वाच्या गरजांसाठी त्यातील लोक आपल्या शेजाऱ्यांवरही अवलंबून राहणार नाहीत. परंतु इतर बाबतींत जिथे एकमेकांवर अवलंबून राहणे आवश्यक आहे तिथे ते एकमेकांशी सहकार्य करतील. अशा रीतीने आपल्याला लागणाऱ्या अन्नधान्याची आणि कापसाची निर्मिती करणे हे प्रत्येक गावाचे पहिले कर्तव्य असेल... यानंतरही गावातील शेती शिल्लक राहिली तर तिथे असे उपयोगी

पीक घेतले जाईल की जे विकून अधिक लाभ पदरात पडू शकेल. मात्र, गांजा, तंबाखू, अफू अशांसारखी पिके, केवळ पैसा मिळविण्यासाठी म्हणून, घेतली जाणार नाहीत. गावातील सर्व कामे, शक्यतो, परस्पर सहकार्याने करण्यात येतील... सत्याग्रह आणि असहकाराच्या कार्यप्रणालीबरोबरच अहिंसेची शक्ती ही ग्रामीण समाजाच्या शासनाची शक्ती असेल. गावाच्या संरक्षणासाठी ग्रामसैनिकांचे एक पथक असेल आणि त्यात काम करणे प्रत्येकासाठी अनिवार्य असेल... गावाचे प्रशासन चालविण्यासाठी, दरवर्षी, पाच माणसांची एक पंचायतसमिती निवडली जाईल. ही निवड विशिष्ट योग्यता असलेल्या सर्व प्रौढ स्त्री-पुरुषांकडून करण्यात येईल. पंचायतींना त्यासाठी आवश्यक असे सर्व अधिकार आणि सत्ता असेल. या ग्रामस्वराज्यात, आजच्या प्रचलित अर्थानुसार, शिक्षा किंवा दंड करण्याचा कोणताच प्रघात राहणार नसल्यामुळे ती पंचायत, आपल्या एक वर्षाच्या कारकीर्दीत कायदेमंडळ, न्यायमंडळ, व कार्यकारीमंडळ अशी सर्व कामे संयुक्तपणे करील... या ग्रामशासनात व्यक्तिगत स्वातंत्र्यावर आधारित अशी संपूर्ण लोकशाही कार्यरत असेल. व्यक्तीच आपल्या या सरकारची घडण करील. व्यक्ती व तिचे सरकार हे दोन्ही अहिंसेच्या नियमांनुसार काम करतील. या ग्रामस्वराज्यातील माणूस व त्याचे गाव संपूर्ण जगाच्या शक्तीचा प्रतिकार करायला समर्थ असतील. कारण, आपल्या गावाच्या सन्मानासाठी आणि संरक्षणासाठी मरण पत्करण्याची निष्ठा, प्रत्येक गावकऱ्यात असेल.[२४]

गांधीजींच्या मते, असा समाज 'अत्यंत सुसंस्कृत असणे अपरिहार्य आहे... त्यातील प्रत्येक स्त्री-पुरुषाला काय हवे आहे ते माहीत असेल आणि हेही माहीत असेल की, जी गोष्ट दुसऱ्या कुणालाही तेवढ्याच श्रमाने मिळू शकणार नाही, तिची इच्छा करता येणार नाही.'[२५] साहजिकच हा समाज 'स्वाभाविकपणेच सत्य आणि अहिंसेवर आधारित असेल.'[२६] थोडक्यात, आर्थिकदृष्ट्या स्वयंपूर्ण, राजकीयदृष्ट्या लोकशाही आणि मानसिकदृष्ट्या उन्नत अशा तऱ्हेचा समाज गांधीजींच्या ग्रामस्वराज्याच्या संकल्पनेत अपेक्षित होता. अशा समाजात, सार्वत्रिक शोषण आणि त्यातून निर्माण होणारी हिंसा यांना स्थान असणार नव्हते. सर्व अंगांनी स्वतंत्र असा हा नवसमाज असणार होता. असा समाज घडविण्याचा अहिंसक मार्ग म्हणून, गांधीजींनी, १९४१ साली, एक अठरा कलमी रचनात्मक कार्यक्रम दिला. या कार्यक्रमाच्या संदर्भात लिहिलेल्या छोटेखानी पुस्तिकेच्या सुरुवातीलाच गांधीजींनी आपली 'भूमिका' स्पष्ट केली आहे. 'रचनात्मक कार्यक्रमाचे दुसऱ्या, अधिक उचित शब्दांमध्ये

वर्णन करायचे झाल्यास, त्याला, सत्य व अहिंसात्मक साधनांच्या द्वारे पूर्ण स्वराज्याची किंवा अगदी पूर्ण स्वातंत्र्याची रचना, असे संबोधता येईल. सत्य नि अहिंसेच्याद्वारे संपूर्ण स्वातंत्र्याची प्राप्ती याचा अर्थ आहे, जातपात, वर्णभेद, किंवा धर्मभेदरहित राष्ट्रातील प्रत्येक घटकाची, त्यातही खास करून गरिबातील गरीब व्यक्तीच्या स्वातंत्र्याची सिद्धी.''[२७] सर्वसामान्य माणसाची मानवतेच्या दृष्टिकोनातून सेवा करणारा असा हा कार्यक्रम असणार होता. त्याला कार्यान्वित करण्यासाठी गांधीजींनी, 'अखिल भारतीय चरखा संघ', 'अखिल भारतीय ग्रामोद्योग संघ' 'अखिल भारतीय गो-सेवा संघ' यांसारख्या संघटना उभारल्या होत्या. अशा प्रकारची कार्ये जेव्हा जाणीवपूर्वक करण्यात येतात, तेव्हा अहिंसक संघटना आणि तिच्यासाठी आवश्यक शिस्त निर्माण करण्यासाठी त्यांचा आधार मिळतो. त्याचा पाया शक्ती नव्हे तर प्रेम असते. यालाच गांधीजींनी 'रचनात्मक अहिंसा' असे नाव दिले होते.[२८] रचनात्मक कार्याचा उद्देश बेकारांना आर्थिक मदत करणे वा गरिबांना काही मजुरी देणे एवढाच नाही. अहिंसक समाजरचना निर्माण करणे हा रचनात्मक कार्याचा उद्देश आहे, असे गांधीजींनी म्हटल्याचा उल्लेख प्यारेलाल यांनी आपल्या ग्रंथात केला आहे.[२९]

रचनात्मक कार्यासाठी प्रभावी कार्यकर्ते असण्याची गरज होती. शहरांतील लोकांपेक्षा खेड्यांतून कार्यकर्ते निर्माण होणे अधिक उपयुक्त ठरेल असा गांधीजींचा अभिप्राय होता.[३०] रचनात्मक संस्थांच्या कार्यकर्त्यांना प्रभावीपणे काम करता यावे यासाठी गांधीजींनी, सर्व रचनात्मक कार्य करणाऱ्या संस्थाच्या एकत्रीकरणाचा उपाय सुचविला होता. तसेच देशभरात रचनात्मक कार्य करणाऱ्या कार्यकर्त्यांच्या व त्यांचे मुलांच्या शिक्षणाचा जो प्रश्न होता, त्याची जबाबदारी त्यांनी हिंदुस्तानी तालिमी संघावर टाकली होती.

स्वतः गांधीजीच रचनात्मक कार्य करणाऱ्या विविध (गांधीजीप्रणीत) संस्थांचे एकत्रीकरण करण्याच्या प्रयत्नात होते. २९ जानेवारी १९४८ या दिवशी त्यांनी किशोरलाल मश्रुवाला यांना पत्रातून लिहिले होते की, २ ते १२ फेब्रुवारी (१९४८) या काळात ते सेवाग्राममध्ये जाऊन राहणार आहेत. 'रचनात्मक कार्य करणाऱ्या वेगवेगळ्या संस्थांचे एकत्रीकरण करणे हा माझा तिथे येण्याचा हेतू आहे.'[३१] परंतु अर्थातच असे काही घडू शकले नाही. गांधीजी सेवाग्रामला कधीच परतू शकले नाहीत. दुसऱ्याच दिवशी म्हणजे ३० जानेवारीला गांधीजींची हत्या झाली.

◆ बुनियादी शिक्षणविचाराची पार्श्वभूमी

इंग्रजांनी भारतीय शिक्षणाला एक वेगळे वळण दिले. इंग्रजी राज्यात हिंदुस्तान सरकारची आणि प्रांतीय सरकारांची मोठ्या प्रमाणावरील गरज होती ती अधिकारी नि कारकून वर्गाची. साहजिकच तत्कालीन भारतीय शिक्षणाचा विचार अशा तऱ्हेचा वर्ग निर्माण करण्याच्या अंगाने झाला. इंग्लंडमध्ये १८७० मध्ये जो शिक्षणविषयक कायदा अमलात आला, त्याच्या मुळाशी, त्या देशांत रुजलेली नि तत्कालीन भांडवलशाहीला नि औद्योगीकरणाला गरजेची असलेली अशी व्यक्तिगत स्वातंत्र्य आणि स्पर्धात्मकता ही दोन मूल्ये होती. साहजिकच शिक्षणातून स्पर्धात्मक जीवनासाठी व्यक्तीविकास घडविणारे शिक्षण इंग्लंडमध्ये उदयास आले. हिंदुस्तानातही याच शिक्षणाची री ओढली गेली, आणि केवळ व्यक्तीविकासावर भर देणारे व्यक्तीकेंद्री शिक्षण मान्यता पावले.

व्यक्तीकेंद्री शिक्षण हे सहज पटणारे आणि आकर्षक असते. व्यक्तीविकासाचे उद्दिष्ट हे सार्वत्रिकरीत्या स्वीकारले जाणारे असे शिक्षणाचे उद्दिष्ट मानले जाते. फरक पडतो तो या उद्दिष्टाच्या हेतूंमध्ये. व्यक्तीविकासाचा हेतू व्यक्तिगत बौद्धिक नि आर्थिक विकास असेल तर त्यातून व्यक्तिमत्त्वाला लागणारे वळण वेगळे असते. ते व्यक्तीस्वार्थकेंद्रित असेच सामान्यतः असते. व्यक्तीविकासाला जर सामाजिक हेतू असेल तर मग शिक्षणाचे वळण बदलावे लागते. गांधीजींनी व्यक्तीविकासाचे गृहीत तत्त्व शिक्षणाचे प्रमुख उद्दिष्ट म्हणून मान्य केलेच होते. परंतु त्यांनी त्याचा संबंध समाजाच्या–राष्ट्राच्या गरजांशी जोडून दिला; नवसमाजनिर्मितीच्या ध्येयाशी आणि त्यासाठी करावयाच्या प्रयत्नांशी जोडून दिला.

इंग्रज काळातील भारतातील शिक्षण हे प्रामुख्याने मध्यमवर्गीय–पांढरपेशी असे होते (व आजही ते तसेच आहे!) गांधीजींनी या शिक्षणाची मर्यादा जाणली. पांढरपेशी–मध्यमवर्ग हा समाजातील तुलनात्मकदृष्ट्या संख्येने अतिशय लहान असा गट होता. परंतु त्यांना सोयीच्या असणाऱ्या शिक्षणाने त्यांच्याच पदरात लाभ पडले. शैक्षणिक, सांस्कृतिक आणि अगदी आर्थिक नि राजकीय क्षेत्रातील अधिकारांची सूत्रे त्यांच्याच हाती केंद्रित होत होती आणि याउलट, दुसऱ्या बाजूला असणारा ग्रामीण भागातील, श्रमआधारित कामांवर गुजराण करणारा वर्ग संख्येने जेवढा मोठा तेवढाच तो तथाकथित शिक्षणापासून वंचित होता. गांधीजींचे मूलभूत कार्य असे की त्यांना या कनिष्ठ वर्गाच्या लोकांच्या शिक्षणाला प्राधान्य दिले. अर्थात हे करताना त्यांनी प्रचलित शिक्षणप्रवाहात या वर्गाला आणण्यासाठी

कार्य केले नाही, तर या वर्गाला आपली उन्नती करून घेण्यासाठी ज्या प्रकारच्या शिक्षणाची गरज आहे त्या शिक्षणाकडे समाजाचे लक्ष वेधले. नयी तालीमच्या शिक्षणाची योजना ही यासाठी होती.

ग्रामीण उद्योगांद्वारे दिले जाणारे शिक्षण हे पाश्चात्त्य-ब्रिटिश शिक्षणापेक्षा वेगळे तर होतेच पण ते ग्रामीण मुलांच्या शिक्षणातच क्रांती करणारे आहे असे गांधीजी मानतात. त्यामागे, काही सामाजिक-आर्थिक स्वरूपाची कारणे आहेत. श्रमाचे महत्त्व तर रस्किनच्या 'अन टू धिस लास्ट'च्या वाचनापासून गांधीजींमध्ये भिनले होतेच, आणि त्यानुसार फिनिक्स आणि टॉलस्टॉय आश्रमात प्रयोगही झालेले होते. भारतात आल्यावर त्यांनी ग्रामीण भारताचे पुरेसे आकलन करून घेतले होते. इथला ग्रामीण समाज उच्च-नीचतेच्या भावनेने आणि तदनुषंगिक व्यवहाराने पछाडलेला नि पिचलेला होता. जातिव्यवस्थेच्या उतरंडीत, श्रमाच्या कामाला कमी प्रतीचे मानले जाऊन ते खालच्या जातींच्या वाट्याला आलेले होते. हातांच्या ऐवजी 'डोक्याने' काम करणे याला प्रतिष्ठा प्राप्त झालेली होती. एवढेच नव्हे तर, तथाकथित शिक्षणामध्येही केवळ 'साक्षरी' शिक्षणालाच शिक्षण म्हटले जाऊ लागले होते; श्रमाच्या शिक्षणाला त्यात स्थानच नव्हते. अशावेळी, खेड्यांमधल्या शिक्षणात, सार्वत्रिकरीत्या श्रमाधारित उद्योगाला मध्यवर्ती स्थान देण्याने, सामाजिक उतरंडीत अभिप्रेत असलेली मानसिकताच ढवळली जाणार होती. श्रमाचे काम करणाऱ्या, हातांनी कौशल्यांची कामे करणाऱ्या वर्गाला ग्रामीण समाजरचनेत असे मध्यवर्ती स्थान मिळून त्याची प्रतिमा उंचावली जाणार होती. मानसिक पातळीवर अस्तित्वात असलेल्या विषमतेवर मोठाच आघात होणार होता. गांधीजींना असे वाटत होते, की प्रत्येकजणच हातांनी काम करतोय, श्रमाचे महत्त्व मानतोय, असा एक नवा समाज इथे उभा राहायला हवा. त्यांच्यादृष्टीने ग्रामीण दारिद्र्य, विषमता यांवरचा हा एक चांगला तोडगा होता. शिवाय, श्रमाचे काम केल्याने येणारा आत्मविश्वास व्यक्तीला स्वावलंबीही बनवू शकणार होता. गांधीजींनी स्वतःच याबाबत म्हटले होते की, ''कातण-पिंजण यांसारख्या ग्रामीण उद्योगाच्या माध्यमांतून प्राथमिक शिक्षण देण्याची माझी ही योजना म्हणजे एक शांततामय सामाजिक क्रांतीचा चंचूप्रदेश असून त्याचे परिणाम अत्यंत दूरगामी आहेत. शहरे आणि खेडी यांच्यातील परस्पर संबंधाला त्यामुळे अधिक निकोप व नैतिक असे अधिष्ठान मिळणार असून, आज सामाजिक असुरक्षिततेचे व वर्गीय विद्वेषाचे जे घातक दुष्परिणाम आढळतात, त्यांपैकी बरेचसे टाळण्यास या शिक्षण-योजनेचा उपयोग होणार आहे.''

नयी तालीमच्या द्वारे, गांधीजी, एक नवी, अधिक युक्त अशी समाजरचना घडवू पाहात होते. केवळ समतोल, सुसंवादी व्यक्तीच नव्हे तर समतोल नि सुसंवादी समाज – एक अशी न्याय्य समाजव्यवस्था की जीमध्ये, 'आहेरे' आणि 'नाहीरे' अशा दोन गटांमध्ये कृत्रिमरीत्या फूट पाडणारी, विभागणारी रेषा राहणार नाही, आणि प्रत्येकालाच जीवन वेतन आणि स्वातंत्र्याचा हक्क प्राप्त होईल, हे या 'नव्या शिक्षणा'चे अंतिम उद्दिष्ट होते.

मनुष्य हा जन्मापासून शिकतच असतो. शाळेतील जीवनात साक्षरतेचे शिक्षण होते पण, जीवनाच्या शाळेत जीवन जगण्याचे शिक्षण होत असते. ते सहज शिक्षण असते आणि जीवनाभिमुख असे शिक्षण असते. संस्कृतीच्या हजारो वर्षांच्या इतिहासात, विविध समाजगटांतून त्यांचे त्यांचे जीवन जगण्यासाठी आवश्यक असे ज्ञाननिर्मितीचे कार्य आणि असे अनुभवाधारित साठलेले ज्ञान पुढील पिढ्यांकडे सुपूर्त करण्याचे काम सातत्याने चालूच असते. त्यांच्या अनौपचारिक व्यवस्थाही बांधल्या जात असतात. भारतासारख्या देशांतून, जिथे शेकडो वर्षे संस्कृती स्थिर झाली आहे तेथे ज्ञानसाठाही विपुल प्रमाणात आहे. पण, त्याचा योजनापूर्वक उपयोग देशाच्या पुढील विकासासाठी करून घेतला जात नाही, याकडे गांधीजींनी लोकांचे लक्ष वेधले आहे. नयी तालीमच्या योजनेचा गर्भितार्थ हा आहे की हे संचित ज्ञान हा राष्ट्राचा मोठा ठेवा आहे आणि त्याला शिक्षणात आशय म्हणून नि व्यवस्था म्हणून स्थान मिळाले पाहिजे. प्रसिद्ध शिक्षणतज्ज्ञ कृष्णकुमार यांनी या प्रक्रियेचे आणि त्याच्या परिणामाचे नेमके वर्णन केले आहे.

"गांधीजींची बुनियादी शिक्षणाची रचना हे, ज्ञानक्षेत्राच्या समाजशास्त्राचा शिक्षणक्रमावर कशातऱ्हेने परिणाम घडू शकतो, याचे चांगले उदाहरण आहे. या शिक्षणाचा महत्त्वाचा पैलू होता तो म्हणजे उत्पादक हस्तोद्योग आणि कौशल्ये यांचा शिक्षणात समावेश. प्रत्यक्षात प्रयत्न होता तो शाळेला, स्थानिक स्तरावरील उत्पादन प्रक्रियांशी जोडण्याचा. हेतू होता तो (खुद्द) शाळेलाच उत्पादनसंस्था बनविण्याचा. तात्त्विक भाषेत सांगायचे तर, अशातऱ्हेने उत्पादक कौशल्यांची शिक्षणक्रमाशी सांगड घालून, भारतीय समाजातील दबलेल्या समाजगटांनी विकसित केलेल्या आणि त्यांच्या जीवनाशी संबंधित असलेल्या ज्ञानव्यवस्थांना शिक्षणात महत्त्वाचे स्थान देण्याचा प्रयत्न गांधीजी करीत होते. अनुसूचित जाती आणि अनुसूचित जमातींचाही यात समावेश होतो. शेकडो वर्षे या गटांना शिक्षणापासून दूर ठेवण्यात आले होते आणि त्यांच्याशी संबंधित अशा ज्ञानव्यवस्थांना 'ज्ञान' म्हणून संबोधले जात नव्हते. शालेय ज्ञानक्षेत्रात खालच्या

जातींची मक्तेदारी राहिलेल्या ज्ञान नि कौशल्यांना जागा करून द्यावी यासाठी बेसिक एज्युकेशनची योजना होती. बेसिक एज्युकेशनची परिणामकारक अंमलबजावणी झाली असती तर आपल्या जाती - आधारित समाजात रुजलेली, ज्ञानाच्या वेगवेगळ्या मक्तेदाऱ्यांची उतरंड हादरली असती.''[३२]

पण तसे व्हायचे नव्हते. गांधीजींनी मार्गदर्शन केलेली नि गांधीजींच्या विचारांवर आधारलेली नयी तालीमची पर्यायी शिक्षणव्यवस्था देशामध्ये रुजली नाही. रुजली नाही कारण ती व्यापक प्रमाणावर समाजमनाची पकड घेऊ शकली नाही. त्यामुळे ज्यांनी आपली, आपल्या पाल्यांसाठीची ब्रिटिश शिक्षणव्यवस्था 'पब्लिक स्कूल्स'च्या रूपाने सुरक्षित ठेवली होती, अशा सरकारमधील आणि सरकारबाह्य उच्चभ्रूंनी, त्याकडे दुर्लक्षच केले; पण ज्यांच्यासाठी प्रामुख्याने हे शिक्षण होते, ज्यांच्या हिताचा विचार मध्यवर्ती ठेवून ही पर्यायी शिक्षण व्यवस्था उभारली जात होती, अशा ग्रामीण जनतेनेही तिला आश्रय दिला नाही. त्यामुळे उपयुक्त असूनही तत्कालीन शिक्षणबाजारात 'मागणी नसलेली वस्तू' असेच तिचे स्वरूप राहिले. केवळ एक प्रयोग म्हणूनच तिचे अस्तित्व राहिले.

पेरियानायकमपालयम (कोईंबतूर) येथे, ७ ते ९ मे १९४९ ला नयी तालीमचे पाचवे अखिल भारतीय अधिवेशन भरले.[३३] जे.बी. कृपलानी यांनी या संमेलनात, कार्यकर्त्यांसमोर नयी तालीमचा समाजव्यवस्थेशी असलेला संबंध मांडला. त्यांच्या म्हणण्यानुसार, गांधीजींच्या सगळ्याच संकल्पनांप्रमाणे नयी तालीमची संकल्पनाही एकीकडे त्यांच्या मनातील नव्या समाजव्यवस्थेच्या संकल्प चित्राशी जोडलेली आहे, तर दुसरीकडे स्वतंत्रपणेही ती गोष्ट महत्त्वाची आहे. तरीही नयी तालीम ही एक शिक्षणयोजना म्हणून न पाहता तिच्या मागची विचारधारा लक्षात घेणे महत्त्वाचे आहे. कृपलानींच्या मते, आर्थिक, सामाजिक, राजकीय सर्व अंगांनी पाहता बेसिक एज्युकेशन मूलतः लोकशाही शिक्षणयोजना आहे. कारण, कोणतीही खरी लोकशाही ही अहिंसेशिवाय असू शकत नाही. जातीविहीन नि वर्गविहीन अशा समाजरचनेशिवाय, खऱ्या लोकशाहीची कल्पना करता येणार नाही. आपली आजची समाजव्यवस्था ही मूलतः भांडवलशाही व अभिजनवादी आहे. श्रम या वस्तूला येथे कमी दर्जाचे गणले जाते; जीवनाला पायाभूत म्हणून कोणी श्रमाला महत्त्व देत नाहीत. मात्र बुनियादी शिक्षणामध्ये प्रत्येकाकडे श्रमिक म्हणूनच पाहिले जाते. अभिजनवादी भांडवलशाहीमध्ये मात्र नोकर आणि श्रीमंतवर्ग असा भेद मानलेला आहे.

कृपलानी यांचे म्हणणे असे की, सरकारने नयी तालीमसाठी शाळांना

पैसे वगैरेंची मदत देण्यापेक्षा, जर जातीविहीन व वर्गविहीन अशी लोकशाही समाजरचना घडविण्याकडे पावले टाकली तर ती खरी नयी तालीमला मदत होईल.

या पाचव्याच अधिवेशनाच्या उद्घाटनपर भाषणात विनोबा म्हणाले होते, की ''मी देशभर भ्रमण करीत असतो, लोकांच्यात 'सर्वोदय-समाजा'बाबतची उत्सुकता मला आढळते. लोक मला विचारतात की असा सर्वोदय समाज कसा निर्माण करता येईल, माझे त्यांना उत्तर असते की सर्वोदयसमाज निर्मितीचा उत्तम मार्ग म्हणजे नयी तालीम होय!''[३४]

कांचिपुरम् (मद्रास) येथे १९५६ साली भरलेल्या अखिल भारतीय नयी तालीम संमेलनात, नयी तालीमच्या अठरा वर्षांच्या प्रगतीबाबत बोलताना आशादेवींनी त्याचा इतिहास थोडक्यात सांगितला. नयी तालीमच्या तत्कालीन स्थितीबद्दल बोलताना मात्र त्या म्हणाल्या, की ''देशातल्या साधारण जनतेने अजूनही नयी तालीमचा गंभीरतापूर्वक स्वीकार केलेला नाही. अनेक ठिकाणी बुनियादी तालीम प्राथमिक शिक्षणात चार-पाच वर्षेच चालते. त्यानंतरच्या शिक्षणामध्ये कोणतेही परिवर्तन झालेले दिसत नाही. त्यामुळे लोकांनाही असेच वाटते की नयी तालीममुळे राष्ट्राच्या शिक्षणव्यवस्थेत कोणतेही मौलिक परिवर्तन होणार नाही.''

''समाजात नयी तालीमला काहीच प्रतिष्ठा नाही हे आम्हाला माहीत आहे आम्ही हे पण जाणतो की नयी तालीमचे काम एका नव्या मूल्याची स्थापना करण्याचे आहे. एक नवी व्यक्ती आणि एक नवा समाज निर्माण करण्याचे आहे. यामुळेच वर्तमान समाज नयी तालीमला प्रतिकूल राहील आणि यथाशक्ती त्याचा विरोध करण्याचा प्रयत्न करील हे स्वाभाविक आहे. अशा परिस्थितीत काम करणे खूप कठीण आहे.''[३५]

आपल्या उण्या-पुऱ्या एकवीस वर्षांच्या, नयी तालीमच्या, प्रयोग-प्रशिक्षण-प्रसार-प्रचार या सर्वांगांनी, श्रद्धेय वृत्तीने काम करून प्राप्त झालेल्या अनुभवांचे कथन करताना, नयी तालीमचे सुकाणू प्रथमपासून हाती धरलेल्या आर्यनायकम् यांनी, नयी तालीम समाजात का रुजू शकली नाही याची केलेली शहानिशा महत्त्वाची आहे. १९५९ साली भरलेल्या पंजाबातील राजपुरा येथील नयी तालीम संमेलनात त्यांनी, नयी तालीमबाबतच्या निराशाजनक परिस्थितीचे परखड विश्लेषण केले, आणि अपयशाची कारणमीमांसा संमेलनातील कार्यकर्त्यांसमोर आपल्या अध्यक्षीय भाषणात केली. ती सारांश रूपाने अशातऱ्हेची होती :

स्वातंत्र्योत्तर भारतीय शिक्षणक्षेत्रात एक विशिष्ट आणि विखुरलेले असे चित्र निर्माण झाले होते. एकीकडे नयी तालीमच्या शाळांचा (प्रामुख्याने खेड्यांतून) बऱ्यापैकी विस्तार झाला होता. पण त्याचवेळी, जुन्या पद्धतीच्या शाळाही मोठ्या प्रमाणावर अस्तित्वात होत्या. त्यातही समाजात अशी भावना पसरली होती की मध्यम नि उच्च वर्गांसाठी जुन्या शाळा आणि ग्रामीण गरिबांसाठी या नयी तालीम पद्धतीच्या नव्या शाळा आहेत. शिवाय पब्लिक स्कूल्सचा एक विशिष्ट असा खास वर्ग होता. थोडक्यात, तीन वर्गांच्या तीन प्रकारच्या शाळा अस्तित्वात आल्या होत्या.

नयी तालीमचे आंदोलन जेव्हा उभे राहिले तेव्हा, विचारपूर्वक, मागासलेल्या इलाख्यांमधील जिथे शिक्षणाची काहीच सोय नव्हती अशा गावांतून नयी तालीमच्या शाळा उघडण्याचा प्रयत्न झाला. परंतु पुढे पुढे जेव्हा नयी तालीमच्या शाळांची प्रतिष्ठा कमी होऊ लागली तेव्हा लोकांची समजूत अशी होऊ लागली की बुनियादी शाळा या कमी दर्जाच्या शाळा आहेत. त्यामुळे जी ग्रामीण कुटुंबे जरा बऱ्या स्थितींतील होती, त्यांनी आपल्या मुलांना मोठ्या गावांतील जुन्या पठडीबद्ध शाळांतून घालायला सुरुवात केली. आर्यनायकम् यांनी असे दाखवून दिले आहे की अगदी बुनियादी शाळांतील शिक्षकांनी देखील आपली मुले शहरी शाळांतून दाखल केली होती.

तालिमी संघाने आणखीही एक प्रयत्न केला होता. अगदी दुर्गम पहाडी भागांतून, आदिवासी मुलांवर जुन्या पद्धतीच्या शाळांचा वावगा असर होऊ नये यासाठी बुनियादी शाळा खास करून अशा विभागांतून सुरू केल्या. परंतु तिथे सुद्धा लोकांची मागणी प्रचलित शाळांसाठीच येऊ लागली. त्यांना असे वाटत असे की, आपल्याला आहे त्या स्थितीत ठेवण्यासाठीच बुनियादी शाळांची योजना केली आहे.

आणखीही काही अडचणींनी नयी तालीमचे प्रयोग, विचार आणि विस्तार यांच्यावर मर्यादा आणल्या. त्यापैकी महत्त्वाची अडचण अशी होती की नयी तालीम शाळांसाठी आवश्यक असलेला शिक्षकवर्ग, गांधीजींच्या कल्पनेप्रमाणे खेड्यांमधील कारागिरांमधून न येता तो शहरी भागांतूनच आला होता. त्याचे शिक्षणही जुन्या पठडीमध्येच झालेले होते. त्यांच्यावरचे झालेले शैक्षणिक संस्कार आणि नयी तालीमच्या गरजा यांत मेळ घालणे खूप कठीण होते. त्यातही प्रश्न नव्या शिक्षणावरील श्रद्धेचा होता. ग्रामोद्योग आधारित अशा शिक्षणातून बौद्धिक विकास साधू शकतो किंवा सर्वांगीण विकास होऊन त्यांतून उत्तम नागरिक होऊ

शकतो, या नयी तालीमच्या गृहीतकृत्यांवर अनेक शिक्षक कार्यकर्त्यांचा स्वतःचाच विश्वास नव्हता. साहजिकच त्यांच्या कामांमध्ये उणिवा राहात असत.

कित्येकदा तात्कालिक अडचणीसुद्धा गंभीर रूप धारण करीत असत. उदाहरणार्थ, नयी तालीमच्या प्रयोगाला तीन-चार वर्षे होत आहेत तोच देशात १९४२ च्या चलेजावच्या आंदोलनाचे वातावरण पसरले; परिणामतः शैक्षणिक काम की राजकीय गरज, असा पेच अनेक कार्यकर्त्यांसमोर उभा राहिला. त्यातच अनेक नयी तालीमचे कार्यकर्ते तुरुंगात गेले आणि त्यांचे दैनंदिन काम बंद पडले. १९३९ ते १९४५ हा सर्व काळ, म्हणजे जवळजवळ नयी तालीमच्या सुरुवातीपासूनचा काळ हा जागतिक महायुद्धाचा काळ होता. देशात त्याचा प्रत्यक्ष परिणाम नसला तरीही राज्यकर्ता देश युद्धात असल्यामुळे देशातील उत्पादनाची बदललेली प्राधान्ये आणि निर्यात यांचा परिणाम होऊन देशात महागाई वाढत गेली; त्याचा परिणाम नयी तालीमच्या उत्पादनकार्यावर मोठ्या प्रमाणात झाला. याच परिस्थितीत शिक्षकी पेशात आलेल्या शिक्षकांना अन्य अधिक पगाराच्या नोकऱ्याही उपलब्ध होऊ लागल्या. अनेक शिक्षक प्रत्यक्षात तिकडे आकर्षितही झाले.

नयी तालीमच्या शाळांमधून उत्पादनकार्यासाठी जमीन, यंत्रे व कच्चामाल किंवा अन्य अनेक बाबींची मोठी गरज होती. एकीकडे महागाईमुळे तर दुसरीकडे कच्च्या मालाच्या कमतरतेमुळे कामात खंड पडत असे. उदाहरणार्थ, चरखा संघातर्फे चालणाऱ्या अनेक संस्था, १९४२ च्या आंदोलनात बंद पडल्यामुळे कापूस, पेळू, चरखे या व अन्य बाबी मिळण्यामध्ये शाळांना अडचणींना तोंड द्यावे लागत होते.

जवळजवळ पहिली दहा वर्षे नयी तालीमच्या शाळांना अशा अडचणींतून मार्ग शोधावा लागला. जिद्दीच्या कार्यकर्त्यांनी तो शोधलाही. परंतु स्वातंत्र्यापर्यंत तरी या शाळांचे स्वरूप प्रायः प्रयोगशील असेच राहिले. विस्तार झाला तोही सार्वत्रिक नव्हता, तो प्रामुख्याने तुटक तुटक प्रदेशांतील अशा प्रयोगशील शाळांचाच होता.

सरकारेही बुनियादी शाळांकडे सापत्न भावाने पाहू लागली होती. ज्या किमान सोयी-सवलती सहजपणे दुसऱ्या शाळांना दिल्या जात होत्या, त्या बुनियादी शाळांना मात्र मिळत नव्हत्या. याहीपेक्षा अडचणीचे नि महत्त्वाचे असे की उत्तरबुनियादी शाळांतून उत्तीर्ण होऊन बाहेर पडलेल्या विद्यार्थ्यांना प्रचलित व्यावसायिक किंवा तांत्रिकशिक्षण शाळांमध्ये प्रवेश दिला जात नसे. उत्तरबुनियादी शाळा या माध्यमिक स्तरावरचे शिक्षण करीत असूनही त्यांना माध्यमिक शाळा म्हणून

मान्यता कधीच मिळाली नाही. त्यामुळे साहजिकच लोकांचा बुनियादी शाळांवरील विश्वासच उडत गेला. कारण, बुनियादी शाळेमध्ये आपल्या पाल्याला घालणे म्हणजे त्याची पुढील शिक्षणाची दारेच बंद करणे, अशी समजूत सार्वत्रिकरीत्या दृढ होत गेली. त्यातच भर म्हणून की काय राष्ट्रीय सरकारने फक्त चौथी-पाचवीपर्यंतच्या बुनियादी शिक्षणाला मान्यता दिली. परिणामतः समाजात अशी समजूत पसरली की बुनियादी शिक्षण म्हणजे प्राथमिक शिक्षण होय!

स्वातंत्र्योत्तर भारतीय समाजाचे बदलते मानस हे नेहरूप्रणीत भौतिकविकास प्रणालीकडे वेगाने झेप घेत होते; त्यामुळे साहजिकच शिक्षणाकडून असणाऱ्या समाजाच्या अपेक्षाही प्रचलित शिक्षणाला पायाभूत असलेल्या स्पर्धात्मक व्यक्तिविकासाच्या दिशेनेच कार्यरत झाल्या. ब्रिटिशांनी भारताला घालून दिलेली विशिष्ट शिक्षणघडी ही तशीच अगदी आजवर टिकली आहे, याचे हेच कारण संभवते. त्यामुळे अर्थातच, नयी तालीमच्या 'देशी' शाळांचा पर्याय प्रभावी रीतीने कधीच उभा राहू शकला नाही. वास्तविक एकेकाळी नयी तालीमचे कट्टर पुरस्कर्ते असणारेच लोक विविध राज्यांच्या किंवा केंद्राच्या सरकारांमध्ये जाऊन बसले होते; पण त्यांनी या शिक्षणपद्धतीचा पर्याय संपूर्ण देशासाठी कधीही स्वीकारला नाही.

नयी तालीमच्याबाबत काँग्रेस सरकारची अनास्था बघून आणि नयी तालीमच्या प्रयोगाला ज्या अनंत अडचणींना तोंड द्यावे लागत होते, ते पाहून नव्याने निर्माण करण्यात आलेल्या नॅशनल एज्युकेशन बोर्डासमोर भाषण करताना, गांधीजींनी उद्वेगाने असे उद्गार काढले की, ''जेव्हा शिक्षणाची नवी योजना प्रत्यक्षात उतरत होती, तेव्हा माझ्यात पूर्ण आत्मविश्वास होता; आता मात्र, मला वाटते, तोच मी गमावला आहे. माझ्या शब्दांत (त्यावेळी) जी शक्ती होती, तीच त्यांच्यापासून हिरावली गेली आहे, असे वाटते आहे. (आजची) आत्मविश्वासाची ही उणीव ही काही बाह्य बाबींमुळे नव्हे तर ती अंतर्गत गोष्टींमुळेच आहे. माझ्या जाणिवा बोथटल्या आहेत असे नव्हे. या वयातही माझी बुद्धी चांगले काम करते आहे. असेही नाही की माझी अहिंसेवरील श्रद्धा उडाली आहे. ती तर उलट पूर्वीपेक्षाही अधिक तेजाने झळाळते आहे. पण या क्षणाला तरी माझा आत्मविश्वास ढळलेला आहे. त्यामुळे माझी तुम्हाला अशी विनंती आहे की, (आता) माझ्याकडून कोणतीही गोष्ट तुम्ही अनन्यभावाने स्वीकारू नका. जी तुम्हाला विश्वासार्ह वाटेल तिचाच स्वीकार करा. पण तरीही एका गोष्टीची मात्र मला खात्री आहे की, आपण केवळ दोन शाळा जरी योग्य दिशेने चालवीत राहिलो तरी आपण अगदी आनंदाने नाचायला हरकत नाही.[३६]

◆ **सर्वसेवासंघ व नयी तालीम**

महात्मा गांधींनी, भारतीय स्वातंत्र्यानंतर म्हटले होते की, काँग्रेसचे ध्येय होते स्वराज्यप्राप्तीचे. ते आता साध्य झाले आहे. त्यामुळे काँग्रेसने आता व्यापक स्वरूपात जनसामान्यांच्या सेवेचे व्रत अंगीकारावे आणि त्यासाठी आपले रूपांतर 'लोकसेवक संघा'मध्ये करावे. विनोबाजींच्या म्हणण्याप्रमाणे, हे गांधीजींचे काँग्रेससाठीचे अखेरचे मृत्युपत्र होते. गांधीजींची अशी इच्छा होती की लोकसेवक संघात, केवळ काँग्रेसच नव्हे, तर सर्व रचनात्मक काम करणाऱ्या, गांधी-प्रणित संस्थांनीही आपल्याला विलीन करावे. यामुळे, लोकसेवा करणारी ही देशातील सर्वांत मोठी संस्था होईल आणि त्यातून एका विराट नैतिक शक्तीचा उदय होईल. समाजाला नि सरकारला नैतिक मार्गावर ठेवणारी अशी ही शक्ती ठरेल.

परंतु काँग्रेसने गांधीजींचा हा सल्ला मानला नाही. स्वातंत्र्योत्तर केवळ एक राजकीय पक्ष म्हणून काँग्रेसचे स्वरूप राहिले.

मध्यंतरीच्या काळात, आवश्यक अशी दुसरी कोणतीही नैतिक शक्ती देशामध्ये निर्माण झाली नव्हती. रचनात्मक कार्यात गुंतलेल्या साऱ्या संस्था आपापल्या क्षेत्रात आपापले सेवाकार्य करीतच होत्या. विनोबाजींनी म्हटल्याप्रमाणे, गांधीजींच्या नंतर अशी नैतिक ताकद उभी राहिली नसेल तर निदान लोकांना रास्त दिशा दाखवून देणारी एखादी व्यापक संस्था असण्याची गरज आहे; आणि या विचारांतूनच काही रचनात्मक संस्था एकत्र येऊन त्यांचा 'सर्व सेवा संघ' अस्तित्वात आला.

सुरुवातीच्या काळात नयी तालीम सर्वसेवा संघात समाविष्ट झालेली नव्हती. परंतु पुढे विनोबाजींच्या आग्रहास्तव हिंदुस्तानी तालिमी संघाचे सर्वसेवा संघात विलीनीकरण करण्यात आले. परिणामतः हिंदुस्तानी तालिमी संघाचे स्वतंत्र अस्तित्व नाहीसे झाले.

दोन्ही संघांच्या या विलीनीकरणाला कारणीभूत ठरलेले तात्कालिक पण तेवढेच महत्त्वाचे कारण असे होते की, भूदान चळवळीला देशात वेग आला होता. भूदानाकडून ग्रामदानाकडे अशी मजल या चळवळीने मारली होती. गांधीजींचे ग्रामस्वराज्याचे स्वप्न साकार करण्याची वेळ आता जवळ आली, अशातऱ्हेची भावना नयी तालीमच्या प्रमुख कार्यकर्त्यांमध्ये बळावू लागली. ग्रामदानी गावांमधून ग्रामस्वराज्याची स्थापना करण्याची जबाबदारी नयी तालीमच्या कार्यकर्त्यांची आहे, असा आवाहनात्मक उपदेशही विनोबाजी नयी तालीमच्या व अन्य व्यासपीठांवरून करीत होते. उदाहरणार्थ, गुजरातेत सणोसरा येथे भरलेल्या, दहाव्या अखिल भारतीय नयी तालीम संमेलनात विनोबाजींनी आपल्या प्रवचनात,

प्रश्न उपस्थित केले की, "भूमीप्राप्तीसाठी विचारशील, विनयशील, कार्यक्षम, निष्ठावान सेवकांची गरज आहे; अशा सेवकांची निर्मिती कोण करणार? वाटणीच्या कामासाठी विशिष्ट शिक्षणाची गरज आहे; हे शिक्षण कोण देणार? जीवनदानी सेवक व त्यांचा परिवार यांना समग्रजीवनाचे शिक्षण कोठून मिळेल? संपूर्ण गावेच्या गावे ग्रामदानात मिळताहेत; या गावांना सर्वोदयाचे शिक्षण कोण देणार? सर्वोदयाचा विचार गावागावांतून आणि घराघरांतून पोचविण्याची जबाबदारी कोण घेणार?" या सर्व प्रश्नांचे उत्तर एकाच वाक्यात विनोबाजी स्वतःच देतात. ते म्हणतात, "या सर्व प्रश्नांचे उत्तर अपरिहार्यपणे नयी तालीमशी जोडलेले आहे."[३७]

◆ नयी तालीमची शिक्षणयोजना

वर्धा योजनेच्या रूपाने पुढे आलेला गांधीजींचा शिक्षणविचार हा आयुष्यात केलेल्या शिक्षणविषयक प्रयोगांचे नि विचारांचे शिखर होते. गांधीजी म्हणाले होते की, "मला हे कबूल केले पाहिजे की आजवर मी असे म्हणत असे की बौद्धिक शिक्षणाच्या बरोबरीने श्रमाचे शिक्षणही दिले पाहिजे, आणि त्याला राष्ट्रीय शिक्षणात मध्यवर्ती स्थान असले पाहिजे. परंतु आता मात्र मी असे म्हणतो आहे की बौद्धिक विकासाला चालना देण्याचे मुख्य साधनच मुळी श्रमशिक्षण हे असले पाहिजे. मी या निष्कर्षाला आलो आहे कारण, आपल्या विद्यार्थ्यांच्या बुद्धीचा मोठा अपव्यय होत आहे.[३८]

वर्धा योजना ही एकीकडे, प्रत्यक्षपणे शालेय शिक्षणाची योजना होती. तर दुसरीकडे, समानतेवर नि न्याय्यतेवर आधारित अशा एका नव्या भारतीय समाजव्यवस्थेच्या निर्मितीसाठी असलेली व्यक्तिगत शिक्षणाची योजना होती. विद्यार्थ्यांचा शारीरिक, बौद्धिक आणि आध्यात्मिक विकास साधण्याची व त्याचबरोबर काही कौशल्ये पुरवून त्यांच्या भौतिक जीवनाची तयारी करून देणारी अशी ही शिक्षणयोजना होती. शिक्षणव्यवस्थेत परिसरातील एखाद्या उद्योगाला, व्यवसायाला मध्यवर्ती स्थान दिले होते. सारे साक्षरी आणि त्यातील विविध विषयांचे ज्ञान आत्मसात करण्याचे ते साधन मानलेले होते. विद्यार्थ्यांच्या शारीरिक-बौद्धिक-आध्यात्मिक क्षमतांचा विकास करीत असतानाच आवश्यक ते विविध विषयांचे ज्ञानही विद्यार्थ्यांच्या पदरी पडणार होते. प्रचलित शिक्षणपद्धतीवर मात्र कार्टेशियन तार्किक पद्धतीचा प्रभाव होता. या कार्टेशियन पद्धतीत यंत्राच्या सुट्या भागांचा अभ्यास करावा त्याप्रमाणे 'ज्ञाना'ची तुकड्या-तुकड्यांमध्ये विभागणी करून त्यांचा अभ्यास करायचा, तसेच या तुकड्यांचे परस्पर संबंध अभ्यासून मग त्यांच्या एकत्रिकरणाने होणारे साकलिक ज्ञान आत्मसात करायचे, अशी

ज्ञानग्रहणाची प्रक्रिया ग्राह्य मानली होती. नयी तालीमच्या विचारात मात्र गांधीजी अगदी उलट अशी प्रक्रिया मांडतात.

विद्यार्थ्यांच्या जीवनाशी परिचित अशा परिसरातील उद्योग मध्यवर्ती करून त्याच्याशी संबंधित सर्व ज्ञानक्षेत्रे, त्यांचे परस्परसंबंध गृहीत धरून, एकत्रितपणे अभ्यासण्याची गोष्ट गांधीजींनी केली. प्रचलित शाळांमधून इतिहास, भूगोल, गणित, भाषा असे वेगवेगळे विषय त्या त्या विषयाच्या तज्ज्ञ शिक्षकांनी हाताळायचे अशी सामान्यतः पद्धत होती. नयी तालीममध्ये उद्योगाच्या अनुषंगाने हे सर्वच विषय प्रत्येक शिक्षक हाताळत असे. या पद्धतीने, अर्थातच, शिक्षणक्षेत्रात प्रचलित नि मान्य असलेल्या पद्धतीला छेद दिला गेला. हे सर्वच विषय जीवनाशी संबंधित असतील तर 'जीवन' हाच अभ्यासाचा विषय केला की सर्वच विषय त्याच्याशी संबंधित होतात. खेड्यातील प्रौढांचा जो जीवन-उद्योग तोच शालेय शिक्षणात मध्यवर्ती केला म्हणजे त्याकरवी गरजेनुसार सर्वच विषय शिकता येतात. उद्योगात, त्याच्या सखोल अभ्यासातून, त्याच्याशी अनुबंध साधणाऱ्या विविध विषयांकडे वळता येते. याच मार्गाने या विषयांचे परस्परसंबंधही जाणून घेता येतात आणि मग असे शिकणे, समन्वयाने शिकणे - हे अर्थपूर्ण होते. शिवाय अशाप्रकारे मिळालेले ज्ञान व्यवहारात कसे वापरायचे, याविषयीचे वेगळे शिक्षण लागत नाही किंवा त्याविषयी संभ्रमही राहात नाही. वैयक्तिक ज्ञानरचनेच्या संदर्भात, असे एकसंध शिकणे उपयुक्त ठरते असे आधुनिक मज्जामानसशास्त्रही सांगते. मेंदू आधारित शिक्षणात याला 'क्षमतावृंद कार्यमग्नता नियम' (ऑर्केस्ट्रेटेड इमरशन) असे म्हणतात.

आधुनिक मज्जाशास्त्र असे सांगते की मेंदू हा शिकण्याचा अवयव आहे. आठ-दहा वर्षापर्यंतचे वय हे मेंदू घडणीचेच वय असते. मानवी विचाराचा कारक असलेली ललाट पाली (फ्रंटल लोब) हा मेंदूचा कपाळावरील भाग हा चौदाव्या वर्षापर्यंत तयार होत जातो. त्यामुळे या वयातील शिक्षण हे मेंदूच्या क्षमता विकसित करण्याचे शिक्षण असले पाहिजे.

बाराव्या अखिल भारतीय नयी तालीम संमेलनाच्या उद्घाटनप्रसंगी (नोव्हेंबर १९५७) बोलताना, हिंदुस्तानी तालिमी संघाचे प्रथमपासूनचे अध्यक्ष आणि नंतर भारताचे राष्ट्रपती झालेले डॉ. जाकिर हुसेन म्हणाले की, ''मी असे अनुमान काढले आहे की मेंदूचा विकास करू इच्छिते ते शिक्षण. मेंदूचा विकासही शरीराप्रमाणेच चांगले अन्न आणि मेहनत यानेच होतो. मेंदूचे अन्न आहे मेंदूने तयार केलेल्या वस्तू. या जगातल्या चांगल्या गोष्टी मेंदूनेच तर तयार केलेल्या

आहेत. चांगले खाणे-पिणे, कपडे, घर, वागण्या-बोलण्याच्या पद्धती, रीतीरिवाज, कायदा, कला, साहित्य, पूजापाठ, धर्म, वेगवेगळे व्यवसाय, या सर्व मेंदूनेच शोधलेल्या गोष्टी आहेत. असे वाटते की मेंदूनेच आपली शक्ती या सर्वांमध्ये लपवली आहे. जेव्हा एखादा नवा उगवता जिज्ञासू या गोष्टींच्या संपर्कात येतो तेव्हा तो यामध्ये लपलेल्या शक्तीला स्वतःमध्ये जागवतो; उघड करतो. ही जी जागवण्याची, उघड करण्याची कृती आहे. तिच्या मेहनतीमुळेच मेंदूचा विकास होतो. हा त्याचा खुराक आहे. लक्षात ठेवा की फक्त माहितीने मेंदूचा विकास होत नाही; म्हणजेच शिक्षण होत नाही.

''माहिती दोन प्रकारची असू शकते. एक दुसऱ्याने मिळवून आपल्याला सांगितलेली आणि दुसरा प्रकार म्हणजे आपण स्वतः मेहनत करून मिळवलेली. अशाचप्रकारे कौशल्यही दोन प्रकारचे असते. एक जे कुणाची तरी नक्कल करून आलेले आणि दुसरे म्हणजे ज्यामध्ये आपण स्वतःच कामाच्या मुळापर्यंत पोहोचतो तेव्हा त्यातून आलेले. पहिल्या प्रकारची माहिती आणि कौशल्य म्हणजे कुणीतरी बाहेरून चिकटवलेली, जोडलेली वस्तू वाटते, तर दुसऱ्या प्रकारची माहिती आणि कौशल्य आतून मेंदूचा विकास करते, त्याला बळ देते. एक नुसती शेपटीसारखी बाह्य वाढ होते. दुसरा मात्र विकास आहे. एकामुळे मनुष्य केवळ (लिहा-वाचायला) शिकतो. तर दुसऱ्यामुळे तो घडतो.''[३९]

गांधीजी साक्षरी शिक्षणाकडे दुर्लक्ष करताहेत, अशी जी नयी तालीमच्या संदर्भात, त्यांच्यावर टीका केली जाई, त्याला उत्तर देताना, गांधीजींनी आपल्या कल्पनेतल्या शाळेचे वर्णन केले आहे. ''मी जे काही आजवर म्हटले आहे त्यात, मी साक्षरी शिक्षणाकडे दुर्लक्ष केले आहे याला कोणताही पुरावा नाही. माझ्या कल्पनेतल्या शाळेमधील मुले, सर्वच शालेय विषय एखाद्या हस्तोद्योगाच्या माध्यमातून शिकतील, असे मी म्हटलेले नाही का? याचाच अर्थ यात साक्षरी शिक्षण येतेच. माझ्या (शिक्षणाच्या) योजनेत, हाताने लिहिण्यापूर्वी मुले साधने हाताळतील. त्यांना जीवनातील इतर गोष्टींची ओळख होत असतानाच, त्यांचे डोळे अक्षरांची नि शब्दांची चित्रे पाहायला शिकतील आणि त्यांचे कान वस्तूंची नावे आणि वाक्यांचे अर्थ आत्मसात करतील. सारे शिक्षण असे नैसर्गिकरीत्या, प्रतिसादात्मक असेल, किंबहुना म्हणूनच ते अतिशय वेगाने नि स्वस्तात होईल. माझ्या शाळेतील मुले, यामुळेच, लिहिण्यापेक्षा आधी चटकन वाचायला शिकतील. आणि मग ती जेव्हा लिहायला लागतील तेव्हा ते कसेतरी गिरगिटल्यासारखे - जसे आजही मी माझ्या शिक्षकांच्या कृपेने लिहितो - असे

न लिहिता, वस्तूंची जशी नेमकी प्रतिमा काढतील तशीच ते नेमकेपणाने अक्षरे लिहू लागतील. माझ्या कल्पनेतल्या अशा शाळा अस्तित्वात आल्या तर, मी असे ठामपणे म्हणू शकतो की, लिहिणे-वाचणे वेगाने शिकण्याच्या बाबतीत तसेच शुद्धलेखनाच्या बाबतीत - जे बहुतांशी आढळत नाही - या शाळांमधील मुले इतर कोणत्याही पुढारलेल्या शाळांशी बरोबरी करतील.[४०]

◆ पर्यायी शिक्षणप्रणाली

ज्या ब्रिटिशप्रणीत प्रचलित शिक्षणावर गांधीजी हल्ला करीत होते, त्यापेक्षा वेगळी वाट चोखाळणारी, अधिक रास्त अशा पर्यायी शिक्षणाची व्यवस्था निर्माण करू पाहणाऱ्या कृतिशील विचारवंतांची एक परंपरा जगात-विशेषतः युरोपमध्ये गेल्या काही शतकांपासून चालत आलेली आहे. ही सारी परंपरा दोन मूलभूत नैसर्गिक तत्त्वांवर आधारलेली आहे. एक म्हणजे, मूल आपले आपण शिकत असते, दुसरे म्हणजे, 'करून शिकणे' ही अत्यंत नैसर्गिक अशी शिक्षणाची प्रभावी पद्धती आहे. कोमेनिअस (१५९२-१६७०), रूसो (१७१२-१७७८), पेस्टालॉझी (१७४६-१८२७), फ्रोबेल (१७८२-१८५२), जॉन ड्युई (१८५९-१९५२), मादाम मॉंटेसोरी (१८७०-१९५२), गिजुभाई बधेका (१८८५-१९३९) आणि ताराबाई मोडक (१८९२-१९७३) अशी ही युरोपाकडून भारताकडे वळलेली आणि, मुलांच्या कृतिशील शिक्षणाचा बळकट सिद्धांत मांडणारी आणि सातत्याने चालत आलेली परंपरा आहे. गांधीजींचा शिक्षणविचार या पर्यायी शिक्षणविचाराशी आपले नाते जोडतो.

शिक्षणाच्या या दीर्घ इतिहास असलेल्या तत्त्वज्ञानाबरोबरच, गेल्या शतकभरात, विकसित होत जाणाऱ्या मानसशास्त्राने शिक्षणाच्या सैद्धांतिक आणि व्यावहारिक विचारांना आधार पुरविलेला आहे. बालमानसशास्त्र, विकासक मानसशास्त्र आणि अगदी अलीकडे मज्जामानसशास्त्र या मानसशास्त्राच्या विविध शाखा जसजशा प्रगत होत गेल्या, तसतसे मुलांच्या शिक्षणाबाबतचे विचार अधिक प्रभावीपणे, अधिक वेगाने, 'करून शिकण्या'च्या पद्धतीकडे म्हणजे कृतिशील शिक्षणाच्या दिशेने वळलेले दिसून येतात.

विद्यार्थ्यांनी हातांनी करून शिकण्याच्या पद्धतीचा विकास, अनेक कृतिशील शिक्षणतज्ज्ञांच्या हातून वेगवेगळ्या पद्धतीने झाला आहे. रूसोने मुलांना निसर्गाकडे नेऊन, त्याच्या सान्निध्यात करून शिकण्याच्या दिशेने शिक्षणाचा शोध घेतला आहे; तर फ्रोबेल, मॉंटेसोरी यांनी मुलांच्या बौद्धिक विकासासाठी हाताळण्याची अशी अनेक शैक्षणिक साधने निर्माण केली. गिजुभाई-ताराबाई यांनी या

साधनांमध्ये भर घालीत असतानाच, बालकांच्या भोवतालच्या परिसरापासून ते संस्कृतीपर्यंतचा प्रदेश धुंडाळला आहे. जॉन ड्युई यांनी मुलांनी आपणहून काहीतरी करून शिकण्यासाठी प्रकल्पपद्धतीचा अवलंब केला आहे. मुलांना वर्गात द्यावयाचा अनुभवात विचार आणि कृती या दोहोंचा मिलाप करून शाळेचेच रूपांतर एका 'लघुरूपी समाजा'त करावे, असे ड्युईचे म्हणणे आहे तर गांधीजींनी आपली वेगळीच वाट निर्माण केली आहे. मुलांच्या परिसरातील – विशेषतः खेड्यांमधील – प्रचलित असणारा हस्तोद्योग मध्यवर्ती ठेवून मुलांना साक्षरी–बौद्धिक शिक्षणाच्या साऱ्या विषयांकडे वळविण्यावर गांधीजींचा भर होता. अशा शिक्षणातून घडणारा माणूस परिसराशी जुळवून घेणारा आणि जुळून राहणारा असा अपेक्षित होता. आपल्या नजीकच्या प्रदेशातील सामाजिक, आर्थिक प्रश्नांशी जवळीक असणारा आणि त्यांच्याशी मुकाबला करणारा असा माणूस, या शिक्षणातून घडणार होता.

◆ बुनियादी शिक्षण व नवे शिक्षणशास्त्र

गांधीजींच्या नयी तालीमच्या शिक्षणयोजनेत, गांधीजींनी 'करून शिकण्या'ची गोष्ट केली. आधुनिक मानसशास्त्राचा आणि मज्जामानसशास्त्राचा दाखला असा आहे की 'करून शिकणे' ही शिकण्याची अत्यंत नैसर्गिक अशी पद्धती आहे; ती शिकण्याच्या अन्य, म्हणजे ऐकून, पाहून, वाचून इत्यादी शिकण्याच्या पद्धतींपेक्षा, आपले शिकणे अधिक प्रभावी करीत असते, अधिक परिणामकारक करीत असते. अत्याधुनिक मज्जाशास्त्राने मानवी मेंदूला 'शिकण्याचा अवयव' असे क्रियाविशेषण देऊन संबोधले आहे. मेंदूचे काम सदैव शिकण्याचे असते. आईच्या गर्भात केवळ सोळाव्या दिवसापासून मेंदूनिर्मितीची प्रक्रिया सुरू होते, आणि मेंदूबांधणीचे नि अवयव निर्मितीचे कार्य बालकाच्या जन्मापर्यंत चालू राहते. नवजात बालकाला मानवी अवयवांची परिपूर्णता लाभलेली असते, परंतु या अवयवांच्या वृद्धीची नि विकासाची प्रक्रिया जन्मानंतरही कित्येक वर्षे चालूच असते. एकीकडे अवयवांची वाढ होत असतानाच दुसरीकडे या अवयवांना आयुष्यभरासाठी जे काम नेमून दिलेले असते, ते ते करण्याची क्षमता निर्माण होत जाते. या दोन्ही प्रक्रियांचा मेंदूमधील हालचालींशी असलेला घनिष्ठ संबंध, अलीकडच्या मेंदूसंशोधनाने स्पष्ट केला आहे.

मेंदूचे सारे कार्य मेंदूमधील चेतापेशी (न्यूरॉन्स) घडवून आणत असतात. त्यांना कार्यरत करणारी महत्त्वाची घटना असते ती त्यांच्या परस्परजुळणीची. यालाच मज्जामानसशास्त्रात 'जुळणीचा सिद्धांत' (थिअरी ऑफ कनेक्शनिझम) असे

म्हणतात. कोणतीही एक पेशी स्वतंत्रपणे, शरीराचे वा मानवी मनाचे कोणतेच कार्य करू शकत नाही. ही कार्ये करण्यासाठी मेंदूमधील अब्जावधी पेशींची परस्परांशी जोडणी व्हावी लागते. साधारणपणे प्रत्येक पेशी अन्य सुमारे दहा हजार पेशींशी जोडली जात असते आणि म्हणूनच मानवी व्यवहारांचे आणि मानवी मनाचे गुंतागुंतीचे कार्य अगदी त्वरेने नि सुकर होत असते. मेंदूमधील पेशींची जुळणी ही शारीरिक–मानसिक कृतींना चेतना देत असते.

जन्मपूर्व अवस्थेत पेशींची अशी जुळणी अत्यल्प प्रमाणात झालेली असते. किंबहुना म्हणूनच मानवी बालक दीर्घकाल परावलंबी असते. स्वतःच्या स्वतः अनेक गोष्टी करण्याच्या बाबतीत सक्षम नसते. मेंदूमधील पेशींची जन्मोत्तर होणारी जुळणी जसजशी होत जाते, तसतशी शरीराच्या विविध अवयवांची कार्यरत होण्याची क्षमता वाढत जाते. त्याचबरोबर मनाच्या म्हणजेच बुद्धीच्याही अनेक अमूर्त क्षमता कार्यरत होत जातात. ही प्रक्रिया लहान वयांत अतिशय प्रभावी असते. मेंदूमधील पेशींची परस्परजुळणी आणि बालकाचा शारीरिक नि मानसिक विकास यांमधील कार्य–कारण संबंधाचा एक विशेष आहे. या दोन्ही प्रक्रिया परस्परावलंबी असतात. म्हणजे असे की, मेंदूमधील पेशींची जुळणी ही शारीरिक–मानसिक कृतींना चेतना देत असतो आणि शारीरिक–मानसिक कृतींमुळे मेंदूमधील चेतापेशींची बांधणी अधिकाधिक पक्की होत जाते.

आपल्या सर्वच शारीरिक व मानसिक कृतींचे नियंत्रण करणारा कर्ता–करविता हा मेंदू असतो, हे फार पूर्वीपासूनच ज्ञात आहे. अलीकडच्या मेंदू संशोधनाने या नियंत्रणकर्त्याची अंतर्गत रचना कशी असते आणि या रचनेचे कार्य कसे चालते यांवर बराचसा प्रकाश टाकला आहे. मेंदूचे कार्य काही विद्युत व रासायनिक क्रियांच्या परस्परसंबंधांतून घडून येते हेही आता संशोधकांना ज्ञात झाले आहे. या विद्युत व रासायनिक क्रिया घडून येण्यासाठी काही विशिष्ट गोष्टींना मेंदूच्या रचनेत स्थान मिळालेले आहे. मानवी शिकण्याची प्रक्रिया ही या काही गोष्टींशी संबंधित आहे. उदाहरणार्थ,

१. विदरांची रचना व कार्य :

दोन चेतापेशींची परस्परांशी जुळणी होते ती त्या प्रत्यक्षपणे एकमेकींशी बांधून होत नाही. दोन पेशींमध्ये अत्यंत अल्पसे अंतर असते, त्याला विदर (सिनॅप्स) असे म्हणतात. अर्थातच एखादी पेशी दुसऱ्या एखाद्या पेशीशी संबंधित होण्यासाठी दोन्हींमध्ये एक विदर असावे लागते. प्रत्येक पेशी जर दुसऱ्या अनेक पेशींशी निबद्ध होत असेल तर तेवढ्या संख्येने विदर अस्तित्वात

यावे लागतात. साहजिकच एका पेशीमागे असे हजारो विदर अस्तित्वात येतात. त्यामुळे विदरांची संख्या पेशींच्या संख्येपेक्षा हजारो पटींनी अधिक असते.

या विदरांमधून विशिष्ट रसायनांचा प्रवाह वाहत असतो. ही रसायने, एखाद्या पेशीकडून आलेला संदेश ग्रहण करणे आणि हा संदेश दुसऱ्या पेशीकडे पोचविणे असे दुहेरी कार्य करीत असतात. हे घडत असताना विद्युतसंदेशाचे रासायनिक क्रियेत आणि रासायनिक क्रियेचे पुनश्च विद्युत संदेशात रूपांतर होत असते, आणि विदराचे हे प्रमुख कार्य असते. हे संदेश आपल्या शारीरिक-मानसिक क्रिया घडवून आणत असतात.

दोन पेशींमधील, परस्परांतील संदेशांची देवाण-घेवाण ही प्रत्येक पेशीच्या टोकांना असणाऱ्या तंतूंच्या जाळ्यांसारख्या वृक्षिका (डँड्राइटस्) करीत असतात. पेशी या वृक्षिकांमार्फत एखादा संदेश विदराकडे पाठवीत असेल तर तिला 'प्रक्षेपक पेशी' असे म्हटले जाते आणि असा संदेश आपल्या वृक्षिकांमार्फत ग्रहण करणाऱ्या पेशीला 'ग्राहकपेशी' म्हणून संबोधले जाते. प्रक्षेपक पेशीकडून जेव्हा एखादा संदेश येतो तेव्हा विदराच्या जागी (रासायनिक) चेताप्रसारक (न्यूरोट्रान्सीटर्स) तयार होतात. हे चेताप्रसारक दुसऱ्या पेशीच्या वृक्षिकांकरवी त्या (ग्राहक) पेशीला उत्तेजित करतात; त्यामुळे त्यांच्यात विद्युतसंदेश निर्माण होऊन त्या संदेशानुसार काम करण्यास ती ग्राहकपेशी उत्तेजित होते.

२. अक्षतंतूंवरील मायेलिनचे थर व त्यांचे कार्य :

चेतापेशींचे परस्परांमधील संदेशवहन हे विनासायास व्हावे आणि वेगाने व्हावे अशाच तऱ्हेची त्यांची रचना घडलेली असते. प्रत्येक चेतापेशीला तीन 'अवयव' असतात. एक म्हणजे पेशीच्या मुख्य भागाच्या मधोमध एक केंद्रक असते. हे पेशीद्रव्यात स्थिर असते. केंद्राभोवतालच्या पेशीद्रव्यात ऊर्जा निर्माण करणारे घटक (मायटोकाँड्रिया) असतात. पेशीच्या केंद्रकातून एक लांब धाग्यासारखा भाग बाहेर पडलेला असतो. त्याला अक्षतंतू (ॲक्झॉन) असे म्हणतात. या अक्षतंतूच्या खालच्या बाजूस असंख्य तंतुमय शाखा (डँड्राइटस्) असतात. केंद्रक, ॲक्झॉन आणि वृक्षिका यांच्या सहाय्याने चेतापेशींचे संदेश निर्मिती व संदेशवहनाचे कार्य आकाराला येत असते.

अक्षतंतूंचे कार्य, केंद्रकाकडून निघालेला संदेश वृक्षिकांकडे व तेथून पुढे विदराकडे पोचविण्याचे असते. हे कार्य अक्षतंतूंना सातत्याने आणि आयुष्यभर करावयाचे असते. त्यासाठी अक्षतंतूला पक्केपणा आणण्याचे कार्य त्यावरील मायेलिनचा (एक प्रकारचे फॅटी ॲसिड) थर करीत असतो. नवजात बालकाच्या

बाबतींत मायेलिनचा हा अक्षतंतूवरील थर अगदीच विरळ असतो. त्यामुळे पेशींच्या संदेशवहनात अवरोध होण्याची शक्यता असते. पुढे जसजसा हा थर घट्ट होत जातो. तसतसे संदेश वहनाचे कार्य अवरोध न होता, सहजपणे व वेगाने होऊ लागते. मायेलिनच्या द्रावणामुळे अक्षतंतूंना विद्युतसंदेशाची गळती टाळणारे इलेक्ट्रिकली इन्शुलेटेड आवरण प्राप्त होत असते.

३. डाव्या व उजव्या मेंदूमधील विदर व त्यांचे कार्य :

आपला मोठा मेंदू हा डाव्या आणि उजव्या अशा दोन भागांत विभागलेला असतो. डावा मेंदू हा शरीराच्या उजव्या भागाचे तर उजवा मेंदू हा शरीराच्या डाव्या भागाचे नियंत्रण करीत असतो, हे ज्ञान माणसास फार पूर्वीपासूनच आहे. परंतु अलीकडे मेंदूच्या रचनेचे नि कार्याबाबतचे जे संशोधन पुढे आले आहे ते असे दाखवून देते की माणसास उपलब्ध असलेल्या विविध क्षमतांची केंद्रेही मेंदूच्या डाव्या नि उजव्या भागात विवक्षित ठिकाणी पण विखुरलेली असतात. उदाहरणार्थ, भाषा ऐकण्याची, भाषा (अक्षरे) पाहण्याची, भाषा बोलण्याची आणि भाषा आकलन करण्याची केंद्रे मेंदूच्या डाव्या भागात विशिष्ट ठिकाणी असतात तर कल्पकतेच्या क्षेत्रातील संगीतादी क्षमतांची विविध केंद्रे उजव्या मेंदूत असतात. याप्रकारे विखुरलेल्या विविध क्षमतांची किंवा बुद्धिमत्तांची केंद्रे जाणून घेणे हे या क्षमतांच्या बालवयातील विकासाच्या कार्याच्या दृष्टीने महत्त्वाचे असते.

डावा मेंदू व उजवा मेंदू अशी जी मोठ्या मेंदूची विभागणी होते ती त्या दोहोंमध्ये असलेल्या विदरामुळे. या विदराला महासंयोजी पिंड (कॉर्पस कलोझम) असे म्हणतात. दोन पेशींमधील विदरांप्रमाणेच या विदराचे कार्य, डाव्या व उजव्या मेंदूमधील संदेशाची परस्पर देवघेव करण्याचे असते. ते कार्य प्रभावी रीतीने होण्याकरिता या विदरामधील रसायनांना कार्यरत व्हावे लागते. विविध क्षमतांची वेगवेगळी केंद्रे जरी मेंदूमध्ये आढळून येत असली तरी, मानवी जीवनातील आणि प्रत्यक्ष दैनंदिन व्यवहारांतील अनेक कार्ये ही अतिशय गुंतागुंतीची असतात, आणि त्यांसाठी वेगवेगळ्या केंद्रांतील पेशीसमुच्चयांना परस्पर सहकार्याने काम करावे लागते. अशाप्रकारे अनेक व्यामिश्र कामांसाठी डावा व उजवा मेंदू एकत्र येऊन काम करीत असतो. मात्र या मेंदूची अशी कार्यक्षमता ही महासंयोजी पिंडाच्या पक्केपणावर अवलंबून असते.

वर उदाहरणादाखल उल्लेखिलेली मेंदूची कार्यरचना ही शिक्षणाच्या उपजत प्रक्रियेशी जवळून संबंधित आहेत. उपर्युक्त तीनही घटना म्हणजे, एक, चेतापेशींच्या संदेशवहनासाठी आवश्यक असलेले, विद्युतसंदेशाचे रासायनिक

क्रियेत आणि रासायनिक क्रियेचे विद्युतसंदेशात होणारे रूपांतर करण्याचे दोन पेशींच्या दरम्यान असणाऱ्या विदरांचे कार्य, दोन, मायेलिनच्या द्रावणाचा जो थर सघनपणे अक्षतंतूवर बसून त्यास पक्केपणा प्राप्त करून देतो ते कार्य आणि तीन, डावा व उजवा मेंदू एकत्र येऊन त्यांच्याकडून गुंतागुंतीची कामे नीटपणे होण्यासाठी महासंयोजी पिंडाच्या रासायनिक पक्केपणाचे कार्य, ही तीनही कार्ये होणे हे बालकाला जन्मापासूनच प्राप्त होणाऱ्या अनुभवांच्या जातकुळीवर आणि त्यांच्या संख्येवर अवलंबून असते. अनुभव सर्वांगांनी जितके प्रगल्भ नि गुंतागुंतीचे, विधायक आणि आव्हानांचे असतात तेवढे मायेलिनच्या पक्केपणाचे, विदरांच्या निर्मितीचे नि डाव्या-उजव्या मेंदूच्या समन्वयाचे कार्य प्रभावी रीतीने होते. यासाठी अर्थातच, घरांतून नि आजूबाजूच्या परिसरांतून होणारे सहजशिक्षण असो वा शालेय क्षेत्रांतील अनौपचारिक व औपचारिक शिक्षण असो, ते अनुभवाधारित असण्याची गरज आहे; असा आधुनिक मज्जामानसशास्त्राचा (न्यूरोसायकॉलॉजी) आणि आकलनविषयक मज्जाशास्त्राचा (कॉग्निटिव्ह न्यूरोसायन्स) धडा आहे.

अनुभव जेवढे प्रत्यक्ष आणि अनुभव जेवढे कृतिशील असतील तेवढी लहान वयात, मेंदूची सर्वांगीण बांधणी पक्की होत जाते. त्याचबरोबर मेंदूची बांधणी शिक्षणाच्या वयात जेवढी पक्की होते तेवढ्या व्यक्तीच्या विविध क्षमता अधिक प्रमाणांत विकसित होऊन व्यक्तीचे व्यावहारिक जीवन प्रगल्भ होत जाते.

गांधीजींनी नयी तालीमची उद्दिष्टे मांडताना, ते एकाचवेळी मन, बुद्धी आणि शरीर यांचा विकास साधणारे शिक्षण आहे, असे म्हटले होते. अलीकडच्या मज्जामानसशास्त्रीय संशोधनांतून, मन ही काही वेगळी किंवा पूर्वीच्या तत्त्वज्ञानात मांडल्याप्रमाणे शरीरबाह्य अशी अमूर्त गोष्ट नसून ती मेंदूचीच प्रक्रिया आहे असे सिद्ध झाले आहे. गांधीजींच्या विवेचनात मनाचा असलेला उल्लेख हा मानसिक विकास नैतिकतेच्या अंगाने होण्याच्या दिशेने केलेला आहे. अलीकडच्या शास्त्रीय वाङ्मयात भावनिक विकास, बौद्धिक विकास आणि शारीरिक विकास अशी वर्गवारी अधिक युक्त मानली जाते; कारण, बुद्धी आणि भावना या मनाच्याच म्हणजे मेंदूच्याच दोन क्षमता आहेत. अर्थात, आशयाचा मुद्दा महत्त्वाचा आहे. शिक्षणातून शारीरिक व मानसिक असा दुहेरी विकास होणे, हे शिक्षणाचे उद्दिष्ट असले पाहिजे.

गांधीजींनी, हाताने करावयाचे श्रम आणि बुद्धीने करावयाचे (बौद्धिक) कार्य अशा दोन्हींची सांगड नयी तालीमच्या शिक्षण-प्रतिमानात घातलेली आहे. अनुभवाधारित कृतिशील शिक्षणाचा नेमका हाच आशय आहे. मात्र मेंदूविषयक नवसंशोधनाने याचे एक नवे परिमाण समोर आणले आहे. प्रामुख्याने

वयाच्या आठव्या-नवव्या वर्षापर्यंत आणि पुढेही सुमारे चौदा-पंधरा वर्षांपर्यंतचा काळ हा मेंदूबांधणीचा काळ मानता येईल. बौद्धिक कार्याचे निधान असलेली ललाटपाली (फ्रंटल लोब) म्हणजे कपाळामागचा व वरचा मेंदूचा भाग हा मेंदूची सर्वात जास्त जागा व्यापणारा आणि अत्यंत गुंतागुंतीची बौद्धिक काम करणारा, तुलनेने अलीकडे उत्क्रांत झालेला असा मानवी मेंदूचा भाग आहे. आपल्या इच्छेनुसार शारीरिक हालचाली करणे, पूर्वी घडलेल्या गोष्टींचा मागोवा घेणे, एखाद्या गोष्टीवर ध्यान केंद्रित करणे, समस्यांची उकल करणे, भविष्यकालीन योजना आखणे, संभाषणात भाग घेणे, भावभावनांवर नियंत्रण ठेवणे, आशय समजावून घेऊन त्यानुसार विश्लेषण करणे, तसेच, भाषेची समज या सर्व गोष्टी या प्रगत भागामुळे शक्य होतात. ललाटपालीची पूर्णांशाने वाढ होण्यासाठी मुलांच्या वयाचे चौदा-पंधरावे वर्ष येत असते.

सर्वच ज्ञान हे निरीक्षण नि प्रयोग यांमधून उद्भवत असते. ते मूर्ताकडून अमूर्ताकडे, प्रात्यक्षिकांकडून सिद्धांतनाकडे जात असते. प्रथम आपण निरीक्षण करतो, प्रयोग करतो आणि नंतर विगमनपद्धतीने (Induction) सर्वसामान्य नियम शोधून काढतो. मग पुनश्च हे नियम निगमनपद्धतीने (Deduction) प्रत्यक्ष अनुभवांशी ताडून पाहतो. याचा अर्थ असा की सर्वच ज्ञान हे असे प्रात्यक्षिकातून निर्माण होते आणि अनुभवांशी तपासून पाहिले जाते.

गांधीजी जेव्हा नवीन योजनामांडणीचा विचार करीत होते, तेव्हा ते अशा शास्त्रीय प्रक्रियेचा विचार त्यांच्या चिंतनाद्वारे करीत होते, असे काहीसे अनुमान काढता येईल. त्याचवेळी ते बालमानसशास्त्राचाही विचार करीत होते. लहान मुले निसर्गतःच सहजपणे प्रत्यक्षाकडून, मूर्ताकडून अमूर्ताकडे जात असतात. बालकाची मूलप्रवृत्ती ही कृती करण्याची असते, विचार करण्याची नसते. त्यामुळे वस्तूंशी निगडित असे काम करूनच ते ज्ञानग्रहण करीत असते. मात्र चालू शिक्षणपद्धती ही या बालमानसशास्त्राच्या विरोधी असल्याचे दिसून येईल, असे जे.बी. कृपलानी यांनी म्हटले आहे.[४१]

गांधीजींच्या शिक्षणविषयक विचारांवर आधारित अशा बुनियादी शिक्षणात, सहा ते चौदा असा आठ वर्षांचा कालावधी हा हस्तोद्योगांकरवी शिकण्यासाठी म्हणजे, मेंदूआधारित शिक्षणाच्या भाषेत 'करून शिकण्या'साठी नियुक्त केलेला आहे. त्याचे व्यावहारिक फायदे जे काही असतील ते वेगळे, पण कृती करून शिकण्याचे मेंदूविकासाचे फायदेही आता शिक्षण क्षेत्रात काम करणाऱ्यांनी विचारात घ्यायला हवे आहेत.

नयी तालीमच्या संकल्पनेत सहा ते चौदा या वयाच्या कालावधीत 'करून शिकणे' हे हेतूशून्य नाही तर ते हेतूपूर्ण आहे. ते हस्तोद्योगाशी जोडले आहे. कृतिशील शिक्षणात जेव्हा निर्मितीचा हेतू असतो तेव्हा ते आनंददायक शिक्षण होते. आपण काही समाजमान्य अशा वस्तूंची निर्मिती करू शकतो, ही विद्यार्थ्यांना आत्मविश्वास देणारी बाब असते. शिवाय अशा हेतूपूर्ण कृतींतून हस्तकौशल्यांचा विकास होत जातो. एकीकडे असे हस्तकौशल्याचे काम करीत राहणे, हे मेंदूबांधणीला उपयुक्त ठरते, तर दुसरीकडे, असे कौशल्य विकसित होणे हे विद्यार्थ्याच्या भावी जीवनाच्या दृष्टीने, स्वतःच्या पायांवर उभे राहण्याच्या दृष्टीने, उपयुक्त ठरत असते. अलीकडच्या मेंदूसंशोधनांतून पुढे आलेल्या नव्या माहितीच्या आधारे बोलायचे तर, लहान वयांत असे एखादे कौशल्य आत्मसात झाले तर त्याचा केवळ त्याच प्रकारच्या कामातच नव्हे तर अन्य कामांतही उपयोग होत असतो. मग हे कौशल्य सायकल शिकण्याचे असो वा सूत कातण्याचे असो. अशा कौशल्यप्राप्तीमधून होणारा हातातील सूक्ष्म स्नायूंचा विकास आणि हात-दृष्टी-मन यांचा समन्वय करण्याची सवय, आयुष्यभरच्या विविध कामांत सदैव उपयोगी ठरत असते. सेवाग्राममध्ये भरलेल्या सातव्या अखिल भारतीय नयी तालीम संमेलनात, 'सामाजिक प्रौढ शिक्षणा'च्या बैठकीत, विनोबांनी, प्रौढ शिक्षणाबाबतची आपली भूमिका मांडताना म्हटले होते की, 'बालकाचा जन्म होताक्षणीच त्याच्या दुधाचाही प्रबंध ज्याप्रमाणे परमेश्वराने केला आहे, त्याचप्रमाणे, हेही आपण लक्षात घेतले पाहिजे की, जीवनाबरोबरच शिक्षणाचाही असाच नैसर्गिक संबंध आहे. मला असे म्हणायचे आहे की माणूस जे काही काम करीत असतो, त्यातच त्याचे स्वतःचे शिक्षणही होत असते. कामाच्या अंतर्गतच शिक्षणाचे अवयव सामावलेले आहेत...''[४२] मेंदूविषयक संशोधनाने या गोष्टीला दुजोरा दिला आहे. आपली प्रत्येक कृती, प्रत्येक अनुभव, प्रत्येक काम यातून मेंदू ज्ञान ग्रहण करीत जातो, शिकत जातो. मेंदू हा शिकण्याचा अवयव आहे असे आता मज्जामानसशास्त्रज्ञ मानतात, त्याचा हा अर्थ आहे. आपण जीवन जगतो ते काहीना काही कृती करत; मग ती शारीरिक असो वा बौद्धिक, भावनिक असो वा कल्पकतेची. त्यातून शिकण्याचेच काम मेंदू सातत्याने करीत राहतो. तेच त्याचे काम आहे.

गांधीजीप्रणीत नयी तालीमच्या शिक्षणपद्धती या मॉंटेसोरी शिक्षणपद्धतीशी बऱ्याच प्रमाणात मिळत्या-जुळत्या आहेत. विसाव्या शतकाच्या सुरुवातीलाच मॉंटेसोरीबाईंनी, आपल्या प्रत्यक्ष प्रयोगाधारित शिक्षणविचारांतून युरोपमध्ये - व पुढे

अन्य देशांमध्ये – शिक्षणक्षेत्रात क्रांती घडवून आणली. माँटेसोरीबाईंनी मुलाचा शारीरिक विकास, त्याचे विविध टप्पे आणि मुलांची प्रत्येक शारीरिक विकासाच्या टप्प्याची मानसिकता यांच्याशी, त्यांच्या शिक्षणाची सांगड घातली; आणि शिक्षणाला, फार प्रभावीपणे, तत्त्वज्ञानाच्या क्षेत्रांतून मानसशास्त्राच्या क्षेत्रात आणून ठेवले.

मानसशास्त्रीय अंगाने शिक्षणाचा विचार करताना, शिक्षणाच्या पद्धतीविषयीची तीन तत्त्वे माँटेसोरीबाईंनी विशद केली आहेत. एक, बालकाची शिकण्याची प्रक्रिया ही बालकाच्या मानसिक विकासाच्या टप्प्याला अनुरूप अशी असली पाहिजे; म्हणजे, त्यावेळच्या त्या टप्प्याच्या, बालकाच्या स्वतःच्या गरजा आणि आवडी यांच्याशी ती सुसंगत अशी असली पाहिजे. दोन, बालकाच्या शिक्षणात असा एक मानसिक क्षण उद्‌भवतो की ज्यावेळेस बालकाला आपल्या विवक्षित गरजांचे अवधान येते; आणि शिक्षिकेने हा क्षण ओळखून त्याच्या त्यावेळच्या गरजेला अनुसरून योग्य असे उपक्रम किंवा साधने उपलब्ध करून द्यायची असतात. तीन, अशा उपक्रमांत किंवा साधनांवर, बालक आपले मन केंद्रित करू शकते, रसपूर्णतेने त्यावेळच्या उपक्रमात सहभागी होऊ शकते, तोवरच त्याला त्यामध्ये खेळू द्यावे. थोडक्यात म्हणजे, बालकाच्या मन केंद्रित करण्याचा कालावधी (अँटेन्शन स्पॅन) विचारात ठेवूनच प्रत्यक्षातील कृतीमध्ये बालकाला राहू द्यावे. नयी तालीमच्या संघटित विचाराच्या मांडणीपूर्वीच काही वर्षे म्हणजे १९३२ सालीच गांधीजी म्हणाले होते, की बालकाचे शिक्षण त्याच्या विकासाच्या टप्प्यांनुसार असावे.[४३]

जे.बी. कृपलानी यांनी आपल्या 'लेटेस्ट फॅड' या पुस्तकात[४४] म्हटले आहे, ''मुलांच्या शिक्षणात जर व्यक्तिगत उत्क्रांतीचा तसेच मानवीवंशाचा नैसर्गिक मार्ग अवलंबला तर त्यांचे शिक्षण अधिक चांगले नि अधिक वेगाने होत जाते.'' मुलांच्या विकासाची ही नैसर्गिक प्रक्रिया, त्यांच्या पूर्वीच्या पिढ्यांकडून जनुकांमधून आलेली असते, ती मानवीवंशविकासाची देणगी असते. याने व्यक्ती–विकासाची नैसर्गिक प्रक्रिया ठरवून दिलेली असते. पियाजे या मानसशास्त्रज्ञाने व्यक्तीचा हा बालपणाचा विकासपथ शारीरिक व बौद्धिकदृष्ट्या कसा असतो, त्याचे वयोमानानुसार टप्पे कसकसे पडतात, आणि प्रत्येक मूल याच विकासटप्प्यांतून कसे पुढे निसर्गतःच सरकत जाते याचे सविस्तर विवेचन केले आहे. माँटेसोरीबाईंनी, त्यांच्या 'द अॅडव्हान्सड माँटेसोरी मेथड' या ग्रंथात म्हटले आहे की 'बालक हे वंशप्रणीत असा निसर्गदत्त विकासमार्गच अवलंबित असते.'[४५] या नैसर्गिक विकासमार्गाचे वैशिष्ट्य असे असते की बालक आपले आपण काहीना काही

कृतीत दंग होत असते. त्यातून जाताजाता शिकत जाते आणि शिकता शिकता आपला आपण विकास करून घेते.

बालकाला अशी स्वयंविकासाची प्रेरणा उपजतच असते. परंतु मनुष्य ही एक स्वतंत्र व्यक्ती असते आणि त्याचवेळी तो समाजाचा एक अविभाज्य घटकही असतो. त्यामुळे, बालकाच्या अंतर्गत क्षमतांचा विकास होत असताना, तो समाजामध्ये राहून आणि समाजाच्या मदतीनेच होत असतो. बालकाच्या स्वतःच्या विकासाला त्याच्या भोवतालच्या संबंधित प्रौढांचे आणि आजूबाजूच्या वातावरणाचे सहाय्य होत असते. किंबहुना असे म्हणता येईल की, बालकाच्या विकासाला पूरक ठरेल असे वातावरण बालकांच्या शिक्षणाला आणि शिक्षणाकरवी होणाऱ्या विकासाला मिळावे लागते. "बालकाच्या सर्वसाधारपणे होणाऱ्या जीवनाच्या, वाटचालीला प्रत्यक्षपणे सहाय्यभूत होणे याला शिक्षण म्हणता येईल" असे मॉंटेसोरीने म्हटले आहे.[४६] मुलांच्या शिक्षणाला सहाय्यभूत होणारे वातावरण कसे असावे, याविषयी मॉंटेसोरीने अनेक ठिकाणी आपले विचार आग्रहपूर्वक मांडले आहेत. उदाहरणार्थ, एके ठिकाणी त्यांनी म्हटले आहे, 'बालकाला अशातऱ्हेचे वातावरण पुरवा की ज्यात सारे काही त्याच्याजोगते असेल; अशा वातावरणातच त्याला राहू द्या. असे केले तर त्याच्या अंतर्गत एक कृतिशील जीवनाची ऊर्मी निर्माण होईल; अनेकांनी त्यामधूनच मोठे कर्तृत्व गाजविले आहे."[४७] आणखी एके ठिकाणी त्या म्हणतात, "आपली स्वतःची शिक्षणपद्धती अशी असते की जिच्यामध्ये वातावरणाच्या प्रश्नाला मध्यवर्ती स्थान असते.[४८] मुलांच्या शिक्षणाला सहाय्यभूत होणारे हे वातावरण कसे असावे हा आजच्या शिक्षणातील दुर्लक्षित पण तरीही महत्त्वाचा असा विषय आहे. बुनियादी शिक्षणाची मांडणी करताना मात्र जाकिर हुसेन समितीने या विषयाची नेमकी दखल घेतली आहे. पाठ्यक्रम तयार करताना, ता "बालकाला, त्याच्या आजूबाजूच्या वातावरणाशी बुद्धिपुरस्सर आणि कृतियुक्त असे जोडून देण्याचे एक साधन आहे." अशी भूमिका, हुसेन समितीने घेतली आहे.[४९]

गांधीजींच्या नयी तालीमचे खरे बळ आहे ते, अशातऱ्हेच्या, कालातीत अशा शिक्षणविषयक विचारात.

◆ शांतीपूर्ण सहजीवनाचे ध्येय

नयी तालीमची संकल्पना ही शिक्षणविषयक तत्त्वज्ञानात घातलेली महत्त्वाची भर आहे. व्यक्तिविकासापासून ते अहिंसक, शांततापूर्ण सहकारी सहजीवनाच्या गांधीजींच्या जीवन आदर्शाच्या संकल्पनेपर्यंत नयी तालीमचे

धागे जोडलेले आहेत. ''उत्पादक कामाला शिक्षणप्रक्रियेत मध्यवर्ती स्थान देणे ही एक क्रांतिकारक संकल्पना खचितच आहे. प्रत्येक निरोगी माणसाने हाताने काम केले पाहिजे, याबाबत गांधीजींची खात्री पटलेली होती. (उत्पादनाची) वेगवेगळी हत्यारे कुशलतेने हाताळणे, आणि जे काही निर्माण होते आहे ते समाजाच्या उपयोगी आहे, याची जाणीव होणे यांतून आत्मविश्वास निर्माण होतो, सुरक्षितता निर्माण होते. हत्यारांच्या सहाय्याने निर्मितीचे कार्य करण्यातून विद्यार्थ्यांच्या जाणिवा, विचार आणि भावना यांचे संघटन होऊन त्यांना परिस्थितीवर विजय मिळविल्याचे समाधान प्राप्त होते.''[५०]

गांधीजींना नयी तालीमच्या आधारे समाजात एका शांतपूर्ण सामाजिक क्रांतीचे बीज पेरले जाण्याची अपेक्षा होती. प्राथमिक शिक्षण हस्तोद्योगाकरवी देण्यातून ही क्रांती घडून येईल असे गांधीजींचे प्रतिपादन आहे. ते म्हणतात की हे शिक्षण, शहरे आणि खेडी यांच्या परस्परसंबंधांसाठी निकोप आणि नैतिक आधार पुरवील. आज जी एक प्रकारची सामाजिक असुरक्षितता वाटते आहे किंवा वर्गांवर्गांमधील संबंध बिघडलेले आढळून येत आहेत, त्यांच्यात काही मूलभूत सुधारणा घडवून आणण्याच्या दिशेने हे शिक्षण कार्य करील. कारण, यातून व्यक्तीच्या सवयींना वळण लावण्यापासून ते त्याच्या सामाजिक वृत्ती विकसित करण्यापर्यंतचे बदल घडून येणे अपेक्षित होते.

गांधीजींना संपूर्ण समाजरचनेतच मूलभूत बदल अपेक्षित होते. रचनात्मक कार्याचा त्यांनी दिलेला कार्यक्रम हा त्या दिशेने सारा समाज वळविण्याचा कार्यक्रम होता, आणि याच्या बरोबरीने नयी तालीम हे, शिक्षणातून समाज बदलण्याचे साधन असणार होते.

''अहिंसेच्या सिद्धांताची शैक्षणिक क्षेत्रातील अभिव्यक्ती म्हणजे नयी तालीम,'' अशी गांधीजींची भावना होती. सहकारी मानव समाजाची शांतीपूर्णतेने स्थापना करण्याची ही तयारी आहे, त्या दिशेने हा अभ्यास आहे... शांतीचे शिक्षण साध्य करावयाचे असेल तर त्यांचा संबंध मेंदू आणि हृदय यांच्याशी बांधला गेला पाहिजे आणि त्यासाठी असा दृष्टिकोन असला पाहिजे की शांतीसाठी कोणताही मार्ग असत नाही; शांती हाच मार्ग आहे. शांतीचा विषय हा शाळा, गावस्तर इथपासून तो आंतरराष्ट्रीय पातळीपर्यंत समान महत्त्वाची गोष्ट आहे. शांतीसाठी शिक्षण याचा अर्थ असा आहे की, रोजच, अगदी प्रत्येक क्षणाला, कुणी कुठेही असो, शांतीने जगायला शिकणे. मानवी अनुभवांची आवश्यक अशी जी बहुविध अंगे आहेत, त्यांबाबत असलेले वेगवेगळे दृष्टिकोन आणि

भिन्न भिन्न हितसंबंध यांमुळे जे तणाव निर्माण होतात, जे संघर्ष उभे राहतात, त्यांवर मात करून ते सोडवायला शिकणे होय. शांतिमार्गाच्या या शिक्षणासाठी नयी तालीमचे सिद्धांत व त्यांचे कार्यान्वयन यांचे मोठे योगदान मिळू शकते.''[५१]

नयी तालीमच्या शिक्षणातून, या नवशिक्षणातून एका शांतपणे होणाऱ्या सामाजिक क्रांतीची गांधीजींची अपेक्षा होती. नव्या रचनेच्या शिक्षणाने विद्यार्थी सामाजिकदृष्ट्या अधिक सजग, कामासाठी अधिक सक्षम आणि समाज जीवनाचा एक जबाबदार घटक, एक नागरिक म्हणून अधिक सेवाभावी असा घडण्याची अपेक्षा होती. शिक्षकही शिकविण्यास सक्षम, उत्पादक कार्यात कुशल आणि ग्रामविकासातील एक प्रेरक कार्यकर्ता म्हणून घडण्याची अपेक्षा होती. या नवशिक्षणाने विद्यार्थी तर घडणार होताच, पण या शिक्षणाने शिक्षकालाही घडवायचे होते. कारण, नयी तालीमचा, बुनियादी शिक्षणाचा प्रयोग या जीवनशिक्षणाचा प्रयोग होता. विद्यार्थ्यांच्या जीवनघडणीतून व्यापक अशा ग्रामपरिवर्तनाला भिडणारा असा हा प्रयोग होता. या नवशिक्षणातून हे घडू लागले तर त्यांतून शांतपणे एक सामाजिक क्रांती घडून येणार होती. नयी तालीमच्या या प्रयोगांत खुद्द गांधीजींना आणि त्यांच्या सहकाऱ्यांना, अशा क्रांतीची बीजे दिसत होती. उदाहरणार्थ, 'नयी तालीम'चे वर्णन करताना विनोबाजींनी म्हटले होते की 'नयी तालीम हा एक व्यापक शिक्षणविचार आहे. ते एक जीवनदर्शन आहे.'[५२] नयी तालीमचा अर्थ विशद करताना विनोबाजी सांगतात की, नयी तालीम म्हणजे नित्य नूतन समाजाची रचना करणारे शिक्षण आहे.'[५३] गांधीजी एक अहिंसक समाजाचे स्वप्न पाहत होते, आणि या दिशेने होणाऱ्या क्रांतीचे, 'नयी तालीम' हे एक वाहन आहे, असे धीरेंद्र मजूमदार यांनी म्हटले आहे.[५४]

नयी तालीम हा, भारतीय संस्कृतीच्या, भारतीय आर्थिक-सामाजिक प्रश्नांच्या आणि विद्यार्थ्यांच्या शिकण्याच्या संदर्भातील, आजच्या आणि त्याचबरोबर उद्याच्या संदर्भातील एक अत्यंत उपयुक्त ठरणारा व्यापक शिक्षणविचार आहे हे निश्चित !

◆ मला काय मिळाले?

या ग्रंथलेखनाच्या आणि त्यासाठी करावयाच्या अभ्यासाच्या कालात, शिक्षणविषयक काही नवे आकलन होऊन, काही नवी परिमाणे लक्षात येऊन माझा मोठा वैयक्तिक लाभ झाला. पहिली गोष्ट अशी की, गांधीजींचा भर, प्रामुख्याने, समोर उभा ठाकलेल्या प्रश्नांविषयी स्वतंत्रपणे सखोल चिंतन करण्यावर आणि त्यानुसार प्रत्यक्ष परिस्थितीला भिडण्यावर, प्रयोग करण्यावर होता, हे लक्षात आले. दक्षिण आफ्रिकेतील फिनिक्स आश्रमाच्या दिवसांत आपल्या स्वतःच्या

व इतर कार्यकर्त्यांच्या मुलांच्या शिक्षणाचा प्रश्न सोडविताना जसे हे दिसून येते तसेच भारतीय खेड्यांतील दयनीय परिस्थितीत शिक्षणाचे प्रारूप काय असावे याचा विचार करतानाही ते दिसून येते. नयी तालीमचा जन्म या चिंतनातूनच झाला.

दुसरी गोष्ट अशी की गांधीजींचा नयी तालीमचा विचार हा एकाच वेळी, ग्रामीण भारतातील आर्थिक आणि सामाजिक प्रश्नांवर आघात करणारा होता हे दिसून आले; त्यातील विचारांचे बारकावेही मला दिसून आले. शिक्षणाचा प्रश्न हा व्यापक सामजिक प्रश्न आहे, तो केवळ विशिष्ट वयापुरता आणि एका व्यक्तीपुरता मर्यादित नाही; याचे भान आपल्याला नयी तालीमचा विचार देते. आर्यनायकम् पति-पत्नींच्या प्रयत्नांतून उभारलेला प्रयोग हा, ही दिशा घेऊन पुढे गेला आहे असे दिसून आले.

तिसरी गोष्ट अशी की ब्रिटिशांनी, ते येण्यापूर्वीच्या खेड्या-पाड्यांमधील शिक्षणाचा 'सुंदर वृक्ष' छाटून टाकला, हे गांधीजींचे १९३१ साली इंग्लंडमध्ये आपल्या भाषणात ठामपणे केलेले विधान, ब्रिटिशपूर्व शिक्षणाविषयीची नवी माहिती देते; नवा दृष्टिकोनच निर्माण करते. या एका विधानाचा शोध घेण्यासाठी धरमपाल यांनी जीवाचा आटापीटा करून, ब्रिटिश आमदानींतील ब्रिटिशांच्याच आकडेवारीवरून, अहवालांवरून, आणि अभ्यासांवरून तयार केलेला 'द ब्युटिफूल ट्री' हा ग्रंथ इतिहासाची एक नवी जाण देणारा आहे. ग्रामीण भारताची ब्रिटिश आमदानीत झालेली दयनीय अवस्था, आणि ग्रामीण हस्तोद्योगांच्या बरोबरीने झालेली ग्रामीण शिक्षणाची वाताहत हा मला, माझ्या पूर्वीच्या भारतीय अर्थशास्त्राच्या अभ्यासात न भेटलेला नवा 'अर्थशास्त्रीय' मुद्दा इथे ठळकपणे प्रत्ययाला आला.

नयी तालीमच्या प्रयोगांमधील दुर्लक्षिली जाणारी आणखी एक गोष्ट मला मांडावीशी वाटते. कारण, ती जेवढी व्यक्तीजीवनाचे सामाजिक परिमाण सांगणारी आहे तेवढीच ती वैश्विक स्तरावरील जीवन परिवर्तनाशी भिडणारी गोष्ट आहे. शिक्षणात साक्षरी विषयांचे इतके अतिरेकी महत्त्व आत्ताच्या शिक्षणात आहे की ते जसे माणसाला जीवनशिक्षणापासून दूर नेते आहे तेवढेच ते व्यक्तीचे सामाजिक मन तयार करण्यापासून दूर जाते आहे. व्यक्तीजीवनाचे एक टोक जर व्यक्तीशी, तिच्या हिताशी जोडलेले असेल तर त्याचे दुसरे टोक हे अपरिहार्यपणे समाजाशी, समाजहिताशी जोडलेले आहे. ही गोष्ट लक्षात घेतली तर शिक्षणक्षेत्रात साक्षरी शिक्षणाचे अतिरेकी महत्त्व कमी करून त्याने रिकामी केलेली जागा कलाशिक्षणाला, क्रीडा शिक्षणाला देण्याची अनिवार्य गरज आहे, असे नयी तालीमच्या प्रयोगातून दिसून आले आहे. कला-क्रीडांचे शिक्षणातील-विशेषतः

लहान वयातील शिक्षणामध्ये - अनिवार्य स्थान हे बालकाच्या मेंदू उभारणीसाठी आणि मानससंस्कारांसाठी गरजेचे आहे, असे अत्याधुनिक मज्जामानसशास्त्रानेही ठळकपणे मांडले आहे. आपण जर आजच्या अशांत वातावरणाला वैश्विक शांततेचे परिमाण देणार असू, तर कला-क्रीडा शिक्षण कसे उपयुक्त ठरते, हे गांधीवादी विचारवंत आणि नयी तालीमचे एक कार्यकर्ते-शिक्षक देवीप्रसाद यांनी, आपल्या 'एज्युकेशन फॉर लिव्हिंग क्रिएटिव्हली अँड पीसफुली' या ग्रंथात दाखवून दिले आहे. दुसऱ्या महायुद्धानंतरच्या विश्वशांतीच्या उभारणीच्या कार्यात, देवीप्रसाद यांनी आपल्या नयी तालीमच्या शैक्षणिक अनुभवांचे व्यापक रूप सिद्ध केले आहे.

पाचवी गोष्ट अशी की नयी तालीमचा विचार हा नित्यनूतन जीवनशिक्षणाचा विचार आहे; तो ज्ञानप्राप्तीचे साधनच व्यापक करणारा असा कालातीत आणि स्थानातील विचार आहे; याविषयी माझ्या मनाची खात्री झाली. शिक्षण हे जीवनाशी (सर्वांगाने) भिडलेले नसेल तर ते अपुरे शिक्षण होय अशी माझी धारणा, या अभ्यासाने करून दिली आहे. शिक्षण हे जीवनातून उभारले पाहिजे कारण ते जीवनासाठी असणार आहे, जीवनासाठी असणारे शिक्षण हे जीवनभर चालले पाहिजे, हे जीवनशिक्षणाचे नेमके स्वरूप आहे असे मी आता ठामपणे म्हणू शकतो. जीवनशिक्षणाचा आणखी एक धागा गांधीजींच्या नयी तालीमच्या विचारांतून पुढे आला आहे. तो असा की, भारतीय खेड्यांमधील लयाला जाणारे उद्योग, त्या भोवती विणलेले, उद्ध्वस्त होत जाणारे जीवन, आणि जाती-धर्म-लिंग यांमुळे विभागले गेलेले समस्याग्रस्त जीवन अशा जीवनालाच शिक्षणाचा मध्यवर्ती धागा जोडून देऊन या जीवनात मूलगामी परिवर्तन करणारे असेच शिक्षणाचे प्रारूप असले पाहिजे. नयी तालीमच्या शिक्षणाचे प्रारूप नेमके या प्रकारचे होते. नयी तालीमच्या विचार-आचार प्रणालीची आजच्याही काळातील समर्पकता यामधून सिद्ध होते, असे मला वाटते.

सहावी गोष्ट अशी की, मी गेले पाव शतक जो प्रत्यक्ष शिक्षणाशी त्यातही, गांधीजी म्हणतात त्या 'शेवटच्या माणसा'च्या शिक्षणाशी, आदिवासी मुलांच्या शिक्षणाशी भिडताना, शिक्षण हे चांगल्या परिणामकारक पद्धतींशीच केवळ न जोडता ते मुले ज्या पर्यावरणात राहतात त्या पर्यावरणातील सामाजिक-आर्थिक आणि निसर्गविषयक परिस्थितीशी जोडल्याशिवाय त्याला पूर्णता येणार नाही, याची स्पष्ट जाण मला नयी तालीमच्या अभ्यासाने दिली आहे. माझ्यातील असलेली बीजरूप प्रयोगशीलता फुलविणारी अशी ही गोष्ट ठरली. या अभ्यासाने मला पुन्हा एकदा शिक्षणविषयक नव्या प्रयोगांसाठी नवी उमेद दिली आहे की

अत्यंत व्यक्तिगत गोष्ट येथे नमूद करणे इष्ट आहे असे मला वाटते.

खंत मात्र एका गोष्टीची आहे. ती येथेच व्यक्त करणे इष्ट ठरेल असे वाटते. गांधीजींच्या जीवनावर, कार्यावर आणि विचारांवर आजवर उदंड वाङ्मय प्रसिद्ध झाले आहे. आजही नव्याने गांधीविचारांकडे लक्ष वेधणारे नवे साहित्य निर्माण होतच आहे. या साऱ्या वाङ्मय पसाऱ्याकडे वरवरची नजर टाकली तरी हे दिसून येते की, यामध्य 'नयी तालीम'ला, उल्लेखापलीकडे फारसे स्थान दिलेले दिसून येत नाही. गांधीजींचा शिक्षणविषयक विचार आणि त्यावर आधारित प्रयोग यांकडे विचारवंतांचे तसे दुर्लक्षच झालेले दिसून येते. 'गांधी' या विषयावर अनेक प्रदर्शने विविध ठिकाणी भरविली जातात. आजही नव्या जगाच्या गरजांच्या संदर्भात चर्चासत्रे, व्याख्याने होत असतात. 'नयी तालीम' त्यात अभावानेच आढळते. स्वतंत्र भारतात व्यवहारात नयी तालीम स्वीकारली गेली नाही; पण शिक्षणशास्त्रज्ञांच्या विचारांतूनही ती वेगाने वगळली गेली. नयी तालीम ही तात्कालिक गैरसोयीची ठरली असली तरी दीर्घकालातील समाजपरिवर्तनाच्या प्रयत्नातील 'बुनियाद' ठरण्याची ताकद या संकल्पनेत आहे हे निश्चित. समाजातील अजूनही न सुटलेल्या सामाजिक-आर्थिक प्रश्नांच्या गुंतागुंतीवर तोडगा म्हणून नयी तालीमचा विचार काही योगदान देणारा आहे, असे वाटल्यावरूनच किंबहुना या विषयावर स्वतंत्रपणे ग्रंथ लिहिण्याचा, आणि लोकांसमोर नयी तालीमचा प्रयोग आणि त्यामागील गांधीजींचा शिक्षणविचार थोडक्यात मांडण्याचा हा प्रपंच केला आहे.

◆ समारोप

नयी तालीमची सविस्तर संकल्पना, गांधीजींनी ऑक्टोबर १९३७ मध्ये मांडल्यानंतर लगेचच 'हिंदुस्तानी तालिमी संघा'ची स्थापना झाली. १९३८ साली, काँग्रेसने ही संकल्पना 'राष्ट्रीय शिक्षणाची योजना' म्हणून स्वीकारण्याचा केलेला ठराव आणि अगदी १९३७ पासूनच सेवाग्राममध्य 'नयी तालीम'चा सुरू झालेला सघन प्रयोग तसेच तत्कालीन काँग्रेस मंत्रिमंडळांनी सरकारी स्तरांवरून या कार्यास दिलेली उभारी या साऱ्या घटनांनी देशातील वातावरणात एक शैक्षणिक क्रांतीची लहर पसरू लागली. पुढे निदान तीन दशके तरी बुनियादी शिक्षणाचा बोलबाला देशभर होऊ लागला. प्रयोग, प्रचार, प्रसार, प्रशिक्षण अशा अनेकांगांनी 'नयी तालीम' जना-मनांत घुमू लागली आणि त्यातच विरोधाचेही प्रभावी सूर वातावरणात उमटतच राहिले. अशावेळी 'नयी तालीम' 'बेसिक एज्युकेशन', 'बुनियादी शिक्षण' या अनेक नावांनी लोकांना

ज्ञात होत गेलेल्या मूळ संकल्पनेचे शिक्षणशास्त्राच्या आणि समाजहिताच्या दृष्टींनी विश्लेषणही करायला विद्वानांनी सुरूवात केली. तुटक बातम्या, लेख यांच्यापासून ते गंभीर ग्रंथांपर्यंत विश्लेषणाकार्याचा मोठा व्याप दिसून येतो. उदाहरणार्थ, भारत सरकारच्या 'नॅशनल इन्स्टिटयूट ऑफ बेसिक एज्युकेशन' या संस्थेने बुनियादी शिक्षणावरील १९५७ सालापर्यंतची वाङ्मयसूची प्रकाशित केली असून, त्यात एकूण १२३३ नोंदी आहेत. पुस्तके, लेख, अधिवेशनांचे अहवाल, शासकीय वा अन्य खाजगी संस्थांचे अहवाल, सर्वेक्षणे व संशोधने, इतिहास व अन्य सैद्धांतिक व व्यावहारिक प्रकाशनांचा त्यांत समावेश आहे. बंगाली, गुजराती, हिंदी, कन्नड, मराठी, मल्याळम, पंजाबी, तेलगू, उर्दू आणि इंग्रजी एवढ्या भाषांतून प्रसिद्ध झालेल्या ग्रंथांच्या व तीस वेगवेगळ्या भाषांतील नियतकालिकांतील वाङ्मयाच्या नोंदी यामध्ये आलेल्या आहेत.

या साऱ्या लेखनापैकी काही महत्त्वाच्या नि मूलभूत विचार-विश्लेषण देणाऱ्या ग्रंथांचा उल्लेख, अभ्यासकांना उपयुक्त ठरू शकेल. आचार्य कृपलानी यांच्या 'द लेटेस्ट फॅड' या १९३८ साली प्रसिद्ध झालेल्या छोटेखानी ग्रंथाला या वाङ्मयात अग्रस्थान द्यावे लागेल. गांधीजींनी 'नयी तालीम'ची संकल्पना स्पष्टपणे मांडली पण, त्याची कार्यवाही सुरू होत असताना जी एक संशयाची, संभ्रमाची वावटळ उभी राहिली तिच्यातील धूळ खाली बसविण्याचे आणि या नवशिक्षणाच्या अपेक्षित परिणामांचे चांगले विश्लेषण या पुस्तकात केले आहे. याच्या लगोलग १९३९ साली सी.जे. वारके यांच 'द वर्धा स्किम ऑफ एज्युकेशन' हे पुस्तक प्रसिद्ध झाले. याही ग्रंथाचा हेतू विरोधकांच्या शंका शमविण्याचाच होता. पण त्याहीपेक्षा महत्त्वाचे म्हणजे या ग्रंथातून प्रथमतःच, नयी तालीमची मूलतत्त्वे मांडण्याचा प्रयत्न झाला आहे. तसा व्यावहारिक अंगाने अशी तत्त्वे मांडण्याचा प्रयत्न जाकिर हुसेन समितीने याच सुमारास केलेला होता. पुढे प्रकाशित झालेला, या विषयावरील एक महत्त्वाचा ग्रंथ म्हणजे डॉ.के.एल्. श्रीमाळी यांचा १९४९ सालचा 'वर्धा स्कीम' हा ग्रंथ. या ग्रंथात प्रथमतःच तत्कालीन प्रचलित असलेले ब्रिटिशधर्तीचे शिक्षण आणि नयी तालीमने पुढे ठेवलेले नवे शिक्षण यांची तुलना करून, गांधीप्रणीत नव्या शिक्षणाचे उजवेपण तपशीलवार मांडले आहे. अशाच प्रकारचा पुढचा महत्त्वाचा ग्रंथ आहे तो डॉ. एम्.एस्. पटेल यांचा 'द एज्युकेशनल फिलॉसॉफी ऑफ महात्मा गांधी' हा १९५३ साली प्रसिद्ध झालेला ग्रंथ. गेल्या शतकातील विविध शिक्षणप्रणाली आणि गांधीप्रणीत बुनियादी शिक्षणप्रणाली यांच्यातील साम्य-भेद दाखवून देण्याचा प्रयत्न यामध्ये

केलेला आहे. विशेषतः तत्कालीन युरोपमध्ये प्रचलित असलेल्या, नॅचरॅलिझम, आयडिॲलिझम आणि प्रॅग्मॅटिझम या विचार प्रणालींचा समन्वय कशा तऱ्हेने गांधींच्या शिक्षणविचारांत घातला गेला आहे, याचे सुस्पष्ट विवेचन या ग्रंथात केलेले आहे. टी.एस्. अविनाशलिंगम् यांचे, भारत सरकारच्या शिक्षणमंत्रालयाने १९५५ साली प्रसिद्ध केलेल 'अंडरस्टँडिंग बेसिक एज्युकेशन' हे अगदी छोटेसे पण बेसिक एज्युकेशनची देशात असलेली गरज प्रतिपादन करणारे, प्रभावी पुस्तक आहे. 'द एज्युकेशनल एमस् ऑफ महात्मा गांधी' हा डॉ.एन्.पी. पिल्लई यांचा १९५९ सालचा ग्रंथही, गांधी तत्त्वज्ञान आणि गांधी शिक्षणविचार यांमधील संबंधांवर प्रकाश टाकणारा आहे.

नयी तालीमच्या प्रयोगाला तीस वर्षांहून अधिक काल लोटल्यानंतर १९६९ साली, आय्.बी. वर्मा यांचा सुमारे चारशे पानी ग्रंथ 'बेसिक एज्युकेशन : अ रिइंटरप्रिटेशन' या नावाने प्रसिद्ध झाला आहे. बेसिक एज्युकेशनची तत्त्वे, संघटना, पद्धती, पाठ्यक्रम इथपासून ते तत्त्वज्ञान, मानसशास्त्र, समाजशास्त्र अशा विविध शास्त्रांच्या अंगांनी, या नवशिक्षणप्रणालीचे विश्लेषण करण्याचा व्यापक प्रयत्न या ग्रंथात केलेला आहे. बदलत्या काळाच्या नव्या संदर्भात गांधीविचार आणि गांधी शिक्षणविचार जोखून पाहण्याचा एक चांगला प्रयत्न डॉ. कमला द्विवेदी यांनी आपल्या १९८६ सालच्या 'गांधीजीका शिक्षादर्शन' या ग्रंथात केला आहे. या ग्रंथाचा आणखी एक विशेष असा आहे की, गांधीजींच्या शिक्षणविचारामागे असणारे त्यांचे जीवनदर्शन मांडत असतानाच डॉ. कमला द्विवेदी यांनी त्यांची तुलना मार्क्स, डार्विन, बट्रांड रसेल, फ्राईड आणि माओ त्से तुंग यांच्या जीवनदर्शनाशी करून, स्वतःचे काही निष्कर्ष वाचकांसमोर मांडले आहेत. याच बाईंचा १९९६ साली प्रसिद्ध झालेला 'गांधी के शिक्षादर्शन का तुलनात्मक अध्ययन' हा ग्रंथ अधिक व्यापक स्तरावर, अगदी प्लेटो, हॉब्ज, जॉन ड्युई या पाश्चात्त्य तत्त्वचिंतकांपासून ते विवेकानंद, टागोर, अरविंद, विनोबा, आणि जयप्रकाश अशा भारतीय तत्त्ववेत्त्यांपर्यंतच्या, जीवन व शिक्षणविचारांची तुलना करणारा एक अतिशय उद्बोधक ग्रंथ आहे. मार्जरी साइक्स, या नयी तालीममध्ये प्रत्यक्षपणे अनुभव घेतलेल्या बाईंचा 'नयी तालीमकी कहानी' हा १९९३ साली प्रसिद्ध झालेला ग्रंथ नयी तालीमचा इतिहास देऊन त्याचा 'समारोप' ही करतो.

◆ अखेरचे शब्द

'नयी तालीम समिती'ची एक बैठक भावनगरमध्ये दिनांक १९-२० जून १९७१ ला झाली. त्यात तोवरचा नयी तालीमचा इतिहास लिहून तयार करावा

असे ठरले. हिंदुस्तानी तालिमी संघाची निर्मिती येथपासून ते त्याचे, सर्व सेवासंघात विलिनीकरण व नंतरचे त्याचे प्रत्यक्षातील स्वरूप यांचा समावेश यात व्हावा असे ठरविण्यात आले. नयी तालीम समितीचे तत्कालीन सचिव श्री. आचार्लू यांच्या संयोजनाखाली श्री. सत्यनाथन, श्री. राधाकृष्णन आणि श्री. पूर्णचंद्र यांची एक समिती गठित करण्यात आली. सत्यनाथन यांनी त्याचे हस्तलिखित तयार करावयाचे होते. पुढे सत्यनाथन यांनी इंग्रजीत याचे तीन खंड तयार केले. त्यापैकी पहिल्या खंडात नयी तालीमचा इतिहास, दुसऱ्या खंडात नयी तालीमचे प्रशिक्षण आणि तिसऱ्या खंडात परिशिष्टे दिलेली आहेत. हा त्रिखंडात्मक इतिहास प्रकाशित मात्र होऊ शकला नाही.

नयी तालीमचा विचार गांधीजींनी १९३७ च्या ऑक्टोबरमध्ये देशासमोर ठेवला; आणि हिंदुस्तानी तालिमीसंघाची स्थापना होऊन, प्रत्यक्षात सेवाग्राममध्ये हा विचार प्रत्यक्षात उतरवण्यात जी सुरूवात झाली त्यात आर्यनायकम् पति-पत्नींनी पूर्णपणे स्वतःला झोकून देऊन, त्याची बावीस वर्षे अखंडपणे जोपासना केली. आशादेवी आर्यनायकम् यांचा जन्म सप्टेंबर १९०४ मधला; त्यामुळे, २००४ च्या सप्टेंबरमध्ये त्यांची जन्मशताब्दी आहे, असे श्री. यशपालजी मित्तल यांनी पाटणा येथे ऑक्टोबर २००२ मध्ये झालेल्या, सर्वसेवा संघाच्या बैठकीत निदर्शनास आणले. नयी तालीमच्या विचार-विनिमयाचा विषय घेऊन, या प्रकारच्या शिक्षणाचे महत्त्व पुनश्च एकदा राष्ट्रासमोर ठेवावे या इराद्याने आशादेवींचा शताब्दी सोहळा करण्याचे ठरले. शताब्दी समितीही निर्माण करण्यात आली. या समितीची मार्च २००३ मध्ये सेवाग्राममध्ये सभा होऊन, त्यात आशादेवींच्या जन्मशताब्दीचा कार्यक्रम निश्चित करण्यात आला. त्यातच, नयी तालीमचा एक बृहद् असा इतिहास प्रकाशित केला जावा असे ठरले.

नयी तालीम समितीचे अध्यक्ष श्री. कनकमल गांधी हे, या इतिहास लेखनासाठी योग्य व्यक्तीचा शोध घेत असतानाच, माझे परममित्र श्री. अनंत विष्णू जोशी (कार्यकारी सचिव, जमनालाल बजाज फौंडेशन, वर्धा) यांनी मला, एका बेसावध क्षणी त्यांच्यासमोर नेऊन दाखल केले. थोड्याशा जुजबी चर्चेनंतर लगेचच श्री. कनकमल गांधी यांनी मला बंधनात अडकवले. मित्रवर्य अ.वि. जोशी यांनी बजाज फौंडेशनतर्फे या लेखनप्रकल्पासाठी आवश्यक अशा खर्चाची तरतूदही करून दिली. ग्रंथलेखनाचे स्वरूप कसे असावे याविषयीची चर्चा आम्हा तिघांमध्ये झाली, तेव्हा अशातऱ्हेचे काम आपण करावे असे मनातून वाटत होतेच. त्यामुळे कनकमलजींनी केलेल्या विनंतीला मी होकार देऊन मोकळा झालो.

नयी तालीमचा इतिहास लिहिण्याचे आव्हान घेऊन मी वर्ध्याहून माझ्या घरी परतलो आणि तेव्हापासून, गेली दोन वर्षे अखंडपणे, नयी तालीमचा भुंगा माझ्या मेंदूमध्ये गुणगुणत राहिला. माझ्या घरचे, माझ्या संग्रहात बऱ्यापैकी असलेले गांधी-वाङ्मय मी हेतूपूर्वक चाळायला सुरुवात केली; परंतु आश्चर्य असे की ज्याला गांधीजी 'आपली अखेरची नि सर्वोत्तम देणगी' मानतात त्या नयी तालीमविषयी या वाङ्मयात फारसा भर दिसला नाही. क्वचित ठिकाणी केवळ उल्लेखनापुरतेच नयी तालीमला गांधीविषयक लेखकांनी जवळ केलेले आढळले. म्हणजे एका दुर्लक्षित अशा गांधी विचाराशी आपल्याला झगडायचे आहे हे लक्षात आले. आव्हानाची तीव्रता मला अधिकच जाणवू लागली.

पण एवढेच नाही. सेवाग्राम येथील गांधीसेवा संघाच्या ग्रंथालयात, श्री. कनकमल गांधी यांनी नयी तालीमसंबंधित लहानमोठी अशी सुमारे तीनशे पुस्तके, एका कपाटात हारीने लावून ठेवलेली पाहिली. जवळजवळ पहिल्यापासूनच 'नयी तालीम पत्रिके'चे सर्व अंक ही असे लावून ठेवलेले आढळले. या साऱ्यांची अगदी बारकाईने फोटोप्रतही करून ठेवली आहे. हे सारे काम संगणकाच्या सहाय्याने केलेले असल्यामुळे या संपूर्ण वाङ्मयाच्या सीडीज्‌च माझ्या हाती ठेवल्या गेल्या. हे सारे संग्रहित वाङ्मय पाहून माझी छाती अक्षरशः दडपून गेली. सुमारे तीस-पस्तीस हजार पानांच्या या साऱ्या वाङ्मयांतून अवगाहन करण्यासाठी वर्षभरचा नियोजित अवधी अगदीच अपुरा पडणार हेही जाणवले. त्यामुळे आव्हानाची तीव्रता पराकोटीला पोचली. अर्थात या कठीण अवस्थेत मला माझेच दोन आधार होते. एक म्हणजे गेली अनेक वर्षे मी शिक्षणात काम-वाचन-लेखन करीत होतो, त्यामुळे अभ्यासाचा सराव होता. दुसरे म्हणजे, अगदी १९६९ सालापासून (गांधी जन्मशताब्दीच्या निमित्ताने त्यावेळी गांधींच्या अर्थकारणावर एक मोठा लेख मी वृत्तपत्रात प्रसिद्ध केला होता!) मी गांधीजींच्या आचार-विचार नि तत्त्वज्ञानाशी, वाङ्मयाकरवीच का होईना, पण परिचित होतो. त्यामुळे आव्हान घेण्यातला आनंद मी अनुभवू शकणार होतो.

या ग्रंथलेखनाने या आव्हानात्मक आनंदाची माझ्यापुरती पूर्ती झाली आहे, असे मी ठामपणे म्हणू शकतो.

प्रा. रमेश पानसे

भाग १
नयी तालीम : ऐतिहासिक पार्श्वभूमी

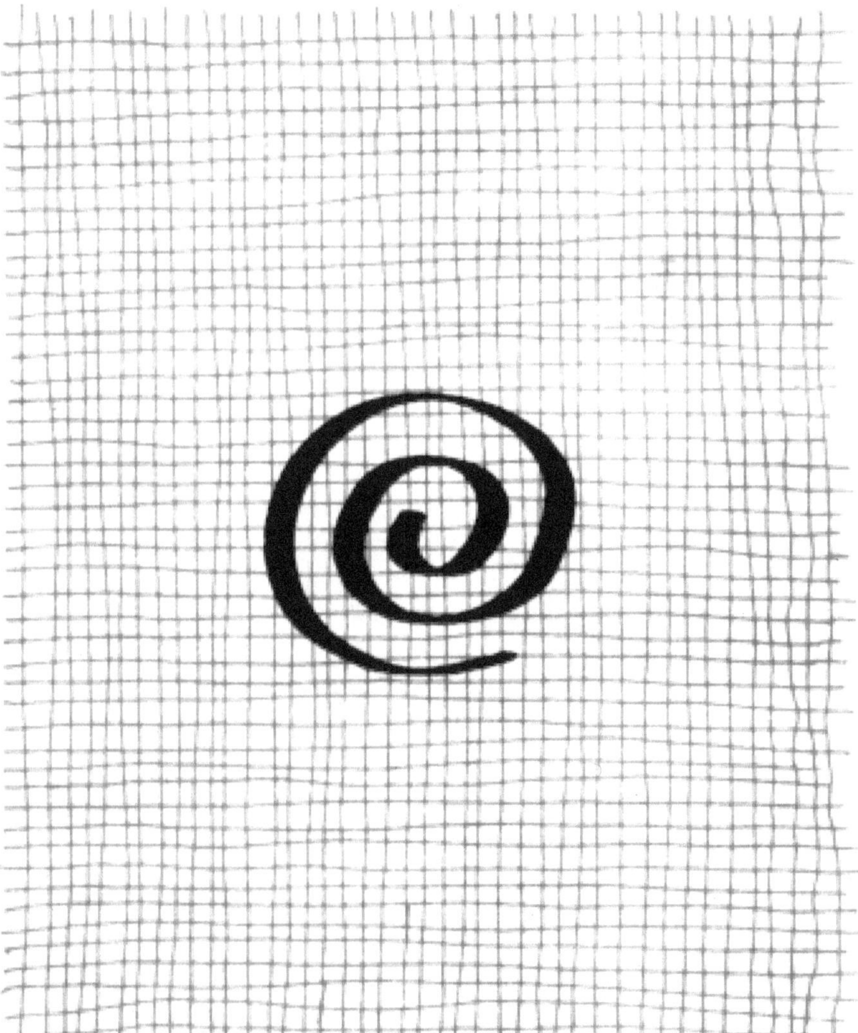

१. नयी तालीम

(ग्रामोद्योगांद्वारे दिले जाणारे ग्रामीण राष्ट्रीय शिक्षण)

जर शारीरिक श्रम मारून पुस्तकी ज्ञान वाढविण्यात आले तर त्याविरुद्ध आपण बंड पुकारले पाहिजे.

– गांधीजी

'नयी तालीम' म्हणजे 'नवे शिक्षण !' 'नयी तालीम'चा म्हणजे 'नवशिक्षणा'चा विचार महात्मा गांधींनी, प्रथमत: १९३७ साली, वर्धा येथे भरलेल्या, शिक्षणात काम करणाऱ्या लोकांच्या आणि आपल्या सहकाऱ्यांच्या परिषदेत, विचारार्थ ठेवला. हा विचार ठेवताना गांधीजींची भाषा नेहमीप्रमाणे संयमी नव्हती, तर आपण जगासमोर काही महत्त्वाचे विचार ठेवतो आहोत, असा दावा करणारी होती. त्यांनी यावेळी जे काही सांगितले त्याचा भावार्थ असा होता.

'..मी आज या देशासमोर आणि त्याकरवी अखिल विश्वासमोरच काही नवे विचार ठेवीत असल्याचा दावा करीत आहे. आत्तापर्यंत ज्या ज्या विचारांची देणगी, जगाच्या चरणी अर्पण केली आहे, त्यांपैकी सर्वाधिक क्रांतिकारी आणि म्हणूनच अत्यंत महत्त्वपूर्ण असा हा विचार आहे. याहून अधिक मूल्यवान नि महत्त्वाची अशी दुसरी कोणती देणगी मी जगासमोर ठेवू शकेन, असे मला वाटत नाही. या विचारामध्ये, माझ्या साऱ्या रचनात्मक कार्यक्रमांना व्यावहारिक, मूर्त रूप देण्याची क्षमता सामावलेली आहे. ज्या प्रकारच्या नव्या जगासाठी माझी सारी धडपड चाललेली आहे, ते यांमधून निर्माण होऊ शकेल. ही माझा अखेरचा वारसा मी ठेवीत आहे'.[१]

गांधीजींच्या दृष्टीने, 'नयी तालीम'चा विचार हा मूलत: शिक्षणविषयक विचार असला तरी तो केवळ शिक्षणापुरता मर्यादित नव्हता. गांधीजींनी यापूर्वी देशविकासाचा जो रचनात्मक कार्यकम देशासमोर ठेवला होता, त्याचे व्यावहारिक

रूप त्यांना या शिक्षणात दिसत होते. किंबहुना, नयी तालीमचा प्रत्यक्ष शैक्षणिक व्यवहार हा 'रचनात्मक कार्यक्रमां'तील आवश्यक त्या कार्यांच्या अनुभवांतून उभा राहणार होता; तद्वतच रचनात्मक कार्यक्रमाच्या अंमलबजावणीसाठी लागणारी श्रमकौशल्य क्षमतेची तयारीही ह्या शिक्षणातून अपेक्षित होती. आजवरच्या शिक्षणविषयक रूढ विचारांना कलाटणी देणारा जसा हा विचार होता, तसाच तो, गांधीजींच्या स्वप्नातील आदर्श समाज उभारणीस साधनभूत ठरणारा विचारही होता. गांधीजींच्या अहिंसक समाजरचनेच्या स्वप्नाकडे नेणारे हे 'नवे शिक्षण' असणार होते.

आचार्य जे.बी. कृपलानी यांनी म्हटले आहे की, आपली एखादी योजना विस्ताराने मांडण्याची, गांधींची सवय नव्हती. सामान्यत: ते आपल्या योजनेचे थेट निष्कर्षच जाहीर करत असत. या निष्कर्षांमागे असलेली तार्किक प्रक्रिया सहजपणे दृग्गोचर होत नसे. जे विषय गांधीजींनी हाताळले त्यांवर त्यांनी पुस्तके निर्माण केली नाहीत. त्यांनी कधी प्रबंध लिहिले नाहीत. आपल्या योजनेची बाजू मांडण्यासाठी ते कधी प्रयत्न करीत नाहीत. आपल्या विरोधकांचे, मग ते प्रत्यक्षातले असो वा कल्पनेतले असो, खंडन करण्याचा प्रयत्न करीत नसत. कधी कुणा तज्ज्ञांचा आधार सांगत नसत. एखादा विषय प्रथमत:च हाती घेतला की जणू आपणच हा विषय प्रथमत: पुढे आणीत आहोत असा त्यांचा अभिनिवेश असे; आणि कोणता विषय होता की जो त्यांनी हाताळला नाही![२]

बुनियादी शिक्षणाचा ओनामा

वर्धा येथे, मारवाडी शिक्षण संस्थेचा रौप्य महोत्सव साजरा होत होता. त्यानिमित्ताने वर्धा येथील नवभारत विद्यालयात २२ व २३ ऑक्टोबर १९३७, असे दोन दिवस, गांधीजींच्या अध्यक्षतेखाली एक शिक्षण परिषद भरविण्यात आली. त्यावेळी नवभारत विद्यालयाचे प्राचार्य आर्यनायकम् आणि मारवाडी शिक्षणसंस्थेचे कार्यवाह श्रीमन्नारायण अग्रवाल यांनी गांधीजींच्या सल्ल्यानेच ही 'अखिल भारतीय शिक्षण परिषद' भरविलेली होती. मारवाडी शिक्षण संस्थेचे अध्यक्ष शेठ जमनालाल बजाज यांनी उपस्थितांच्या स्वागतपर प्रास्ताविक केले.

गांधीजींचे जवळजवळ दीड तासाचे उद्‌घाटनाचे भाषण झाले. या भाषणाच्या सुरुवातीलाच, 'आपण आपल्या शिक्षणविषयक कल्पना मांडणार आहोत, आणि त्याविषयीचे गैरसमजही दूर करण्याचा प्रयत्न करणार आहोत', असे सांगितले. ज्या आपल्या शिक्षणविषयक कल्पना गांधीजी, एकसंधपणे, मांडणार होते, त्या

सर्व, त्यापूर्वी काही काळ, 'हरिजन सेवक' मासिकातून मांडल्या जात होत्या.[३] या संमेलनाचा संपूर्ण कार्यभार हा हिंदुस्थानी भाषेतून, आग्रहपूर्वक, चालविला जाणार असल्याची कल्पनाही श्रोत्यांना गांधीजींनी सुरुवातीसच दिली.

गांधीजींनी आपल्या भाषणात मुख्यत: शालेय शिक्षणावर (त्यात प्राथमिक शिक्षणाबरोबरच माध्यमिक शिक्षणाचा समावेश करून) भर दिला होता, याचे कारण असे की, प्राथमिक शिक्षण हेच, जेमतेम, खेडयांमधील गरिबांच्या मुलांपर्यंत पोचू शकणार होते. शिवाय गांधीजींना भारतातीलच नव्हे तर दक्षिण आफ्रिकेतील ग्रामीण शिक्षणाचा अनुभव होता, आणि ते, याकरवी एकूणच देशाच्या शिक्षणाचा विचार, नव्याने, पुढे आणीत होते. तत्कालीन हिंदुस्थान (आणि आजही भारत) प्रामुख्याने ग्रामीण होता, आणि म्हणूनही गांधीजी मांडीत असलेली शिक्षणयोजना ही मूलत: ग्रामीण प्राथमिक शिक्षणाची योजना असणार होती.

सुरुवातीलाच, अस्तित्वात असलेल्या इंग्रजी राज्यातील प्राथमिक शिक्षणाविषयीचे असमाधान गांधीजींनी व्यक्त केले आहे. ते म्हणाले, "खूप विचार केल्यानंतर माझे असे मत बनले आहे की, ही प्राथमिक शिक्षणप्रणाली केवळ वेळेचा नि पैशाचा अपव्यय करणारीच आहे असे नाही तर ती हानिकारक आहे." हे शिक्षण विद्यार्थ्यांना आपल्या कौटुंबिक पेशापासून दूर लोटते आणि अनेक नको त्या शहरी गोष्टी विद्यार्थी शिकतात अशी, प्रचलित शिक्षणावर टीका गांधीजींनी या भाषणात केलेली आहे.

गांधीजींनी, आपल्या या प्रास्ताविक उद्घाटनाच्या भाषणात, हिंदुस्तानातील ग्रामीण प्राथमिक शिक्षणाचा ढाचाच सविस्तरपणे सादर केला. गांधीजींनी दक्षिण आफ्रिकेत असताना टॉलस्टॉय आश्रमात मुलांना व्यावसायिक शिक्षण देण्याचा प्रयत्न केला होता; त्यांनी स्वत:ही कॅलनबाक या सहकाऱ्याकडून सुतारकाम आणि चपला बांधण्याचे कौशल्य शिकून घेतले होते. भारतातील ब्रिटिशपूर्व शिक्षणव्यवस्थेत, ग्रामीण व्यवसायांचे शिक्षण घरोघर अनुभवांतून मिळत होते. एकीकडे या व्यवसाय -हुन्नर शिक्षणाचा ऱ्हास होत गेला तर दुसरीकडे अस्तित्वात आलेल्या शिक्षणाने केवळ कारकुनी वर्ग निर्माण केला. या सर्व घटनांचा संदर्भ पाठीशी ठेवून, गांधीजींनी आपली शिक्षणविषयक कल्पना, संमेलनातील सहभागींसमोर मांडली.

गांधीजींच्या शिक्षणयोजनेतील मध्यवर्ती मुद्दा होता तो, व्यवसाय शिक्षणाचा नव्हता, शिक्षणाला व्यवसायाची- व्यवसायशिक्षणाची-जोड देण्याचा नव्हता; तर तो होता हस्तोद्योगाद्वारे शिक्षण देण्याचा. 'साहित्य, इतिहास, भूगोल, गणित,

विज्ञान इत्यादी सर्व विषयांचे शिक्षण उद्योगाद्वारे देण्याचा' हा प्रस्ताव होता. व्यावहारिक शिक्षणाच्याद्वारे, एखादा उद्योग किंवा हस्तव्यवसाय मध्यवर्ती ठेवून त्याचे कौशल्य आणि त्याचे शास्त्र विद्यार्थ्यांपर्यंत पोचविण्याचा भाग यात होता. हा 'संपूर्ण शिक्षणा'चा प्रस्ताव होता. हे शिक्षणाचे नवे स्वरूप कसे असेल हे, गांधीजींनी, आपल्या भाषणात, उदाहरणाच्या सहाय्याने स्पष्ट केले. उदाहरण होते, टकळीवर सूत कातण्याचे. शाळांतील मुलांना टकळीवर सूत कातायला एकीकडे देत असतानाच, दुसरीकडे त्यांना कापसाचे, सुताचे वेगवेगळे प्रकार, भारतातील भिन्न भिन्न प्रांतांमधील जमिनीचे वेगवेगळे प्रकार, इत्यादी गोष्टींचे, म्हणजे संपूर्ण कापड उद्योगाचे सर्वांगीण ज्ञान पुरवायचे. एवढेच नव्हे तर, पुढे जाऊन, भारतातील हस्तोद्योगांचा ऱ्हास का, कसा व केव्हा झाला, त्याची राजकीय कारणे कोणती आणि ती सांगताना त्यात ब्रिटिश साम्राज्याचा इतिहासही त्यांच्यापर्यंत पोचविता येईल. अनुषंगाने गणितासारखे विषयही त्यात येऊन जातील. गांधीजींनी या संदर्भात, आपल्या नातवाला आपण टकळी 'खेळायला' देत असल्याचा उल्लेख केला आहे. हसत-खेळत नि गात गात तो कसा टकळीवर सूत काढायला शिकतो आहे, याचा दाखला गांधीजींनी आवर्जून दिला आहे. असे शिक्षण आपसूकच आनंददायी होते असाही एक संदर्भ येथे आहे.

''गांधीजींची योजना 'हरिजन' मध्ये प्रसिद्ध होताच देशाच्या सर्व भागात जी खळबळ उडाली, तिच्यावरून ती योजना सर्वांना कशी क्रांतिकारक वाटली, हे लक्षात येते. आत्तापर्यंत त्यांनी चरखा हा केंद्रबिंदू, 'ग्रहमालेतील सूर्य' मानून त्याभोवती रचनात्मक कार्यक्रमाची उभारणी केली होती. आता ते टकळीला केंद्रबिंदू मानून तिच्याभोवती शिक्षणविषयाची उभारणी करू इच्छित होते - उद्योग हे शिक्षणाचे माध्यम बनवायचे होते. भाषा, गणित, इतिहास, भूगोल या सर्वांचा कताई-विणाईशी 'समवाय' साधायचा होता. हाताने उद्योग करतानाच 'का व कसे' समजून घेत बुद्धी, आकलनशक्ती व विचारशक्ती यांचा विकास घडवून आणायचा होता. हे शिक्षण सामुदायिक वातावरणात सहकार्याने चालावयाचे होते. हे शिक्षण घेतानाच सत्य, सहकार्य, सौंदर्य यांचेही पाठ मिळावयाचे होते. त्यातून आपोआपच आत्मविश्वास व नैतिकता यांचे पोषण करावयाचे होते. आपले व समुदायाचे जीवन निर्मळ, सुंदर आणि अर्थपूर्ण करण्यास विद्यार्थी शिकणार होते. कर्मातून ज्ञान निर्माण करावयाचे, ज्ञान व्यवहारात तपासून, तावून-सुलाखून घेऊन उपयोगात आणावयाचे अशीही योजना होती. तिच्यात पढिकतेला, केवळ पुस्तकी ज्ञानाला स्थान नव्हते. विद्यार्थी जे निर्माण करतील त्याला 'मूल्य' असल्याने शाळेचा-शिक्षणाचा काही

खर्च तर निघेलच पण त्यांना एक उदरभरणाचे साधनही हाती मिळेल."[४]

शिक्षणासाठी उद्योग म्हणून, गांधीजींनी, सूतकताईचा व्यवहार म्हणजे वस्त्रोद्योग सुचविला याचे कारण म्हणजे, हा उद्योग भारतात सर्वदूर पसरलेला आहे; त्यामुळे तो सर्व ठिकाणी शिकविला जाऊ शकतो. शिवाय, त्याला लागणारा खर्चही फारसा नाही. अर्थात, गांधीजींना, अनुभवाने उपयुक्त वाटलेला, पटलेला असा हा हस्तोद्योग असला तरी केवळ हाच व्यवसाय शिक्षणासाठी निवडावा, असा गांधींचा आग्रह नव्हता. त्यांनी तर आपल्या भाषणात श्रोत्यांना असे आवाहनही केले, की त्यांना अशाच प्रकारचे इतरही काही व्यवसाय सुचवायचे असल्यास जरूर सुचवावे. मात्र, खेड्यांच्या दरिद्री अवस्थेवरचा तोडगा, त्यांना या उद्योगात दिसत होता, हे निर्विवाद !

गांधीजींची नव्या शिक्षणाची ही योजना सात वर्षांसाठीची होती. टकळीवर सूत कातणे यापासून या केंद्रीभूत उद्योगाची सुरुवात होत असली तरी, पुढील वर्षांमधून वस्त्रोद्योगाच्या क्षेत्रातील इतर प्रक्रियांकडे, म्हणजे विणकाम, रंगकाम, वेगवेगळी डिझाईन्स अशा गोष्टींकडे वळता येणार होते. विद्यार्थी अशाप्रकारे सर्वच कौशल्यांमध्ये निपुण झाले तर व्यवसायाचे सर्वांगीण शिक्षण त्यांना प्राप्त होणार होते.

गांधीजींनी, आपल्या भाषणात, दुसरा महत्त्वाचा मुद्दा चर्चेमध्ये आणला होता तो होता शिक्षणखर्चाचा आणि त्याची तरतूद कशी व्हावी याचा. गांधीजींनी 'हरिजनसेवक'मधील ३१ जुलै १९३७ च्या आपल्या लेखात[५] या प्रश्नाची शहानिशा केलेली होती. इथे त्यांनी, ठामपणे असा विचार मांडला की, विद्यार्थ्यांच्या उत्पादक कामांमधून शिक्षकांचा वेतनखर्च निघून आला पाहिजे. गांधीजींचे म्हणणे असे होते की, प्राथमिक शिक्षण सार्वत्रिक करण्यासाठी कोट्यवधी रुपयांचा निधी लागेल, आणि तेवढा उभा करणे सरकारला शक्य होणार नाही; (सरकार आपला सैन्यावरील खर्च कमी करणार नाही, अशीही पुस्ती त्यांनी जोडली !) आणि सरकारला शक्य होईपर्यंत आपण वाट पाहणेही योग्य नाही. गांधीजींच्या या विचारावर, या आधीच टीकेची झोड उठली होती; परंतु, या भाषणात टीकेचा परामर्श घेऊन त्यांनी आपला, शिक्षण स्वावलंबनाचा विचार अधिक स्पष्टपणे मांडला.

ज्या तऱ्हेचे साक्षरी शिक्षण[६] शाळांमधून दिले जात होते, त्याच्या विरोधात गांधीजी आहेत, असा आरोप गांधीजींवर होत होता; त्याला त्यांचे सडेतोड उत्तर होते. ते म्हणतात. 'असे काही नाही. मी तर केवळ हेच शिक्षण कशा तऱ्हेने दिले जावे याविषयी सांगतो आहे' जे काही प्राथमिक शिक्षण शाळांमधून द्यायचे ते

ग्रामोद्योगाकरवी द्यावे, म्हणजे, एकाच वेळी शारीरिक आणि बौध्दिक श्रमाचे शिक्षण होऊन जाते, अशी त्यांची भूमिका आहे. वास्तविक प्राथमिक शिक्षणावर कोट्यवधी रुपये खर्च करायची गरज आहे आणि इथे तर गांधीजी, मुलांना कामाला जुंपून त्यांचेच शोषण करू पाहात आहेत, शिवाय, मुलांचा शाळेतील वेळ 'अभ्यासा'च्या कारणी लावण्याऐवजी त्यांना काम करायला लावल्यास, केवळ वाया जाईल, मुलांवर वृथा ओझे येईल, असे आक्षेप गांधीजींच्या 'काम करून शिकण्या'च्या शिक्षणपध्दतीवर घेतले गेले होते. अशाप्रकारचे आक्षेप गृहीत धरून गांधीजींनी, आपले विचार स्पष्टपणे मांडले.

टकळी चालवणे हे एक प्रकारचे खेळणेच आहे, आणि अशा प्रकारच्या खेळण्यांत मुले खूपच रमतात. त्यामुळे असे काही उत्पादक करणे-खेळणे विद्यार्थ्यांना वृथा ओझे वाटण्याची शक्यता नाही. शिवाय खेड्यांतील मुले, घरोघर आई-वडिलांना घरच्या वा घरगुती व्यवसायाच्या कामांमधून मदत करीतच असतात; शेतीतही काम करीत असतात. उलट आता, 'मुलांना अशी जाणीव देता येईल की केवळ घरी किंवा शेतात मदत करणे याचा संबंध केवळ त्यांच्या आई-वडिलांशीच नाही तर तो आपल्या गावाशी आणि आपल्या देशाशी आहे, आणि विद्यार्थ्यांनी काही प्रमाणात देशसेवाही केली पाहिजे. तथाकथित शिक्षणातून विद्यार्थी निरुपयोगी ठरताहेत, अशावेळी, आपली आपण मेहनत करून शिकतील तर मुले अधिक आत्मविश्वासी होतील; प्रश्नांना तोंड द्यायला शिकतील. किंबहुना सात वर्षांच्या शिक्षणाअंती स्वावलंबी बनणे हीच शिक्षणाची खरी कसोटी ठरेल. विद्यार्थ्यांनी आपल्या शिक्षणाचा सर्व खर्च तोवर आपल्या कामांतूनच उभा केलेला असेल आणि नंतरही कुटुंबातील एक न कमावणारा घटक म्हणून तो असणार नाही; याची ग्वाही गांधीजी देतात आणि खडा सवाल सर्वांना करतात की, 'शारीरिक परिश्रमाने घेतलेले शिक्षण आपल्याला रुचते आहे की नाही ?'

गांधीजींनी आपल्या भाषणात, स्वावलंबी शिक्षणाच्या आपल्या कल्पनेला सबलता देण्यासाठी तज्ज्ञांची साक्ष काढली आहे. विनोबांचा यासंदर्भातला व्यावहारिक अनुभव, तर काका कालेलकरांचा सैध्दांतिक-वैचारिक अनुभव, जनरल आर्मस्टाँगच्या 'एज्युकेशन फॉर लाईफ' या ग्रंथातील 'करून शिकण्या'चा विचार आणि वकील मधुसूदन दास यांचा हातापायाने काम करण्याचा सल्ला तसेच टॉलस्टॉयच्या कथांमधून आलेला श्रम-शिक्षणाचा विचार यांचा उल्लेख गांधीजींनी केला आहे. गांधीजी १९१५ साली दक्षिण आफ्रिकेतून कायमच्या वास्तव्यासाठी भारतात आले. नंतर त्यांनी देशाची परिक्रमा केली; पुढे चंपारणमध्ये ग्रामीण मुलांसाठी

शाळा उघडल्या. त्यामुळे ग्रामीण मुले नि ग्रामीण शिक्षण यांच्याशी त्यांचा संपर्क झाला होता आणि तेथील अशिक्षितता त्यांना जाणवली होती. याही गोष्टींचा उल्लेख त्यांनी आपल्या विवेचनाच्या पुष्ट्यर्थ केला आहे.

स्वावलंबी शिक्षणाच्या आपल्या संकल्पनेमागचे मूलभूत तत्त्व, गांधीजींनी, आपल्या भाषणाच्या अखेरीस अशा शब्दांमध्ये सांगितले आहे:

''आपल्या इथे सांप्रदायिक झगडे होत आलेले आहेत, पण हे काही आपलेच खास वैशिष्ट्य नव्हे. इंग्लंडमध्येही हे घडत आले आहे आणि आज तर ब्रिटिश साम्राज्यवाद हा साऱ्या जगाचाच शत्रू होऊन बसला आहे. सांप्रदायिक नि वैश्विक संघर्षाला मूठमाती द्यायची असेल तर मी सांगितलेल्या पध्दतीने मुलांना शिक्षण देऊन, शुध्द दृष्टीने खंबीर पायांवर उभे करून, सुरुवात केली पाहिजे. या योजनेची निर्मितीच मुळी अहिंसेच्या विचारांतून झाली आहे. संपूर्ण दारूबंदीच्या राष्ट्रीय निश्चयाच्या संदर्भात जरी ही योजना मी सुचविली असली, तरी अगदी खजिना भरलेला असेल नि पैशाची ददात नसेल, तरीसुध्दा, आणि आपण आपल्या मुलांना शहरी बनवू इच्छित नसू तर अशाप्रकारचे शिक्षण उपयोगी होईल. आपण तर त्यांना, आपली संस्कृती, आपली सभ्यता आणि आपल्या देशाच्या सच्च्या प्रतिभेचे प्रतिनिधी बनवू इच्छित आहोत आणि हे त्यांना स्वावलंबी शिक्षण देऊनच शक्य होणार आहे. युरोपचे उदाहरण आपल्या उपयोगी नाही. कारण, युरोपचा हिंसेवर विश्वास आहे नि म्हणून त्यांच्या साऱ्या योजना, सारे कार्यक्रम हिंसेच्या आधारावरच बेतलेले आहेत. रशियाने जे यश संपादन केले आहे ते मी खचितच कमी मोलाचे मानीत नाही; परंतु त्याचाही पाया हिंसेचाच आहे. जर हिंदुस्थानने हिंसेच्या त्यागाचा निश्चय केला असेल, तर ज्या अनुशासनातून त्याला मार्गक्रमण करावे लागणार आहे त्याचे ही नवशिक्षणपध्दती हे एक खास अंग आहे. आम्ही ऐकतो की इंग्लंड शिक्षणावर लाखो रुपये खर्च करतो, अमेरिकेतही असेच आहे. पण, आपण हे विसरतो की हे सर्व धन शोषणातून निर्माण झालेले आहे. त्यांनी शोषणाच्या कलेला विज्ञानरूप दिलेले आहे. त्यामुळे जे काही महागडे शिक्षण ते देतात ते त्यांना शक्य झाले आहे. आपण तर शोषणाचा विचारही करू शकत नाही, आणि प्रत्यक्षातही असे करणार नाही. त्यामुळे अहिंसेवर आधारित अशा या शिक्षणयोजनेशिवाय अन्य काही पर्याय आपल्याला उपलब्ध नाही.'' 'माझ्या मनात आलेली गोष्ट तुमच्यापुढे मांडावी, हे मी माझे कर्तव्य आहे, असे मानतो.'

प्राथमिक शिक्षणाचे स्वरूप काय असावे, याविषयी प्रामुख्याने गांधीजींनी विवेचन केले आहे. 'टॉलस्टाय फार्म'मध्ये पुस्तकी शिक्षणाबरोबरच अनेक ग्रामीण

उद्योगांचे शिक्षण मुलांना दिले जात होते. त्यामुळे मुलांचे काहीही बौध्दिक नुकसान झालेले नाही, याची ग्वाही गांधी देतात. धंदेशिक्षण तर मध्ययुगीन कालातही दिले जातच होते. परंतु आपण केवळ उद्योग-व्यवसाय शिक्षणाची गोष्ट करीत नसून, आपण या उद्योगाच्या मदतीने बुध्दीचेही शिक्षण करण्याचा विषय मांडतो आहोत; आणि हा विषय नवा आहे, असे गांधीजींनी आपल्या भाषणात म्हटले आहे. प्रामुख्याने या मुद्द्यावर उपर्युक्त परिषदेत गांधीजींच्या भाषणानंतर, चर्चा झाली, टीकाही झाली.

डॉ. जॉन द बेअर हे दक्षिण हिंदुस्थानातील एका संस्थेचे प्रमुख, गांधीजींना भेटायला आणि भेटून 'वर्धा योजने'विषयीच्या आपल्या स्वत:च्या शंकांचे निरसन करवून घ्यायला वर्धा येथे आले होते. त्यांच्याशी झालेल्या चर्चेत दोन मुद्दे प्रामुख्याने उपस्थित झाले होते.[७] एक मुद्दा होता अहिंसेबद्दलचा. डॉ. बेअर यांचे म्हणणे असे होते की वर्धा योजनेच्या मुळाशी 'अहिंसा' आहे; आणि त्यामुळे ही योजना त्यांना मान्य आहे. मात्र त्यांची तक्रार अशी होती की, याविषयीचा जो अभ्यासक्रम तयार करण्यात आला आहे, त्यात मात्र 'अहिंसे'ला फारसे स्थान देण्यात आलेले नाही. गांधीजींना ही गोष्ट मान्य झाली. पण, त्यावर त्यांचे म्हणणे असे होते की, 'असा सगळाच अभ्यासक्रम अहिंसेवर केंद्रित करता येणार नाही. एका, अहिंसक मेंदूतून तो बाहेर पडला आहे एवढे ध्यानात आले म्हणजे पुरे. पुढचे याबाबतचे त्यांचे विवेचन महत्त्वाचे आहे. ज्यांनी हा अभ्यासक्रम मान्य केला आहे, त्यांनी अहिंसाही मान्य केली आहे, असे मात्र या अभ्यासक्रमात गृहीत धरलेले नाही; उदाहरणार्थ, कमिटीतील सर्व सभासदांनी अहिंसा हा आपला धर्म म्हणून मान्य केलेला नाही.' म्हणजे, गांधींच्या लेखी ही तडजोड होती. तत्त्व नि व्यवहार यांमधील अंतर त्यांना स्पष्ट दिसत होते.

डॉ. बेअर यांचा दुसरा मुद्दा असा होता, की, या पध्दतीने देशभरचे शिक्षण अस्तित्वात आले, तर हिंदुस्थान जगापासून तुटून वेगळा पडेल. गांधीजींनी अर्थातच ही बाब मान्य केली नाही. तसा आपला हेतूही नाही, हेही त्यांनी स्पष्ट केले. मात्र, जगातील 'जबरदस्तीने लादलेला परस्परव्यवहार' त्यांना मान्य नव्हता. कोणत्याही राष्ट्राने इतर कोणत्याही राष्ट्राला व्यापाराच्या निमित्ताने लुबाडता कामा नये असे त्यांचे मत होते. ''या (शिक्षण) पध्दतीच्या सहाय्याने सर्वच मुले उत्पादन करणारी होतील असे आम्ही पाहात आहोत, आणि अशा रीतीने साऱ्या राष्ट्रांचे स्वरूपच आम्हाला बदलून टाकावयाचे आहे; कारण ते आमचे सबंध जीवन व्यापून टाकील.''[८] या शिक्षण योजनेच्या मिशाने, गांधीजी, शोषणविरहित अशा ग्रामीण जीवनाकडे वळू

पाहात होते. गावस्वावलंबनाचे ते ईप्सित साध्य होण्यासारखे होते; आणि अशा नवजीवननिर्मितीचे शिक्षण, नवे शिक्षण, नयी तालीम हे प्रमुख साधन असणार होते.

शिक्षणविषयक पेच

'हरिजनसेवक'च्या ३१ जुलै १९३७ च्या अंकात, ज्याचे वर्णन पुढे 'नयी तालीम' किंवा 'बुनियादी शिक्षण' अशा शब्दांमध्ये केले गेले त्या आपल्या शिक्षण योजनेविषयी, सविस्तर पण नेमकेपणाने 'शिक्षाके प्रश्नका हल' या शीर्षकाखाली लिहिले आहे. याचवेळी, गांधीजींनी आपल्या शिक्षणविषयक विचारांना नेमकेपणा देण्याला एक तात्कालिक पण महत्त्वाचे कारण घडले. १९३५ च्या 'इंडिया ॲक्ट'ची कार्यवाही १ एप्रिल १९३७ ला झाली; आणि या कायद्यानुसार देशातील आठ प्रांतांमध्ये काँग्रेसची सरकारे १२ जुलै १९३७ ला अधिकारावर आली. या सरकारांसमोर एक पेच निर्माण झाला होता. दारूबंदी हे काँग्रेसचे मान्यताप्राप्त असे धोरण होते. परंतु प्रत्यक्ष राज्यांचा कारभार हाती आल्यानंतर लक्षात आले की दारूबंदीने, सरकारांना, फार मोठया अबकारी कराला मुकावे लागणार होते. एकूण उत्पन्नाच्या जवळजवळ ३० ते ३५ टक्के उत्पन्न या अबकारी करापासून प्राप्त होत होते. हे उत्पन्न बुडाले तर सर्व मुलांना शिक्षण देण्यासाठी निधी उपलब्ध होणार नव्हता, आणि त्यामुळे आधीच अशिक्षिततेचे मोठे प्रमाण असलेल्या या देशामध्ये, शिक्षणाची आबाळच होणार होती. अगदी राष्ट्रीय वृत्तीचे काँग्रेस सरकार स्थापन होऊनही पैशाअभावी शिक्षण रखडणार होते, आणि त्याचा फटका अर्थातच ग्रामीण जनतेला बसणार होता. काँग्रेस सरकारांच्या शिक्षणमंत्र्यांना हा पेच सोडविण्याचे आव्हान होते, आणि याची चर्चा संबंधित वातावरणात पसरली होती. हा पेच कसा सोडवावा याचीच चर्चा गांधीजींनी उपर्युक्त लेखामध्ये केली आणि याच अनुषंगाने, त्यांनी, आपली शिक्षणविषयक नवीन योजना लोकांपुढे मांडली.

या लेखात गांधीजींनी, शिक्षणाचा प्रश्न दारूशी जोडला जातोय, याबद्दल दु:ख व्यक्त केले. पण, ठामपणे भूमिकाही अशी घेतली की उत्पन्न बुडाले तरी चालेल परंतु, दारूबंदी मात्र व्हायलाच हवी. ही त्यांची नैतिक भूमिका होती; आणि ते तिच्याशी प्रामाणिक होते. करउत्पन्नाच्या बाबतीत त्यांनी इतर देशांचा हवाला देऊन असे सुचविले की हिंदुस्थानातही, उत्पन्न व संपत्तीवरील करवाढीला बराच वाव आहे, आणि काँग्रेस सरकारांनी त्यांचा पाठपुरावा केला पाहिजे. परंतु, या कुठल्याच प्रकारच्या उत्पन्नाशी शिक्षणाचा प्रश्न न जोडता, शिक्षण स्वावलंबी बनविण्याचा प्रस्ताव गांधीजींनी पुढे केला. केवळ पैशांसाठी शिक्षणकार्य थोपवले

तर या महाकाय देशात सर्वांना शिक्षण देणे ही गोष्ट कधीही साध्य होणारी नाही, याकडे लक्ष वेधून त्यांनी, ही सूचना केली.

या छोट्याशा लेखात गांधीजींचे बरेच शिक्षणविषयक विचार सूत्ररूपाने आले आहेत; एवढेच नव्हे तर एकसूत्रात बांधलेली अशी नवीन शिक्षणाची योजनाच याद्वारे प्रकट झाली आहे. एक म्हणजे, शालेय तसेच महाविद्यालयीन अशा दोन्ही स्तरांवरील शिक्षणाविषयी त्यांनी आपले मतप्रदर्शन केले आहे. दुसरे म्हणजे, शिक्षणात 'जबरदस्त क्रांती' करण्याचा आणि शिक्षण 'राष्ट्राच्या गरजांशी जोडण्याचा' विचार त्यांनी स्पष्ट शब्दांमध्ये येथे मांडला आहे. तिसरे म्हणजे, शालेय शिक्षण हे एखादा हस्तोद्योग मध्यवर्ती ठेवून त्याभोवती गुंफण्याचा क्रांतिकारक विचार त्यांनी दिला; आणि चौथे म्हणजे, उत्पादनकार्याकरवी मुलांचे सुरुवातीपासून शिक्षण व्हावे आणि त्यांच्या शिक्षणकार्यातून तयार होणाऱ्या वस्तू, योग्य भावांत खरीदण्याचे आश्वासन सरकारने द्यावे, म्हणजे प्रत्येक शाळा स्वावलंबी होईल, अशी शिक्षण स्वावलंबनाची नवी योजना मांडली. हे करीत असतानाच शिक्षण म्हणजे काय, याविषयीची आपली भूमिकाही गांधीजींनी स्पष्ट केली आहे आणि या शिक्षणात शिक्षकाची बदललेली भूमिकाही सूचित केली आहे.

गांधीजींच्या मते, शिक्षण म्हणजे 'बालकांच्या वा मनुष्याच्या शारीरिक, मानसिक आणि आत्मिक शक्तींचा सर्वतोमुखी विकास' होय. त्यामुळे अक्षरज्ञानाला केवळ शिक्षण समजणे चुकीचे आहे. आपल्या व्याख्येनुसार शिक्षण करायचा उत्तम मार्ग म्हणजे 'व्यवसायाधारित शिक्षण' देणे हाच त्यांना वाटतो. येथे, दोन गैरसमज होण्याची शक्यता गृहीत धरून त्यांनी, आपल्या 'व्यवसायाधारित शिक्षणा'चे अधिक स्पष्टीकरण केले आहे. मुलांना केवळ व्यवसाय शिक्षण देऊन कामाला लावावे किंवा अक्षरज्ञानाधारित शिक्षणापासून मुलांना दूर ठेवावे या दोन्ही गोष्टी गांधीजींना अभिप्रेत नाहीत. गांधीजी असे आश्वासन देतात की या पध्दतीने शिकणाऱ्या मुलांना, एरवी मॅट्रिकपर्यंत शिकणाऱ्यांना जे काही मिळते ते सर्व (इंग्रजी सोडून) मिळेलच. शिवाय केवळ लिहून-वाचून मुले जी काही सज्ञान होतात, त्यापेक्षा कितीतरी अधिक ती या पध्दतीने शिकून होतील. कारण, इथे मुलांना केवळ उद्योगाचे कौशल्य आत्मसात करायचे नाही तर ते करीत असतानाच, आपण जे जे करीत आहोत त्याचे विज्ञान आणि सखोल कारणमीमांसाही त्यांना शिकायला मिळणार आहे. उद्योगाचे कौशल्य, उद्योगाविषयीचे सर्वांगीण ज्ञान आणि उद्योगाकरवी इतर विषयांचे ज्ञान अशी ही मांडणी होती.

गांधीजी म्हणतात, की ही योजना हा काही कल्पनाविलास नाही तर काँग्रेस

सरकारांपुढे असलेल्या पेचावरील योग्य तोडगा या स्वावलंबी शिक्षण योजनेत आहे. हा तोडगा अत्यंत तर्कशुध्द आणि व्यावहारिक आहे याबद्दल गांधीजींना खात्री आहे.

गांधीजींचा उपर्युक्त लेख प्रसिध्द होताच शिक्षणविचारांच्या क्षेत्रात बरीच वावटळ उठली. काहींनी गांधीजींच्या या नवयोजनेतील आशयाला उचलून धरले तर अनेकांनी अनेक आक्षेप घेतले, कठोर टीकाही केली. गांधीजी प्रामाणिकपणे या सर्वच प्रतिक्रिया हरिजनसेवकमधून प्रसिध्द करत असत; प्रत्येक प्रतिक्रियेला उत्तरही देत असत.

'हरिजनबंधू'च्या ३ ऑक्टोबर १९३७ च्या अंकातील लेखामध्ये गांधीजींनी म्हटले आहे, 'माझी सूचना नवीन आहे हे मी मानतो. पण नवीनता हा काही अपराध नव्हे. या (सूचने) मागे खूप काही अनुभव नाही हेही मला मान्य आहे. परंतु माझ्या सहकाऱ्यांचा जो अनुभव आहे, त्यावरून मला असे म्हणावेसे वाटते की ही योजना अगदी निष्ठेने अमलात आणली तर ती यशस्वी होईल. आणि अयशस्वी ठरली तरी तिचा प्रयोग करून पाहण्यात राष्ट्राला काही नुकसान पोचणार नाही. उलट, ही योजना अंशत: जरी सफल झाली तरी त्याचे मिळणारे लाभ उदंड आहेत. (या मार्गापेक्षा) अन्य कुठल्याही मार्गाने प्राथमिक शिक्षण मोफत नि सक्तीचे तसेच प्रभावी करता येणे शक्य नाही. आजकाल दिले जाणारे प्राथमिक शिक्षण तर बंदिस्त नि भ्रामक आहे हे निर्विवाद सत्य आहे.' यानंतर गांधीजींनी आपल्या या योजनेची दोन अंगे पुनश्च मांडली आहेत.

१. सर्वांगाने पाहिले तर एक (किंवा अनेक) उद्योग हे मुला-मुलींच्या सर्वांगीण विकासाचे चांगल्यात चांगले आहे; आणि यासाठी सर्व अभ्यासक्रम उद्योगशिक्षणाच्या भोवती गुंफला गेला पाहिजे.

२. या कल्पनेला धरून दिले जाणारे शिक्षण अगदी पहिल्या दुसऱ्या वर्षात जरी नाही तरी प्राथमिक शिक्षण निश्चितच स्वावलंबी होईल.

जुलै ते ऑक्टोबर (१९३७) या चार महिन्यांत झालेल्या चर्चांमधून, अर्थातच, आपल्या स्वावलंबी शिक्षण योजनेविषयी गांधीजींचे विचार अधिक नेटके आणि ठाम बनत गेले. याचाच प्रत्यय, त्यांनी वर्धा येथे २२-२३ ऑक्टोबर १९३७ ला भरलेल्या शिक्षण परिषदेत दिलेल्या प्रास्ताविक भाषणात, तसेच तेथे नव्याने उपस्थित केल्या गेलेल्या प्रश्नांना उत्तर म्हणून दिलेल्या व त्यांच्या समारोपाच्या भाषणातही येतो.

गांधीजींच्या या नवीन शिक्षण योजनेविषयीचा बाबू राजेंद्रप्रसाद यांचा अभिप्राय नेमका आहे. ते म्हणतात, "त्यांनी अशाप्रकारे एका दगडात दोन पक्षी

मारले आहेत. या योजनेनुसार होणारे शिक्षण प्रचलित शिक्षणापेक्षा अधिक दर्जेदार असेल आणि त्याचा खर्चही सरकारला करावा लागणार नाही.''[९]

स्वावलंबी शिक्षणाच्या दिशेने विचारप्रगती

गांधीजींच्या विचारांचा प्रवाह शिक्षण-स्वावलंबनाच्या दिशेने वळण्यासाठी १९३५ च्या कायद्यानुसार स्थापन झालेल्या काँग्रेस सरकारांपुढे आलेला शिक्षणविषयक पेच हे कारण घडले होते. गांधीजींनी, 'काँग्रेसी मंत्रिमंडळ' या शीर्षकाखाली १० जुलै १९३७ च्या 'हरिजन-सेवक'मध्ये लिहिलेल्या लेखात, प्रथमतः एक अत्यंत 'व्यावहारिक' व उचित अशी सूचना केली, ती म्हणजे दारूच्या उत्पन्नातून शिक्षणाचा खर्च चालविण्याऐवजी, शिक्षण स्वावलंबी करून तात्काळ, दारूबंदी अमलात आणावी. अशीच आणखी एक महत्त्वाची सूचना केली ती म्हणजे, तुरुंगाचे रूपांतर सुधारगृहे आणि कारखाने यांमध्ये करून त्यांनाही विनाखर्च स्वावलंबी नि शैक्षणिक रूप द्यावे. अशाच अन्यही काही सूचना केल्या होत्या. उदाहरणार्थ, अजूनही असलेला मिठावरील कर रद्द करणे, सरकारने जे काही कापड खरेदी करावयाचे असेल ते खादीचे करावे किंवा शहरांपेक्षा खेड्यांवर नि त्यांमधील शेतकऱ्यांकडे अधिक लक्ष द्यावे, आणि या साऱ्या सूचनांबरोबरच, सर्व मंत्रिगणांनी अत्यंत साधी राहणी ठेवावी आणि इंग्रजी सत्ताधाऱ्यांपेक्षा आपण अगदी वेगळे आहोत, हे लोकांना दाखवून द्यावे; अशाही काही सूचना केल्या होत्या.

गुजरातमधील राष्ट्रीय शाळा आणि महाविद्यालये यांमधील अध्यापकांची एक परिषद २२ मे १९३७ ला 'तिथल' येथे झाली. या परिषदेपूर्वी एक प्रश्नावली तयार करून आमंत्रितांकडे पाठविली होती. या प्रश्नावलीवर प्रतिक्रिया देण्यासाठी गांधीजींनाही आमंत्रित करण्यात आले होते. खेडेगांवांतील हस्तोद्योगांना शिक्षणात मध्यवर्ती स्थान देण्याबाबतच्या मुद्द्याचा ऊहापोह करताना, गांधीजींनी असे प्रतिपादन केले की, सुरुवातीपासून या पद्धतीनेच शिक्षण दिले तर विद्यार्थ्यांच्या बुध्दीचा खरा विकास साध्य होईल, एवढेच नव्हे तर अप्रत्यक्षरीत्या त्यांचा आध्यात्मिक विकासही साध्य होईल.[१०]

हिंदुस्थानातील तत्कालीन सात लाख खेड्यांमधील जनतेच्या गरजांची पूर्ती करील आणि त्याचबरोबर अल्पखर्चीही असेल अशा शिक्षणपध्दतीचा शोध या कालात गांधींजी घेत होते. गांधीजींच्या यावेळच्या शिक्षण विचारांना आणखी एक परिमाण होते; अस्तित्वात असलेल्या साक्षरी (अॅकेडेमिक) शिक्षणाबाबत ते असमाधानी होते, आणि हे असमाधान त्यांनी, अगदी फिनिक्सच्या दिवसांपासून

किंवा १९०८ साली लिहिलेल्या 'हिंदस्वराज्य'मधूनही, स्पष्ट केले होते. केवळ साक्षरी शिक्षण, आणि तेही इंग्रजीतून घेण्याचे मुलांवरील ओझे त्यांना उतरवायचे होते, आणि त्याचवेळी त्यांना हाता-पायांचा वापर करून खरेखुरे लाभदायक शिक्षण देऊन, शिक्षणाच्या सार्वत्रिकीकरणात उद्‌भवलेली खर्चाची समस्याही सोडवायची होती.[११] शिक्षणखर्चाचा प्रश्न दारू-उत्पन्नाशी न जोडता दोन्हींचा स्वतंत्रपणे विचार करून त्यावरील तोडगा देण्याचा प्रयत्न गांधीजी करीत होते.

मध्यप्रदेशचे तत्कालीन शिक्षणमंत्री श्री. रविशंकर शुक्ल हे आपल्या प्रांतातील शिक्षण संचालक श्री. ओबेन आणि श्री. डिसिल्वा यांच्यासमवेत गांधीजींशी चर्चा करण्यासाठी आले होते. चर्चा प्रामुख्याने शिक्षण स्वावलंबनाशी निगडित झालेली होती. तरीही गांधीजींनी शिक्षणविषयक दोन मुद्द्यांचे विस्तारपूर्वक विवरण केले. पहिला मुद्दा होता तो प्रचलित प्राथमिक आणि माध्यमिक अशा एकूण अकरा वर्षांच्या शिक्षणात मुलांच्या हाती फारच थोडे लागते. थोडेसे गणित, इतिहास-भूगोल आणि मोडकी-तोडकी इंग्रजी याव्यतिरिक्त काहीच मिळत नाही, ही आपली शिक्षणाबाबतची विवंचना गांधीजींनी पुनश्च मांडली. इंग्रजीच्या वृथा शिक्षणाने-माध्यमिक स्तरावर काही विषयांचे माध्यमच इंग्रजी केल्यामुळे मुलांवर उगीचच भार पडतो, व जे शिक्षण मातृभाषेतून घेतले तर सात वर्षांत देता येईल त्यासाठी उगीचच अकरा वर्षे खर्ची पडतात. त्यातही शरीरश्रमाने शिक्षणाकडे गेले तर सरकारी खर्चाचा भारही काहीसा हलका हे विद्यार्थी करू शकतील, असे त्यांचे म्हणणे होते.

दुसरा मुद्दा होता तो हस्तोद्योगाकरवी शिक्षणाचा. वास्तविक अनेक पाश्चात्त्य शिक्षणतज्ज्ञांनी, उद्योग व शिक्षणाचा घनिष्ठ संबंध बांधला होता (गांधीजींनी येथे श्री. ॲक्ट व श्री. वूड यांचा उल्लेख केला आहे). आणि उद्योग-म्हणजे कृतिशील शिक्षणाने मुलांचा बौध्दिक-मानसिक विकासही चांगला होतो, असे प्रतिपादन केले होते. गांधीजींनी मात्र याबाबतची त्यांची कल्पना या तज्ज्ञांसमवेत जाणारी असली तरीही काहीशी 'वेगळी' असल्याचे नमूद केले आहे. त्यांच्या मते मुलांकडून केवळ शोभेच्या वस्तू करवून घ्यायच्या नाहीत, तर अशा वस्तू तयार करवून घ्यायच्या की ज्या वस्तू बाजारात विकल्या जातील. मात्र लहान मुलांना पूर्वीचे कारखाने जसे मारून-मुटकून, भीती दाखवून काम करवून घेत तशा प्रकारचे हे मजुरीचे काम नाही, तर मुलांना या कामात रस वाटेल, आनंद वाटेल आणि त्यांच्या बुध्दीलाही चालना मिळेल, अशी आपली भावना गांधीजींनी बोलून दाखविली. आपला स्वाश्रयी नि स्वयं-प्रेरित शिक्षणाचा विचार त्यांनी येथे पुनश्च अधोरेखित केला.

सामान्य शिक्षणाला व्यवसाय-शिक्षणाची जोड देण्याची कल्पना नवीन

नव्हती. अनेक पाश्चात्त्य शिक्षणतज्ज्ञांनी हा विचार मांडलेला होता. हिंदुस्तानातही अनेक शाळांतून अशा तऱ्हेचे साक्षरी नि हुन्नरी शिक्षणाचे जोडप्रयोग स्वयंस्फूर्तीने म्हणा किंवा तशी गरज वाटल्याने म्हणा, पण चालूच होते. एका अशाच तऱ्हेचा एक प्रयोग ठाणे जिल्ह्यातील बोर्डी येथे आचार्य भिसे यांच्या मार्गदर्शनाखाली गोखले एज्युकेशन सोसायटीच्या शाळेमध्ये चालला होता. याविषयीचा आपला अनुभव, गांधीजींच्या योजनेच्या पुष्ट्यर्थ, भिसे गुरुजींनी लिहून पाठविला होता. त्यात त्यांनी म्हटले होते की, "अशाप्रकारच्या स्वावलंबी शिक्षणाचा प्रयोग आम्ही सुरू केला आणि तो शैक्षणिकदृष्ट्या आणि उत्पादनाच्या दृष्टीनेही पावलापावलाने पुढेच सरकत आहे. प्रश्न व्यावसायिक शिक्षण देण्याचा नसून जे काही श्रमशील जीवन आम्ही घालवतो आहोत, त्याबाबतचा सारा दृष्टिकोन बदलून त्याच्या जागी उत्पादक क्रियाशीलतेचा नवा वेगळा प्रवाह आणून सारा हिंदुस्तान हा उपभोक्त्यांचा देश न राहता, ती एक उत्पादकांची भूमी बनेल आणि आमची मुलेही परमेश्वराने प्रदान केलेल्या शारीरिक साधनांचा उपयोग करून शिक्षण ग्रहण करतील."[१२]

असेच एक पत्र गांधीजींना डॉ. ए. लक्ष्मीपतींनी लिहिलेले आहे. अनेक मिशनरी संस्थाही साक्षरी शिक्षण आणि गृहोद्योग यांची सांगड घालणाऱ्या आहेत, काही प्रमाणात या प्रयोगांतून त्या स्वावलंबी होत आहेत, हे डॉ. ए.लक्ष्मीपती यांनी या पत्रातून[१३] गांधीजींच्या नजरेस आणले. तेथेच या पत्रावरची आपली प्रतिक्रिया देताना, गांधीजींनी, म्हटले आहे की, अशा तऱ्हेने शिक्षणाचा खर्च काही प्रमाणात वा पूर्णपणे विद्यार्थ्यांच्या व्यावसायिक कामांतून काढणे आणि त्याचबरोबर विद्यार्थ्यांनाही काही उपयुक्त शिक्षण द्यायचे असेल तर त्यांनी केलेल्या सूचनेशिवाय अन्य पर्यायच उपलब्ध नाही. परंतु शिक्षणसंबंधित लोकांना मात्र अशी भीती वाटते आहे की, यामुळे शिक्षण स्वावलंबी झाले तर त्यांचे सारे महत्त्वच नाहीसे होईल. मुलांकडून शिक्षणखर्चाचा काही भाग उभा करण्याची गोष्ट या लोकांना खटकते आहे. गांधीजी म्हणतात, 'यहुदी लोकांनी शिक्षणाबाबत केलेल्या प्रयोगांबाबतचे एक पुस्तक, सध्या मी वाचीत आहे'. आपल्या विचारांच्या समर्थनार्थ त्यातील एक परिच्छेदही ते उद्धृत करतात. "... अशाप्रकारे, मुले आपल्या हातांनी जे काम करतात, तेच मोठ्या मोलाचे असते. प्रत्यक्ष कामाबरोबर मुलांना विचारही करावा लागत असल्यामुळे, त्यांना त्या कामामध्ये थकवा अजिबात जाणवत नाही; उलट, या कामामध्ये देशहिताची भावना असल्यामुळे, अशा शारीरिक श्रमात त्यांना, आपला एकप्रकारे गौरवच होत आहे, असे वाटत असते."[१४]

हा परिच्छेद देऊन गांधीजी म्हणतात, 'जर आपल्याला जसे हवेत तसे

शिक्षक मिळाले तर आमची मुले श्रमधर्म ही अभिमानाची बाब मानू लागतील; तसेच हे आपल्या बौध्दिक विकासाचे महत्त्वाचे अंग आहे हेही ते मानतील. याचबरोबर त्यांना हाही अनुभव मिळेल की आपण जे शिक्षण प्राप्त करीत आहोत त्याची किंमत चुकती करणे ही सुध्दा एक प्रकारची देशसेवाच आहे'.

अशाचप्रकारे डॉ. जी.एस. अरुंडेल यांच्या लेखावर प्रतिक्रिया नोंदवताना गांधीजी स्वावलंबी शिक्षणाच्या संकल्पनेबद्दल लिहून जातात, 'मला राहून राहून याचे दु:ख होत आहे की, जी गोष्ट गेली चाळीस वर्षे काचेतून अस्पष्ट, धूसर अशी दिसत होती ती आज केवळ परिस्थितीच्या रेट्याने साफ साफ स्पष्ट दिसू लागली आहे. अगदी १९२० सालीच मी वर्तमान शिक्षण पध्दतीवर कठोर ताशेरे ओढले होते. आज मात्र अगदी थोडया अंशाने का होईना, पण, देशातील सात प्रांतांमध्ये, त्यांच्या मंत्र्यांकरवी या शिक्षणाबाबत काही परिणामकारकपणे करण्याची संधी मला मिळत आहे.... आज मला आतून अशी प्रेरणा होत आहे की, ही वर्तमान शिक्षणपध्दती अगदी खालपासून वरपर्यंत अगदी चुकीची आहे, हा माझा आरोप सिध्द करण्याची संधी मला मिळत आहे. 'हरिजन'मधून जी गोष्ट प्रकट करण्याचा प्रयास मी करतो आहे, पण ते मला करता आलेले नाही, ती गोष्ट आज मला सूर्यप्रकाशाइतकी स्पष्ट दिसत आहे, आणि दिवसेंदिवस याची सत्यता मला अधिकाधिक पटत चालली आहे. म्हणूनच, ज्यांचा स्वत:चा यात काही स्थार्थ नाही आणि ज्यांचे हृदय पूर्णपणे खुले झाले आहे अशा शिक्षणशास्त्रज्ञांना हे सांगण्याचे धाडस मी करतो आहे की, मी सुचविलेल्या दोन्ही प्रश्नांचा नीट अभ्यास करावा आणि चालू शिक्षण पध्दतीने निर्माण केलेल्या गतिरुध्द कल्पनांना आपल्या विचारशक्तीवर आरूढ होऊ देऊ नका. मी जे काही लिहितोय किंवा सांगतोय, त्यावर विचार करताना त्यांनी हे मात्र लक्षात घेऊ नये की कठोर शास्त्रीयदृष्ट्या पाहिले तर मी शिक्षणाच्या बाबतीत अगदीच अनभिज्ञ आहे. पण, असे म्हणतात की ज्ञान हे नेहमीच बालकाच्या तोंडून प्रकट होत असते.... विशेषज्ञ त्यात सुधारणा करून त्याला शास्त्रीय रूप देऊ शकतात...''[१५]

दि. २ ऑक्टोबर १९३७ च्या 'हरिजन-सेवक'मध्ये, वर्धा येथे २२-२३ ऑक्टोबरला भरविल्या जाणाऱ्या राष्ट्रवृत्तीच्या शिक्षणप्रेमींच्या परिषदेबाबतची माहिती प्रसृत केली गेली. या सभेपुढे, आपण विचारार्थ कोणते मुद्दे ठेवणार आहोत, तेही सर्वांच्या माहितीसाठी सविस्तरपणे गांधीजींनी पुढे मांडले आहेत. यातील प्राथमिक शिक्षणाच्या संदर्भातील हे मुद्दे पुढीलप्रमाणे आहेत;

१. चालू शिक्षणपद्धती ही देशाच्या कोणत्याही प्रकारच्या गरजा भागवू

शकत नाही. उच्च शिक्षणाच्या सर्वच शाखांमधून इंग्रजी माध्यमाचा स्वीकार केल्यामुळे, मूठभर उच्चशिक्षाविभूषित लोक आणि अशिक्षित जनसमुदाय यांच्यामध्ये एक कायमस्वरूपी भिंत उभी केली गेली आहे. साहजिकच सामान्यजनांपर्यंत ज्ञान झिरपण्यामध्ये मोठा अडथळा निर्माण झाला आहे. इंग्रजीला असे जादा महत्त्व दिले गेल्यामुळे शिक्षितांवर त्याचा भार इतका पडला आहे की प्रत्यक्ष जीवनासाठी त्यांची मानसिक शक्तीच पंगू होऊन गेली आहे; आणि आपल्याच देशांत ते परकीय होऊन बसले आहेत. कुठलेही व्यवसाय शिक्षण नसल्यामुळे असे सुशिक्षित लोक उत्पादक कामासाठी अयोग्य बनले आहेत, तद्वतच शारीरिकदृष्ट्याही त्यांचे बरेच नुकसान झालेले आहे. प्राथमिक शिक्षणावर आज जो खर्च केला जात आहे, तो अगदी निरर्थक आहे. कारण, शिकणारे जे काही शिकतात ते लगेचच विसरून जातात; नि शहरे काय किंवा खेडी काय, त्यांच्यादृष्टीने याची कवडीचीही किंमत नाही. चालू शिक्षणपद्धतीचे जे काही लाभ असतील त्यांपासून देशातील जो मुख्य करदाता आहे तोच वंचित राहात आहे.

२. प्राथमिक शिक्षणाचा कालावधी कमीत कमी सात वर्षांचा असला पाहिजे. या काळात त्याला इतके शिक्षण मिळाले पाहिजे की त्याची मॅट्रिकशी बरोबरी होऊ शकेल. त्यात अर्थातच इंग्रजी विषय असणार नाही. त्याच्याऐवजी एखादा चांगला हस्तोद्योग शिकविला जाईल.

३. मुला-मुलींचा सर्वांगीण विकास व्हावा यासाठी होईल तितके शिक्षण, एखाद्या उद्योगाकरवी दिले जावे, जेणेकरून त्यातून त्याची काही उपजीविकाही साधू शकेल. याचाच अर्थ असा की अशा उद्योगाद्वारे दोन हेतू साध्य केले जातील – एक तर तो विद्यार्थी आपल्या उद्योगाचे कौशल्य शिकून परिश्रमाने आपल्या शिक्षणाचा खर्च काढू शकेल आणि त्याचबरोबर, उद्योगाकरवी शिक्षण झाल्यामुळे त्या मुलाला किंवा मुलीला एक प्रौढ पुरुष किंवा स्त्री म्हणून जगण्यासाठी आवश्यक त्या साऱ्या गुणांची तजवीज होणार आहे.

शाळांसाठी लागणारी जमीन, इमारती किंवा अशाप्रकारच्या लागणाऱ्या सामानाचा खर्च विद्यार्थ्यांच्या परिश्रमातून निघावा अशातऱ्हेची कोणतेही कल्पना यात नाही.

अशाप्रकारचे प्राथमिक शिक्षण घेऊन मुले-मुली, आपली रोजी-रोटी मिळवण्याकरिता लायक होऊ शकतील. यासाठी अर्थांतच सरकारने या विद्यार्थ्यांना, त्यांचे ज्या उद्योगाचे शिक्षण झालेले आहे त्या क्षेत्रात काम उपलब्ध करून दिले पाहिजे; अथवा, सरकारद्वारा निश्चित केलेल्या किमतीला त्यांनी तयार केलेला माल खरेदी केला पाहिजे.

उच्च शिक्षणाचा विषय मात्र खाजगी प्रयत्नांवर आणि राष्ट्राच्या गरजांवर सोडून दिला पाहिजे. या शिक्षणक्षेत्रात कित्येक प्रकारचे उद्योग आणि तत्संबंधी कलाकौशल्य, साहित्य, शास्त्र, संगीत, चित्रकला अशा कितीतरी गोष्टींचा समावेश होईल.

विद्यापीठे ही केवळ परीक्षा घेणाऱ्या संस्था म्हणून काम करतील आणि परीक्षा शुल्कांतून आपला खर्च भागवतील.

"ही योजना स्वीकारली गेली तर माझा असा दावा आहे की, राष्ट्रातील युवकांना, आपल्या भावी निर्माणकर्त्यांना तयार करण्याच्या कामाबाबतची समस्या, आपली एक मोठी समस्या सुटू शकेल."[१६] असे गांधीजी म्हणतात.

वर्धा येथे २२ व २३ ऑक्टोबरला गांधीजींनी जी बुनियादी शिक्षणाची संकल्पना मांडली तिची पूर्वतयारी अशी क्रमाक्रमाने होत गेली, हे दिसून येईल.

गांधीजींनी एक क्रांतिकारक कल्पना, तिच्या व्यावहारिकतेविषयीचा ठाम विश्वास पदरी बाळगून, देशापुढे ठेवली. यापूर्वी, यादिशेने कोणी विचार वा कृती केलेली नव्हती; त्यामुळे साहजिकच तिचे स्वागत साऱ्या समाजाकडून कशातऱ्हेने होईल, याबद्दल साशंकता होती. विशेषत: "गांधीजींनी पहिल्यांदा जेव्हा, आपली ही 'करून शिकण्याची' शिक्षणातील सुधारणेची कल्पना मांडली तेव्हा, ज्यांचे शिक्षण जुन्या पठडीत शब्द-वाक्यांकरवी झाले आहे अशा शिक्षित वर्गाला मोठा धक्का बसला, आणि ते सारे या नवकल्पनेच्या विरोधात उभे ठाकले. उत्तम नि परिणामकारक असे शिक्षण हे नेहमीच केवळ ज्ञानेंद्रियांकरवी आणि काही तरी करूनच होत असते, ही जुनीच पण आता नव्याने पुढे मांडली गेलेली गोष्ट ते समजू शकत नव्हते. अर्थात, यासाठी त्यांना दोष देता येणार नाही. कारण, गांधीजींसारख्या एका विचित्र व्यक्तिमत्त्वाला ते सामोरे जात होते. गांधीजींना कार्यक्रम प्रत्यक्षात उतरवण्याची विलक्षण घाई असे. त्यामुळे एखाद्या प्रश्नाला भिडताना, सुशिक्षितांना पटेल नि आवडेल अशा रीतीने त्याचे व्यवस्थितपणे सैद्धांतिक विवेचन करण्याच्या फंदात ते पडत नसत. विद्वानांचीही पद्धत ते अनुसरत नसत. देशापुढे ठेवावयाच्या योजनेच्या समर्थनार्थ सविस्तर मुद्द्यांची मांडणी करून एखादा प्रबंध ते लिहीत नसत. त्यांची निर्दोष अंत:स्फूर्ती नि त्यांची सुस्पष्ट कल्पनाशक्ती यांच्याद्वारे एखाद्या कलावंताप्रमाणे आपली योजना त्यांच्या नजरेपुढे चमकत असे आणि अगदी अल्पशा शब्दांमध्ये प्रस्तावना करून दीर्घकालीन परिणाम साधणारी योजना ते जाहीर करीत असत. आपल्या नवक्रांतिकारी कल्पनांपर्यंत, ज्या प्रयोगांच्या, अनुभवांच्या अथवा विचारांच्या प्रक्रियांतून ते पोचत त्याचा पत्ताही आपल्याला लागत नाही."[१७]

२. गांधीजींचे दक्षिण आफ्रिकेतील शिक्षणविषयक प्रयोग

जेव्हा प्रत्येकजण भाकर-श्रमाचे महत्त्व निर्विवादपणे मान्य करील, त्यावेळी किळसवाणे वर्गभेदही नष्ट होतील.

- गांधीजी

एका मोठ्या खटल्याच्या संदर्भात, एक वकील म्हणून, एक वर्षासाठी गांधीजी १८९३ मध्ये दक्षिण आफ्रिकेत गेले. ठरल्याप्रमाणे आपले वकिलीचे काम संपवून १८९४ साली ते भारताला परतणार, तोच त्यांना वृत्तपत्रात एका सरकारी विधेयकाबाबतचे वृत्त वाचायला मिळाले. त्या वेळी नाताळ या ब्रिटिश वसाहतीत एक कायदा होऊ घातला होता; आणि त्याविषयीचे हे विधेयक होते. या नाताळमधील भारतीय वसाहतवाल्यांचा मतदानाचा हक्क विधेयकानुसार काढून घेतला जाणार होता. याचा अर्थ असा होता, की भारतियांना कोणतेही 'राजकीय' अस्तित्व राहणार नव्हते. वास्तविक, संपूर्ण दक्षिण आफ्रिकेतच आणि सर्व सार्वजनिक ठिकाणी भारतीयांना हीन वागणूक दिली जात होती. शिवाय वसाहतीच्या एका भागातून दुसऱ्या भागात जाण्यासाठी त्यांना परवाना घ्यावा लागत होता. भारतीय वसाहतवाल्यांपैकी बहुसंख्य लोक हे अशिक्षित होते. त्यामुळे ही वृत्तपत्रीय बातमी व तिचा गंभीर परिणाम त्यांच्या लक्षांत येणे शक्य नव्हते. गांधीजींनी या लोकांना या विधेयकाचा अर्थ समजावून सांगितला. याचा प्रत्यक्षात परिणाम असा झाला, की लोकांनी गांधींचे मन वळवून, आपल्या मदतीसाठी त्यांना आग्रहपूर्वक तेथेच ठेवून घेतले. गांधीजींची राजकीय कारकीर्द खऱ्या अर्थाने या घटनेपासून सुरू झाली; आणि एक वर्षाच्या मुक्कामासाठी आलेल्या गांधींना तब्बल एकवीस वर्षे, तेथे पाय रोवून उभे राहावे लागले. पुढे ९ जानेवारी १९१५ ला ते भारतात परतले.

सुरुवातीचे शिक्षणविषयक प्रयोग

दक्षिण आफ्रिकेमध्ये, गांधीजींचे, संघटित स्वरूपातील शिक्षणविषयक प्रयोग, प्रत्यक्षात १९०४ साली फिनिक्स आश्रमाची स्थापना केल्यापासून सुरू झालेले असले, तरी त्यापूर्वी, म्हणजेच जानेवारी १८९७ मध्ये दर्बानला वास्तव्यासाठी गेल्यापासूनच त्यांना, स्वत:च्या मुलांच्या शिक्षणाचा विचार करावा लागला. त्यांच्या बहिणीचा मुलगा दहा वर्षांचा आणि त्यांची स्वत:ची दोन मुले अनुक्रमे नऊ आणि सहा वर्षांची होती. साहजिकच त्यांच्या शिक्षणाची सुरुवात योग्य तऱ्हेने व्हावी असे त्यांना वाटत होते. तेथे असलेल्या युरोपियन शाळांमधून, आपल्या प्रतिष्ठेच्या जोरावर, ते प्रवेश मिळवू शकले असते; तेही मोठ्या मेहेरबानीने. त्यामुळे अशा तऱ्हेने, आपल्या मुलांसाठी त्या शाळांमधून प्रवेश घेणे गांधीजींना योग्य वाटले नाही, आणि मग, त्यांचे घरीच शिक्षण करण्याचा निर्णय त्यांना घ्यावा लागला.

या मुलांना मातृभाषेतून, म्हणजे गुजरातीतून, शिक्षण देण्याचा त्यांचा मानस होता. त्यासाठी त्यांनी गुजराती शिक्षक मिळविण्याची खटपट केली; पण ते जमू शकले नाही. म्हणून त्यांनी, एका इंग्रज शिक्षिकेची नेमणूक केली नि गुजराती शिकविण्याची जबाबदारी स्वत:कडे घेतली. वास्तविक या मुलांना हिंदुस्तानला परत पाठवून तेथे वसतिगृहात ठेवण्याचा विचारही गांधीजींच्या मनात आला होता. पण, मुलांनी लहान वयात आईबापांबरोबर राहूनच शिक्षण घ्यावे, असे आपले मत असल्याचे, तसेच, कोणत्याही चांगल्या घरात, मुलांचे शिक्षण जेवढे चांगले होऊ शकते, तसे ते वसतिगृहात राहून होणार नाही; असे गांधीजींनी आपल्या आत्मचरित्रात म्हटले आहे. म्हणून त्यांनी मुलांना हिंदुस्तानला परत पाठवले नाही. तरीही, सुरुवातीला हा घरगुती शिक्षणाचा प्रयोग फारसा समाधानकारकरीत्या अमलात आला, असे खुद्द गांधीजींना वाटले नाही. एक तर त्यासाठी ते फारसा वेळ स्वत: देऊ शकले नाहीत, दुसरे म्हणजे, मुलांकडे आणि विशेषत: त्यांच्या साक्षरी शिक्षणाकडे ते पुरेसे लक्ष देऊ शकले नाहीत, याची खंत त्यांनाच नव्हे, तर पुढे त्यांच्या मुलांनाही वाटत राहिली, याची कबुली गांधीजींनी आपल्या आत्मचरित्रात पुढील शब्दांमध्ये दिलेली आहे.

''माझे हे प्रयोग अपूर्ण होते. माझी इच्छा होती तेवढा वेळ मी मुलांसाठी देऊ शकत नसे. त्यामुळे आणि इतर अनिवार्य योगायोगांमुळे माझ्या मनाजोगते पुस्तकी शिक्षण मी त्यांना देऊ शकलो नाही. माझ्या सर्व मुलांची याबाबतीत माझ्याबद्दल तक्रार आहे. कारण जेव्हा त्यांची बी.ए.,एम्. ए. किंबहुना मॅट्रिक्युलेटशीही गाठ पडते, तेव्हा स्वत: शाळेत न शिकल्याचे वैगुण्य त्यांना जाणवते.''[१]

आत्मपरीक्षणाचा काळ

याच काळात, गांधींजींची स्वतःमध्येच परिवर्तन व्हायला सुरुवात झाली होती. मध्यंतरी अल्पकाळ त्यांचे जीवन सुखसोयींचे नि आरामाचे होते. परंतु, आत्मपरीक्षणाचा काळ सुरू झाला आणि त्यांचे दैनंदिन जीवन अधिकाधिक साधेपणाकडे झुकू लागले. घरखर्च कमी करण्यासाठी त्यांनी स्वत:चे कपडे स्वत: धुवायला सुरुवात केली. त्यासाठी कपडे धुण्यावरचे एक पुस्तक त्यांनी खरेदी करून आणले, स्वत: वाचले आणि त्यानुसार कपडे कसे धुवायचे याची कला त्यांनी कस्तुरबांनाही शिकविली. केशकर्तनालयात जाण्याचेही त्यांनी बंद केले. कात्री आणून आरशासमोर उभे राहून ते स्वत:च केस कापू लागले. स्वत:ची ताट-वाटी घासून ठेवण्याचीही प्रथा घरात सुरू झाली. एकदा एक कुष्ठरोगी दाराशी आला तर गांधींनी त्याला आपल्याकडे ठेवून घेतले. त्याच्या जखमा धुऊन काढल्या आणि त्याची देखभाल ते करू लागले. काहीतरी समाजसेवा रोज करावी या हेतूने एका लहान इस्पितळात रोज सायंकाळी काही तास जाऊन तिथल्या रोग्यांची विचारपूस करणे, डॉक्टरांसमोर त्यांच्या तक्रारी मांडणे आणि त्या रोग्यांना औषधोपचार समजावून देणे अशी कामे ते करू लागले. हे रोगी बहुधा भारतातून आलेले कामगार असत. त्यांच्याजवळ गेल्याने गांधीजींना त्यांच्या हालअपेष्टांची कल्पना येत असे. गांधीजींच्या दोन धाकट्या मुलांचा जन्म दक्षिण आफ्रिकेतच झाला. त्यामुळे इस्पितळातील कामाचा अनुभव त्यांना घरीही उपयोगी पडला. 'ॲडव्हाईस टू अ मदर' हे पुस्तक त्यांनी अभ्यासले आणि त्यानुसार आपल्या मुलांचे संगोपन ते करू लागले. धाकट्या मुलाच्या जन्माच्या वेळी तर सुईण म्हणूनही त्यांनी काम पार पाडले.[२]

गांधीजी डिसेंबर १९०१ मध्ये आपल्या कुटुंबासहित भारतात परतले. मात्र गरज लागली तर परत यायचे आश्वासनही त्यांनी, आफ्रिकेतल्या भारतीयांना देऊन ठेवले होते. गांधीजी मुंबईत सांताक्रुजला घरदार करून आणि फोर्टमध्ये ऑफिस करून स्थिरस्थावर होतात न होतात तोच त्यांना दक्षिण आफ्रिकेतून आलेली तार मिळाली. आता परत दक्षिण आफ्रिकेत गेल्यावर लवकर परतता यायचे नाही हे उमगून गांधींजींनी आपले कार्यालय बंद केले आणि कुटुंबाला मात्र मुंबईतच ठेवून ते डिसेंबर १९०२ मध्ये दक्षिण आफ्रिकेला परतले.

आता त्यांनी जोहान्सबर्गला आपले बिऱ्हाड थाटले; तेथेच त्यांनी पुनश्च वकिलीही सुरू केली. ते ज्यासाठी दक्षिण आफ्रिकेत परत आले होते तो वाढता राजकीय कार्यभार ते सांभाळत होतेच. मात्र एकीकडे आत्मपरीक्षणाचा काळ अजूनही

चालूच होता.

जोहान्सबर्गमध्ये गांधीजींना थिऑसॉफिस्ट मित्रमंडळी मिळाली. त्यांच्याशी धार्मिक चर्चा झडू लागल्या. विवेकानंदांचे 'राजयोग', 'पतंजलीची योगसूत्रे' त्यांनी वाचून काढली. गीतेचेही सर्व अध्याय त्यांनी याच काळात पाठ केले. रोज समोर भिंतीवर दोन–तीन श्लोक लिहायचे नि येताजाता ते पाठ करायचे. संपूर्ण गीता पाठ होईपर्यंत हा क्रम चालला. मात्र गीतेमधील 'अपरिग्रह', 'अनासक्ती' आणि 'समभाव' या संकल्पना, याच काळात, त्यांच्या मनात घर करून राहिल्या. संपत्ती जवळ असेल तर तिचा विनियोग तिचे 'मालक' म्हणून नव्हे तर 'विश्वस्त' म्हणून करायचा, ही कल्पनाही त्यांना गीतेचे अध्ययन करताना प्राप्त झाली. लगेच त्यांनी भावाला लिहून कळवले आणि पूर्वी काढलेल्या १०,००० रुपयांच्या विम्याचे हप्ते बंद करायच्या सूचना दिल्या. आता आपली सर्व बचत पूर्वीप्रमाणे भावाकडे न पाठवता 'भविष्यात ती सर्व केवळ समाजाच्या हितार्थ वापरली जाईल' हेही त्यांनी आपल्या भावाला कळवून टाकले.

शाकाहार करणे आणि शाकाहारी चळवळीशी संपर्क ठेवणे हे एकीकडे चालू राहिलेच. पण आता, अधिक साधेपणाने जगण्याचा प्रयत्न करीत असताना, त्यांची औषधांबाबतची अप्रीतीही उफाळून आली. मि. जस्ट यांचे 'रिटर्न टू नेचर' हे पुस्तक गांधीजींच्या वाचनात आले आणि लगेच सुरू झाले निसर्गोपचाराचे, पोटावर माती थापून झोपण्याचे स्वत:वरचे प्रयोग. मध्यंतरी मँचेस्टरमधील 'नो ब्रेकफास्ट ॲसोसिएशन' विषयी काही वाचनात आले आणि गांधीजींनी आपली सकाळची न्याहरी बंद केली. यातून स्वत:ची डोकेदुखी आणि बध्दकोष्ठता कमी करण्यात त्यांना यश आले. जोहान्सबर्गमध्ये १९०८ मध्ये मोठया प्रमाणावर प्लेगची साथ भारतीय वसाहतीमध्ये पसरली. गांधीजींचा बराच वेळ रोग्यांची शुश्रूषा करण्यात जाऊ लागला.

१९०५ च्या सुरुवातीस, गांधीजींनी आपली पत्नी कस्तुरबा यांना आणि आपल्या धाकटया तीन मुलांना पुढील वास्तव्यासाठी भारतातून दक्षिण आफ्रिकेत बोलावून घेतले. यावेळी, फिनिक्स आश्रमाचे कार्य जोमाने सुरू झाले होते; गांधीजींना मात्र पुढील राजकीय उठावासाठी, जोहान्सबर्गला परतणे क्रमप्राप्त होऊन बसले.

जोहान्सबर्ग येथील गांधीजींच्या घरात, स्वत:चे नातेवाईक, मित्रमंडळी व त्यांची कुटुंबे आणि काही कर्मचारी या सर्वांचे एकत्र कुटुंब होते. फिनिक्स आश्रमात पडलेल्या पद्धतीनुसार या घरातही साधी राहणी आणि प्रत्येकाने स्वत:ची सर्व कामे स्वत: करण्याचा संकेत होताच. एक, अमेरिकन जाते (दळण्याचे यंत्र) गांधीजींनी

७ पौंडाला खरेदी करून आणले आणि तेव्हापासून रोज सकाळी साडेसहाला सर्व पुरुष मंडळींना आळीपाळीने दळण दळण्याचे काम करावे लागत असे; आणि महिलांना अर्थातच पोळया लाटाव्या लागत असत.

गांधींजींचे जोहान्सबर्गचे कार्यालय घरापासून सहा मैल दूर होते. सुरुवातीला काही काळ गांधीजी सायकल वापरत असत; पण लवकरच त्यांनी पायी जाण्याचा सराव केला. या काळात गांधीजी जास्तीत जास्त स्वावलंबी होण्याचा प्रयत्न करीत होते. या अशाच वातावरणात गांधीजी आपल्या मुलांचे शिक्षणही घरीच करीत होते. 'शिक्षणाचाच एक भाग म्हणून मुलांना धान्य दळायला आणि कपडे धुवायला सोबत घेतले जात असे. आता (पूर्वीसारखी) मुलांसाठी खाजगी शिकवणी ठेवली नव्हती किंवा त्यांना खाजगी शाळेतही घातले नव्हते. गांधीजी मुलांना आपल्याबरोबर चालत कार्यालयात नेत असत आणि सायंकाळी त्याच पध्दतीने परत घेऊन येत असत. या चालतच्या प्रवासात ते मुलांना गुजराती भाषेतून वेगवेगळया गोष्टींचे तोंडीच शिक्षण देत असत. कुटुंबात काही इंग्रजी भाषिक मंडळी असल्यामुळे आणि एकूणच देशही प्रामुख्याने इंग्रजी बोलणारांचा असल्यामुळे मुले इंग्रजी भाषा बऱ्यापैकी लिहायला नि बोलायला शिकली'.[३]

श्रमविषयक विचारांची मुहूर्तमेढ

गांधींच्या 'श्रम'विषयक विचारांची मुहूर्तमेढ रोवणारी घटना १९०३ साली, त्यांच्या आफ्रिकेच्या वास्तव्यात घडलेली आहे. गांधीजींनी सुरू केलेले साप्ताहिक 'इंडियन ओपिनियन' जरा अडचणीत आले होते. गांधीजी जोहान्सबर्गहून दर्बानला तातडीने निघाले होते. त्या संध्याकाळी, दर्बान स्टेशनवर, त्यांचे तरुण सहकारी पोलक, त्यांना गाडीवर पोचवायला आले होते. प्रवास लांबचा म्हणजे चक्क चोवीस तासांचा होता तेव्हा सहज गाडीमध्ये चाळण्यासाठी म्हणून, पोलक यांनी जॉन रस्कीनचे 'अन टू धिस लास्ट' हे पुस्तक गांधींजींना दिले. १८६० साली हे पुस्तक प्रसिद्ध झाले तेव्हा त्यातील आशयाबद्दल फार मोठा गदारोळ इंग्लंडमध्ये माजला होता. गांधीजी रात्रभर त्या पुस्तकाच्या वाचनात बुडून गेले. गांधीजींनी आपल्या आत्मचरित्रात लिहिले आहे, 'गाडी संध्याकाळी पोचली, पण त्या रात्री मी झोपूच शकलो नाही. पुस्तकात सांगितलेल्या आदर्शांच्या दिशेने आपले जीवन बदलण्याचा मी निर्धार केला.'[४] हे पुस्तक वाचून 'शारीरिक श्रमाच्या प्रतिष्ठे'चा साक्षात्कार गांधीजींना झाला. 'रक्त आणि अश्रू, यांनी हे पुस्तक लिहिलेले आहे.' असा या पुस्तकाविषयीचा गांधींचा अभिप्राय आहे. आपल्यावर 'वीज पडावी' असा या

पुस्तकाचा परिणाम झाला होता, असे गांधीजींनी, पुढे १९३२ साली, 'सत्याग्रह आश्रमाचा इतिहास' सांगताना लिहिले आहे.[५]

गांधीजींनी स्वत:च रस्किनच्या या ग्रंथाचे सार काढून ते 'सर्वोदय' या नावाने गुजराती भाषेत प्रसिद्ध केले. रस्किनचे हे पुस्तक म्हणजे त्याने कॉर्नहिल मासिकात प्रसिद्ध केलेल्या चार लेखांचा संग्रह आहे. या लेखांतील सिद्धांत, अंशरूपाने, रस्किनने या पुस्तकाच्या प्रस्तावनेत मांडले आहेत. त्यातील शिक्षणाच्या अंगाने मांडलेले असे पहिले दोन मुद्दे आहेत, त्याने लिहिले आहे :

(१) सर्व देशभर सरकारने आपल्या खर्चाने व आपल्या नियंत्रणाखाली तरुणांना शिक्षण देणाऱ्या संस्था काढाव्या;

देशांत जन्मास येणाऱ्या प्रत्येक मुलास, त्याच्या आईबापांच्या संमतीने या शाळांत जाण्याची मुभा असावी व काही परिस्थितीत दंड ठेवून तशी सक्ती करण्यात यावी आणि या शाळांमध्ये (त्या देशात) जितकी श्रेष्ठ शिक्षणकला उपलब्ध असेल तितकी सर्व योजून, प्रत्येक मुलास पुढील तीन गोष्टींचे आवश्यक शिक्षण देण्यात यावे :

(अ) आरोग्याचे नियम व त्यास अनुरूप असे व्यायाम.

(आ) सभ्यता आणि न्याय्य वर्तनाच्या सवयी.

(इ) जीवनोपयोगी असा एखादा धंदा. (याखेरीज काही गौण विषयांच्या शिक्षणाचा विचार पुढे करण्यात येईल.)

(२) याच शिक्षणसंस्थांना जोडून जीवनास आवश्यक अशा सर्व वस्तू निर्माण करणारे कारखाने आणि सर्व उपयुक्त कला चालू असणारी कलागृहे, सरकारने आपल्या नियंत्रणाखाली काढावीत व त्यातील मालाच्या विक्रीचीही व्यवस्था सरकारनेच करावी. खाजगी व्यवसायांवर कोणतेही निर्बंध न घालता, त्यांच्यावर कोणताही कर न बसविता, अथवा, त्यांच्या व्यवसायांत कोणताही हस्तक्षेप न करता, सरकारशी स्पर्धा करण्याची व शक्य तर या स्पर्धेत सरकारास पराभूत करण्याची खाजगी धंदेवाल्यांस पूर्ण मुभा असावी. अशा सरकारी कारखान्यांत व दुकानांत चांगला व नमुनेदार अधिकृत माल बनविण्याची व विकण्याची व्यवस्था करावी. तेथे मिळणारा माल शुद्ध व खरा असा असावा व काम चोख असावे. असे केल्याने सरकारने किंमत देण्याची आपली तयारी असल्यास आपणांस निर्भेळ खाद्य, निर्भेळ पेय व निर्भेळ काम मिळण्याची शाश्वती लोकांस वाटू लागेल.[६]

रस्किनने, मुलांना जे 'आवश्यक शिक्षण' म्हणून सांगितले आहे, त्यांतील तिन्ही गोष्टींचा स्वीकार गांधीजींनी आपल्या जीवनाविषयक तत्त्वज्ञानात आणि

शिक्षणविषयक विचारांत केलेला असला तरीही त्यांपैकी, 'जीवनोपयोगी असा एखादा धंदा' ही गोष्ट गांधीजींनी आपल्या फिनिक्स आश्रमात आणि पुढे साबरमती आश्रमांत प्रत्यक्ष व्यवहारात उतरवली. एवढेच नव्हे तर त्यांच्या बुनियादी शिक्षणयोजनेत तर तिला मध्यवर्ती स्थान प्राप्त झाले आहे. अर्थात रस्किनची सूचना आणि गांधीजींची बुनियादी शिक्षणाची योजना या दोहोंमध्ये एक मूलभूत फरक आहे. इतर काही आवश्यक शिक्षणाबरोबर उद्योगांचे शिक्षण द्यावे अशी सूचना रस्किनची होती; तर उद्योगांकरवीच इतर विषयांचेही शिक्षण द्यावे अशी गांधीजींची योजना होती. 'याच शिक्षणसंस्थांना जोडून जीवनास आवश्यक अशा सर्व वस्तू निर्माण करणारे कारखाने' सरकारने काढावेत आणि त्यांच्या मालाच्या विक्रीची योजनाही सरकारने करावी, अशी रस्किनची सूचना होती; तर, गांधीजींच्या योजनेत, फक्त शिक्षणव्यवहार स्वावलंबी होण्याइतपतच उद्योगाला शिक्षणात स्थान देण्यात आलेले होते. मात्र, होणाऱ्या आनुषंगिक उत्पादनाच्या विक्रीची व्यवस्था सरकारने करावी अशी गांधीजींचीही सूचना होती.

आपल्याला रस्किनच्या 'अन टू धिस लास्ट' वरून कोणते धडे मिळाले ते, गांधीजींनी आपल्या आत्मकथेत नेमकेपणाने मांडले आहेत,[७] ते असे;

१. समाजाच्या कल्याणातच व्यक्तीचे कल्याण सामावलेले आहे;

२. न्हाव्याच्या कामाला जेवढे मूल्य आहे, तेवढेच ते वकिलाच्या कामाला आहे; कारण, काम करून उपजीविका प्राप्त करण्याचा हक्क, सर्वांचा समानच आहे;

३. श्रमिकाचे, म्हणजे जमीन कसणाऱ्या शेतकऱ्याचे अथवा हस्तोद्योग करणाऱ्या कामगाराचे जीवन हेच खरे सार्थकी जीवन आहे.

गांधीजींनी आपल्या आत्मचरित्रात याविषयीची नोंद पुढील शब्दांत केली आहे. 'या धड्यांपैकी पहिला माझ्या माहितीचा होता. दुसरा, पुसटसर मनात येऊनही गेला होता. पण तिसरा धडा मात्र माझ्या मनाला कधीच शिवला नव्हता. 'अन टू धिस लास्ट' वाचून, दुसरा नि तिसरा विचार हा पहिल्यातच अनुस्यूत आहे, ही गोष्ट मला अगदी सूर्यप्रकाशाइतकी स्पष्ट झाली. मी सकाळी जो जागा झालो तो ही तत्त्वे आपण आपल्या वागणुकीत उतरवायची याचा निश्चय करूनच.' एकदा झालेला निश्चय लगेच व्यवहारात उतरवायचा अशी गांधींची पद्धत होती.

लुई फिशर यांनी,'द लाईफ ऑफ महात्मा गांधी' या आपल्या ग्रंथात, रस्किनच्या 'अन टू धिस लास्ट' या ग्रंथातील कोणते विचार गांधींनी घेतले आणि कोणत्या बाबतीत गांधीजी, रस्किनच्या विचारांपेक्षा वेगळे विचार मांडतात हे सांगितले आहे. फिशर यांनी स्वत: गांधींचेच १९३२ सालचे रस्किनबाबतचे एक

निरीक्षण उद्धृत केले आहे. त्यांत गांधींनी म्हटले आहे, की रस्किनने, आपल्या मनाचे परिवर्तन करण्याचा आटोकाट प्रयत्न केला. परंतु आपल्या जीवनात ते परिवर्तन आणण्याची क्षमता त्यांच्यामध्ये नव्हती. गांधींमध्ये मात्र अशी उणीव नव्हती, असे लुई फिशर यांचे म्हणणे आहे.[८] रस्किनच्या ज्या विचारांचा गांधींवर खोल परिणाम झाला, ते लगेचच आपल्या वागणुकीत उतरवण्याचा प्रयत्न गांधींनी सुरू केला; आणि त्यासाठी आपले बस्तान फिनिक्स आश्रमात हलवले.

रस्किन आणि गांधी दोघांच्याही विश्लेषणांमध्ये मुख्य मुद्दा होता तो, 'श्रमा'च्या सामाजिक स्थानाचा. रस्किनचा हा मुद्दा गांधीजींच्या मनावर विशेष परिणाम करून गेला. रस्किनने 'कलेचे अर्थशास्त्र' या आपल्या पुस्तकातील एक परिच्छेद आपल्या 'अन टू धिस लास्ट' या पुस्तकाच्या प्रस्तावनेत उद्धृत केला आहे. "...ज्याप्रमाणे मध्यमवर्गांतील लोक तलवारीने, लेखणीने अथवा वैद्यकीय चाकू चालवून समाजाची सेवा करीत असतात, त्याचप्रमाणे मजूरवर्गही आपल्या खोऱ्याकुदळीने आपल्या देशाची सेवा करीत असतो."[९] या शब्दात रस्किन समाजातील सर्व व्यवसाय देशसेवेच्या एकाच पातळीवर आणून ठेवतो. गांधीजींना हे विधान खूप भावले. मात्र फिशरच्या म्हणण्यानुसार गांधी रस्किनच्याही एक पाऊल पुढे जातात. ते मानतात की सर्वांच्याच कामाचे मूल्य समान आहे.

'इंडियन ओपिनियन' हे साप्ताहिक दर्बानहून प्रसिध्द होत होते. ते नुकसानीत चालले होते आणि त्याबाबत काही निर्णय त्वरेने घ्यायची गरज होती. यासाठीच तर गांधी दर्बानला गेले होते. प्रवासात वाचलेल्या रस्किनच्या पुस्तकाचा त्यांच्या मनावर विलक्षण पगडा बसला होता. साप्ताहिकाची संपादनाची जबाबदारी पेलणारे मि. अल्बर्ट वेस्ट आणि इतर सहकाऱ्यांना गांधीजींनी या पुस्तकाची महती ऐकविली आणि लगेच सुचविले, की आपण, 'इंडियन ओपिनयन' हे इथून एखाद्या शेतावर हलवूया. तेथे सर्व जण समान वेतनावर श्रमकार्य करू या, आणि फावल्या वेळात प्रेसचेही काम करू या. बहुतेक कामगारांनी या योजनेस मान्यता दिली. गांधी जोहान्सबर्गला परतले. एक दोन आठवड्यांपूर्वी गांधीजी टोंगाट येथे आपल्या चुलतभावांना व पुतण्यांना भेटले होते. तेथे त्यांच्या दुकानाच्या पिछाडीस एक सुंदर बाग होती. तेव्हा गांधीजींच्या मनांत अशी कल्पना आली की, दुकानापेक्षा बाग हे उत्पन्नाचे तितकेच हमखास व अधिक आनंददायक साधन आहे.[१०] या सर्व वाचना-चिंतनाचा प्रत्यक्ष परिणाम झाला. आणि लगेचच, आठवड्याभरातच, त्यांनी दर्बानपासून १४ मैलांवर फिनिक्स रेल्वे स्टेशनजवळ शंभर एकर जमीन १००० पौंड देऊन खरेदी केली, आणि 'फिनिक्स वसाहत' अस्तित्वात आली.

कामगारवर्गाबरोबरच, येथे वास्तव्य करण्यासाठी म्हणून गांधीजींनी भारतातून आलेल्या आपल्या नातेवाइकांना आणि मित्रांनाही आमंत्रित केले. मासिकाचे ब्रिटिश संपादक, मदतनीस आणि कंपोझिटर्स सर्वांनाच, दरमहा तीन पौंडाचे समान वेतन निश्चित झाले. गांधीजींना मात्र कोर्टाच्या कामांमुळे पूर्णपणे फिनिक्स वाडीवर जाऊन राहता येत नव्हते. वर्षभर तरी त्यांची आणि त्यांच्या कुटुंबीयांची या दोन्ही ठिकाणी ये-जा चालूच होती. अखेरीस १९०६ साली त्यांनी जोहान्सबर्गचे घर काढून टाकले, कस्तुरबांना आणि मुलांना फिनिक्स वाडीवर पाठवून दिले.

गोष्ट १९०६ सालची आहे. तत्कालीन झुलू 'लढाई'मध्ये गांधीजींनी आरोग्यसेवक म्हणून स्वेच्छा नाव नोंदवले. या कालावधीत झुलू लोकांच्या वाड्या-वस्तींतून आणि पाड्या-पाड्यांवरून पायपीट करताना या निग्रोंची दैन्यावस्था त्यांना बघवत नव्हती. माणसांचे माणसांशी चालणारे क्रूर वागणे, निग्रो जमातींचे होणारे शोषण, त्यांना विचारांच्या वेगळ्या दिशेने घेऊन गेले. या घटनेने, गांधीजींना स्वत:विषयी अधिक खोलवरच्या विचाराला जसे प्रवृत्त केले तसेच, आपण, अधिक चांगल्या जगाच्या निर्मितीसाठी झटले पाहिजे असा विधायक विचारही त्यांच्या मनात कायमचा घर करून राहिला.[११] गांधीजींनी हे 'अहिंसक समाजरचनेचे स्वप्न' आपल्या शैक्षणिक, सामाजिक आणि राजकीय कार्याच्या मुळाशी ध्येयरूप म्हणून जोपासले त्याचे मूळ असे, दक्षिण आफ्रिकेतील अनुभवांत नि त्यावरील चिंतनात, दिसून येते.

फिनिक्स आश्रमातील शिक्षणप्रयोगांवर याही चिंतनाचा प्रभाव पडलेला दिसून येतो.

टॉलस्टॉयचा प्रभाव

रस्किनइतकाच टॉलस्टॉय (१८२८-१९१०) यांच्या लेखनाचा प्रभाव गांधीजींच्या या कालांतील आचार-विचारांवर दिसून येतो. किंबहुना 'गरिबांच्या पाठीवरून उतरा आणि दुसऱ्याला पैसे देऊन कामे करवून घेण्यापेक्षा स्वत:च श्रम करून उदरनिर्वाह करा' या टॉलस्टायच्या शिकवणुकीचा प्रभाव त्यांच्यावर विशेष होता. गांधीजींनी टॉलस्टॉयचे 'द किंगडम ऑफ गॉड इज विदिन यू' हे १८९१ साली प्रकाशित झालेले पुस्तक वाचले होते. त्यातील, युद्धासारख्याच नव्हे तर सर्वच प्रकारच्या हिंसेवर केलेला आघात, गांधीजींना हलवून गेला. त्यातही, जे सरकार दमनशक्ती वापरते ते सरकार अनैतिक असून, त्याचे अस्तित्वच मुळी समाजातील वरचढ नि श्रीमंतांसाठीच असते आणि गरजू नि गरिबांचे ते शोषणच

करीत असते, यासारखा विचार हा गांधीजींच्या एकूणच तत्त्वज्ञानाचा भाग बनून गेला. अशा सरकारला सर्वथा नाकारण्याचा, त्याला कुठलीही सेवा न पुरविण्याचा, त्यावर बहिष्कार टाकण्याचा, त्याच्याशी सहकार्य न करण्याचा टॉलस्टॉय यांचा उपदेश गांधींजींनी आपल्या राजकीय व्यवहारात पुरेपूर उतरवलेला आढळून येतो.[१२]

श्रमाला शिक्षणाशी जोडण्याची संकल्पना, गांधीजींच्या मनात, प्रामुख्याने टॉलस्टाय वाचूनच आली असावी. टॉलस्टाय यांची ''भाकर-श्रम'' (ब्रेड लेबर) ही कल्पना गांधीजींच्या मनात रुजली. गांधीजींनी यासंबंधी लिहिले आहे, 'भाकर-श्रम' यावरील टॉलस्टॉय यांचे लिखाण वाचल्यानंतर, माणसाने जगण्याकरता काम केले पाहिजे, हा कायदा मला पटला. पण, त्यापूर्वीही रस्किन यांचे 'अन टू धिस लास्ट' वाचल्यानंतर मला त्याची महती पटली होती. माणसाने स्वत:च्या हाताने श्रम करून स्वत:ची भाकरी मिळवली पाहिजे, हा दैवी सिद्धान्त प्रथम टी. एम. बोन्डॅरफे या रशियन लेखकाने विशद केला. टॉलस्टॉयने त्याची जाहिरात करून त्याला व्यापक प्रसिध्दी दिली. माझ्या मते, गीतेच्या तिसऱ्या अध्यायातही तेच तत्त्व निवेदन करण्यात आले आहे. त्यात असे सांगितले आहे, की जो त्याग न करता खातो, तो अपहार केलेले अन्न खातो. या ठिकाणी त्याग म्हणजे भाकर-श्रम. विचार केल्यानंतर आपणही त्याच मताला येऊन पोहोचतो. जो मनुष्य शारीरिक श्रम करीत नाही, त्याला खाण्याचा अधिकार कसा पोहोचतो ? 'निढळाचा घाम गाळून तू आपली भाकरी खाल्ली पाहिजेस', असे बायबल म्हणते.''[१३]

या 'भाकर-श्रमा'च्या विषयावर गांधीजींनी अनेकवार, विविध लेखांमधून लिहिले आहे.[१४] गांधीजींनी स्थापन केलेल्या सर्वच आश्रमांमधून सर्वांसाठी श्रमकार्य हे अपरिहार्य असे. भाकर-श्रम हे आश्रमाचे स्थापनेपासून सर्वांत ठळक वैशिष्टय आहे, असे खुद्द गांधींजींनी 'आश्रमातील आचार' यामध्ये वर्णन केले आहे.[१५]

शारीरिक श्रमाचा बौध्दिक विकासाशी घनिष्ठ संबंध असल्याचे प्रतिपादन गांधीजी करतात. किंबहुना, 'बुध्दी आणि श्रम यांची फारकत करण्यात आल्यामुळेच खेडेगावांकडे अक्षम्य दुर्लक्ष झाले आहे,' असे त्यांचे विश्लेषण आहे.[१६] त्यामुळे खेड्यांतील शिक्षणाचा विचार करताना शारीरिक नि बौध्दिक श्रमाची सांगड घालण्याचा विचार त्यांना सुचतो. हजारो लोक जे धंदे, जे व्यवसाय करीत आले आहेत, त्यात फारशी प्रगती होत नाही. कारण, त्यात बुध्दी ओतली जात नाही. त्यामुळे बुध्दियुक्त असे व्यवसायशिक्षण दिले पाहिजे अशी भूमिका, गांधी घेतात. हे शिक्षण कसे असावे, त्याचा शिकणाऱ्याला काय फायदा होतो ते 'हरिजन'च्या अंकात गांधीजींनी मांडले आहे. ''समजा, शिक्षणासाठी त्याला (मुलाला)

सूतकताई, सुतारकाम, शेती इत्यादी उपयुक्त कामाला लावले आणि तो जी काही कामे करणार आहे, त्यांचे तत्त्व, उपयोग आणि तो जी हत्यारे वापरणार आहे, त्यासंबंधी सर्वांगीण माहिती देण्यात आलेली आहे, त्यामुळे त्यांची प्रकृती उत्तम आणि धडधाकट बनेलच, पण शिवाय त्याची बुध्दी निरागस, जोमदार बनेल. ही बुध्दिमत्ता केवळ क्रमिक न राहता तिची पाळेमुळे खोल असतील व दैनंदिन अनुभवांवर तिची कसोटी लागलेली असेल. गणिताचा आणि आपला धंदा चातुर्याने आणि कार्यक्षमतेने चालविण्याकरिता उपयुक्त अशा अनेक शास्त्रांच्या ज्ञानाचा त्याच्या बौध्दिक शिक्षणात समावेश असेल तसेच या ज्ञानाला करमणुकीसाठी वाङ्मयाची जोड दिली तर त्याला पूर्ण समतोल आणि सर्वांगीण शिक्षण मिळून, बुध्दी, शरीर आणि आत्मा यांना त्यात पूर्ण वाव राहील, आणि त्या सर्वांची नैसर्गिक एकसूत्री वाढ होईल. मनुष्य म्हणजे केवळ बुध्दी किंवा केवळ शरीर किंवा केवळ अंत:करण वा आत्मा नव्हे. संपूर्ण मनुष्य होण्याकरिता या तिहींचा योग्य आणि पूर्ण मिलाफ झाला पाहिजे व त्यातच शिक्षणाचे खरे अर्थशास्त्र सामावलेले आहे.''[१७]

गांधीजींच्या तत्त्वज्ञानात अशाप्रकारे शारीरिक श्रमांना अनिवार्य असे महत्त्व प्राप्त झालेले आहे. उत्पादक शारीरिक श्रमांना जसे शरीरसुदृढतेचे नि बौध्दिक विकासाचे परिमाण आहे, आर्थिक परिमाण आहे, तद्वतच त्यांना सामाजिक परिमाणही आहे. कारण, गांधीजी असे मानतात, की 'जेव्हा प्रत्येक जण भाकर-श्रमाचे महत्त्व निर्विवादपणे मान्य करील, त्यावेळी किळसवाणे वर्गभेदही नष्ट होतील'.[१८] गांधीजींचे अहिंसक समाजाचे एक स्वप्न आहे. या समाज निर्मितीत शारीरिक श्रमाच्या तत्त्वाला नि त्यावर आधारित वागणुकीला काही आगळेवेगळे महत्त्व आहे, किंबहुना गांधीजी आचरणातील अहिंसेची व्याख्याच मुळी 'शारीरिकदृष्ट्या समान श्रम' अशी करतात.[१९] 'जो अहिंसेचे आचरण आणि सत्याची पूजा करतो, त्याला भाकर-श्रम म्हणजे एक आशीर्वादच होय' अशी गांधीजींची भावना आहे.[२०] '... अहिंसा ही बुध्दिपुरस्सर अशा शारीरिक श्रमांशी निगडित असल्याशिवाय आणि आपल्या शेजाऱ्यांबरोबरच्या दैनंदिन संबंधांत व्यक्त झाल्याशिवाय, टिकूच शकणार नाही'.[२१] अशाच प्रकारच्या व्यवहाराला गांधीजी 'विधायक कार्यक्रम' असे संबोधतात.

फिनिक्स आश्रम

टॉलस्टॉयच्या विचारांतून साधी राहणी, अहिंसा, श्रमाचे महत्त्व, आध्यात्मिकता आणि परमेश्वरावर भरवसा ठेवणे, या गोष्टी गांधीजींनी आत्मसात

केल्या. त्याचप्रमाणे, रस्किनकडून न्याय्यता, समता, श्रमाधारित अर्थरचनेचे नि समाजरचनेचे बाळकडू त्यांना प्राप्त झाले. गांधीजींचे फिनिक्समधील पहिले वहिले शिक्षणविषयक प्रयोग हे प्रामुख्याने नीतिशिक्षणाचे प्रयोग होते, ते यामुळेच असावे. रस्किन-टॉलस्टॉयचे चिंतन आणि याच काळातील गांधीजींचे स्वत:चे बदलत चाललेले वैयक्तिक दैनंदिन जीवन यांचे प्रतिबिंब या शिक्षण प्रयोगांतून दिसून येते.

फिनिक्स आश्रमात दहा-बारा मुलांचे शिक्षण करण्याचा प्रश्न होता. परंतु त्यातही वेगवेगळया भाषांची नि धर्मांची मुले यात होती. शिक्षक मात्र अनेक आणि वेगवेगळया देशांमधून आलेले असे फिनिक्समधील कार्यकर्ते होते. मुख्यत: 'इंडियन ओपिनियन' हे वृत्तपत्र फिनिक्स आश्रमावर हलविलेले असले, तरी 'आमचे कार्य काही वृत्तपत्र काढून स्वस्थ बसणे हे नाही. फिनिक्समध्ये विचारपूर्वक वास करणाऱ्यांचा हेतू स्वत:ला शिक्षण देणे आणि त्या शिक्षणाचा लाभ सर्व हिंदी समाजाला देणे हा आहे'. असे गांधीजींनी नमूद करून ठेवले आहे.[२२] येथे सुरुवातीला आलेल्या कुटुंबांच्या मुलांबरोबरच हळूहळू इतर भारतीय सत्याग्रहींची मुलेही आग्रहपूर्वक आमंत्रित केली गेली; आणि प्रत्येक कुटुंबात घरच्यासारखीच त्यांची सोय होईल, अशी व्यवस्थाही निर्माण करण्यात आली. वृत्तपत्रात काम करणाऱ्यांपैकी जे सहकारी शिकविण्याचे काम करू शकत ते, वेगळे वेतन न घेता, मुलांना शिकवतील अशीही व्यवस्था करण्यात आली. फिनिक्समधील सुरुवातीच्या व्यवस्थेचे वर्णन 'इंडियन ओपिनियन' मध्ये आलेले आहे.

''फिनिक्समध्ये हल्ली इतकी थोडी मुले आहेत, की त्यांच्याकरिता शाळेची खास इमारत बांधण्याची गरज नाही. श्री. कोर्डिझ[२३] यांनी आपले घर त्याकरिता दिले आहे.''

''शिक्षण गुजराती भाषेमधून आणि इंग्रजीमधून असे दोन्ही भाषांतून दिले जाते. तसेच शरीराचा विकास करण्याकडे लक्ष देण्यात येते. मुलांत नीती राहील यावर विशेष भर देण्यात येतो.''

''कोणत्याही हिंदी मुलाला असे शिक्षण देता यावे, हा आपला हेतू आहे. मुख्यत्वेकरून जे फिनिक्समध्ये राहू शकतील त्यांनाच शिक्षण देण्याचा विचार आहे. कारण मुलांचे वर्तन जेव्हा शाळेत एक आणि घरात वेगळे असे असते, तेव्हा मुलांचे हित सांभाळले जात नाही.''

''ज्यांच्या कानावर वरीलप्रमाणे शाळेची गोष्ट गेली आहे, त्यांच्यापैकी कित्येक जण आपल्या मुलांना फिनिक्सला पाठविण्याची एकसारखी मागणी करीत आहेत. पण मुलांना ठेवण्याच्या इमारतीची किंवा शाळेच्या इमारतीची सोय

आमच्याकडे नसल्यामुळे आम्हाला त्यांची मागणी मान्य करता आलेली नाही."

"अशा इमारती बांधण्याची सोय आमच्यापाशी नाही. तशी इमारत बांधायला पैशाची जरुरी आहे. तेव्हा आमच्या वाचकवर्गापैकी ज्यांना वरील प्रकारच्या धोरणानुसार शाळा स्थापन केली पाहिजे, असे वाटत असेल, अशांचे आम्ही मत मागतो आहो, आणि जर ते आम्हाला पैशाची मदत करतील तर आम्ही शाळेची, तशीच राहण्याची इमारत बांधायला तयार आहोत. त्यावर जो खर्च होईल त्याकरिता विश्वस्त नेमता येतील, आणि इमारतीवर झालेल्या सगळ्या खर्चाचा हिशेब प्रसिद्ध करता येईल. हे कार्य मोठे आहे म्हणून आम्ही अतिशय विचारपूर्वक आमच्या वाचकवर्गापुढे मांडले आहे."[२४]

या काळात, राजकीय कामे जरी जोमात चाललेली असली, तरी गांधीजींचे लक्ष फिनिक्समधील शाळेवर होते. मुले अधिक संख्येने यावीत, आणि त्यांच्यासाठी खर्चाची तरतूदही व्हावी अशा दुहेरी प्रयत्नात ते होते. दि. २ जानेवारी १९०९ च्या 'इंडियन ओपिनियन'मध्ये फिनिक्स शाळेविषयीची बातमी प्रसिद्ध करण्यात आली आहे. त्यात म्हटले आहे की मुलांना फिनिक्समध्ये ठेवून घेण्याविषयी अनेक आई-बापांची पत्रे आली आहेत. शिवाय आईबाप काही आर्थिक मदत करू शकतील काय, याची विचारणाही केली आहे. अनेक जण चौकशी करत होते त्यामुळे या चौकशांना प्रतिसाद म्हणून शाळेविषयीची सविस्तर माहिती गांधीजींनी ९ जानेवारी १९०९ च्या 'इंडियन ओपिनियन'मध्ये प्रसिध्द केली आहे. या पत्रात अतिशय बारकाईने शाळेविषयीचा तपशील आला आहे. त्यामुळे तो पूर्णत: उद्धृत करणे इष्ट ठरेल.

'या शाळेसंबंधी लिहिण्याचे आम्ही गेल्या आठवडयात सूचित केले होते. आता खालीलप्रमाणे कळवीत आहोत :

जेवण्याची सोय : फिनिक्समध्ये काम करणाऱ्यांपैकी जे कित्येक जण सहकुटुंब राहणारे आहेत, ते आपल्या घरांत जेवणाकरिता आठपर्यंत मुले घेऊ शकतील. विचार असा आहे की, जी मुले घेण्यात येतील त्यांना स्वत:च्याच मुलांप्रमाणे वागविले जावे. अशी प्रथा पूर्वी हिंदुस्तानात होती. ती पुन्हा शक्य तितक्या प्रमाणात दाखल करावयाची. मुलांना ठेवून घेताना अट एवढीच, की त्यांची प्रकृती चांगली असली पाहिजे. तो कोणत्याही जातीचा हिंदी असो त्याला ठेवून घेण्यात येईल. खाण्यापिण्यात कसलाही भेदभाव ठेवला जाणार नाही. तेथे राहणारी माणसे जो आहार घेतात तोच मुलांना काही थोडा बदल करून मिळेल, तो असा :

अर्धी बाटली दूध, दोन औंस तूप, कणिक, मिलीमील (मक्याचा एक

पदार्थ), डाळ, भात, ताजी फळे, पालेभाजी, साखर, (डबल) रोटी, भुईमूग.

वरीलप्रमाणे आहार नियमितपणे आणि मुलांना अनुकूल होईल तसा कमीत कमी तीन वेळा आणि जास्तीत जास्त चार वेळा देण्यात येईल. यातील कोणता आहार कोणत्या वेळी द्यायचा, ते आपल्या नित्याच्या नियमाप्रमाणे किंवा अनुभवाने अधिक बरे वाटेल त्याप्रमाणे ठरविण्यात येईल.

या आहारात चहा-कॉफी-कोकोचा समावेश नाही. आमचे ज्ञान आणि अनुभव आहे तद्नुसार आम्ही मानतो, की चहा वगैरे मोठया माणसांनासुद्धा हानिकारक आहे, पण मुलांना तर विशेषकरून आहे. चहा वगैरे प्यायल्याने लोकांत आजार वाढले आहेत, असे कित्येक डॉक्टरांचे मत आहे.

शिवाय, चहा, कॉफी, कोको हे सामान्यत: गुलामी अवस्थेत काम करणाऱ्या मजुरांकरवी निर्माण होतात. उदा. नाताळात मुदतबंदी मजूर काम करतात आणि ते कॉफी आणि चहा लावतात. कोको कांगोत होतो आणि तेथे मुदतबंद कामगारांकडून काम करवून घेताना जो जुलूम करण्यात येतो, त्याला सीमा नाही. गुलामी मजुरीने साखरही पुष्कळ प्रमाणात उत्पन्न होते हे आम्हाला माहीत आहे. हे सर्व बारकाईने तपासणे शक्य होत नाही, तरी वरील तीन वस्तू कमी वापरल्या जातील तेवढे बरे, असे आमचे खास मत आहे.

शिवाय, हिंदुस्थानात जर आपण स्वदेशीविषयी उत्साह बाळगतो तर या तीन वस्तूंचा विशेषकरून त्याग करणे हे अधिक बरे असे वाटते. यासंबंधीच्या, विशेषत: चहा वगैरेंच्या, वादात या ठिकाणी पडण्याची जरुरी नाही. मुलांना त्यांची आवश्यकता नाही एवढे म्हटले म्हणजे पुरे.

भोजन खर्च : भोजन खर्च कमीत कमी दरमहा एक गिनी होतो असे आम्ही पाहतो. त्यातच हजामत वगैरे येते. कोऱ्या शिध्याची किंमत १ पौंड होते. कपडे धुण्याची १ शिलिंग वेगळी धरली आहे. हजामत वगैरेचा हिशेब आम्ही वेगळा धरलेला आहे. कारण फिनिक्समध्ये ते काम बहुतांशी एकमेकच करतात, म्हणून खर्च करावा लागत नाही.

राहणे : जशी भोजनाची वरील व्यवस्था आहे, तशी राहण्याची होऊ शकणार नाही. तितक्या इमारती नाहीत आणि घरांतून मुलांची आवश्यक तेवढी सोय होण्यासारखी नाही. म्हणून मुलांना एकेच ठिकाणी झोपण्याकरिता घर बांधण्याची गरज पडेल. ते बांधण्यापूर्वी आम्हाला मुलांना घेता येईल, अशी स्थिती दिसून येत नाही. बाहेरून येणारी मुले आणि ती ज्या घरात जेवणखाण करतील त्या घरातील मुले ह्यांच्यात भेद नाही, हे दर्शविण्याकरिता त्या घरांतील

मुलांनासुद्धा बाहेरच्या मुलांबरोबर झोपविण्याचा उद्देश ठेवला आहे. तेव्हा जवळजवळ वीस मुले झोपू शकतील असे घर बांधण्याची आवश्यकता आहे. ते घर बांधण्याकरिता आम्ही २०० पौंडांचा खर्च धरला आहे. तेवढा खर्च आज जे आपल्या मुलांना पाठवू इच्छितात ते जर देतील तर मुलांची सोय होऊ शकेल. हा खर्चाचा अंदाज इंजिनीयर श्री. कॅलनबॅक आणि देशी मिस्त्री यांच्याबरोबर बसून काढला आहे. त्या इमारतीची मालकी जे पैसा देतील त्यांची राहील, त्यांत अट एक, की जोपर्यंत शाळा चालू राहील तोपर्यंत त्यांचा काही हक्क राहणार नाही. शाळा जर बंद पडली तर ती इमारत पैसे देणाऱ्यांनी उचलून घेऊन जावी. हा पैसा जे आईबाप आज मुलांना पाठविण्यास तयार झाले आहेत, त्यांनी पाठवावा, किंवा त्यांनी जमा करूनही पाठविला तरी चालेल. जे त्याकरिता पैसे देतील ते सार्वजनिक कामाकरिता पैसे देतात असे समजावयाचे आहे. फिनिक्समध्ये राहणारे हल्ली इतके कामात गुंतलेले आहेत, की आज त्यांच्याकडून पैसे जमा करणे होणार नाही.

पोषाख : नेहमी मुलांचा पोषाख एकाच प्रकारचा ठेवण्यात बरीच सोय असते. आमच्या विचाराप्रमाणे खालीलप्रमाणे कपडे आवश्यक आहेत.

	पौ. शि. पे.		पौ. शि. पे.
१ कंगवा	० – १ – ६	३ अर्ध विजारी	० – ६ – ०
३ पैरणी	० – ६ – ०	४ चड्डया	० – ४ – ०
२ पादत्राणे जोडया	० – ६ – ०	१ हॅट	० – २ – ०
२ रात्री घालण्याचा पोषाख	० – ४ – ०	२ टॉवेल	० – २ – ०
२ हात पुसण्याची फडकी	० – १ – ०	४ खिशातले रुमाल	० – १ – ०
		एकूण : १ – १३ – ६	

टोपी आपापल्या समाजात ज्या पध्दतीची घालतात तशी घालावी. वर जी हॅट म्हटली आहे ती फक्त उन्हात काम करण्याच्या वेळी घालावयाची आहे. त्याप्रमाणे पोषाख मुलांना घालावयाचा की नाही ते आईबापांच्या मर्जीवर आहे. जर असल्या खर्चात न पडण्याचा किंवा मुलांना तितका साधेपणा न शिकविण्याचा त्यांचा विचार असेल, तर मुलांना वरीलप्रमाणे पोषाखाचा विचार करून एका लहान पेटीत किंवा पाकिटात ते सामान घालून पाठवावे. आमचा सल्ला असा

आहे, की मुलांच्याबरोबर काही पाठवू नये आणि आमचेकडे पौ. १-१३-६ पाठवावे आणि वरीलप्रमाणे पोषाख बनवून मुलांना देण्याची परवानगी द्यावी. वरील पोषाख हा एक वर्षाकरिता आहे.

बिछाने : झोपण्याकरिता खाटा वापरण्याचे आमच्या मनात नाही, तर तुरुंगात ज्या फळया वापरतात तशी सोय आम्ही करू इच्छितो. या जास्त आरोग्यप्रद असतात असे आढळते. मुलांना गाद्या देण्याऐवजी कांबळयावर झोपविणे हे अधिक आरोग्यदायी आम्ही मानतो. पण या बाबतीत आईबापांच्या मर्जीप्रमाणे आम्ही फेरफार करू.

आमच्या विचारानुसार मुलांना खालीलप्रमाणे वस्तू आवश्यक आहेत.

	शिलिंग		शिलिंग
३ कांबळी	१०	१ उशी	१
४ चादरी	४	२ उशीचे अभ्रे	१
			एकूण : ६

याप्रमाणे सामान आईबाप पाठवू शकतील किंवा आम्ही ते खरेदी करून द्यायला तयार आहोत. पोषाख आणि घोंगडी इ. चा खर्च आईबापांच्या निर्णयावर सोपविण्याने हिशेब असा झाला की आईबापांना दरमहा १ शिलिंग इतका खर्च देईल. मुलामागे १ पौंड प्रवेश-फी ठेवावयाची आहे. ती फी मुलांच्याकरिता आवश्यक ती पुस्तके घेण्यासाठी आहे. त्यातून सर्व पुस्तकेच घेतली जातील असेही नाही. पण किरकोळ खर्च शाळेत मुलांकरिता होतोच, तो त्यातून देता येईल. पुढे गेलेल्या मुलांच्याकरिता आवश्यक वाटणारी पुस्तके आईबापांना घ्यावी लागतील.

शिक्षक : वरील मजकुरावरून समजून येईल, की आम्ही मासिक फी अशी काही ठेवलेली नाही. तसे करणे आम्हाला शक्य आहे, याचे कारण फक्त हेच, की शिक्षकांचा निर्वाहखर्च छापखान्यांतून जी प्राप्ती होते त्यातून होतो आणि छापखान्याच्या परवानगीने प्रत्येक शिक्षक विशिष्ट वेळ शाळेत येतो. हल्ली स्कूलबोर्डही नेमले आहे, त्यात शिक्षणाची पद्धती वगैरेंचा विचार होत राहील.

शिक्षकांत श्री. पुरुषोत्तमदास देसाई (प्रिन्सिपॉल), श्री. वेस्ट, श्री. कोरडीस, मीरा वेस्ट वगैरे आहेत.

अभ्यासक्रम : या शाळेचा मुख्य हेतू मुलांचे चारित्र्य वाढविणे हा

आहे. खरे शिक्षण म्हणजे मुले शिकावे कसे ते शिकतील हे आहे, असे म्हणतात; म्हणजे ज्ञान मिळविण्याची रुची त्यांच्यात यावी. आता ज्ञान हे पुष्कळ प्रकारचे असते. काही हानिकारकही असते. तेव्हा जर मुलांचे चारित्र्य बनले नाही, तर ती भलते ज्ञान शिकतील. शिक्षण वाटेल तसले दिल्यानेच, आपण पाहतो की, कित्येक नास्तिक होतात आणि कित्येक पुष्कळ शिकलेली असूनसुद्धा बदफैलीत फसतात. म्हणून मुलांची नीती दृढ करण्याला मदत करणे हा या शाळेचा मुख्य हेतू आहे. या हेतूची परिणती श्री. हसन मियां आणि श्री. रविकृष्ण यांच्यामध्ये आपल्याला दिसू शकते. श्री. हसन मियां विलायतेत जाऊन जे करीत आहेत, त्याची काहीशी कल्पना आपल्याला येऊ शकते. श्री. रविकृष्ण आज देशाकरिता तुरुंगवास भोगत आहेत. हे दोघे फिनिक्सच्या शाळेतून गेले आहेत.

मुलांना त्यांची स्वत:ची भाषा म्हणजे गुजराती किंवा हिंदी आणि शक्य झाले तर तमिळ आणि इंग्रजी भाषा, अंकगणित, इतिहास, भूगोल, वनस्पतिशास्त्र, आणि प्राणिशास्त्र शिकविण्यात येईल. वरच्या वर्गात गेलेल्या मुलांना बीजगणित आणि भूमितीसुध्दा शिकविली जाईल. मॅट्रिक्युलेशनपर्यंत तयारी होईल असा हिशेब आहे.

धर्म-शिक्षणाच्या बाबतीत आईबाप त्यांच्या इच्छेला येईल त्या धर्मगुरूला पाठवून ते देऊ शकतील. हिंदू मुलांना हिंदू आईबापांची इच्छा असेल त्याप्रमाणे हिंदू धर्माची मूलतत्त्वे शिकविण्यात येतील. ख्रिस्ती धर्माची तत्त्वे श्री. वेस्ट आणि श्री. कोरडीस थिऑसॉफीच्या शिकवणुकीच्या आधारावर देतील. मुसलमानी धर्माच्या मुलांकरिता जर एखाद्या मौलवीची व्यवस्था होऊ शकली, तर आम्ही करू इच्छितो. कोणत्याही प्रजेचे शिक्षण हे धार्मिक शिक्षण, तसेच व्यावहारिक असे दोन्ही प्रकारचे शिक्षण आपल्या मुलांना जोडीनेच देण्याचे आईबापांचे कर्तव्य आहे, असे आम्ही मानतो. खोल विचार केला असता समजून येईल, की ज्याला आपण व्यावहारिक शिक्षण म्हणतो, तेसुध्दा धर्माला दृढ करण्याचे शिक्षण आहे. असा उद्देश नसलेले शिक्षण पुष्कळवेळा हानिकारक आहे, असे आम्ही मानतो.

मुलांनी हिंदुस्तानावर प्रेम करावे याकरिता आणि त्यांना स्वदेशाभिमानी होण्याला मदत करण्याकरिता त्यांना हिंदुस्थानचा प्राचीन आणि अर्वाचीन इतिहास शिकविण्यात येईल.

''याशिवाय आणखी माहिती देण्यासारखी काही राहात नाही. ज्यांना आपली मुले पाठवायची असतील ते पाठवितील अशी आम्हाला उमेद आहे. इमारतीची अडचण आहे ती दूर करणे हे मुलांच्या आईबापांचे कर्तव्य आहे.

शाळेचा रिपोर्ट आणि खर्च वगैरेची माहिती नियमितपणे प्रसिध्द करण्यात येईल हे सांगण्याची आवश्यकता नाही.''[२५]

फिनिक्सच्या शाळेत इतर मुलांबरोबरच गांधींजीची स्वत:ची मुलेही शिकत होतीच. मणिलाल त्यातल्या त्यात मोठा होता. (सर्वांत मोठा मुलगा हरिलाल हा यावेळी तेथे नव्हता). त्याच्याकडे घर सांभाळण्याचे नि धाकट्या मुलांच्या पालकत्वाचेही काम सोपविलेले होते. गांधीजींनी ट्रान्सवालच्या प्रिटोरिया तुरुंगातून, दि. २५ मार्च १९०९ ला माणिलालला एक पत्र लिहिले आहे. पत्र खूप प्रेमाने लिहिलेले नि विस्तृत अशा स्वरूपाचे आहे. या पत्रातील, मणिलालला उद्देशून, त्याच्या शिक्षणाविषयीचा लिहिलेला आणि गांधीजी स्वत: शिक्षणाचा विचार काय करीत होते याविषयीचा मजकूर लक्षात घ्यायला हवा. गांधीजी, या पत्रात इतर अनेक गोष्टींबरोबरच लिहितात; ''नथूरामजींच्या[२६] उपनिषदांना लिहिलेल्या प्रस्तावनेतील एक उतारा मला मनोवेधक वाटला. ते म्हणतात की ब्रम्हचर्यावस्था–म्हणजे पहिली अवस्था–ही शेवटच्या–म्हणजे संन्यासावस्थेसारखीच आहे. हे खरे आहे. मौज वगैरे चालते ती फक्त निष्पाप वय आहे तोपर्यंतच–म्हणजे फक्त वयाच्या बारा वर्षांपर्यंत. समजू लागण्याच्या वयात मुलगा येताच, त्याला त्याची जबाबदारी ओळखायला शिकविले जाते. या वयापासून पुढे प्रत्येक मुलाने विचारांत–आचारांत ब्रम्हचर्य पाळले पाहिजे, तसेच सत्य आणि अहिंसा पाळली पाहिजे. हे शिक्षण आणि आचरण त्याला त्रासदायक वाटू नये, तर स्वाभाविक व्हावे. तो त्याला आनंद वाटावा. मला राजकोटांतली अशी किती तरी मुले आठवतात. मी तुझ्यापेक्षा लहान होतो त्या वेळी माझा पराकाष्ठेचा आनंद म्हणजे वडिलांची शुश्रूषा करणे हा होता हे मी तुला सांगतो.[२७] मी बारा वर्षांचा झाल्यानंतर मौजमजा म्हणशील तर जवळजवळ भोगलीच नाही. जर तू या तीन व्रतांचे (सत्य, अहिंसा व ब्रह्मचर्य) पालन करशील, जर ती तुझ्या जीवनाचे अंगच बनून जातील. माझ्यापुरते सांगायचे तर, तू तुझे शिक्षण, तुझी तालीम पुरी केल्यासारखे होईल. या साधनसामग्रीने सज्ज झालास तर जगाच्या पाठीवर कुठेही तुझा निर्वाह होऊ शकेल आणि आत्म्याचे, तुझ्या स्वत:चे आणि ईश्वराचे सत्यज्ञान मिळविण्याचा मार्ग तुला मोकळा होईल, या माझ्या सांगण्यावर विश्वास ठेव. याचा अर्थ तू साहित्यज्ञान घेऊ नयेस, असा नाही. ते तू अवश्य घ्यावेस आणि घेत आहेसच. पण त्यासाठी तू क्षुब्ध होण्याचे कारण नाही, अशी ती वस्तू आहे. त्याकरिता भरपूर सवड तुला आहे आणि शेवटी असे शिक्षण तुला घ्यायचे आहे की, त्याचा उपयोग इतरांनाही व्हावा.

''यापुढे आपल्या वाट्याला दारिद्र्य आहे, हे मात्र लक्षात ठेव. त्यासंबंधी

जितका मी विचार करतो, तितके मला वाटते, की श्रीमंत होण्यापेक्षा गरीब होणे अधिक धन्य जीवन आहे. श्रीमंतीपेक्षा गरिबीचा उपयोग फार हितप्रद होतो. बागेत प्रत्यक्ष खोदण्याचे, हरळी उकरून काढण्याचे वगैरे श्रम पुष्कळ कर. पुढे आपल्याला त्यावरच राहायचे आहे आणि तू कुटुंबातला निष्णात बागवान बनले पाहिजेस. तुझी अवजारे त्यांच्या त्यांच्या नेमलेल्या जागी आणि अगदी स्वच्छ ठेवीत जा...''

''आणि आता तुझ्याबद्दल. तुझी प्रकृती कशी आहे ? मी तुझ्या शिरावर टाकलेले सर्व ओझे सहन करण्याला तू चांगला समर्थ आहेस आणि ते तू मोठया आनंदाने पार पाडीत आहेस, असे जरी मला वाटत असले, तरी तुला जे काही मार्गदर्शन आतापर्यंत मी करू शकलो त्याहून जास्त निकटच्या मार्गदर्शनाची तुला गरज आहे असे मला पुष्कळ वेळा वाटत आले आहे. आपल्या शिक्षणाची हेळसांड होत आहे, असे केव्हा केव्हा तुझ्या मनात येत असल्याचेही मला माहीत आहे. अलीकडे तुरुंगात मी बरेच वाचन केले. मी इमर्सन, रस्किन आणि मॅझिनी वाचीत असतो. 'उपनिषदे'ही मी वाचतो. सर्वजण शिक्षण म्हणजे साहित्याचे ज्ञान नव्हे, तर ते शीलसंवर्धन, कर्तव्यकर्माचे ज्ञान आहे, या मतालाच पुष्टी देतात. आपल्या भाषेतील (गुजरातीतील) 'केळवणी' शब्दाचा अक्षरश: अर्थ 'तालीम' - वळण असा आहे. ही जर दृष्टी असेल, आणि माझ्या मताने हीच खरी दृष्टी आहे, तर तुला सर्वोत्कृष्ट शिक्षण-वळण मिळत आहे. बा ची शुश्रूषा करण्याची आणि तिचा राग आनंदाने सहन करण्याची संधी तुला मिळणे, किंवा चंचीची (गांधीजींची मोठी सून) काळजी घेणे व तिला काय पाहिजे नको त्याची अगोदरच अटकळ करून तिला हरिलालची गैरहजेरी भासू न देण्यासारखी तिच्याशी वागणूक ठेवणे, किंवा, दुसरे म्हणजे, रामदास आणि देवदास यांचा पालक होणे, याहून श्रेयस्कर काय असू शकेल? हे चांगल्या प्रकारे पार पाडण्यात जर तू यशस्वी झालास, तर तुझे अर्ध्याहून अधिक शिक्षण झाले समज. आपल्या अभ्यासात तू गणित आणि संस्कृत यांच्याकडे बरेचसे लक्ष द्यावेस. संस्कृत हे तुला अतिशय आवश्यक आहे. पुढच्या आयुष्यात या दोन विषयांचा अभ्यास होणे कठीण जाते. संगीताची हयगय करू नयेस. तू इंग्रजीतल्या, गुजरातीतल्या किंवा हिंदीमधल्या चांगले चांगले वाटतील त्या सर्व उताऱ्यांची, भजनांची आणि श्लोकांची निवड करावीस आणि ते एका वहीत आपल्या हाताने उत्तम अक्षरांत लिहून ठेवावेस. वर्षाच्या शेवटी हा संग्रह अत्यंत मोलाचा असेल. तू जर पद्धतशीर राहशील आणि कधीच त्रस्त होऊन 'मला हे कितीतरी करायचे आहे' असे मनात आणून मग आता यातले पहिल्यांदा काय करावे याची चिंता केली नाहीस, तर या सर्व गोष्टी तुला सहज करता येतील. जर

तू चिकाटी धरलीस आणि आपल्या वेळेच्या मिनिटामिनिटांची काळजी घेतलीस तर आचार करताना हे सर्व तुला कळून येईल. घराकरिता खर्च होणाऱ्या पेनीपेनीचा हिशोब ज्या पद्धतीत ठेवला पाहिजे, त्या पद्धतीत तू चोख ठेवीत असशील असे मी मानतो."

शिक्षणाचा हेतू

फिनिक्स आश्रमात मुलांचे शिक्षण महत्त्वाचे मानलेले होते. फिनिक्समधील कार्यकर्ते गांधीजींच्या सत्याग्रहातही वेळोवेळी सामील होत असत. अगदी तेथील स्त्रियाही याला अपवाद नव्हत्या. बाहेरचे सत्याग्रहीही अनेकदा फिनिक्स आश्रमात येऊन राहात असत. अशावेळी शिक्षणाचा हेतू सत्याग्रहाच्या तत्त्वाशी जोडला गेला नाही तरच नवल. 'इंडियन ओपिनियन'मधील एका लेखात[२८] गांधीजींनी 'खरे शिक्षण' याविषयी लिहिले आहे, ते सारे या अंगाने आहे. गांधीजी लिहितात, सत्याग्रह हे खरे शिक्षण आहे. आपण शिक्षण हे एका विशिष्ट हेतूने, समजा की पोटाला मिळवण्याच्या हेतूने, घेतले आणि तरी कदाचित पोटाला काही न मिळाले तर त्यामुळे काही, घेतलेले शिक्षण फुकट जात नाही. याचप्रमाणे, जे सत्य जतन केले, त्याकरिता दुःख सोसले आणि त्यांतून आपले मनोबळ वाढले असेल तर तो अमोल शिक्षणाचा लाभ नाहीसा होत नाही. जे सत्याग्रही झाले आणि तसेच राहिले असतील ते दुनियेच्या कोणत्याही भागात गेले तरी आपल्या सत्याग्रहाचा लाभ घेऊ शकतील.

हिंद स्वराज्यमधील शिक्षणविषयक विचार

'हिंदस्वराज्य' ही छोटी पुस्तिका, गांधीजींनी, आपल्या लंडन ते दक्षिण आफ्रिका या बोटीच्या प्रवासात १९०९ साली, (१३ नोव्हेंबर ते ३० नोव्हेंबर १९०९) गुजरातीत लिहिली. 'इंडियन ओपिनियन' या साप्ताहिकाच्या गुजराती आवृत्तीत ती दोन भागांत प्रसिद्ध करण्यात आली (नोव्हेंबर १९०९). लगेचच १९१० च्या जानेवारीत ती गुजराती भाषेत पुस्तिकारूपाने प्रकाशित केली गेली; आणि लगोलगच म्हणजे २४ मार्च १९१० ला, तिच्यातील मजकूर हा हानिकारक असल्याने ती जप्त केली गेली. कालेनबाख यांनी त्याचे इंग्रजी भाषांतर केले. पुढे, गांधीजी या इंग्रजी पुस्तिकेच्या प्रस्तावनेत लिहितात की, "अनेक इंग्रज मित्रांनी ती वाचली, आणि ती प्रकाशित करावी किंवा नाही याविषयी मते घेत असतानाच, बातमी आली की भारत सरकारने तिची मूळ प्रत जप्त केली आहे. त्यामुळे एका क्षणाचाही विलंब न लावता ती त्वरेने प्रकाशित करण्याचा निर्णय घेण्यात आला."[२९]

'हिंदस्वराज्य' हे संपूर्ण जीवनाचेच तत्त्वज्ञान आहे असा खुद्द गांधीजींचाच अभिप्राय आहे.[३०] मि. वायबर्ग हे ट्रान्सवालच्या लेजिस्लेटिव्ह ॲसेंब्लीचे सदस्य होते. गांधीजींनी ही पुस्तिका त्यांच्याकडे अभिप्रायार्थ पाठविली होती. पुढे त्यांच्या टीकेला उत्तर देणाऱ्या पत्रात गांधीजींनी स्पष्ट केले आहे की, ''मी आधुनिक सभ्यतेवर आघात करण्याचे धाडस केले आहे, कारण, मी असे मानतो की त्यामागील भावना दूषित आहे. (या संस्कृतीतील) काही चांगल्या गोष्टींकडे अंगुलीनिर्देश करणे सहज शक्य आहे. परंतु मी त्यामागील वृत्तीचे नैतिकतेच्या निकषावर परीक्षण केले आहे.[३१] गांधीजींनी एके ठिकाणी असेही म्हटले आहे की हिंदस्वराज्य समजणे म्हणजे त्यातील जो कळीचा मुद्दा आहे की नैतिक जीवनासाठी भौतिक सुखाचा त्याग केला पाहिजे. तो समजावून घ्यायला हवा.[३२]

पुढे १९२९ साली, सतीशचंद्र दासगुप्ता यांना लिहिलेल्या एका पत्रात गांधीजी 'हिंदस्वराज्य'चा उल्लेख करून म्हणतात की, ''ज्याचे समर्थन होणार नाही असा एकही शब्द हिंदस्वराज्यमध्ये नाही. आज हिंदस्वराज्यचे पुनर्लेखन करायला मी बसलो तर कदाचित त्याची भाषा थोडीफार बदलेल; पण त्यातील विचार कदापीही नाही.''[३३] याच विचाराची री त्यांनी पुढेही सतत ओढलेली दिसून येते. अगदी अखेरच्या काळातही पंडित नेहरूंना लिहिलेल्या एका पत्रात गांधी स्पष्ट करतात की, ''ज्या तऱ्हेचे शासन मी हिंदस्वराज्यमध्ये वर्णन केले आहे... जे १९०९ साली मी लिहिले त्यातील सत्याचे समर्थन माझा आजवरचा अनुभव करीत आहे.[३४] असे वसंत पळशीकर यांनी हिंदस्वराज्याच्या नव्या आकृतीच्या (१९९०) प्रस्तावनेत म्हटले आहे.

''पाश्चात्त्य सभ्यतेचे टोकाला जाऊन केलेले सरळ सरळ खंडन हा 'हिंदस्वराज्य'चा गाभा आहे.[३५] एकूण पाश्चात्त्य सभ्यतेवर कोरडे ओढत असतानाच, त्यामधील शिक्षणाचा-पाश्चात्त्य शिक्षणाचा विचारही हिंदस्वराज्यमध्ये येतो. गांधीजी लिहितात, ''शिक्षण म्हणजे काय? जर त्याचा अर्थ अक्षरज्ञान एवढाच असेल तर ते एक साधनच झाले. त्याचा सदुपयोगही होईल आणि दुरुपयोगही होईल. ज्या हत्याराने शस्त्रक्रिया करून आजाऱ्याला बरे करता येते, तेच हत्यार जीव घेण्यासाठीही वापरता येते. तसे अक्षरज्ञानाचे आहे. त्याचा दुरुपयोग पुष्कळ माणसे करतात हे तर आपण पाहतोच. त्याचा सदुपयोग त्या मानाने थोडीच माणसे करतात. हे माझे म्हणणे बरोबर असेल तर अक्षरज्ञानाने जगाला फायदा होण्याऐवजी त्याचे नुकसानच झाले आहे असे सिद्ध होते.

''शिक्षणाचा सर्वसामान्य अर्थ अक्षरज्ञान असाच मानतात. लोकांना

लिहायला, वाचायला आणि हिशेब करायला शिकविणे याला प्राथमिक शिक्षण असे म्हणतात. एक शेतकरी इमाने इतबारे शेती करून आपले पोट भरतो. त्याला जगाचे सर्वसामान्य ज्ञान आहे. वडिलांशी, बायकोशी व मुलांशी कसे वागावे, गावातल्या लोकांत आपली रीतभात कशी ठेवावी, या सर्व गोष्टींचे त्याला पुरेसे ज्ञान आहे; तो नीतीचे नियम जाणतो आणि पाळतो. पण त्याला आपली सहीसुद्धा करता येत नाही. या माणसाला अक्षरज्ञान देऊन तुम्ही काय करू इच्छिता? त्याच्या सुखात आणखी भर त्यामुळे काय पडणार आहे? त्याच्या झोपडीबद्दल किंवा आजूबाजूच्या परिस्थितीबद्दल तुम्हाला त्याच्या मनात असंतोष निर्माण करायचा आहे काय? त्याकरिता देखील त्याला अक्षरज्ञान देण्याची गरज आहे असे नाही. पाश्चात्त्य विचारसरणीच्या प्रवाहात ओढले जाऊन आपण असे ठरविले आहे की लोकांना अशा प्रकारचे शिक्षण आपण दिले पाहिजे. त्यात मागचा पुढचा विचार आपण केलेला नाही.''[३६]

''तुम्हाला स्वराज्य प्रिय असेल, स्वराज्यासाठी पात्र बनवणारे शिक्षण घ्यावयाचे असेल, देशोद्धारासाठी शिक्षण कामी यावयाचे असेल तर व्यावहारिक व्यावसायिक कौशल्यांच्या बरोबर चारित्र्यसंपन्न करणारे नीतिशिक्षण द्यायला हवे, ते मातृभाषेमधून द्यायला हवे, राष्ट्रभाषा या नात्याने सर्वांना समजेल अशा हिंदी भाषेचा अवलंब केला पाहिजे.'' असे प्राथमिक पण प्राणभूत मुद्दे गांधी मांडतात. इंग्रजीचे व इंग्रजी शिक्षणाचे जोखड मानेवर आहे तोवर स्वराज्य अशक्य आहे असे ठामपणे बजावतात.''[३७]

हिंदस्वराज्यमधील शिक्षणाव्यतिरिक्त अन्यही काही विचारांचा धागा, गांधीजींच्या दक्षिण आफ्रिकेमधील दोन्ही आश्रमांवरील शिक्षणविषयक प्रयोगांशी जुळलेला आढळतो. उदाहरणार्थ, श्रमाबाबत लिहिताना गांधीजी दाखवून देतात की, उत्पादकश्रम ही माणसाची शारीरिक स्वास्थ्याची गरज आहे तशीच ती निकोप नि जागरूक मनासाठीही गरजेची आहे; किंबहुना म्हणूनच माणसाला अगदी आळशी बनवील अशा तंत्रज्ञानाला, त्यांचा विरोध दिसून येतो. श्रमाच्या बाबतीतही सक्तीच्या श्रमाला गांधीजी विरोधच दर्शवतात. श्रम हे आनंददायी असायला हवेत आणि श्रम हे जेव्हा तशा स्वरूपाचे असतात, तेव्हा उत्पादक श्रमांतून व्यक्तिवैशिष्ट्यांची पूर्ण अभिव्यक्ती होत असते. माणसाला जेव्हा उत्पादनाच्या सर्व प्रक्रियांचा अनुभव स्वत:ला घ्यायला मिळतो तेव्हाच तिला आपले 'स्व'त्व सापडत असते. लहान उत्पादनाच्या संदर्भातच अशी शक्यता असते हेही लक्षात घ्यायला हवे. (सर्व आधुनिक उत्पादनतंत्रात, श्रमविभागणीच्या तत्त्वामुळे व्यक्ती संपूर्ण उत्पादन

प्रक्रियेचा अनुभव घेत नसते, तर, त्यातील अल्प अशा तुकड्याचाच पुन:पुन्हा अनुभव घेत असते. त्यामुळे ही प्रक्रिया आनंददायी न राहता ती कंटाळवाणीच होत असते!)

शिक्षण कसे असावे? तर ते चारित्र्यसंपन्न करणारे असावे, यावर गांधीजींचा भर होता. फिनिक्स आणि पुढे टॉलस्टॉय आश्रमांमधून केलेल्या शिक्षणप्रयोगांमध्ये त्यांची हीच भूमिका राहिलेली आहे.

उदाहरणार्थ, दक्षिण आफ्रिकेमधील दीर्घ सत्याग्रहात फिनिक्स आश्रमवासी सहभागी होत असल्यामुळे फिनिक्समधील शिक्षणव्यवस्था खूपशी विस्कळीत झाली होती. फिनिक्स शिक्षणाचा प्रथमपासूनचा हेतू सत्याग्रही तयार करण्याचा होता. परंतु सत्याग्रहाचे अखेरचे पर्व संपुष्टात येत असताना, आणि जेव्हा, सर्वांनाच भारतात परतण्याचे वेध लागले होते. अशावेळी, गांधीजींनी, भारतातल्या पुढील वास्तव्याला अनुसरून मुलांच्या शिक्षणात काही बदल केल्याच्या आठवणी प्रभुदास गांधी यांनी दिल्या आहेत.[३८]

गांधीजींनी दक्षिण आफ्रिकेच्या थंडीतही भल्या पहाटे पाचच्याही आधी अंधार असतानाच सर्वांनी उठण्याचा नियम जारी केला. हेतू असा होता की भारताच्या उष्ण हवामानात खेड्यांमधूनच भल्या पहाटेच कामाला सुरुवात होत असते. कारण, दुपारच्या अतिउन्हात काम करणे कठीण होत असते. ‘‘ज्यांना गरिबी नको असेल त्या ग्रामवासीयांनी ब्राह्ममुहूर्तावरच उठले पाहिजे असा बापूजींचा विश्वास होता.’’ असे आपल्या आठवणींत प्रभुदास गांधी सांगतात.

फिनिक्समधील विद्यार्थ्यांना शिकविण्यासाठी गांधीजींनी केपटाऊनहून जमनादास गांधी आणि मिस स्लेशिन या आपल्या कार्यालयीन सहकाऱ्यांना फिनिक्समध्ये शिक्षक म्हणून पाठविले होते. जमनादासांना नेमून दिलेल्या शिक्षणात, सुलेखन, संस्कृत आणि ‘हिंदस्वराज्य’चा अंतर्भाव केलेला होता. ‘हिंदस्वराज्य’चा अभ्यास हा खूपच महत्त्वाचा मानला गेला होता. प्रभुदास गांधी असे लिहितात की, ‘‘बापूजींनी लिहिलेले ‘हिंदस्वराज्य’ हे पुस्तक शिकवण्यात ते (जमनादासकाका) आपले सारे कौशल्य पणाला लावत असत. हिंदस्वराज्य शिकताना आम्हाला असे वाटत असे की स्वतः बापूजीच आम्हाला शिकवीत आहेत. आमचा सारा वर्ग अतिशय मन लावूनच ते शिकत असे. लहान-मोठे सगळेच विद्यार्थी, बापूजीप्रणीत प्रत्येक सिद्धांत समजून घेऊन, लक्षात ठेवण्याचा प्रयत्न करीत असत. आमच्या मनात ही गोष्ट पक्की भिनली होती की हिंदुस्तानात गेल्यावर बापूजींच्या सत्याग्रहातले सैनिक या नात्याने आमच्यावर प्रश्नांची झोड उठविली

जाईल, आणि अशावेळी जर बापूंचे म्हणणे काय आहे हे आम्ही सांगू शकलो नाही तर आमचे अगदी हसे होईल. आमच्या परस्परांतील गप्पांमध्येही आम्ही 'हिंदस्वराज्य' मधील वाक्यांचा नि भाषेचा उपयोग करीत असू. परिणाम असा झाला की अवघ्या तीन महिन्यांतच 'हिंदस्वराज्य' मधील एकवीस प्रकरणे आम्हाला अगदी तोंडपाठ झाली.''[३९]

टॉलस्टॉय फार्मवर गांधीजींनी स्वतः केलेले शिक्षणविषयक प्रयोग हे फिनिक्स आश्रमातील प्रयोगांपेक्षा अधिक नेटकेपणाने केले आहेत. त्याविषयी विचारही त्यांनी अधिक आणि अधिक प्रमाणात आणि खोलवरचा केला आहे, असे दिसून येते.

टॉलस्टॉय फार्म

टॉलस्टॉय फार्मवर सत्याग्रहींची अनेक मुले जमा झाली होती. त्यात वेगवेगळ्या धर्मांची आणि भिन्न भाषिक अशी मुले होती. त्यामुळे त्यांना प्रत्येकाला स्वभाषा चांगली यावी अशी भूमिका घेऊन तामीळ मुलांना तामीळ भाषेचे, गुजराती मुलांना गुजराती, उर्दू मुलांना उर्दू भाषेचे आणि हिंदीचे तर सर्वांनाच धडे द्यायला गांधीजींनी सुरूवात केली. धर्माच्या शिक्षणाबाबत मात्र त्यांनी वेगळीच भूमिका घेतली. यापूर्वी फिनिक्स आश्रमात सर्वच धर्मांचे शिक्षण देण्याचा प्रयत्न होता. पण, या नवीन आश्रमात कोणत्याच धर्माचे शिक्षण द्यायचे नाही, असे त्यांनी ठरविले. मुलांना 'आत्म्या'चे शिक्षण देणे त्यांना फार महत्त्वाचे वाटत होते. परंतु त्यासाठी धार्मिक ग्रंथांचा फारसा आधार त्यांनी घेतलेला नाही.

टॉलस्टॉय फार्मवरील शिक्षणप्रयोगांपूर्वीच, गांधीजींची शिक्षणाविषयी काही मते निश्चित झालेली होती. उदाहरणार्थ, तत्कालीन प्रचलित शिक्षणावरील त्यांचा विश्वास उडालेला होता. त्यामुळे ते शिक्षण आणि तेही त्याच तऱ्हेने देण्याचे त्यांनी नाकारलेले होते. दुसरे असे की, खरे चांगले शिक्षण, मुलांना त्यांचे आई-वडीलच देऊ शकतात आणि त्याला बाहेरच्या कुणाच्या साहाय्याची फारशी गरज असता कामा नये, असेही त्यांचे पक्के मत होते. त्यामुळे अर्थातच, टॉलस्टॉय फार्मवरील मुलांबाबत पेच निर्माण झाला होता. एकतर ही सर्व मुले गांधीजींची स्वतःची नव्हती. दुसरे म्हणजे, त्यांच्या शिक्षणांत लक्ष घालायला त्यांचे त्यांचे आई-वडील हजर नव्हते. गांधीजींनी मात्र या पेचांतून एक वेगळाच मार्ग काढला. त्यांनी असे मानले की टॉलस्टॉय फार्म हा एक अधिक मोठा असा पण कौटुंबिक परिवार आहे आणि स्वतः गांधीजी या परिवारात सर्वांना पित्याच्या स्थानी आहेत. त्यामुळे त्यांना असेही मानता आले की, आपण स्वतःच होता होईतो या मुलांच्या शिक्षणाची

जबाबदारी आपल्या खांद्यांवर घेतली पाहिजे. अर्थात आपण या आपल्या भूमिकेला कितपत न्याय देऊ शकू याबाबतची साशंकताही त्यांच्या मनात होती. तरीही प्रत्यक्ष प्रयोग करून, अनुभव घेऊन, प्रचलित शिक्षणपद्धतीला पर्यायी अशी नवी पद्धती आपण शोधू शकू असा विश्वास त्यांना होता.

एकदा पाश्चात्त्य पद्धतीची प्रचलित शिक्षणपद्धती नाकारली की त्याला पर्याय निर्माण करण्याचा विचार अपरिहार्य होता. इथल्या शिक्षणाचा नेमका आशय काय असावा आणि त्याला अनुसरून शिक्षणाच्या पद्धती कशा असाव्यात, यांचाही विचार क्रमप्राप्त झाला. शारीरिक शिक्षण, लिहिण्या-वाचण्याचे (बौद्धिक) शिक्षण, चारित्र्याचे (नैतिक) शिक्षण, आणि उद्योगाचे शिक्षण अशा चार प्रकारच्या शिक्षणावर टॉलस्टॉय फार्मवर भर देण्यात आला होता.

गांधीजींनी, शिक्षणात शारीरिक शिक्षणाचे महत्त्व मान्य केले आहे. पण, टॉलस्टॉय फार्मवर हे शिक्षण मुलांना कामांतूनच मिळत होते. मुलांना रोजच शारीरिक श्रमाची कित्येक कामे करावी लागत होती. बागकाम करणे, फळझाडांची देखभाल करणे, स्वयंपाकाच्या कामांत मदत करणे, अशी अनेक कामे मुलांना आणि मोठ्यांनाही करावी लागत होती. कारण, येथे कोणी नोकरचाकर नव्हते. स्वच्छतेपासून स्वयंपाकापर्यंतची सर्व कामे सर्व आश्रमवासीयांना मिळून करावी लागत असत. बागकाम हे विशेष महत्त्वाचे होते. गांधीजींचे सहकारी कॅलनबाख हे या कामांत तरबेज होते. अशा कामाचे शिक्षण आणि अनुभवही त्यांनी घेतला होता. त्यामुळे त्यांच्या मार्गदर्शनाखाली मुलांना, बागेत खड्डे खणणे, लाकूड-फाटा तोडणे, डोक्यांवरून ओझी वाहणे अशी कामे करावी लागत असत. त्यातून मुलांना शारीरिक व्यायामही घडत असे आणि आनंदही खूप वाटत असे. त्यामुळे त्यांना वेगळ्या शारीरिक व्यायामाची, खेळण्याची वा शिक्षणाची गरज भासत नसे. अगदी अशा कामांमध्ये काही वेळा मुले ही अर्थात, मुलांसारखी वागत असत. कामे टाळण्याचा प्रयत्न करीत असत, याही गोष्टी गांधीजींच्या नजरेतून सुटत नसत. पण ते अशा गोष्टींकडे जाणूनबुजून काणाडोळा करीत असत.

बौद्धिक शिक्षणात समावेश असलेल्या सर्व शालेय विषयांच्या शिक्षणाचाही टॉलस्टॉय फार्मवर प्रयत्न होत असे. कॅलनबाख आणि प्रागजी देसाई यांनी या कामाची बहुतांशी जबाबदारी स्वीकारलेली होती. प्रारंभिक इतिहास, भूगोल, गणित असे विषय मुलांना शिकविले जात असत. सर्व भाषांच्या शिक्षणाची जबाबदारी स्वत: गांधींजींनी आपल्याकडे घेतली होती. गांधीजींनी या शिक्षणाला 'साहित्यिक शिक्षण' असे संबोधले आहे. गांधीजींना अनेक भाषा येत असत.

गुजराती तर त्यांची मातृभाषाच होती. गुजराती मुलांना गुजरातीबरोबरच थोडेसे संस्कृतचे ज्ञान दिले जात असे. मुसलमानी मुलांना उर्दू शिकविले जात असे. एका सागरी प्रवासात त्यांनी मुसलमान मित्रांकडून उर्दू लिपी शिकलेली होती; आणि त्यांनी म्हटल्याप्रमाणे उर्दूचे भाषेचे त्यांचे ज्ञान हे त्यातील फारशी किंवा अरबी शब्दांपर्यंतच मर्यादित होते. तामीळ भाषाही अशीच, प्रवासात आणि तामीळ सत्याग्रहींकडून गांधीजी जेलमध्ये शिकले होते. टॉलस्टॉय आश्रमात असलेल्या तामीळ मुलांचा जन्म आफ्रिकेतलाच असल्यामुळे त्यांना तामीळ यथातथाच येत असे, आणि लिपी तर अजिबात परिचित नव्हती. त्यामुळे अगदी लिपी आणि प्रारंभिक व्याकरणापासून त्यांना शिकविण्याची सुरुवात करावी लागली, असे गांधींजींनी म्हटले आहे. मात्र सर्वच मुलांनी आपापल्या मातृभाषेतूनच शिकावे असा गांधीजींचा आग्रह होता. एकूण हा साहित्यिक शिक्षणाचा मामला आपल्याला कठीण जात होता; त्यासाठी लागणारी साधनसामग्री पुरेशी उपलब्ध नव्हती, द्यायला हवा तेवढा पुरेसा वेळही नव्हता आणि मुख्य म्हणजे अशा शिक्षणासाठी लागणारी पुरेशी योग्यताही आपल्याकडे नव्हती, असे गांधीजींनी प्रामाणिकपणे कबूल केले आहे.

टॉलस्टॉय फार्मवर मुलांना उद्योगाचे शिक्षण देण्याचा शिस्तशीर प्रयत्न करण्यात आला होता. फार्मवरील प्रत्येक मुलाला कोणता ना कोणता हस्तकौशल्याचा उद्योग शिकवावा असा हा प्रयत्न होता. त्यासाठी पुन्हा कॅलनबाख उपयोगी ठरले. जर्मन टॅपेस्ट्रीमधून (मठामधून) ते स्वतः चांभारकाम शिकून आले आणि हे काम ते आश्रमवासीयांना शिकवू लागले. इथल्या मुलांबरोबरच गांधीजींनीही यात बऱ्यापैकी गती प्राप्त केली व ते स्वतःही ही कला इतरांना शिकवू लागले. कॅलनबाखना स्वयंपाकाचा 'उद्योग' तर सर्वच मुलांना शिकवावा लागला. गांधीजींनी जनरल स्मटस यांना आपण स्वतः तयार केलेल्या पायतणांचा जोड भेट म्हणून दिला आणि पुढे बरेच वर्षे त्यांनी तो जपून ठेवला; अशी एक त्यावेळची आठवण आहे.

गांधीजींच्या येथल्या शिक्षणपद्धतीत सर्वांत जास्त भर नैतिक शिक्षणावर, मुलांचे चारित्र्य घडविण्यावर होता. नैतिक शिक्षण हाच सर्व शिक्षणाचा पाया आहे असे ते मानत होते. एकदा हा पाया पक्का झाला तर इतर सर्व शिक्षण मुले आपले आपण करतील, असा त्यांचा विश्वास होता. भिन्न भिन्न अशा कौटुंबिक, धार्मिक, सामाजिक वातावरणांतून आलेल्या इथल्या मुलांना नैतिक शिक्षण मात्र एकाच प्रकारचे आणि एकाच प्रकारे देणे शक्य होते, अशी याबाबतची गांधीजींची टिप्पणी आहे. यासाठीच तर आपण या मुलांचा पिता बनून त्यांच्यात राहिलो, असेही त्यांनी म्हटले आहे. नैतिक शिक्षण कशा पद्धतीने दिले जावे, याविषयी

गांधीजींनी लिहिले आहे की, "ज्याप्रमाणे शारीरिक शिक्षण शारीरिक व्यायामातून आणि बौद्धिक शिक्षण बौद्धिक अभ्यासातून दिले जाते, त्याचप्रमाणे आत्म्याचे शिक्षणही आत्म्याच्या व्यायामातून दिले पाहिजे." पुढे लगेच ते स्पष्टीकरण देतात की, "आत्म्याचा व्यायाम हा सर्वतोपरी शिक्षकाचे जीवन व त्याचे चारित्र्य यांवर अवलंबून असतो. शिक्षकाने आपल्या आचरणावरच सदैव ध्यान पुरवले पाहिजे. मग तो एखाद्या वेळी आपल्या विद्यार्थ्यांबरोबर असो वा नसो." अगदी दूरवरचा शिक्षकही आपल्या वागणुकीचा प्रभाव आपल्या विद्यार्थ्यांवर पाडू शकतो असेही गांधीजींनी याच ठिकाणी म्हणून ठेवले आहे.[४०]

या आपल्या विचारांवरून पहिला धडा स्वत: गांधीजींनीच आत्मसात केला. आपल्याला एक आदर्शपाठ म्हणून विद्यार्थ्यांबरोबर असले पाहिजे असे त्यांना वाटू लागले. गांधीजी स्वत:बद्दल म्हणतात की, "टॉलस्टॉय फार्मवर मी माझ्यावरच अनेक निर्बंध घालून घेऊ लागलो आणि अधिकाधिक संयमी होऊ लागलो; याचे श्रेय, ही मी जी काही काळजी घेत होतो त्यालाच आहे."[४१]

टॉलस्टॉय फार्मवरील शिक्षणविषयक प्रयोगांच्या संदर्भातच गांधीजींनी, शिक्षण कसे दिले जावे, याविषयीचे आपले विचार पक्के केले आहेत, असे दिसून येईल. एक म्हणजे, त्यांचा स्वत:चा अनुभव असा आहे की पुस्तके वाचून शिकण्यापेक्षा शिक्षकांच्या तोंडून ऐकून मुले अधिक परिणामकारकरीत्या शिकतात. आपण स्वत: लहानपणी जे वाचून शिकलो ते फारसे आपल्या लक्षात नाही पण जे शिक्षकाच्या मुखांतून शिकलो ते आपल्या चांगले लक्षात आहे, अशी आपल्या निरीक्षणाच्या संदर्भात पुस्तीही ते जोडतात. 'आपल्या डोळ्यांपेक्षा आपल्या कानांनी, मुले अधिक चांगले नि कमी कष्टात ग्रहण करू शकतात' तसेच 'शिक्षक हेच मुलांसाठी सगळ्यांत चांगले पाठ्यपुस्तक आहे' अशी निष्कर्षात्मक विधाने त्यांनी केलेली आहेत.[४२]

टॉलस्टॉय फार्मवर एक नियम होता. 'जे काम शिक्षक करणार नाहीत ते काम मुलांनाही करायला लावता कामा नये. यानुसार, सारे काम मुले आणि शिक्षक मिळूनच करीत असत आणि त्यामुळे मुले प्रफुल्लतापूर्वक शिकत असत, अशी आनंददायी शिक्षणासाठीची एक अटही या नियमाद्वारे गांधीजी सांगून जातात. अशीच दुसरीही एक गोष्ट आहे. ती म्हणजे, मुलांना मारू नये, त्यांना शिक्षा करू नये अशीच गांधीजींची भूमिका होती. तरीही एक प्रसंग असा उद्भवला की, गांधीजींना आपला राग आवरला नाही आणि एका, नेहमीच अडदांडपणा करणाऱ्या, खोटे बोलणाऱ्या मुलाच्या दंडावर त्यांनी रूळ मारला. या घटनेबाबत लिहिताना, गांधीजींनी वर्णन केले आहे की, "...मारताना मी

कापत होतो हे त्याच्या लक्षात आले असावे. अशा तऱ्हेचा अनुभव माझ्या बाबतीत कोणाही विद्यार्थ्याला यापूर्वी आला नव्हता. विद्यार्थी रडू लागला. त्याने माझ्यापाशी माफी मागितली. त्याला काठी लागून दुःख झाले, यासाठी तो रडला असे नव्हे... पण माझ्या रुळात त्याला माझे दुःख दिसून आले. या प्रसंगानंतर तो कधी माझ्या विरुद्ध गेला नाही. पण मला मात्र तो रूळ मारल्याबद्दल अजूनपर्यंत पश्चात्ताप होत आहे. मला धास्ती वाटते की त्याला मारून मी आत्म्याचे नव्हे तर आपल्या पशुतेचे आविष्करण केले.''[४३]

गांधीजींनी स्वतःच्या बाबतीत तर या घटनेचे खोलवरचे विश्लेषण केले आहेच, पण, त्याचबरोबर, यासंदर्भात शिक्षक-विद्यार्थी या नातेसंबंधावरही प्रकाश टाकला आहे. अशा तऱ्हेच्या शिक्षेच्या विषयीच, त्यांनी शंका घेतली आहे. शिक्षेमागे राग होता, शिक्षा करण्याचा हेतू होता, त्यामुळे या शिक्षेतली भावना, त्यांच्यामते, संमिश्र होती. 'जर या शिक्षेत फक्त माझ्या दुःखाचे प्रदर्शनच असते तर ती शिक्षा योग्य म्हणता आली असती' असे त्यांनी आत्मकथेत लिहून ठेवले आहे.[४४] याच कालातील आणखी एका घटनेचा उल्लेख 'आत्मकथे'त आहे. गांधीजींचे स्वतःचे तीन मुलगेही टॉलस्टॉय फार्मवर इतर मुलांसमवेत होते. इतर मुलांपैकी काही तर अतिशय मस्तीखोर नि उनाड अशी होती. कॅलेनबाख यांनी गांधीजींना स्पष्टच सुचविले की त्यांनी आपल्या मुलांना या मुलांच्यात ठेवू नये; त्यांच्यामुळे संसर्ग लागून, ती बिघडतील.[४५] मात्र, असा काही धोका असलाच तर तो पत्करलाच पाहिजे, असे गांधीजींचे मत होते. उलट, आपल्या मुलांना वेगळे ठेवून, 'आपण इतरांहून श्रेष्ठ आहोत', अशा तऱ्हेचा भेदभाव मी माझ्या मुलांना आजपासूनच का शिकवावा? अशा तऱ्हेचा विचार त्यांच्या डोक्यात घालणे म्हणजेच त्यांना आडमार्गाला नेणे आहे. सध्याच्या स्थितीत राहिल्याने ते चांगले घडून निघतील, बऱ्या-वाईटाची परीक्षा ते स्वतःच करू लागतील. आपण असे का समजू नये की त्यांच्यात खरोखरच काही गुण तर उलट त्यांचाच संसर्ग त्यांच्या सोबत्यांना लागेल.''[४५] अशी भूमिका त्यावेळी गांधीजींनी घेतली; आणि या प्रयोगाचा परिणाम अनिष्ट झाला नाही असेच त्यांचे अनेक वर्षानंतरचे प्रतिपादन आहे.[४६]

टॉलस्टाय फॉर्ममध्ये गांधीजींनी स्वतःकडे वडिलांची भूमिका घेतली. आपण शिक्षक म्हणून एक वस्तुपाठ असावे यासाठी श्रमही घेतले. शिक्षणाचा मिळेल त्या थोडक्या वेळात पण अत्यंत जाणीवपूर्वक अनुभव घेतला. शिक्षणाच्या आशयाचा नि पद्धतींचा वेगळा विचार केला, तो अमलात आणला आणि या साऱ्या अनुभवान्ती शिक्षणातल्या खऱ्या प्रभावी पद्धतीचा नि शिक्षणाच्या भूमिकेचा

त्यांना मिळालेला बोध, त्यांनी पुढील शब्दांमध्ये मांडला आहे.

"दिवसेंदिवस माझ्या असे लक्षात येत गेले की मुलामुलींचे योग्य पद्धतीने लालन-पालन करणे किती कठीण आहे, आणि त्यांना शिक्षा करणे तर त्याहूनही कठीण आहे. जर मला त्यांचा खरा शिक्षक किंवा रक्षणकर्ता व्हायचे असेल तर मला थेट त्यांच्या हृदयाला स्पर्श केला पाहिजे, त्यांच्या सुखदु:खांमध्ये समरस झाले पाहिजे. त्यांना जे जे प्रश्न भेडसावतात ते सोडविण्यासाठी त्यांना मदत देत राहिले पाहिजे आणि त्यांच्या तारुण्यांतील आशा-आकांक्षाना योग्य दिशेने नेत राहिले पाहिजे."[४७]

प्राणवान विद्यालय

फिनिक्समधील सुरुवातीचे सारे प्रयोग हे सत्याग्रही घडविण्याच्या दिशेनेच होते. परंतु जेव्हा हे प्रयोजनच संपले, तेव्हाच्या दक्षिण आफ्रिकेतील वास्तव्यात पुनश्च एकदा फिनिक्समधील मुलांचे शिक्षण अधिक गांभीर्याने सुरू करण्यात आले. तेथे अभ्यासक्रम नव्हता की परीक्षा नव्हत्या. गप्पा, चर्चा, मनोरंजन अशाच अंगाने शिक्षण चालविले होते. सर्व मंडळी जेलमधून परत आली होती, आणि पुन्हा एकदा फिनिक्समधील शाळा चालू झाली होती. जो कोणी स्वेच्छेने तिथे येत असे तो आपल्या मर्जीने शिकवीत असे त्यामुळे शिकविण्याचा आशय, विषय आणि पद्धती व्यक्तीगणिक बदलत असत.

आपण आपल्या जीवनात विनम्र राहायचे आहे, सेवा-परायण बनायचे आहे आणि त्यादृष्टीने विद्या-कला-सुसंस्कार आत्मसात करायचे आहेत अशी गांधीजींची विद्यार्थ्यांना शिकवण होती.

त्यानंतर जेमतेम चार-पाच महिने चाललेल्या या फिनिक्समधील या विद्यालयाला, प्रभुदास गांधींनी 'प्राणवान विद्यालय' म्हणून संबोधले आहे.

दक्षिण आफ्रिकेतील सत्याग्रह आंदोलन संपल्यानंतर, हिंदुस्तानात परतल्यावर कशा प्रकारचे जीवन अवलंबायचे हाच प्रश्न प्रामुख्याने गांधीजींच्या मनात होता. भारतीय हवामानात - तेथील वैविध्यपूर्ण वातावरणात, फिनिक्समधील साधक-जीवनाला कशाप्रकारे अधिक उन्नतावस्था आणता येईल याचा विचार गांधीजी करीत होते. दक्षिण आफ्रिकेतील सत्याग्रहाचा संग्राम संपल्यावरसुद्धा विश्रांतीसाठी अवसरच नव्हता; उलट आफ्रिकेत जे काही यश मिळाले होते, त्याचा हिंदुस्थानात अधिकच विकास करण्याची कल्पना बापूजींच्या मनात खळबळ माजवीत होती. सत्याग्रहाची अगाध आणि अमोघ अशी शक्ती साऱ्या

विश्वाला दाखविण्याचा संकल्प बापूजींच्या मनात दृढपणे घर करून राहिला होता. या हेतूनेच आपल्या सग्या-सोयऱ्यांचे जीवन पूर्णपणे सत्याग्रहासाठीच घडविण्याचा चंग त्यांनी बांधला होता.[४८]

गांधीजींच्या, सुमारे दोन दशकांच्या दक्षिण आफ्रिकेतील वास्तव्यात, गांधीजींना अपरिहार्यपणे स्वत:च्या नि इतर सहकाऱ्यांच्या मुलांच्या शिक्षणास भिडावे लागले. साहजिकच शिक्षणविषयक प्रयोग आणि त्यामागे विचार करणे क्रमप्राप्त होते. त्यातच हा सारा काळ त्यांच्या स्वत:च्याही शिक्षणाचा काळ होता. शिक्षणाचा अर्थ लावण्याचा आणि लावलेल्या अर्थानुसार अर्थपूर्ण शिक्षण देण्याचा प्रयत्न, या काळात, गांधीजी करीत होते. रस्किन आणि टॉलस्टॉय यांनी त्यांना नवविचारांची काही शिदोरी दिली तर फिनिक्स व टॉलस्टॉय आश्रमांमुळे त्यांना हे विचार तावून-सुलाखून घेता आले. या साऱ्यांमधून जमा झालेली प्रयोगशील विचारांची पुंजी घेऊन गांधीजी भारतात परतले होते. दक्षिण आफ्रिकेतील प्रयोगांनी दिलेली, गांधीजींची शिक्षणविषयक विचारधारा सारांशाने अशी होती :

१. नैतिक नि आध्यात्मिक जीवनघडणीला नि या अंगाने व्यक्तिमत्त्व विकासाला गांधीजींच्या शिक्षणप्रणालीत महत्त्वाचे स्थान मिळाले.

२. ब्रिटिशांच्या शिक्षणपध्दतीस त्यांनी कधीही पसंती दर्शविली नाही. उलट, भारतातील ब्रिटिशपूर्व काळातील, भारतीय संस्कृतीशी मिळत्या जुळत्या शिक्षणाकडे त्यांनी लक्ष वेधले आहे.

३. केवळ साक्षरी शिक्षणावर भर देऊन नैतिकतेला दुरावणारे शिक्षण त्यांनी अमान्य केले आहे. साक्षरी शिक्षणाला त्यांनी विरोध मात्र केलेला नाही.

४. व्यक्तीच्या जीवनात श्रमकार्याला असलेले शैक्षणिक मूल्य गांधीजींनी ठळकपणे पुढे आणले आहे.

५. मातृभाषा हेच शिक्षणाचे माध्यम असावे, असा त्यांचा सल्ला आहे.

६. मुला-मुलींचे सहशिक्षण हा भावी काळातील परस्परांतील समायोजनासाठी आवश्यक घटक आहे असे गांधींजींचे मत झाले होते.

७. शालेय शिक्षणात सर्वधर्मीयांच्या प्रार्थना आणि सणांच्या सहाय्याने परस्परांमध्ये धार्मिक सहिष्णुता रुजेल असेही गांधीजींचे मत झाले होते.

गांधीजींच्या दक्षिण आफ्रिकेतील शिक्षणविषयक प्रयोगांचा हा आशय मानता येईल.

⌘

३. गांधीजींचे भारतातील शिक्षणविषयक प्रयोग

सरकार आपल्या अखत्यारीत असलेल्या शाळांच्याद्वारा आपलीच शक्ती मजबूत करीत असते. त्यामुळे लोकांनी आता हळूहळू अशा शाळांतून आपली मुले काढून घेतली पाहिजेत; आणि त्यांच्या शिक्षणाचा प्रबंध करण्यासाठी ठिकठिकाणी राष्ट्रीय शाळा-कॉलेजे उघडली पाहिजेत.

– कोलकत्याच्या काँग्रेस अधिवेशनातील ठराव (१९२०)

आपल्या उण्यापुऱ्या एकवीस वर्षांच्या वास्तव्यानंतर गांधीजींनी अखेरचे म्हणून, दक्षिण आफ्रिका सोडले ते १८ जुलै १९१४ ला. ते तेथून लंडनला जायला निघाले. या प्रवासात बोटीमध्येच त्यांनी लिहिले आहे, "मी दक्षिण आफ्रिका सोडले; पण त्या देशाशी असलेला माझा संबंध सोडलेला नाही."[१]

दक्षिण आफ्रिकेतील काळ हा गांधीजींमधील अंतर्बाह्य परिवर्तनाचा काळ होता. त्यापूर्वी इंग्लंडमध्ये वकिली शिक्षणासाठी गेलेल्या गांधीजींचा 'जंटलमन' होण्याचा प्रयत्न केव्हाच मागे पडला होता.[२] दक्षिण आफ्रिकेने त्यांची पुरेपूर वैचारिक घडण घडविली. गांधीजींनी स्वतःच म्हटले आहे, "मी भारतात जन्मलो असलो तरी घडलो मात्र दक्षिण आफ्रिकेत."[३] "खरं, सांगायचं तर, मी दक्षिण आफ्रिकेला गेल्यामुळेच, मी आज जो काही आहे तो घडू शकलो." असे उद्गार त्यांनी, आपल्या अखेरच्या काळात (११.४.१९४७), दक्षिण आफ्रिकेमधील निःशस्त्र प्रतिकाराच्या आंदोलनाच्या नेत्यांसमवेत बोलताना काढले होते.[४]

गांधीजींच्या राजकीय नेतृत्त्वाचा उदय दक्षिण आफ्रिकेत झाला. सत्याग्रहाची संकल्पना आणि तिचा व्यावहारिक ढाचाही तेथील प्रश्नांशी राजकीय लढा उभारण्याच्या संदर्भात आणि जुलै १९०७ मध्ये व जुलै १९०८ मध्ये, केलेल्या

अहिंसक प्रतिकारातून जन्माला आला. येथे त्यांना केवळ आफ्रिकेतील भारतीयांच्या प्रश्नांची ओळख झाली असे नव्हे, तर भारतातील प्रजेच्या प्रश्नांचीही जाण निर्माण झाली. भारतातील जे राजकीय-सामाजिक लढे गांधीजी लढले, त्यांना पार्श्वभूमी होती ती दक्षिण आफ्रिकेतील वंशवादाविरुद्धच्या लढाईच्या यशस्वितेची. गांधीजींनी पुढे, भारतात आल्यानंतर जे काही सर्वांगीण कार्य केले, त्याची दक्षिण आफ्रिका हीच प्रयोगभूमी होती. उदाहरणार्थ, गांधीजींनी आपल्या, दक्षिण आफ्रिकेतील भारतीयांना मिळणाऱ्या सापत्न वागणुकीविरुद्धच्या सत्याग्रहातील अखेरच्या पर्वात, आपल्या पत्नीसह अन्य महिलांना समाविष्ट करून घेतले. यातूनच पुढे भारतात ज्याला व्यापक स्वरूप मिळाले त्या, महिलांच्या राजकीय-सामाजिक परिवर्तनाच्या चळवळीतील सहभागाची सुरुवातही झालेली आहे. दक्षिण आफ्रिकेत गोरे ब्रिटीश आणि काळे भारतीय यांच्यामधील भेदभावांविरुद्ध शिंग फुंकत असतानाच, म्हणजे १९०५ सालच्या आसपास, भारतीय जातीयता आणि अस्पृश्यता यांमुळे होणाऱ्या भेदभावाकडेही त्यांचे लक्ष वेधले गेले.

शांतिनिकेतन

शांतिनिकेतन ही रवींद्रनाथ टागोरांची कर्मभूमी. साहित्य, संगीत, कलांची साधना येथे चालत असे. निसर्ग सान्निध्यातील शिक्षणाचे प्रयोगही इथे, रवींद्रनाथांच्या मार्गदर्शनाने चालत होते.

गांधीजींनी दक्षिण आफ्रिकेचा किनारा सोडला तो कायमचे भारतात परतण्यासाठी. परंतु त्यांनी प्रस्थान ठेवले ते इंग्लंडला जाण्यासाठी. बरोबरचे फिनिक्स आश्रमवासी थेट भारतात येऊन काही दिवस कांगरीच्या गुरुकुलात स्वामी श्रध्दानंदांच्या सहवासात राहिले. गांधीजींची इच्छा होती की त्यांनी एकत्रच राहावे आणि फिनिक्स आश्रमातल्याप्रमाणे आश्रमवासी होऊनच राहावे. त्यामुळे ही सर्व मंडळी, गांधीजी भारतात येण्यापूर्वीच शांतिनिकेतनात येऊन पोचली होती. मगनलाल गांधींच्या नेतृत्वाखाली त्यांचे आश्रमीय जीवन, वेगळया स्वतंत्र इमारतीत सुरूही झाले होते.

भारतात आल्यावर लवकरच गांधीजी, शांतिनिकेतनात, या आश्रमवासीयांना येऊन मिळाले. दीनबंधू अँड्रयुज आणि पियरसन हेही तत्पूर्वी शांतिनिकेतनात येऊन पोचले होते. येथील 'फिनिक्सवासीयां'चे ते आधारस्तंभ होते.

गांधीजींनी आल्याआल्याच, शांतिनिकेतनातील शिक्षक आणि विद्यार्थी

यांच्यात मिसळून त्यांना, दक्षिण आफ्रिकेतील शिक्षणविचारांची व्यावहारिक संथा द्यावयास सुरुवात केली. 'स्वावलंबना'वर नुसती चर्चाच करून ते थांबले नाहीत, तर सारे स्वयंपाकाचे काम कोणत्याही स्वयंपाक्यांवर न सोपवता, शिक्षक नि विद्यार्थी यांनी एकमेकांसमवेत करावे असे सुचविले. गांधीजींनी या बाबतीत रवींद्रनाथांचेही मत अजमावले. शिक्षक नि विद्यार्थी या प्रयोगाला तयार असतील तर रवींद्रनाथांची त्यास हरकत नव्हती. शिक्षक व विद्यार्थ्यांनी आपली तयारी दर्शविली; आणि काही काळ हा प्रयोग तेथे राबविला गेला.

या प्रयोगामागे असलेली शैक्षणिक दृष्टी गांधीजींनी स्पष्ट केली होती. विद्यार्थ्यांना स्वावलंबनाचे शिक्षण मिळणे आणि शिक्षकांनाही विद्यार्थ्यांच्या आरोग्याकडे लक्ष पुरविता येणे हे या कामाचे फायदे असणार होते. ही एक प्रकारची 'स्वराज्य साधनाच' असल्याचे गांधीजींनी विद्यार्थ्यांना सांगितले होते. शांतिनिकेतनमधील या स्वावलंबनाच्या शैक्षणिक प्रयोगाविषयी गांधीजींनी आपल्या आत्मचरित्रात लिहिले आहे, ''हा प्रयोग काही काळाने बंद पडला. परंतु या विख्यात संस्थेने, हा अल्पकाळाचा प्रयोग करून पाहिल्याने काही नुकसान झाले आहे, असे वाटत नाही. उलट या छोट्याशा अनुभवाचा शिक्षकांना फायदाच झाला.''[५]

गांधीजींच्या या प्रयोगाचा तात्कालिक फायदा फारसा झालेला नसला, तरीही काही काळाने शांतिनिकेतनमध्ये, त्यांच्या ग्रामसेवा खात्यातर्फे, 'शिक्षा-सत्र' या नावाने ग्रामीण विद्यार्थ्यांच्या शिक्षणाचा जो प्रयोग करण्यात आला, त्यावर गांधीजींचीच छाप होती. ही शाळा एक छोटेखानी समाज-समुदायाचीच प्रतिकृती मानली होती. मुले स्वयंपाकात मदत करीत असत, स्वत:चे कपडे धूत असत, घरे झाडून काढत असत, बाजारहाट करून त्याचे हिशोबही ठेवत असत. सर्वच मुले बागकाम करीत असत आणि आपल्या आवडीने, कलाने आणि शारीरिक क्षमतेनुसार एखादा व्यवसायही शिकत असत.[६]

शांतीनिकेतनमधील अल्प वास्तव्याचे आणखी एक योगदान आहे, पुढच्या काळातील गांधीजींच्या शिक्षणविषयक प्रयोगांना शांतिनिकेतनने उत्तम रत्ने मात्र पुरविली. काका कालेलकर आणि आर्यनायकम् पति-पत्नी हे गांधीजींच्या नयी तालीमच्या प्रयोगाचे खंदे आधारस्तंभ झाले. ते रवींद्रनाथांच्या तालमीत तयार झाले होते आणि पुढे गांधीजींच्या शिक्षणविषयक प्रयोगांना त्यांनी आयुष्याच्या अखेरीपर्यंत पूर्णपणे वाहून घेतले.

राष्ट्रीय शाळांचा उदय

भारतातील असहकाराच्या आंदोलनाच्या काळात राष्ट्रीयतेच्या भावनेला अधिक जोर आला, हे खरे असले तरी जिला 'राष्ट्रीयतेची भावना' असे म्हणता येईल ती भावना एकोणिसाव्या शतकाच्या मध्यापासूनच दृग्गोचर होऊ लागली होती. तिचे शिक्षणक्षेत्रातील पर्यवसान १८७५ सालापासून निघालेले दिसू लागले होते. अलीगढला 'मोहमेडन अँग्लो-ओरिएंटल कॉलेज' (२४ मे १८७५), पुण्याला 'न्यू इंग्लिश स्कूल'ची झालेली स्थापना (१ जानेवारी १८८०) व पुढे 'डेक्कन एज्युकेशन सोसायटी'ची निर्मिती (२४ ऑक्टोबर १८८४), स्वामी दयानंद सरस्वती यांच्या स्मृतिप्रीत्यर्थ स्थापन करण्यात आलेली 'दयानंद अँग्लोवैदिक कॉलेज इस्टिट्यूशन' (६ नोव्हेंबर १८८३) किंवा थिऑसॉफिकल सोसायटीच्या सदस्यांच्या पुढाकाराने, काशीमध्ये स्थापन झालेले 'सेंट्रल हिंदू कॉलेज' (७ जुलै १८९८) ही काही महत्त्वाची उदाहरणे. हे सर्व प्रयत्न, इंग्रजी शिक्षणव्यवस्थेला छेद देण्यासाठी तसेच, भारतीय संस्कृती, परंपरा आणि तत्कालीन सामाजिक-राजकीय गरजांशी संबंधित शिक्षणविचारांवर आधारित असे होते. तत्कालीन सरकारी नियमांच्या अधीन राहूनच, पण राष्ट्रतेज जागविणारे असे हे प्रयत्न मानता येतील. मात्र, सरकारी नियमांच्या आणि नियंत्रणांच्या चौकटीत राहून शिक्षणविषयक सुधारणा करणे शक्य होणार नाही, याची अधिकाधिक जाणीव होऊन, पूर्णतः सरकारी नियंत्रणाबाहेरच राहून शिक्षण उभे करण्याचे प्रयत्न विसाव्या शतकाच्या सुरुवातीपासून होऊ लागले. रवींद्रनाथांचे 'शांतिनिकेतन' (डिसेंबर १९००), स्वामी श्रद्धानंदांच्या परिश्रमांतून उभे राहिलेले कांगडीचे गुरुकुल (२ मार्च १९०२), हरिद्वारजवळ स्थापन झालेले महाविद्यालय, ज्वालापूर (१९०७) आर्यसमाजाच्या प्रयत्नांतून निर्माण झालेले वृंदावनमधील गुरुकुल (१९११) अशा शिक्षणसंस्था उभ्या राहिल्या, त्या 'भारतीय शिक्षणा'च्या विचाराला उत्थापन देण्यासाठी. एका अर्थाने धार्मिक आंदोलनाचा एक भाग म्हणून, परंतु निव्वळ राजकीय आंदोलनाशी नाते जुळविणाऱ्या अशाही काही संस्था निर्माण झाल्या होत्या, त्या म्हणजे, कलकत्त्याची 'वंगीय राष्ट्रीय शिक्षण परिषद' (११ मार्च १९०६) आणि तळेगाव येथे, प्रा. विष्णू गोविंद विजापूरकर यांनी निर्माण केलेले 'समर्थ विद्यालय' (११ जून १९०६).

राष्ट्रीय शाळांच्या स्थापनेला खरा जोर आला तो, मात्र १९२० नंतरच्या काळामध्ये. या काळात स्वातंत्र्याचे आंदोलन जोर धरू लागले होते; आणि राष्ट्रीयतेच्या भावनाही तीव्र होऊ लागल्या होत्या. ही नवी परिस्थिती आणि तिच्या गरजा आणि सरकारी शिक्षणसंस्थांची गुलामसदृश पठडी यांमधील विसंगती, विचार

करणाऱ्यांना तीव्रतेने जाणवू लागली होती. स्वातंत्र्य आंदोलनाच्या आवाहनानुसार शाळा-कॉलेज सोडलेल्या युवकांच्या शिक्षणाचीही स्वतंत्रपणे सोय होण्याची गरज होतीच. गांधीजी चंपारण सत्याग्रहाच्या निमित्ताने बिहारमध्ये होते, त्यावेळी, त्याठिकाणी राष्ट्रीय शाळा उभ्या करण्याविषयीचा विचार झालेला होता. आता, संबंध देशभरच असा विचार होऊ लागला.

काँग्रेसचे एक खास अधिवेशन, कोलकत्याला १९२० सालच्या सप्टेंबर महिन्यात भरविण्यात आले. या अधिवेशनातच सरकारशी असहकार पुकारण्याबाबतचा ठराव संमत करण्यात आला. या ठरावातील शिक्षणासंबंधीच्या भागाचा आशय असा होता की, 'सरकार आपल्या अखत्यारीत असलेल्या शाळांच्याद्वारा आपलीच शक्ती मजबूत करीत असते. त्यामुळे लोकांनी आता हळूहळू अशा शाळा-कॉलेजांतून आपली मुले काढून घेतली पाहिजेत आणि त्यांच्या शिक्षणाचा प्रबंध करण्यासाठी ठिकठिकाणी राष्ट्रीय शाळा-कॉलेज उघडली पाहिजेत.' त्याचवर्षी डिसेंबर महिन्यात, नागपूरला काँग्रेसचे वार्षिक अधिवेशन भरविण्यात आले. त्या अधिवेशनात हाच ठराव अधिक दृढतापूर्वक स्वीकारण्यात आला. त्याचा आशय असा होता; 'सोळा वर्षांच्या आतील जी काही मुले, सरकारी अथवा सरकारच्या मदतीने चालणाऱ्या शाळांतून जात असतील त्यांना त्यांच्या पालकांनी काढून घ्यावे व त्यांची रवानगी राष्ट्रीय शाळांतून करावी; अथवा अन्य काही मार्गांनी त्यांचे शिक्षण करावे. त्याचबरोबर सोळाच्या वरच्या वयाच्या मुलांना ही काँग्रेस असे आवाहन करते की, राष्ट्राने ज्या शासनपद्धतीला नष्ट करण्याचा निश्चय केला आहे, त्या शासनाच्या नियंत्रणाखाली असणाऱ्या संस्थांमधून शिकणे हे आपल्या मनाविरुद्ध आहे, असे जर त्यांना वाटत असेल तर त्यांनी त्वरित त्या संस्थांचा त्याग करून बाहेर पडावे. त्यांनी हा विचारही करू नये की याचे परिणाम काय होतील. त्यांनी एकतर या असहकाराच्या आंदोलनात सहभागी व्हावे वा राष्ट्रीय संस्थांमधून आपले शिक्षण पुरे करावे.'[७]

या आवाहनाचा तीव्र परिणाम होऊन अनेक ठिकाणी राष्ट्रीय शाळा उघडल्या जाऊ लागल्या. सुभाषचंद्र बोस यांनी, गांधीजींच्या 'असहकारा'च्या आवाहनाला प्रतिसाद देऊन भारतीय नागरी सेवा - इंडियन सिव्हिल सर्विसमधील आपल्या पदाचा राजीनामा दिला आणि गांधीजींच्या दुसऱ्या आवाहनाला साथ देऊन कलकत्त्यात पहिली राष्ट्रीय शाळा काढली.[८] अशाप्रकारे ऑक्टोबर १९२० ते मार्च १९२१ या केवळ सहा महिन्यांच्या अवधीत राष्ट्रीय शिक्षणासाठी पाच विद्यापीठे निर्माण झाली.

गुजरात विद्यापीठ (अहमदाबाद) १६ ऑक्टोबर १९२०
जामिया मिलिया इस्लामियां (अलिगढ) २६ ऑक्टोबर १९२०
टिळक महाविद्यालय नंतर विद्यापीठात रूपांतरित (पुणे) ८ डिसेंबर १९२०
बिहार विद्यापीठ (पटणा) १० जानेवारी १९२१
काशी विद्यापीठ (काशी) १० फेब्रुवारी १९२१

याचबरोबर लाहोरमध्ये कौमी महाविद्यालय, नागपूरमध्ये टिळक विद्यालय अशी अनेक विद्यालये, महाविद्यालये भराभर स्थापन होऊ लागली. एक तात्कालिक राजकीय परिस्थितीची गरज म्हणून अशा शिक्षणसंस्था जरी निघू लागल्या असल्या, तरी राष्ट्रीय अंगाने त्यांचे अभ्यासक्रम कसे असावेत याचा सखोल विचार त्या परिस्थितीत झाला नाही. अर्थात त्याची आवश्यकता मात्र संबंधितांना जाणवत होती. त्यासाठी काशी येथे २३ फेब्रुवारी ते ६ मार्च १९२३ या कालावधीत, वेगवेगळ्या संस्थांचे २८ प्रतिनिधी एकत्र आले. 'राष्ट्रीय शिक्षणसमिती'ने राष्ट्रीय शिक्षणाची एक योजनाही तयार केली. परंतु बदलत्या राजकीय परिस्थितीच्या रेट्यात ती अमलात येऊ शकली नाही.[९]

काका कालेलकर

१९१५ सालच्या मे महिन्यात गांधीजींनी अहमदाबादजवळ कोचरब येथे 'सत्याग्रह आश्रमा'ची स्थापना केली. आश्रमातील बालकांसाठी आणि आजूबाजूच्या मुलांसाठी म्हणून कोचरब आश्रमात एक 'राष्ट्रीय शाळा' स्थापन करण्याचा निर्णय घेतला. तत्पूर्वी शांतिनिकेतनमध्ये काका कालेलकर आणि गांधीजी यांची फेब्रुवारी १९१५ मध्ये भेट झालेली होती. त्या वेळी काका तेथे शिक्षक म्हणून काम करीत होते. गांधीजींशी अत्यंत मनमोकळी पण खूप खोलवरचे प्रश्न विचारून, काका कालेलकरांनी गांधीजींशी केलेली चर्चा गांधीजींना आठवत होती. अगदी उलटसुलट प्रश्न विचारून आणि संडासापासून ते परमेश्वरापर्यंतच्या गोष्टींची चर्चा, त्यांनी, गांधीजींबरोबर केली होती; आणि याचा काहीसा प्रभाव गांधीजींवर पडला होता. त्यामुळे कोचरब आश्रमातल्या संकल्पित राष्ट्रीय शाळेसाठी संचालक म्हणून गांधीजींनी मनातून काकांची निवड केली होती. तसे १९१६ साली एक महिनाभर काका कोचरब आश्रमात राहूनही गेले होते. पुढे १९१७ साली एप्रिल महिन्यात जेव्हा गांधीजी चंपारणला जायला निघाले तेव्हा, वाटेत, बडोद्याला, काकासाहेब कालेलकर त्यांना भेटले त्यावेळी त्यांनी गांधीजींचे आमंत्रण स्वीकारल्याचे सांगितले, व ते कामावर रुजू झाले.

काकासाहेब कालेलकर शांतिनिकेतनातून निघून गांधींकडे आले, यालाही एक पार्श्वभूमी आहे. गांधीजींनी जशी काकांची परीक्षा केली तशीच काकांनीही गांधीजींची परीक्षा केली. काकासाहेबांनी एके ठिकाणी लिहिले आहे की, आरोग्याच्या बाबतीतली त्यांची गांधीजींशी चर्चा जोरजोराने चालू असताना, त्यांनी मध्येच गांधीजींना विचारले की, मनुष्याने केलेल्या आहाराचे नीट पचन झाले आहे याचा निदर्शक असा त्याचा 'मल' कसा असला पाहिजे? गांधीजी उत्तरले, बकरीच्या लेंड्यांसारख्या तो असायला हवा.[१०]

गांधीजीशी एवढी सलगी झाल्यानंतर काका गांधीजींकडे आकृष्ट न होतील तरच नवल!

सत्याग्रह आश्रम हा १९१७ च्या जून महिन्यामध्ये, कोचरबहून साबरमती नदीच्या पश्चिम किनाऱ्यावर नेण्यात आला. तेथे मात्र 'राष्ट्रीय शाळा' अधिक नेटकेपणाने आणि अधिक संघटित स्वरूपात चालू झाली. 'शिक्षकमंडळ' निर्माण करण्यात आले. त्यात किशोरलाल मश्रूवाला, नरहरी पारीख, अप्पासाहेब पटवर्धन, फुलचंदभाई शहा, जुगतराम दवे, भूपतभाई, पोपटलाल भाई, मगनलाल गांधी, विनोबा भावे आणि काकासाहेब कालेलकर अशी दिग्गज मंडळी जमा झाली होती. पाळीपाळीने एकेकाकडे संचालकपद दिले जात होते. तरीही या सर्वांमध्ये काकासाहेब कालेलकर एक शिक्षक म्हणूनही आणि संचालक म्हणूनही अतिशय प्रभावी ठरले होते. गांधीजींच्या देखरेखीखाली नि मार्गदर्शनाखाली 'राष्ट्रीय शिक्षणा'चा प्रयोग पुढे नेला जात होता. खेडेगावातील जनतेला उपयोगी पडेल अशी 'त्यागोद्योगप्रधान' शिक्षणाची रचना करण्याचे नि त्याचा प्रयोग अमलात आणण्याचे उद्दिष्ट ठरविण्यात आले होते. राष्ट्रीय जनतेचे चारित्र्य ठरविण्याचा एक शैक्षणिक प्रयोग इथे साकार होत होता आणि त्यात काकासाहेब कालेलकरांचे वैचारिक आणि कृतिशील योगदान महत्त्वाचे होते.

गांधींजींच्या शिक्षणप्रयोगात सामील होण्यापूर्वी काकासाहेब कालेलकर हे बडोदा येथील गंगनाथ विद्यालयात शिक्षक म्हणून काम करीत होते. त्याचवेळी त्यांच्या वाचनात बुकर टी वॉशिंग्टन यांची 'अप फ्रॉम स्लेवरी' आणि 'माय लार्जर एज्युकेशन' ही दोन पुस्तके आली होती. राष्ट्रीय शिक्षणाविषयीची त्यांची कल्पना अधिक विकसित व्हायला, त्यांना या पुस्तकांची मदत झाली. 'राष्ट्रीय शिक्षणा'चा एक वेगळा अर्थही त्यांना प्रतित झाला. ''केवळ देशाभिमान किंवा राजकीय क्रांतीची पूर्वतयारी करणे एवढेच राष्ट्रीय शिक्षणाचे काम नाही; तर भारतीय संस्कृतीच्या पायावर व्यक्तिगत, सामाजिक आणि राष्ट्रीय जीवनाची नव्याने निर्मिती करायची

आहे आणि त्यासाठी केवळ बौद्धिकच नव्हे तर कलाकौशल्यांचा नि उद्योगधंद्यांचा विकासही आवश्यक आहे, हे सत्य त्यांना उमगले.''[११] सत्याग्रह आश्रमात, या विचारांनी प्रेरित होऊन, काकासाहेबांनी, हिंदुस्थानचा प्राचीन इतिहास, संस्कृती, धर्म नि स्मृतिग्रंथ, उपनिषदे, खगोलशास्त्र, भारताचे राजकारण, अर्थकारण अशा अनेक विषयांचे विश्लेषण आपल्या व्याख्यानांतून आणि अभ्यासक्रमांतून येथल्या आश्रमीय शिक्षणात आणले. गांधीजींच्या शिक्षणविषयक प्रयोगांमध्ये झालेल्या सत्याग्रह आश्रमात आणि पुढेही सेवाग्राममध्ये नयी तालीमच्या कामात काकासाहेब कालेलकरांचे योगदान अतिशय भरीव असे होते.

गांधीजी हिंदुस्थानात आल्यानंतर काही काळ, त्यांच्या आफ्रिकेतील आश्रमवासीयांचे वास्तव्य शांतिनिकेतनमध्ये होते, त्यावेळी काकासाहेब गांधीजींशी जोडले गेले. यापुढील सर्वच काळात गांधीजींच्या शिक्षणविषयक सर्वच प्रयोगांशी नि त्यामागील वैचारिक अधिष्ठानाच्या घडणीशी काकासाहेब कालेलकर यांचा घनिष्ठ संबंध राहिला. नवविचारांची अंमलबजावणी आणि त्याविषयीचा विलक्षण आत्मविश्वास हे गांधीजींचे वैशिष्ट्य होते. याबाबतची एक आठवण, काका कालेलकरांच्या चरित्रात आहे.[१२] गांधीजी पहिल्यांदाच फेब्रुवारी १९१५ मध्ये शांतिनिकेतनमध्ये गेले, त्या वेळी काकासाहेब कालेलकर तेथे 'प्रमुख व्यवस्थापक' म्हणून काम करीत होते. पूर्वी पुण्याला फर्ग्युसन कॉलेजमध्ये, त्यांचे सहाध्यायी असलेले जे.बी. कृपलानी यांना, गांधीजींना भेटण्यासाठी म्हणून, काकासाहेबांनी बोलावून घेतले होते. प्रत्यक्ष भेटीत कृपलानींनी गांधीजींना बरेच आडवेतिडवे प्रश्न विचारले; आणि म्हणाले, ''मी इतिहासाचा प्राध्यापक आहे. अहिंसेने स्वराज्य मिळाल्याचे एकही उदाहरण मला मिळालेले नाही.'' त्यावर गांधीजींनी त्यांना जे उत्तर दिले, त्याने ते दोघेही अतिशय प्रभावित झाले. गांधीजी म्हणाले, ''तुम्ही इतिहास शिकवणारे आहात. मी इतिहास घडवणारा आहे.'' पुढे काकासाहेबांनी गांधीजींबरोबर जाण्याचा निर्णय घेतला; त्यामागे, शांतिनिकेतनमधील गांधीजींच्या अल्पशा वास्तव्यात त्यांच्या आचार-विचारांचा मनावर पडलेला प्रभाव हेच कारण होते.

सत्याग्रह आश्रम, साबरमती

गांधीजींनी २५ मे १९१५ रोजी कोचरब येथे 'सत्याग्रह' आश्रमाची स्थापना केली. आश्रमात सुरुवातीस उणीपुरी पंचवीस माणसे होती. त्यांच्यासाठी द्यावयाच्या नियमावलीच्या अनुषंगाने गांधीजींनी आपली एकादशव्रते दिली. अहिंसा, सत्य,

अस्तेय, ब्रह्मचर्य, असंग्रह, शरीरश्रम, अ-स्वाद, निर्भयता, सर्वधर्मसमानता, स्वदेशी आणि अस्पृश्यता निर्मूलन अशी अकरा व्रते गांधीजींनी सत्याग्रह आश्रमातील रहिवाशांच्या नित्य नियमित व्यवहाराची सूत्रे म्हणून दिली. सत्याग्रह आश्रमाची ही एक देणगी आहे. गांधीजींचे जीवनविषयक तत्त्वज्ञानच या 'एकादशव्रतां'तून साकारते आणि ही व्रते अंगीकारणे हा गांधीजींच्या शिक्षणविषयक विचारांचा गाभा मानता येईल. गांधींना अभिप्रेत असलेली नैतिकतेची साधना आणि शिक्षणाचा त्यांनी मांडलेला व्यावहारिक आशय या दोन्ही गोष्टी या अकरा व्रतांच्या रूपाने व्यक्त होतात. ही व्रते हा गांधीजींच्या जीवनविषयक तत्त्वज्ञानाचाच एक महत्त्वाचा भाग होता. तसेच, ही तत्त्वे व्यवहारात उतरवण्याचा संबंध त्यांच्या शिक्षणविषयक सिद्धांतांशी होता.

कोचरब येथे अकस्मात प्लेगची साथ उद्भवल्यामुळे, आश्रमाचे स्थलांतर, गावाबाहेर साबरमती नदी किनारी साबरमती जेलच्या नजीक करण्यात आले. (तुरुंगात जाणे हे सत्याग्रहींना नैमित्तिकच होते, आणि जेलसाठी जागा निवडताना भोवताली स्वच्छ परिसर असतो; हे मला माहीत होते. अशी या जागेविषयीची गांधीजींची मल्लीनाथी आहे !)

फिनिक्स आश्रम किंवा टॉलस्टॉय फार्मप्रमाणेच येथेही श्रमाधारित जीवनाचा आणि त्याकरवी जीवनशिक्षणाचा प्रयोग गांधीजींनी आरंभला होता. मुलांसाठी, निरक्षर प्रौढांसाठी येथे औपचारिक शाळाही चालत असे. मात्र हिला 'राष्ट्रीय शाळा' म्हणून खास स्वरूप दिलेले होते. विषय शिक्षणाबरोबरच येथे हस्तोद्योगांच्या शिक्षणावर भर होता. याच काळात गांधींजींनी, जुन्या पद्धतीचा चरखा कुठे मिळतो का याचा शोध घेतला, आणि तो सापडल्यानंतर, म्हणजे १९१८ पासून, सूतकताई, विणकाम आणि सुतारकाम या उद्योगांचा समावेश शैक्षणिक कार्यक्रमांत केला. याशिवाय स्वच्छता, स्वयंपाक अशांसारखी दैनंदिन कामेही आश्रमवासीयांनाच करावी लागत होती. गांधीजींची मनीषा अशी होती की सत्याग्रह आश्रमातील ही शाळा इतरांसाठी पथदर्शक व्हावी.[१३]

सत्याग्रह आश्रमात शिक्षणविषयक विचारांची बरीच घुसळण झाली. काका कालेलकर, किशोरलाल मश्रूवाला, विनोबा आणि इतर शिक्षकमंडळींमध्ये शिक्षणाचा आशय, शिक्षणाच्या पद्धती, तेथील शिक्षणात उद्योगाचे स्थान, अशा मूलभूत विषयांबाबत अनेकदा चर्चा घडत असत; मतमतांतरे स्पष्ट होत असत. राजकारणाच्या वाढत्या धबडग्यातही गांधीजीं या शाळेसाठी आपला वेळ शक्यतो देत असत. त्यामुळे सहकाऱ्यांच्या प्रत्यक्ष प्रयोगांतून आणि त्यांच्याबरोबरील

अटीतटीच्या चर्चांमधून, गांधीजींची शिक्षणविषयक विचारधारा तावून सुलाखून निघत होती. गांधीजीनी या चर्चांना 'आध्यात्मिक वाद' म्हणून संबोधले आहे. या चर्चांमध्ये गांधीजींचे सर्वच विचार स्वीकारले जात होते, असे नाही. मात्र, आता गांधीजी या निष्कर्षाला आले, की राष्ट्रीय महत्त्वाच्या ग्रामीण उद्योगांचा विकास करण्याचे कार्य शिक्षणतज्ज्ञांकडे सोपविले जावे, आणि त्यांनीही हा विकास शैक्षणिक अंगानेच करावा.

साबरमतीच्या राष्ट्रीय शाळेत उद्योगाला नेमके काय स्थान असावे, याबाबत कार्यकर्त्यांची मत भिन्न होती. मात्र मगनलाल गांधींजींनी असे सुचविले, की 'उद्योग' हा शिक्षणात मध्यवर्ती असावा. काका कालेलकरही याच मताचे होते. त्यांचे म्हणणे मात्र असे होते की, "शिक्षणात उद्योग आणताना तो शैक्षणिक अंगाने आणावा, एक कारखाना किंवा उत्पादनसंस्था या प्रकारे आणू नये."[१४] काका कालेलकरांनी असे म्हटले आहे की, "यावेळच्या आमच्यातील संघर्षातूनच 'वर्धा योजने'चा, म्हणजे ग्रामीण उद्योगावर आधारित शिक्षण कल्पनेचा, जन्म झाला आहे."[१५]

गांधीजींनी, या सर्व चर्चांतून आपल्या मनात ज्यांची निश्चिती झाली आहे असे शिक्षणविषयक मुद्दे, २७ जून १९३२ ते १० जुलै १९३२ या काळात लिहिलेल्या गुजराती 'सत्याग्रह आश्रम इतिहासा'त नमूद करून ठेवले आहेत. गांधीजी लिहितात, माझे शिक्षणविषयक, कदाचित अगदी खास असे विचार आहेत. ते सर्वच पूर्णतः माझ्या सहकाऱ्यांनी स्वीकारले आहेत, असे नाही. ते विचार असे आहेत.

१. वयाच्या आठव्या वर्षापर्यंत मुला-मुलींचे शिक्षण एकत्रच व्हावे.
२. यांचे शिक्षण मुख्यतः स्नायूविषयक शिक्षण असावे आणि ते शिक्षणातील तज्ज्ञ व्यक्तीच्या देखरेखीखाली व्हावे.
३. प्रत्येक बालकाचा कल विचारात घेऊन, त्याला किंवा तिला कोणते काम द्यावयाचे ते ठरविले जावे.
४. कोणतीही (शैक्षणिक) प्रक्रिया अमलात आणताना, तिच्यामागची कारणे विशद केली जावीत.
५. मुलाला समज यायला लागल्यापासून सामान्यज्ञान दिले जावे; लिहिणे-वाचणे नंतर उशिरा शिकविले जावे.
६. मुलांना आधी, साध्या भौमितिक आकृत्या काढायला द्याव्या. त्याचा चांगला सराव झाल्यानंतर त्याला मुळाक्षरे शिकवावीत. असे केल्याने मुलांचे अक्षर प्रथमपासूनच चांगले येते.

७. लिहायला शिकण्याआधी वाचायला शिकले पाहिजे. अक्षरे ही सुरुवातीला चित्रे म्हणून ओळखीची व्हावीत, नंतर ती काढली जावीत.
८. अशाप्रकारे शिक्षण झाल्यास मुलाने, आठव्या वर्षापर्यंत, त्याच्या क्षमतेनुसार चांगले ज्ञान आत्मसात केलेले असते.
९. मुलाला सक्तीने काहीही शिकवू नये.
१०. जे शिकविले जाते त्यात मुलाला रस वाटला पाहिजे.
११. शिक्षण हे मुलाला खेळासारखे वाटले पाहिजे. खेळ हा शिक्षणाचा अविभाज्य भाग आहे.
१२. सर्व शिक्षण मातृभाषेतूनच केले जावे.
१३. लिहायला शिकण्यापूर्वीच मुलाला हिंदी-उर्दू या भाषेची राष्ट्रभाषा म्हणून ओळख झाली पाहिजे.
१४. धार्मिक शिक्षण हे अत्यावश्यक आहे. मुलांना हे शिक्षकाच्या वागण्या-बोलण्यातून आत्मसात झाले पाहिजे.
१५. नऊ ते सोळा ही बालकाच्या शिक्षणाची दुसरी पायरी मानावी.
१६. याही काळात मुला-मुलींना शक्यतो एकत्रच शिकू द्यावे.
१७. या कालात हिंदू मुलांना संस्कृत नि मुस्लिम मुलांना अरेबिक शिकवावे.
१८. या दुसऱ्या पायरीलाही मुलांचे शारीरिक शिक्षण चालू राहावे. विषयांच्या शिक्षणाला आवश्यक तर अधिक वेळ दिला जावा.
१९. या कालात मुलांना त्यांच्या पालकांचा व्यवसाय शिकविला जावा, जेणेकरून, पुढे वाटल्यास त्यांना, आपल्या कुळाचा व्यवसाय उपजीविकेसाठी करता येईल. मात्र मुलींना ही गोष्ट लागू नाही.
२०. मुलांनी या पायरीला, जगाचा इतिहास, भूगोल, वनस्पतिशास्त्र, अंकगणित, भूमिती व बीजगणित यांचे सामान्यज्ञान प्राप्त केले पाहिजे.
२१. या काळात प्रत्येक मुलाला शिवणकाम आणि स्वयंपाक आला पाहिजे.
२२. सोळा ते पंचवीस ही तिसरी पायरी. या पायरीला प्रत्येक युवा व्यक्तीला जे हवे, जे जमेल ते शिक्षण घेता आले पाहिजे.
२३. ९ ते १६ या दुसऱ्या पायरीला शिक्षण हे स्वतःचा खर्च भरून काढणारे असावे. म्हणजे, मुलाने शिकत असतानाच एखाद्या उद्योगात कामही केले पाहिजे. जेणेकरून त्याला आपल्या उत्पन्नातून शाळेचा खर्च भागविता येईल.
२४. उत्पादनकार्य अगदी पहिल्या पायरीपासून सुरू होईल, परंतु, पहिल्या

पायरीच्या कालात त्यातून खर्च भरून काढण्याची अपेक्षा ठेवता येणार नाही.

२५. शिक्षकांना फार मोठा पगार द्यायची गरज नाही, फक्त निर्वाह वेतन द्यावे. त्यांच्यात सेवेची भावना प्रज्वलित करावी. कोणाही सोम्या-गोम्याला प्राथमिक शिक्षक बनवणे ही मोठी घातक गोष्ट ठरेल. सर्व शिक्षक नीतिमान असावे लागतील.

२६. फार मोठ्या नि खर्चिक इमारतींची शिक्षणासाठी गरज नाही.

२७. इंग्रजी ही फक्त इतर भाषांसारखी एक भाषा म्हणून शिकवावी. जशी हिंदी ही राष्ट्रस्तरावर तशी इंग्रजी ही आंतरराष्ट्रीय स्तरावर आणि आंतरराष्ट्रीय व्यापारासाठी वापरावी.

२८. स्त्रियांच्या शिक्षणाबाबत, ते पुरुषांच्या शिक्षणापेक्षा वेगळे असावे की काय, आणि ते केव्हा सुरू करावे याबाबत मी अजून संभ्रमात आहे. मात्र, एक गोष्ट पक्की आहे, की स्त्रियांना (शिक्षणासाठी) पुरुषांच्या बरोबरीनेच सर्व सोयी मिळायला हव्यात आणि काही वेळा तर काही खास सोयी प्राप्त करून दिल्या जाव्यात.

२९. निरक्षर प्रौढांसाठी रात्रशाळा चालवाव्यात. पण, त्यांना लेखन-वाचन-गणन शिकवावे असे मला वाटत नाही. व्याख्यानांतून वगैरे त्यांना सामान्य ज्ञान द्यावे आणि त्यांची तशी इच्छा असेल तरच त्यांना लेखन-वाचन-गणन यांचे शिक्षण द्यावे.

साबरमती आश्रमातील अनुभवांतून नि सहकाऱ्यांशी झालेल्या चर्चांमधून गांधीजींनी हे शिक्षणविचारांचे नवनीत काढलेले होते, तरीसुद्धा हे सर्वच मुद्दे, संपूर्णपणे सर्वांना मान्य होते असे नाही. मात्र यात एक-दोन बाबींबाबत एकमत होते. उदाहरणार्थ, शिक्षणात उद्योगाला मध्यवर्ती स्थान असावे; शिक्षणखर्च त्यातून भरून निघावा. प्रामुख्याने सूतकताईचा उद्योग उपयुक्त ठरेल. तसेच शिक्षणाचा जीवननैतिकतेशी घनिष्ठ संबंध बांधलेला असावा.[१६] एकप्रकारे वर्धा योजनेची पूर्वतयारीच साबरमती आश्रमातील राष्ट्रीय शाळेने करून ठेवली होती, असे म्हणता येईल.

चंपारण

लुई फिशर यांनी आपल्या ग्रंथात एक छान आठवण दिली आहे.[१७] ते पहिल्यांदाच, म्हणजे १९४२ साली, गांधीजींना सेवाग्राम आश्रमात जाऊन भेटले,

तेव्हा गांधीजी त्यांना म्हणाले, ''ब्रिटिशांना इथून घालवून दिलं पाहिजे, असे मी निकडीनं का ठरवले ते मी तुम्हाला सांगतो; ते १९१७ साल होतं.''

असे नेमके काय घडले १९१७ साली, की ज्यामुळे ब्रिटिशांच्या हकालपट्टीचं उद्दिष्ट गांधींच्या मनात पक्क झालं?

गांधीजी १९१५ च्या जानेवारी महिन्यात दक्षिण आफ्रिकेतून कायमच्या वास्तव्यासाठी म्हणून भारतात परतले. येथे परतल्यानंतरची त्यांची दोन वर्षे तशी गडबडीतच गेली. त्यातले एक वर्ष तर देश पूर्णत: समजावून घेण्यासाठी रपेट करण्यातच गेले होते. डिसेंबर १९१६ मध्ये (२७ ते २९ डिसेंबर) काँग्रेसच्या लखनौ अधिवेशनाला ते हजर राहिले. तेथे राजकुमार शुक्ला नावाचा एक गरीब शेतकरी एकदम त्यांच्यासमोर येऊन उभा राहिला आणि आपली ओळख देत म्हणाला, ''मी चंपारणचा (बिहार) आहे; आणि तुम्ही माझ्या जिल्ह्यात यायला हवं हे सांगायला मी इथे आलो आहे.'' आणि राजकुमार शुक्ला याच्या आमंत्रणावरून, पुढील काही महिन्यांतच, गांधीजी चंपारणमध्ये गेले.

चंपारण हा बिहारच्या वायव्य भागातील जिल्हा. येथे त्याकाळी निळीची लागवड मोठ्या प्रमाणावर होत असे. तेथील शेतकरी कुळांना, आपापल्या जमिनींमध्ये ३/२० भागामध्ये (१५% जमिनीत) निळीची लागवड करण्याची कायद्याने सक्ती करण्यात आली होती. (याला 'तीन काठीया' पद्धत असे म्हटले जात असे.) स्थानिक सरकारी अधिकारी मात्र अधिकाधिक निळीच्या लागवडीसाठी शेतकऱ्यांना हैराण करीत असत. जमीनदारही नाडत असत. याचवेळी जर्मनीमध्ये सिंथेटिक नीळ तयार होऊ लागली. जेव्हा जमीनदारांना याची कुणकुण लागली तेव्हा निळीचा व्यापार बसण्याची शक्यता त्यांच्या लक्षात आली. मग त्यांनी १५ टक्के निळीच्या सक्तीपासून शेतकऱ्यांना सुटका देण्यास सुरुवात केली. त्यासाठी मोठी रक्कमही शेतकऱ्यांकडून जमा केली गेली. शेतकऱ्यांवरील या अन्यायाविरुद्ध गांधीजींनी सत्याग्रह आरंभला. भारतातील त्यांचा हा पहिला सत्याग्रह. तो यशस्वी झाला आणि येथेच गांधीजींच्या मनात, ब्रिटिशांच्या हकालपट्टीच्या विचाराची ठिणगी पेटली. 'हुकुमभंगा'चे शस्त्रही हाती आले.

गांधीजींचे म्हणणे असे की, शेतकऱ्यांना जमीनदारांकडून किती रक्कम परत मिळाली, हे महत्त्वाचे नाही. महत्त्वाचे हे होते, की जमीनदारांना आपण जबरदस्तीने घेतलेल्या रकमेचा काही भाग हा परत करावा लागला आणि बरोबरच प्रतिष्ठेचाही काही भाग घालवावा लागला. आजपर्यंत निळीचे मालक-उत्पादक वरचढ होते. परंतु आता शेतकऱ्यालाही कळून चुकले, की त्यालाही काही हक्क

आहेत, आणि त्याचे रक्षण करता येते. ते करण्याचे धैर्यही त्याच्यात आले. हा लाभ फार मोठा होता.''[१८]

परंतु हे सारे तात्कालिक होते. आपल्यालाही हक्क आहेत, ते आपण वाजवून घ्यायचे असतात. त्यावर कु णाचे अतिक्रमण झाल्यास, न्यायासाठी संघर्ष करायचा असतो, आणि आपण तो करू शकतो; असा आत्मविश्वास गरिबांच्यात, खेड्यांतील जनतेत निर्माण व्हायचा असेल, तर त्याला काही दूरवरची योजना आखली गेली पाहिजे आणि ही अर्थातच पुढील पिढीच्या शिक्षणाची योजना असावी लागेल, हे गांधीजींनी ओळखले. चंपारणच्या खेड्यांमधील आर्थिक नि राजकीय दारिद्र्याबरोबरच सामाजिक-सांस्कृतिक आणि शैक्षणिक मागासलेपणाही गांधीजींच्या लक्षात आलेला होता आणि यावरची उपाययोजना ही दीर्घकालीन तसेच शैक्षणिकच असायला हवी, हे लक्षात येऊन, गांधीजींनी, महादेवभाई देसाई आणि नरहरी पारीख या आपल्या सहकाऱ्यांशी सल्लामसलत करून सहा खेड्यांमध्ये सहा प्राथमिक शाळा उघडण्याचे ठरविले. मात्र हे काम गावकऱ्यांच्या सहकार्यानेच करायचे होते. शिक्षक बाहेरून बोलवावे लागणार होते आणि गावकऱ्यांनी त्यांच्या राहण्या-जेवणाची सोय करायची होती. पैशाच्या जरी नाही तरी धान्याच्या नि वस्तूंच्या रूपांत ही मदत करण्याची अटच गावकऱ्यांना, गांधीजींनी घातली होती.

गांधीजींना शिक्षक हवे होते. त्यांच्या शिक्षणापेक्षा त्यांचे नैतिक अधिष्ठान गांधीजींनी महत्त्वाचे मानले होते. त्यासाठी त्यांनी वेगवेगळ्या ठिकाणच्या मित्रांना याविषयीची विनंतिपत्रे पाठवली होती. त्याला प्रतिसादही मिळाला. मुंबईहून बबन गोखले आणि त्यांच्या पत्नी अवंतिकाबाई गोखले, आणि पुण्याहून आनंदीबाई वैशंपायन आल्या. गंगाधरराव देशपांडे यांनी कर्नाटकातून बाबासाहेब सोमण आणि पुंडलिकजी कातगडे यांना पाठवले. यांच्याचबरोबर गांधीजींनी साबरमती आश्रमातून आपला मुलगा देवदास, पत्नी कस्तुरबा, छोटालाल, सुरेंद्रनाथ, महादेव देसाई आणि नरहरी पारीख यांना आमंत्रित केले. पुण्याहून सर्व्हंटस् ऑफ इंडिया सोसायटीचे कार्यवाह डॉ. देव हेही सहा महिन्यांच्या बोलीवर येथे आले.

चंपारणमधील पहिली शाळा १४ नोव्हेंबर १९१७ ला बरहरवा या मोतीहारीपासून वीस मैलांवरील खेड्यात उघडली. इंजिनियर बबन गोखले, अवंतिकाबाई आणि देवदास गांधी यांनी ही शाळा चालवावी असे ठरले. पाठोपाठ २० नोव्हेंबरला दुसरी शाळा भितरवा येथे सुरू झाली. डॉ. देव यांच्या प्रमुखत्वाखाली सोमण, पुरोहित आणि स्वतः कस्तुरबा गांधी काम करू लागले.

''या शाळांचे स्वरूप कसे होते याविषयी, गांधीजींनी मि. मेरिमन यांना

पाठवलेल्या १९ नोव्हेंबरच्या (१९१७) पत्रात याविषयी सविस्तर लिहिले आहे.

मी ज्या शाळा उघडत आहे त्यांमध्ये फक्त बारा वर्षांपर्यंतचीच मुले घेतली जातील. कल्पना अशी आहे की जेवढी मिळतील तेवढी मुले घ्यावीत, आणि त्यांना सर्वांगीण शिक्षण द्यावे. यामध्ये, त्यांना हिंदी व उर्दू भाषा शिकवाव्यात आणि मग या भाषांच्या माध्यमांतून अंकगणित, इतिहास-भूगोलाची थोडीशी ओळख, विज्ञानाची साधी तत्त्वे आणि थोडेसे औद्योगिक शिक्षण देण्याचा मानस आहे. त्याचा काटेकोर अभ्यासक्रम काही बनविलेला नाही कारण मी अजून न मळलेल्या वाटेवरून पावले टाकत आहे. आपल्याच आजच्या शिक्षणपद्धतीकडे मी भयाने नि अविश्वासाने पाहात आहे. लहान मुलांच्या नैतिक नि बौद्धिक क्षमता वाढविण्यापेक्षा त्या खुरटवण्याचेच काम यात होत आहे. माझ्या प्रयोगात मी, या शिक्षणपद्धतीत जे काही चांगले असेल ते घेईन पण त्याचे दोष मात्र टाळण्याचाच प्रयत्न करीन. मुख्य उद्दिष्ट असे आहे की या मुलांना सुसंस्कृत आणि नीतिमान अशा स्त्री-पुरुषांच्या संपर्कात आणणे. माझ्या दृष्टीने हेच शिक्षण आहे. साक्षरी शिक्षण हे या उद्दिष्टांसाठीचे केवळ एक साधन म्हणूनच आहे. जी मुले-मुली आमच्याकडे येतील त्यांना जे औद्योगिक प्रशिक्षण द्यायचे आहे ते त्यांना आणखी एखादे उपजीविकेचे साधन मिळावे म्हणून. याचा असा अर्थ नव्हे की जी मुले शिक्षण पूर्ण करतील त्यांनी आपल्या वाडवडिलांचा शेतीचा व्यवसाय सोडून जावे. उलट त्यांनी आपल्याला शाळेत मिळालेल्या ज्ञानाचा उपयोग करून आपली शेती आणि शेतीआधारित जीवन सुधारावे. आमचे शिक्षक येथील प्रौढांच्या जीवनालाही स्पर्श करतील नि शक्य तर त्यांच्या (डोळ्यांवरील) पडदा दूर करतील. त्यांना स्वच्छतेचे शिक्षण देतील आणि त्याचबरोबर गावचे रस्ते तयार करणे, विहिरी खोदणे अशा प्रकारच्या गावहिताच्या गोष्टी एकत्र येऊन करण्याचे शिक्षण देतील. तसेच, शाळांमध्ये उत्तम प्रशिक्षित असेच शिक्षक नेमले जाणार असल्यामुळे आम्ही गावकऱ्यांना मोफत वैद्यकीय सेवाही पुरविण्याचा विचार केला आहे. चंपारणचा सत्याग्रह यशस्वीपणे हाताळल्यानंतर, गांधीजींनी मुझफ्फरपूर येथे एका विशाल सभेत भाषण केले.[११] या सभेस पाच ते सात हजार लोक हजर होते. या भाषणात गांधीजींनी चंपारणमध्ये शाळा उघडण्याविषयीचा उल्लेख करून, त्यासाठी स्वयंसेवक म्हणून काम करण्यासाठी लोकांना आवाहन केले आहे. या भाषणातील संदर्भित मजकूर असा आहे : ''चंपारणातील काम संपले असले, तरी अजून महत्त्वाचे असे थोडेसे काही शिल्लक आहे. ज्याने गुलामगिरीचे जू झुगारून देऊन स्वातंत्र्य मिळविले आहे, त्याला जर चांगली शिकवण मिळाली नाही, तर मिळालेल्या स्वातंत्र्याचा

त्याच्या हातून दुरुपयोग होण्याची शक्यता आहे. चंपारणातील लोकांना एक प्रकारची स्वायत्तता मिळालेली आहे. तिचा उपयोग कसा करावयाचा, हा आता प्रश्न आहे. या कामासाठी, माझे सहकारी प्रा. व्रजकिशोर[२०] व इतर मंडळी यांनी सगळ्यांनी मिळून तेथे शाळा उघडून लोकांना सामान्य ज्ञानाचे, विशेषतः आरोग्यविषयक नियमांचे शिक्षण देण्याचे ठरविले आहे. उद्देश असा आहे, की लहान मुलामुलींना लिहिणे-वाचणे आणि स्वतःपुरते स्वच्छ आणि तंदुरुस्त कसे राहावे, यांचे शिक्षण द्यावयाचे आणि प्रौढांना, सार्वजनिक आरोग्याचे रक्षण करणे, रस्ते, वापरामध्ये नसलेल्या विहिरी, संडास वगैरे स्वच्छ ठेवणे, यासंबंधातले शिक्षण द्यावयाचे. या उद्देशाने ढाका नावाच्या एका ठिकाणी मंगळवारच्या शुभमुहूर्तावर एक शाळा उघडावयाची आहे. हे काम करण्यासाठी स्वयंसेवकांची अत्यंत निकडीची गरज आहे. हे काम करण्याची इच्छा असणाऱ्या कोणाही सुशिक्षित स्नेहीमंडळीना यामध्ये भाग घेण्यासाठी येता येईल. जे येतील त्यांची चाचणी घेतली जाईल आणि जे योग्य ठरतील त्यांना या कामामध्ये घेतले जाईल.'' गांधीजींची इथल्या शाळेची संकल्पना ही औपचारिक शाळेची नव्हती. ग्रामीण अंधकारमय जीवनातील प्रकाशाचे ते एक केंद्र असावे, अशी ती होती. इथले शिक्षक हा केवळ विद्यार्थ्यांचा शिक्षक असणार नव्हता, तर तो इथल्या गावकऱ्यांच्या मित्र व सल्लागार होणे अपेक्षित होते.

गांधीजी आणि त्यांच्या शिक्षक मंडळींना अगदी टोकाच्या अशा दोन वर्गांना एकाच वेळी तोंड द्यायचे होते. एकीकडे कुळांचा असलेला अत्यंत दरिद्री, अशिक्षित नि मागासलेला समाज आणि दुसरीकडे मळेवाल्यांचा मस्तवाल शोषक समाज. यांची दोन प्रातिनिधिक उदाहरणे डी.जी. तेंडुलकरांनी आपल्या 'गांधी इन चंपारण' या पुस्तकात दिली आहेत.[२१]

कस्तुरबा महिलांमध्ये हिंडून जागृतीचे काम करीत असतानाचा एक प्रसंग गांधीजींच्या शब्दातला आहे. 'मी भिथरवा गावापासच्या एका खेड्याला भेट दिली असता मला दिसून आले की काही बायकांची वस्त्रे अत्यंत घाणेरडी आहेत. त्या बायका कपडे धूत का नाहीत याची चौकशी करायला मी माझ्या पत्नीला सांगितले. ती त्यांच्याशी याबाबत बोलली. त्यावेळी एका बाईने त्यांना आपल्या झोपडीत आवर्जून नेले आणि म्हटले, 'हे बघ इथे कुठेही तुम्हाला कपड्यांचे कपाट किंवा एखादी पेटी दिसते का? जी माझ्या अंगावर आहे एवढी एकच साडी माझ्याकडे आहे. मी ती केव्हा कशी धुवू? महात्माजींना सांग की मला आणखी एक साडी आणून द्या मग मी रोज आंघोळ करून स्वच्छ साडी अंगावर नेसेन!'

दुसरा अनुभव वेगळ्याच वर्गाचा म्हणून अर्थातच वेगळा आहे. गांधींजींच्या कार्यकर्त्यांनी गावकऱ्यांशी चांगलीच जवळीक साधली होती. पण, हे मळेवाल्यांना पसंत नव्हते. त्यामुळे त्यांनी एका रात्री भिथरवाची शाळाच पेटवून दिली. शाळेची राख झाली. हे कोणातरी मळेवाल्याचेच कृत्य होते. पण, त्याच्या चौकशीच्या मागे न लागता, शिक्षक-कार्यकर्त्यांनी आणि गावकऱ्यांनी त्याच जागी गवताच्या शाळेऐवजी विटांची शाळा बांधून उभी केली.

परंतु गांधींजींचा चंपारणमधील मुक्काम संपत आला. १९१८ सालच्या फेब्रुवारी महिन्यात, त्यांना अहमदाबादला कापडगिरणी कामगारांच्या संपाचे आणि खेडामधील शेतकऱ्यांच्या आंदोलनाचे नेतृत्त्व करण्यासाठी जावे लागले. चंपारणमध्ये शाळा चालविण्यासाठी आलेले कार्यकर्ते काही काळापुरतेच आलेले होते. त्यांना परतावे लागले. नवीन कार्यकर्त्यांची कुमकही फारशी आली नाही. तरीही चंपारणमधील थोडेसे रुजलेले शिक्षणाचे काम चालूच राहिले.

एका अर्थाने 'ग्रामशिक्षणा'चाच हा पहिला-वहिला प्रयोग होता. पुढे असाच असहकाराच्या चळवळीच्या निमित्ताने 'राष्ट्रीय शिक्षणा'चा प्रयोग गांधीजींनी प्रस्थापित केला.

गुजरात विद्यापीठ

लोकमान्य टिळकांचे इ.स. १९२० अखेरीस निधन झाले. याबरोबरच भारतीय राजकारणातील टिळकयुगही संपले. तोवर गांधीजी आपल्या दक्षिण आफ्रिकेतील एकवीस वर्षांच्या कालावधीनंतर आणि यशस्वी सत्याग्रहानंतर १९१५ च्या सुरुवातीला भारतात, कायमच्या वास्तव्यासाठी आलेले होते. मध्यंतरीच्या काळात एक वर्षभराची देशाची परिक्रमा, काँग्रेसच्या राजकारणात प्रत्यक्ष प्रवेश, चंपारणचा यशस्वी सत्याग्रह, खेडा सत्याग्रहाची यशस्वी सांगता अशा अनेक पायऱ्यांनी चढून तत्कालीन भारतीयांच्या मनात गांधीजींनी एक अक्षय स्थान प्राप्त करण्यास सुरुवात केली होती. टिळकांनंतर सहजपणेच भारतीय स्वातंत्र्याच्या राजकारणाची सूत्रे गांधीजींकडे आली होती. भारतीय स्वातंत्र्याच्या लढ्याचे एक नवे युग इथे सुरू झाले होते. ब्रिटिश सरकारही अधिक कठोर, अधिक अन्यायी होत चालले होते. खिलाफतचा प्रश्न, पंजाबचे अभूतपूर्व हत्याकांड ही या अन्यायी वृत्तीची ठळक उदाहरणे होती.

१९२० सालच्या ऑगस्ट महिन्याच्या अखेरीस अहमदाबादमध्ये गुजरातच्या चौथ्या राजनैतिक परिषदेचे अधिवेशन भरविण्यात आले होते. या परिषदेतच

गांधीजींनी, सरकारशी असहकाराचे शिंग फुंकले. गांधीजींचा पूर्ण असहकाराचा प्रस्ताव नि त्याबाबतचा त्यांनी आखलेला कार्यक्रम यांना या अधिवेशनात मान्यता मिळाली आणि गांधीजींच्या राष्ट्रव्यापी राजकारणाची सूत्रबद्ध मांडणी होऊ लागली. या मांडणीचा एक भाग म्हणून सरकारी शाळा-कॉलेजांवर बहिष्कार टाकण्याचे आवाहन करण्यात आले. अर्थातच, ही गोष्ट घडवायची तर, काहीएक नवी-देशी, शिक्षणव्यवस्था, पर्याय म्हणून निर्माण करायला हवी होती. या विचारातून गुजरातमध्ये राष्ट्रीय विद्यापीठाची स्थापना करण्याची कल्पना पुढे आली. सत्याग्रह आश्रमातील अध्यापक मंडळी, त्यासाठी पुढे सरसावली. ही केवळ सरकारी शिक्षणाला पर्यायी व्यवस्था म्हणून अपेक्षित नव्हती; केवळ बहिष्काराला बळ देण्याची ही तात्पुरती व्यवस्थाही असणार नव्हती, तर, भारतीय संस्कृती, राष्ट्रीयत्व इत्यादींची सकारात्मक दखल घेणारी अशी ही शिक्षणव्यवस्था कल्पिलेली होती.

१५ नोव्हेंबर १९२० ला गांधीजींच्या हस्ते गुजरात महाविद्यालयाची स्थापना करण्यात आली. स्थापना समारंभाच्या भाषणातच गांधीजींनी या विद्यापीठाचे वेगळेपण नेमके कशात आहे ते स्पष्टपणे मांडले. ‘‘ज्या ज्या समारंभाशी माझा संबंध आला त्यांमध्ये अत्यंत आगळा-वेगळा असा हा समारंभ आहे. आज जे नवीन महाविद्यालय उघडले जात आहे ते विद्यार्थ्यांना केवळ शिक्षित करण्यासाठी नाही, तर ते त्यांना उपजीविकेचे साधनही उपलब्ध करून देणार आहे. नुसते ‘शिकणे’ आपल्याला काहीच देत नाही. आपण स्वराज्य प्राप्त करू शकतो ते, आपले चारित्र्य भक्कम झाले तरच. आपण परकीय सरकारच्या राक्षसी हिंसेला आपल्या शांततापूर्ण नि आध्यात्मिक आंदोलनानेच तोंड दिले पाहिजे; मग ते तंत्र कच्चबच्चे का असेना. स्वातंत्र्याचे रोपटे लावून त्याला पाणी घातले पाहिजे. म्हणजे मग ते वाढून योग्य वेळ येताच त्याचा स्वराज्यवृक्ष होईल. ही त्याची वाढ सर्वस्वी चारित्र्यावरच अवलंबून आहे. तुमच्या शिक्षकांनी मनात आणले तर हे सारे घडून येईल आणि मला माहिती आहे की ते यासाठीच आयुष्य वेचायला तयार आहेत, आणि वेळप्रसंगी आपल्या ध्येयपूर्तीसाठी मृत्यूला कवटाळायलाही तयार आहेत. कारण, ध्येयपूर्तीसाठी मरण हेच खरे जगणे आहे.’’

‘‘आपले (महाविद्यालय) हे पुस्तकी शिक्षणाचे नव्हे, तर स्वातंत्र्याचे मंदिर आहे. (विद्यार्थ्यांचे) चारित्र्य घडविणे हे आपल्यापुढचे कार्य आहे. जेवढे आपण विद्यार्थ्यांबाबत हे घडविण्यात यशस्वी होऊ, तेवढेच आपण स्वराज्यासाठी तयार होत जाऊ. विद्यार्थ्यांबरोबर काम करणे हेच स्वराज्याला आकार देण्याचे एकमेव साधन आहे. आपण आपला पैसा आणि आपले हृदय ओतून, आज

आपण ज्याचे उद्‌घाटन करीत आहोत अशा संस्था निर्माण केल्या पाहिजेत..."[२२]

गुजरात विद्यापीठाच्या, पहिल्या वर्धापनदिनाला केलेल्या भाषणात गांधीजी म्हणाले होते," जिला आपण राष्ट्रीय शाळा म्हणून संबोधतो आहोत तिथे काही अटींचे पालन झाले पाहिजे. रोजच्या वेळापत्रकात सूतकताईला स्थान असले पाहिजे. शिक्षकांनी आणि विद्यार्थ्यांनी रोज निदान अर्धा तास तरी सूत कातले पाहिजे; आणि खादी वस्त्र परिधान केले पाहिजे. शिक्षणाचे माध्यम मातृभाषा किंवा हिंदुस्थानी असले पाहिजे. व्यायाम म्हणजे शारीरिक शिक्षणाला पुरेसे महत्त्व दिले पाहिजे; आणि त्यात स्वसंरक्षणाच्या बाबींचा समावेश असला पाहिजे. अस्पृश्यांना शाळेचे दरवाजे बंद न करता उलट त्यांचे स्वागतच केले पाहिजे".[२३] सत्याग्रह आश्रमातील अध्यापक मंडळींनीच या कार्यासाठी वेळ देण्याचे ठरविले. किशोरलाल मश्रूवाला यांनी महामात्र (कुलसचिव, रजिस्ट्रार) म्हणून जबाबदारी स्वीकारली. 'सा विद्या या विमुक्तये' हा विद्यापीठाचा ध्यानमंत्र म्हणून स्वीकारण्यात आला. पुढे १९२६ मध्ये विद्यापीठाची पुनर्रचना करण्यात येऊन कार्यविस्तारही करण्यात आला.

याच काळात प्रसिद्ध गांधीभक्त श्री. नगीनदास अमुलखराय यांनी गुजरातमधील गावांच्या विकासासाठी, काही विशेष व्यवस्था या विद्यापीठात व्हावी या हेतूने एक लाख रुपयांची देणगी विद्यापीठास दिली. या रकमेचा विनियोग करून ग्रामसेवा करण्याच्या हेतूने 'ग्रामसेवा मंदिरा'ची स्थापना करण्यात आली. गुजरातमधील मागासवर्गीय जातींच्या सेवाकार्यासाठी योजना आखण्यात आली. खेडा जिल्ह्यामध्ये 'वल्लभ विद्यालया'च्या रूपाने ही योजना प्रत्यक्षातही आणली गेली. ग्रामसेवा मंदिराच्या सुरुवातीच्या कार्याचा भाग म्हणून मातर तालुक्याचे आर्थिक-सामाजिक सर्वेक्षण हाती घेण्यात आले. जे.सी. कुमारप्पा यांनी याची जबाबदारी घेतली. खुद्द गांधीजींच्या मार्गदर्शनाखाली राष्ट्रीय शिक्षणाचे कार्य ग्रामविकासाशी जोडण्याचा एक महत्त्वपूर्ण प्रयोग, गुजरात विद्यापीठाकरवी करण्यात आला. पुढे १९३० साली गांधी-आयर्विन करारानंतर विद्यापीठात 'स्वराज्य-विद्यालया'ची स्थापना करून राष्ट्रीय शिक्षणाला तत्कालीन स्वातंत्र्य संग्रामाच्या कार्याशी जोडण्याचा प्रयोगही हाती घेतला गेला.

खादी निर्मिती व इतर ग्रामोद्योग

गांधीजींनी साबरमतीच्या सत्याग्रह आश्रमात, काही हातमाग आणून मगनलाल गांधींच्या मार्गदर्शनाखाली विणकाम सुरू केले होते. त्यासाठी एक खास विणकरही आणला होता. त्याच्याकडून शिकून घेऊन, मगनलाल यांनी प्रावीण्य

प्राप्त केली, आणि इतर आश्रमवासीयांचेही प्रशिक्षण केले. परंतु गांधीजी एवढयावर समाधानी नव्हते. विणकामासाठी लागणारे सूत मात्र देशी वा विदेशी गिरण्यांमधून घ्यावे लागत होते. त्यामुळे आश्रमात सूतकताईही करावी, असे त्यांना वाटू लागले होते; व त्यासाठी चरख्याचा शोध ते घेत होते. अखेरीस १९१७ साली बडोदा जिल्ह्यातील विजापूर गावात, घरोघरी चरखे असल्याचे आणि ते माळ्यांवर पडून असल्याचे आढळले. मात्र हे चरखेवाले गावकरी सूत कातण्यात तरबेज होते. गांधींच्या सल्ल्याने हे चरखे पुन्हा चालू करण्यात आले. सुतासाठी कापसाच्या पेळूंची आणि तयार होणाऱ्या सुताच्या विक्रीची हमी मिळाल्यामुळे, गावकऱ्यांनी आपल्या या जुन्या उद्योगाला ऊर्जितावस्था आणली.

आता, मगनलाल यांच्या उत्साहाला उधाण येऊन चरखा आश्रमात दाखल झाला; त्यात काही सुधारणाही झाल्या. मग मात्र आश्रमात सर्वत्र चरख्याचा आवाज घुमू लागला. लवकरच सूतकताईचा प्रशिक्षण वर्गही येथे सुरू करण्यात आला.

काँग्रेसच्या, अमृतसरमध्ये झालेल्या, १९१९ सालच्या डिसेंबरमधील अधिवेशनात, असा ठराव करण्यात आला की स्वदेशीच्या चळवळीचा अंगभूत भाग म्हणून चरख्यावरील सूतकताई आणि हातमागावरील विणकाम यांना स्थान देण्यात यावे. पुढे १९२१ सालच्या विजयवाडा येथे झालेल्या काँग्रेस अधिवेशनात, अखिल भारतीय काँग्रेस समितीने, देशात वीस लाख चरखे सुरू करण्याची मोहीमच हाती घेण्याचा संकल्प केला. याच महिन्यात, चरख्याला मध्यवर्ती स्थान दिलेला तिरंगी ध्वज तयार करण्यात येऊन, काँग्रेसने त्यास राष्ट्रीय ध्वज म्हणून मान्यता दिली. आता, खादी हे राष्ट्रीय स्वातंत्र्यसंग्रामाचे प्रतीक झाले.

गांधीजी खादीकडे केवळ राष्ट्रीय स्वातंत्र्यचळवळीचे प्रतीक म्हणून पाहात नव्हते. भारतातील लाखो खेड्यांमधील बेकार, बसून राहिलेल्या लोकांना कौटुंबिक उत्पन्नाचे एक कायमस्वरूपी साधन मिळून, त्यांना आपल्या दारिद्र्यावर मात करता यावी, हा खादी प्रसाराचा प्रधान हेतू होता.

गांधीजींनी, १९२४ सालीच खादीविषयीच्या या 'गुणां'ची जंत्री करून ठेवली होती.[२४] ज्यांच्या हाती थोडीशी फावती आहे, वेळ आहे, त्यांना चरखा हा अधिक उत्पन्न मिळवून देणारा एक जोड व्यवसाय म्हणून, दुष्काळाच्या परिस्थितीत आधार म्हणून, लाखो उपाशी लोकांना आशेचा एक नवा किरण म्हणून आणि साऱ्या दुःखांचे मूळ असलेल्या अशा आळसावरील उतारा म्हणून खादी उपयोगी ठरणार होती. शिवाय चरख्यासाठी अगदी नगण्य अशी गुंतवणूक लागते नि तो अगदी स्वस्तात नि सहजपणे तयार करता येतो. तरीही खेड्यांमधील लाखो गरिबांमध्ये

कोटयवधी रुपयांचे वितरण त्याकरवी होते, हे आर्थिक फायदे गांधीजींनी दाखवून दिले आहेत. आणखीही एक फायदा गांधीजी अधोरेखित करतात. या प्रकारच्या कामामुळे फार मोठ्या प्रमाणावर, लोकांना, सहकारी भावनेने एकत्र येऊन काम करण्यास उद्युक्त करता येते. या विविधांगी फायद्यांमुळे, गांधीजी, चरख्याला कामधेनूची उपमा देतात.

सूतकताईचा शिक्षणात समावेश करावा, अशीही गांधीजींची सूचना होती. देशातील प्रत्येक घरात सूतकताईने प्रवेश करायचा असेल तर प्रत्येक राष्ट्रीय शाळेत, त्याची संथा प्रत्येक मुला-मुलीस दिली गेली पाहिजे, असे त्यांचे मत होते. त्यातून मुले कौशल्याबरोबरच ज्ञान मिळवतील आणि श्रमप्रतिष्ठेबरोबरच वैज्ञानिक दृष्टिकोनही आपलासा करतील असे गांधीजींचे सांगणे होते.

खादीनिर्मिती, खादीचा प्रसार आणि प्रचार तसेच खादीविषयक सर्व कामांचे संघटन व्हावे यासाठी सप्टेंबर १९२५ मध्ये 'चरखा संघा'ची स्थापना करण्यात आली. देशभर खादीप्रसाराला यामुळे वेग आला.

विनोबांचा उद्योग-शिक्षणाचा प्रयोग

गांधीजींच्या विचारांना अनुसरून, शिक्षणात उद्योग आणण्याचा आणि उद्योगाच्या बरोबरीने शिक्षण देण्याचा पहिला प्रयोग केला तो विनोबा भावे यांनी.

विनोबाजी १९२१ साली, जमनालाल बजाज यांच्या आग्रहावरून वर्धा येथे आले; आणि त्यांच्याच विनंतीवरून आपला 'सत्याग्रह आश्रम' त्यांनी सुरू केला. सुरुवातीस काही काळ विनोबा जमनालालजींच्या उद्यानगृहात (म्हणजे आताच्या मगनवाडीत) राहिले. परंतु लवकरच म्हणजे १९२२ सालच्या सुरुवातीसच त्यांनी 'महिलाश्रमा'त आपले बस्तान बसविले. येथे अनेक वर्षे त्यांनी सत्याग्रह आश्रम चालविला. पुढे १९३९ साली त्यांनी पवनारचा आपला आश्रम सुरू केला व कायमच्या वास्तव्यासाठी ते तेथे गेले. विनोबांबरोबरच प्रभुदास गांधी आणि कृष्णदास गांधीही गांधीजींबरोबर दक्षिण आफ्रिकेत फिनिक्स आश्रमात असलेली मुलेही होती. त्यांच्याबरोबरीने धोत्रे व वल्लभस्वामी ही मुलेही होती. १९२६ ते १९४२ अशी तब्बल सोळा वर्षे ही मंडळी विनोबाजींची शिष्य बनून राहिली होती. या काळात विनोबाजींनी खादीचे शास्त्र कसे निर्माण केले आणि उद्योगाकरवी शिक्षण करण्याचा अभिनव उपक्रम कसा केला याविषयीच्या आठवणी धोत्रेजी, दत्तोबा दास्ताने वगैरेंनी फार पुढे लिहिल्या आहेत.[२५] "या इथल्या मुलांच्या अनौपचारिक वर्गांमधून आणि इथल्या प्रगल्भ अशा प्रयोगांमधून 'नयी तालीम'ची तंत्र, पध्दती

आणि सिध्दान्तन यांचीच मांडणी विनोबा करीत होते. हस्तोद्योगाकरवी स्वावलंबन, विविध विषयांतील अंतर्गत सहसंबंध बांधणे, स्वयंअध्ययनाचे महत्त्व आणि इतर अनेक गोष्टी, त्या काळात विनोबांनी करून पाहिल्या. किंबहुना या अनुभवांच्या आधारे आणि लिहून ठेवलेल्या नोंदींच्या आधारे कताई नि विणकाम कसे शिकवावे याचा तयार झालेला वस्तुपाठ जाकिर हुसेन समितीला, नयी तालीमचा अभ्यासक्रम करताना, अतिशय उपयोगी पडला. विनोबा आणि त्यांच्या तत्कालीन शिष्यगणांनी खादी उद्योग प्रक्रिया नि तंत्र या विषयांवर काही पुस्तकेही तयार केली. ही सारीच पुढे, नयी तालीम देशभर पसरली तेव्हा नयी तालीमच्या शिक्षकांना खूप उपयुक्त ठरली''.[२६]

ग्रामोद्योग संघ

नयी तालीमच्या विचारांना पूरक असे तंत्र-मंत्र देण्याचे कार्य करण्यामध्ये 'अखिल भारतीय ग्रामोद्योग संघा'चा मोठा वाटा आहे. विनोबांच्या आश्रमांमधून खादीचे तंत्र जसे विकसित झाले, तसेच इतर अनेक ग्रामीण उद्योगांबाबतचे काम या संघ कार्यातून उभे राहिले. ताडगूळ, घाणीतेल, भातगिरणी, मधुमक्षिकापालन, अखाद्य तेलापासून साबण बनवणे, हस्तकागद बनवणे, मातीची भांडी, कौले, विटा अशा वस्तूंची निर्मिती, अशा एक ना अनेक वस्तूंच्या उत्पादनांचे प्रयोग आणि त्यांच्या उपयुक्त तंत्रांचा प्रसार, ही कार्ये जे.सी. कुमारप्पांच्या पुढाकाराने करण्यात आली.

'अखिल भारतीय ग्रामोद्योग संघा'चे ग्रामसेवकांसाठीचे विद्यालय जे.सी.कुमारप्पा यांच्या मार्गदर्शनाखाली १९३५ साली सुरू झाले. दरवर्षी पन्नासेक विद्यार्थी उद्योग शिक्षण घेऊन येथून बाहेर पडत असत. या विद्यालयात केवळ उद्योगांचे तांत्रिक शिक्षण नव्हते. उद्योगांच्या अनुषंगाने उत्पादनाचा खर्च, विक्री उत्पन्न यांचे हिशोब, तत्संबंधी अर्थशास्त्र-विशेषत: ग्रामीण अर्थशास्त्र आणि उद्योगांच्या परिघावरचे परंतु जीवनावश्यक अशा अनेक बाबींचे शिक्षण यामध्ये होते. उदाहरणार्थ, स्वच्छता नि आरोग्य किंवा ग्रामसेवक होण्यासाठी लागणारी अवांतर माहिती, यांनाही उद्योग मध्यवर्ती ठेवून, पण या शिक्षणात स्थान देण्यात आले होते.

''या विद्यालयाच्या तिसऱ्या वर्षाच्या अहवालात, येथील उद्योगानुवर्ती शिक्षणाचे वर्णन करण्यात आले आहे.[२७] अहवालात लिहिले आहे की, ''येथील शिक्षण राष्ट्रभाषेच्या माध्यमातून दिले जाते. त्यामुळे विद्यार्थ्यांची राष्ट्रभाषेशीही

ओळख आपोआपच होते. अगदी अपघातानेच का होईना, पण आमच्या स्वयंपाकघरात एक मुस्लिम व एक हरिजन काम करताहेत. त्यामुळे त्यांना (व इतरांनाही) थोडेफार अस्पृश्यतेचे नि जाती निर्मूलनाचे धडे मिळतात. स्वयंपाकातील सारे काम, म्हणजे दळण, स्वच्छता, स्वयंपाक कामे आणि भांडी घासणे ही सारी कामे विद्यार्थीच करतात. त्यामुळे त्यांना उद्योगाचे जीवन अनुभवायला मिळते, आणि श्रमप्रतिष्ठेचा धडाही शिकायला मिळतो. याचा प्रत्यक्ष फायदा असा की, इथल्या (प्रशिक्षणाच्या) कालावधीत त्यांची तब्येत ठणठणीत राहते.''

'' जे शिक्षणाच्याच कामात आहेत त्यांना हे समजून घ्यायला आवडेल की आम्ही वेळापत्रकाचे नियोजन असे केले आहे की केवळ हाताचेच नव्हे तर डोक्याचेही शिक्षण विद्यार्थ्यांना मिळेल. इथे कौशल्याच्या शिक्षणाबरोबरच सैध्दांतिक भागाच्या अभ्यासासाठी वेळ राखून ठेवला आहे. त्यामुळे कुशलतेबरोबरच बौध्दिक कामही त्यांना, त्यांच्या त्यांच्या आवडीच्या क्षेत्रात करायला मिळते. त्यामुळे ते केवळ तांत्रिक कामगार बनत नाहीत. उद्योगामधील सर्व प्रक्रिया विद्यार्थ्यांनाच कराव्या लागतात. कुठेही नोकरचाकर नाहीत. त्यामुळे सर्वच प्रक्रिया विद्यार्थ्यांना नेमकेपणाने माहीत होतात; एवढेच नव्हे तर आपले कष्ट वाचविण्याचे मार्गही त्यांचे त्यांनाच शोधता येतात.''

या प्रशिक्षण विद्यालयाचा दीर्घकालीन अनुभव इथल्या कार्यकर्त्यांना तसेच नयी तालीमच्या देशभरच्या अन्य कार्यकर्त्यांनाही कायमच उपयुक्त ठरला. त्यामुळेच किंबहुना, या विद्यालयाचे रूपांतर, पुढे १९५१ साली, 'ग्रामोद्योग-नयी तालीम' केंद्रात होऊ शकले.

गांधीजी, 'यंग इंडिया' आणि 'हरिजन'मधून, अगदी १९१९ पासून खेड्यांतील जीवनाच्या विविध पैलूंविषयी सातत्याने लिहीत असले तरी, प्रामुख्याने मिठाच्या सत्याग्रहापासून, म्हणजे तीसच्या दशकापासून 'खेडयांचा भारत' हा त्यांच्या चिंतनाचा विषय झाला होता. १७ सप्टेंबर १९३४ ला गांधीजींनी जाहीर केले की १ ऑक्टोबर (१९३४) पासून ते राजकारणातून निवृत्त होऊन, ग्रामीण उद्योगांचा विकास, हरिजनसेवा आणि मूलोद्योगांतून शिक्षण या गोष्टींना वाहून घेतील. लगोलग २६ ऑक्टोबरला त्यांनी, त्यांच्याच प्रेरणेने सुरू झालेल्या 'अखिल भारतीय ग्रामोद्योग संघा'चे उद्घाटन केले. ३० एप्रिल १९३६ ला गांधीजींनी शेगावला (सेवाग्राम) वास्तव्य करण्यासाठी प्रस्थान ठेवले. खेड्यातील पहिलेच काँग्रेस अधिवेशन फैजपूरला २८ ते ३० डिसेंबर १९३६ या कालावधीत भरविण्यात आले. २२-२३ ऑक्टोबर १९३७ ला वर्धा येथील शिक्षण परिषदेत 'मूलोद्योगाकरवी शिक्षण' या

आपल्या नूतन शिक्षण पध्दतीची मांडणी केली; त्याला अशी खेड्यांच्या चिंतनाची पार्श्वभूमी होती.

गांधीजींच्या दक्षिण आफ्रिकेतील आणि भारतात आल्यावर भारतातील प्रयोगांमधून, त्यांच्या शिक्षणविषयक विचारांचे वळण लक्षात येते. शिक्षण ही जशी वैयक्तिक विकासासाठी आवश्यक अशी बाब आहे तशीच ती ग्रामीण समाजाच्या उन्नतीची, दारिद्र्य निर्मूलनाची, रोजगारनिर्मितीची किल्ली आहे. गांधीजींचा सारा शिक्षणविचार 'खेडयांच्या भारता'च्या विकासाचा अंगभूत भाग मानलेला आहे. गांधीजींनी आपल्या 'विधायक कार्यक्रमा'च्या पुस्तिकेत 'नयी तालीम' विषयी मल्लीनाथी करताना म्हटले आहे,'खेडयांतील मुलांना शिकवून त्यांना आदर्श बनविणे हा या शिक्षणाचा उद्देश आहे. या शिक्षणाची योजना मुख्यत्वे त्यांच्यासाठीच केलेली आहे. या योजनेला मूळ प्रेरणाही खेड्यांतून मिळालेली आहे'.[२८]

⌘

भाग २

नयी तालीम : प्रयोग व प्रसार

४. हिंदुस्तानी तालिमी संघ/बुनियादी शिक्षण

नयी तालीमचे काम हे माझ्या जीवनातील अखेरचे काम आहे; आणि परमेश्वराने ते पूर्ण होऊ दिले तर साऱ्या हिंदुस्तानचे रूपच बदलून जाईल.

– गांधीजी

फेब्रुवारी १९३८ मध्ये हरिपुरा येथे भरलेल्या 'भारतीय राष्ट्रीय काँग्रेस'च्या वार्षिक अधिवेशनात 'बेसिक एज्युकेशन'चा ठराव संमत करण्यात आला. सुभाषचंद्र बोस हे या अधिवेशनाच्या अध्यक्षपदी होते. भारतीय राष्ट्रीय काँग्रेसच्या कार्यसूचीवर 'राष्ट्रीय शिक्षणा'चा विषय १९०६ साली झालेल्या वार्षिक अधिवेशनातच आलेला होता. मात्र, राष्ट्रीय शिक्षणाचा गांधीप्रणीत विचार पुढे आला तो १९२१ च्या असहकाराच्या चळवळीपासून. त्या वेळी व तेव्हापासून देशात ठिकठिकाणी ज्या 'राष्ट्रीय शाळा' उभ्या राहिल्या त्यांमध्ये, निदान काही ठिकाणी तरी गांधीजींच्या सूचनेनुसार सूतकताईला, एक विषय म्हणून, स्थान देण्यात आले होते. विशेषतः अशा तऱ्हेने, हे कौशल्य आत्मसात करून विद्यार्थ्यांना स्वतःच्या पायांवर उभे राहता यावे, असा विचार त्यामागे होता. गांधीजींनी या काळात लिहिलेल्या शिक्षणविषयक लेखनांमधून या विचाराचे पडसाद उमटलेले आढळतात. असहकाराच्या चळवळीने एक विशिष्ट वातावरण तयार केले होते. अनेक विद्यार्थी व शिक्षक प्रचलित शिक्षण देणाऱ्या शाळा–कॉलेजांतून बाहेर पडले होते. याच काळापासून भारतीय राष्ट्रीय काँग्रेसमध्येही, आता एखादे शिक्षणविषयक राष्ट्रीय धोरण असावे, असा विचार प्रबल होऊ लागला होता. अशा वेळी गांधीजींनी शिक्षणाचा एक अगदी नवीनच पण 'राष्ट्रीय' विचार देशापुढे मांडला. वर्धा येथे झालेल्या ऑक्टोबर १९३७ मधील शिक्षणपरिषदेने ही गांधीप्रणीत शिक्षणयोजना, गांधीजींच्या पुढाकारानेच काँग्रेसकडे स्वीकृतीसाठी पाठविली.

हरिपुरा काँग्रेस अधिवेशनात, गांधीजींची राष्ट्रीय शिक्षणाची योजना सर्वानुमते संमत करण्यात आली. या विषयीचा जो ठराव करण्यात आला,[१] तो सर पुरुषोत्तमदास टंडन यांनी मांडला; आणि अध्यक्ष सुभाषचंद्र बोस यांनी तो वाचून दाखवला.

ठरावात म्हटले होते की, ''काँग्रेसने अगदी १९०६ सालापासून राष्ट्रीय शिक्षणाचे महत्त्व अधोरेखित केले होते; पुढे असहकाराच्या काळात, काँग्रेसच्या अधिपत्याखाली अनेक राष्ट्रीय शिक्षणसंस्था निर्माण झाल्या. सार्वत्रिक शिक्षण योग्य तऱ्हेने संघटित व्हावे याला काँग्रेस खूप महत्त्व देते, आणि असेही मानते की, अखेरीस सर्वच राष्ट्रीय प्रगती ही लोकांना उपलब्ध केलेल्या, शिक्षणाच्या उद्दिष्टांवर, आशयावर तसेच पद्धतींवर अवलंबून असते. भारतातील प्रचलित शिक्षणपद्धती मात्र निरुपयोगी आहे. तिची उद्दिष्टे ही राष्ट्रविरोधी नि समाजविरोधी आहेत, तिच्या पद्धती कालबाह्य झाल्या आहेत; तसेच, हे शिक्षण काही थोड्या लोकांपुरतेच असून बहुसंख्य लोक निरक्षरच राहिलेले आहेत. त्यामुळे गरज अशी आहे की आपले राष्ट्रीय शिक्षण नव्या पायांवर आणि सार्वत्रिक स्तरावर उभे राहिले पाहिजे. काँग्रेसला आता प्रांतीय स्तरांवर शिक्षणात सुधारणा करून समाजाची सेवा करण्याची संधी प्राप्त झाली आहे. त्यामुळे आता शिक्षणाच्या मूलभूत तत्त्वांची मांडणी करून ती प्रत्यक्षात आणण्यासाठी काही करण्याची आवश्यकता आहे. त्यामुळे काँग्रेसचे असे मत आहे, की प्राथमिक नि माध्यमिक स्तरांवर, खालील तत्त्वांच्या आधारे बेसिक शिक्षण दिले जावे.

१. संपूर्ण राष्ट्रीय स्तरावर सात वर्षांचे विनाशुल्क नि सक्तीचे शिक्षण दिले जावे.

२. शिक्षणाचे माध्यम मातृभाषा हेच असले पहिजे.

३. या सर्व कालावधीत शिक्षण हे एखाद्या श्रमाच्या व उत्पादक कामाच्या भोवती गुंफले जावे, इतर सर्वच विषय किंवा प्रशिक्षणे ही शक्यतो मुलांचे स्थानिक वातावरण विचारांत घेऊन निवडलेल्या या मध्यवर्ती हस्तोद्योगाशी अनुबंध जोडलेली असावीत.

याकरिता काँग्रेस असे सुचवीत आहे की, या बेसिक शिक्षणासाठी एक अखिल भारतीय शिक्षणमंडळ स्थापन केले जावे आणि यासाठी डॉ. जाकीर हुसेन व श्री. ई. डब्ल्यू. आर्यनायकम् यांनी गांधीजींच्या सल्ल्याने व मार्गदर्शनाने असे मंडळ निर्माण करण्यासाठी जबाबदारी घ्यावी. या मंडळाने, राष्ट्रीय बेसिक शिक्षणाचा कार्यक्रम तयार करावा आणि तो जे कोणी सरकारी किंवा खाजगी शिक्षणसंस्था चालवतील त्यांना त्याची शिफारस करावी.

डॉ. प्रफुल्लचंद्र घोष यांनी या ठरावास अनुमोदन दिले. आपल्या अनुमोदनाच्या छोट्याशा भाषणात त्यांनी, देशात शिक्षण सार्वत्रिक होण्यासाठी बेसिक शिक्षणावर भर दिला.

हा ठराव सर्वानुमते दिनांक २० फेब्रुवारी १९३८ या दिवशी संमत करण्यात आला. अखिल भारतीय काँग्रेसने नयी तालीमच्या शिक्षणाला दिलेली ही सार्वत्रिक मान्यता होती.

हिंदुस्तानी तालिमी संघ

वर्धा येथे भरलेल्या शिक्षणविषयक संमेलनाच्या दुसऱ्या नि अखेरच्या दिवशी म्हणजे २३ ऑक्टोबर १९३७ या दिवशी बुनियादी शिक्षणाची योजना तयार करण्यासाठी जाकिर हुसेन यांच्या अध्यक्षतेखाली एक समिती नियुक्त करण्यात आली होती.[२] या समितीने दुसऱ्याच दिवशी गांधीजींची भेट घेऊन याविषयीची प्राथमिक चर्चा केली; आणि मग लगेचच म्हणजे २ व ३ नोव्हेंबर (१९३७) असे दोन दिवस व त्यानंतर पुनश्च २२, २३ व २४ नोव्हेंबर (१९३७) ला एकत्र जमून आपला अहवाल तयार केला. त्याचबरोबर विस्तृत पण प्राथमिक स्वरूपाचा अभ्यासक्रमही तयार केला; आणि तो, लगेचच डिसेंबरमध्ये वर्धा येथल्या 'अखिल भारतीय शिक्षण संमेलना'चे अध्यक्ष असलेल्या महात्मा गांधींना सादर केला. नंतर आणखी चार महिन्यांनी म्हणजे एप्रिल १९३८ मध्ये दुसरा अहवाल सादर करण्यात आला.

समितीने, आपल्या पहिल्या अहवालाच्या सुरुवातीलाच, भारतीय शिक्षणात पायाभूत परिवर्तन करू पाहणारी नवी दिशा स्वीकारण्यामागची आवश्यकता स्पष्ट केली. अहवालात म्हटले आहे, "आज हिंदुस्थानात ज्या तऱ्हेचे शिक्षण अस्तित्वात आहे, त्याची, जवळजवळ सर्वच हिंदुस्तानी लोक 'वाईट' म्हणून संभावना करीत आहेत. या शिक्षणाने, आमच्या राष्ट्रीय जीवनाच्या कोणत्याही गरजा किंवा, मागण्या पूर्ण केलेल्या नाहीत; तसेच, राष्ट्राच्या सबलता नि भावना यांची एकजूट करून शिक्षण मार्गी लावावे, तर तेही केलेले नाही. आज आपल्या राष्ट्रीय आणि आंतरराष्ट्रीय जीवनावर सर्वदूर परिणाम करणारे बदल वेगाने घडून येत आहेत; आणि नागरिकांसमोरही नवनवे प्रश्न उभे राहात आहेत. अशा वेळी, आपले शिक्षण मात्र या जीवनप्रवाहापासून अलग राहून, आपल्या पूर्वीच्याच पद्धतीने लडखडत चालले आहे. हे शिक्षण बदलत्या काळाला अनुसरून राहिलेले नाही. या शिक्षणात देशाच्या वास्तव जीवनाचे प्रतिबिंब पडत नाहीच, पण त्यापुढे असाही

काही उंच आदर्श नाही, की ज्यामुळे त्यात प्राण ओतला जाईल व त्यातून संबंध देशभरच काही नवी शक्ती निर्माण होईल. हे शिक्षण लोकांना, समाजोपयोगी असे उत्पादकही बनवत नाही आणि स्वतःच्या पायावर उभे राहून समाजनिर्मितीतील आपला वाटा उचलायलाही शिकवत नाही. सारा समाज लूटमार, हिसकाहिसकी आणि मारामाऱ्या यांच्याच आधारावर आज उभा आहे. खरे तर, परस्परांशी मिळून मिसळून राहून एकत्र काम करणारा असा एकजिनसी समाज निर्माण व्हायला हवा आहे आणि असा नवसमाज निर्माण करण्याचे काम शिक्षणाचे आहे. परंतु आजच्या शिक्षणात याचा काहीच अंश नाही. त्यामुळे, चारी दिशांनी आज असा आक्रोश होत आहे की, ज्यामध्ये नवनिर्मितीची शक्ती असेल, जी राष्ट्रीय जीवनाच्या आदर्शांशी एकरूप झालेली असेल, जी राष्ट्राच्या गरजांची चांगल्या तऱ्हेने पूर्ती करू शकेल आणि जी माणसाच्या संवेदनशीलतेच्या नि चांगुलपणाच्या पायावर उभी असेल, अशी शिक्षणपद्धती आपल्याला हवी आहे.''[३]

हरिपुरा काँग्रेसच्या अधिवेशनात, शिक्षणात आमूलाग्र, बदल करणारी, जी शिक्षणरचना गांधीजींनी सुचविली होती, त्याच्या नियोजनासाठी नि अंमलबजावणीसाठी, साऱ्या हिंदुस्तानसाठी एक 'तालिमी संघ' निर्माण करण्याचा ठराव करण्यात आला. याच ठरावान्वये , या तालिमी संघाचे सभापती म्हणून डॉ. जाकिर हुसेन आणि मंत्री म्हणून आर्यनायकम् यांची नियुक्ती करण्यात आली. या निर्णयाला रीतसर स्वरूप देण्यासाठी २३ एप्रिल १९३८ ला बैठक होऊन 'हिंदुस्तानी तालिमी संघ' असे या संघाचे नामाभिधानही नक्की करण्यात आले; तसेच कामांसाठी वेगवेगळ्या उपसमित्या नियुक्त करण्यात आल्या. याच बैठकीत, कार्यवाहीच्या दृष्टीने आणखीही काही महत्त्वाचे निर्णय घेण्यात आले. उदाहरणार्थ,

१. एखादा पायाभूत उद्योग मध्यवर्ती ठेवून त्याभोवती मुलांच्या शिक्षणाची रचना करण्यासाठी म्हणून, प्रायोगिक स्वरूपावर, दोन बुनियादी शाळा सुरू करण्याचा निर्णय घेण्यात आला. त्यांपैकी एक जामिया मिलिया इस्लामिया, दिल्ली येथे आणि दुसरी शेगावमध्ये उघडण्याचे निश्चित झाले. शेगावलाच या 'हिंदुस्तानी तालिमी संघा'चे कार्यालयही नक्की करण्यात आले.

२. या नव्या धर्तीच्या शिक्षणासाठी प्रशिक्षक तयार करण्याकरिता याच दोन ठिकाणी दोन प्रशिक्षण केंद्रे सुरू करण्याचा निर्णय घेण्यात आला; त्याचबरोबर ज्या भिन्न प्रांतांतून काँग्रेस सरकारे स्थापन झाली होती, त्या त्या प्रांतांमधून स्थानिक भाषांतून नयी तालीमचा व्यवहार चालविण्याचे शिक्षण देणारी प्रशिक्षण केंद्रे निर्माण व्हावीत, असाही प्रयत्न करण्यात येणार होता.

३. आपापल्या प्रांतामधून बुनियादी शाळा सुरू करण्याकरिता काँग्रेस सरकारांना पुढाकार घ्यायला उद्युक्त करण्यासाठी, संघाने, आचार्य कृपलानी, आचार्य कालेलकर व मंत्री आर्यनायकम् यांची एक समिती स्थापन केली. या समितीने, लगोलगच, म्हणजे मे महिन्यात (१९३८) काँग्रेस सरकारांच्या मुख्यमंत्र्यांना नि शिक्षणमंत्र्यांना आपापल्या प्रांतांत बुनियादी शाळा सुरू करण्याची विनंती करण्यासाठी भेटावे, असेही ठरविण्यात आले.

या अहवालात, पूर्वीच्या संमेलनातील यासर्व ठरावांवर आधारित अशी नयी तालीमची योजना मांडण्यात आली; त्यामागचा विचार तसेच नव्या धर्तीच्या शाळेची उद्दिष्टे काय असतील हेही अहवालात स्पष्ट करण्यात आले होते. या संबंध योजनेत शिक्षकांच्या प्रशिक्षणाचे महत्त्व अनिवार्य मानले होते. त्यामुळे या अहवालात एक तीन वर्षाचा आणि एक केवळ एक वर्षाचा अशा दोन प्रशिक्षणांचे शिक्षणक्रमही समाविष्ट करण्यात आले होते. त्या शिक्षणक्रमांचे व्यवस्थापन, पर्यवेक्षण, तसेच परीक्षा यांबाबतची माहिती यात आली आहे. शेवटी, परिशिष्टामध्ये तर संपूर्ण सात वर्षांचा 'कातकाम नि विणकाम' यांचा अभ्यासक्रम दिला होता. तसेच त्यासाठी लागणाऱ्या सर्व वस्तूंची यादी, अपेक्षित खर्चासह दिलेली होती. अशा हस्तोद्योगासाठी लागणाऱ्या चालू व भांडवली खर्चाचा अंदाजही देण्यात आलेला होता. पहिल्या अहवालाच्या पाठोपाठ आलेल्या, झाकिर हुसेन समितीच्या दुसऱ्या अहवालात, बुनियादी शिक्षणाच्या सविस्तर अशा अभ्यासक्रमांचा समावेश करण्यात आला होता. आधीच्या अहवालात फक्त खादी उद्योगाच्या अभ्यासक्रमाचा समावेश झाला होता. लोकांची समजूत अशी झाली, की हाच एकमेव उद्योग शिक्षणाला मध्यवर्ती म्हणून, योजना करणारांना अपेक्षित आहे. परंतु तसे नव्हते, हे या दुसऱ्या अहवालाने स्पष्ट झाले. या अहवालाच्या अखेरीस परिशिष्टामध्ये सूतकताई व विणकाम यांच्याबरोबर आणखी दोन म्हणजे शेती आणि सुतारकाम व धातूकाम यांच्या अभ्यासक्रमांचा समावेश करण्यात आला.

बुनियादी शिक्षणाबाबत 'अहवाला'ने स्वीकारलेला अभ्यासक्रमाबाबतचा नवा दृष्टिकोन या अहवालात स्पष्ट झाला आहे. उद्योगाकरवी शिक्षण देताना, विद्यार्थ्यांना जे विविध उपक्रम दिले जाणार होते, त्यांचा परस्परांशी समन्वय साधला जावा अशी भूमिका घेतली होती आणि याचेच प्रतिबिंब विद्यार्थ्यांसाठी तसेच शिक्षकांच्या प्रशिक्षणासाठी तयार केलेल्या अभ्यासक्रमांत परावर्तित करण्याचा प्रयत्न या अहवालाने केला होता.

हिंदुस्तानी तालिमी संघाची घटना

हिंदुस्तानी तालिमी संघाची पहिली सभा दि. २३ व २४ एप्रिल १९३८ या दोन दिवशी आयोजित करण्यात आली. प्रथमतःच, बुनियादी शिक्षणासाठी नियुक्त केलेल्या समितीने घटनेचा कच्चा मसुदा सभेपुढे सादर केला. त्यावर सविस्तर चर्चा होऊन या सभेत ती रीतसर स्वीकारली गेली. ''शारीरिक श्रम आणि हस्तोद्योग यांच्याकरवी, जीवनाकरिता राष्ट्रीय शिक्षणाचा कार्यक्रम राबविण्याचे'' उद्दिष्ट घटनेमध्ये मांडले; व या उद्दिष्टपूर्तीसाठी जी कामे अंगावर घ्यावी लागतील, त्या कामांची यादीही अशाप्रकारे दिली.

१. मूलोद्योग शिक्षणासाठी योग्य अशा पद्धती सुचविणे.

२. मूलोद्योग शिक्षणासाठी संस्था चालविणे, त्यांना साहाय्य करणे व त्यांची तपासणी करणे.

३. शिक्षकांसाठी व कार्यकर्त्यांसाठी प्रशिक्षण केंद्रे चालविणे, त्यांना सहाय्य करणे व त्यांची तपासणी करणे.

४. या शिक्षणासाठी आवश्यक ते वाङ्मय तयार करून ते प्रकाशित करणे

५. गरजेनुसार संशोधनकार्य हाती घेणे.

६. या शिक्षणपद्धतीचा प्रचार करणे.

७. हा राष्ट्रीय शिक्षणाचा कार्यक्रम खाजगी व सरकारी संस्थांकडून स्वीकारला जावा यासाठी प्रयत्न करणे.

८. उद्दिष्टपूर्तीसाठी पैसे उभारणे व आवश्यक ती अन्य कामे करणे.

संघाचे काम गांधीजींच्या सल्ल्याने व त्यांच्याच मार्गदर्शनाने चालविले जाईल, याचाही उल्लेख घटनेच्या मसुद्यात करण्यात आला होता.

हिंदुस्तानी तालिमी संघाच्या सदस्यांची संख्या पंधरापेक्षा कमी नाही पण एकतीसपेक्षा जास्त असणार नाही, अशी तरतूद करून, या घटनेच्या पहिल्या मसुद्यातच डॉ. जाकिर हुसेन यांच्या अध्यक्षतेखाली एकवीस सदस्यांची यादीही देण्यात आली आहे.[४] तसेच रीतसर पदाधिकाऱ्यांची नियुक्ती करून प्रत्यक्ष कारभार चालविण्यासाठी पाच जणांची एक, कार्यकारी समिती घटनेनुसार नियुक्त करण्यात आली. त्यात अध्यक्ष व कार्यवाह यांच्याव्यतिरिक्त श्रीमती आशादेवी, प्रा. के.जी सय्यद्दीन व आचार्य विनोबा भावे यांचा समावेश करण्यात आला होता. याच सभेमध्ये फेब्रुवारी १९३९ पर्यंतच्या कालावधीसाठी सुमारे वीस हजार रुपयांचे अंदाजपत्रकही मान्य करवून घेतले गेले.

या सभेच्या दोनच दिवस आधी, एक छोटेसे प्रशिक्षणकेंद्र, वर्धा येथे सुरू

करण्यात आले होते. हे अर्थातच, हिंदुस्तानी तालिमी संघाच्या मार्गदर्शनानेच चालविले जाणार होते.

बुनियादी तालीम

नयी तालीमची लिखित घटना तयार होऊन, पदाधिकाऱ्यांच्या जबाबदाऱ्या निश्चित झाल्यानंतर, अतिशय उत्साहात आणि अतिशय वेगाने नयी तालीमच्या अभिनव आंदोलनाला प्रारंभ झाला. वेगवेगळ्या प्रांतांमधून नव्यानेच स्थापन झालेली काँग्रेसची सरकारे हा नयी तालीमच्या विस्ताराच्या नि विकासाचा फार मोठा आधार असणार होता. ठरल्याप्रमाणे, आचार्य कृपलानी, आचार्य कालेलकर आणि ज्यांनी संपूर्ण 'नयी तालीम'ची जबाबदारी, कार्यवाह या नात्याने, आपल्या शिरावर घेतली होती ते इ. डब्ल्यू आर्यनायकम् या तिघांच्या समितीने या काँग्रेस सरकारांशी, नयी तालीमच्या प्रांतस्तरावरील स्वीकाराबाबत विचारविनिमय केला; आणि या साऱ्या सरकारांची अपेक्षित अनुमती मिळविली. मात्र, या प्रांत सरकारांनी योजनेच्या अंमलबजावणीसाठी अत्यंत जरुरीच्या अशा शिक्षक-कार्यकर्त्यांची पहिली तुकडी तयार करण्याचे काम 'हिंदुस्तानी तालिमी संघा'वरच सोपविले. त्याची लागलीच कार्यवाही होऊन, वर्धा येथे १९३८ च्या जून महिन्यात एका अल्पकालीन वर्गाचे आयोजन करण्यात आले. मुंबई, मध्यप्रांत, ओडिसा, बिहार आणि सरहदप्रांत अशा पाच प्रांतांचे प्रतिनिधी आणि प्रत्यक्ष कामात उतरू पाहणारे राष्ट्रीय शाळांमधील आणि इतरही काही खाजगी शाळांमधील अनेक शिक्षक या पहिल्याच वर्गात प्रशिक्षण घेण्यासाठी उत्साहाने दाखल झाले. या पहिल्या-वहिल्या प्रशिक्षणानंतर लगेचच या पाचही प्रांतांमधून नयी तालीमची कार्यवाही सुरू झाली.

वेगवेगळ्या अशा या प्रांतांमधून दोन्ही पद्धतीने नयी तालीमचा घाट घातला जाणार होता. एक म्हणजे, नव्याने बुनियादी शाळा निर्माण केल्या जाणार होत्या; आणि दुसरे म्हणजे, अस्तित्वात असलेल्या प्राथमिक शाळांचेच रूपांतर बुनियादी शाळांमध्ये केले जाणार होते.

संघाची दुसरी बैठक १९ नोव्हेंबर १९३८ ला वर्धा येथे झाली. नयी तालीमच्या प्रत्यक्ष कार्यवाहीची सुरुवात करण्याच्या दृष्टीने ही सभा महत्त्वाची होती. प्रशिक्षण, प्रसार आणि संशोधन या तीनही दिशांनी या नवीन शिक्षणाचे कार्य विस्तारण्याची गरज होती. म्हणून असे ठरविण्यात आले की बुनियादी शाळा काढावयाच्या तर शिक्षकप्रशिक्षण त्वरेने हाती घेतले पाहिजे. त्याहीपूर्वी अशा प्रशिक्षणासाठी अभ्यासक्रम तयार करण्याची आणि वेगवेगळ्या प्रांतामध्ये बुनियादी

शिक्षणाचे कार्य संघटित करणाऱ्यांचा प्रशिक्षित गट तयार होण्याची गरज मांडण्यात आली होती. या दिशेने सभेने दोन निर्णय घेतले. एका निर्णयाने, भिन्न भिन्न प्रांतांमध्ये संघटकांसाठी आणि (शिक्षणातील) अधिकाऱ्यांसाठी १५ दिवसांचे प्रारंभिक प्रशिक्षण वर्ग घेण्याचे व त्यासाठी त्याचा शिक्षणक्रम आखण्याचे काम हाती घेण्यात आले, तर दुसऱ्या निर्णयाने, हिंदुस्तानी तालिमी संघांच्या वतीने नालवाडी (वर्धा) येथे विनोबाजींच्या मार्गदर्शनाखाली एक पूर्ण वर्षाचा अध्यापकांचा वर्ग चालविणारे केंद्र काढावे असे ठरले, आणि लगोलग विनोबाजींच्याच अध्यक्षतेखाली अभ्यासक्रम समितीही नियुक्त करण्यात आली.

या नवीन पद्धतीच्या शिक्षणाचे आचार नि विचार यांच्या प्रसारासाठी १ जानेवारी १९३९ पासून, श्रीमती आशादेवी आर्यनायकम् यांच्या संपादकत्वाखाली हिंदी आणि उर्दू अशा दोन्ही भाषांमध्ये एक मासिकपत्रिका सुरू करण्याचा निर्णय झाला. हिंदीचे काम सेवाग्राममधून तर उर्दूचे काम जामिया मिलिया इस्लामिया, (दिल्ली) या संस्थेकडून करावे असेही ठरले. वर्गणी ठरविली वार्षिक एक रुपया. सुरुवातीपासूनच या नवशिक्षणाच्या 'प्रायोगिकते'चे महत्त्व ध्यानात ठेवून, एक संशोधनकेंद्रही पुढे मागे सुरू करावे आणि त्याच्या तयारीची जबाबदारी जामिया मिलिया इस्लामियामधील अध्यापक केंद्राकडे द्यावी, असा निर्णय घेण्यात आला.

हिंदुस्तानी तालिमी संघाला अनेक तऱ्हेची प्रकाशनेही हाती घ्यावी लागणार होती. ती हिंदी, उर्दू, इंग्रजी आणि गरजेनुसार अन्य भाषांमध्येही करावी, असे ठरविण्यात आले.

ज्याचा प्रारंभीच विचार करायला हवा होता, असा एक मूलभूत मुद्दा होता. अशा बुनियादी शाळांमधून हस्तोद्योगाद्वारे मुले शिकू लागतील, तेव्हा जे आनुषंगिक उत्पादन होईल त्याच्या विक्रीचा प्रश्न लगोलग उभी राहणार होता. कारण, गांधीजींच्या कल्पनेनुसार, जर या विक्रीतून शिक्षकांचे मानधन निघावयाचे असेल किंवा 'शिक्षणस्वावलंबना'च्या उद्दिष्टाप्रत पोचायचे असेल, तर उत्पादित मालाच्या विक्रीची व्यवस्था निश्चित आणि कायम स्वरूपाची होण्याची आवश्यकता होती. गांधीजींनी त्यांच्या 'हरिजन'मधील ३१ जुलै १९३७ च्या लेखामध्ये आणि पुढे जाकिर हुसेन समितीने सुचविल्याप्रमाणे, याची संपूर्ण जबाबदारी सरकारने घ्यावी, असेच हिंदुस्तानी तालिमी संघाचे मत झाले. नयी तालीमच्या कार्यवाहीत अशाच स्वरूपाचे आणखी कितीतरी प्रश्न सुरुवातीपासूनच असणार होते, आणि हिंदुस्तानी तालिमी संघाला फार विचारपूर्वक त्यांच्या सोडवणुकीची दिशा प्रथमपासूनच निश्चित करायला हवी होती. उदाहरणार्थ, देशभर बुनियादी शिक्षणाचं बी खूप मोठ्या

प्रमाणावर रुजवायचे असेल तर तेवढ्याच मोठ्या प्रमाणावर बुनियादी शिक्षण देणारी अध्यापक विद्यालये लागतील. एक तर ती नव्याने निर्माण करावी लागतील किंवा आधीच अस्तित्वात असलेल्या अध्यापक विद्यालयांना हा नवा शिक्षणक्रम राबविण्याची मंजुरी द्यायला लागेल. त्यामुळे याचा विचार करून 'अध्यापक शिक्षण उपसमिती'ला याविषयीचे निकष ठरविण्यास सांगण्यात आले.

आता, या शिक्षणपद्धतीचा प्रसार हाती घ्यायला हवा होता. त्रिपुरा येथे काँग्रेसचे अधिवेशन लवकरच भरणार होते. त्या वेळी तेथे हिंदुस्तानी तालिमी संघाने प्रदर्शन आयोजित करावे नि त्याकरिता वेगवेगळ्या प्रांतांमधील प्रयोगशील केंद्रांना यात भाग घेण्यासाठी आमंत्रित करावे, असा एक निर्णय याच सभेत घेण्यात आला. अशा तऱ्हेच्या कायम स्वरूपाच्या प्रदर्शनांच्या उभारणीसाठी एखादे मध्यवर्ती केंद्र, तसेच प्रांताप्रांतांतून स्वतंत्र केंद्रे उभी करण्याचा विचारही पुढे करण्यात आला.

गांधी विचारांवर आधारित अशी जी शिक्षणपद्धती अमलात येऊ पाहत होती, तिला 'बुनियादी शिक्षण' असे जाकिर हुसेन समितीने म्हटले होते. हिंदुस्तानी तालिमी संघाच्या ३१ ऑक्टोबर १९३९ च्या सभेत 'बुनियादी तालीम' हे नाव नक्की करण्यात आले.

ग्रामीण शिक्षणातील क्रांती

एकीकडे 'नयी तालीम' प्रत्यक्षात सुरू करण्याच्या तयारीबरोबरच, दुसरीकडे या पद्धतीच्या शिक्षणावर आक्षेप घेणे आणि त्याला गांधीजींनी स्पष्ट शब्दांमध्ये उत्तरे देणे या गोष्टी, अपरिहार्यपणे चालू होत्याच. उदाहरणार्थ, १६ जुलै १९३८ च्या 'हरिजन' मध्ये गांधीजींनी, 'नयी तालीम'च्या योजनेवर होणाऱ्या टीकेला उत्तर दिले आहे. केवळ टीकेला उत्तर म्हणून नव्हे, तर टीकेचे मुद्दे आणि त्यांच्याबाबत गांधीजींची भूमिका कळण्याच्या दृष्टीने पुढील उद्धृत महत्त्वाचे आहे. गांधीजींनी लिहिले आहे;

एक मुसलमान मित्र लिहितात की, ''मागील चार महिने उर्दूमधील वृत्तपत्रांतून वर्धा योजनेवर लिहून येत आहे. वाचून असे वाटते, की त्या कोणी, एकतर या योजनेचा नीटपणे अभ्यास केलेला नाही, त्याच्या सिद्धान्तावर सूक्ष्मपणे विचारही केलेला नाही. त्यांनी तीन मुद्दयांवर आक्षेप घेतले आहेत.

(क) (या योजनेत) धार्मिक शिक्षणाला बिलकुल स्थान दिलेले नाही.

(ख) मुले आणि मुली यांना एकत्र शिकविण्याची सोय केली जाणार आहे.

(ग) सर्व धर्मांबाबत समानतेने आदरभाव निर्माण करण्याचा प्रयत्न केला जाणार आहे.

हे सर्व आक्षेप मी उर्दू पत्रिकांमधून संकलित केले आहेत.

या आक्षेपांची गांधीजींनी पुढीलप्रमाणे दखल घेतली आहे;

‘‘धार्मिक शिक्षणाचा अर्थ जर सांप्रदायिक धर्मांचे शिक्षण असा असेल, तर जाकिर हुसेन समितीने त्याला जाणूनबुजूनच अभ्यासक्रमात स्थान दिलेले नाही. जर एखाद्या राष्ट्रात शासनमान्य धर्म निश्चित केलेला असेल, तर अशा तऱ्हेचे धर्मशिक्षण दिले जाऊ शकते. अन्यथा वेगवेगळ्या संप्रदायाच्या विद्यार्थ्यांना वेगवेगळ्या प्रकारच्या धर्मांच्या शिक्षणाची तरतूद करावी लागेल. परंतु असे करणे हे, शाळांना केवळ कठीणच नाही, तर अशक्यच आहे. त्यामुळे आपापल्या सांप्रदायिक धर्मांचे शिक्षण मुलांना त्यांच्या त्यांच्या घरीच देणे इष्ट. सरकारने असे पाहावे की घरी किंवा अन्य काही मार्गांनी शिक्षण प्राप्त करण्याचा अवसर मुलांना मिळेल. सरकार फार तर अशी परवानगीही देऊ शकेल, की धर्मसंस्थांनी, आपापल्या धर्माच्या मुलांना शाळांतून धर्मशिक्षणाची सोय जरूर करावी, पण, त्याच्या खर्चाचा भार मात्र त्या त्या धर्मसंस्थांनीच उचलला पाहिजे.

(मुलामुलींना) एकत्र शिक्षण देण्याच्या बाबतीत असे म्हणता येईल, की जाकिर हुसेन समितीने ती बाब अत्यावश्यक मानलेली नाही. जिथे जिथे मुलींसाठी वेगळ्या शाळा चालवायची गरज असेल, तेथे तेथे सरकारला त्या उघडाव्याच लागतील. एकत्रित शिक्षणाबाबत (समितीने) मौन पाळले आहे. काळाच्या ओघातच त्याचा निर्णय होईल. मला माहीत आहे त्यानुसार जाकिर हुसेन समितीच्या सदस्यांमध्येच या विषयावर एकमत नव्हते. व्यक्तिशः मी तर या विषयाच्या बाजूनेही नाही आणि विरोधातही नाही. माझा अनुभव मला सांगतो, की या विषयाच्या बाजूने आणि विरोधातही अनेक मुद्दे उपस्थित करता येतील. मात्र, जिथे कुठे एकत्रित शिक्षणाचा प्रयोग होत असेल, तर मी त्याला विरोध करणार नाही.

मुलांमध्ये सर्वच धर्मांबाबत आदरभाव निर्माण करण्याची गरज आहे, असे व्यक्तिशः मी मानतो. माझे असे मत आहे की एखाद्या मुलाला, त्याचाच धर्म श्रेष्ठ आहे आणि बाकीचे धर्म त्यापुढे कमी प्रतीचे आहेत, असे शिकविणे ही अत्यंत चुकीची गोष्ट आहे. असे केल्यास, मुलांचे परस्परांत मिसळणे आणि त्यांच्यांतील स्नेहभाव यांना तडा जातो. जर लोकांना असा भेदभाव करणे मान्य असेल, तर मात्र त्यांच्यापुढे दोनच पर्याय आहेत. एक म्हणजे, राष्ट्रीय शाळा असूच नयेत किंवा धर्माधिष्ठित शाळा निर्माण करून त्यांना एक दुसऱ्यांवर शिंतोडे उडविण्याची पूर्ण मुभा ठेवावी. दुसरा पर्याय असा, की शाळांमध्ये धर्माचे नावही घेता कामा नये. हे दोन्ही मार्ग इतके खतरनाक आहेत, की मी त्यांच्या कल्पनेनेही भयभीत

होतो. सर्व धर्मांमधील मूलभूत तत्त्वे आणि त्यांचे शिक्षण समानच आहेत. यांचे शिक्षण विद्यार्थ्यांना जरूर मिळावे आणि वर्धा योजनेनुसार चालणाऱ्या शाळांमध्ये तरी इतपत शिक्षण पुरेसे आहे.''

जाकिर हुसेन समितीने जो विस्तृत अभ्यासक्रम प्रसिद्ध केला. त्यांच्या हजारभर प्रती हातोहात संपल्या. त्यामुळे लागलीचच त्याची दुसरी आवृत्ती काढावी लागली. या आवृत्तीला [५] लिहिलेल्या आपल्या छोट्याशा प्रस्तावनेत, गांधीजींनी, नयी तालीमबाबतची आपली कल्पना पुनश्च एकदा स्पष्ट केली आहे.

''या पुस्तकाच्या पहिल्या एक हजार प्रती विकल्या गेल्याचे मला सांगण्यात आले. त्यावरून असे दिसून येते, की जाकिर हुसेन समितीने ज्याला 'बुनियादी राष्ट्रीय शिक्षण' असे म्हटले आहे, त्याबद्दल हिंदुस्तानात आणि हिंदुस्तानाबाहेरही खूपच आकर्षण निर्माण होत आहे. परंतु याला 'ग्राम उद्योगांद्वारे दिले जाणारे ग्रामीण राष्ट्रीय शिक्षण' असे म्हणणे अधिक योग्य ठरेल. ते फारसे आकर्षक मात्र नाही. 'ग्रामीण शिक्षणा'त तथाकथित उच्च किंवा इंग्रजी शिक्षणाचा समावेश होत नाही. 'राष्ट्रीय' शब्द आजकाल सत्य नि अहिंसा यांचा सूचक आहे. तसेच 'ग्राम उद्योगांद्वारे दिले जाणारे शिक्षण' म्हणताना त्यात हे अनुस्यूत आहे की, ही योजना तयार करणारांची शिक्षकांकडून अशी अपेक्षा आहे की, ते खेड्यांमधील मुलांना, आपल्या गावातीलच एखादा हस्तोद्योग निवडून त्याकरवी असे शिक्षण देतील की ज्यातून बालकांचा सर्वांगीण विकास साध्य होईल. शिवाय, हे शिक्षण अशा वातावरणात दिले जाईल, की जे कुठल्याही लादलेल्या बंधनांपासून आणि बाधांपासून मुक्त असेल. या दृष्टिकोनांतून पाहिले तर ग्रामीण मुलांच्या शिक्षणामध्ये ही एक प्रकारची क्रांतीच आहे. कोणत्याही बाबतीत पश्चिमेचे अनुकरण यात केलेले नाही, हे वाचकांनी ध्यानात ठेवले, तर ते ही योजना अधिक चांगल्या तऱ्हेने समजू शकतील. ही योजना तयार करण्यासाठी काही उत्तम शिक्षणतज्ज्ञांनी आपली सारी शक्ती पणाला लावली आहे.''

गांधीजींनी प्राथमिक शिक्षणाला सर्वांत जास्त महत्त्व दिले होते. या शिक्षणाची त्यांची संकल्पना म्हणजे मॅट्रिक्युलेशनच्या बरोबरीचे शिक्षण; फक्त इंग्रजी वजा करून. बुनियादी शिक्षणातील क्रांतिकारकत्व मार्जरी साइक्स यांनी थोडक्यात स्पष्ट केले आहे. गांधीजींच्या ३१ जुलै १९३७ च्या हरिजनमधील लेखाचा हवाला देऊन त्या म्हणतात की, त्यातील प्रत्येक वाक्यातून क्रांतीचा संदेश दृग्गोचर होत आहे. ''शिक्षण म्हणजे माहिती कोंबणे नव्हे, तर प्रत्येकात सुप्त असलेले सामर्थ्य बाहेर काढणे होय. ते केवळ बुद्धीशी संबंधित नाही, तर जेवढे

बुद्धीशी तेवढेच ते शरीराशी नि आत्म्याशी संबंधित आहे. साक्षरता एक साधन आहे. उद्दिष्टाप्रत जाण्याचे केवळ एक साधन. ते स्वतः साध्य नव्हे. माणसाचा उच्च प्रतीचा सर्वांगीण विकास करणे हे शिक्षणाचे ध्येय आहे आणि हे खरोखरीचे ध्येय गाठायचे तर, साक्षरता हे तसे सर्वोत्तम साधन आहे, असे मानता येणार नाही. त्यातही लहान मुलांच्या बाबतीत ते सुरुवातीचे साधन आहे, असेही नाही. कारण, मुलांना, निसर्गतःच कृती करायला आवडते, काहीतरी हेतूपूर्ण काम करायला आवडते.''[६]

गांधीजींच्या उपर्युक्त लेखातील आणखी एक आशयही असाच क्रांतिकारक आहे, असे मार्जरी साइक्स दाखवून देतात आणि तो म्हणजे, उद्योगाकरवी शिक्षण देण्याची संकल्पना. गांधीजींनी म्हटले की ''आजवर मी बौद्धिक कामाला श्रमकार्याची जोड द्यावी असे म्हणत होतो, पण आता मी म्हणतो की श्रमाचे काम हे बुद्धी चेतविण्याचे प्रमुख साधन व्हायला हवे.''[७] म्हणजे सारे श्रमाचे काम हे शास्त्रीय पद्धतीचे शिक्षण झाले पाहिजे, असा गांधीजींचा आग्रह होता आणि ही गोष्ट नेमकी क्रांतिकारक होती.

शेगाव

साबरमती आश्रमाची एक शाखा, जमनालाल बजाज यांच्या आग्रहावरून, वर्धा येथे काढण्यास गांधीजींनी अनुमती दिली आणि १९२१ च्या एप्रिल महिन्यात विनोबा, आपले काही सहकारी नि विद्यार्थी यांच्या समवेत वर्धा येथे येऊन राहिले. सुरुवातीस त्यांचे वास्तव्य जमनालाल यांच्या घरात, मगनवाडीत, होते. नियमांच्या बाबतीत साबरमती आश्रमाचीच प्रतिकृती येथे होती. काही बाबतींत विनोबांचा कडकपणा अधिकच होता. गांधीजींची 'भाकर श्रमा'ची कल्पना येथे काटेकोरपणे राबवण्याचा प्रयत्न होता. १९२५ साली डिसेंबरमध्ये कानपूर येथील काँग्रेस अधिवेशनाला जाण्यापूर्वी काही दिवस गांधीजींनी या आश्रमात वास्तव्य केले होते. पुढेही एक-दोन वेळा काही काही निमित्ताने ते येथे येऊन राहिले होते. १९३८ साली आपल्या आजारपणामुळे, विनोबांनी वर्धा आश्रम सोडला आणि ते तेथून सहा मैलांवरील धाम नदीच्या काठावर जमनालालजींच्या घरात विश्रांतीसाठी जाऊन राहिले आणि तेथील वास्तूचे रूपांतर पुढे 'परंधाम आश्रमा'त किंवा 'पवनार आश्रमा'त झाले.

गांधीजींनी १९३० साली, १२ मार्चला दांडीयात्रेचे प्रस्थान ठेवले, तेव्हाच साबरमती आश्रमाला सोडचिठ्ठी दिली. १९३३ साली तुरुंगात 'आत्मशुद्धी'साठी

केलेल्या एकवीस दिवसांच्या उपोषणाच्या निर्णयानंतर गांधीजींची सुटका करण्यात आली. गांधीजी साबरमतीला परत जाणार नव्हते. त्यामुळे जमनालाल बजाज यांनी त्यांना वर्ध्याला येण्याचे आमंत्रण दिले. गांधीजींनी ते स्वीकारले आणि १९३४ च्या ऑक्टोबर महिन्यांत ते वर्ध्यात 'मगनवाडी' मध्ये येऊन राहिले.

मध्यंतरी काही महत्त्वाच्या घटना घडल्या होत्या. त्यातील मुख्य म्हणजे, गांधीजींनी १९३० सालच्या मिठाच्या सत्याग्रहाने सुरू केलेली सविनय कायदेभंगाची चळवळ ९ मे ला मागे घेतली. १ ऑक्टोबर १९३४ पासून त्यांनी आपली राजकारण निवृत्ती जाहीर केली; आणि आपण स्वतः हरिजनसेवा, ग्रामोद्योग आणि ग्रामशिक्षणाला वाहून घेणार असल्याचे जाहीर केले; लगोलग २६ ऑक्टोबरला 'अखिल भारतीय ग्रामोद्योग संस्थे'चे उद्घाटनही केले. आता गांधीजींचे लक्ष खेड्यांच्या विकासाकडे केंद्रित होऊ लागले होते.

गांधीजींनी काँग्रेस सोडण्याचा आणि ग्रामविकासाला वाहून घेण्याचा निर्णय घेतला. साबरमती आश्रम बंद करून आपण स्वतः वर्धा येथे जाऊन राहण्याचा निर्णयही त्यांनी घेतला. १९३४ च्या ऑक्टोबर महिन्यात भरलेल्या मुंबईतील काँग्रेसच्या अधिवेशनात, गांधीजींच्या 'निवृत्ती'वर औपचारिक शिक्कामोर्तब झाले, आणि त्याच वेळी खेड्यांतील ग्रामोद्योगांचे पुनरुज्जीवन करून खेड्यांचा नैतिक नि भौतिक विकास साधण्यासाठी 'अखिल भारतीय ग्रामोद्योग संघा'ची स्थापना करण्याचा आणि या संघाचे कार्य काँग्रेसच्या राजकीय कार्यापासून अलग ठेवण्याचा महत्त्वाचा ठराव करण्यात आला. पुढे लगेचच डिसेंबर (१९३४) मध्ये या संघाची रीतसर स्थापना होऊन, वर्धा येथे जमनालालजींनी घरासहित दिलेल्या वीस एकर जमिनीवर संस्थेचे कामकाज सुरू झाले आणि या वास्तूच्या अर्ध्या भागातच गांधीजीही राहायला आले. साबरमती आश्रमाचे व्यवस्थापक आणि गांधीजींचे प्रिय पुतणे मगनलाल गांधी यांच्या नावाने, 'मगनवाडी' म्हणून हा परिसर ओळखला जाऊ लागला.

मगनवाडीत गांधीजींनी ग्रामसफाई, ग्रामोद्योगांचे पुनरुज्जीवन आणि आहारविषयक प्रयोग नव्याने चालू केले. गांधीजी मगनवाडीत राहात असताना मीराबहेन त्यांच्याबरोबर राहात होत्या. त्यांनी ग्रामविकासाला वाहून घेण्याचा निर्णय घेतला होता. त्यानुसार वर्ध्याजवळचेच चार मैलांवरचे एक खेडे 'शेगाव' हे निवडून त्यांनी तेथे जा-ये सुरू केली होती.

येथे जमनालालजींची मालगुजारी होती. मीराबहेन यांनी येथे काम तर सुरू केले पण, त्यांना तेथील धकाधकीचे काम सोसवेना. त्या आजारी पडल्या.

मात्र त्यांचे काम उचलायला गांधीजी पुढे सरसावले. त्यांनी मीराबहेनने सुरू केलेल्या कामाची जबाबदारी स्वीकारली आणि गाव एकदा नीट पाहून-समजावून घ्यावे म्हणून तेथे काही दिवस मुक्काम करण्याच्या हेतूने, त्यांनी ३० एप्रिल १९३६ ला पहाटे पाच वाजताच शेगावच्या दिशेने पायी चालण्यास सुरुवात केली. तेथे ते चार-पाच दिवस राहिले. गांधीजींनी खेड्यातील लोकांना गोळा करून (आपल्या येण्याचे) उद्दिष्ट त्यांना सांगितले. लोकांनी त्यांच्या तेथील निवासास संमती दिली.[८] मात्र ते तेथे कायमच्या वास्तव्यासाठी गेले ते १६ जून १९३६ ला. त्यापूर्वी त्यांच्या राहण्यासाठी मीराबहेन यांनी झोपडी बांधून सज्ज ठेवली होती. शिंदीच्या झावळ्यांची नि मातीच्या भिंतीची ही झोपडी होती. आता हिला 'आदिनिवास' असे म्हणतात!

शेगावला पहिल्याच दिवशी संध्याकाळी गांधीजींनी गावकऱ्यांसमवेत प्रार्थना-सभा घेतली आणि आपला इथे येण्याचा हेतू पुन्हा एकदा पण अधिक सविस्तरपणे स्पष्ट केला; तसेच आपल्या ग्रामसेवेच्या कामाचे स्वरूपही स्पष्टपणे त्यांना ऐकवले. "लहानपणापासूनच एक तत्त्व मी सांभाळले आहे, ते म्हणजे ज्यांचा माझ्यावर विश्वास नाही, जे माझ्याकडे संशयाने किंवा भीतीने पाहतात, त्यांच्यावर मी माझा भार वृथा टाकणार नाही. लोकांना माझी भीती वाटते कारण, अस्पृश्यतेला मी माझ्या मनातून केव्हाच हाकलले आहे. ब्राम्हण, क्षत्रिय, वैश्य, शूद्र, महार, चांभार या सर्वांनाच मी देवाच्या नजरेत समान मानतो आणि केवळ जन्माच्या अपघातानेच कुणाला उच्च वा नीच समजणे हे मी पाप मानतो. अर्थात मी तुम्हाला आश्वासन देतो की माझी मते तुमच्यावर लादणार नाही. चर्चा करून, आग्रहपूर्वक सांगून आणि मुख्य म्हणजे माझ्या स्वतःच्या उदाहरणाने मी अस्पृश्यतेचे निर्मूलन करण्याचा आणि समाजातील उच्च-नीच फरक नाहीसा करण्याचा प्रयत्न करीन."

"मी रस्ते, घरे आणि आजूबाजूचा परिसर स्वच्छ करून तुमची सेवा करीन. आजाऱ्यांना माझ्या शक्तीनुसार साहाय्य करीन. तसेच खेड्यांतून नाहीशा झालेल्या लघु आणि कुटिरोद्योगांचे पुनरुज्जीवन करून, आपण कसे स्वावलंबी होऊ शकतो, हे तुम्हांला शिकविण्याचा प्रयत्न करीन. आणि या सर्व कामांत तुम्ही मला मदत केलीत तर मला आनंदच होईल."[९]

मीरा बहेन

लंडनमधील एका सुसंस्कृत धनाढ्य परिवारात मैडलिन स्लेड यांचा जन्म १८९२ मध्ये २२ नोव्हेंबरला झाला. संपन्नतेत वाढलेल्या या तरुणीने आपले

सारे आयुष्य परमपूज्य गांधीजींच्या जीवन कार्यात 'मीराबहेन' या नावाने एकरूप होऊन काढले, हा एक सुंदर पण आश्चर्यकारक योगायोगच होता. पण या योगायोगाची पाळेमुळे तिच्या मनोवृत्तीतच खोलवर रुजलेली होती.

सभोवताली ऐश्वर्य हात जोडून उभे असताना बालपणापासूनच मैडलिनचा ओढा अज्ञात अशा शांततेकडे होता. संगीतातील स्वर आणि निसर्ग यांत ती स्वतःला हरवून बसे. शांततेच्या शोधात देशोदेशी ती हिंडली. अनेक ग्रंथांचे वाचन केले. अशा काळांत संगीत आणि साहित्य या क्षेत्रात आपला ठसा उमटविणारे रोमां रोलां यांच्याशी मैडलिनची भेट झाली. त्यावेळेस 'महात्मा गांधी' हा रोमां रोलांच्या चिंतनाचा विषय झाला होता. मैडलिनचाही गांधीशी गप्पांतून परिचय झाला. रोमां रोलांचे 'महात्मा गांधी' पुस्तक तिने वाचले आणि तिच्या अज्ञात शांतीशोधाला पूर्णविराम मिळाला. ७ नोव्हेंबर १९२५ च्या शुभदिनी अहमदाबादच्या साबरमती आश्रमात मैडलिन स्लेडची 'मीराबहेन' झाली. ७ नोव्हेंबरला महात्मा गांधींचा 'तुम मेरी बेटी बनकर रहोगी' असा आशीर्वाद, आपल्या 'मीरा' या नावातील अर्थासह तिने पुढील काळात आपल्या कार्यकर्तृत्वाने साकार केला. ती गांधीमय झाली.

आश्रमाच्या स्वच्छतागृहांच्या सफाईपासून गाव सफाईपर्यंतची सारी कामे नीटस आणि तन्मयतेने मीरा बहेन पार पाडीत असे. 'गांधींची सेवा' हा तर आपल्या श्वासाइतका तिचा अविभाज्य भाग बनला होता. भारतात गांधीजींच्या कार्याशी एकरूप व्हायचे तर भाषेचा अडसरही दूर करायला हवा होता. तो तिने हळूहळू पण इतका दूर केला की हिंदी अस्खलीत बोलणे, रामायण, महाभारत, कुराण, ऋचा, वेद यांचे वाचन करणे, प्रार्थना, भजन म्हणणे एवढेच नव्हे तर, १९४०-४२ मध्ये मौनव्रत घेतले असताना, तिची ऋग्वेदातील ऋचांचे अनुवाद करण्यापर्यंत प्रगती झाली. तिने गांधीजींवर केवळ भक्ती केली नाही, तर त्यांच्या तत्त्वांचा प्रसार करण्यासाठी पुढे आयुष्यभर प्रयत्न केले. उदाहरणार्थ १९२७ ते १९३० पर्यंत गांधी विचारांचा व खादीचा प्रसार केला. १९३२-३३ मध्ये सविनय कायदेभंगात जेलयात्रेचाही अनुभव घेतला. सेवाग्रामच्या परिसरातील खेड्यांच्या विकासात सफाईपासून लोकांमध्ये जागरूकता आणण्यासाठी अपरंपार प्रयत्न केले. देशातील शेतीविकास, पशुविकास या विचारांत आपल्या योजना-विचारांचे दान केले. १९४६ मध्ये उत्तर प्रदेश सरकारला शेती, पशुसंवर्धन या कार्यात सल्लागार म्हणून काम केले. १९४४ साली रूडकी व हरिद्वार यामध्ये 'किसान आश्रम', १९४७ मध्ये हृषिकेशला 'पशुलोक आश्रम' १९४७ मध्ये विस्थापित हरिजनांसाठी 'बापूग्राम' १९५२ मध्ये गढवाल जिल्हयात टिहरी येथे 'गोपाल आश्रम' या सर्व

आश्रमांमधूनही गाव संगठन, गावसफाई, सूतकताई, विणकाम, शेती विकास, पशुंची देखभाल कार्यांचा प्रसार केला. १९२५ साली येथे आलेल्या आणि गांधीच्या शेवटच्या श्वासापर्यंत त्यांच्याबरोबर राहिलेल्या मीराबहेन १९५९ मध्ये युरोपला परत गेल्या. तेथे ऑस्ट्रियामध्येही तिचे सारे मन भारतातील निवास, भारताच्या समस्या यांतच गुंतले होते. तिथेही लेखन, भाषण हे कार्यक्रम, बिथोवन च्या संगीत शास्त्राचा अभ्यास व त्यावरील लेखन यात ती रमली. १९८१ मध्ये भारत सरकारने तिच्या कार्याचा 'पद्मविभूषण' हा किताब देऊन गौरव केला. २० जुलै १९८२ ला मीराबहेनचे निधन झाले. मीराबहेनची रक्षा तिच्या आग्रहास्तव हिमालयाच्या कुशीत विखुरली कारण, हिमालय हाही तिच्या आयुष्याचा एक अखंड ध्यास होता.

सेवाग्राम

जमनालालजींनी दिलेल्या एक एकर जमिनीवर 'शेगाव'चा नवीन आश्रम सुरू झाला. पण, सुरुवातीला तिथे कोणत्याच सुविधा नव्हत्या. गांधीजींच्या सेवाग्रामच्या प्रस्थानात पहिल्या दिवसापासून त्यांच्याबरोबर असलेले श्री. बलवंत सिंह यांनी, गांधीजींच्या कायमच्या वास्तव्यासाठी ते तेथे येण्यापूर्वी त्यांच्या झोपडीचे बांधकाम व्हावे असा जो मीराबहेन आणि इतर कार्यकर्त्यांचा प्रयत्न चालला होता, त्याची आठवण दिली आहे.[१०]

''बापूजींच्या येण्याचा दिवस जसा जवळ येऊ लागला, तसे आम्ही अधिकच नर्व्हस होऊ लागलो; कामाचा वेगही वाढवू लागलो. झोपडी तयार होण्यापूर्वीच ते येतील की काय अशी भीती वाटू लागली. नंदी पर्वताहून १५ जूनलाच बापूजी मगनवाडीत परतले; आणि 'उद्याच आपण शेगावला येत आहोत', असा निरोपही त्यांनी पाठवला; कुणालातरी रेल्वे स्टेशनवर रस्ता दाखवण्यासाठी यायला त्यांनी सांगितले होते. घराची जमीन अजूनही ओली होती. त्यावर गरम भांडी ठेवठेवून आम्ही ती वाळवण्याचा यत्न करीत होतो आणि अचानक त्याच दिवशी रात्री दहा वाजता भयानक वादळाला सुरुवात झाली. पावसाची संततधार लागली. अशा वादळी पावसात बापूजींना येणे शक्य नाही, हे ओळखून आम्ही कुणीच पहाटे स्टेशनवर गेलो नाही. मात्र वर्ध्यामध्ये थोडा वेळ पावसाने विश्रांती घेतली, आणि बापूजींनी कनूला विचारले, 'आपण निघू शकतो का?' तो 'हो' म्हणाला. पण, मंडळींनी मगनवाडी सोडली नि पुन्हा पावसाला सुरुवात झाली. बापूंनी मागे परतायचे नाकारले. इकडे आम्ही झोपडी बंद ठेवून आतच दाटीवाटीने बसलो

होतो. बापूजी येतील असे आम्हांस वाटलेच नव्हते. थोडेसे दार किलकिले झाले, आणि दूरवर रस्त्याकडे पाहून मीराबेन जवळजवळ किंचाळलीच की, 'बापूजी आले आहेत!' मी छत्री घेऊन धावलो, बापूजी म्हणाले, 'अरे तुझ्या छत्रीचा आता काय उपयोग?' बापूजी चिखलात माखले होते नि पूर्णपणे भिजून निथळत होते.

बापूजींनी ओले कपडे बदलले; रग पांघरला, पण ते थंडीने चांगलेच कुडकुडत होते. ते म्हणाले, 'दक्षिण आफ्रिकेत अनेक अडचणींशी सामना द्यावा लागला, पण असा अनुभव मात्र आयुष्यात पहिल्यांदाच आला. एवढे मोठे अंतर अशा वादळात पार करावे लागले.'

शेगावमधील सुरुवातीचे दिवस महाभयानक अडचणींचेच होते. डासांचा उपद्रव फार होता, हिवतापाची लागण सुरू झाली. पाठोपाठ विहिरीतील दूषित पाण्याने विषमज्वराचा त्रास उद्‌भवला, आणि अर्थातच आरोग्यसेवेचे कार्यच प्रधान काम होऊन बसले.

शेगाव हे अफाट माळरानावर पसरलेले पण छोटेसे गाव होते. केवळ ७०६ लोकांच्या वस्तीचे हे गाव. त्यातही निम्मे अधिक लोक हरिजन. पुन्हा त्यांच्यामध्येही पोटजातींचे गट. केवळ २३ कुटुंबे स्वतःची जमीन असलेल्या शेतकऱ्यांची आणि ९५ कुटुंबे शेतमजुरांची. बाकी सारे भूमिहीन मजूर. अन्न वस्त्रासह सर्व आवश्यकतांचा सरासरी खर्च होता कुटुंबामागे दरमहा पाच ते सहा रुपयांचा. त्यातल्या त्यात बऱ्या स्थितीतील कुटुंबाचा खर्च होता दहा-बारा रुपयांपर्यंत. उत्पन्नच कमी, त्यामुळे अन्नाचा दर्जाही फारसा बरा नसायचा. त्यावेळी तुरुंगातून सी-क्लासच्या कैद्यांना जे अन्न मिळत होते तेही इथल्यापेक्षा चांगले असायचे, अशी बहुसंख्य कुटुंबांची खालावलेली स्थिती होती. आजूबाजूला कापसाची शेती, पण इथले मजूर मात्र अर्धवस्त्र. गरिबी आणि आजारपण पाचवीलाच पुजलेले.

आशादेवींनी, ऑक्टोबर १९३८ मधल्या 'शेगाव'चे वर्णन लिहून ठेवले आहे. "शेगाव आपल्या देशातच नव्हे तर जगामध्येही, घराघरांतून माहीत झाले आहे. पण, ते आहे एक अगदी लक्षात न येणारे असे छोटेसे गाव. मध्य प्रांतातल्या विशाल माळरानावर छोट्याशा मातीच्या झोपड्यांनी वसलेले हे गाव. वर्षातले फारतर चार-पाच महिने इथली शेते हिरवी असतात; आणि गावातल्या प्रत्येक लहान-थोराला इथे काम असते. यावेळी सौंदर्य आणि समृद्धी यांचा अल्पकाल का होईना, भास होतो. वर्षातील उरलेल्या महिन्यांमध्ये संबंध वातावरणात धुळीचा एक ठिपकाच जणू. प्रत्येक घरातील हात रिकामे आणि शेते उजाड. इथे नदी नाही, तलाव नाही, केवळ विहिरींचे दूषित पाणीच तेवढे उपलब्ध. त्यातही जाती-जातींनी विहिरी गटबद्ध केलेल्या.

डोंगर नाहीत आणि झाडेही नाहीत. स्वच्छ ताज्या पाण्याचा नैसर्गिक झराही नाही आणि मुलांसाठी निसर्गनिर्मित छानसे खेळाचे मैदानही नाही.''

जवळच असलेल्या मुंबई-नागपूर रेल्वेवरील 'शेगाव' या अन्य गावाशी नामसाधर्म्य असल्यामुळे, गांधीजींच्याच संमतीने सरकारने या 'शेगाव'चे नाव बदलून 'सेवाग्राम' असे केले. हे उचितच झाले. कारण, गांधीजींची पावले इथे स्थिर झाली आणि गांधीजींनी आल्या आल्याच या रूपांतराला सुरुवात केली. ग्रामसेवेचे व्रत अमलात आणायला सुरुवात केली. 'शेगाव'चे रूपांतर खऱ्याखुऱ्या पद्धतीने 'सेवाग्राम'मध्ये होऊ लागले.

''आपण आपल्या कामाचा भावी कार्यक्रम आखला पाहिजे. आपण जर केवळ या (आश्रमाच्या) एक एकर जमिनीपुरतेच कामाचे क्षितिज मर्यादित केले, तर त्यात काही अर्थ नाही. आपण आपल्या ग्रामबंधूंची सेवा अंगीकारली पाहिजे. आपण कोणकोणत्या मार्गांनी ती करू शकू याचा विचार करा. पैसे आणि इतर वस्तुरूप साधने मी उपलब्ध करून देईन. पण, आपण या ग्रामवासीयांच्या जीवनात कशातऱ्हेने सहभागी होऊ शकू, हे सारेच प्रश्न धसाला लावले पाहिजेत आणि त्यासाठी नवनवीन कल्पना लढविल्या पाहिजेत.''[११] गांधीजींनी ही दिशा दिली नि त्यांच्यासह सर्वच आश्रमवासी कार्यकर्ते कामाला लागले.

आश्रमात पुढच्या दलदलीतून गावापर्यंत जाण्याचा रस्ता तयार करायला आणि आजाऱ्यांच्या सेवेसाठी रोजचा एक तास द्यायला स्वतः गांधीजींनी सुरुवात केली. एक आदर्श गोशाळा तयार झाली. आश्रमाची शेती सुरू झाली. संत्र्याची बाग तयार करण्यात आली. गावच्या शेतकऱ्यांसाठी या नमुन्याच्या गोष्टी ठरणार होत्या. कुष्ठरोग्यांवर उपाययोजना नि विवाहाच्या प्रथांमध्ये सुधारणा घडविण्याचे कार्य हाती घेण्यात आले. गावस्वच्छता आणि संडाससफाईची कामे गावकऱ्यांसमवेत सामुदायिक पातळीवर श्रद्धापूर्वक करण्यात येऊ लागली. जसजसे कुशल कार्यकर्ते मिळत गेले, तसतसे हळूहळू एक एक ग्रामोद्योग सुरू करण्यात आले. उदाहरणार्थ, गजानन नाईक आले आणि खजुरीच्या झाडांपासून नीरा गाळण्याचा आणि त्यापासूनच गूळ तयार करण्याचा उद्योग प्रथमतः हाती घेण्यात आला. छोटेलालजी आले नि मधुमक्षिकापालन सुरू झाले. चंद्रप्रकाश अगरवाल आले नि मातीची भांडी बनवायला सुरुवात झाली.''[१२]

गांधीजींनी आता ग्रामवासी होण्याचा वसा घेतला होता. त्यांनी आपले बस्तान सेवाग्रामला हलविण्याचा केलेला निर्णय कुणालाच पसंत नव्हता; पण गांधीजींच्या ठामपणामुळे, सेवाग्रामला नवीन आश्रम उभा राहिला.

गांधीजींची इच्छा एका सर्वसामान्य अशा भारतीय खेड्यात जाऊन राहण्याची. परंतु सेवाग्राम हे तसे 'खास' खेडे होते. इतर अनेक खेड्यांप्रमाणे ते मागासलेले तर होतेच, पण, बाह्य जगाच्या सुधारणांचे वारेही तेथे पोचलेले नव्हते. तेथील लोकांच्या, एक प्रकारच्या मानसिक विरोधाचाच प्रत्यय त्यांना सुरुवातीला आला. कदाचित जवळच्याच नागपूरमधील गांधीजींच्या राजकीय विरोधकांच्या प्रभावाचा हा परिणाम असावा. पण, खरा विरोध होता तो येथील लोकांवर असलेल्या अस्पृश्यतेच्या पगड्यामुळे. गाव जात-पात मानणारे होते. इथे बहुसंख्य वस्ती हरिजनांची होती आणि त्यांना देवळांत प्रवेशाची मनाई होती. त्यांना स्थानिक भट, न्हावी वा शिंपी यांच्या सेवा घेता येत नसत; आणि गावाच्या विहिरीतून पाणीही काढायला बंदी होती; मुलांना शाळेत प्रवेश नव्हता नि काही रस्तेही या समाजासाठी बंद होते. या शोषक व्यवस्थेविरुद्ध गांधीजींनी आपल्या अहिंसक भात्यातील एक एक बाण वापरायला सुरुवात केली. त्यांनी गोविंद नावाच्या एका हरिजन मुलाला आपला स्वयंपाकी म्हणून नियुक्त केले. जोवर हरिजनांना गावच्या न्हाव्याची सेवा मिळत नाही, तोवर आपणही त्याच्याकडून केस कापवून घेण्याचे त्यांनी नाकारले. सेवाग्राममध्ये असलेल्या जमनालालजींच्या मालकीची खाजगी विहीर त्यांनी, उच्चवर्णीयांचा विरोध पत्करूनही, हरिजनांसाठी खुली केली.''[१३]

गांधीजी येथे आले नि इथले ग्रामस्वरूप पालटू लागले. भौगोलिकदृष्ट्या देशाच्या केंद्रभागी गांधीजी जाऊन राहिले नि देशातील समाजकारणाचे नि राजकारणाचे ते प्रमुख केंद्र होऊन बसले. पण, एवढेच झाले नाही. ग्रामसुधारणेचा मंत्रोच्चार येथून सुरू झाला. गांधीजींच्या मनातील ग्रामस्वराज्याच्या कल्पना हळूहळू आकार घेऊ लागल्या. गांधीजींच्या मनातील नवसमाजाच्या उभारणीचाही प्रयोग येथे साकारू लागला.

''जेथे पूर्वी शेतजमीन पसरली होती तेथे हळूहळू झोपड्या दिसू लागल्या. मूळ शेगाव खेड्याच्या शेजारी एक सुधारलेले दुसरे खेडे वसले. जमनालालजींची जमीन व्यापून त्याने आणखीही जमीन मिळविली. अर्थात लोकसंख्याही वाढली हे सांगणे नकोच. नाना भाषा बोलणारे, विविध पेहेरावांचे स्त्री-पुरुष येऊन येथे राहिले. देशांतील तसे परदेशांतील लोक आवडीने येऊन सेवाग्रामांत राहू लागले.''

''गांधीजींच्या जीवनाचे उघडे पुस्तक लोकांसमोर पडले होते. समाजांतील हलाखी दूर करण्यासाठी ही त्यांची तपश्चर्या होती. पुढाऱ्यांना स्वामी विवेकानंदांनी हाक दिली, ''खरा भारत खेड्यांतून पसरला आहे!'' त्यांच्या हाकेस प्रथम गांधीजींनीच साद दिली. देशाचा विकास करावयाचा असेल तर खेड्यांकडे

प्रथम लक्ष दिले पाहिजे. खेड्यांची जडता ही देशाची जडता आहे.

"जड जीवांचे तारण करण्यासाठी पोटच्या कळवळ्याने गांधीजी अज्ञात व दरिद्री अशा एका खेड्यांत जाऊन राहिले. तेथे त्यांनी आपल्या आश्रमास सत्यअहिंसेची प्रयोगशाळा बनविले. अस्पृश्यतेसारख्या रोगाला समूळ खणून काढण्यासाठी महाप्रयत्न केले. ज्याला जगात "Conscience of Humanity" मानवतेची धर्मबुद्धी म्हणून कीर्ती मिळाली होती, ज्याच्या पुरुषार्थाने ब्रिटिश साम्राज्य कापू लागले होते, तो महापुरुष या खेड्यांत राहून आदर्श ग्रामीण जीवनाचे धडे लोकांना शिकवीत होता. दुर्दैवांत सापडलेल्या राष्ट्राला मुक्त करण्यासाठी, जीवनकलेची संजीवनी प्राप्त व्हावी म्हणून गांधीजींनी अनेक प्रयोग केले.[१४]

'मी सेवाग्राममध्ये का राहात आहे?' या शीर्षकाखाली लिहिलेल्या डिसेंबर १९३६ मधल्या एका लेखात, गांधीजी म्हणतात, कारण, माझी अशी धारणा आहे, की माझा विचार हा भारताच्या नव्हे जगाच्याच कानाकोपऱ्यात पोचायची ही एक नामी संधी आहे."

गांधीजींच्या डोळ्यांपुढे आदर्श खेड्याचे विशिष्ट रूप होते. एक वेगळी, नवी अधिक न्याय्य अशी समाजव्यवस्था होती आणि तिकडे जाण्याच्या मार्गावरील एक उदाहरण, एक नमुना म्हणून ते 'सेवाग्राम'च्या विकासप्रयत्नांकडे पाहात होते. त्यामुळे ग्रामविकासाचे विविध उपक्रम येथे होऊ लागले. कार्यकर्त्यांची नवी फळीही उभी राहू लागली. दुधासाठी डेअरी आली, आजारपणाच्या औषधोपचारांसाठी दवाखाना उभा राहिला आणि, गावविकासाला पायाभूत ठरणारा असा नवशिक्षणाचा ढाचा देणारा 'नयी तालीम'चा प्रयोगही आर्यनायकम् पति-पत्नींच्या पुढाकाराने येथे उभा राहिला.

अर्थात जिने हे शेगावचे मूळ काम सुरू केले, ती मीराबेनही मागे नव्हती. तिने गावातीलच दोन युवकांना कापूस पिंजण्याचे नि सूतकताईचे शिक्षण द्यायला सुरुवात केली. गावशाळेतील मुलांनाही टकळीवर सूत कातण्याचे शिक्षण देण्यासाठी मुन्नाभाई पुढे सरसावले. नानावटींनी हातमागाचे केंद्र सुरू केले आणि यातून गावात खादी उद्योग सुरू झाला, गावालाच खादीकडे वळविण्यात आले. पुढे सुरू होणाऱ्या 'नयी तालीम'ची ही सुरुवात मानता येईल.

जमनालाल बजाज यांनी सेवाग्राम आश्रमाला जमीन दान देण्याचा निर्णय घेतला होता. त्याच जमिनीपैकी आठ एकर जमिनीचे वेगळे दानपत्र तालिमी संघाच्या नावे केले गेले. सुरुवातीपासूनच, नयी तालीमचे काम आश्रमाकरवी करावे, अशी गांधीजींची इच्छा होती. त्यामुळे यासाठी काही इमारती उभ्या केल्या

गेल्या. सुरुवातीला शिक्षक म्हणून मुन्नालालजींकडेच काम सोपविण्यात आले. त्यांच्याबरोबर अमृतलाल नाणावटींनीही काही काळ काम केले. पुढे मात्र हे काम आर्यनायकम् पति-पत्नींकडे सोपविण्यात आले. गांधीजींचे या कामाला नुसते मार्गदर्शन नव्हते तर या प्रयोगाच्या गरजांकडे त्यांचे बारकाईने लक्ष होते. आर्यनायकम् आणि आशादेवी यांना या प्रयोगासाठी कोणतीही साधनसामग्री कमी पडू नये, याची ते जातीने काळजी घेत असत. याबाबतीतली एक आठवण बलवंतसिंह यांनी 'बापू की छाया मे' या आपल्या पुस्तकात दिली आहे. तालिमी संघाचा जसजसा विस्तार होऊ लागला तसतशा जमीन, घरे आणि अन्य गोष्टींची मागणी आर्यनायकम् आणि आशादेवी यांच्याकडून आश्रमाकडे सतत होत गेली. याबाबत बलवंतसिंह यांनी तंग होऊन एक दिवस बापूजींकडे तक्रार केली. त्याला उत्तर देताना बापूजी म्हणाले, '...नयी तालीमचे काम तर त्यांच्याकडे मीच सोपविले आहे. त्यामुळे जे काही त्यांना लागेल ते आश्रमातून देण्यासाठी मी सांगितले आहे...' "आर्यनायकमजींना ते जे जे मागतील ते आपण त्यांना द्यायचे आहे, ते, ते सारे अखेरीस आपलेच काम आहे असे समजून. जर त्यांच्या मुलांनी शेती नि गोशाळेत काम मागितले तर ते तुम्हांला द्यावे लागेल. (आश्रमात या कामांची जबाबदारी बलवंतसिंह यांच्याकडे होती!) कारण, मी जर शिक्षण सक्तीचे करण्याची भाषा करीत असेल, तर शिक्षण स्वावलंबी व्हावे लागेल..." आणखीही एक बाब गांधीजींनी स्पष्ट केली. "हे बघ, हे जे नयी तालीमचे काम आहे हे माझ्या जीवनातले अखेरचे काम आहे. आणि परमेश्वराने ते पूर्ण होऊ दिले, तर साऱ्या हिंदुस्तानचे रूपच बदलून जाईल..."[१५]

ई. डब्ल्यू. आर्यनायकम्

डॉ. एडवर्ड विल्यम्स आर्यनायकम् हे मूळचे श्रीलंकेचे. तेथील जाफना द्वीपावरील 'वड्डूगोडाई' नामक गावात, ५ मे १८९३ ला त्यांचा जन्म झाला. त्यांचे आजोबा हे प्रसिद्ध असे ख्रिस्ती धर्मगुरू होते; आणि वडील गावात शेती करीत होते. आजोबांच्या धार्मिक संस्काराखालीच त्यांचे शिक्षण झाले. त्यांच्या वर्गातील सदैव प्रथम क्रमांकाचा विद्यार्थी म्हणून ते ओळखले जात असत.

पुढे शिक्षणशास्त्रातील पदवी घेण्यासाठी ते भारतात आले. मद्रास येथे बी.ए.बी.टी. झाल्यानंतर पुढील उच्च शिक्षणासाठी ते लंडनला गेले. १९२१ साली त्यांनी तेथे शिक्षणशास्त्रातील पदविका अभ्यासक्रम केला. नंतर लगेच १९२३ साली ते बी.एड् (ऑनर्स) झाले.

प्रथमपासूनच सामाजिक कार्याची आवड असलेले आर्यनायकम् हे आपल्या शिक्षणकालात विद्यार्थी संघटनात आणि विद्यार्थी चळवळींत काम करीत होते. मद्रासला कॉलेजात शिकत असताना वाय्.एम्.सी.ए. या संस्थेचे विद्यार्थी सचिव म्हणून ते नियुक्त झाले होते. लंडनमध्ये गेल्यानंतर ते तेथील ब्रिटिश विद्यार्थी-आंदोलनात उतरले. संघटनेत विदेशमंत्री आणि प्रवासमंत्री म्हणूनही त्यांनी कार्यभार सांभाळला होता. त्याच वेळी ब्रिटनमधील भारतीय विद्यार्थी संघटनेचेही ते अध्यक्ष होते. विद्यार्थी चळवळीप्रमाणेच खेळांमध्येसुद्धा त्यांना रुची होती. ते चांगले क्रिकेट खेळत असत. फुटबॉलही खेळत असत. इंग्लंडमधील भारतीय क्लबचे काही काळ ते अध्यक्ष होते. तसेच आपल्या फुटबॉल टीमचे ते कप्तानही होते.

इंग्लंडमधील शिक्षण संपवून १९२४ मध्ये ते अमेरिकेत गेले. तेथे त्यांनी शिक्षणशास्त्रात न्यूयॉर्क विद्यापीठाची डॉक्टरेटची पदवी प्राप्त केली व नंतर पुढल्याच वर्षी त्यांनी, अमेरिका, कॅनडा, जपान, कोरिया, चीन, मलाया अशा विविध देशांचा शैक्षणिक दौरा केला.

परदेशांत शिक्षण घेतलेला, शिक्षणशास्त्रातील अत्युच्च पदवीधारक असलेल्या आर्यनायकम् यांच्या आयुष्याला वेगळी कलाटणी मिळाली आणि ते रवींद्रनाथ टागोर यांच्या संस्कारांखाली आले. रवींद्रनाथांना नोबेल पुरस्कार प्राप्त झाल्यामुळे, आर्यनायकम् यांना, त्यांच्याविषयी अपार आदर व कुतूहल होते. पुढे विदेश प्रवासातच त्यांची रवींद्रनाथांशी प्रत्यक्ष भेट झाली तेव्हा, ते रवींद्रनाथांच्या व्यक्तिमत्त्वाने प्रभावित झाले; आणि १९२६ साली ते शांतिनिकेतनमध्ये येऊन दाखल झाले. तेथे प्रथमतः शिशुविभागाचे संचालक व नंतर विश्वभारतीचे रेक्टर, शिक्षणशास्त्राचे प्राध्यापक आणि प्रत्यक्ष रवींद्रनाथांचे स्वीय सचिव म्हणून त्यांनी काम पाहिले.

शांतिनिकेतनमध्ये त्यांची आशादेवी अधिकारी या संस्कृतमधील उच्च शिक्षण घेतलेल्या विदुषीशी गाठ पडली. रवींद्रनाथांनीच पुढाकार घेऊन या दोघांना विवाहबंधनात अडकवले.

एकीकडे प्रत्यक्षात शांतिनिकेतनमध्ये काम करीत असतानाच बाहेरच्या जगातील गांधीजींच्या प्रेरणेने नि पुढाकाराने चाललेल्या स्वातंत्र्य चळवळीचे वारे, आर्यनायकम् आपल्या अंगावर झेलत होते.

गांधीजींनी, भारताचे स्वातंत्र्य, स्वातंत्र्योत्तर समाजचित्र, एकूणच मानवीसमाजाचे भवितव्य यांविषयी रवींद्रनाथांना भेटून त्यांच्याशी चर्चा केली. गांधीजींच्या नवसमाजनिर्मितीच्या कार्यात हातभार लावण्यासाठी गुरुदेवांनी

आर्यनायकम् पती-पत्नींना, गांधीजींच्या हवाली केले. रवींद्रनाथांनी या पति-पत्नींना सांगितले की "तुम्ही दोघेही एका महामानवाकडे कामासाठी जात आहात. आपले सारे तन-मन-धन ओतून तुम्ही त्यांनी सांगितलेले काम करा. माझा तुम्हांला आशीर्वाद आहे." आर्यनायकम् पति-पत्नींना गांधीजींनी, अशाप्रकारे आमंत्रण देऊन, गुरुदेवांच्या संमतीने वर्धा येथे आणलेले होते.

आर्यनायकम् हे वर्ध्यामध्ये आले, ते येथील 'नवभारत विद्यालया'चे प्राचार्य म्हणून. नयी तालीमचा अनोखा प्रयोग करायचे ठरले आणि त्यासाठी हिंदुस्तानी तालिमी संघ स्थापन झाला तेव्हा, त्याच्या मंत्रीपदी म्हणजे कार्यवाहपदी आर्यनायकम् यांची नियुक्ती, हरिपुरा काँग्रेसने संमत केलेल्या ठरावानुसार झाली. सेवाग्राम येथील नयी तालीमच्या प्रयोगाची पूर्णतः जबाबदारी आर्यनायकम् यांनी घेतली.

हिंदुस्तानी तालिमी संघांच्या मुख्य कार्यालयासाठी गांधीजींनी सेवाग्रामची निवड केली. कार्यवाह या नात्याने, प्रथमपासूनच, इ. डब्ल्यू. आर्यनायकम् यांनी या, गांधी विचारांवर आधारित अशा नव्या प्रयोगाची धुरा सांभाळली, ती थेट आपल्या मृत्यूपर्यंत, म्हणजे १९६७ सालापर्यंत. १९३८ ते १९६७ असा तीस वर्षांचा काल, आर्यनायकम् यांनी नयी तालीमच्या प्रयोगाला वाहिलेला होता. नयी तालीममध्ये त्यांचा प्रयत्न होता तो एकूणच तांत्रिक शिक्षणाचा मध्यबिंदू कल्पून, त्याचा साक्षरी शिक्षणाशी मेळ घालण्याचा; तर, दुसरीकडे त्यांचा प्रयत्न होत तो नव्या पिढीच्या तांत्रिक शिक्षणाचा. गावाच्या ग्रामीण भागाच्या मूलभूत गरजांशी नि क्षमतांशी मेळ घालण्याचा. गावागावांतील उत्पादनक्षेत्रांत कार्यक्षमता वाढविण्याचा प्रश्न होता. अस्तित्वात असलेल्या अवजारांच्या दुरुस्तीचा, नि त्याहूनही सुधारणेचा प्रश्न होता. हे प्रश्न जसे कुटिरोद्योगांच्या क्षेत्रात होते तसेच ते शेतीक्षेत्रातही होते. आर्यनायकम् यांना, तंत्र शिक्षणाला मध्यवर्ती ठेवून सर्वसामान्य शिक्षण देण्याचा, बुनियादी शिक्षणाचा प्रयोग करताना ग्रामीण भारताच्या याही प्रश्नांना भिडायचे होते.

आर्यनायकम् यांच्या हातून नयी तालीमच्या विस्ताराचे सर्व मूलभूत प्रयोग सेवाग्राममध्ये झाले. १९३८ साली बुनियादी शिक्षणाचा प्रयोग सुरू झाला. १९४५ नंतर पूर्वबुनियादी, उत्तर बुनियादी आणि प्रौढ शिक्षण या विभागांची त्यात भर पडली. १९४७ साली उत्तर बुनियादी भवनाची निर्मिती झाली. १९५२ मध्ये उत्तर बुनियादी भवनाचा विस्तार होऊन, विश्वविद्यालयीन स्तरावरील शिक्षणाची सुरुवात झाली. कार्यकर्ता-प्रशिक्षण तर सुरुवातीपासून अखंडपणे चालूच होते. खादी-ग्रामोद्योग, सफाई, खतनिर्मिती, सुधारित चुली, शोषखड्डे

अशा ग्रामीण तंत्रज्ञानाचे एक विस्तारीत स्वरूप आर्यनायकम् यांनी निर्माण केले. पुढे तर ग्रामीण तंत्रज्ञान संशोधनाच्या दिशेने त्यांनी प्रयत्न केले.

आर्यनायकम् यांनी १९५७ मध्ये भूदान चळवळीत स्वतःला समर्पित केले. या अनुभवावर आधारित असा, नयी तालीमचा अहिंसक समाजरचनेच्या दिशेने वाटचाल करण्याचा प्रयोगही त्यांना सेवाग्रामच्या परिसरात सुरू केला.

आर्यनायकम् यांनी १९६४ साली जर्मनीमधील अनेक विद्यापीठांना व तंत्रशिक्षण संस्थांना भेटी दिल्या. तेथील तंत्रशिक्षण पद्धतींचा अभ्यास तर त्यांनी केलाच; पण त्याहीपेक्षा एक महत्त्वाचे काम त्यांनी केले, त्यांनी, या लोकांसमोर गांधी तत्त्वज्ञान व गांधींचा शिक्षणविचार यांवर भाषणे दिली. पश्चिम जर्मनीतल्या अनेक स्वेच्छाकार्य संस्थांना आणि शिक्षणतज्ज्ञांना, आर्यनायकम् यांनी भारतातील ग्रामीण तंत्रशिक्षणाच्या प्रयोगांना सहाय्य करण्याचे आवाहन केले. त्याला प्रतिसादही मिळाला आणि लवकरच सेवाग्राममध्ये, 'सेंटर फॉर इंटरमिडिएट टेक्नॉलॉजी' उभे राहिले. आजूबाजूच्या प्रदेशात शेती आधारित उद्योगांवर, त्यांना मध्यमस्वरूपाचे तंत्र पुरवण्यावर या केंद्राचा भर असणार होता. बॉन (प.जर्मनी) येथील 'ब्युरो फॉर इंटरनॅशनल सोशल हेल्प' ही संस्था या कामासाठी पुढे सरसावली. जर्मनीहून दोन कार्यकर्ते येथे आले. इंग्लंडहूनही एक कार्यकर्ता सेवाग्राम येथे येऊन राहिला. त्यांच्या मदतीने हे केंद्र एक 'विकास व संशोधन संस्था' म्हणून विकसीत केले जाणार होते. उद्दिष्ट होते ते या केंद्राकरवी शिक्षण देऊन, खेड्यांमधील लघु व कुटिर उद्योगांना प्रोत्साहन देऊन, स्वयंपूर्ण ग्रामसमाज निर्माण करण्याचे, ग्रामस्वराज्याचे.

आर्यनायकम्जींनी ५ मे १९६७ ला आपल्या आयुष्याची पंचाहत्तरी गाठली. प्रकृती नाजूक होऊ लागली होती. आपल्या मूळ देशातील, लहानपण ज्या गावात गेले तेथे, परत एकदा जाण्याची मनाला ओढ लागली होती. तशातच तेथे असणाऱ्या आपल्या भावाच्या आजारपणाची बातमी कळली. पुन्हा एकदा मनाने उचल खाल्ली आणि ते सिलोनला गेले. भावाची तब्येत सुधारल्यावर ते आपल्या जन्मस्थानी 'वड्डू गोडाई' या गावी १९ जून १९६७ ला जाऊन पोहोचले. आशादेवीही बरोबर होत्या. दिवसभर जुन्या नात्यांना, स्नेही-सोबतींना भेटणे आणि तेथील आठवणींना उजाळा देणे यात ते व्यस्त होते. रात्री उशिराच अंथरुणावर पडले, परंतु २० जूनच्या पहाटेच त्यांची प्राणज्योत मालवली. एक समर्पित जीवन संपले.

आनंद निकेतन

२३ एप्रिल १९३८ ला झालेल्या आपल्या पहिल्या सभेतच, हिंदुस्तानी

तालिमी संघाने असा निर्णय घेतला होता की बुनियादी शिक्षणाचा एक प्रयोग, संघाने आपल्या अखत्यारीतच सेवाग्राम येथे करावा; कारण, गांधीजींचे वास्तव्य आता सेवाग्राममध्येच राहणार असल्यामुळे, त्यांचे मार्गदर्शन या प्रयोगाला मिळत राहील. या निर्णयानुसार आश्रमातच एक शाळा सुरू करण्यात आली. यानंतर पुढे जानेवारी १९३९ मध्ये सेवाग्राम गावातील जिल्हा बोर्डाची एक शाळाही संघाने आपल्या ताब्यात घेतली आणि या शाळेत बुनियादी शिक्षणाचा नवा ढाचा उतरवण्याचा आणि या प्रयोगाबरोबरच बुनियादी शिक्षणाचा स्थूलमानाने ठरविलेला कच्चा ढाचाही अनुभवांती, सुधारण्याचा प्रयत्न करण्यात आला; जाकिर हुसेन समितीने नयी तालीमचा अभ्यासक्रम तयार करताना, या अनुभवांचा काहीसा उपयोग करून घेतला. विशेषतः गावातील शाळेचे काम सुरू झाल्यामुळे, गावातील वास्तवतेशी भिडावे लागले.

उदाहरणार्थ, कार्यकर्त्यांच्या असे लक्षात आले की, स्वच्छता, पिण्यासाठी स्वच्छ शुद्ध पाणी, चौरस आहार आणि साक्षरता या गावाच्या प्रधान गरजा आहेत. मग या दिशेने कार्यकर्त्यांनी कामासाठी कंबर कसली. गावात आणि खुद्द आश्रमातही ही कामे, दैनंदिन कामे म्हणून, होऊ लागली. कार्यकर्त्यांबरोबर शिक्षक आणि विद्यार्थीही या कामांशी जोडले गेले. यांतून एकीकडे जीवनशिक्षणाचा अनुभव त्यांना मिळत गेला, आणि दुसरीकडे, यांमधूनच शाळेचा अभ्यासक्रमही 'घडत' गेला. गावाच्या कामाची पूर्ण योजना आखण्यात आली. ग्रामसफाईच्या कामाची जबाबदारी नानावटींकडे आणि गावातल्या मुलांना शिकवण्याचे काम मुन्नालालजींकडे दिले होते.[१६]

गावात चाललेल्या कामांचे वैशिष्ट्य असे होते, की हे काम खुद्द गावकऱ्यांच्या सहभागाने होत असे. गावातील काम करणाऱ्या प्रत्येक व्यक्तीच्या उत्पन्नात वाढ होणे, गावात स्वच्छता व आरोग्याचे वातावरण निर्माण होणे आणि यांसाठी गावकऱ्यांच्यामध्ये सहकाराची वृत्ती जोपासली जाणे, ही उद्दिष्टे समोर होती. त्यामुळे शिक्षणाच्या बाबतीत शाळांतील औपचारिक शिक्षणाला ही शाळाबाह्य अशा अनौपचारिक शिक्षणाचीही जोड मिळू लागली होती. गावविकासाच्या कार्यक्रमांशी शालेय शिक्षण जोडताना, मुले हाच केंद्रबिंदू मानला होता.

१९३९ च्या नोव्हेंबर महिन्यात सेवाग्राममधील केवळ चार मुले आणि जिल्हाबोर्डाचे एक जुने शिक्षक यांना घेऊन सेवाग्राम आश्रमात एक शाळा, प्रयोगादाखल सुरू करण्यात आली. त्या वेळी भूमिका अशी होती की, बुनियादी

तालीम ही एक राष्ट्रीय शिक्षणाची योजना आहे. त्यामुळे संपूर्ण देशभर याचा फैलाव केवळ शासकीय सत्तेकडूनच होऊ शकतो. मात्र, सेवाग्राममध्ये एक छोटासा प्रयोग करून, बुनियादी शिक्षणाची पद्धती सिद्ध करून दाखवावी व यायोगे सरकारलाच मदत करावी.[१७]

गावातील ताब्यात घेतलेली जिल्हा बोर्डाची शाळा आणि आश्रमातील शाळा या दोन्हींतून विद्यार्थ्यांमध्ये घडून येत असलेला बदल लक्षणीय होता. मार्जरी साईक्स यांनी, आपल्या 'स्टोरी ऑफ नयी तालीम' या पुस्तकात हा बदल टिपला आहे. त्या स्वतः येथे सूतकताईचा उद्योग सांभाळत असत. त्या लिहितात,'' ...हे विद्यालय सुरू होण्यापूर्वी येथील मुले जुगार खेळत असत. अत्यंत संकुचित अशी जातीयतेची भावना त्यांच्यामध्ये होती. घराच्या स्वच्छतेच्या बाबतीत प्रत्येक जण आणि सारा गावच फार उदासीन होता. परंतु ही नवी शाळा सुरू होताच पाहिले की, विद्यार्थ्यांच्यात परस्परांमध्ये मित्रत्वाची भावना निर्माण झाली होती. त्यांच्यात सजगता आणि जागृती उत्पन्न झाली होती. शाळा पूर्णपणे बदलली होती. शिक्षक व विद्यार्थी एकत्रितपणे काम करीत होते. मुले अतिशय तीक्ष्ण बुद्धीची होती. मी परदेशी स्त्री आहे हे समजल्यावर, जगाबद्दल कितीतरी चाणाक्ष प्रश्न त्यांनी मला विचारले.''[१८]

शाळेत मुलांना सूतकताईचे व विणकामाचे प्रमुख व्यवसायकार्य करावे लागत असे. मार्जरी साईक्स यांनी १९३८ सालच्या डिसेंबरमध्ये पहिल्यांदा जेव्हा या शाळेला भेट दिली, तेव्हा आपल्या भेटीबद्दल त्यांनी म्हटले आहे की, ''...मला सारे वातावरण प्रेरक आणि उत्साहाने भारलेले असे वाटत होते. प्रत्येक मुला-मुलीच्या ठेवलेल्या प्रगतीच्या गेल्या दोन महिन्यांच्या नोंदी चाळल्या. त्यांना सूतकताई व विणकाम हा उद्योग दिला होता. सात-आठ वर्षांची मुले कापसातून वस्त्रे तयार करण्याच्या कामाला लागली होती. सुरुवातीला असे वाटले होते की या कामाचे विद्यार्थ्यांना ओझे वाटेल; परंतु इथे पाहिले तर त्यांना यंत्रांमधून खेळण्यांचा आनंद मिळत होता. जुलै महिन्यात केवळ ७४ गुंड्या इतके सूत मुलांनी कातले होते, पण तेच सप्टेंबरमध्ये २५१ गुंड्यांवर जाऊन पोचले. सप्टेंबर अखेरपर्यंत काही मुले अगदी तलम असे ३९ नंबरचे सूत कातू लागली होती. सरासरीने १३ नंबरचे सूत तर बहुतेक मुले कातीत होती. तासाला १०० फूट सूत हा कमीत कमी वेग होता, तर कमाल वेग तासाला ५०० फुटांपर्यंत वाढलेला होता. सरासरीने दर तासाला २५० फूट या वेगाने सूतकताईचे काम चालले होते. मुलांच्या याच प्रगतीचा उपयोग, पुढे अभ्यासक्रम बनवताना उत्पादनाचे प्रमाण

निर्धारित करण्यासाठी निकष म्हणून ठरवताना झाला. या दोन शाळांची प्रगती पाहून पुढे सेवाग्रामच्या आसपास अशा वीस शाळा सुरू झाल्या...... पाहता पाहता या दोन शाळांचे उदाहरण समोर ठेवून देशभरात बुनियादी शाळांची संख्या २४७ इतकी झाली; आणि१४ शिक्षक-प्रशिक्षण विद्यालये स्थापन झाली.''[१९]

गावकऱ्यांच्या सहाय्याने चाललेल्या गाव- गरजपूर्तीच्या कार्यक्रमात आर्यनायकम् पति-पत्नींचे तांत्रिक मार्गदर्शन होते. त्यांच्या मार्गदर्शनाने तीन वर्षे हा प्रयोग चालू होता. या प्रयोगाचा अनुभव खूपच बोलका व आश्वासक असा होता. शिक्षणाला गावविकासाशी जोडून ग्रामपरिवर्तनाच्या या प्रयोगाने शिक्षणपरिवर्तनाचीही नवी वाट दाखविली. आता प्रत्यक्ष या नव्या पद्धतीच्या शिक्षणाचा एखादा ठोस प्रयोग करण्याची गरज वाटू लागली. त्यावर लगेच कार्यवाही होऊन १ ऑगस्ट १९४२ पासून बुनियादी विद्यालयाचे वसतिगृह सेवाग्राम आश्रमात सुरू करण्यात आले. या वसतिगृहात मुख्यतः सेवाग्राम आश्रमातील मुले होती. परंतु लवकरच या शाळेत इतर प्रांतांतील, खास करून रचनात्मक कार्यात गुंतलेल्या कार्यकर्त्यांची मुलेही प्रवेश घेऊ लागली. विद्यालयाचे नाव ठेवण्यात आले 'आनंद निकेतन'[२०] आणि शिकण्याचे माध्यम होते मराठी. सहा ते चौदा वर्षे वयाच्या मुलांची, आठवीपर्यंतचे शिक्षण देणारी अशी ही बुनियादी शाळा होती. येथे वसतिगृहांत राहणाऱ्या विद्यार्थ्यांना, आजूबाजूच्या गावांतील सामान्य शेतकऱ्यांचे ज्या तऱ्हेचे अन्नवस्त्रादी जीवन प्राप्त होत होते त्याच स्तरावरचे राहणीमान कटाक्षाने पुरविले जात असे.

येथील शिक्षणव्यवहारात असा खास प्रयत्न होता की, शाळेचा संपूर्ण अभ्यासक्रम हा समाजजीवनातील वेगवेगळ्या व्यवसाय-उद्योगांना मध्यवर्ती स्थान देऊन विकसित केला जावा. मुलांच्या शिक्षणात विषय-ज्ञानावर फारसा भर न देता, विद्यार्थ्याला समाजाचा एक घटक मानून, व्यक्ती व समाज असा परस्परसंबंध बांधून त्याआधारित अशा व्यक्तिविकासावर संपूर्ण भर येथे दिला होता.

आधीच्या गावगरजपूर्तीच्या कार्यक्रमांतून या शाळेचा शिक्षणक्रम कसा असावा याचा काहीसा अंदाज आला होता. शिक्षण मुख्यतः व्यावहारिक असणार होते, पण, त्याचबरोबर त्या त्या विषयांची सैद्धान्तिक बाजू हीसुद्धा शिक्षणाचा भाग असणार होती. स्थूलमानाने शिक्षणक्रम पाच कार्यविभागांत विभागलेला होता.

१. स्वयंपाककाम, व भोजन, बागकाम नि शेती.
२. वैयक्तिक व सामूहिक स्वच्छता.
३. वैयक्तिक व सामुदायिक आरोग्य.

४. सर्व प्रक्रियांसहित वस्त्रस्वावलंबन.

५. संगीत, नृत्य, नाट्य, सण, खेळ व सहली.

या शाळेमधील शिक्षक आणि विद्यार्थी एकत्रितपणेच सर्व कामांत सहभागी होत असत. शाळेत लोकशाही पद्धतीने सर्व कामे करण्यावर भर दिला होता. त्यासाठी दर शनिवारी 'बालसभा' आयोजित केली जात असे. सर्व मुले आणि सर्व शिक्षकसुद्धा या बालसभेचे सदस्य असत. दैनंदिन शालेय व्यवहाराची सारी जबाबदारी प्रामुख्याने आशादेवींच्या शिरावर होती.

१ ऑगस्ट १९४२ ला 'आनंद निकेतन'ची सुरुवात झाली. त्याच वेळी, राजकीय पटलावर, भारतीय स्वातंत्र्यलढ्याचे अखेरचे पर्व चालू होते. अखिल भारतीय काँग्रेसने, वर्धा येथे झालेल्या आपल्या सभेत, 'छोडो भारत'चा ठराव संमत केला. गांधीजींनी गवालिया टँकवरील आपल्या जाहीर सभेत 'करेंगे या मरेंगे'ची घोषणा केली; आणि हादरलेल्या ब्रिटिश सरकारने, मोठ्या प्रमाणावर काँग्रेसच्या पुढाऱ्यांची नि कार्यकर्त्यांची धरपकड सुरू केली.

आनंद निकेतनच्या कार्यकर्ते-शिक्षक मंडळींच्या मनांमध्ये चलबिचल सुरू झाली. ते आपल्याला या स्वातंत्र्य चळवळीच्या राष्ट्रीय प्रवाहापासून वेगळे ठेवू शकत नव्हते, की वेगळे ठेवू इच्छित नव्हते. एकीकडे शाळा नवीन वातावरणात आपले बस्तान बसवीत होती, तर दुसरीकडे या राष्ट्रीय शाळेला आपले राष्ट्रीय कर्तव्यही खुणावीत होते. दि. २६ जानेवारी १९४३ ला अखेरीस कार्यकर्त्यांच्या मनाचीही उलघाल संपुष्टात आली. त्यांनी, या दिवशी, स्वातंत्र्यदिनाचा म्हणून तिरंगी ध्वज फडकावला आणि अपेक्षित परिणाम घडून आला. अनेक कार्यकर्ते स्वेच्छेने तुरुंगात गेले. जे बाहेर राहिले त्यांनी शाळेचे कार्य पुढे चालू ठेवले. अनेक अडचणींना तोंड देत, शाळा आपल्या तात्त्विक पायावर वाटचाल करीतच राहिली.

आशादेवी आर्यनायकम्

आशादेवी या पूर्वाश्रमीच्या, आशा अधिकारी. बंगालमधील समृद्ध नि सुसंस्कृत कुटुंबातल्या. त्यांचा जन्म लाहोर येथे १९०४ साली झाला. त्यांचे वडील, बनारस हिंदीं विश्वविद्यालयात एक नावाजलेले प्राध्यापक होते. त्यामुळे बनारसच्या तत्कालीन सांस्कृतिक वातावरणात आशादेवींचे बौद्धिक जीवन प्रगल्भ होत गेले. संस्कृत विषयात पदव्युत्तर शिक्षण, प्रथम श्रेणीत येऊन त्यांनी पूर्ण केले; आणि तेथेच त्या संस्कृत विषयाच्या प्राध्यापिका म्हणून रुजू झाल्या. पुढे तेथील महिला महाविद्यालयात त्यांनी प्राचार्या म्हणूनही काम पाहिले. परंतु, गुरुदेव रवींद्रनाथ

टागोरांच्या कार्याने प्रेरित होऊन त्यांनी, अलाहाबाद सोडून शांतिनिकेतनमध्ये जाण्याचा निर्णय घेतला, नि त्यांच्या आयुष्याला एक विलक्षण कलाटणी मिळाली.

शांतिनिकेतनमध्ये, ई. डब्ल्यू. आर्यनायकम् या युवकाशी आशादेवींची गाठ पडली.

आर्यनायकम् आणि आशादेवी हे दोघे भिन्न धर्मीय, भिन्नभाषी, व भिन्नदेशी असूनही त्यांना रवींद्रनाथांनी विवाहबंधनात अडकवले, ते, दोघांनी एकत्र येऊन काही भव्यदिव्य काम करावे म्हणून.

हा काळ गांधीजींच्या राजकारणाचा उदयकाळ होता. १९२१ ची असहकारितेची चळवळ, १९३० चा मिठाचा सत्याग्रह यांमुळे गांधीजी देशातल्या घरा-घरात पोचलेले. राजकारणाला एक नैतिकतेचे अधिष्ठान मिळाले आणि एकाच वेळी राजकीय नि सामाजिक क्षेत्रात नवविचारांचे वारे खेळू लागले. गांधीजी, हिंदुस्तानसाठी नव्या समाजरचनेच्या दिशेने विचार करीत असताना त्यांनी रवींद्रनाथ टागोरांशी विस्ताराने चर्चा केली आणि त्यांच्या या अभूतपूर्व आंदोलनात, रवींद्रनाथांनी आपल्या जवळची आर्यनायकम् आणि आशादेवी ही दोन उच्चशिक्षित युवारत्ने गांधीजींना समर्पण केली. हे दोघे, कायमच्या वास्तव्यासाठी शांतिनिकेतमधून वर्ध्याला आले.

काँग्रेसचे अधिवेशन हरिपुरा येथे १९३८ साली सुभाषचंद्र बोस यांच्या अध्यक्षतेखाली भरविण्यात आले, आणि गांधीजींच्या बुनियादी शिक्षण योजनेचा प्रस्ताव सर्वसंमतीने स्वीकारण्यात आला. त्याचबरोबर ही योजना तयार करून कार्यवाहीत आणण्यासाठी, राष्ट्रीय स्तरावर एक मंडळ स्थापन करण्याचाही निर्णय घेण्यात आला. त्यानुसार लगेचच 'हिंदुस्थानी तालिमी संघा'ची स्थापना झाली. या संघाने, 'नयी तालीम' चे शिक्षण-प्रशिक्षण देणारी पहिली संस्था 'विद्या मंदिर' या नावाने, सेवाग्राम आश्रमात सुरू केली. गांधीजींच्याच हस्ते या नूतन प्रयोगाची त्या अनुषंगाने बुनियादी शिक्षणाच्या भारतभरच्या एका अभिनव अशा शैक्षणिक आंदोलनाची सुरुवात झाली. यामध्ये सेवाग्राम येथील पथदर्शी प्रयोगाची, संपूर्ण जबाबदारी आर्यनायकम् पति-पत्नींवर सोपविण्यात आली; आणि त्यांनी ती अखंडपणे, १९५९ पर्यंत, म्हणजे हिंदुस्थानी तालिमी संघ 'सर्व सेवा संघा'त विलीन होईपर्यंत पार पाडली. पण, एवढेच नाही; तर 'बुनियादी शिक्षणाचा' मूलभूत विचार, त्याच्या व्यावहारिकतेच्या अंगाने विकसित केला; या विचाराची व्यावहारिकता सिद्ध केली.

सेवाग्राममधील 'नयी तालीम' च्या पाचशे जणांच्या विशाल कुटुंबात

आर्यनायकम् पति-पत्नी हे 'बाबा' व 'माँ' बनून राहिले. आशादेवी या आश्रमातील सर्वच मुलांच्या माँ झाल्या होत्या, आई झाल्या होत्या. केवळ सेवाग्राममधीलच नव्हे तर अगदी युनोस्कोमधील भारतीय प्रतिनिधी म्हणून केलेल्या जगभराच्या प्रवासातही संपर्कात येणाऱ्या युवक-युवतींच्या आई त्या कशा बनल्या होत्या, याची एक मजेदार आठवण नारायण देसाई यांनी लिहिली आहे. पश्चिम आफ्रिकेतल्या घाना देशात एका जंगलपट्टीत असलेले एक अध्यापन केंद्र, आंतरराष्ट्रीय परिषदेचा एक कार्यक्रम म्हणून, पाहण्यासाठी नारायण देसाई गेले असता, त्यांचा चुडीदार पायजमा नि शेरवानीचा पेहराव पाहून एक युवती त्यांच्याजवळ आली, आणि तिने, "आपण भारतातून आलात का?" असे विचारले. त्यांनी 'हो' म्हणताच तिने विचारले, "तुम्ही आशादेवींना ओळखता?" क्षणभर ते अवाक् झाले आणि ती सेवाग्राममधील आशादेवींबद्दलच विचारते आहे, याची खात्री झाल्यावर त्यांनी सांगितले, "ती तर माझी शिक्षिका होती." तिने उत्तर दिले, "ती माझी आई होती!" पुढे तिने अशी माहिती पुरविली, की ती मुलगी घानाच्या राजधानीत शिक्षणासाठी एका कुटुंबात राहात होती आणि तिथे आशादेवींचा काही निमित्ताने चार दिवसांसाठी मुक्काम होता. नारायण देसाई उत्तरले, "बरोबरच आहे. तीन-चार दिवसांत 'आई' बनणारी आशादेवी तर भारतात एकच आहे!"

सेवाग्रामला आल्यानंतर काही दिवसांतच आशादेवींचा छोटा मुलगा आनंद याने खाऊच्या गोळ्या समजून क्विनाईनच्या रंगीत गोळ्या मनसोक्त खाल्ल्या आणि काही क्षणांतच तो बेशुद्ध होऊन पडला. डॉ. सुशीला नय्यरना लगेच पाचारण केले गेले. त्यांनी त्याचा जीव वाचविण्याचा प्रयत्न केला, पण तो हाती लागला नाही. आशादेवी सायंकाळी घरी परतल्या तेव्हा त्यांना हे कळले. त्या हतबुद्ध झाल्या. परंतु लगेचच सावरल्या. त्यांच्यातील मातेने आपले वैयक्तिक दुःख आवरले आणि नयी तालीममधील असंख्य मुलांचे मातृत्व स्वीकारून आपले मन विशाल केले.

नयी तालीमचा दैनंदिन कार्यक्रम पहाटे साडेचारपासून सुरू होत असे. तेव्हापासून तेथील सर्वच कार्यक्रमांचे व्यवस्थापन करणे, सगळीकडे लक्ष ठेवणे आणि अगदी शेतीबागायतीपासून ते बौद्धिक वर्गापर्यंतचे काम स्वतः मन लावून मार्गी लावण्याचे काम आशादेवींकडे असायचे. त्यातच अनेक पाहुण्यांची नि सांस्कृतिक कार्यक्रमांची रेलचेल असायची. मग तिथे अगदी फुला-पानांच्या रांगोळी सुशोभनापासून ते प्रत्यक्ष नाच-गाण्यांमध्ये सहभागी होण्यापर्यंत आशादेवी विद्यार्थ्यांच्यात मिसळून जायच्या. साऱ्याच कार्यक्रमांचे नेटके नियोजन, हे त्यांचे वैशिष्ट्य होते.

आशादेवींनी नयी तालीमचा फार बारकाईने विचार केला आणि त्यांच्या प्रयोगात, प्रशिक्षणात व प्रसारात आपले मोठे योगदान दिले. देशभरच्या शिक्षकांचे नयी तालीम पद्धतीचे प्रशिक्षण करण्याची मोठी जबाबदारी त्यांच्यावर होती. हे काम करीत असतानाच नयी तालीमचे सैद्धान्तिक रूप, त्यामागचे तत्त्वज्ञान, या पद्धतीच्या शिक्षणाची गरज, शिक्षणाचे व्यावहारिक रूप अशा अनेक अंगांनी त्यांनी ही संकल्पना जोजवली, जोपासली आणि वाढवली. या अभिनव संकल्पनेला प्रत्यक्षात उतरवणारा शिक्षक कसा असायला हवा, आणि त्यासाठी त्याचे प्रशिक्षण कसे असायला हवे याबाबतचा त्यांनी कसून शोध घेतला. गांधीजींनी एक नवसमाज निर्मितीचा ध्यास घेतला होता आणि अशा समाज जीवनाची 'बुनियाद' म्हणून नयी तालीमचा विचार लोकांसमोर ठेवला होता. शिक्षण जीवनासाठी असायचे तर ते जीवनातूनच यावे, मुलांनी करून शिकावे. शिक्षणाची योजना एखादा हस्तोद्योग मध्यवर्ती ठेवून, उद्योगातून, उद्योगाकरवी सारे शिक्षण यावे, असा विचार मांडला होता. शिक्षण स्वावलंबी असावे आणि त्याने विद्यार्थ्यालाही स्वावलंबी बनवावे, असाही विचार त्यात प्रधान होता. त्यामुळे हाताने करण्याच्या कामाला एक साधन म्हणून या शिक्षणात मध्यवर्ती स्थान होते. आशादेवींनी हा सारा विचार तंतोतंत व्यवहारात उतरवताना, याच विचाराचा विस्तार केला. त्यांनी आपल्या एका लेखात म्हटले आहे, "आपल्या आत्मविकासासाठी मनुष्याला परमेश्वराने अनेक साधने दिली आहेत. त्यात सर्वांत महत्त्वाचे साधन आहे, हाताने काम करण्याचे. पण, त्याचबरोबर साहित्य, संगीत, कला, सणउत्सव ही विशुद्ध आनंदाची साधनेही मानवी विकासाची महत्त्वाची साधने आहेत. त्यामुळे, नयी तालीमच्या प्रशिक्षणातून असे शिक्षक तयार व्हायला हवेत, की ज्यांच्या व्यक्तिमत्त्वाचा संपूर्ण विकास साधलेला आहे आणि यासाठीच प्रशिक्षणात संगीत, कला, साहित्य यांच्या शिक्षणाचा समावेश केला पाहिजे." आशादेवींनी शिक्षकांसमोर या नव्या शिक्षणाचे केवळ तंत्र ठेवले नाही; तर "हिंदुस्थानच्या खेड्यांतून नवीन जीवन आणायचे आहे, त्यांना पुन्हा सतेज करायचे आहे, तेथे सजीव सानन्द व्यक्ती आणि समाज घडवायचा आहे," असे ध्येय आपलेसे करायला लावले.

संयुक्त राष्ट्र संघाच्या सामाजिक समितीवर, भारत सरकारच्या प्रतिनिधी म्हणून आशादेवींची तीन वर्षांसाठी नेमणूक १९५२ साली झाली. समितीच्या पहिल्या सभेलाही त्या हजर राहिल्या.

नयी तालीमच्या सेवाग्राममधील प्रयोगावर आशादेवींनी माहितीपूर्ण व विश्लेषणात्मक लेखन केले आहे. 'नयी तालीम' या हिंदी मासिकाचे त्यांनी

सुमारे १५ वर्षे संपादन केले. दरसाल होणाऱ्या 'नयी तालीम'च्या राष्ट्रीय संमेलनांतून, त्यांनी, प्रयोग प्रगतीचे अहवाल नेमकेपणाने सादर केले आहेत. गांधी हत्येनंतर काही काल आशादेवींनी फरिदाबाद येथे जाऊन निर्वासितांच्या मुलांसाठी शाळा चालवली होती.

१९५७ सालच्या एक जानेवारीपासून नयी तालीमचे कार्य व्यापक अशा भूदान-ग्रामदानाच्या चळवळींच्या निमित्ताने, ग्रामविकासाच्या कार्यात परिवर्तित केले गेले. त्याचबरोबर आशादेवींनी विनोबांच्या या कार्यात स्वतःला समर्पित केले. त्यांच्या बरोबर पदयात्रा केल्या. बंगालमध्ये विनोबांच्याबरोबर राहून त्यांच्या सभांचे आयोजन करणे, त्यांच्या भाषणांचे अनुवाद करणे अशी अनेक कामे केली. विनोबांनी जेव्हा शांतिसेनेची कल्पना मांडली, तेव्हा त्यांनी, आशादेवींनाच 'भारत शांतिसेना समिती' ची संयोजिका म्हणून नियुक्त केले. पंजाबसारख्या अस्वस्थ परिस्थितीच्या राज्यात त्या वेळी आशादेवींनी धीराने शांतिकार्याचे मार्गदर्शन केले. याच कार्यात त्यांनी जीवनाच्या अखेरपर्यंत म्हणजे ३० जून १९७० पर्यंत आपल्या तन-मनाचे योगदान दिले. १९५८ सालच्या अजमेरच्या संमेलनात विनोबांनी म्हटले आहे, 'मातेचे वात्सल्यपूर्ण हृदय हीच शांतिसैनिकाची परिपूर्णता आहे.' आशादेवींकडे पाहूनच त्यांनी हे उद्‌गार काढले असावेत.

आपल्या अर्थपूर्ण नि कार्यपूर्ण आयुष्यात, भारतातील तीन महापुरुषांच्या प्रेरणेने नि त्यांच्या संगतीत, त्यांच्या त्यांच्या तत्त्वज्ञानांना व्यावहारिक पूर्तीचे स्वरूप देण्याचे भाग्य आशादेवी आर्यनायकम् यांना लाभले. आपल्या आयुष्याच्या सुरुवातीस रवींद्रनाथ टागोरांबरोबर, आयुष्याच्या मध्याला सारा काळ महात्मा गांधींबरोबर आणि अखेरचे दशकभर आशादेवींनी विनोबांबरोबर काम केले आणि एक शिक्षणतज्ज्ञ, एक समाजकार्यकर्ती आणि कार्यकर्त्यांची 'माँ ' म्हणून मोठी कीर्ती प्राप्त केली.

⌘

५. बुनियादी शिक्षणक्रम

श्रमाला सामाजिक सेवेचे स्वरूप येण्यासाठी त्याच्यामागे खास हेतू असला पाहिजे, हे दाखविण्यासाठी श्रमाला 'बुद्धिप्रधान' हे विशेषण लावण्यात आले आहे.

– गांधीजी

वर्धा संमेलनातील ठरावानुसार शिक्षणयोजना तयार करण्यासाठी नियुक्त केलेल्या जाकिर हुसेन समितीने,[१] गांधी विचारांवर आधारित शिक्षणाला 'ग्रामीण बुनियादी राष्ट्रीय शिक्षण' असे म्हटले आहे. गांधीजींच्या मते, याला 'ग्रामीण उद्योगांद्वारे दिले जाणारे ग्रामीण राष्ट्रीय शिक्षण' असे म्हणणे अधिक योग्य ठरेल. याचे स्पष्टीकरण करताना गांधीजींनी म्हटले आहे,[२] ग्रामीण उद्योगांद्वारे दिले जाणारे शिक्षण याचा अर्थ असा की, ही योजना तयार करणारे, शिक्षकांकडून अशी अपेक्षा करतात की, खेड्यांतील मुलांना त्यांच्याच गावातील एखाद्या हस्तोद्योगाकरवी, हे शिक्षक, असे शिक्षण देतील की त्यातून त्यांच्या सर्व क्षमतांचा विकास होईल; तसेच हे सारे शिक्षण अशा वातावरणात दिले जाईल ज्यांत वरून लादलेल्या बंधनांतून आणि त्यांच्या अनिष्ट परिणामांपासून मुले मुक्त राहतील आणि या अर्थाने, ही ग्रामीण मुलांच्या शिक्षणातील मोठीच क्रांती ठरेल.

वर्धा येथील शिक्षणसंमेलनामध्ये (२२–२३ ऑक्टोबर १९३७) गांधीजींनी, आपला शिक्षणविषयक नवा विचार समजावून देणारे केलेले विस्तृत भाषण; त्यानंतर अखिल भारतीय काँग्रेसने, हरिपुरा अधिवेशनात (१९३८) केलेला यासंदर्भातील ठराव आणि जाकिर हुसेन समितीने आपल्या सभांमधून बुनियादी शिक्षणपद्धतीचा केलेला विचार यांच्या आधारावर नयी तालीमचा शिक्षणक्रम तयार करण्यात आला. १९३८ साली जेव्हा प्रथमतःच हा शिक्षणक्रम बेतण्यात आला तेव्हा, समितीने

जाणीवपूर्वक पण स्पष्टपणे असे म्हटले होते की 'हा अभ्यासक्रम अगदी कामचलाऊ आहे. तो अंतिम आहे असे मानता यायचे नाही. वर्तमान शिक्षणपद्धती पूर्णतः बदलण्याची ताकद असलेला अभ्यासक्रम हा, आमच्या अहवालात मांडलेल्या शिक्षणपद्धतीचा प्रत्यक्ष प्रयोग करून व अनुभव घेऊन तयार केलेला असा असायला हवा. आम्हाला अशी आशा आहे की, जसजसे, प्रशिक्षण केंद्रातून, महाविद्यालयांतून आणि बुनियादी शिक्षणासाठी सुरू केलेल्या नव्या शाळांतून शिक्षक ही शिक्षणपद्धती अमलात आणतील आणि आपापल्या प्रयोगांच्या नेमक्या नोंदी ठेवतील, तेव्हा या अभ्यासक्रमामधील त्रुटी आणि बारकावे लक्षात येऊ लागतील. आणि मग यांच्या अनुषंगाने या अभ्यासक्रमामध्ये फेरफार करावे लागतील. थोडक्यात असे की, हळूहळू हा शिक्षणक्रम आपला आपणच तयार होत जाईल.''[३] अर्थातच, सुरुवातीला अभ्यासक्रम हा पारंपरिक पद्धतीचा, विषयवार आणि इयत्तावार असाच झाला होता. हा करणारे लोक हे उच्च विद्याविभूषित आणि शिक्षणक्षेत्रातच वावरणारे होते. त्यामुळे त्यांच्या मनांवर पारंपरिक पद्धतीच्या, शिक्षणाचा, आणि त्यातील अभ्यासक्रम आखणीचा पगडा होता. परंतु या मर्यादेची जाण त्यांना होती, आणि म्हणूनच त्यांनी आपण केलेला अभ्यासक्रम हा विशिष्ट प्रकारच्या नयी तालीमच्या शिक्षणाच्या अनुभवाभावी, तात्पुरता अभ्यासक्रम आहे असे म्हटले होते.

जाकिर हुसेन समितीने आपल्या अहवालामध्ये ज्या तऱ्हेच्या, समन्वयात्मक शिक्षणाची अपेक्षा वर्तविली होती. त्या तऱ्हेच्या शिक्षणाची प्रत्यक्षात अंमलबजावणी करूनच, त्याच्या अनुभवाच्या आधारे पक्का अभ्यासक्रम भविष्यात तयार होईल, असे म्हटले होते. मात्र, हा अभ्यासक्रम केवळ पुस्तकी नव्हता, तर तो प्रामुख्याने कृतिप्रधान असा होता. खेड्यांमधील नैसर्गिक आणि सामाजिक वातावरण डोळ्यांसमोर ठेवून केलेला होता. ग्रामीण वातावरणात, मुले हातांनी काम करणार होती, रोज नवनव्या कृतिशील प्रयोगांच्या आधारे ज्ञान संपादन करणार होती. थोडक्यात असे की, मुले आपल्या नजीकच्या वास्तव जीवनाशी समरस होऊनच, निसर्ग, समाज आणि उद्योग यांच्या सहवासात राहून शिकणार होती.

या पद्धतीने शिक्षणाची रचना करायची तर या वातावरणांतही विद्यार्थ्यांच्या अनुभवातील बाबींनाच प्राधान्य मिळायला हवे, हे स्वाभाविक होते. हेतूच मुळी असा होता की विद्यार्थी आजूबाजूचे वास्तव जीवन, त्यातील सामाजिक प्रश्न समजावून घेतील; आणि अशी संधी त्यांना त्यांच्या अभ्यासक्रमाद्वारे मिळेल. नयी तालीमचा अभ्यासक्रम बेतताना प्रामुख्याने याची काळजी समितीने घेतली होती.

समन्वयात्मक शिक्षणाची संकल्पना येथे महत्त्वाची मानली होती.

विद्यार्थ्यांच्या शालेय शिक्षणाचा मेळ जसा त्यांच्या भोवतालच्या नैसर्गिक-सामाजिक व औद्योगिक वातावरणाशी घातला जाणार होता तसाच विविध शालेय विषयांचा, शिक्षणक्रमही परस्परांशीही जोडला जाणार होता. उदाहरणार्थ, ''जेव्हा मुले सामाजिक शास्त्रे किंवा विज्ञान शिकतील तेव्हा त्यांचा संबंध चित्रकलेशी घातला जाईल. तसेच, इतिहास किंवा भूगोल शिकत असताना, आपण करीत असलेल्या हस्तोद्योगाच्या फायद्याचे गणितही ते मांडतील. शेतीकाम व बागकाम हे जेव्हा त्यांच्या शिक्षणात केंद्रस्थानी असेल, तेव्हा मुले आपल्या शाळेमधूनच वास्तव जीवनातील आनंदाचा अनुभव करतील, रोज नवनव्या अनुभवांना सामोरे जातील.''[४] पारंपरिक शिक्षणपद्धतीत शिक्षक ज्याप्रमाणे सुटे सुटे विषय क्रमिक पुस्तकांच्या सहाय्याने वाचून वा सांगून शिकवतो तशाप्रकारे केवळ वाचून-ऐकून-लिहून मुलांनी शिकावे अशी अपेक्षा या नयी तालीमच्या शिक्षणसंकल्पनेच्या मुळाशीच नव्हती. येथे साक्षरी शिक्षण नाकारलेले नव्हते, परंतु त्याचे माध्यम वेगळे असणार होते. मुले काम करता करता साक्षरी विषय आत्मसात करणार होते. मातृभाषेच्या अध्ययनाविषयी अभ्यासक्रमाच्या प्रस्तावनेत असे म्हटले आहे की, 'हस्तोद्योगाचे काम, खेड्यातील दिवस-रात्रीचे जीवन, सामाजिक शास्त्रांचा अभ्यास या साऱ्यांशी मातृभाषेचा कसा घनिष्ठ संबंध आहे; ते स्पष्ट करून दाखवणे हा आमचा उद्देश आहे. मातृभाषेवर विद्यार्थ्यांची अशी पकड आली पाहिजे की, केवळ पुस्तक वाचण्यासाठी नव्हे तर जीवनात हरघडी सर्वच कामांमध्ये, भाषेचा सहजपणे वापर करता आला पाहिजे.'[५] हा उपयुक्ततेचा दृष्टिकोन समोर ठेवून, भाषा शिक्षणाच्या दोन्ही अंगावर म्हणजे भाषा आणि साहित्य यांवर जोर देण्याचा मनोदय समितीने या प्रस्तावनेत व्यक्त केला आहे. उपयोगाबरोबर साहित्याचा आनंदही येथे अधोरेखित केला आहे.

मुले जसजशी मोठी होत जातात तसतशा त्यांच्या वाङ्मयानंदाच्या परीही बदलत जातात. या बदलत्या गरजांशी भाषा शिक्षणाचा बंध जुळवला तर मुले अनेक अंगांनी भाषेचा वापर करू पाहतील आणि त्याचा आनंदही घेऊ शकतील. उदाहरणार्थ, मुले आसपासच्या निसर्गात दडलेल्या अनेक आश्चर्यांचा शोध घेऊ शकतील, शाळेतील हस्तोद्यागातील भिन्न भिन्न क्रिया, प्रक्रिया आणि आपले घर, गाव किंवा शाळेतील घटनांचे नेमकेपणाने वर्णन करू शकतील. आपली घरगुती किंवा व्यावसायिक छोटी-मोठी पत्रे लिहू शकतील, शाळेतील उद्योग-व्यवसायाच्या कामाची स्वतःच्या आणि आपल्या वर्गाच्या प्रगतीच्या दैनंदिन नोंदी ठेवू शकतील, शाळेचे दैनंदिन समाचारपत्र किंवा मासिकपत्र तयार करण्यामध्ये मदत करू शकतील, आपल्याला

आवडणाऱ्या कोणत्याही विषयावर सविस्तरपणे बोलू शकतील आणि सुंदर साहित्याचा आस्वाद घेऊ शकतील, त्याचे आकलन करून घेऊ शकतील.[६]

अशाच तऱ्हेने, समितीने, पाठ्यक्रम तयार करताना इतरही विषयांबाबत गहिरा विचार केलेला आढळतो. उदाहरणार्थ, इतिहास, भूगोल, नागरिकशास्त्र वगैरे सामाजिक शास्त्रांच्या अभ्यासाचा तर विद्यार्थ्यांच्या वास्तव वातावरणाशी खोलवरचा संबंध बांधला गेला पाहिजे, अशी या पाठ्यक्रमकर्त्यांची भूमिका आहे; तद्वतच, या शिक्षणाची सुरुवातही घर-गाव-उद्योग यांपासून झाली पाहिजे असा समितीचा आग्रह आहे. हे कसे करावे याची अनेक उदाहरणेही समितीने पाठ्यक्रमाच्या प्रस्तावनेत दिली आहेत.

जाकिर हुसेन समितीने, नयी तालीमचा शिक्षणक्रम तयार करताना, शिक्षणस्वावलंबनाच्या योजनेच्या संदर्भात, म्हणजेच, शालेय शिक्षणातील खर्चाचा काही भाग मुलांच्या उत्पादक व्यवसायांच्या उत्पन्नांतून भरून निघावा अशी जी गांधीजींची मूळ कल्पना होती, तिला व्यावहारिकदृष्ट्या अधिक सुकर करण्याचा प्रयत्न केला आहे. गांधीजींची सूचना अशी होती की, शिक्षणात उद्योगाला मध्यवर्ती स्थान दिले की होणारे जे आनुषंगिक उत्पादन आहे त्याच्या विक्रीतून शालेय शिक्षणखर्चातील, निदान शिक्षकांच्या वेतनाचा खर्च तरी भरून निघावा. या विक्रीबाबत सरकारने खरेदीची हमी घ्यावी, अशी मूळ कल्पना होती. परंतु जाकिर हुसेन समितीने, मूळ सूचनांमधील, विद्यार्थ्यांकरवी होणाऱ्या उत्पादनाच्या विक्रीमधून मिळणारा पैसा आणि शिक्षकांना वेतन म्हणून दिला जाणारा पैसा यांचा परस्परसंबंध मात्र जोडला नाही. शिक्षकांना एकीकडे सरकारी खजिन्यातून ठराविक वेतन मिळत राहीलच आणि दुसरीकडे विद्यार्थ्यांनी केलेल्या मालाचीही विक्री केली जाईल. परंतु या विक्रीच्या व्यवहारात प्रत्यक्षात नफा झाला अथवा घट आली तरी त्यामुळे शिक्षकांच्या वेतनात काहीही फरक पडणार नाही, अशी तजवीज समितीने आपल्या अहवालात केली आहे. याचा अर्थ असा की, शिक्षकांच्या वेतनाचा खर्च भरून निघावा इतके तरी उत्पन्न निदान विद्यार्थ्यांच्या उद्योग कार्यातून मिळण्याची अपेक्षा ठेवली आहे पण, शिक्षकांच्या वेतनात त्यामुळे होऊ शकणारी अनिश्चितता टाळली आहे.

पाठ्यक्रमाचा आराखडा

जाकिर हुसेन समितीने नयी तालीमच्या सात वर्षांच्या पाठ्यक्रमाचा जो आराखडा तयार केला होता त्यामध्ये, पुढील विषयांचा अंतर्भाव केला होता.

१. **ग्रामोद्योग –** ग्रामोद्योग शिक्षणात मध्यवर्ती स्थान द्यावयाचा पायाभूत ग्रामोद्योग. याअंतर्गत सुरुवातीला,

क) सूतकताई व विणकाम,

ख) सुतारकाम,

ग) शेती,

घ) फळभाज्या पालेभाज्या उत्पादन,

च) चामड्याचे काम,

छ) यांशिवाय इतर, परिसरास आणि भौगोलिक परिस्थितीस अनुकूल असा कोणताही व्यवसाय यांचा समावेश केला होता. अर्थात, शेती, सूतकताई व विणकाम यांशिवाय इतर कोणताही उद्योग मध्यवर्ती म्हणून घेतला तरीही, विद्यार्थ्यांना या दोन्हींचे जुजबी, प्राथमिक ज्ञान आवश्यक मानले होते.

२. **मातृभाषा –** मातृभाषेतूनच प्राथमिक शिक्षण व्हावे अशीच ठाम भूमिका या शिक्षणयोजनेत घेतली होती. त्यामुळे अर्थातच, मातृभाषेच्या शिक्षणाला उच्च स्थान देणे अभिप्रेतच होते. भाषा चांगली बोलता येणे आणि चांगली लिहिता येणे या दोन्ही गोष्टी अपेक्षित होत्या. आपल्या देशपरंपरेतील विचार, भावना, आकांक्षा यांचा वारसा उपयोगात आणण्यासाठी तसेच बालकांच्या सामाजिक शिक्षणाचे एक भरभक्कम साधन म्हणून मुलांनी मातृभाषेचे शिक्षण आत्मसात करावयाचे होते. साहित्य, सौंदर्याच्या आस्वादाचे एक साधन म्हणूनही मातृभाषेचे सखोल ज्ञान आवश्यक मानले होते.

३. **गणित –** दैनंदिन व्यावहारिक जीवनात आणि व्यावसायिक जीवनात सहजपणे हिशोब वा अन्य आर्थिक व्यवहार करता येतील अशी तयारी होण्यापुरेसे गणित आवश्यक मानलेले होते. बेरीज-वजाबाकी-गुणाकार-भागाकार, दशांश, त्रैराशिक, थोडीफार भूमिती, हिशोबांची मामुली जाणकारी, असा अभ्यासक्रम येथे योजला होता. मात्र गणिताचे पुस्तकी शिक्षण येथे अपेक्षित नव्हते, तर शाळेमधील उद्योगशिक्षणाच्या वेगवेगळ्या क्रिया आणि वेगवेगळ्या पायऱ्यांना जोडून गणिताचा अभ्यास होत जाणे अपेक्षित होते.

४.**सामाजिक विज्ञान –** या क्षेत्रात विद्यार्थ्यांच्या विकासाबाबत अनेक अपेक्षा ठेवल्या होत्या. उदाहरणार्थ, एकूण मानवी प्रगती आणि त्यातही खास करून हिंदुस्तानची प्रगती यांबद्दल रस निर्माण करणे; भूगोल नि त्याच्यातील नैसर्गिक प्रकृतीच्या प्रश्नांची जाणीव होणे व त्यांच्या सोडवणुकीसाठी स्वतःची तयारी करणे इत्यादी. तसेच विद्यार्थ्यांच्या अंतःकरणात देशप्रेम निर्माण व्हावे आणि देशाच्या

भूतकालाचा सन्मान केला जावा आणि हा देश हे अशा एका समाजाचे स्थान व्हावे की ज्याचा पाया सहकारावर, प्रेम, सत्य आणि न्याय्यतेवर आधारलेला असेल याविषयी विद्यार्थ्यांच्या मनात विश्वास निर्माण होईल. तसेच, नागरिकांचे हक्क व कर्तव्ये यांबाबत जागरूकता निर्माण होईल, विश्वातील सर्व धर्मांबाबत आदरभाव निर्माण होईल आणि विद्यार्थ्यांचे वैयक्तिक गुण व सामाजिकरीत्या आवश्यक असे गुण निर्माण होऊन ते परस्परांचे सहकारी, शेजारी बनतील अशी विविध ध्येये सामाजिक शास्त्रांच्या अध्ययनामागे मानलेली होती. इतिहास, भूगोल, नागरिकशास्त्र आणि देशा-विदेशांतील घटनांचे सामान्यज्ञान यांचा शालेय अभ्यास हा मुलांना या ध्येयांप्रत नेण्याच्या उद्देशाने करावयाचा होता.

ही मानलेली उद्दिष्टे आणि शिकवले जाणारे विविध विषय यांच्यामधील सेतू कसा बांधावा याचीही रूपरेषा या पाठ्यक्रमात देण्यात आलेली होती. बुनियादी शिक्षणसमितीने इतिहास या विषयाचा विचार वैशिष्ट्यपूर्ण रीतीने केला होता. केवळ राजे-राजवाडे, त्यांमधील युद्धे, सनावळ्या अशा पारंपरिक पद्धतीने इतिहासाचे शिक्षण देणे अनुचित मानले होते. आपल्याला आपला समाज भविष्यात ज्या दिशेने न्यावयाचा आहे, त्या दिशेने इतिहासात जे जे काही घडले असेल त्याचा वेध घेणे व त्याची उपयुक्तता विद्यार्थ्यांच्या मनांत जोपासण्याची भूमिका इतिहास शिक्षणामागे गृहीत धरलेली होती. याबाबतीत बुनियादी शिक्षणसमितीने दिलेली दिशा अशाप्रकारची होती;

''हिंदुस्तानच्या इतिहासाची एक सर्वसाधारण रूपरेषा देऊन त्याचबरोबर या देशातील जनसामान्यांच्या सामाजिक नि सांस्कृतिक विकासातील प्रमुख घटनांवर जोर दिला गेला पाहिजे; त्यातून हे दाखविले पाहिजे की कशाप्रकारे हळूहळू लोकांनी राजकीय व सांस्कृतिक एकतेच्या दिशेने प्रगती केली आहे. इतिहासातील, प्रेम, सत्य व न्यायभाव, परस्परसहकार्याने काम करणे, राष्ट्रीय एकता आणि मनुष्याची समानता व बंधुभाव अशा आदर्शांवर भर दिला जायला हवा. हे शिक्षण, खालच्या इयत्तांमध्ये मोठ्या माणसांच्या जीवन-कहाण्या सांगून आणि वरच्या इयत्तांमध्ये सारे सामाजिक जीवन आणि सांस्कृतिक विकास उलगडून दाखवून दिले पाहिजे. एक गोष्ट काळजीपूर्वक ध्यानात ठेवली पाहिजे की जुन्या काळाचा इतिहास शिकविताना विद्यार्थ्यांमध्ये असा अति अभिमान आणि तीव्र देशप्रेम होता कामा नये की ज्यामुळे ते आपल्याला इतर देशांपेक्षा वेगळे आणि इतर देशांना नि समाजांना आपल्याहून कमी लेखतील. इतिहास असा शिकविला जावा की ज्या वीर पुरुषांनी मनुष्याला पशुतेकडून मानवतेकडे नेण्याचा प्रयत्न केला आहे; त्यांच्याच शांतिपूर्ण

विजयकथांना अभ्यासक्रमांत स्थान दिले जावे. तसेच मानवी इतिहासाचे दाखले देऊन सतत हे सांगितले पाहिजे की मानवीजीवनामध्ये हिंसा, धोके व दगाबाजी यांपेक्षा अहिंसा व इतर आनुषंगिक गुणांची शक्ती अधिक आहे, हिंदुस्तानातील राष्ट्रीय जागृतीचा इतिहास मुलांना अशातऱ्हेने शिकविला पाहिजे की आपल्या देशात जी काही सामाजिक, राजकीय नि आर्थिक लढाई चाललेली आहे. त्याचे आकलन त्यांना होईल; इतकेच नव्हे तर वेळप्रसंगी त्याबाबतीतील आपली जबाबदारी विद्यार्थी आनंदाने उचलतील. या बदलत्या परिस्थितीतील अडचणीही सोसायला तयार होतील. राष्ट्रीय सप्ताह आणि राष्ट्रीय सण साजरे करणे हा शाळेतील कार्यक्रमांचा एक विशेष असला पाहिजे.''[७]

इतिहासाबरोबरच भूगोल, सामान्यविज्ञान आणि त्याच्या अंतर्गत, निसर्गपरिचय, वृक्षवाढ, पशुविज्ञान, शरीरविज्ञान, आरोग्यविज्ञान , रसायनशास्त्र, साहित्य, चित्रकला, संगीत आणि हिंदी भाषा यांचा समावेश करण्यात आला होता. मुला-मुलींसाठी एकच अभ्यासक्रम मानलेला होता, हाही या अभ्यासक्रमाचा एक विशेष होता.

५.उत्सव व विशेष दिन – विविध तऱ्हेचे उत्सव आणि विशेष दिवस साजरे करणे हा प्रथमपासूनच बुनियादी अभ्यासक्रमाचा एक अविभाज्य भाग होता. धार्मिक उत्सव, राष्ट्रीय, सामाजिक, सांस्कृतिक उत्सव किंवा निसर्गउत्सव असे विविध प्रकारचे उत्सव नयी तालीमच्या शाळांमधून अपेक्षित होते. असे सण किंवा उत्सव साजरे करताना, अगदी इतरांना आमंत्रण देण्यापासून ते व्यासपीठ सजवणे, भाषणे देणे, गाणी, खेळ, नाटक असे कार्यक्रम करणे आणि उत्सवसमाप्तीनंतर त्यांचा अहवाल लिहिणे, इथपर्यंतचा शैक्षणिक अनुभव मुलांना देण्याची योजना त्यामध्ये होती. याशिवाय सहली किंवा गावाच्या विविध रचनात्मक व अन्य कामांमध्ये स्वयंसेवक म्हणून अनुभव घेणे हे विद्यार्थ्यांसाठी अनिवार्य मानलेले होते.

बुनियादी शिक्षणाचा नवा अभ्यासक्रम

नयी तालीमच्या सेवाग्राममधील प्रयोगाला दहा वर्षे पुरी होत असताना, २२-२३ एप्रिल १९४७ च्या सभेपुढे आशादेवींनी बुनियादी शिक्षणाचा व शिक्षक प्रशिक्षणाचा नवा अभ्यासक्रम सादर केला. त्याचे विवेचन करताना त्यांनी जुन्या व नव्या अभ्यासक्रमात असलेला फरक सदस्यांपुढे मांडला. त्यांनी सांगितले की, ''या दोन्हींमध्ये जो फरक आहे तो शिकविण्याच्या विषयांमध्ये नसून तो प्रामुख्याने शिकविण्याच्या पद्धतीविषयीचा आहे. याहूनही महत्त्वाचा फरक त्यांनी अधोरेखित

केला तो असा की, जुना अभ्यासक्रम हा पाठ्यविषयांच्या आधारावर तयार केला गेला होता, तर नवीन अभ्यासक्रम हा खेड्यांतील मुलांच्या जीवनात उद्‌भवणाऱ्या प्रश्नांच्या आधारावर बनविण्यात आला आहे. जाकिर हुसेन समितीने जेव्हा सुरुवातीस, मूलोद्योगावर आधारित असा अभ्यासक्रम बनवला तेव्हा त्यातील व्यवसायांची जोडणी विषयांशी करताना, विषयांबाबतचा अभ्यासक्रम हा पारंपरिक पद्धतीने, म्हणजे प्रत्येक विषय स्वतंत्रपणे विचारात घेऊनच केला होता. तो फारसा समाधानकारक, त्याहीवेळी समितीला वाटला नव्हता. 'व्यवसायांकडून विषयाकडे जाणे' ही तशी अगदी नवीन अशी गोष्ट होती. मार्ग रुळलेला नव्हता. प्रत्येक विषयाचा स्वतंत्र असा अभ्यासक्रम आणि इयत्तांनुसार त्याच्या पायऱ्या करणे हाच काय तो सरावाचा भाग होता; आणि समिती या पारंपरिक विचारांच्या बाहेर पडू शकली नव्हती. विविध विषयांतील उपलब्ध असलेले ज्ञान मुलांपर्यंत कसे पोचवावे याचा विचार पारंपरिक शिक्षणपद्धतीत अभिप्रेत असतो. विद्यार्थ्यांच्या अंगाने अभ्यासक्रमाचा विचार होत नाही हा त्याचा दोष असतो. शिवाय अभ्यासक्रम तयार करणाऱ्या समितीपुढे, यापूर्वीचे सामान्यतः केलेले परिचित अभ्यासक्रम होते; आणि ते सारे शहरी, मध्यमवर्गीय विद्यार्थी गृहीत धरून केलेले होते.

शिक्षणाच्या नवविचाराबरोबर अभ्यासक्रमाची धाटणी बदलणे आवश्यक होते. परंतु सुरुवातीला तरी समितीच्या सदस्यांसमोर, अभ्यासक्रम हा मुलांना समोर ठेवून, त्यांच्या वयोमानानुसारच्या क्षमता नि गरजा विचारांत घेऊन तयार करावयाचा आहे याची कल्पना नव्हती. मुलांच्या विकासाचे मानसशास्त्र विचारात घेऊन शिक्षणरचना करण्याचा विचार समोर नव्हता. त्यातही ग्रामीण विद्यार्थी समोर ठेवून त्यांच्याभोवती अभ्यासक्रमाचा विचार गुंफणे ही गोष्ट तर दुरापास्तच होती. समितीला आपल्या उणिवांची कल्पना होती. खरा योग्य असा अभ्यासक्रम हा प्रयोगांच्या अनुभवांतूनच साकार होणार होता.

नवीन अभ्यासक्रम तयार करताना, हिंदुस्तानी तालिमी संघाने बुनियादी शिक्षणाचा कालावधी सातव्या वर्षापासून ते पंधराव्या वर्षापर्यंत असा आठ वर्षांचा मानला होता म्हणजे बुनियादी शिक्षणसमितीने सुरुवातीला सुचविलेल्या कालावधीत एक वर्षाची वाढ केली. आर्थिक स्वावलंबन आणि परिपूर्ण शिक्षण यांसाठी त्याची गरज आहे असे त्यांचे प्रतिपादन होते आणि जर हस्तोद्योगाची चांगली तालीम मुलांना मिळत असेल तर यामुळे खर्चात फारशी वाढ होण्याचे कारण नाही, असेही त्यांनी मानले.

गांधीजींच्या शिक्षणविषयक विचारांतील जीवनशिक्षणाचा धागा इथे

महत्त्वाचा मानलेला होता. गांधीजींनी, 'जीवनासाठी शिक्षण' आणि 'जीवनाद्वारे शिक्षण' अशा दोन्ही संकल्पना मांडलेल्या होत्या. या दोन्ही अंगांनी एकत्रितरीत्या विचार केला तर शिक्षण हे संपूर्ण जीवनासाठी आणि जीवनाच्या-जीवनप्रवाहाच्या समवेत जाणारे, बरोबरीने जाणारे असे असण्याची गरज होती. त्यामुळे स्वच्छता, आरोग्य, सामाजिक शिक्षण, काम व प्रार्थना, खेळ व मनोरंजन या साऱ्या गोष्टींना, अभ्यासक्रमातील वेगवेगळे विषय म्हणून महत्त्व दिलेले नव्हते, तर एक संपूर्ण, समतोल नि समजुतदार जीवन घडण्यासाठी आवश्यक अशा या बाबी मानलेल्या होत्या.[८]

नयी तालीमच्या शिक्षणामागे असलेल्या तत्त्वज्ञानात, असे व्यक्ती - विकासाचे सर्वांगीण शिक्षण हे अंतिम ध्येय नव्हते, तर एका न्यायाधिष्ठित समाजाच्या निर्मितीसाठी पायाभूत म्हणून हे उद्दिष्ट मानले होते. ज्या समाजात श्रीमंत-गरीब भेद नसतील, जिथे प्रत्येकाच्या स्वातंत्र्याचा हक्क स्वीकारला गेलेला असेल आणि आपल्या दैनंदिन मूलभूत गरजांच्या पूर्तीचे आश्वासन जिथे आहे, असा हा समाज असेल आणि शिक्षणाला याच दिशेने जायचे आहे; असे मानले होते. इथे अर्थातच साक्षरी शिक्षण किंवा साक्षरता ही अंतिम ध्येये नव्हती, तर न्याय्य समाजरचनेच्या दिशेने नेण्यासाठी ती केवळ साधनभूत अशी बाब असणार होती. स्त्री-पुरुषांना सुशिक्षित करणाऱ्या अनेक साधनांपैकी एक, एवढेच केवळ साक्षरी शिक्षणाचे महत्त्व मानले गेले होते.

गांधीजींनी शिक्षणाच्या ध्येयपूर्तीसाठी अधिक प्रभावी पद्धतीचा शोध लावला होता. एखाद्या उत्पादक हस्तोद्योगाच्या सर्व क्रिया-प्रक्रियांकरवी, बालकामधील जे जे उत्तम त्यांचा विकास होण्याची अपेक्षा या पद्धतीमध्ये होती. जे बालकांच्या आध्यात्मिक, बौद्धिक व शारीरिक शक्तींना प्रकट करते, जे या शक्तींचा विकास करते तेच खरे शिक्षण होय, असे गांधीजींचे प्रतिपादन होते. शिक्षणाच्या सुरुवातीच्या क्षणापासूनच काही ना काही नवनिर्मिती करायला मुलांना उद्युक्त करण्याची बाब या पद्धतीत अनुस्यूत होती. श्रमकार्यातून बौद्धिक विकास साधण्याची ही गोष्ट होती; कारण हातांनी करायचे काम हे यंत्रवत् करायला शिकायचे नव्हते तर ते वैज्ञानिक ढंगाने करायला शिकायचे होते. अशा कामांमधील प्रत्येक प्रक्रिया तिच्या इतिहास-भूगोलासहित आणि तिच्यामागील वैज्ञानिक नियमांसहित समजावून घ्यायची होती. श्रम हे उत्पादनासाठी नव्हे तर ज्ञानासाठी करायचे होते. गांधीजींनी म्हटले होते की, 'नयी तालीम ही काही एखादा पेशा शिकविण्यासाठी नाही तर ती हाताची कला देऊन माणूस बनवणारी आहे. त्याला जीवनरस पुरविणारी आहे. नयी

तालीम अपूर्ण मनुष्याला पूर्णत्व बहाल करणारी आहे.'[१] अशी तालीम, असे शिक्षण, साहजिकच, विद्यार्थ्याला स्वावलंबी करणारे शिक्षण असणार होते. गांधीजींच्या विचारांत हे स्वावलंबन आर्थिक स्वावलंबन तर होतेच. कारण, गांधीजींनीच म्हटले होते की, असे शिक्षण 'बेकारीविमा' म्हणून काम करणारे ठरेल. परंतु स्वावलंबनाच्या संकल्पनेची व्यापकता याहून मोठी होती. केवळ आर्थिक नव्हे तर स्वावलंबन हे सामाजिक, सांस्कृतिक आणि नैतिकही असणार होते. म्हणजे असे की नयी तालीमच्या या विशिष्ट पद्धतीने शिक्षण प्राप्त झालेली व्यक्ती ही आर्थिकदृष्ट्या तसेच सामाजिक, सांस्कृतिक व नैतिकदृष्ट्या स्वावलंबी होईल. तसेच, अशा व्यक्तींचा समाजही या सर्व अंगांनी नैतिक समाज असेल.

कृतिकार्याची योजना

ही सारी तात्त्विक भूमिका स्पष्टपणे समोर ठेवून, १९४७ साली शिक्षणक्रमाची आखणी करण्याचे काम हिंदुस्तानी तालिमी संघाने नव्याने करावयास घेतले होते. या भूमिकेतील व्यक्तिगत आणि सामाजिक अशा दोन्ही पैलूंची दखल घेतली जाईल अशा चार-पाच कृतिकार्यांची योजना पाठ्यक्रमात करण्यात आली होती.

१. शुद्ध (निखळ) आणि आरोग्यपूर्ण जीवनासाठी अभ्यास.

२. स्वावलंबनाचा अभ्यास.

३. कोणत्या तरी एखाद्या पायाभूत हस्तोद्योगाचा अभ्यास.

४. समाजामधील नागरिकतेचा अभ्यास.

५. रचनात्मक व सांस्कृतिक कृतिकार्यांचा अभ्यास.

या नव्याने केलेल्या शिक्षणक्रमात निखळ व आरोग्यपूर्ण जीवनासाठी स्वच्छता व आरोग्य यांना प्रथमस्थान देण्यात आले. हा शिक्षणक्रम तयार करताना, मागील सुमारे दहा वर्षांच्या नयी तालीमच्या शिकण्या-शिकविण्याच्या कार्याचा अनुभव पाठीशी होता. असे आढळून आले होते की स्वच्छता आणि आरोग्य ही या देशातील एक प्रमुख समस्या आहे; कारण, याविषयी समाजामध्ये गाढ अज्ञान आहे. शाळांतील अभ्यासविषयांशी सांगड घालून मुलांना स्वच्छतेचे धडे लहानपणापासून, द्यायला हवेत, आणि म्हणूनच वैयक्तिक आणि सार्वजनिक स्वच्छतेला तसेच आरोग्यकारक वैयक्तिक सवयी लागण्याला प्रथम स्थान, शिक्षणक्रम समितीने दिले.

विविध स्वावलंबन

स्वावलंबनाचा विषय तर प्रथमपासूनच म्हणजे गांधीजींनी १९३७ साली 'हरिजन'मधून नयी तालीमचा विषय मांडल्यापासून आणि बुनियादी शिक्षणात त्याला स्थान दिल्यापासूनच महत्त्वाचा होता. दहा वर्षांच्या अनुभवानंतरही त्याचे महत्त्व अबाधित ठेवण्यात आले. इतकेच नव्हे तर त्याची मांडणी करताना, माणसाच्या मूलभूत गरजांशी स्वावलंबनाची सांगड घालण्यात आली. अन्नस्वावलंबन, वस्त्रस्वावलंबन आणि निवारास्वावलंबन अशा रीतीने, आणि याच क्रमाने स्वावलंबनाला शिक्षणक्रमामध्ये स्थान देण्यात आले. प्रत्येक बुनियादी शाळेत, पहिली पाच वर्षे, बागकाम व शेती ही श्रमकार्ये अनिवार्य मानली गेली. शिक्षक व विद्यार्थी एकत्रितरीत्या अन्न पिकविण्यात तसेच अन्न शिजविण्यातही समाविष्ट व्हावेत अशी अपेक्षा ठेवण्यात आली होती. या विषयांचा शिक्षणक्रमात समावेश करताना उद्दिष्ट असे ठेवले की, प्रत्येक विद्यार्थी, यामुळे गावातील व शाळेतील शेतीकामातून इतके ज्ञान प्राप्त करील की, शालेय शिक्षणाच्या समाप्तीनंतर तो कुटुंबासाठी लागणारे धान्य, भाज्या, फळे यांचे पुरेसे उत्पादन करू शकेल. तसेच आहारशास्त्राच्या प्रत्यक्ष अनुभवाने नि ज्ञानाने आपल्या कुटुंबासाठी समतोल आहारव्यवस्था अमलात आणू शकेल.

उद्योगाकरवी शिक्षण ही संकल्पना शालेय व्यवहारात उतरवताना, ज्या उद्योगांचा समावेश शिक्षणक्रमात प्रथमपासून करण्यात आला, त्यांमध्ये वस्त्रोद्योगाला महत्त्वपूर्ण स्थान देण्यात आलेले होते. नवीन शिक्षणक्रमात, केवळ सूतकताई किंवा विणकाम येण्यालाच नव्हे, तर प्रत्यक्षपणे पाचव्या इयत्तेपर्यंत या दोन्ही क्रियांमध्ये कुशलता प्राप्त केल्यानंतर, विद्यार्थ्याने, पुढील दोन वर्षांमध्ये स्वतःच्या बाबतीत वस्त्रस्वावलंबनापर्यंत मजल मारावी, अशी अपेक्षा ठेवली होती. शाळेप्रमाणेच घरीही ही कामे त्यांनी व त्यांच्या कुटुंबीयांनी करीत राहावीत यावर जोर दिला होता. यातून कुटुंबाची वस्त्रस्वावलंबनाची योजना आखण्यापासून ते पुढे थेट गावाची वस्त्रस्वावलंबनाची योजना आखण्यापर्यंत विद्यार्थ्यांची मजल जावी, त्यांच्या संदर्भातील हिशोबांचे ज्ञानही त्यांनी अवगत करावे अशी अपेक्षा ठेवण्यात आली होती.

निवारा स्वावलंबनाची संकल्पना थोडी व्यापक होती. याच्या शिक्षणाची सुरुवात, घरगुती वस्तूंच्या, अवजारांच्या, त्यातही स्वच्छतेसाठी लागणाऱ्या झाडू, खराटे, टोपल्या वगैरेंच्या निर्मितीपासून आणि त्यांची निगा राखण्यापासून करावयाची होती. पुढे अर्थातच, घराची देखभाल व दुरुस्ती, व शाळेची अशाच तऱ्हेची देखभाल

व दुरुस्ती विद्यार्थी करू शकतील, अशी त्यांची तयारी या शिक्षणक्रमाद्वारे करून घ्यायची होती. प्रत्येक शाळेत सायकल असावी आणि तिची देखभाल-दुरुस्ती मोठ्या विद्यार्थ्यांना करता यावी व वेळ आल्यास सायकलवरून जाऊन समाजाची जरुरीची कामेही त्यांना करता यावीत, त्यांनी ती करावीत अशी कल्पना होती.

अशा मूलभूत गरजांच्या बाबतींतील स्वावलंबनासाठी कितीतरी गोष्टींची यादी अगदी सविस्तरपणे या नवीन शिक्षणक्रमात समाविष्ट करण्यात आली होती.

बुनियादी शिक्षणाची बुनियाद तर उद्योग-व्यवसायाला शिक्षणात मध्यवर्ती स्थान देण्यातूनच घातली जाणार होती. हे शिक्षणाचे महत्त्वाचे अंग होते, आणि याची जबाबदारी शिक्षकांवर असणार होती, त्यांना या प्रकारच्या नव्या शिक्षणात कितीतरी गोष्टींची दखल घ्यावयाची होती. उद्योगाकरवी शिक्षण प्रत्यक्ष व्यवहारात आणताना लक्षात घ्यावयाच्या नि करावयाच्या अशा या गोष्टी होत्या. उदाहरणार्थ,

- ❖ विद्यार्थ्याने खऱ्या अर्थाने स्वावलंबनाप्रत जाणे.
- ❖ प्रत्यक्ष कामाची दैनंदिन, साप्ताहिक, मासिक नि वार्षिक योजना आखणे आणि वर्षाअखेरीस विद्यार्थ्यांनीच आपल्या शिक्षकांच्या मदतीने त्या योजनेचे मूल्यमापन करणे.
- ❖ कामाचा दैनंदिन, साप्ताहिक, मासिक व वार्षिक हिशोब ठेवणे, शास्त्रीय पद्धतीने हिशोब पत्रक तयार करणे.
- ❖ कामाची जागा आणि साहित्य यांच्यावर लक्ष ठेवणे.
- ❖ शिकत असलेल्या हस्तोद्योगाच्या संदर्भातील पारंपरिक व स्थानिक उपलब्ध कला-कौशल्यांचा फायदा करून घेणे.
- ❖ बुनियादी उद्योगाबरोबरच त्याला सहाय्यक होणाऱ्या उद्योगांचाही अभ्यास करणे.
- ❖ शक्य तो स्थानिक अवजारांमध्ये सुधारणा करूनच आपले काम भागविणे.
- ❖ कामात उपयोगात आणल्या जाणाऱ्या अवजारांची देखभाल व दुरुस्ती यांना शिक्षणात स्थान देणे.

हिंदुस्तानी तालिमी संघाच्या ११ एप्रिल १९४८ रोजी भरलेल्या सभेत, ज्यांना मध्यवर्ती कल्पून त्यांच्याभोवती शिक्षणाची रचना करावयाची होती अशा हस्तोद्योगांच्या यादीत, कागद, मातीची भांडी आणि गृहोद्योग (विणकाम, शिवणकामासहित) या उद्योगांचा समावेश नव्याने करण्यात आला. लगोलग त्यांचा त्यांचा अभ्यासक्रमही तयार करण्यात आला.

नागरिकत्व

समाजातील नागरिकत्वाच्या अभ्यासाला अनिवार्य असे महत्त्व या शिक्षणक्रमात देण्यात आले होते. त्याचा विचारही खूप बारकाव्याने करण्यात आला होता. विशेष असा की, एरवी सामान्यज्ञानात शिकावे लागणारे इतिहास, भूगोल, नागरिकशास्त्र व समाजशास्त्र यांसारखे विषयही, नागरिकत्वाला मध्यवर्ती ठेवून शिकावयाची कल्पना येथे होती. किंबहुना, प्रत्येक व्यक्तीला सामाजिक जबाबदारी पेलण्यासाठी तयार करावयाचे असे एक महत्त्वाचे उद्दिष्टच या शिक्षणक्रमाचे असल्यामुळे, शिक्षणक्रमात समाविष्ट झालेला प्रत्येक विषय, प्रत्येक कृतिकार्य हे नागरिकत्व निर्मितीचे साधन म्हणून मानले होते. उदाहरणार्थ, स्वच्छतेचा प्रत्येक कार्यक्रम हा केवळ स्वतःसाठीच नाही तर समाजस्वास्थ्यासाठीही असल्यामुळे तो नागरिकत्वाच्या शिक्षणाचे एक महत्त्वाचे अंग बनला होता. उद्योगामधील ज्ञान, विज्ञान व कुशलता ही केवळ वैयक्तिक बाब नाही तर ती कुटुंबाच्या व स्थानिक समाजाच्या हिताची असल्यामुळे त्याला नागरिकत्वाचा स्पर्श होता. साहित्य, संगीत, क्रीडा, कला या साऱ्यांनाच सामाजिक आनंदाचे नि सांस्कृतिक वारसा जतन करण्याचे, तसेच त्याचा विकास करण्याचे अधिष्ठान मानले आहे. त्यामुळे नागरिकत्वाच्या शिक्षणाचाच हा एक अविभाज्य भाग आहे असे मानले गेले होते.

नागरिकत्वाचे शिक्षण हे शाळेतील विषयशिक्षण नाही. विद्यार्थी बहुतांशी ते इतरांच्या वागणुकीकरवी, अनुकरणाकरवी शिकतात. त्यामुळे शिक्षकांची यासंदर्भातील जबाबदारी फार मोठी आहे. त्याचप्रमाणे शाळेतील वातावरणातही नागरिकत्वाचे धडे देण्याचे सामर्थ्य असते आणि याबाबतीतील बारकाईने दिलेल्या सूचना हे या शिक्षणक्रमाचे एक वैशिष्ट्य आहे.

नयी तालीमच्या या शिक्षणक्रमात, विविध सामाजिक विषयांचा समावेश करताना, त्यांचा केवळ नागरिकत्वाशी मेळ घातलेला नाही तर त्यांच्या शिक्षणाला एक व्यापक समाजनिर्मितीचा संदर्भ दिला आहे. या विषयांच्या शिक्षणाचे ध्येय आहे. ते विद्यार्थ्यांमध्ये ऐतिहासिक बोध, भौगोलिक बोध आणि नागरिकत्वाचा बोध, म्हणजेच, संक्षेपाने मानवतेचाच बोध जागृत नि विकसित करणे हे आहे. असे झाले तर निसर्गजीवनाशी मानवी जीवनाचा काय संबंध आहे आणि आज तो कसा असायला हवा, याचेही भान विद्यार्थ्यांना येईल. तद्वतच, आजवर माणसाचा माणसाशी असलेला संबंध कशाप्रकारचा राहिला आहे आणि आपण जर न्याय्यतेच्या पायावर समाजाचे नि राष्ट्राचे जीवन बेतणार असू तर हा संबंध कसा असायला हवा, याची समज विद्यार्थ्यांना येईल.''[१०] नयी तालीमच्या या

शिक्षणक्रमात हेही सांगितले आहे की, ''हे शिक्षण मुलांच्या दैनंदिन जीवनातील प्रसंगांपासून सुरू करून पुढे त्यात प्रगती करीत जावे, म्हणजे मग, इतिहास काय किंवा भूगोल काय अथवा समाजशास्त्र, अर्थशास्त्र काय, हे जीवनापासून वेगळे असे केवळ पुस्तकी विषय आहेत असे विद्यार्थ्यांना वाटणार नाही. उलट, त्यांना हे समजून येईल की हे विषय म्हणजे निसर्ग नि मानवी जीवनप्रवाहातील निरंतर धारा आहेत आणि मग देशाचे भावी नागरिक म्हणून, आपले आदर्श समोर ठेवून त्यांचे नियंत्रण करण्याचा प्रयत्न, हे विद्यार्थी करू शकतील.[११]

नयी तालीममध्ये, कलांचे नि सांस्कृतिक कार्यक्रमांचे मोल मोठे मानले आहे. असंख्य खेड्यांतून लोकनृत्य, लोकगीत, लोकनाट्य आणि संगीत यांची अखंड परंपरा आहे. तिचा उपयोग करणे, त्यांचा संग्रह करणे, त्यांची जोपासना करून त्यात पुढे विकास करीत जाणे, या गोष्टींना शालेय जीवनाशी प्रत्यक्षपणे जोडले आहे. या प्रत्येक सांस्कृतिक घटकाच्या बाबतींतील शिक्षणाच्या नेमक्या सूचना शिक्षणक्रमात समाविष्ट करण्यात आल्या आहेत.

भाषा, गणित, सामान्यविज्ञान हेही साक्षरी विषय व्यावहारिक अंगाने आणि उद्योग, नागरिकत्व, असे विषय कलांच्या माध्यमातून कसे शिकवले जावेत, याचे विवरण या शिक्षणक्रमात करण्यात आलेले आहे. देशातील विविध राज्यांमधून चाललेल्या बुनियादी शाळांना प्रत्यक्ष काम करताना सहजपणे उपयोगी होईल, अशीच या शिक्षणक्रमाची मांडणी करण्यात आली होती; आणि तसा तो वापरलाही जात होता.

नवीन अभ्यासक्रमाविषयीची सविस्तर चर्चा हिंदुस्तानी तालिमी संघाच्या २२-२३ एप्रिल १९४७ च्या सभेत करण्यात आली होती. आशादेवींनी हा पहिल्या पाच इयत्तांचा नवा अभ्यासक्रम सभेपुढे ठेवला होता. उद्दिष्टे व पद्धतींबाबतचे विवेचनही त्यांनी केले. अध्यक्षांनी नव्या नि जुन्या अभ्यासक्रमातील फरक स्पष्ट केला. त्यांच्या म्हणण्याप्रमाणे हा फरक आशयाचा नव्हता तर तो दृष्टिकोनाचा होता. जुना अभ्यासक्रम हा विषयांनुरूप आखला होता, तर नवा अभ्यासक्रम हा कृति-कार्यक्रमांभोवती विकसित केला होता; आणि हे कृति-कार्यक्रम ग्रामीण विद्यार्थ्यांच्या प्रत्यक्ष जीवनातील प्रश्नांभोवती विणले होते. या नवीन अभ्यासक्रमास मान्यता देताना, संघसदस्यांनी, तत्कालीन राजकीय-सामाजिक परिस्थिती लक्षात घेऊन, आणखी एका उद्दिष्टाची भर घातली. ते म्हणजे जातीय सुसंवाद टिकविणे आणि वाढवणे. तत्कालीन सामाजिक व राजकीय वातावरणात या उद्दिष्टाला विशेष महत्त्व होते. इतर काही किरकोळ दुरुस्त्यांसह या अभ्यासक्रमास मान्यता देण्यात आली.

आशादेवी आर्यनायकम् यांनी नयी तालीम मासिकाच्या १ जुलै १९४७ च्या अंकात पाठ्यक्रमाच्या विचारांचा नि व्यवहारांचा एक संक्षिप्त पण नेमका आढावा घेतला आहे तो येथे उद्धृत करणे हे, पाठ्यक्रमाबाबतची स्वातंत्र्यापर्यंतची भूमिका उमजून घेण्याच्या दृष्टीने उपयुक्त ठरेल. आशादेवी लिहितात, ''नऊ वर्षांपूर्वी, १९३८ साली, बुनियादी शिक्षणाचा पहिला पाठ्यक्रम तयार झाला त्यावेळी त्याच्या निर्मात्यांनी म्हटले होते की, हा पाठ्यक्रम आज केवळ तात्पुरता आहे, हा पक्का आहे असे मानता येणार नाही. प्रचलित शिक्षणपद्धतीत मूलभूत बदल करण्याची इच्छा धरणाऱ्या अशातऱ्हेच्या पाठ्यक्रमाबाबत जरूर आहे की अहवालात म्हटल्याप्रमाणे, त्याचा पूर्णपणे प्रयोग करून अनुभव घेतला पाहिजे. जसजशी प्रशिक्षण केंद्रे, कॉलेजे व बुनियादी तालीमच्या नव्या शाळांतून, आमचे शिक्षक ही योजना अमलात आणतील आणि आपल्या कामांचा ठीक तऱ्हेने हिशोब ठेवतील, तसतसा यामधील त्रुटींचा नि त्यांतील छोट्या गोष्टींचा अनुभव वाढेल, त्यानुसार आपण त्यात कमी-अधिक बदल करू शकू, अशी आम्हाला आशा आहे. अशाप्रकारे हळूहळू काही दिवसांनंतर आमचा पाठ्यक्रम आपला आपणच पक्का होत जाईल. त्यामुळे शिक्षकांनी हे लक्षात घेतले पाहिजे की हा काही कायमस्वरूपी अभ्यासक्रम नाही, उलट त्यांनाच याचा प्रयोग करायचा आहे. याच्या कमतरता आणि स्वरूप ध्यानांत घेऊन त्यात बदल करण्यासाठी आपण सदैव तयार असले पाहिजे. असे केल्यानेच ही योजना सफल होईल.''[१२]

बुनियादी शिक्षणक्रम अमलात आणताना हा दृष्टिकोन समोर ठेवण्याचा प्रयत्न केला गेला. जेव्हा जेव्हा बुनियादी तालीमची परिषद भरवली जात असे व कार्यकर्ते व शिक्षक एकत्र जमत असत, तेव्हा तेव्हा चर्चेचा एक मुख्य विषय असे तो म्हणजे पाठ्यक्रम, कसा व्यवहारात उतरतोय, याचा सविस्तर आढावा घेऊन त्यावर विचारविनिमय करण्याचा.

पुण्यातील पहिल्या बुनियादी तालीम संमेलनात (ऑक्टोबर १९३९) या विषयावरील चर्चा सुरू करताना, लोकांचे लक्ष इकडे वळविले होते की, ''जर आपण सच्चेपणाने काम करीत असू, तर आपल्याला हे स्वीकारलं पाहिजे की बुनियादी तालीमचा खराखुरा पाठ्यक्रम अजून तयार झालेला नाही... पाठ्यक्रम तर आपल्याला खेड्यांतील मुलांबरोबर काम करीत असताना दररोजच्या अनुभवांनी तयार करीत जायचा आहे. बुनियादी राष्ट्रीय शिक्षणाचा हा पाठ्यक्रम ही एक अद्भुत चीज आहे.''

''आपल्या बुनियादी कार्यकर्त्यांच्या समोर सगळ्यांत प्रथम हेच काम

आहे की मुलांबरोबरच्या दैनंदिन कामांच्या आधारे आणि त्यांच्या गरजा ओळखून नवीन पाठ्यक्रम तयार करीत जाणे. तो सजीव असेल, शक्तिशाली असेल आणि पाठ्यविषयांच्या मर्यादा घालणाऱ्या कृत्रिम भिन्नतेवर तो अवलंबून नसेल. या कामांत आमचे विद्यार्थीच आमचे मार्गदर्शक असतील. आपण शिक्षकांनी आपल्या पुराण्या पद्धती विसरून गेल्या पाहिजेत आणि मानसशास्त्रीय पद्धतींनी नव्याने प्रयत्न करायला हवा. अगदी ताज्या दिलाने नि वस्तुनिष्ठ पद्धतीने त्यांपासून शिकले पाहिजे की बुनियादी पाठ्यक्रम कसा असावा?''[१३]

परंतु या मार्गदर्शनाच्या बरोबरीनेच कार्यकर्त्यांना एक धोक्याची सूचनाही दिली गेली होती. ''ज्यांच्या हृदयात, मुलांमधील सुप्त शक्तीवर विश्वास बसलेला आहे आणि शिक्षणाच्या मुख्य साधनाच्या दृष्टिकोनांतून बुनियादी उद्योगावर वास्तवात श्रद्धा असेल त्यांनीच दिलेला पाठ्यक्रम बाजूला ठेवून नवीन पाठ्यक्रम तयार करावा. परंतु ज्यांची या योजनेवर किंवा मुलांवर पुरेशी श्रद्धा नसेल, त्यांना असा सल्ला आहे की त्यांनी दिलेल्या पाठ्यक्रमाचे तंतोतंत पालन करावे.

जेव्हा बुनियादी तालीमच्या दुसऱ्या संमेलनासाठी जामियानगर, दिल्ली, इथे, एप्रिल १९४१ मध्ये सर्वजण जमले तेव्हा, नयी तालीमच्या प्रत्यक्ष कामाचा दोन वर्षांचा अनुभव जमा झालेला होता. त्यामुळे, पाठ्यक्रमाबद्दलच्या चर्चेत अधिक वास्तवता आली आणि काहीशा बारकाव्याने त्याचा आढावा घेता आला, याचा उल्लेख आशादेवींच्या उपर्युक्त भाषणात आहे.

बिहारच्या बेसिक ट्रेनिंगस्कूलचे अध्यापक पांडेय यदुनंदनप्रसाद यांनी अगदी सूक्ष्मतेने आणि विस्ताराने चंपारण जिल्ह्यामधील २७ बुनियादी शाळांमध्ये पहिल्या दोन इयत्तांमध्ये समवाय पद्धतीने चाललेल्या शिक्षणाचा दोन वर्षांचा अनुभव परिषदेसमोर मांडला. ते म्हणाले, ''सर्वांत महत्त्वाचा अनुभव तर हा मिळाला की जोवर बुनियादी शाळांचे शिक्षक उद्योगात पुरेशी योग्यता प्राप्त करणार नाहीत तोवर या शिक्षणप्रणालीचे लाभ मुलांना सहजासहजी मिळवून देता येणार नाहीत. दुसरा अनुभव असा मिळाला की ज्या भागात बुनियादी शाळा आहे तेथील नैसर्गिक नि सामाजिक परिस्थितींचे ज्ञान जोपर्यंत पुरेशा प्रमाणात शिक्षकांना असणार नाही तोवर समवाय पद्धतीचे कलेचे ज्ञान त्यांना आत्मसात होणार नाही. या अनुभवांनंतर आम्ही लोकांनी या गोष्टींवर भर द्यायला सुरुवात केली... आता अनुभवान्ती आम्हाला स्पष्टपणे समजून आले आहे की कोणत्या पाठ्यक्रमातील कोणता भाग, कोणत्या शैक्षणिक (तत्त्वांच्या) आधारावर स्वाभाविकरीत्या समवाय करण्यायोग्य आहे, कोणता भाग समवाय पद्धतीने शिकविता येणार नाही किंवा

पाठ्यक्रमाच्या अनुभवाच्या आधारे त्यात कितपत बदल करता येईल.''[१४]

बुनियादी शिक्षणाचा हा खरा नेमकेपणाने केलेला अभ्यास होता. त्यावर भरपूर चर्चा झाल्यानंतर मग सर्वांच्या वतीने पुढीलप्रमाणे ठराव करण्यात आला;

''बुनियादी शिक्षणाचा अभ्यासक्रम हा आपल्या मूळ स्वरूपात आणि थोडेफार बदल करून, तीन वर्षांपेक्षाही थोडा अधिक काळ व्यवहारात आहे. त्यामुळे या संमेलनास असे वाटते की या अनुभवाच्या आधारावर अशा बाबी गोळा कराव्यात की ज्याआधारे या अभ्यासक्रमात बदल करणे किंवा तो वाढवणे जरूर आहे किंवा नाही याचा अंदाज येईल. याकरिता संमेलनाची शिफारस अशी आहे की, बुनियादी शिक्षण देणाऱ्या विविध संस्था आणि खास करून तालिमी संघाने आपला व्यावहारिक शोध घेणे सुरू करावे, जेणेकरून, अभ्यासक्रमात आवश्यक ते बदल करून तो शिकणाऱ्या मुलांच्या जीवनाच्या अधिक जवळ नेता येईल, आणि शिक्षकांनाही आपल्या कामाच्या पडताळणीसाठी त्याचा उपयोग होऊ शकेल.''[१५]

१९४२ ते १९४५ हा राष्ट्रीय आंदोलनाचा काळ होता. याचा परिणाम हिंदुस्तानातील राष्ट्रीय जीवनाच्या प्रत्येक अंगावर झाला, तसा तो नयी तालीमवरही झाला. सगळ्यांत अडचणीचा भाग असा होता की या काळात बुनियादी तालीमचे काम करणारे कार्यकर्ते ना एकमेकांना भेटू शकले, ना परस्परांच्या अनुभवांचा लाभ घेऊ शकले.

परंतु नयी तालीमचे खरे काम अडचणींच्या काळात विझत नाही तर ते फोफावते, असा कार्यकर्त्यांचा अनुभव होता. या अडचणींतून जेव्हा नयी तालीम बाहेर पडली तेव्हा ती एक नवीन जीवन, नवीन ताकद घेऊन आली.

सेवाग्राममध्ये १९४७ च्या जानेवारीत नयी तालीमचे सर्व कार्यकर्ते पुन्हा एकत्र जमले तेव्हा एक प्रकारचा आत्मविश्वास, एक नवा उत्साह घेऊन ते आले. या संमेलनाचा पहिला प्रस्तावच मुळी असा होता, ''संमेलनास या गोष्टीचा अतिशय आनंद होतोय की मागील काही वर्षांतील अडचणी सोसूनही बुनियादी शिक्षणाचे काम चालूच राहिले आहे; उलट या कामांत लोकांना अधिकच रस वाटू लागला आहे, बुनियादी शाळांच्या कामांत कुठेच उणेपणा आला नाही.''

''संमेलन या गोष्टीचेही समाधान व्यक्त करीत आहे की बुनियादी राष्ट्रीय शिक्षण समितीने शिफारस केलेला अभ्यासक्रम अमलात आणणाऱ्या बुनियादी शाळांनी, मुलांच्या प्रगतीच्या ज्या काही अपेक्षा समितीने केल्या होत्या त्यांची पूर्ती केली आहे... असे दिसून येते की, बुनियादी शिक्षणाच्या योजनेत नागरिकतेचा जो काही आदर्श ठेवला होता त्यासाठी आवश्यक अशा गुणांचा बुनियादी

शाळांच्या मुला-मुलींमध्ये विकास होत आहे.''

या संमेलनात, मागील पाच वर्षांच्या अनुभवांच्या प्रकाशात, बुनियादी शिक्षणाच्या अभ्यासक्रमावर खूपच चर्चा झाली. या चर्चेच्या अनुषंगाने, अभ्यासक्रमात जर काही सुधारणा, बदल करणे आवश्यक असेल तर त्याची शहानिशा करण्यासाठी बुनियादी शिक्षणातील कार्यकर्ते व विशेषज्ञ यांची एक समिती नियुक्त केली जावी, अशी शिफारस या संमेलनात करण्यात आली. या शिफारसीला अनुसरूनच जे कार्यकर्ते गेली सहा वर्षे सातत्याने हे बुनियादी शिक्षणाचे काम करीत होते. त्यांच्या प्रतिनिधींना घेऊन एक समिती तयार करण्यात आली. या समितीने वर्षभर खपून, पहिल्या पाच इयत्तांसाठीचा सुधारित अभ्यासक्रम आणि शिक्षकांच्या प्रशिक्षणाचा सुधारित अभ्यासक्रम, असे दोन अभ्यासक्रम संघासमोर सादर केले. त्यात काही किरकोळ बदल करून ते स्वीकारण्यात आले. मागील पाच वर्षांच्या अनुभवांच्या प्रकाशात जुन्या अभ्यासक्रमात कुठे, कसे बदल करण्यात आले ते समजावून घेणे गरजेचे आहे.

बुनियादी उद्योग, सूतकताई, विणकाम, बागकाम या तसेच मातृभाषा, गणित, सामाजिक विज्ञान आणि सामान्य विज्ञान या विषयांमध्ये काही किरकोळ सुधारणांव्यतिरिक्त फारसे काही मूलभूत बदल करण्यात आले नाहीत. जो काही मूलभूत बदल करण्यात आला तो स्वच्छता व आरोग्य या विषयात. पूर्वीच्या अभ्यासक्रमात हा विषय सामान्य विज्ञानाचा एक भाग म्हणून येत होता. तो नवीन अभ्यासक्रमात एक स्वतंत्र विषय म्हणून देण्यात आला. एवढेच नव्हे तर, मुलांच्या नि शिक्षकांच्या अशा दोन्ही अभ्यासक्रमांमध्ये त्याला प्रथम क्रमांकाचे स्थान देण्यात आले. या परिवर्तनामागे गेल्या सात वर्षांचा मुले नि शिक्षक यांना घेऊन केलेल्या खेड्यांतील कामाचा दुःखद अनुभव होता. काम करता करता, कार्यकर्त्यांना असे जाणवले की राष्ट्राच्या आजच्या या सर्वांत मोठ्या गरजा आहेत. जोपर्यंत मुलांच्या नि शिक्षकांच्या व्यक्तिगत व सामाजिक जीवनात स्वच्छता व आरोग्य यांचा पाया बळकट केला जात नाही, तोवर त्यावर शिक्षणाची इमारत उभी राहणार नाही. हे लक्षात घेऊन, शिक्षक-प्रशिक्षणाच्या अभ्यासक्रमात 'आरोग्य शिक्षणा'ला प्रमुख स्थान देण्यात आले. कारण, जोवर स्वतः शिक्षकच शरीराने नि मनाने निरोगी होत नाहीत, आरोग्याचे नियम स्वतः पाळत नाहीत तोवर ते भावी पिढीला शिकवू शकणार नाहीत.

आरोग्याचा गहिरा संबंध अन्नसेवनाशी आहे. यामुळेच आवश्यक ते पोषक अन्न देणे हा शिक्षणाचाच एक भाग मानला गेला. जुन्या जमान्यातही

अन्नाला ज्ञानाचे पहिले साधन मानले गेले आहे. म्हणून, आणि शाळेत येणाऱ्या सर्व बालकांना आवश्यक ते अन्न पुरविणे हे कार्यकर्त्यांच्या शक्तीबाहेरचे आहे. तरीसुद्धा या अभ्यासक्रमात असे सुचविले आहे की जेवढे शक्य आहे तितपत मुलांच्या खाण्याची सोय शाळांमधून केली जावी. शिवाय खाणे तयार करणे, वाढणे आणि खाणे हा त्यांच्या शिक्षणाचाही एक भाग मानावा.

हिंदुस्तानातील मुलांबाबत, त्यांची स्वच्छता, त्यांचे आरोग्य आणि त्यांचा अल्पोपहार या तीन बाबी मुलांबरोबर काम करताना ज्या जाणवल्या, त्यांना अशातऱ्हेने सुधारित अभ्यासक्रमांत स्थान देण्यात आले. कुठपर्यंत त्यांची अंमलबजावणी केली जाईल हे शिक्षकांची ताकद आणि श्रद्धा यांवर अवलंबून राहील असे मानले गेले.

नयी तालीमच्या अभ्यासक्रमामागे एक भूमिका सदैव राखलेली आढळते. ती म्हणजे, नयी तालीमचा अभ्यासक्रम हा कधीच अंतिम नसतो. नयी तालीम हे जर जीवनशिक्षण असेल तर ते कधीच स्थिर असणार नाही. जीवनाबरोबर ते प्रतिदिन पुढे जात राहील. आशादेवींनी, अखेरीस शिक्षकांना असे आवाहन केले आहे की, ''या सुधारित अभ्यासक्रमाकडे, शिक्षकांनी आपले काम पुढे नेण्याचे एक साधन म्हणून पाहावे. विद्यार्थी व शिक्षक यांच्याबरोबर काम करताना येणाऱ्या अनुभवांतून त्यांत सुधारणा करीत जावे. बुनियादी शिक्षणाचा अभ्यासक्रम हा काही छापलेल्या शब्दांच्या मर्यादेत राहात नसतो. तो, सजीव शिक्षणाचे प्रतीक बनले पाहिजे. असे झाले तरच आपल्या राष्ट्रासमोर जे ध्येय आपण ठेवले आहे त्या दिशेने आपण वाटचाल करू शकू.''

अभ्यासक्रम करणे, तो राबवणे, अनुभवांनी बदल करून तो पुन्हा राबवणे, सुधारणे अशा प्रक्रियेतूनच अभ्यासक्रम जावा लागतो; तरच तो शिक्षणाचे साधन बनू शकतो. शिवाय वाहत्या जीवनाची वास्तवता लक्षात घेऊन अभ्यासक्रमालाही जीवनाबरोबर धावणे क्रमप्राप्त असते. आणखी एक असे, की जिवंत अभ्यासक्रम हा नेहमीच छापील शब्दांपेक्षा वास्तव जीवनाशीच अधिक निगडित करायचा असतो, आणि हे डोळसपणे नि सातत्याने करण्याचे काम प्रामुख्याने शिक्षकांचे असते. अभ्यासक्रमाविषयीचा हा दृष्टिकोन हे बुनियादी शिक्षणाचे मोठे योगदान आहे.

उत्तर बुनियादी शिक्षणक्रम

२६ मार्च १९४५ च्या सभेत उत्तर बुनियादी, पूर्व बुनियादी आणि प्रौढशिक्षण यांच्या विचारार्थ समित्या स्थापन करण्यात आल्या. प्रो. सय्यद्दिनसाहेब हे उत्तर

बुनियादी समितीचे आणि बाळासादेव खेर हे प्रौढशिक्षण समितीच्या अध्यक्षस्थानी नियुक्त केले गेले; तर आर्यनायकम् हे उत्तर बुनियादी समितीचे आणि रामचंद्रन् हे प्रौढशिक्षण समितीचे संयोजक म्हणून नियुक्त केले गेले. या दोन्हींच्या अहवालांना दिनांक १६ फेब्रुवारी १९४६ च्या सभेत मान्यता मिळाली. सेवाग्राममध्ये उत्तर बुनियादी शिक्षणाचा प्रयोग जानेवारी १९४७ पासून सुरू झाला. याच सभेत उत्तर बुनियादीची प्रत्यक्ष योजना व अभ्यासक्रम तयार करण्यासाठी डॉ. जाकिर हुसेन यांच्या अध्यक्षतेखाली समिती तयार करण्यात आली. आर्यनायकम् यांनी संयोजक म्हणून काम पाहावे असे ठरले. अशाच प्रकारचे निर्णय प्रौढ शिक्षणकार्याबाबतही घेण्यात आले. सेवाग्राममध्ये याचाही स्वतंत्र विभाग निर्माण करून त्याचे निमंत्रक म्हणून रामचंद्रन् यांच्याकडे जबाबदारी सोपविण्यात आली. त्यांच्या मदतीसाठी एक सल्लागार समिती बाळासाहेब खेर यांच्या अध्यक्षतेखाली निर्माण करण्यात आली. १ व २ ऑक्टोबर १९४६ च्या संघाच्या वार्षिक सभेत आर्यनायकम् यांनी सादर केलेला उत्तर बुनियादीचा दोन व चार वर्षांचा अभ्यासक्रम मंजूर करण्यात आला.

सेवाग्राममध्ये १९४५ साली भरलेल्या नयी तालीमच्या संमेलनात, बुनियादी शिक्षणाच्या पुढच्या पायरीचे शिक्षण कसे असायला हवे, याविषयी बराच खल झाला. सेवाग्राममध्ये १९३८ सालीच बुनियादी शिक्षणाचा प्रयोग सुरू झाला होता, आणि त्यात पहिल्या तुकडीचे शिक्षण पूर्ण होऊन त्यांच्या पुढील शिक्षणाचा प्रश्न समोर ठाकला होता. सेवाग्राम तालीमची योजना बनविण्यासाठी एक समिती नियुक्त करण्यात आली. या समितीने, उत्तर बुनियादी शिक्षणाचे स्वरूप असे ठरविले :

१. बुनियादी शिक्षणाप्रमाणेच यानंतरचे शिक्षणही कामाकरवी दिले जावे;
२. आपल्या नागरिकत्वाचे अधिकार व कर्तव्ये समजून आपले शिक्षण उपयोगात आणणारी आणि समाजाची एक जबाबदार व्यक्ती बनणे, असे जे बुनियादी शिक्षणाचे उद्दिष्ट होते, तेच येथे कायम ठेवावे;
३. हे शिक्षण परिपूर्ण असावे. म्हणजे, यानंतर आणखी शिक्षण घेण्याची आवश्यकता राहू नये.
४. या शिक्षणाच्या पाठ्यक्रमात वेगवेगळ्या अनेक विषयांना स्थान असावे, त्यांतून विद्यार्थी आपापल्या आवडीनुसार आणि योग्यतेनुसार निवड करू शकेल. असे पाठ्यक्रम तयार करताना, राष्ट्राच्या गरजांचे भान ठेवले जावे.
५. या स्तरावरील शिक्षणाचा कालावधी पाठ्यक्रमाला अनुसरून कमी-जास्त असावा. सामान्यपणे हा कालावधी तीन ते चार वर्षांचा असावा.
६. अशा शिक्षणाची संस्था ज्या प्रदेशात असेल, त्या प्रदेशाच्या भाषेत शिक्षण

दिले जावे.

७. या स्तरांवरील शिक्षणाची व्यवस्था अशी असावी की, या शिक्षणातच विद्यार्थी आपल्या जेवण-खाण्याची नि कपड्यालत्त्यांची सोय आपली आपण करील.
८. देशातील सर्वच मुलांना बुनियादी शिक्षणाप्रमाणेच या पुढील स्तरावरील शिक्षणाचीही संधी मिळावी. आमचा असा कयास आहे की या स्तरावरील शिक्षण स्वावलंबी असेल; त्यामुळे ते सक्तीचे करण्यात काही अडचण येणार नाही.

नियुक्त शिक्षणक्रम समितीच्या सदस्यांनी एक अगदी सविस्तर, लांबलचक असा शिक्षणक्रम तयार केला. तो गांधींना दाखवून त्याचे मत मागितले. गांधी म्हणाले, ''या शिक्षणाची संपूर्ण चौकट देशाच्या पुढे ठेवण्यापूर्वी याचा एखादा प्रयोग करणे योग्य होईल.''[१६] आत्ता फक्त सेवाग्राम आणि बिहारमधील ज्या विद्यार्थ्यांनी बुनियादी शिक्षणक्रम पूर्ण केला आहे, त्यांच्याच पुरता विचार आत्ता करा. त्यांच्यासाठीच शिक्षणक्रम तयार करा. तो देशापुढे आत्ता ठेवायचा नाही; तो प्रकाशितही करायचा नाही.[१७] त्यांनी दुसरीही एक गोष्ट सांगितली. ती म्हणजे उत्तर बुनियादी तालीमसुद्धा स्वावलंबी झाली पाहिजे.

उत्तर बुनियादी शिक्षणाचा प्रयोग प्रत्यक्षपणे जेव्हा सेवाग्राम आश्रमात सुरू झाला तेव्हा, उत्पादक श्रमाच्या कामाव्यतिरिक्त पुढील विषय अभ्यासविषय म्हणून ठेवण्यात आले होते.

१. भाषा व साहित्य –

- मातृभाषा (मराठी) व
- राष्ट्रभाषा (हिंदी) या दोन भाषांमधील भाषणे ऐकणे व त्यांचा सारांश लिहिणे; आपल्या अभ्यासाची पुस्तके वाचणे, लिहिणे, त्यांवरील मुद्दे काढणे, रोजनिशी लिहिणे व साप्ताहिक पत्रिकेचे संपादन करणे.
- इंग्रजी लिहिणे, वाचणे आणि बोलणे समजणे.

२. स्वच्छता व आरोग्य

- स्वच्छता व आरोग्य यांचे वैज्ञानिक, सामाजिक आणि मानसिक पैलूंचे अध्ययन करणे.

३. मूलोद्योग – कातकाम

- विणकाम, शेती, मधुमक्षिकापालन, तेलघाणी, स्वयंपाक करणे आणि या

साऱ्यांशी संबंधित असलेले विज्ञान, गणित व तंत्र-यंत्रज्ञान आत्मसात करणे.

४. समाजविज्ञान

- हिंदुस्तानातील व जगामधील वर्तमान परिस्थितीची जाण असणे (रोजचे वर्तमानपत्र वाचून व त्यावर चर्चा करून).

५. हिंदुस्तानचा आर्थिक, सामाजिक व सांस्कृतिक इतिहास

- आपल्या देशाच्या स्वातंत्र्य आंदोलनाचा इतिहास.
- मानवी विकासाची गोष्ट.

६. सहकाराच्या सिद्धांतांचे अध्ययन आणि तालिमी संघ व गावच्या सहकारी विभागाच्या संचालनात मदत करणे.

७. चित्रकला, संगीत व लोकनृत्य – ज्यांना खास रुची असेल त्यांना यासाठी वाव देणे.

गांधीजींनी जो सहकारी, स्वावलंबी, स्वयंप्रेरित अशा लोकशाही समाजाचा आदर्श समोर ठेवला होता, त्याला प्रत्यक्ष रूप देण्याची जबाबदारी उत्तर बुनियादी शिक्षणावर दिलेली होती.

थोडक्यात असे की, उत्तर बुनियादी शिक्षणाचे स्वरूप विद्यार्थी 'जीवनासाठी' सर्वांगतेने तयार व्हावा, त्याच्या किमान शिक्षणाची गरज भागावी, आणि तो एक नागरिक म्हणूनही सजगतेने व कार्यकर्त्यांच्या भूमिकेतून वागावा असे होते.

⌘

६. आशा-निराशेचे वातावरण

बुद्धी आणि श्रम यांची फारकत करण्यात आल्यामुळे खेडेगावांकडे अक्षम्य दुर्लक्ष झाले आहे.

– गांधीजी

वर्धा संमेलनात, ऑक्टोबर १९३७ मध्ये गांधीजींनी मांडलेले 'नव्या शिक्षणा'बाबतचे विचार आणि हरिपुरा काँग्रेसने हे विचार प्रत्यक्षात उतवण्यासाठी टाकलेली पावले (फेब्रु. १९३८) यांच्या आधारावर बुनियादी शिक्षणाचे चैतन्यपूर्ण वातावरण देशात निर्माण झाले. ''बुनियादी शिक्षणाचे हे पहिलेच वर्ष होते. देशात त्याचे उत्साहाने स्वागत झाले. खास करून, मध्य प्रांत, बिहार, मुंबई, मद्रास, उडिसा अशा राज्यांमधील लोकांकडून मोठया हिरिरीने हे काम अंगावर घेण्यात आले. ठिकठिकाणी बुनियादी शाळा स्थापन होऊ लागल्या. काही ठिकाणी जुन्या शाळांचे रूपांतर बुनियादी शाळांमध्ये करण्याचे काम हाती घेण्यात आले. संयुक्त प्रांत, मुंबई, मध्यप्रांत, बिहार आणि काश्मिर इथल्या सरकारांनी आपापल्या प्रांतांमध्ये 'शिक्षण पुनर्गठन समित्या' (एज्युकेशन रिऑर्गनायझिंग कमिटीज) निर्माण केल्या. या समित्यांकडे, थेट विश्वविद्यालयांपासून ते प्राथमिक शाळांपर्यंतच्या शिक्षणाची तपासणी करून त्यांमध्ये सुधारणा करण्याच्या दृष्टीने सूचना करण्याचे काम सोपविण्यात आले. याचबरोबर 'केंद्रीय शिक्षण सल्लागार बोर्डा'ने आपल्या १८ मार्च १९३९ च्या बैठकीत, बुनियादी शिक्षणाला 'राष्ट्रीय शैक्षणिक धोरण' म्हणून मान्यता दिली. मुंबईचे तत्कालीन पंतप्रधान व शिक्षणमंत्री बाळासाहेब खेर यांच्या अध्यक्षतेखाली एक समिती केंद्र सरकारने स्थापन केली. वर्धा परिषदेच्या शिफारसींच्या प्रकाशात, तत्कालीन ब्रिटिश सरकारने नेमलेल्या अॅबट नि वूड यांच्या समितीचा अहवाल डोळयांसमोर ठेवून, व्यावसायिक व सामान्य शिक्षण यांमध्ये

सुधारणा सुचविण्याचे काम, या समितीकडे सोपविण्यात आले. अनेक प्रांतांमध्ये, संयुक्त प्रांतात तर प्रामुख्याने, शिक्षण-प्रशिक्षणासाठी नवी कॉलेजे उघडण्यात आली. वर्षभरातच, साऱ्या देशात, बुनियादी शिक्षणासाठी अत्यंत अनुकूल असे वातावरण निर्माण झाले.''[१]

याच वर्षी दुसऱ्या जागतिक महायुध्दाची वावटळ उठली. सर्वत्रच वातावरण गढूळ झाले होते. त्यामुळे बुनियादी शिक्षणासाठी निर्माण झालेल्या उत्साहाच्या वातावरणाला काहीसा छेद गेला. तरीही बुनियादी शिक्षणाच्या क्षेत्रात, अनेक संस्था जोमाने उभारल्या गेल्या. वर्ध्यामध्ये, यापूर्वीच विद्यामंदिर प्रशिक्षण संस्था, मध्यप्रांताच्या सरकारने स्थापन केलीच होती. बिहारमधील चंपारण जिल्ह्यात, जेथे पूर्वी गांधीजींच्या प्रेरणेने नि पुढाकाराने काही शाळा चालू केल्या गेल्या होत्या, त्याच प्रदेशात, तीस नव्या बुनियादी शाळा उघडण्यात आल्या. अनेक शिक्षक-प्रशिक्षण केंद्रेही याच काळात त्वरेने निर्माण केली गेली. उदा. गुजरामध्ये वेडछीला, आंध्रमध्ये मछलीपट्टमला, दिल्लीमध्ये जामिया इस्लामियात अशी केंद्रे उघडण्यात आली. संयुक्त प्रांतात तर २५० प्रशिक्षकांची सोय होईल अशी चार प्रशिक्षण केंद्रे उघडण्यात आली.

पहिले अखिल भारतीय बुनियादी शिक्षण संमेलन, पुणे संमेलन (१९३९)

या बुनियादी शाळांच्या निर्मितीच्या पार्श्वभूमीवर, ऑक्टोबर १९३९ मध्ये पहिले बुनियादी शिक्षण संमेलन, पुण्यामध्ये आयोजित करण्यात आले. मुंबई प्रांतिक सरकारनेच हे संमेलन आमंत्रित केले होते. त्यामुळे 'खेर समिती'चे सदस्य या संमेलनात प्रामुख्याने सहभागी झाले होते. संमेलन मुख्यत: होते ते देशभरच्या बुनियादी शिक्षण-कार्यकर्त्यांचे. या संमेलनाचे अध्यक्षस्थान, काश्मिरचे तत्कालीन शिक्षणमंत्री के.जी. सैयद्दिन यांनी भूषविले होते. या संमेलनात बुनियादी शिक्षणातील कार्यकर्त्यांच्या मनांतून दोन परस्परविरोधी भावना पसरलेल्या होत्या. आधीच्या सुमारे दोन वर्षांच्या कार्याचा आढावा घेताना एक भावना अशी व्यक्त केली गेली की, 'गेल्या दोन वर्षांत बुनियादी राष्ट्रीय शिक्षणाने समान आणि संतोषजनक प्रगती केलेली आहे, सरकारी अधिकारी आणि स्वतंत्रपणे काम करणाऱ्यांनी आपल्या प्रयोगांचे नि अनुभवांचे जे अहवाल सादर केले त्यावरून असे दिसून येते की, बुनियादी शिक्षणाने, हळूहळू प्रचलित शिक्षण पद्धतीमध्ये क्रांतिकारी परिवर्तन होऊ शकेल.'[२] हा कार्यकर्त्यांचा आशादायक सूर जेवढा खरा होता तेवढाच एक निराशेचाही सूर संमेलनातील वातावरणात भरून होता. त्याला कारणही तसेच होते.

आंतरराष्ट्रीय स्तरावर दुसरे महायुध्द नुकतेच सुरू झाले होते. त्याचे गंभीर पडसाद तर देशभरच्या वातावरणात उमटतच होते. दुसरीकडे भारतातील काँग्रेसची सर्व सरकारे आपले अधिकार सोडण्याच्या मन:स्थितीत होती. काही राज्यांच्या मंत्रिमंडळांनी राजिनामे दिले होते (ऑक्टोबर १९३९) तर उरलेली मंत्रिमंडळे त्याच मार्गावर होती. ही स्थिती होती बुनियादी शिक्षणाचा प्रयोग सुरू झाल्यापासून केवळ एक वर्षांनंतरची. त्यामुळे एकूणच वातावरणात अनिश्चितता नि अस्वस्थता फैलावली होती. ही अस्वस्थतेची भावना यासाठी होती की जर काँग्रेसची सरकारे पदउतार झाली तर नव्यानेच सुरू झालेल्या आणि ज्याला काहीसा वेग पहिल्या दोन वर्षांतच आला आहे, अशा नयी तालीमच्या शिक्षणाचे काय होणार ? काँग्रेस सरकारांनी आपापल्या राज्यांमध्ये बुनियादी शिक्षणाची संकल्पना उचलून धरली होती; बुनियादी शाळा नि प्रशिक्षण केंद्रे ठिकठिकाणी उघडण्याचे नेकीचे प्रयत्न चालविले होते, अशावेळी काँग्रेस सरकारांचे अधिकार संपले तर बुनियादी शिक्षणाचे भवितव्य अनिश्चितच असणार होते.

संमेलनाने या गंभीर प्रश्नाची दखल घेतली आणि असे काही घडले तरीही आत्मविश्वासाने पुढे सरकण्याचा निश्चयही केला. याबाबतचा ठराव करताना म्हटले होते, ''बुनियादी राष्ट्रीय शिक्षणाचे काम देशाच्या भवितव्यासाठी इतके महत्त्वाचे आहे की, भविष्यात कोणत्याही राजकीय उलथापालथी झाल्या तरी, ते कोणत्याही परिस्थितीत पुढे जारी ठेवले जाईल.''[३]

याच सुमारास बुनियादी शिक्षणाचा विविध प्रांतांमधून प्रसार होत असतानाच आणखी एक पाऊल उचलले गेले. कार्यकर्त्यांना मार्गदर्शन करण्यासाठी आणि आपापल्या प्रयोगांचे विश्लेषण आणि विचार यांची अभिव्यक्ती करण्यासाठी व्यासपीठ हवे होते. त्यासाठी हिंदुस्तानी तालिमी संघातर्फे 'नयी तालीम पत्रिका' हे मासिक सुरू करण्यात आले. पुढील काळातील नयी तालीमच्या प्रचार-प्रसाराचे ते एक प्रमुख साधन बनले. या संमेलनात तीन दिवस अनुभवांची नि विचारांची देवाणघेवाण होऊन, संमेलनाच्या अखेरीस एक चौदा-सूत्री कार्यक्रम निश्चित करण्यात आला. तो थोडक्यात अशा प्रकारचा होता.

१. इंग्रजी भाषेविषयी कार्यकर्त्यांची भूमिका अशी होती की, इथे इंग्रजी ही विदेशी भाषा वापरात असल्यामुळे विद्यार्थ्यांना आपल्या भाषेमधून शिक्षण घेण्यापासून वंचित राहावे लागले आहे, आणि त्याने देशाचे फार मोठे नुकसान झालेले आहे. त्यामुळे, या संमेलनात असा निश्चय करण्यात आला की, इथून पुढे सात वर्षांचे बुनियादी शिक्षण पूर्ण होईपर्यंत कोणत्याही विद्यार्थ्याला इंग्रजी माध्यमातून शिक्षण

दिले जाणार नाही. त्याला आपल्या मातृभाषेतूनच शिक्षण दिले जाईल.

२. मागील दोन वर्षांचा अनुभव असे सांगतो आहे की बुनियादी शिक्षणाचे भवितव्य उज्ज्वल आहे.

३. देशासाठी असलेले बुनियादी शिक्षणाचे महत्त्व ध्यानात घेऊन हे काम असेच चालू ठेवले जावे आणि त्यासाठी जो काही खर्च येईल त्याचा अधिकांश भाग केंद्राने सोसावा.

४. बुनियादी शिक्षणाच्या शिक्षक-प्रशिक्षणाचा कालावधी पूर्ण वर्षाचा असावा; तो तुकड्यांमध्ये विभागू नये.

५. शिक्षकांना प्रयत्नपूर्वक ग्रामीण विचारांचे बनविण्यासाठी प्रयास केले जावेत, जेणेकरून, ते गावच्या समस्यांचे सहानुभूतीपूर्वक चिंतन करतील.

६. ज्याठिकाणी मुळात अस्तित्वात असलेल्या शाळांचे रूपांतर बुनियादी शाळांमध्ये केले जात आहे, तेथे काही बुनियादी शाळा ह्या नमुन्याच्या शाळा म्हणून विकसित केल्या जाव्यात, म्हणजे त्या इतर शाळांना मार्गदर्शक म्हणून काम करू शकतील.

७. ग्रामीण व शहरी शिक्षकांना आजच्यासारखे अलग नव्हे तर एकत्रितच शिक्षण दिले जावे; त्याने त्यांच्यात राष्ट्रीय दृष्टिकोन विकसित होण्यास मदत होईल.

८. कलेलाही हस्तोद्योगाचे स्थान प्राप्त होण्याच्या दृष्टीने, बुनियादी शाळांमधून कलेला उचित स्थान द्यावे.

९. बुनियादी शिक्षकांसाठीचा अभ्यासक्रम, प्रशिक्षण विद्यालयांच्या आजवरच्या अनुभवांवर बेतला जावा.

१०. मागील दोन वर्षांच्या अनुभवाने असे दाखवून दिले होते की समवाय पध्दतीच्या माध्यमातून शिकणे अधिक लाभदायक आणि अधिक शैक्षणिक स्वरूपाचे आहे. त्याचा वापर करावा.

११. परंतु समवाय पध्दती लादून चालणार नाही. त्याची नाळ केवळ बुनियादी हस्तोद्योगाशीच नव्हे तर बालकाच्या भौतिक आणि सामाजिक वातावरणाशी जुळली जाणे अपेक्षित आहे. याने त्याचा उद्देश सफल होईल आणि बालकाच्या ज्ञानातही मूलभूत प्रगती होईल.

१२. यासाठी शिक्षकांना हस्तोद्योग शिक्षक म्हणूनही प्रशिक्षित केले जावे. याकरिता केवळ एखाद्या हस्तोद्योग कारागिराला शाळेशी जोडून भागणार नाही. शाळेत हस्तोद्योगाची निवड करतानाच स्थानिक लोकांचे मुख्य व्यवसाय लक्षात घ्यावे लागतील. तसेच याच आधारावर शाळांची संख्याही निर्धारित करावी लागेल.

१३. मुलांकडून तयार होणाऱ्या वस्तूंच्या विक्रीची शक्यता विचारात घ्यायला हवी. त्यासाठी स्थानिक संस्था व सरकारकडे प्रयत्न केला जावा, आणि त्याच्या आधारावर शाळांतून हस्तोद्योगांचे शिक्षण दिले जावे.

१४. शक्यतो प्रत्येक सघन क्षेत्रात हस्तोद्योगातील कुशल शिक्षक नेमला जावा. पण असा कोणी न मिळाल्यास अन्य व्यक्तीची पर्यवेक्षक म्हणून नेमणूक करावी. म्हणजे पर्यवेक्षणाबरोबर प्रशिक्षण केंद्राशी संपर्क ठेवून, त्यांच्या कामांमध्ये समन्वय साधण्याचे कामही त्याच्याकडून केले जाईल.

बुनियादी शिक्षणाचा विस्तार

एप्रिल १९३८ मध्ये 'हिंदुस्थानी तालिमी संघा'ची स्थापना झाली. अगोदरच्याच महिन्यात राष्ट्रीय काँग्रेसने, राष्ट्रीय पातळीवर अशा एका शिक्षण मंडळाची निर्मिती करावी असा ठराव केला होता. ठरावान्वये, पायाभूत अशा राष्ट्रीय शिक्षणासाठी एकसंध असा कार्यक्रम आखून तो स्वीकारण्यासाठी प्रांतांना उद्युक्त करावे, असे काम या मंडळाकडे सोपविले होते. स्थापनेनंतर लगेचच या मंडळाचे, म्हणजे हिंदुस्थानी तालिमी संघाचे काम उत्साहाने सुरू झाले. त्याच वर्षात, ज्या प्रांतांतून काँग्रेसची सरकारे होती त्यांपैकी मध्यप्रदेश, बिहार, उडिसा आणि मुंबई या प्रांतांमधून प्रायोगिक स्वरूपावर काम सुरू करण्यासाठी पावले उचलली गेली. या प्रांतांबरोबरच काश्मीर राज्यात तसेच अन्य ठिकाणी राष्ट्रीय शिक्षण देणाऱ्या काही खाजगी संस्थांमधूनही अशाच प्रकारचे नयी तालीमचे काम सुरू झाले. यांमध्ये मुख्यत: 'जामिया मिलिया इस्लामिया', 'आंध्र जातीय कलाशाळा', 'गुजरात विद्यापीठ' आणि 'टिळक महाराष्ट्र विद्यापीठ' यांचा समावेश होतो.

ज्या ज्या ठिकाणी नयी तालीम देण्याचा प्रायोगिक स्वरूपावरील कार्यक्रम सुरू झाला त्या त्या ठिकाणी प्रथमत: शिक्षकांची तयारी करून देणारे प्रशिक्षण वर्ग सुरू करण्यात आले. जवळ जवळ पहिले संपूर्ण वर्ष, ठिकठिकाणी शिक्षक प्रशिक्षण आणि अन्य पूर्वतयारीतच व्यतीत करण्यात आले. तरीही पुढील दोन-तीन वर्षांत वेगवेगळ्या प्रांतांतून नयी तालीमची उल्लेखनीय प्रगती झालेली दिसून येते.

मध्यप्रांत

मध्यप्रांत (व बेरार) हा नयी तालीमचा प्रयोग हाती घेणारा पहिला प्रांत ठरला. काँग्रेसचा ठराव मार्च १९३८ मध्ये होताच, लगोलगच या प्रांतांच्या सरकारने डॉ. जाकिर हुसेन यांच्याच अध्यक्षतेखाली समिती निश्चित केली. या समितीने,

काँग्रेसच्या ठरावाच्या अनुषंगाने प्राथमिक आणि माध्यमिक शाळांसाठी अभ्यासक्रम तयार करावयाचा होता. त्यांनी केलेला अभ्यासक्रम, अर्थातच, डॉ. जाकिर हुसेन यांच्या अध्यक्षतेखालील मध्यवर्ती समितीने केलेल्या अभ्यासक्रमासारखाच होता. स्थानपरत्वे काही किरकोळ बदल मात्र करण्यात आले होते. हा अभ्यासक्रम लगेचच अमलात आणावयाचा निर्णय सरकारने केला. खरे तर, समितीने आपला संपूर्ण अहवाल देण्यापूर्वीच एक 'अंतरिम' अहवाल देऊन, त्यानुसार प्रत्यक्ष काम, वर्ध्यामधील एका 'नॉर्मल स्कूल'चे रूपांतर प्रशिक्षण केंद्रात करून, सुरूही झाले. या प्रशिक्षण वर्गाला प्रात्यक्षिक कामासाठी एक शाळा जोडण्यात आली. त्यामुळे या नवशिक्षणाचे, सहा महिन्यांचे प्रशिक्षण झालेली पहिली शिक्षकांची तुकडी डिसेंबर १९३८ मध्येच प्रत्यक्षपणे शाळा चालविण्यासाठी सज्ज झाली. वर्धा, नागपूर, जबलपूर आणि रायपूर या विभागांत असलेल्या जिल्हा कौन्सिल बोर्डाच्या एकशे वीस शाळांतून अनुभवप्राप्तीसाठी त्यांची रवानगी करण्यात आली. त्याचवेळी या शाळांमधील एकशे साठ शिक्षकांना, पाच महिन्यांच्या प्रशिक्षण वर्गासाठी धाडण्यात आले. हेतू असा होता की या शिक्षकांनी, नयी तालीमचे शिक्षण घेऊन, नवीन वर्षाच्या सुरुवातीला, नवा बुनियादी शिक्षणाचा अभ्यासक्रम पहिल्या इयत्तेत शिकविण्यास सुरुवात करावी.

या सर्व विभागांपैकी वर्धा जिल्ह्याची बुनियादी शिक्षणाच्या प्रयोगाचे एक सघन क्षेत्र (Compact area) म्हणून निवड, करण्यात आली.

बुनियादी शिक्षणाच्या प्रयोगासाठी त्वरेने पावले उचलताना, मध्यप्रांत सरकारसमोर दोन प्रश्न उद्‌भवले होते. वास्तविक बुनियादी स्वरूपाच्या शिक्षणातून काही काळानंतर, शाळांसाठी उत्पन्न मिळण्याची होण्याची अपेक्षा होती. परंतु सुरुवातीला तरी काही खर्च, विशेषतः हस्तोद्योग शिक्षणाच्या गुंतवणुकीसाठी करावा लागणार होता. प्रत्येक शाळेसाठी आणि एकूण सर्व 'प्रयोगशील' शाळांसाठी खर्चाचा नेमका अंदाज उपलब्ध नव्हता. सरकारने नियुक्त केलेल्या, 'शिक्षण पुनर्घटन समिती'चा अहवाल मार्च १९३९ मध्ये तयार झाला व त्यात, या प्रयोगाच्या खर्चासाठी लागणाऱ्या खर्चाचा प्रत्यक्ष प्रयोगांकरवीच पडताळा घ्यावा, असे सुचवले होते. सरकारने यासाठी तयारी दर्शविली.

दुसरा प्रश्न होता तो आधीच 'नॉर्मल स्कूलस्' म्हणून चालू असलेल्या शाळांचे बुनियादी प्रशिक्षण केंद्रांमध्ये परिवर्तन करण्याचा. यासाठी वर्धा येथे मध्यवर्ती प्रशिक्षण महाविद्यालय खोलण्यात आले . त्याच्यातर्फे नॉर्मल स्कूलस्‌च्या काही शिक्षकांना, इतर प्रशिक्षित माध्यमिक शिक्षकांसमवेत प्रशिक्षित करण्याचा

घाट घालण्यात आला. त्याचबरोबर, प्रांतातील सर्वच प्रात्यक्षिक शाळांतील शिक्षकांना दोन तुकड्यांमध्ये पुनश्च प्रशिक्षण देण्यात आले. जिल्हा स्तरावरील पर्यवेक्षकांना आणि साहाय्यक पर्यवेक्षकांनाही अल्पकालीन बुनियादी शिक्षणाच्या मांडवाखालून जावे लागले.

प्रशिक्षण वर्ग, प्रात्यक्षिक शाळा, शिक्षकांचे प्रशिक्षण, पर्यवेक्षकांचेही प्रशिक्षण अशी सर्व जय्यत तयारी झाल्यानंतरच प्रत्यक्षपणे, पूर्वीपासून चालू असलेल्या लोकलबोर्डाच्या शाळांचे बुनियादी शिक्षण देणाऱ्या शाळांमध्ये रूपांतर करण्याचा प्रश्न हाती घेण्यात आला. या व्यावहारिक प्रश्नाचे स्वरूप लक्षात घेणे आणि त्यानुसार त्याची पद्धती ठरविणे, यासाठी ऑक्टोबर १९३९ मध्ये, संबंधितांचे एक अधिवेशन भरविण्यात आले.

या अधिवेशनात प्रामुख्याने चर्चा झाली ती, चालू शाळांचे रूपांतर बुनियादी शाळांमध्ये केल्यानंतर उद्‌भवणाऱ्या आर्थिक प्रश्नांची. बुनियादी शाळांमधून हस्तोद्योगाकरवी करावयाच्या शिक्षणाच्या व्यवस्थेसाठी काही खर्च अभिप्रेत होता; मात्र जी लोकलबोर्डे आपल्या शाळांचे रूपांतर नव्या शिक्षणव्यवस्थेत करतील त्यांचा प्राथमिक खर्चही त्यांनाच करावा लागेल, अशी भूमिका निश्चित करण्यात आली होती. परंतु सर्वच लोकल बोर्डांना, त्यांच्या मर्यादित उत्पन्नाच्या क्षमतेत हे करणे शक्य नव्हते. त्यामुळे या अधिवेशनात असा ठराव संमत करण्यात आला की, सरकारनेच या लोकल बोर्डांना प्राथमिक खर्चासाठी निधी उपलब्ध करून द्यावा आणि वार्षिक हप्त्यांमधून त्यांची परतफेड करून घ्यावी.

हस्तोद्योगांकरवी शिक्षण करण्याच्या योजनेत एक प्रश्न नेहमीच ऐरणीवर होता. विद्यार्थ्यांना जेव्हा उत्पादक कामांमधून गुंतवले जाईल तेव्हा, त्यांच्याकडून तयार होणारा माल खपविण्याचा हा प्रश्न होता. या योजनेची यापूर्वी म्हणजे अगदी सुरुवातीच्या वर्ध्यामधील ऑक्टोबर १९३७ च्या शिक्षण संमेलनात, सैद्धांतिक पातळीवर चर्चा जेव्हा झाली त्यावेळी देखील हा प्रश्न उपस्थित झाला होता. त्यावेळी स्वत: गांधीजींनी आणि ही योजना स्वीकारणाऱ्या, त्यांच्या इतर सहकाऱ्यांनी, अशी सूचना पुढे आणली होती की हा सर्व माल, योग्य किमतीस खरेदी करण्याची तयारी सरकारने ठेवावयास हवी. या अधिवेशनात झालेल्या चर्चेअंती लोकल बोर्डांच्या प्रतिनिधींनी अशी भूमिका घेतली की जर सरकार, शाळांतून उत्पादित होणारा तयार माल खरेदी करण्यास तयार असेल, आणि त्याची किंमतही परस्परांच्या संमतीने ठरविणार असेल, तसेच या किमतीत प्रत्यक्ष कच्च्या मालाचा खर्च, साधनांचा तसेच वेतनखर्च यांचा समावेश करून, किंमत निश्चित

करण्यास तयार असेल तरच, लोकल बोर्डांना हा शाळांचे रूपांतर बुनियादी शाळांमध्ये करण्याचा प्रस्ताव स्वीकारता येणार होता. लोकल बोर्डांना कोणत्याही तोट्याची तोशीस यामध्ये पडू नये अशी त्यांची स्पष्ट मागणी होती. या अधिवेशनात, अर्थातच, अशा आशयाचा ठराव त्यांच्या मागणीनुसार संमत करण्यात आला.

अशाप्रकारे, या अधिवेशनानंतर, सर्वच अपेक्षित अडचणींची शहानिशा होऊन, बुनियादी शिक्षणाच्या नवप्रयोगाचा ओनामा करण्यास विविध स्तरांवर साहाय्य प्राप्त करण्यात आले. परंतु, आशा-निराशेच्या वावटळींतून अजूनही बुनियादी शिक्षणाचे सोने तावून-सुलाखून निघावयाचे होते.

ज्या राजकीय बदलानंतर, बुनियादी शिक्षणाची संकल्पना वातावरणात प्रसृत झाली, जोपासली गेली, त्वरेने पूर्वतयारी करून हाती घेण्यात आली, त्या बदललेल्या राजकीय घटनेने कोलांटी उडी घेतली. विविध प्रांतातील काँग्रेस सरकारांनी १९३८-१९३९ मध्ये धडाधड राजीनामे दिले. परिणामतः, लोकलबोर्डांच्या शाळांचे बुनियादी शाळांमध्ये रूपांतर करण्याचा तसेच 'नॉर्मल' शाळांचा बुनियादी प्रशिक्षण केंद्रांमध्ये रूपांतर करण्याचा कार्यक्रम सरकारने स्थगित केला. वर्ध्याला कार्यान्वित झालेली पहिली प्रशिक्षण संस्थाही, एप्रिल १९४० मध्ये बंद करण्यात आली. एवढेच नव्हे तर नयी तालीमचे प्रशिक्षण घेतलेली शाळांमधील शिक्षणमंडळी आपापल्या पूर्वीच्या शाळांमधून पूर्वीचेच शिक्षण देण्यासाठी रुजू झाली. एक प्रकारची अनिश्चिततेची भावना प्रशिक्षित शिक्षक, प्रशिक्षक आणि पर्यवेक्षकांच्या मनांतून निर्माण झाली. मुद्दाम घेतलेल्या प्रशिक्षणाच्या साहाय्याने बुनियादी शिक्षणाचा अभ्यासक्रम चालवायचा की पूर्वीच्याच जुन्या अभ्यासक्रमाला जखडून घ्यायचे या संभ्रमातच ही मंडळी होती.

मध्यप्रांताच्या शिक्षण संचालकांच्या, ९ ऑगस्ट १९४० च्या परिपत्रकाने हा संभ्रम दूर केला. परिपत्रकात म्हटले होते, 'या कार्यालयाच्या दि. ६ मे १९४० च्या ३८० क्रमांकाच्या परिपत्रकाकडे आपले लक्ष वेधीत आहोत. त्या परिपत्रकात निर्देश केल्याप्रमाणे, जोवर शाळेला, बुनियादी शिक्षणासाठी लागणाऱ्या पूर्ण सोयी उपलब्ध नसतील तोवर त्यांनी आपल्या पूर्वीच्याच म्हणजे २४ मे १९३९ रोजी अस्तित्वात असलेल्या अभ्यासक्रमाकडे वळायचे आहे.'

या परिपत्रकानुसार पुनश्च जुन्या शिक्षणपद्धतीकडे वळल्यामुळे, बुनियादी शिक्षणाचा हा संपूर्ण प्रयोगच पूर्णतः बंद पडला असता. परंतु सरकारने एक अपवाद केला होता. सरकारनेच यापूर्वी घेतलेल्या एका निर्णयाने रावसाहेब मोहोनी यांच्याकडे बुनियादी शाळांच्या निर्मितीचे काही अधिकार दिलेले होते.

त्यामुळे ९ ऑगस्ट १९४० च्या, 'बुनियादी शाळा' चालू न करण्याच्या बाबतीतील पत्रकात असेही नमूद करण्यात आले होते की, रावसाहेब मोहोनी यांनी आपल्या अखत्यारीत 'बुनियादी शाळा' म्हणून जर काही शाळा निश्चित केल्या असतील, तर त्या सोडून अन्य शाळांनी जुन्या अभ्यासक्रमाकडे वळावे. त्यामुळे निवडक अशा काही शाळा तरी हा प्रयोग नेटाने पुढे नेऊ शकणार होत्या.

मध्य प्रांतात हिंदुस्तानी तालिमी संघाने प्रायोगिक स्वरूपावर, बुनियादी शिक्षणाचा प्रयोग अमलात आणण्यासाठी मे १९४० मध्ये दोन सघन क्षेत्रांची निवड केली. मराठीमधून शिक्षणासाठी वर्धा तालुका आणि हिंदीमधील शिक्षणासाठी सिओनी तालुक्याची निवड करण्यात आली. दोन्ही तालुक्यांमध्ये काही निवडक शाळांमधून नयी तालीमचा प्रयोग करण्याची योजना आखण्यात आली. त्यासाठी वर्ध्यातील एक आणि सिओनीतील एक अशा दोन नॉर्मल शाळांचे रूपांतर बेसिक-बुनियादी शाळांमध्ये करण्यात आले. प्रथमतः १९४० मध्ये वर्ध्याला आणि नंतर वर्षभराने १९४१ साली सिओनी येथे प्रयोगाची रीतसर सुरुवात करण्यात आली. सघन क्षेत्रात एक प्रात्यक्षिक शाळा, पूर्वीपासूनच नक्की केलेली होती; त्याशिवाय आता आणखी ३६ शाळा निवडण्यात आल्या. तसेच सिओनी सघन क्षेत्रात एक प्रात्यक्षिक शाळा नि ३० अन्य शाळा प्रयोगांतर्गत घेण्यात आल्या. इयत्ता चौथीपर्यंतच्या बुनियादी शिक्षणाचा एक व्यापक प्रयोग एकूण ६८ शाळांमध्ये कार्यान्वित करण्यात आला.

बुनियादी नॉर्मल शाळांचे म्हणजे रूपांतरित प्रात्यक्षिक शाळांचे मुख्य काम होते ते प्रयोगात अंतर्भाव केलेल्या अन्य शाळांसाठी लागणारे शिक्षक प्रशिक्षित करण्याचे. त्यामुळे त्यांचेच रूपांतर प्रशिक्षण केंद्रामध्ये करण्यात आले.

बुनियादी शाळा चालवायच्या तर त्यांचा अभ्यासक्रम सुनियोजित असण्याचे जेवढे महत्त्व होते तेवढेच महत्त्व प्रशिक्षणाचे होते. या साऱ्या नूतन प्रयोगामध्ये प्रशिक्षित शिक्षकाची भूमिका मध्यवर्ती होती. तो नुसताच शिक्षक नव्हता, तर उत्पादक कार्यकुशलता अंगी असणारा कारागीरही तो असणार होता. याशिवाय आणखी एक भूमिका त्याला निभवायची होती. त्याला त्याच्या विद्यार्थ्यांना 'जीवनशिक्षणा'चा अनुभव द्यायचा होता. त्यादिशेने ग्रामसेवेच्या कार्यक्रमात विद्यार्थ्यांना घेऊन सहभागी व्हायचे होते. येथे त्याला त्याचे स्वतःचे रूपांतर 'कार्यकर्त्या'मध्ये करणे अपरिहार्य होते. असा विविध गुणांनी युक्त असणारा शिक्षक बुनियादी शिक्षणाच्या केंद्रस्थानी असणार होता. त्यामुळे बुनियादी शिक्षण अमलात आणताना, शिक्षण प्रशिक्षणाचे काम, मध्यंतरीचा अडचणींचा अल्पकाळ

वगळता, मार्च १९३८ पासून अखंडपणे चालूच राहिले. मध्यप्रांत (व बेरार) सरकारने बुनियादी शिक्षणाच्या प्रगतीचा आढावा घेणारा अहवाल जून १९४३ मध्ये प्रसिद्ध केला. त्या अहवालात प्रशिक्षणाबाबतची आकडेवारी प्रसिद्ध केली आहे. ती नयी तालीमच्या विस्ताराची कल्पना देण्यास पुरेशी आहे.

या सुमारे पाच वर्षांच्या कालावधीत (१९३८ ते १९४३) एकूण ८०७ शिक्षकांचे प्रशिक्षण करण्यात आले. त्यांच्यापैकी ३३ शिक्षक मॅट्रिक असून त्यांना दोन वर्षांचे प्रशिक्षण देण्यात आले होते. ७६ शिक्षक नॉर्मल स्कूलस्‌मधील आणि ५८ शिक्षक प्रात्यक्षिक शाळांमधील होते. याचबरोबर वर्ध्याच्या हिंदुस्तानी तालिमी संघाने जिल्हा स्तरावरील १९ पर्यवेक्षकांना व ६६ उपपर्यवेक्षकांना तीन आठवड्याचे प्रशिक्षण देऊन पर्यवेक्षणासाठी तयार केले होते.

बिहार प्रांत

मध्य प्रांताच्या पाठोपाठ बिहार प्रांताने बुनियादी शिक्षणाच्या प्रयोगात बरीच मजल मारली.

बिहारच्या बुनियादी शिक्षणाच्या कार्याची सुरुवात करण्यात राजेंद्रप्रसाद यांचा पुढाकार होता. गांधीप्रणीत स्वातंत्र्यसंग्रामात राजेंद्रबाबू बिहारला वीस वर्षांपेक्षाही अधिक काळ राजकीय नेतृत्व देत होते. त्यामुळे गांधीजींच्या शिक्षणविषयक नवविचारांच्या अंमलबजावणीतही त्यांनीच पुढाकार घेतला. पाटणा विश्वविद्यालयाच्या सिनेटची बैठक नोव्हेंबर १९३७ मध्ये झाली. त्यातच त्यांनी, बिहारमधील प्रचलित शिक्षणाची सर्वांगाने तपासणी करून भविष्यासाठी, एक सर्वांगीण व्यापक असा कार्यक्रम आखला जावा व त्यासाठी एक समिती स्थापन करण्याची सूचना केली. त्यानुसार ठराव होऊन, अर्थतज्ज्ञ के.टी. शाह यांच्या अध्यक्षतेखाली एक समिती तयार करण्यात आली.

वर्धा येथे २१ एप्रिल १९३८ ला पहिल्या बुनियादी शिक्षण प्रशिक्षण केंद्राचे उद्घाटन खुद्द गांधीजींच्या हस्ते झाले तेव्हा त्यातून दिशा घेऊन, राजेंद्रप्रसाद यांनी, असेच प्रशिक्षण केंद्र बिहारमध्ये उघडण्याचा विचार करून २६ एप्रिलला (१९३८) पाटण्याच्या सदाकत आश्रमातील, पाटणा ट्रेनिंग स्कूलचे मुख्याध्यापक रामनारायण उपाध्याय आणि बिहार विद्यापीठाचे संचालक आचार्य बद्रिनाथ वर्मा यांना पाचारण केले. त्यांच्याशी चर्चा करून त्वरेनेच या दिशेने पावले टाकली आणि बुनियादी प्रशिक्षणाचे पहिले केंद्र खूप मान्यवर नि जुन्या (१८६३ मध्ये स्थापन झालेल्या) पाटणा ट्रेनिंग स्कूलमध्येच उघडले. यातूनच बुनियादी शिक्षणाची चळवळ बिहारमध्ये

सुरू झाली.

बुनियादी शिक्षणाची मूलतत्त्वे आत्मसात करण्यासाठी, हिंदुस्तानी तालिमी संघाच्या वर्ध्यामधील प्रशिक्षण वर्गाला दोन अधिकारी सुरुवातीस जून १९३८ मध्ये पाठविण्यात आले. त्यात पाटण्याच्या ट्रेनिंग स्कूलच्या मुख्याध्यापकांचा समावेश हेतुपुरस्सर करण्यात आला होता. पुढील काळातील बुनियादी प्रशिक्षणाची जबाबदारी यांच्यावरच देण्यात येणार होती, आणि पाटण्याच्या ट्रेनिंग स्कूलचेच रूपांतर बुनियादी शिक्षण केंद्रात करण्याची योजना होती. सप्टेंबर १९३८ ला शासकीय व अशासकीय तज्ज्ञांचे एक बुनियादी शिक्षण मंडळ निर्माण करण्यात आले. या मंडळात हिंदुस्तानी तालिमी संघाच्या तीन सदस्यांचाही समावेश करण्यात आला होता. शिक्षणमंत्र्यांच्या अध्यक्षतेखालील या समितीस कार्यकारी सर्वाधिकार सुपूर्त केले होते.

हिंदुस्तानी तालिमी संघाने तयार केलेला अभ्यासक्रम या समितीने, पूर्णतः स्वीकारून त्याच्या कार्यवाहीसाठी एक सात वर्षांची योजना तयार केली. पाटणा ट्रेनिंग स्कूलचे रूपांतर बुनियादी ट्रेनिंग स्कूलमध्ये करून त्याकरवी लगोलग पहिली ६० शिक्षकांची तुकडी, सहा महिन्यांचे सघन शिक्षण देऊन तयार केली. या केंद्राच्या मुख्याध्यापकांचीच नेमणूक, कार्यवाह म्हणून करून त्यांच्याकडे सर्वच व्यवस्थापकीय नि शालेय शिक्षणाचे अधिकार सुपूर्त केले.

"उद्योग, समाज आणि निसर्ग या तीन गोष्टी नयी तालीमच्या केंद्रस्थानी आहेत. मुलाने आपल्या सामाजिक आणि नैसर्गिक परिस्थितीत असलेल्या उद्योगाशी संलग्न व्हावे, त्याकरवी शिक्षित व्हावे आणि आपला सर्वांगीण विकास साधावा, अशा दिशेने काहीच आपल्या किंवा अन्य कुठल्या देशात पर्याप्त रूपात कधीही झाले नव्हते. त्यासाठी प्रयोग होण्याची आवश्यकता होती. ज्याप्रमाणे वैज्ञानिक प्रयोग छोट्या छोट्या प्रयोगशाळांत केले जातात, व त्यातून निघणाऱ्या सिद्धांतांचा पुढे विस्तारपूर्वक वापर केला जातो; त्याचप्रमाणे, या नव्या शिक्षणाचा प्रयोग प्रथमतः शे-दोनशे मैलांच्या क्षेत्रात करून मग तो देशभर विस्तारता येईल."[४] असा विचार करून वेगवेगळ्या प्रांतांमधून नयी तालीमसाठी 'सघनक्षेत्रे' ठरविण्यात आली. एका छोट्या परिसरातील सर्व शाळांमध्ये बुनियादी शिक्षणाची व्यवस्था करायची आणि मग त्याचे परिणाम तपासून विस्ताराबाबत निर्णय घ्यायचे अशी ही सघनक्षेत्राची संकल्पना होती. या कल्पनेला अनुसरून बिहारमध्ये नयी तालीमच्या शिक्षणासाठी सघनक्षेत्र निर्माण करण्यात आले.

बिहारच्या उत्तर भागात चंपारणक्षेत्र आहे. पूर्वी खुद्द गांधीजींनी याठिकाणी काही शाळा सुरू केल्या होत्या. चंपारणमधील बेटिया ठाण्याचा प्रदेशच एक सघन

प्रदेश म्हणून, बुनियादी शिक्षणाच्या प्रयोगासाठी समितीने, निवडला आणि या भागात, साठ प्रशिक्षित शिक्षकांच्या मदतीने, एप्रिल १९३९ मध्ये ३५ शाळांची निवड प्रयोगासाठी केली. या सर्व शाळा केवळ या प्रयोगाखाली नव्यानेच सुरू करण्यात आल्या होत्या; आणि त्यांच्या इमारतींचा व अन्य भांडवली खर्चाचा भाग सरकारनेच उचलला होता. संपूर्ण ग्रामीण असलेला हा भाग अगदी मागासलेला असा होता. पूर्वीच्या शिक्षणाच्या सोयीही अत्यंत अल्प अशा होत्या. बिहार प्रांताचे वैशिष्ट्य असे होते की, ज्या भागात शिक्षणाच्या फारशा सोयीच उपलब्ध नाहीत असा चंपारणचा विशिष्ट भूप्रदेश, बुनियादी शिक्षणासाठी सघन क्षेत्र म्हणून निवडलेला होता. त्यामुळे इतर प्रांतांप्रमाणे अगोदरच अस्तित्वात असलेल्या शाळांचे रूपांतर बुनियादी शाळांत करण्याचा प्रश्न येथे नव्हता. जाकिर हुसेन समितीने, अशाच प्रकारची सूचना, आपल्या अहवालात करताना म्हटले होते, की 'नवीन बुनियादी शाळा अशा निवडक क्षेत्रात उघडाव्या की जेथे सर्वच शाळा या नवीन धर्तीच्या असतील. जेथे अगोदरच शाळा असतील तेथेच याही शाळा उघडणे हितकर ठरणार नाही. त्यामुळे, साहजिकच, प्रदेश निवडताना जेथे अगोदरच्या शाळा फारशा नाहीत, किंबहुना म्हणूनच, जेथे शैक्षणिक सोयींची अनिवार्य गरज आहे अशा ठिकाणी या नव्या शाळा उघडणे सोयीस्कर व उपयुक्त ठरेल'.[५]

शिक्षक अधिक चांगले तयार व्हावेत यादृष्टीने प्रशिक्षणाचा एक पंचवार्षिक कार्यक्रमच आखला गेला होता. प्रथमतः एक वर्षाचे प्रशिक्षण द्यावयाचे. या प्रशिक्षणातून निदान तिसऱ्या इयत्तेपर्यंतचे शिक्षण देण्याची पात्रता येत असे. त्यानंतर शिक्षकांना, प्रत्यक्ष अनुभवासाठी सघन क्षेत्रातील शाळांवर धाडले जायचे. प्रत्यक्ष शिकविण्यापासून ते पर्यवेक्षणापर्यंतचा दोन वर्षांचा अनुभव घेऊन, परत, पुढील म्हणजे पाचवीपर्यंतच्या शिक्षक-प्रशिक्षणासाठी शिक्षक पाटण्याच्या प्रशिक्षण केंद्रात येत असत व एक वर्षाचे प्रशिक्षण पूर्ण करीत असत. अशाप्रकारे, पहिल्या पाच वर्षांत, १३५ शिक्षकांना इयत्ता तिसरीपर्यंतचे, आणि पुढे, त्यातीलच ८१ जणांना पाचवीपर्यंतचे शिक्षण देण्यात आले. याचबरोबर प्रशिक्षणाच्या बाबतीत आणखीही एक प्रयोग केला गेला. मूळ योजनेत म्हटल्याप्रमाणे मॅट्रिक झालेल्या शिक्षकांना तयार करायचे होते; त्यामुळे त्यांच्यासाठी तीन वर्षे मुदतीचा एक सलग प्रशिक्षण वर्ग चालविला गेला.

चंपारणच्या सघन क्षेत्रातील सर्वच शाळांमध्ये आणि पाटण्याच्या प्रशिक्षण केंद्रातील प्रात्यक्षिक शाळेमध्ये मुख्य हस्तोद्योग म्हणून सूतकताई आणि विणकाम केले जात असे. प्रत्येक शाळेला बागकामाचा उद्योगही सक्तीचा असे. त्यासाठी

प्रत्येक शाळेला एक नलिकाकूप तयार करून दिली होती. पाच शाळांमध्ये, प्रायोगिक स्वरूपावर कार्डबोर्ड तयार करण्याचा प्रकल्प १९४२-४३ मध्ये हाती घेतला गेला. अल्पावधीतच एका शाळेमध्ये कार्डबोर्डचा उद्योग हा पूर्ण उद्योग म्हणून विकसित झाला व त्याच्याच बरोबर लाकूडकाम व धातूकामही नवे उद्योग म्हणून विकसित करण्याचा प्रयत्न केला गेला. शाळांना स्वावलंबी बनविण्याच्या दिशेने केलेला हा प्रयोग होता.

शाळांच्या दर्जावर लक्ष ठेवणे, अभ्यासक्रमाची अंमलबजावणी काटेकोर होईल हे पाहणे, यासाठी शाळांचे सातत्याने पर्यवेक्षण आवश्यक होते. सघन क्षेत्रातील शाळांच्या पर्यवेक्षणाची जबाबदारी, सुरुवातीला, एक वर्षाचे प्रशिक्षण झालेल्या शिक्षकांनीच पेलली होती. नंतर मात्र अधिक व खास प्रशिक्षणाने तयार झालेला पर्यवेक्षक, दर १३ ते १४ शाळांसाठी नेमला गेला.

मुंबई प्रांत

मुंबई प्रांतातील तत्कालीन काँग्रेस सरकारने, प्राथमिक शाळांना बुनियादी शिक्षणाचे परिमाण देण्याचा निर्णय घेऊन, नोव्हेंबर १९३८ मध्येच बुनियादी शिक्षणासाठी खास अधिकारी नियुक्त केला. त्याला साहाय्य करण्यासाठी व सरकारला सल्ला देण्यासाठी नरहरी पारीख यांच्या अध्यक्षतेखाली एक समिती निर्माण केली. मुंबई प्रांताच्या अखत्यारीत, त्यावेळी, महाराष्ट्र, गुजरात आणि कर्नाटक असे तीन भाषा प्रदेश येत होते. त्यामुळे त्या त्या भाषेतून शिक्षण देणारी अशी तीन प्रशिक्षण केंद्रे अनुक्रमे, महाराष्ट्रात पुण्याजवळ लोणी येथे, गुजरातेत अहमदाबादला आणि कर्नाटकात धारवाड येथे, फेब्रुवारी १९३९ मध्ये स्थापन केली. पुढे याचवर्षी जुलैमध्ये जळगाव येथे उर्दू भाषेतील प्रशिक्षण केंद्र निर्माण करण्यात आले. प्रत्यक्ष प्रयोगांसाठी चार सघन क्षेत्रे निवडण्यात आली. त्यांमधून एकूण ५९ पहिली-दुसरीपर्यंतच्या शाळा आणि सघन क्षेत्राबाहेरील २८ शाळा या प्रयोगांशी जोडण्यात आल्या.

उपर्युक्त चार केंद्रांमधून, पहिल्याच वर्षी म्हणजे १९३९-४० मध्ये एक ते चार इयत्तांपर्यंतच्या शिक्षणाबाबत शिक्षकांना प्रशिक्षित करण्यात आले, तर पुढे, म्हणजे १९४१-४२ व १९४२-४३ या वर्षांमध्ये १ ते ५ इयत्तांच्या शिक्षणाचा समावेश प्रशिक्षणात केला गेला.

१९३९ ते १९४३ अशा पहिल्या सुमारे पाच वर्षांत सर्व भाषकांतून मिळून एकूण ४९३ शिक्षक प्रशिक्षित करण्यात आले. यांव्यतिरिक्त अन्य अनेक

शिक्षकांना अल्पकालीन प्रशिक्षणाचीही संधी पुरविण्यात आली. त्यांचे कारण असे होते की, निवडक सघन क्षेत्रांव्यतिरिक्त इतर लोकल बोर्डांनाही, आपापल्या विभागात बुनियादी शिक्षणाचा प्रयोग करून पाहण्याची मुभा सुरुवातीपासूनच दिलेली होती. त्यांपैकी इच्छुक बोर्डांच्या शिक्षकांना प्रशिक्षणाची सोय उपलब्ध करून देणे आवश्यक होते. मात्र अशा सुरू झालेल्या सुट्या सुट्या तेवीस शाळा, त्यांचे पर्यवेक्षण कठीण झाल्यामुळे, वर्षभरानंतर जवळपास बंदच झाल्या.

सघन क्षेत्रातील बुनियादी शाळांच्या निर्मितीसाठी, त्यांच्या इमारतींसाठी नि अन्य साधनसामग्रीसाठी सरकारने, पहिल्या तीन वर्षांसाठी मिळून सुमारे पन्नास लाख रुपयांपर्यंत तरतूद केली होती. या प्रयोगांतर्गत समाविष्ट झालेल्या मुलांची संख्या मोठी होती; व दरवर्षी ती वाढती होती. मुलांमध्येही सर्वच आर्थिक व सामाजिक स्तरांमधील मुलांचा समावेश झाला होता, ही एक विशेष बाब होती. पहिली ते पाचवी पर्यंतच्या इयत्तांमध्ये, १९३९ ते १९४३ या कालावधीत ३७९९ मुले बुनियादी शिक्षणात समाविष्ट झालेली होती आणि त्यांच्यापैकी ९०८ मुली होत्या. १९४३ सालापर्यंत हा कार्यक्रम पाचवीपर्यंतच मर्यादित करण्यात आला होता. त्यानंतर या कार्यक्रमाचे भवितव्य ठरविण्यासाठी मुंबई प्रांत सरकारने, भारत सरकारच्या सल्लागार समितीला, या कार्यक्रमाची पाहणी करून, यशापयशाची शहानिशा करण्यास सांगितली.

उड़िसा

उड़िसा सरकारने, ऑक्टोबर १९३८ मध्ये बुनियादी शिक्षणाच्या कार्यवाहीसाठी 'बेसिक एज्युकेशन बोर्ड' निर्माण केले. या अशासकीय मंडळावर श्री. गोपबन्धु चौधरी यांची प्रमुख म्हणून नियुक्ती केली. सरकारने बोर्डाला पूर्ण स्वायत्तता दिली होती. त्यामुळे आपल्याला हव्या त्या दिशेने बुनियादी शिक्षणाचा विकास व विस्तार करण्याचे स्वातंत्र्य या बोर्डाला प्राप्त झाले होते. बोर्डानेही याचा सुरुवातीस चांगलाच फायदा करून घेतला. थेट खेड्यांमधूनच नवीन बुनियादी शाळा उघडण्याचे धोरण अवलंबले. कोणत्याही प्रचलित शाळांशी त्यांनी संपर्क ठेवला नाही.

सुरुवातीस सात लोकांची निवड करून त्यांना, सहा महिन्यांच्या प्रशिक्षणासाठी वर्ध्याला पाठविण्यात आले व त्यांच्या मदतीने पुढील वर्षाची योजना आखण्यात आली. प्रथमत: जयपूरमध्ये ट्रेनिंग स्कूल उघडायचा निर्णय केला गेला. प्रत्यक्ष शाळांच्या प्रयोगांसाठी जयपूर विभागातच गोपबन्धु चौधरींच्या

‘वाडी’ येथील आश्रमानजीकचा एक इलाखा या प्रयोगासाठी निवडला. १९३९ सालच्या मे महिन्यात, प्रायोगिक इलाख्यामध्ये रामचंद्रपूर येथे एक प्रशिक्षण केंद्र उघडण्यात आले. सहा महिन्यांत म्हणजे डिसेंबरपर्यंत २७ शिक्षकांची एक तुकडी येथून प्रशिक्षण घेऊन बाहेरही पडली. मार्च १९४० पासून पुढील तुकडीचे प्रशिक्षण चालू करण्यात आले. प्रशिक्षणार्थींच्या प्राथमिक तयारीनंतर जानेवारी १९४० पासून २५ बुनियादी शाळा उघडण्याचे उद्दिष्ट ठरविण्यात आले.

काँग्रेस मंत्रिमंडळाने त्यागपत्र दिल्यानंतरही उडिसा सरकारने, १९४० साली बऱ्याच विचारांती १५ बुनियादी शाळा उघडण्यास जानेवारीमध्ये मंजुरी दिली. ट्रेनिंग सेंटरही चालू ठेवण्यास हरकत घेतली नाही. मात्र नंतर लगोलग फेब्रुवारीमध्ये सरकारने बुनियादी शिक्षण बंद करण्याचा निर्णय घेतला; आणि स्वायत्तता असलेले बोर्डही अडचणीत आले. गोपबन्धु चौधरी यांनी या अडचणींचे वर्णन केले आहे. ते म्हणतात, उड़िसामधील प्रयोगांना ‘बुनियादी शाळांचे काम’ म्हणण्याऐवजी ‘बुनियादी शाळांची लढाई’ असेच म्हणणे योग्य ठरेल. कारण, सुरुवातीपासूनच अनेक अडचणींना तोंड द्यावे लागले. एकीकडे, लोकांचे हितसंबंध, दुसरीकडे लोकांची अंधश्रद्धा आणि तिसरीकडे नोकरशाही. या साऱ्यांशीच सतत झगडावे लागत होते.

प्रथमतः भौतिक अडचणींनी सुरुवात झाली. इमारतींचे बांधकाम अपेक्षित वेळांमध्ये पुरे होऊ शकले नाही; त्यातच पुरांमुळे इमारतींचे बांधकाम ठप्पच झाले. पारंपरिक अशी एक ‘सामाजिक’ अडचण होतीच. ज्या शाळेत अस्पृश्यता पाळली जाणार नव्हती, त्यांविषयी लोकांच्या मनांत संभ्रम होता. शिवाय हस्तोद्योगांद्वारे शिक्षण देण्याच्या संकल्पनेबाबतही त्यांच्या मनांत संशय होता. परंतु, या अडचणींवर मात करण्यात आली. याचा निर्वाळा, हिंदुस्थानी तालिमी संघांच्या, डिसेंबर १९४० मध्ये झालेल्या तपासणी अहवालात देण्यात आला. तत्कालीन सरकारी शिक्षण खात्यानेही या शाळांच्या कामांबद्दल समाधान व्यक्त केले.

परंतु लगोलगच, सरकारी विचारांनी पलटी खाल्ली आणि जानेवारी १९४१ मध्ये एक फतवा काढून सरकारने जाहीर केले की बुनियादी शिक्षणाचा प्रयोग चालू ठेवावा की नाही, याबाबत सरकार पुनर्विचार करीत आहे. महिन्याभरातच हा विचार पूर्ण होऊन, हा प्रयोग प्रांताच्या हिताचा ठरणार नाही, असे मानून हा प्रयोग बंद करण्याचा फतवा सरकारतर्फे निघाला. १ मार्च १९४१ पासून, प्रशिक्षण केंद्र व बुनियादी शाळा बंद करण्याची आज्ञा प्रसृत झाली. गोपबन्धू चौधरी यांच्या नेतृत्वाखालील बुनियादी शिक्षण मंडळही बंद करण्यात आले.

उड़िसामध्ये, अशाप्रकारे, बुनियादी शिक्षणाचा अधिकृत प्रयोग जरी बंद करण्यात आला तरी, सघन क्षेत्रांतील ग्रामवासीयांच्या उत्साहावर त्याचा फारसा परिणाम झाला नाही. प्रयोग चालूच राहिला. पण तो आता, 'उत्कल मौलिक शिक्षण परिषद' या नावाने, खाजगी संस्था निर्माण करून पुढे चालू ठेवण्यात आला. गोपबन्धू चौधरी हेच या परिषदेचे सचिव झाले व हरिहरदास हे मुख्याध्यापक बनले. श्री. शरदचंद्र महाराणा हे उडिसा सरकारचे शिक्षणाधिकारी होते. सरकारने 'बुनियादी बंद'चा आदेश देताच, त्यांनीही आपल्या सरकारी नोकरीचा राजीनामा दिला आणि ते सहसचिव म्हणून गोपबन्धू चौधरी यांच्याबरोबर खाजगी प्रयोगात सामील झाले. सरकारच्या काळात सुरू झालेल्या पंधरा शाळांपैकी नऊ शाळा बुनियादी पद्धतीने चालूच राहिल्या. त्या चालविणारे बारा प्रशिक्षित शिक्षक राजीनामा देऊन सरकारी नोकरीतून मुक्त झाले; व त्यांनी 'परिषदे'बरोबर आपले काम सुरू केले. या परिषदेत सर्व प्रशिक्षित शिक्षक तर आलेच. पण त्याचबरोबर तालिमी संघ, चरखा संघ, ग्रामोद्योग संघ, हरिजन सेवक संघ, लोकसेवक संघ यांचे सदस्य व इतर अनेक लोक सहभागी झाले.

या शाळा चालविण्यासाठी २००० रुपयांचा निधी गोळा करण्यात आला. शिक्षकांना प्रत्येकी १५ रुपये मासिक वेतन दिले जाऊ लागले. त्याचबरोबर त्यांच्या दैनंदिन गरजेच्या अन्नधान्यादी वस्तू खुद्द गावकरीच जमा करून देऊ लागले; घरे उभारणीसाठीही मदत देऊ लागले. या साऱ्या प्रयत्नांतून मुलांची संख्या ७२५ वर जाऊन पोचली. इतरही अनेक ठिकाणांहून नवीन बुनियादी शाळा सुरू करण्याबाबतची मागणी येऊ लागली.

सहसचिव शरदचन्द्र महाराणा यांनी, १९४१ सालच्या जामियानगर, दिल्ली इथे भरलेल्या संमेलनापुढे आपल्या प्रांताचा अहवाल ठेवताना, आपल्यापुढच्या कठीण कामांची यादीच सभेपुढे मांडली होती. ती अशी होती :

१. बदललेल्या परिस्थितीत साऱ्याच कामाची पुन्हा नव्याने उभारणी करणे,

२. कामामध्ये शाळांच्या उत्पादक बाजूवर अधिक जोर देणे,

३. शाळांच्या प्रचलित इमारती न मिळाल्यास नवीन इमारतींचा प्रबंध करणे,

४. पुढील काळासाठी शिक्षकांच्या प्रशिक्षणाची व्यवस्था लावणे, आणि

५. गावांमधून चालणारी इतर रचनात्मक कामे आणि बुनियादी शाळांतील शिक्षण यांचा परस्पर समन्वय साधणे.[६]

अशातऱ्हेच्या कामांची ही आव्हाने, म्हणजे केवळ संपूर्ण उडिसामधील नव्हेत तर बुनियादी शिक्षणापुढचीच आव्हाने होती.

उड़िसामध्ये केवळ बुनियादी शिक्षण बंद करण्याचा आदेश देऊनच सरकार थांबले नाही तर त्यांच्या अखत्यारीतील शाळांना पुरविलेली भांडवली मदतही सरकारने काढून घेतली. साहजिकच उत्कल मौलिक शिक्षण परिषदेला या साधनांची नव्याने जमवाजमव करावी लागली. विशेष म्हणजे, अशा कठीण काळात सरकारने बांधलेल्या शाळांच्या इमारती ग्रामवासीयांनी विकत घेऊन त्या 'परिषदे'च्या ताब्यात दिल्या. त्यामुळे परिषदेचे कार्य अधिक जोमाने पुढे सरसावले.

केवळ एक वर्षाच्या अनुभवानंतर १९४२ च्या एप्रिलमध्ये, रामचंद्रनगरच्या केंद्रशाळेत हा प्रयोग चौथीपर्यंत विस्तारण्यात आला. आता पटावर २७२ विद्यार्थ्यांची नोंद झाली होती. वीस शिक्षण कार्यकर्ते, एक कलाशिक्षक आणि एक वैद्यकीय तज्ज्ञ एवढयांचा ताफा या प्रयोगाची धुरा उचलत होता. उत्साहाला उधाण आले होते आणि त्याचवेळी नेमकी १९४२ च्या स्वातंत्र्ययुद्धाची ठिणगी वातावरणात पेटली.

गोपबन्धू चौधरी, शरदचंद्र महाराणा यांबरोबरच अन्य कार्यकर्त्यांची धरपकड होऊन, सर्व बुनियादी शाळा बंद पडल्या. पुढे हळूहळू सर्व शिक्षकांची तुरुंगांतून सुटका झाल्यावर, मात्र हिंदुस्तानी तालिमी संघाच्या मदतीने फेब्रुवारी १९४४ पासून या शाळा पूर्ववत् सुरू करण्यात आल्या.

जम्मू व काश्मिर संस्थान

खाजगी संस्थानांपैकी, जम्मू आणि काश्मिर हे एकमेव संस्थान, बुनियादी शिक्षणाच्या प्रयोगात सामील झाले होते. जम्मू व काश्मिर संस्थानात तत्कालीन शिक्षण संचालक प्रा. के.जी.सैयद्दिन यांच्या अध्यक्षतेखाली एक संघटन समिती नेमून बुनियादी शिक्षणाच्या प्रयोगाला गती देण्याचा प्रयत्न केला गेला. समितीने पहिली पायरी म्हणून बुनियादी शिक्षणाची एक पंचवीस वर्षांची योजना करण्यासाठी सरकारला सुचविले. सुरुवातीला काही निवडक शिक्षक व अधिकारी यांचे दोन आठवड्यांचे खास प्रशिक्षण करण्यात आले. १९३८ सालच्या ऑक्टोबर महिन्यात, श्रीनगर येथे, १०२ शिक्षकांचे प्रशिक्षण करण्याच्या हेतूने एक प्रशिक्षण केंद्र उघडण्यात आले. त्याचबरोबर नमुन्याच्या दोन बुनियादी शाळा अनुक्रमे जम्मू आणि श्रीनगरमध्ये सुरू करण्यात आल्या. प्रशिक्षित शिक्षकांच्या मदतीने पुढे १९४० मध्ये ६० बुनियादी शाळा चालू करण्यात आल्या. पहिल्या पाच वर्षांमध्ये एकूण ४०० शिक्षकांचे प्रशिक्षण पूर्ण करण्यात आले. या राज्यातील वीस शिक्षकांना दिल्ली येथील जामिया मिलिया इस्लामिया प्रशिक्षण केंद्रात पाठवून त्यांना प्रशिक्षित करण्यात

आले. या सर्व शिक्षकांच्या मदतीने १२२ बुनियादी शाळा पहिल्या पाच वर्षांमध्ये निर्माण झाल्या. पूर्वीच्या शाळांपैकी ३० प्राथमिक शाळांचे रूपांतर दरवर्षी बुनियादी शाळांमध्ये करण्यात आले. शाळा सर्व राज्यभर पसरलेल्या होत्या.

हिंदुस्तानी तालिमी संघाने तयार केलेल्या अभ्यासक्रमात आपल्या राज्याच्या गरजेनुसार फेरफार करून, सैय्यद्दिन समितीने, नवीन अभ्यासक्रम तयार केला व तो अमलात आणला.

पहिल्या दोन वर्षांमधला बुनियादी शिक्षणाचा कार्यविस्तार समाधानकारक झाला होता. सगळीकडेच सुरू झालेले काम प्रायोगिक स्वरूपातील असले तरीही, सर्व प्रांतांत मिळून १२ ट्रेनिंग स्कूल्स, २ ट्रेनिंग कॉलेजेस, ७ रिफ्रेशर ट्रेनिंग सेंटर्स आणि ५००० च्याही वर एवढ्या बुनियादी शाळा चालविल्या जात होत्या.

दक्षिण भारतातील नयी तालीमचा विस्तार

वास्तविक दक्षिण भारतातील नयी तालीमच्या कामाला सुरुवात झाली होती. ती १९३८ सालीच; आणि तीही एका स्वेच्छासंस्थेमार्फत. आंध्रप्रदेशात मछलीपट्टम शहरात असलेल्या 'आंध्र-जातीय कलाशाला' नामक प्रस्थापित शिक्षणसंस्थेने, सर्वांत प्रथम, बुनियादी शिक्षणाची संकल्पना स्वीकारून एक बुनियादी शाळा व एक प्रशिक्षणकेंद्र सुरू केले. अनेक अडचणींना तोंड देत, चार वर्षे हे कार्य चालले आणि अखेरीस, ना सरकारचा पाठिंबा ना जनतेचे सहकार्य, अशा अवस्थेत १९४३ साली हे काम बंद पडले. आंध्र जातीय कलाशाळेच्या पाठोपाठ १९३९ साली खुद्द मद्रास प्रांतीय सरकारतर्फे कोईंबतूरमध्ये एक बुनियादी ट्रेनिंगस्कूल सुरू केले गेले. पण पुढल्याच वर्षी तेही बंद पडले. याच कोईंबतूरमध्ये जवळच असलेल्या पेरियनायकनपालयम् या गावात, रामकृष्ण विद्यालयामार्फत, दोन वर्षेपर्यंत एक बुनियादी शाळा चालविली गेली; तीही बंद पडल्यानंतर मात्र थेट १९४५ सालापर्यंत, दक्षिणभारतात नयी तालीमची एकही शाळा नव्हती.

खाजगी संस्थांचा सहभाग

विविध प्रांतांमधल्या आणि जम्मू-कश्मिरसारख्या संस्थानांमधून सुरू झालेल्या बुनियादी शिक्षण-प्रशिक्षणाच्या प्रयोगांबरोबरच, सुरुवातीपासूनच काही खाजगी, स्वेच्छासंस्थांनी या प्रयोगांत रस घेतलेला होता. दिल्ली येथील जमिया मिलिया इस्लामिया ही संस्था, आंध्र प्रदेशातील मसुलीपट्टमची जातीय कलाशाळा, नॅशनल कॉलेज, महाराष्ट्रातील पुण्याचे टिळक महाराष्ट्र विद्यापीठ आणि गुजरात विद्यापीठ

यांनी बुनियादी शिक्षणकार्यात विशेष पुढाकार घेतला होता. जामियानगरमधील प्रशिक्षण केंद्र ऑगस्ट १९३८ मध्ये आणि मसुलीपट्टमचे प्रशिक्षण केंद्र सप्टेंबर १९३८ मध्ये सुरू करण्यात आले होते व या केंद्राला मद्रास सरकारने १९३९ साली अधिकृत मान्यताही दिली. टिळक महाराष्ट्र विद्यापीठाने सासवड आश्रमाच्या आचार्य भागवतांच्या मार्गदर्शनाखाली सासवडजवळच्या छोट्याशा क्षेत्रात चार ग्रामीण शाळा प्रायोगिक स्वरूपावर सुरू केल्या.

अहमदाबादच्या गुजरात विद्यापीठाने, कैरा जिल्ह्यातील थमणा गावात, पहिली बुनियादी शाळा १९३८ च्या ऑक्टोबर महिन्यात सुरू केली. त्याचबरोबर मुंबई सरकारच्या सहकार्याने पहिला प्रशिक्षणवर्गही त्याचवेळी विद्यापीठात आयोजित केला. मात्र, थोड्याच अवधीत, आपला मुंबई सरकारशी असलेला संबंध विद्यापीठाने सोडून दिला.

या काळात इतरही काही शिक्षणसंस्था बुनियादी शिक्षणासाठी पुढे येऊ लागल्या. यांत मुख्यत्वेकरून कांगरी येथील गुरुकुलचा उल्लेख करावा लागेल. या शाळेने १९३९ सालीच वर्धा येथील प्रशिक्षण केंद्रात आपल्या दोन शिक्षकांना पाठवून प्रशिक्षित करून आणले; व लगोलग, हिंदुस्तानी तालिमी संघाचा अभ्यासक्रम अमलात आणावयास सुरुवात केली. अशाच तऱ्हेचा आणखी एक प्रयोग तामिळनाडूमधील कोईंबतूर जिल्ह्यातील पेरियनायकपालयम येथील रामकृष्ण विद्यालयाने हाती घेतला. होशंगाबादमधील रसुलिया येथील 'फ्रेंडस् सेटलमेंट' ने अशाच बुनियादी शाळांचा प्रयोग दोन गावांमध्ये हाती घेतला. येथे बुनियादी शिक्षणाच्या मूलतत्त्वांनुसार शाळेतील शिक्षण गावविकासाशी जोडण्याचा प्रयत्न जाणीवपूर्वक करण्यात आला. राजपिपला संस्थानात अविधा येथील विजय विद्यामंदिराने आपल्या शाळेत बुनियादी शिक्षणाची सुरुवात केली. स्थानिक स्वराज्य संस्थांनीही बुनियादी शिक्षण आपापल्या शाळांतून करावे यासाठी हिंदुस्तानी तालिमी संघाने, ठराव रूपाने विनंती केली होती. त्यास फक्त रायपूरच्या डिस्ट्रिक्ट कौन्सिलने प्रतिसाद देऊन, आपल्या शिक्षकांना विजय विद्यामंदिरांतून प्रशिक्षण देऊन त्यांच्या मदतीने पंधरा शाळांतून बुनियादी शिक्षणाचा अभ्यासक्रम सुरू केला. त्यासाठी भांडवली खर्चाची नि पर्यवेक्षणाचीही तरतूद केली.

हिंदुस्तानी तालिमी संघाच्या प्रत्यक्ष मार्गदर्शनाखाली तीन बुनियादी शाळा चालविण्यात येत होत्या. सेवाग्राम, सुरगाव व वरुड अशा वर्धा जिल्ह्यातील तीन वेगवेगळ्या गावांमधून या शाळा चालविल्या जात होत्या. त्यांपैकी सेवाग्राम आणि सुरगाव इथल्या शाळा मूळ डिस्ट्रिक्ट कौन्सिलच्या शाळा होत्या, आणि त्या हिंदुस्तानी

तालिमी संघाकडे वर्ग करण्यात आल्या होत्या, त्याचबरोबर पाच शिक्षकही डिस्ट्रिक्ट कौन्सिलने पुरविले होते. वरुडची शाळा मात्र स्वत: तालिमी संघाने, स्वत:ची म्हणून सुरू केलेली होती; त्यामुळे तिच्या सर्व खर्चाची जबाबदारीही संघाचीच होती.

बुनियादी शिक्षणाची सेवाग्राम शाळा १९४४ साली पाचव्या इयत्तेपर्यंत पुढे सरकली होती. सूतकताई आणि विणकाम या हस्तोद्योगांना मध्यवर्ती ठेवून ही शाळा सात इयत्तांपर्यंत पुढे नेण्याचा विचारही निश्चित झाला होता. एक नमुना शाळा म्हणून ही शाळा विकसित केली जात होती. इथला प्रयोग प्रत्यक्ष महात्मा गांधींच्या मार्गदर्शनाखाली, आर्यनायकम् पति-पत्नी अतिशय प्रबळपणे करीत होते.

दुसरे बुनियादी संमेलन

देशामधल्या विविध प्रांतांमधील, बुनियादी शिक्षणाच्या पहिल्या दोन वर्षांच्या प्रत्यक्ष कार्याच्या पार्श्वभूमीवर दुसरे 'बुनियादी शिक्षण अधिवेशन' एप्रिल १९४१ मध्ये जामियानगर, दिल्ली येथे भरविण्यात आले होते. सर्वच ठिकाणच्या प्रयोगांचे नि त्यांतील अनुभवांचे, अडचणींचे नि आव्हानांचे दिग्दर्शन करणारे अहवाल, संबंधितांनी या अधिवेशनात मांडले.

हे दुसरे संमेलन ज्या पार्श्वभूमीवर घेतले जात होते, ती समजावून घेणे महत्त्वाचे आहे. विविध प्रांतांमध्ये काँग्रेस सरकारचे अधिकार संपून पुन्हा ब्रिटिश गव्हर्नरची हुकमत प्रस्थापित झाली होती. याचा परिणाम होऊन नयी तालीमचे नव्यानेच सुरू झालेले काम काही ठिकाणी बंद पडले. उडिसा, मद्रास प्रांत आणि मुंबई प्रांतासारख्या ठिकाणी काम बंद जरी पडले नाही तरी पण ते पहिल्या उत्साहाने चालू राहिले नव्हते. फक्त बिहार प्रांत हा एकमेव प्रांत असा होता की जिथे, सरकार बदलूनही नयी तालीमच्या प्रत्यक्ष कामावर फारसा परिणाम झाला नाही.

याच वेळी राजकीय क्षितिजावर काही वेगळी परिस्थिती निर्माण झाली. गांधीजींनी व्यक्तिगत सत्याग्रहाची हाक देशाला दिली. सर्व नेते तुरुंगांमध्ये भरती झाले. त्यामुळे जरी बुनियादी शिक्षणाचे काम बंद पडले नाही तरी ते मंद मात्र झाले. प्रचार-प्रसाराची कामे थबकली. तरीही जे प्रत्यक्ष शालेय कामांत व्यग्र होते त्यांनी आपले काम, लक्ष केंद्रित करून चालूच ठेवले. या परिस्थितीत एक गोष्ट स्पष्ट झाली होती की, सरकारात जेव्हा जेव्हा बदल होतील तेव्हा त्याचे बरे-वाईट परिणाम शिक्षणावर होणार, आणि शिक्षणात चढ-उतारही होत राहणार.

गांधीजींच्या दूरदृष्टीने हे हेरले. गांधीजींच्या डोळ्यांपुढे स्पष्टपणाने, मागील तीन-चार वर्षांची बुनियादी शिक्षणाच्या दिशेने चाललेली आखणी आणि तिची

कार्यवाही तसेच विविध ठिकाणच्या सरकारांचा बरा वाईट प्रतिसाद हा होता. त्यामुळे या अधिवेशनाला संदेश पाठवताना, गांधीजींनी लिहिले होते, "माझी अशी खात्री आहे की अधिवेशनात हे समजून येईल की कोणत्याही प्रयत्नांची सफलता ही सरकारच्या मदतीपेक्षाही आपल्याच स्वंसाहाय्यावर निर्भर आहे. कारण, हेतू कितीही चांगले असले तरी सरकारला सावधानतेने पावले टाकावी लागतात. आपल्या प्रयोगांच्या पक्केपणासाठी आपण कोणत्याही प्रकारच्या धोक्यांपासून आणि बाहेरच्यांच्या हस्तक्षेपापासून दूर राहिले पाहिजे."[७]

या अखिल भारतीय नयी तालीम संमेलनात सर्वच उपस्थितांचे स्वागत करताना, ई.डब्ल्यू. आर्यनायकम् यांनी संमेलनामागची भूमिका स्पष्ट केली. त्यापूर्वीचे, ऑक्टोबर १९३९ ला पुण्यामध्ये झालेले पहिले संमेलन हे मुंबई सरकारनेच आमंत्रित केलेले होते. शिवाय त्या संमेलनापूर्वीचा काळ, बहुतेक ठिकाणी बुनियादी शिक्षणाची पूर्वतयारी करण्यातच गेला होता. युरोपमध्ये जागतिक महायुद्धाची सुरुवात आणि भारतात, काँग्रेस सरकारांनी एकापाठोपाठ दिलेले राजीनामे यांमुळे सुरुवातीसच नयी तालीमबाबत अनिश्चिततेचे वातावरण निर्माण झाले होते. तरीही पुणे संमेलनात असा ठराव निग्रहाने करण्यात आला होता की, "बुनियादी राष्ट्रीय शिक्षणाचे कार्य देशाच्या भवितव्यासाठी इतके महत्त्वाचे आहे की भावी काळात कोणतीही राजकीय परिवर्तने झाली तरी, कोणताही अडथळा न आणता हे काम चालूच ठेवले पाहिजे." अर्थात वातावरणात फारशी सुधारणा झाली होती असे नाही. देशात राजकीय आंदोलनाचे वातावरण तापत चालले होते. अनेक नेते जेलमध्ये गेले होते, अन्य अनेक त्याची तयारी करीत होते आणि अशा अस्थिरतेच्या अवस्थेतच हे संमेलन भरत होते. मात्र, या संमेलनापूर्वी निदान एक ते दोन वर्षांचा प्रत्यक्ष प्रयोगांचा अनुभव प्राप्त झाला होता. सरकारी आणि गैरसरकारी असे दोन्ही प्रकारचे कार्यकर्ते या संमेलनास, देशाच्या विविध भागांतून आवर्जून आले होते.

या आशानिराशेच्या वातावरणातून बुनियादी शिक्षण-कार्यकर्त्यांना बाहेर काढून, एक नवा उत्साह देण्याचे काम, आर्यनायकम् यांनी, अधिवेशनापुढे बुनियादी शिक्षणाची भूमिका मांडताना केले. आर्यनायकम् यांनी, शिक्षण पध्दतीची शहानिशा करत न बसता, एका व्यापक ध्येयाकडे, आपल्या सहकाऱ्यांचे लक्ष वेधले. "... अशा परिस्थितीत जर आपण बुनियादी शिक्षणावर विचार करण्यासाठी जमलो आहोत, तर त्याचा अर्थ असा होत नाही की आजूबाजूच्या दुःखद घटनांच्या बाबतीत आपण उदासीन आहोत, किंवा केवळ बघे लोक आहोत. जे काही घडते आहे त्याने आमच्या हृदयाला घरे पडताहेत. त्यामुळे आम्ही इथे जमलो आहोत तेच मुळी असा

एक विश्वास जागविण्यासाठी की, शिक्षण ही मानवी संस्कृतीचे स्वरूप घडविणारी एक सजीव शक्ती आहे. (इथे जमण्याचा) आमचा उद्देश हा नाही की शिक्षणपध्दतीला ठाकून ठोकून दुरूस्त करण्याचे मार्ग शोधावेत. उलट सर्वांच्या सहकार्याने आम्ही असा प्रयत्न करू पाहात आहोत की शिक्षणाचा ढाचाच पूर्णतः बदलेल आणि त्याच्याकरवी संबंध समाज व्यवस्था बदलता येईल. ...''[८]

बुनियादी शिक्षणाच्या अनुभवांचा कालावधी अल्प असल्यामुळे, प्रामुख्याने चर्चा झाली ती या नवीन शिक्षणाच्या सैद्धांतिक बाजूवर. आर्यनायकम् यांनी, या संमेलनामागची भूमिका मांडताना मांडले होते की, ''शिक्षण ही मानवी संस्कृतीची रचना करणारी एक सजीव शक्ती आहे... त्यामुळे सगळ्यांच्या सहकार्याने आपण असा प्रयत्न करणार आहोत की शिक्षणाचा सारा ढाचाच पुरता बदलून, त्याद्वारे सारी समाज व्यवस्थाच बदलू शकेल.''[९] संमेलनात करावयाच्या सैद्धांतिक चर्चेसाठी, तीन प्रश्न निवडले होते; आणि अनुभवांच्या आधारे त्यांची शहानिशा करायची होती.

१. बालकामध्ये दडलेल्या क्षमतांच्या प्रकटीकरणासाठी सर्वांत चांगली पद्धत कोणती? उत्पादक उद्योगाकरवी आणि बालकाच्या भोवतालच्या भौतिक व सामाजिक वातावरणाचा, बालकाच्या विकासार्थ वापर करण्याचा सगळ्यांत चांगला मार्ग कोणता ? बुनियादी शिक्षणाकडून ज्या आशा व्यक्त केल्या जात आहेत, त्या कितपत सफल होत आहेत ? शिक्षक यासाठी प्रामाणिकपणे कितपत प्रयत्नशील आहेत ?

२. दुसरा प्रश्न आहे होता, 'अनुबंध' शिक्षणपद्धतीबाबतचा. जाकिर हुसेन समितीने सुरुवातीस, त्यांच्या मते 'कामचलाऊ अभ्यासक्रम' तयार केला होता. अनुबंध पद्धतीचा जो अनुभव लोकांनी घेतला होता त्यावरून हा अभ्यासक्रम गरजेनुसार कितपत पक्का आहे ? अनुबंध पद्धती कुठे व कशी स्वाभाविक रूपांत अवतरली आहे ? आणि कुठे ती बळजबरीने अमलात आणली आहे ? तसेच जे प्रत्यक्ष पाठ्यक्रमात नाही पण मूलोद्योगाकरवी आणि आजूबाजूच्या जीवनांतून सहजपणे असे कोणकोणत्या बाबतींतील ज्ञान आत्मसात केले आहे?

३. तिसरा प्रश्न होता तो शिक्षकांच्या प्रशिक्षणाचा. हा विषय खूपच महत्त्वाचा होता, कारण, बुनियादी शिक्षणाची सारी मदार शिक्षकांच्या उचित अशा प्रशिक्षणावरच होती. मागील तीन वर्षांत बावीस ट्रेनिंग कॉलेजेस निर्माण झाली होती. त्यामुळे, या सर्वांच्या अनुभवांचा लाभ घेऊन नेमकेपणाने बुनियादी शिक्षण-प्रशिक्षण कसे असावे, याची चर्चा अधिवेशनात अभिप्रेत होती.

‘बुनियादी शिक्षणात कलेचे असलेले स्थान आणि त्यांतून नवीन मूलोद्योगांच्या शक्यता.’ असा आणखीही एक महत्त्वाचा विषय, एक खास बैठक आयोजित करून, या अधिवेशनात चर्चेसाठी पुढे आणला होता.

बुनियादी शिक्षणाची परिणामकारकता

दोन-तीन वर्षांच्या अनुभवांतून, बुनियादी शिक्षणाचे विद्यार्थ्यांच्या संदर्भातील उद्देश कितपत सफल झाले आहेत ते जोखण्याचा प्रयत्न या दुसऱ्या अधिवेशनात करण्यात आला. प्रत्यक्षपणे बुनियादी शाळांचे दैनंदिन काम कसे चालते, यावर विद्यार्थ्यांच्या प्रगतीविषयीचे काही निष्कर्ष काढणे शक्य होते. एका विशिष्ट दिशेने मुलांच्या प्रगतीची अपेक्षा सुरुवातीस केली गेली होती. नयी तालीमच्या शिक्षणाने मुलांच्या बुद्धीचा विकास होणे अपेक्षित होते. आजूबाजूच्या सामाजिक नि भौतिक वातावरणाची त्यांना चांगली जाण होणे अपेक्षित होते. त्यांच्यात कुतूहल, जिज्ञासा जागृत होणे आणि वैज्ञानिक दृष्टिकोन त्यांनी अंगीकारणे अपेक्षित होते. नागरिकत्वाची त्यांची जाण, त्यांच्या दैनंदिन व्यवहारांत, त्यांच्या खेळांमध्ये, घरच्या व शाळेतील तसेच अन्य ठिकाणच्या वागण्यात दिसून यायला हवी. कायदे पालन, अनुशासन,टापटीप आणि त्याचबरोबर इतरांशी वागताना सहकाराची भावना, समाजसेवेची भावना या गोष्टींची जोपासना होत आहे ना याची शहानिशा करावयाची होती. अधिवेशनात याही पैलूंवर विचार विनिमय करण्यात आला. विशेषतः या संमेलनातील असा आढावा घेताना, पुढील प्रगतीसाठी भविष्याकडे नजर ठेवण्यात आली होती.

बंगालमधील दुष्काळ व बुनियादी शिक्षण

१९४३ साल हे देशासाठीच आणि त्यातही प्रामुख्याने बंगाल प्रांतासाठी अतिशय वाईट वर्ष होते. बंगालमधील ‘न भूतो न भविष्यती’ अशा दुष्काळाचे हे वर्ष होते. कित्येक लोक मृत्युमुखी पडले. त्यामुळे हजारो मुले अनाथ झाली. बंगालमधील आणि इतर ठिकाणचेही अनेक कार्यकर्ते या भागात सेवाकार्यात उतरले होते. या मुलांच्या जेवणखाणाची, कपड्यालत्त्याची आणि सुरक्षित आश्रयाची सोय झाली होती. परंतु यांच्या जोडीने त्यांच्या शिक्षणाचा काही खास विचार करण्याची गरज होती कार्यकर्त्यांना भासत होती. विशेषतः अनेकांच्या डोक्यांवरचे आई-वडिलांचे छत्र हरपल्यामुळे, या मुलांना लवकरात लवकर स्वतःच्या पायांवर उभे करील अशा प्रकारचे शिक्षण देण्याची आवश्यकता

होती. त्यामुळे काही कार्यकर्त्यांनी हिंदुस्तानी तालिमी संघाकडे अशी विनंती केली की या मुलांसाठी नयी तालीमच्या शाळा, संघाने, काढाव्यात. संघानेही त्वरित प्रतिसाद देऊन, एक तीन महिन्यांचा खास प्रशिक्षण वर्ग मेदिनीपूर जिल्ह्यातील झाडग्राम येथे घेतला. आणि त्यानंतर पाठोपाठ ऑक्टोबर १९४४ पासून आठ शिशुसदने आणि तीन बुनियादी शाळा उघडल्या. याशिवाय पुढील वर्षाच्या प्रशिक्षणासाठी आणखी २५ शिक्षकांची निवड करून त्यांना सेवाग्राममध्ये प्रशिक्षणासाठी पाठविले. हेतू असा की अल्पप्रशिक्षणावर सुरू झालेले हे काम पुढेही चालू राहावे व कायम टिकावे, त्याचा प्रसारही आणखी व्हावा. या नव्याने उघडलेल्या नयी तालीमच्या शाळांचे व्यवस्थापन पाहण्यासाठी एक 'बंगाली तसेच बुनियादी तालीम समिती' बनविण्यात आली. श्रीमती लावण्यलता चंदा यांना समितीचे अध्यक्ष म्हणून आणि श्रीमती जमुना घोष यांना मंत्री म्हणून नियुक्त करण्यात आले. या समितीच्या पुढाकाराने एक प्रशिक्षण केंद्र, मेदिनीपूर जिल्ह्यातच बलरामपूर येथे उघडण्यात आले होते. त्यातून २५ शिक्षकांनी सहा महिन्याचे प्रशिक्षण घेतल्यानंतर बुनियादी शाळांची संख्या ३ वरून १५ वर गेली.

अशाप्रकारे बंगालमधील दुष्काळाच्या निमित्ताने, नयी तालीमचे एक विशेष काम येथील शाळांतून सुरू झाले. नयी तालीमचे कार्य राष्ट्रीय आपत्तीशी जोडले गेले.

⌘

७. जीवनशिक्षणाची नवी दृष्टी

नयी तालीमचा यावर विश्वास आहे की ज्ञान आणि कर्म या दोन्ही एकाच नाण्याच्या दोन बाजू आहेत. त्यामुळे लक्षातही येत नाही की ज्ञान-कार्य चालले आहे की कर्म-योग चालू आहे.

– गांधीजी

महात्मा गांधींची पुणे येथील आगाखान पॅलेसमधील स्थानबद्धतेतून ६ मे १९४४ ला सुटका झाली. इथला सुमारे पावणेदोन वर्षांचा कालावधी हा गांधीजींच्या जीवनातील महत्त्वाचा काळ ठरला. दीर्घकालच्या सहवासानंतर गांधीजींची पत्नी कस्तुरबा यांचे आगाखान पॅलेसमध्येच निधन झाले. गांधीजींना दीर्घकाल स्वीय सचिवाची सेवा पुरविणाऱ्या महादेव भाईंचेही येथेच निधन झाले. परंतु आगाखान पॅलेसमधील हा सारा कालावधी गांधीजींच्या बाबतीत वैयक्तिक आघातांबरोबरच चिंतनाचाही काळ होता. गांधीजी तुरुंगवासातून बाहेर आले तेच मुळी आपले भारतातील शिक्षणाबाबतचे नवे चिंतन घेऊन. हे चिंतन गांधीजींनी पुढील शब्दांत मांडले. *''स्थानबद्धतेत असताना माझ्या मनाला स्वस्थता येईपर्यंत खोलवर मी नयी तालीमच्या साऱ्या शक्यता अजमावून पाहात होतो. आपण आजवर जे काही साध्य केले आहे, त्यात काहीतरी राहून गेले आहे. आपण आता मुलांच्या घरांमधून प्रवेश करायला हवा. आपण त्यांच्या पालकांना शिक्षण पुरवायला हवे आहे. बुनियादी शिक्षण हे अक्षरश: संपूर्ण जीवनासाठीचे शिक्षण झाले पाहिजे.''* ''आयुष्याच्या सर्वच अवस्थांमध्ये, अगदी पाळण्यापासून ते समाधीपर्यंत शरीरश्रम नि ग्रामीण हस्तद्योगांकरवी शिक्षण'' देण्याचा विचार गांधीजींनी मांडला.

खाडीतून विशाल सागरात

स्थानबद्धतेतून, मोकळे झाल्यानंतर गांधीजींनी संपूर्ण जीवन शिक्षणाचा

एक नवा विचार देशाला दिला. आजवरच्या बुनियादी शिक्षणाची सात ते चौदा वर्षांची वयोमर्यादा दोन्ही बाजूंनी लांबविण्यात आली. आईच्या पोटात गर्भधारणा झाल्याच्या क्षणापासून ते पुढे जन्मापासूनचे सारे आयुष्य, अगदी मृत्युक्षणापर्यंतचे आयुष्य आता, गांधीजींच्या जीवनशिक्षणाच्या संकल्पनेत समाविष्ट झाले. अर्थातच, मुळचा बुनियादी शिक्षणाचा आराखडा हा या जीवनभरच्या शिक्षणाचा एक भाग बनून गेला.

जानेवारी १९४५ मध्ये सेवाग्रामला राष्ट्रीय शिक्षण-संमेलन भरविण्यात आले. त्यावेळी दिलेल्या संदेशात गांधीजींनी लिहिले आहे, *आतापर्यंत आपला शिक्षणाचा प्रयोग नवीन होता. आपण एका खाडीत होतो. समुद्रापेक्षा खाडी सुरक्षित आहे. आमचा कार्यक्रम सुरक्षित नि बंदिस्त होता. आता आपण खाडीतून समुद्रात फेकले जात आहोत. तिथे आता ध्रुवताऱ्याव्यतिरिक्त अन्य मार्गदर्शक कोणी नाही. तो मार्गदर्शक आहे ग्रामीण हस्तोद्योग.* आता आपले क्षेत्र सात ते चौदा वर्षांची मुले-मुली एवढेच नाही, तर अगदी मूल आईच्या गर्भात प्रवेश करते तेव्हापासून ते थेट मृत्यूपर्यंत आमचे, म्हणजे नयी तालीमचे क्षेत्र आहे. त्यामुळे आमचे काम आता खूप वाढले आहे. पण काम करणारे तर आपण तेवढेच आहोत.

''पण याची पर्वा करण्याचे कारण नाही. आमचा खरा पाठिराखा सत्यरूप ईश्वर आहे. तो आपल्याला कधीही धोका देणार नाही. जेव्हा कशाचीही पर्वा न करता आपण सत्यावरच खिळून बसू तेव्हाच ते सत्य आपल्याला साथ देईल. इथे कुठलेही अवडंबर, कुठलाही अहंकार किंवा राग-लोभ यांना स्थान नाही. आपण सर्वजण ग्रामवासीयांचे शिक्षक, म्हणजे खरेखुरे सेवक बनलो आहोत. याचे श्रेय कोणते असेल तर ते प्रत्यक्षात कामच आहे. तेच याला साक्षी आहे, अन्य कुणीही नाही. सत्याच्या शोधात सहकारी मिळाले तरी भले, न मिळाले तरी भले... ही नयी तालीम पैशांवर निर्भर नाही. शिक्षणाचा खर्च शिक्षणातूनच निघायचा आहे. मग भले, कोणीही टीका करो. मी असे जाणतो की खरे शिक्षण हे स्वाश्रयी असते.''

गांधीजींनी मांडलेली ही सारी भूमिका घेऊन, १९४५ पासून सेवाग्राममध्ये, समग्र नयी तालीमच्या शिक्षणाचा प्रयोग हाती घेण्यात आला. येथे आता सेवाग्राममधील समग्र जीवनाशी जोडून घेणारा नव्या शिक्षणाचा प्रयोग सुरू झाला. यासाठी शांताबाई नारूळकर या सेवाग्राममध्ये जाऊन राहिल्या व गांधीजींच्या मार्गदर्शनाखाली काम करू लागल्या. या समग्र शिक्षणात बालशिक्षण व प्रौढशिक्षण यांना अतिशय महत्त्वाचे स्थान देण्यात आले होते. पुढील शिक्षणाचा पाया म्हणून हे स्थान होते. हिंदुस्तानी तालिमी संघाची एक खास बैठक १९४६ च्या फेब्रुवारीत

बोलावण्यात आली. गांधीजींनी जो नवा विचार दिला त्यानुसार हिंदुस्तानी तालिमी संघाच्या घटनेमध्ये, विशेषतः घटनेच्या ध्येयधोरणात काही बदल करण्याची गरज होती. या बैठकीत हिंदुस्तानी तालिमी संघाच्या ध्येयाला एक नवे परिमाण जोडण्यात आले. ''संघाचा उद्देश असा असेल की शरीरश्रम व हस्तोद्योग यांकरवी दिल्या जाणाऱ्या जीवनभराच्या शिक्षणासाठी काम करणे.'' अशा शब्दांमधून आता हिंदुस्तानी तालिमी संघाचे ध्येय व्यापक करण्यात आले. याच सभेत पूर्वबुनियादी, प्रौढशिक्षण व उत्तर बुनियादी शिक्षणासाठी स्वतंत्र समित्या नियुक्त करण्यात आल्या. या सर्व स्तरांसाठी पाठ्यक्रम तयार करणे आणि बुनियादी शिक्षणातही आवश्यक ते बदल करणे, अशातऱ्हेची कामे त्या त्या स्तरांवरील शिक्षणसमित्यांकडे सोपविण्यात आली.

आता नव्या शिक्षणविचारानुसार शिक्षणाची नवी व्यवस्था पाच विभागात विभागली गेली.

१. पूर्व बुनियादी अवस्था : म्हणजे सात वर्षांपर्यंतच्या बालकांचे शिक्षण.

२. बुनियादी (बेसिक) अवस्था : सात ते चौदा वर्षांपर्यंतच्या मुलांचे शिक्षण.

३. उत्तर बुनियादी अवस्था : चौदा वयानंतरच्या युवक युवतींचे शिक्षण किंवा बुनियादी शिक्षण पूर्ण झाल्यानंतरच शिक्षण.

४. उत्तम बुनियादी अवस्था : ग्रामीण विद्यापीठ स्तर.

५. प्रौढ शिक्षण : सर्वच स्त्री-पुरुषांचे आयुष्यभरचे सातत्याने होणारे शिक्षण. याचबरोबर स्त्रीचे गरोदरपणातील व तीन वर्षांपर्यंतच्या बालकांच्या संदर्भातील शिक्षण.

सेवाग्रामच्या शिक्षण संमेलनात, वेगवेगळे दहा ठराव संमत करण्यात आले. त्यांमध्ये शिक्षणाची ही पंचमुखी व्यवस्था स्वीकारणारे आणि त्यायोगे कार्यवाहीसाठी समित्या निर्माण करून प्रत्यक्ष कार्य सुरू करण्याच्या दृष्टीने पावले टाकण्याचे ठरविण्यात आले. शिक्षणाच्या प्रत्येक पायरीचा स्वतंत्रपणे विचार करण्यात आला होता.

पूर्व बुनियादी शिक्षण (बालशिक्षण)

नयी तालीम संघाच्या २६ मार्च १९४५ च्या सभेत पूर्वबुनियादी शिक्षणासाठी श्रीमती सरलादेवी साराभाई यांच्या अध्यक्षतेखाली एक समिती मुक्रर करण्यात आली. या समितीत ताराबाई मोडक, मृदुला साराभाई, जुगतराम दवे, शांता नारूळकर, मालती केळकर वगैरेंचा समावेश होता. आशादेवी संयोजक म्हणून

काम करणार होत्या. या समितीने आपली पूर्वबुनियादी शिक्षणाची योजना, अहवालरूपात १६ फेब्रुवारी १९४६ च्या सभेपुढे ठेवून मंजूर करून घेतली. या सभेतच, हिंदुस्तानी तालिमी संघात पूर्वबुनियादी शिक्षण विभाग निर्माण करण्याचा निर्णय घेण्यात आला आणि याच्या कार्यवाहीची जबाबदारी शांता नारूळकर यांच्याकडे सोपविण्यात आली.

'गांधीजी जीवनभरासाठी शिक्षणा'चा विचार मांडतात आणि म्हणूनच 'शिक्षणाची सुरुवात आईच्या पोटातच होते.' हा सर्वस्वी नवा वाटणारा विचार देताना, ते हे लक्षात आणून देतात, की सामाजिक, बौध्दिक, भावनिक अशा अनेक विकासांच्या अंगाने ० ते ७ वयोगट खूप महत्त्वाचा आहे. या विकासांचा पाया याच काळात रचला जातो. स्वावलंबी जीवनाचा संस्कारही या वयातच होण्याची गरज आहे. प्रत्येक मूल हे स्वभावाने, क्षमतेने भिन्न आहे. मुलाची प्रत्येक हालचाल रचनात्मक असते. काम आणि खेळ हे दोन्ही वेगळे विभाग नाहीत. खेळता खेळता काम झाले पाहिजे किंवा काम हाही मुलांना एक खेळ वाटला पाहिजे. काम, खेळ यांतूनच मुलांचे शिक्षणही झाले पाहिजे. बालकाच्या विकासास घरचे व समाजाचे वातावरण पोषक असायला हवे. मुलाचे वय आणि काम करण्याच्या पध्दतीवरून शाळेच्या वेळेचे नियोजन असावे आणि मुलाला काम करण्याची शिकण्याची इच्छा होईल असे वातावरण सभोवताली असायला हवे. गांधीजींचे हे विचार सेवाग्रामच्या बालवाडीच्या अभ्यासात साधनांत, वेळेच्या नियोजनात सहजपणे मिसळून गेले. गांधीजींच्या या विचारात दोन धागे स्पष्टपणे गुंफलेले दिसतात. एक धागा ऐतिहासिक आहे. जर्मन शिक्षणतज्ज्ञ फ्रोबेलचे "मूल खेळातून शिकते." असे तत्त्व घेऊन नव्या बालवाडीच्या प्रयोगासाठी गांधीजींनी खेळाचे महत्त्व उचलून धरले. याचबरोबर माँटेसोरी बाईंचेही विचार गांधीजींनी साकारले. उदाहरणार्थ 'मुलाच्या सभोवताली अध्ययनाच्या संधी पुरविणारे वातावरण असायला हवे.' हे माँटेसोरींचे तत्त्व.

दुसरा धागा हा सर्वस्वी गांधींचा स्वत:चा आहे. भारतीय समाज स्वयंपूर्ण होण्यासाठी प्रत्येकजणच स्वावलंबी झाला पाहिजे. आर्थिकदृष्ट्याही स्वयंपूर्ण झाला पाहिजे. श्रम स्वावलंबनाचा संस्कार बालवयातच झाला पाहिजे. म्हणून त्यांच्या बालशिक्षणाच्या विचारातही स्वावलंबनाच्या अनेक संधी आहेत. आता त्यांनी काम आणि खेळ याही दोन गोष्टी एकत्र जोडलेल्या दिसतात. मुलाला काम आणि खेळ वेगळे वाटता कामा नयेत अशीच शिक्षणाची रचना असली पाहिजे.

हिंदुस्तानी तालिमी संघाने, १९४५ साली विक्रम संमेलनात बालशिक्षणाची योजना सादर केली. त्या योजनेनुसार सेवाग्रामध्ये प्रयोग करावा असे ठरले नि

लगोलग तो हाती घेण्यात आला. गांधीजींनी या नव्यानेच सुरू झालेल्या बालशिक्षणविषयक कार्याची जबाबदारी आधीपासून, बुनियादी शाळेत कार्यरत असलेल्या शांता नारूळकर यांच्यावर सोपविली. प्रत्यक्ष बालवाडी चालविण्याची जबाबदारी ना.रा. पवार यांनी घेतली. ते स्वतः या आधी एक वर्ष ते सहा-सात वर्षांच्या मुलांसमवेत बुनियादी शिक्षणाच्या कामात अनुभव घेत होतेच.

शांताताई नारूळकर यांचे या नवीन विषयात प्रशिक्षण करण्याची जबाबदारी खुद्द गांधीजींनीच घेतली होती. एक महिनाभर, अगदी रोज ते या विषयावर शांताबाईंशी चर्चा करीत होते. चार प्रमुख कार्यकर्तेही या चर्चासत्रात भाग घेत असत.

ही गोष्ट आहे १९४५ सालच्या सुरुवातीच्या काळातील. शांताताईंनी गांधीजींना विचारले, सेवाग्राममधल्या अडीच-तीन वर्षाच्या बालकांचे शिक्षण कसे असावे ? गांधीजींनी या प्रश्नाला अगदी विस्तारपूर्वक उत्तर दिले आहे. ते म्हणाले, ‘‘आपला प्रयत्न तर असा असायला हवा की असतील तेवढ्या सगळया मुलांना आपण आणले पाहिजे. जर कोणी येत नसतील तर तो दोष आपला आहे. या मुलांना यायला लावण्यासाठी, त्यांना आकर्षण वाटेल असे खूप काही आपण करायला हवे. आपल्या आजूबाजूला असणारी सर्व मुले आपलीच आहेत, असे मानून चालले पाहिजे. त्यांचे शरीर भक्कम झाले पाहिजे. त्यांचे मन भक्कम झाले पाहिजे. त्यांच्यात सामान्यपणे सुसंस्कृतता आली पाहिजे. हे जरी झाले तरी आपले काम झाले असे मानता येईल. मला नाही असे वाटत की मुले तोडा-फोडायलाच शिकतात. मी खूप मुलांना शिकविले आहे. पण कोणालाही उनाड होऊ दिले नाही. ती जर माझ्या हाती असतील तर मी त्यांना असे शिक्षण देईन की बालपणापासूनच ती उनाडक्या, विध्वंस करायला शिकणार नाहीत. उलट, जे काही करतील ते सारे सर्जनशील असेल. यातच कला आहे...’’

‘‘मी नाही असे मानत की मुले जन्मतःच चांगली वा वाईट असतात. हां, स्वभावात भिन्नता जरूर असते. मूल जेव्हा, आईच्या पोटात येते तेव्हापासूनच त्याचे शिक्षण सुरू होते. यावरच प्रौढ शिक्षणही ठरत असते. मुलांवर प्रौढांचे संस्कार होत असतात. मुलांचे हात-पाय सतत हलते असतात, आणि सततच आपले आपण ते काहीतरी करतच असते. परंतु त्यांची प्रत्येक कृती ही रचनात्मक असते; विध्वसंक नसते.’’

‘‘दोन-अडीच वर्षाची मुले आमच्या हाती आली आणि स्वतःच्या हाता-पायांचा वापर आपण सांगू त्या दिशेने करू लागली तर ती कुठपर्यंत पोचतील याला

मर्यादा घालता येणार नाही. त्यांना मारून नाही तर प्रेमानेच शिकवायला हवे.''

''काम आणि खेळ असे दोन विभाग नाहीतच. मूल जसजसे पुढे सरकते तसतसे त्याचे जीवन कधी खेळ तर कधी काम बनते. माझ्यामते, काही तास खेळ आणि काही तास काम अशी काही ही विभागणी नाही. मीही लहानपणापासून असेच करत आलो आहे. मला कधी लक्षातही आले नाही की आता खेळायची वेळ आहे. कारण, माझ्यासाठी शिकणे हाही एक खेळच होता. वयाच्या बाराव्या वर्षांपर्यंत असेच चालू होते. मुले खेळता खेळता शिकतील. लहान मुलांसाठी नयी तालीम आहे. हीच तर आज विदेशी भाषा शिकण्यासाठी जेवढा वेळ घालवला जात आहे, तेवढया वेळात मुले दुसऱ्या दहा भाषा शिकतील.''

''इथे एक गोष्ट लक्षात घ्यायला हवी की सरकारला आपल्या शाळांसाठी खास वातावरणनिर्मिती करावी लागली आहे. सत्ता असूनही अडचणींशी सामना करावा लागला आहे. आम्हाला तर आता नवे वातावरण निर्माण करायला हवे आहे. यालाच आपण पुनरुध्दार असे म्हणू या. आमच्या सर्वच आजवर दाबून ठेवलेल्या इच्छा-आकांक्षांना, नयी तालीमद्वारा पुन्हा उजाळा द्यायचा आहे. आजवर कधीही आपण गावांमध्ये योग्य दृष्टीने प्रवेशच केला नाही. त्यामुळे हे काम आपल्याला सोपे वाटत नाही. ग्रामोत्थानाचे काम आश्चर्यकारकरीत्या पूर्ण करण्याचे सामर्थ्य नयी तालीममध्ये आहे.''[१]

गांधीजींनी पूर्वबुनियादीविषयी मांडणी करताना, सैध्दांतिक पातळीवर या शिक्षणाची सांगड प्रौढ शिक्षणाशी घातली होती. आई-वडिलांचे संस्कार घेऊन मुले वाढत असतात, घरातील वातावरण मुलाच्या बऱ्यावाईट घडण्यात योगदान देत असते. त्यामुळे या प्रौढांचे, त्यातही विशेषत: आईचे शिक्षण, बालकाच्या शिक्षणाच्या दृष्टीने, महत्त्वाचे मानले आहे. शाळा आणि घर यांमधील संस्कारांत नि शिक्षणात विरोध आल्यास त्याचा बालकांच्या जीवनावर अनिष्ट परिणाम होतो. तो तसा होऊ नये यासाठी पालकांचे शिक्षण करणे अनिवार्य असते.

नयी तालीमच्या अंगाने जेव्हा प्रौढ शिक्षणाचा विचार केला गेला त्यावेळी, मुलांचे आरोग्य व मुलांचे शिक्षण हा एक प्रौढ शिक्षणाचाच एक हिस्सा मानला गेला.

बुनियादी शिक्षणात गांधीजींचा भर स्वावलंबनावर आणि सहयोगी शिक्षणावर होता. प्रौढशिक्षण बालशिक्षणाशी जोडणे याच्या हेतूंची दिशाही तीच होती. गांधीजींनी स्पष्टपणे असे मांडले आहे की, ''अगदी लहानपणापासूनच मुले आपल्या हाती आली, सात किंवा अधिक वर्षे आपण त्यांचे शिक्षण केले, आणि तरीही

त्यांच्यात स्वावलंबन-शक्ती आली नाही, तर आपल्याला असे मानावे लागेल की नयी तालीमचा पुरा-पुरा अर्थ आपण जाणलाच नाही. जे आधुनिक शिक्षण आपल्याला मिळते आहे, त्यानेच आपल्या मनात द्वंद्व उभे राहते आणि वाटते की शिक्षण स्वावलंबी होऊच शकत नाही. माझा दृढविश्वास आहे की, जर नयी तालीमच्या सहाय्याने आपण बालकाला पूर्ण स्वावलंबी बनवू शकलो नाही, तर असे मानावे, की शिक्षक समुदायाला बालक समजून घेता आलेले नाही. माझ्या मते, नयी तालीममध्ये जी काही वैशिष्टये आहेत, त्यांत स्वावलंबन हे मुख्य आहे. हे जर लहान मुला-मुलींच्या बाबतीत खरे आहे तर प्रौढ शिक्षणात तर स्वावलंबन आवश्यकच आहे. प्रौढ शिक्षण ही एक कठीण बाब आहे असे जर मानले जात असेल; तर मी म्हणेन की तो एक भ्रम आहे. मुलांना 'थ्री आर्स' शिकविण्याच्या पक्षात आम्ही नाही, हे विसरून चालणार नाही की नयी तालीममध्ये संपूर्ण सहयोग सुरुवातीपासूनच आणला पाहिजे. सहयोगाचा पूर्ण अर्थ ज्याला उमगला आहे, त्याच्या मनात स्वावलंबनाबाबतचा प्रश्नच उपस्थित होणार नाही.''[२]

गांधीजींनी दिलेल्या दिशेने, पूर्वबुनियादीचा संपूर्ण ढाचा ठरविणे हे तसे कठीण काम होते. आशादेवींनी म्हटले होते की ''सात ते चौदा वयाच्या मुलांचे शिक्षण करणे ही एक कठीण गोष्ट आहे. कारण, त्यासाठी उत्तमातले उत्तम शिक्षक पाहिजेत. उत्तमातली उत्तम साधने पाहिजेत. त्यासाठी पैसा हवा; व्यवस्था निर्माण करायला हवी''.[३] हेच पूर्वबुनियादीबाबतही खरे होते.

बुनियादी शिक्षणाविषयीचा सारा विचार प्रामुख्याने खेड्यांतील मुलांच्या संदर्भातला विचार होता. त्यामुळे जेव्हा पूर्वबुनियादी शिक्षणाचा घाट घालायचा ठरले तेव्हाही कार्यकर्त्यांसमोर प्रामुख्याने खेड्यांतील मुले आणि खेड्यांतील वातावरण होते. सेवाग्रामच्या १९४५ सालच्या संमेलनात भाषण करताना, आशादेवींनी, यासंदर्भातली पहिली पावले कशी टाकावीत, याविषयीचे मार्गदर्शन केले होते.'' खेड्यांमधील सात वर्षांच्या खालील मुलांच्या शिक्षणासाठी नव्या ढंगाने विचार करायची नि नव्या पध्दतीने काम करायची जरूर आहे. हे काम सुरू करण्यासाठी सर्वांत चांगली पध्दती कोणती ठरेल, तर सुरुवातीला दोन-चार खऱ्या बालप्रेमी शिक्षकांनी विद्यार्थी होऊन खेड्यात जाऊन राहावे. सात वर्षांच्या आतील मुलांसमवेत काही काम हाती घ्यावे. गावच्या परिस्थितीचा अंदाज घ्यावा, बालकांच्या विश्वाचे अध्ययन करावे आणि मग येऊन आम्हाला सांगावे की एखाद्या छोट्याशा खेडयांतील बालकांच्या सर्वांगीण विकासासाठी कोणकोणत्या गोष्टी आवश्यक आहेत. त्यांच्या गरजा पुरविण्यासाठी आसपासच्या विश्वात, मुलांच्या

घरून, त्यांच्या आई-वडिलांकडून, आसपासच्या निसर्गामधून कोणकोणत्या गोष्टी बालकांच्या शिक्षणास सहाय्यभूत ठरतील आणि कोणकोणत्या बाबी त्यांच्या विकासास अडथळा ठरतील. या अशातऱ्हेच्या अभ्यासावरच मुलांच्या शिक्षणाची योजना आखता येईल आणि हीच योग्य अशी योजना होईल. आपण अशी आशा करूया की, असे काही साधक आपल्यांतूनच निघतील नि त्यांच्या साधनेच्या जोरावर आपल्या देशातील लहान मुलांच्या (ज्यात नव्वद टक्के खेड्यांतीलच मुले असतील) सर्वांगीण विकासासाठी राष्ट्रीय योजना तयार करण्याचे काम हाती घेऊ शकू".[४]

पूर्वबुनियादी शिक्षणाची आखणी करण्यासाठी स्थापन केलेल्या समितीच्या अध्यक्षा होत्या सरलादेवी साराभाई. अहमदाबाद येथील त्यावेळचे प्रसिध्द कापड गिरणी मालक अंबालाल साराभाई यांच्या त्या पत्नी आणि प्रसिध्द अणुशास्त्रज्ञ, विक्रम साराभाई यांच्या मातोश्री. गांधीजी त्यांना आपली सख्खी बहीण मानत असत. बालशिक्षण क्षेत्रातील त्यांचा अनुभव अनेक वर्षांचा होता. आपली मुले लहान असताना, घरातच त्यांचे शिक्षण करण्यासाठी, सरलादेवींनी खास इंग्लंडहून दोन मॉंटेसोरी ट्रेंड शिक्षिका आणल्या होत्या. भारतातील बालशिक्षणाचे प्रणेते गिजुभाई बधेका आणि ताराबाई मोडक यांनी १९२६ साली जेव्हा 'मॉंटेसोरी संघां'च्या स्थापनेचा घाट घातला तेव्हा त्याचे अध्यक्षस्थान सरलादेवींनाच बहाल केले होते. मॉंटेसोरी संघाच्या (पुढे नाव बदलून झालेल्या नूतन बाल शिक्षण संघाच्या) त्या आजन्म अध्यक्ष राहिल्या. नूतन बाल शिक्षण संघाच्या निर्मितीपासून तो अखंड होत गेलेल्या त्याच्या विस्तारात, सरलादेवींचे योगदान मोठे होते.

'सेवाग्राम राष्ट्रीय शिक्षण संमेलना'त त्यांनी पूर्वबुनियादी शिक्षणाच्या संदर्भात काही महत्त्वाचे विचार मांडले. या विचार मांडणीमध्ये त्यांचा सुमारे पाव शतकाचा बालशिक्षणाच्या संदर्भातला अनुभव होता. या वीस पंचवीस वर्षांत, नूतन बाल शिक्षण संघाने, मॉंटेसोरींच्या शिक्षणपध्दती, त्यामागे असलेला तत्कालीन आधुनिक मानसशास्त्राचा सैध्दांतिक विचार आणि या दोन्हींच्या वापरांतून प्रयोगांती सिध्द झालेले शिक्षणविषयक उपक्रम, यांचा प्रसार करण्याचा चंग बांधला होता. पूर्वबुनियादी शिक्षणाची गांधीजींनी दिलेली तात्त्विक बैठक आणि नूतन बाल शिक्षण संघाची व्यावहारिक पध्दती यांचा सुंदर मेळ घालता येईल, असे मत सरलादेवींनी मांडले. नूतन बाल शिक्षण संघाच्या विचारांचा धागा पाश्चात्त्य बालशिक्षण तज्ज्ञांच्या विचारांतून आलेला असल्यामुळे, बुनियादी शिक्षण कार्यकर्त्यांच्या मनात काहीसा किंतू होता. या संशयाचे परिमार्जन करताना, सरलादेवी म्हणतात, "जगाचा अनुभव

आणि ज्ञान याला कोणतीही भौगोलिक किंवा राजकीय मर्यादा असत नाही. अनुभव आणि ज्ञान यांतील सत्यतेचा जो गाभा आहे, त्याच्याबाबतीत पूर्व वा पश्चिम असा भेद मानता कामा नये. संस्कृतींची अशी देवाण-घेवाण नित्यच चालू असते. ती जर थांबविली तर मानवी जीवन शुष्क होऊन जाईल आणि आपल्या (भारतीय) संस्कृतीची प्रकृती तर सर्वग्राही अशी आहे. आपण आपल्या इतिहासात कित्येक विविध जातींना जिरवून घेतले आहे. समन्वय हा आपल्या संस्कृतीचा एक खास विशेष आहे. त्यामुळे कुणालाही आपले विशेष रूप नष्ट होईल असे भय किंवा शंका मनात ठेवण्याची गरज नाही''.[५]

बालशिक्षणाचे एक आगळे वेगळे महत्त्वही सरलादेवींनी या राष्ट्रीय संमेलनासमोर ठेवले आहे. ''आपल्याला जर का आपल्या राष्ट्राचे होणारे स्खलन थांबविण्याची इच्छा असेल, आपल्या वेळेचा आणि शक्तीचा सदुपयोग करायचा असेल, तर पूर्वबुनियादी शिक्षणात जे काही सफल काम कित्येक वर्षे केले जात आहे, ज्याच्या शक्यतांच्या बाबतींत आशादायक परिस्थिती निर्माण झाली आहे आणि ज्यात अजूनही प्रयोगांना नि संशोधनाला मोठा वाव आहे, त्याचा चांगला उपयोग करून घेतला पाहिजे, ही बाब खूपच महत्त्वाची आहे''.[६]

पूर्वबुनियादी समितीच्या पहिल्या दोन बैठकांमध्ये या स्तरावरील शिक्षणाला 'बच्चोंकी तालीम' असे आणि त्याआधारावर काढलेल्या शाळेला 'बच्चोंका घर' असे माँटेसारींनी दिलेले नाव निवडले. 'बच्चोंकी तालीम'चे उद्दिष्ट दुहेरी होते. एक म्हणजे प्रत्यक्ष बालकांबाबत, छोट्या बालकांचा सर्वांगीण विकास असे उद्दिष्ट ठरविले. दुसरे उद्दिष्ट अर्थातच व्यापक, समाजाशी जोडणारे असे होते. नयी तालीमच्या विचारधारेनुसार जी समाजरचना अपेक्षित केली होती, त्या रचनेत पुढे जबाबदारी पेलता यावी अशा तयारीची पहिली पायरी या शिक्षणात कल्पिलेली होती. तसेच, बुनियादी शिक्षणाप्रमाणेच पूर्व बुनियादी शिक्षणाचे क्षेत्रही भारतातील ग्रामीण बालकांपुरते निश्चित केले. पण, एवढेच नव्हते. खेडयांच्या विकासासाठी जो रचनात्मक कार्यक्रम गांधीजींनी देशापुढे ठेवला होता, त्या कार्यक्रमाच्या यशस्वितेसाठी लहान बालकांचे शिक्षण जरुरीचे आहे, अशी भूमिका या शिक्षणामागच्या प्रयत्नांमध्ये ठेवली होती; आणि तसे आवाहनही रचनात्मक कार्यातील संस्थांना केले होते. पहिल्या सात वर्षांतील अत्यंत संवेदनशील अशा वयात सवयी नि प्रवृत्ती, भविष्यात केवळ त्या व्यक्तींच्याच बाबतीत नव्हे तर राष्ट्राच्या बाबतीतही प्रभावी ठरतात असे गृहीत धरून, लहान वयात केलेली गुंतवणूक ही भविष्यात कराव्या लागणाऱ्या राष्ट्रीय उद्दिष्टांसाठीच्या खर्चात, मोठया प्रमाणावर

बचत करणारी ठरेल, अशी रास्त भूमिकाही घेण्यात आली होती.

पालकांनीच आपल्या मुलांची अधिक जाणीवपूर्वक नि विचारपूर्वक देखभाल करावी. पालनपोषणाबरोबरच शिक्षणही करावे, यासाठी पूर्वबुनियादी शिक्षण हा प्रौढशिक्षणाचा एक अविभाज्य भाग आहे, असे समितीने मानले. जिथे बुनियादी शिक्षण, उत्तरबुनियादी शिक्षण अशी 'समग्र नयी तालीम' ची व्यवस्था आहे अशा संस्थांमध्येच 'बालघरे' सुरू करणे इष्ट ठरेल असे समितीने सुचविले असले तरी प्रत्यक्षात ज्या कोणाला या शिक्षणात रस आहे आणि आत्मविश्वास आहे त्यांनी, आपापल्या गावांतून, नयी तालीमची सुरुवात या स्तरापासून करावी अशी सूचना समितीने केली आहे.

शिक्षक कसा असावा, याचेही काही निकष समितीने सुचविले होते. शिवाय शिक्षक-प्रशिक्षणाचा कालावधी दोन वर्षांचा मानला होता.

हिंदुस्तानी तालिमी संघाच्या फेब्रुवारी १९४६ च्या सभेत पूर्वबुनियादी समितीच्या दोन्ही बैठकींच्या अहवालास मंजुरी दिली गेली.

पूर्वबुनियादी स्तरावरील शिक्षणात म्हणजे बालशिक्षणात, विशेषत: ग्रामीण भागात, तोवर, देशात इतके कमी काम झाले होते की, त्याचा ढाचा ठरविताना असा कोणताच प्रत्यक्ष कामांचा आधार घेता येत नव्हता. या अर्थाने, हे अगदी पथदर्शीच काम असणार होते. त्यामुळे समितीने पुढील कार्यवाही ठरविताना, सुरुवातीस अत्यंत मोघम असाच कार्यक्रम ठरविला. ज्या संस्था असे काम अंगावर घेतील त्यांचे त्यांचे काम हे एकप्रकारे, प्रयोगशाळा म्हणूनच गणले जाईल आणि मग अनुभवांती, कार्यक्रमाला काही निश्चिती येईल अशी समितीची अत्यंत वास्तवदर्शी अशी भूमिका होती.[७]

बालशिक्षणाच्या बाबतीत, देशात फारसे काम झालेले नसले तरी जगात, प्रामुख्याने युरोपमध्ये गेल्या तीन शतकांत बालशिक्षणाच्या संदर्भात वैचारिक आणि प्रायोगिक स्वरूपाचे काम होऊन, त्यातून बालशिक्षणाच्या प्रणाली निर्माण झाल्या होत्या. रूसोने निसर्गाशी जवळीक ठेवणारे असे बालवयांतील मुलांच्या शिक्षणाचे विचार मांडले होते. पेस्टालॉझी याने काही मूलभूत विचारांची भर बालशिक्षणशास्त्रात घातली तर, त्याचा अनुयायी फ्रोबेल याच्या विचारांची किंडरगार्टन प्रणाली पुढे निर्माण झाली. सुमारे शतकानंतर मानसशास्त्रावर आणि शरीरशास्त्रावर, आणि प्रत्यक्ष बालशाळांच्या प्रयोगांवर आधारलेली अशी मॉंटेसोरी शिक्षणप्रणाली युरोपभर पसरली.

भारतात, किंडरगार्टन आणि मॉंटेसोरी प्रणालींबरोबरच इंग्लंडची नर्सरी पद्धत

सरकारी स्तरांवरून काही ठिकाणी अमलात आली होती. या सर्वच पद्धतींचे स्वत:चे काही विशेष होते, परंतु पूर्वबुनियादीची योजना तयार करताना, यांपैकी प्रत्येकीचे विवेचन करताना, पूर्वबुनियादी शिक्षणाच्या प्रत्यक्ष प्रयोगाची जबाबदारी स्वीकारलेल्या शांता नारूळकर यांनी म्हटले आहे, "आम्ही अशाच शिक्षणपध्दतीचा स्वीकार करू शकतो की जी सर्वांनाच उपयोगी व लाभप्रद ठरेल, आणि जी सर्वांच्या गरजा पुऱ्या करू शकेल. नवसमाज निर्मितीसाठी लागणाऱ्या गोष्टी ओळखण्याची क्षमता आणि तशी निर्मितीची शक्ती तिच्यात असावी लागेल. याबरोबर तिने समाजाची वास्तव परिस्थिती विसरता कामा नये. वास्तव दृष्टिकोन समोर ठेवूनच चालावे लागेल. शिक्षणाच्या प्रत्येक नव्या प्रयोगांची शहानिशा करून योग्य मार्ग दाखवणारा आणि प्रगतिपथावर ठेवणारा समाजच प्रगतीशील मानता येईल. उपर्युक्त विदेशी शिक्षणप्रणाली, आमच्या आजच्या स्थितीमध्ये, सर्वसामान्य जनतेच्या मुलांपर्यंत पोचू शकलेल्या नाहीत; आणि हीच तर त्यांच्यातली उणीव आहे. याचे मुख्य कारण म्हणजे त्यांची महाग साधने आणि व्यवहार होय. आमच्या या गरीब देशात केवळ स्वस्तच साधने वापरता येतील. ही गोष्ट आपल्याला विसरून चालणार नाही. दुसरी गोष्ट अशी की त्यांच्यात अनेक गुण असूनसुध्दा त्या आमच्या मुलांच्या जीवनाच्या दृष्टीने अत्यंत अस्वाभाविक अशा आहेत, कारण, त्या आमच्या खेड्यांशी मिळत्याजुळत्या नाहीत. त्या परदेशी परिस्थितीच्या अनुभवांच्या आधारावर बनलेल्या आहेत. जोवर त्यांच्यात निश्चित स्वरूपाचे परिवर्तन केले जात नाही तोवर त्यांचा आपल्या देशात स्वीकार करता येणार नाही. म्हणूनच बापूजींनी म्हटले आहे की या विदेशी गोष्टी आपल्या मुलांसाठी नैसर्गिक ठरणार नाहीत. उलट त्या दूषित आहेत कारण ती केवळ नक्कल आहे."[८]

मात्र या विदेशी बालशिक्षण प्रणालींच्या व्यवहाराला असा विरोध झाला असला तरी त्यांतील मूलभूत विचाराला मात्र अव्हेरले नव्हते. उदाहरणार्थ, "अत्याधुनिक पाश्चात्त्य शिक्षण प्रणालींनी असे दाखवून दिले आहे की बालशिक्षणात बालकाचे आई-वडील, त्याचे घर आणि आजूबाजूच्या परिसरातील वातावरण यांचा खूप मोठा सहभाग असावा लागतो. कारण, त्यातूनच बालकाला स्नेहपूर्ण वातावरणाची सुविधा प्राप्त होत असते. बालकाचे घर हीच लहान मुलांसाठी खरी नैसर्गिक विकासासाठीची शाळा आहे. जर आई-वडिलांनाच आपल्या मुलांच्या गरजा ओळखता आल्या, जर बालकांशी त्यांची वागणूक सहकाराची नि सहानुभूतीची असेल तर बालकांचे लहानपण आनंदी जाईल आणि तोच त्यांच्या यशस्वी जीवनाचा पाया असेल. त्यामुळे आपल्याला लहान मुलांच्या शिक्षणाची अशी योजना बनविली

पाहिजे की जी बालकांचे जीवन सुखमय करील, जी अल्पखर्ची असेल आणि जी चालू काळ विचारात घेऊन या देशाला अनुरूप, उत्तम आणि परिपूर्ण असेल अशीच योजना बापूजींनीसुध्दा सुचविलीच आहे.''[९]

पूर्वबुनियादी शिक्षणाचे प्रत्यक्ष काम सेवाग्राम आश्रमात नोव्हेंबर १९४४ मध्ये सुरू झाले. पहिले चार-पाच महिने या 'नवशिक्षणा'च्या तयारीचे होते. त्यानंतर मात्र जुलै १९४५ पासून प्रत्यक्ष बालशाळा, म्हणजे पूर्वबुनियादी समितीच्या शब्दांत, 'बालघर' सेवाग्राम आश्रमात सुरू झाले. या कामाचे वैशिष्ट्य असे की अगदी पहिल्याच दिवसापासून, बालशिक्षण आणि यासंदर्भातले प्रौढशिक्षण, हातांत हात घालून चालू झाले. सुरुवातीपासूनचे शिक्षक श्री. पवार आणि श्री. घुशे यांना बालकांच्या घरांना भेटी देण्याचा आणि सकाळी बालकांच्या उठण्यापासूनच्या सर्व कामांविषयी पालकांशी हितगुज करावे लागत असे. त्यामुळे, एका अर्थी, बालकाच्या संदर्भातील त्यांच्या आई-वडिलांचे शिक्षण हा या गृहभेटींचा महत्त्वाचा हेतू होता. बालकांचे अवलोकन करणेही आपोआप साधत असे. उठल्यानंतर, तोंड धुणे, शौचाला जाणे, आंघोळ करणे अशा दैनंदिन बाबींचे निरीक्षण करून त्याबाबतीत आवश्यक ती सल्लामसलत घरच्या मंडळींशी केली जात असे. याशिवाय मुलांचे खाणे-पिणे, पोषक आहार, स्वच्छ पाणी, कपडे-आणि कपड्यांच्या चर्चेकरवी घरी चरख्यांवर सूत काढण्याचे महत्त्व इथपर्यंत चर्चांची मजल जात असे. स्वच्छता हा तर कळीचाच विषय होता. स्वत:ची स्वच्छता, घराची-परिसराची स्वच्छता याबाबतींत तर शिक्षक केवळ चर्चा करून थांबत नसत, तर प्रत्यक्ष अशा कामांत घरच्यांच्याबरोबर सहभागी होत असत. बालकाचे शिक्षण हे बालकाचे घर समजावून घेतल्याशिवाय होत नाही, त्यामुळे शिक्षकांवर याचीही जबाबदारी दिलेली होती. एका शिक्षकाने आपल्या अहवालात केलेली यासंदर्भातील नोंद अशी आहे : सात वर्षांच्या आतील मुलांच्या शिक्षणात त्यांच्या शारीरिक विकासाला सगळ्यांत जास्त महत्त्व आहे. त्यामुळे आमचे पहिले काम होते बालकांच्या आरोग्याची देखभाल करणे, तपासणी करणे. यात मुख्यत: त्यांच्या घरची परिस्थिती, घरचे अन्न, झोप, विश्रांतीची वेळ, वजन, उंची तसेच वर्षात वा नेहमी होणारे आजार यांची माहिती घेणे जरुरीचे असे.[१०] शाळेच्या पहिल्या वर्षात, वर्षभर भरती चालूच होती. वर्षाच्या शेवटी ७२ मुलांची नोंद करण्यात आली. सरासरीने पन्नास विद्यार्थी रोज उपस्थित असत. शाळा साफ-सफाई, पाणी भरणे, साधने मांडणे अशी सर्वच कामे मुले व शिक्षक मिळूनच करीत असत.

बालशिक्षणात, शैक्षणिक साधनांचे अनिवार्य महत्त्व असते.

पूर्वबुनियादीमध्येही हे महत्त्व जाणले होते, पण साधने विनाखर्ची कशी असतील, याकडे सुरुवातीपासूनच लक्ष दिले होते. त्यामुळे अगदी सुरुवातीला दगड-गोटे, माती, झाडाची पाने अशी परिसरातली नि सहजपणे मुलांच्या हाती लागतील अशी साधने वापरायला सुरुवात झाली. पुढे, काही दिवसांनी, गावातच मिळणारी पण फारशी खर्चिक नसलेली अशी 'साधने' वापरात येऊ लागली. माती-लाकडाची खेळणी,झाडू, बांबूच्या कामटया अशा वस्तूंना शैक्षणिक आशय प्राप्त झाला. त्यानंतर मात्र मुलांच्या शारीरिक, बौध्दिक, सामाजिक विकासाच्या अंगांनी साधनांचा विचार व विकास होऊ लागला.

पूर्वबुनियादी शिक्षणात, बुनियादी शिक्षणातील स्वावलंबन आणि सामाजिक सहकार यांसारखी वैशिष्ट्यपूर्ण तत्त्वेही समाविष्ट झालेली होती. अर्थात मुलांची लहान वये लक्षात घेऊन, स्वतःची छोटी छोटी सर्व कामे स्वतःला करता येणे व त्यांची सवय लागणे याच्याशी स्वावलंबनाची संकल्पना मर्यादित करण्यात आली होती, तसेच आलेल्या पाहुण्यांचे स्वागत करणे, आपल्यापेक्षा लहान मुलांना मदत करणे, बालसभा, कामांची वाटणी, शाळेतील सर्व वस्तू जागेवर नीट ठेवणे, रस्त्याने नीट चालणे अशा सवयींशी सामाजिकतेची संकल्पना जोडली होती.

बालशिक्षणाचा नव्यानेच विचार होत असताना, तो अधिक नेटकेपणाने कसा होईल याकडे सातत्याने लक्ष पुरवलिे जात होते.

बुनियादी शिक्षण

गांधीजींनी जीवनशिक्षणाचा विचार दिला तोवर बुनियादी शिक्षणाचा प्रयोग सुरू होऊन सहा वर्षे उलटून गेलेली होती. प्रयोगाचे निष्कर्षही समाधानकारक होते. त्यामुळे अशा शिक्षणाचा भौगोलिक तसेच सरकारी स्तरांवर विस्तार करण्याविषयी १९४५ च्या नयी तालीम सेवाग्रामच्या संमेलनात चर्चा करण्यात आली. तोवर बुनियादी शिक्षणाची संकल्पनाही प्रयोगांती नि विचारांती अधिक नेटकी होत गेलेली दिसून येते.

शिक्षणाची उद्दिष्टे आता अधिक स्पष्ट झाली होती. बुनियादी शिक्षण प्राप्त करणाऱ्या विद्यार्थ्याला व्यक्तिगत स्वावलंबनाने आपल्या जीवनाच्या, अन्न, वस्त्र, निवाऱ्यासारख्या गरजा भागविण्याची क्षमता प्राप्त झाली पाहिजे. त्याला स्वच्छतेच्या नि निरोगी जीवनाच्या सवयी लागाव्यात, विद्यार्थी अधिक सर्जनशील व्हावा. अशा वैयक्तिक स्वरूपाच्या अपेक्षांबरोबरच व्यक्तीने स्वतःला सामाजिक अंगानेही घडवावे, असे उद्दिष्ट समोर ठेवून, व्यक्तीचे एक संतुलित व्यक्तित्व घडावे, ज्या

एका नवीन समाजरचनेचे स्वप्न गांधीजींनी दिले होते त्याला साजेसे असे नागरिकत्व फुलावे; या अपेक्षित समाजरचनेला पायाभूत असलेली समता, बंधुता, सहकार, न्याय्यता, नि शांतता अशी लोकशाही मूल्ये त्यांच्यात रुजावी अशी अपेक्षा धरण्यात आली. थोडक्यात, व्यक्तीकडे, सामाजिक स्वास्थ्यातील एक सहभागी आणि एक निर्माता अशा अंगांनी पाहण्यात आले. व्यक्तीजीवनाची-नवसमाजरचनेशी जोडलेली नाळ, गृहीत धरण्यात आली.

अर्थात, बुनियादी शिक्षणाचा मुख्य आधार ग्रामीण हस्तोद्योग हाच असणार होता. उत्पादक कार्याकरवी मुले शिकणार होती. त्यातून निर्माण होणाऱ्या उत्पन्नातून त्यांच्या 'फी'ची व्यवस्था होणार होती. एरवी शिक्षण मोफतच असणार होते. शिक्षण सक्तीचेही असावे अशी भूमिका होती.

बुनियादी शिक्षणाची पायरी ही त्यापूर्वीच्या पूर्वबुनियादीशी म्हणजे बालशिक्षणाशी आणि त्यानंतरच्या उत्तरबुनियादी म्हणजे माध्यमिक शिक्षणाशी जोडलेली होती. त्यामुळे या शिक्षणातून गाठावयाची उद्दिष्टे ही केवळ याच पायरीपुरती मर्यादित नव्हती, तर तिला आधार आधीच्या शिक्षणातून मिळणार होता, आणि तिचा सांधा पुढील शिक्षणातील आशयाशीही जोडला जाणार होता.

बुनियादी शिक्षणाची कालमर्यादा आता सातऐवजी आठ वर्षे अशी निश्चित करण्यात आली. ती सुरुवातीची पाच वर्षे आणि नंतरची तीन वर्षे अशी दोन विभागांत विभागण्यात आली.

उत्तरबुनियादी शिक्षण

२६ मार्च १९४५ च्या सभेत पूर्वबुनियादी बरोबरच उत्तरबुनियादी आणि प्रौढशिक्षण यांच्या विचारार्थ समित्या स्थापन करण्यात आल्या. प्रो. सय्यद्दिनसाहेब हे उत्तर बुनियादी समितीच्या आणि बाळासादेव खेर हे प्रौढशिक्षण समितीच्या अध्यक्षस्थानी नियुक्त केले गेले; तर आर्यनायकम् हे उत्तरबुनियादी समितीचे आणि रामचंद्रन् हे प्रौढशिक्षण समितीचे संयोजक म्हणून नियुक्त केले गेले. दोन्हींच्या अहवालांना दि. १६ फेब्रुवारी १९४६ च्या सभेत मान्यता मिळाली. सेवाग्राममध्ये उत्तर बुनियादीचा प्रयोग जानेवारी १९४७ पासून सुरू झाला. याच सभेत उत्तर बुनियादीची प्रत्यक्ष योजना व अभ्यासक्रम तयार करण्यासाठी डॉ. जाकिर हुसेन यांच्या अध्यक्षतेखाली समिती तयार करण्यात आली. आर्यनायकम् यांनी संयोजक म्हणून काम पाहावे असे ठरले. अशाच प्रकारचे निर्णय प्रौढ शिक्षणकार्याबाबतही घेण्यात आले. सेवाग्राममध्ये याचाही स्वतंत्र विभाग निर्माण करून त्याचे निमंत्रक

म्हणून रामचंद्रन् यांच्याकडे जबाबदारी सोपविण्यात आली. त्यांच्या मदतीसाठी एक सल्लागार समिती बाळासाहेब खेर यांच्या अध्यक्षतेखाली निर्माण करण्यात आली. १ व २ ऑक्टोबर १९४६ च्या संघाच्या वार्षिक सभेत आर्यनायकम् यांनी सादर केलेला उत्तरबुनियादीचा दोन व चार वर्षांचा अभ्यासक्रम मंजूर करण्यात आला.

चौदा वर्षांवरील मुले प्रौढतेच्या जवळ आलेली असतात. अर्थातच प्रौढ म्हणून जगण्यासाठी आवश्यक ती तयारी करून देण्याचा हा अखेरचा काळ असतो. यापूर्वीच्या शिक्षणात झालेली तयारी गृहीत धरून, उरलेली तयारी करण्याचा हा काळ असतो. उत्तरबुनियादीच्या योजनेत, बुनियादी अवस्थेतील तयारी गृहीत धरावयाची होती. ग्रामोद्योगाचे बऱ्यापैकी कौशल्य आणि त्याच्या अनुषंगाने होणारे ज्ञान ही वैयक्तिक पातळीवरची बेगमी गृहीत धरून तिला समाजाशी जोडण्याची तयारी उत्तरबुनियादी शिक्षणात करण्याची योजना आखण्यात आली होती. या तयारीसाठी दोन दिशा पकडण्यात आल्या होत्या. एक होती ती समुदाय जीवनाचे प्रत्यक्ष अनुभव घेण्याची. त्यासाठी समुदायाच्या विविध व्यवहारांमध्ये प्रत्यक्ष सहभागी होण्याची गोष्ट येथे होती. तसेच शिक्षणकेंद्रावर सारे व्यवहार, एक समुदाय म्हणून परस्पर सहकार्याने करण्यावर व आपल्या सर्व भौतिक नि सांस्कृतिक गरजा पूर्ण करण्यावर भर द्यायचा होता. दुसरी दिशा होती ती समाजसेवेची. एकूणच बुनियादी पध्दतीच्या जीवन शिक्षणात व्यक्तिविकास हा समाजविकासाला साधनभूत मानलेला होता. त्यामुळे असे साधनभूत बनण्याचा अनुभव प्राप्त करण्यासाठी समाजसेवेचा मार्ग अवलंबायचा होता.

उत्तरबुनियादी शिक्षणाच्या तीन-चार वर्षांच्या कालावधीनंतर व्यक्तीला कोणती योग्यता प्राप्त होऊन ती प्रौढतेच्या उंबरठ्यावर उभी राहिलेली असेल, याविषयी आशादेवींनी एका लेखात सविस्तर यादीच दिली आहे.[११]

क. स्वावलंबनाबाबतची योग्यता

१. जीवनस्वावलंबन - व्यक्तिगत नि कौटुंबिक जीवनाच्या मूलभूत गरजा, म्हणजे अन्न, वस्त्र, निवारा तसेच मनोरंजन यांच्या गरजा पूर्ण करण्यासाठी आवश्यक असलेले ज्ञान व कौशल्य.

२. आपण (शिक्षणात) निवडलेल्या व्यवसाय वा उद्योग याच्या सहाय्याने स्वत:चे व कुटुंबाचे पोट भरण्याची पूर्ण जबाबदारी घेण्याची क्षमता.

ख. सामाजिक योग्यता

१. परस्पर सहकार्य व न्याय्यता यांवर आधारित अशा समाजाची निर्मिती करणे व तिचे पोषण करणे यासाठी लागणारी तयारी.

२. राजकीय, सामाजिक व आर्थिक स्वातंत्र्याची प्राप्ती करणे व ते टिकवून ठेवणे यासाठी लागणारी तयारी.

३. वैश्विक मानव समाज आणि खास करून भारताचे कल्याण व विकास यासाठी आग्रही असणे.

४. सर्वांविषयी, त्यातही विशेषत: ज्या समाजांची धार्मिक श्रध्दा, सामाजिक रीती-रिवाज अथवा सांस्कृतिक परंपरा आपल्यापेक्षा भिन्न आहेत, अशांबाबत सौदार्हाची व आदराची भावना; तसेच दुसऱ्या समाजातील व्यक्तींबाबत मैत्री व शेजारधर्म निर्माण करण्याबाबत आग्रह धरणे.

५. विश्वातील सर्वच महान धर्मांप्रती श्रध्दा, त्यांच्या ग्रंथांविषयीचे सामान्यज्ञान तसेच धर्मगुरू वा संतपुरुषांच्या जीवनाची तसेच त्यांच्या उपदेशांची ओळख असणे.

६. सर्वच आवश्यक अशा समाजकार्यामध्ये जबाबदारी सांभाळण्याची योग्यता.

७. व्यक्तिगत नि कौटुंबिक निरोगी जीवनासाठी ग्रामसफाई अंगावर घेण्याची तयारी.

८. संयमाने नि समजदारीने कौटुंबिक जीवनाची जबाबदारी घेण्याची तयारी.

ग. समग्र जीवनोपयोगी ज्ञानयुक्त कार्यकौशल्य

१. जो उद्योग शिक्षणाचे माध्यम म्हणून विद्यार्थ्याने निवडलेला असेल, त्याच्याद्वारा आपले आणि आपल्या कुटुंबाचे पोट भरता येण्यासाठी लागणारे ज्ञान व कौशल्य असणे.

२. आपले शिक्षण आणि आपले जीवन यात परस्पर संबंध बांधणाऱ्या चांगल्या साहित्याचे अध्ययन करणे, त्या विषयावर स्पष्टपणे विचार मांडता येणे अथवा लेख लिहिता येणे आणि यांसाठी आवश्यक ती आपली शिक्षणाची भाषा व साहित्य यांची चांगली जाण असणे.

३. राष्ट्रीय भाषा बोलण्याची आणि नागरी लिपी वाचण्या-लिहिण्याची योग्यता.

४. शरीरशास्त्र, आरोग्यविज्ञान, सफाईचे शास्त्र व आहारशास्त्र या आरोग्यविषयक सर्व शास्त्रांमधील मूलभूत सिध्दांतांचा चांगला परिचय असणे, तसेच सर्वसामान्य आजारांवरील मानसिक व प्रतिबंधात्मक उपायांबाबतची माहिती असणे, गावात अथवा संस्थेमध्ये आजारी लोकांची सेवा करता येणे.

५. जगातील सर्वसामान्य राजकीय, आर्थिक, सांस्कृतिक आणि सामाजिक समस्यांची समज आणि भारतातील या समस्यांचे विशेष ज्ञान असणे.

६. वर्तमान जीवनामध्ये विज्ञानाचे स्थान आणि त्याचे योगदान यांच्याशी परिचित असणे.

७. वैज्ञानिक दृष्टिकोनाचा विकास होणे.

८. आपल्या फावल्या वेळाचा सदुपयोग करण्यासाठी लागणारे ज्ञान व अभ्यास असणे.

९. सामाजिक व्यवहारांत सभ्यता व सदाचार ठेवण्यासाठी लागणारे ज्ञान व अभ्यास असणे.

१०. चांगल्या अभिरुचीचा विकास साधणे.

११. स्वाध्याय नि अभ्यास यांच्या सहाय्याने आपले ज्ञान नि कुशलता वाढविण्याची क्षमता असणे.

विद्यार्थ्यांचा एक व्यक्ती म्हणून, एक समाजघटक म्हणून आणि एक राष्ट्रीय नि वैश्विक नागरिक म्हणून, संतुलित विकास व्हावा या उद्दिष्टाप्रत नेणारी अशी ही यादी आहे. उत्तरबुनियादी शिक्षणाचे माध्यम हे एखादा उद्योग किंवा व्यवसायच असणार होता. फक्त पूर्वीच्या बुनियादी स्तरापेक्षा या स्तरावर अपेक्षा अधिक होत्या. आता, उत्पादक कामाचे पूर्ण कौशल्य अंगी बाणणे आणि त्याकरवी, ते शिक्षण पूर्णतया स्वाश्रयी होण्यावर भर होता. ''बुनियादी शिक्षण हे स्वावलंबी होण्यासाठीचे प्रशिक्षण आहे तर उत्तर बुनियादी शिक्षण हे स्वावलबंनाकरवी होणारे प्रशिक्षण आहे, आणि यामधून प्रत्येक विद्यार्थ्याने आपले जेवणखाण, कपडे आणि शिक्षणासाठी लागणाऱ्या साहित्याचा खर्च भरून काढणे अपेक्षित आहे''.[१२] हिंदुस्तानी तालिमी संघाने, समिती नेमून केलेला उत्तरबुनियादी शिक्षणाचा सर्वकष ढाचा सेवाग्राम संमेलनात विचारार्थ ठेवून त्यास व्यापक मान्यता घेण्यात आली होती.

बुनियादी शिक्षणाची सात वर्षे पूर्ण केल्यानंतर सुमारे ८० टक्के मुले शिक्षण त्याच स्तरावर थांबवतील, आणि तरीही त्यांच्या उपजीविकेची सोय त्यांच्या शिक्षणाकरवी होईल असे मानले होते. त्यांना त्यांच्या पेशात अधिक कुशलता, हवी असल्यास, ती प्राप्त करण्याची संधी दिली जाणार होती. उरलेले विद्यार्थी पुढे शिकतील असे मानून त्यांच्या शिक्षणाची सर्वतोपरी सोय व्हावी; एखाद्याला, या दिशेने, शिकता येईल तेवढे शिकण्याची तजवीज व्हावी, अशी भूमिका समितीने ठेवली होती. साहजिकच मध्यवर्ती उद्योग विशिष्टच असावा अशी मर्यादा ठेवून

चालणार नव्हती. म्हणून समितीने 'बहुमुखी' शिक्षणाची योजना आखली. त्यात, शेती व गोपालन, आरोग्याचे काम, इंजिनियरिंग, यंत्रशास्त्र, व्यापार, विविध प्रकारचा कलाव्यवसाय, वीज, शिक्षणशास्त्र, वृत्तपत्रविद्या, छपाई-प्रिंटिंग प्रेस, संगीत आदी ललित कला, गृहविज्ञान, धातुविज्ञान आणि याचबरोबर शक्य त्या त्या उद्योगांचे शिक्षण देण्याची व्यवस्था गृहीत धरली होती. पुन्हा हे सारे शिक्षण काम करूनच आणि आनुषंगिक ज्ञान मिळवूनच करावयाचे होते. परंतु हेही अवधान दाखवायचे होते की सामान्य शाळांमधून जे काही शिकवले जाते त्यातले काहीही सुटता कामा नये. प्रत्येक विषयाचे वेगवेगळे पाठ्यक्रम कल्पिलेले होते.

उत्तरबुनियादी तालीम समितीने या संपूर्ण शिक्षणक्रमाबाबतची भूमिका स्पष्टपणे मांडलेली दिसून येते. "बुनियादी शिक्षणाच्या पुढच्या शिक्षणाचे ध्येय असणार आहे एक शिक्षित कार्यकर्ता तयार करण्याचे. तो केवळ एक कुशल कारागीर, हस्तकार किंवा व्यावसायिक होणार नाही तर त्याची वृत्ती अधिक उदार असेल. त्यात कोणतेही अपुरेपण नसेल. आपल्या आजूबाजूचे जीवन बुध्दीने समजावून घेण्याची ताकद त्याच्यामध्ये आलेली असेल. आपली कर्तव्ये आणि जबाबदाऱ्या यांच्याबाबतीत तो जागरूक राहील. जीवनातील प्रश्नांच्या बाबतीत त्याची स्वयंदृष्टी तयार झालेली असेल आणि समाज नि विश्व यांच्याबाबतीत दृष्टी समतोल असेल. शरीर, मन आणि आत्मा यांचा सुरेख संयोग त्याच्यामध्ये असेल. तो कुशल व्यावहारिक तसेच आदर्शवादीही असेल. बुनियादी शिक्षणाच्या पुढे शिक्षण घेणाऱ्या विद्यार्थ्यांसाठी भिन्न भिन्न असे पाठ्यक्रम तयार केले तरीही ज्या तऱ्हेची व्यक्ती वा नागरिक आपण घडवू पाहात आहोत, त्यासाठी काही सर्वसामान्य असे विषय सर्वांसाठीच असतील. उदाहरणार्थ, मातृभाषेतील साहित्य, मातृभाषेशी संबंधित प्राचीन भाषा व तीमधील साहित्य, शारीरिक शिक्षण, नागरिकत्वाचे शिक्षण आणि समाजसेवेचे काम इत्यादी. उत्तरबुनियादीची योजना सर्वंकष असली पाहिजे, जेणेकरून ते शिक्षण पूर्ण करणारा विद्यार्थी लगेचच थेट जीवनव्यवहारात प्रवेश करू शकेल. अर्थात ज्यांना यापुढेही शिक्षण घ्यायचे आहे त्यांना कोणताच प्रतिबंध असणार नाही. आजच्या शिक्षणपध्दतीच्या भाषेत, जो कोणी बुनियादी तालीमचा शिक्षणक्रम पूर्ण करील त्याचे ज्ञान इंग्रजी सोडता, इतर विषयांच्या बाबतीत मॅट्रिकच्या तोडीचे मानले होते. तद्वतच, जो विद्यार्थी ही उत्तरबुनियादीची पायरी ओलांडेल त्याचे ज्ञान इंग्रजी सोडले तर पदवीधराच्या बरोबरीचे असेल."[१३]

उत्तरबुनियादी शिक्षणाचा जो आराखडा, समितीने तयार केला होता त्यामध्ये, या आराखड्याचा अवलंब मोठ्या प्रमाणावर राष्ट्रीय सरकारच करू शकेल, असे

म्हटले होते. मात्र छोटया छोटया प्रमाणावर, जसे बुनियादी शिक्षणाचे काम झाले, तसेच उत्तरबुनियादीचेही काम विविध संस्थांद्वारा, प्रायोगिक स्तरावर लगेच हाती घेण्याची अपेक्षा व्यक्त केली होती. त्यासाठी पाठ्यक्रम आणि शिक्षक-प्रशिक्षण याही गोष्टी त्वरेने हाती घ्यावयाची सूचना होती.

प्रौढ शिक्षण

पूर्वबुनियादीप्रमाणेच त्याच्याशी संलग्न अशा प्रौढ शिक्षणाच्या कार्यक्रमाची सुरुवात करण्यासाठी, हिंदुस्तानी तालिमी संघाने आपल्या ८ नोव्हेंबर १९४४ च्या सभेत रामचंद्रन् यांच्या अध्यक्षतेखाली एक समिती मुक्रर केली. या 'प्रौढ शिक्षा समिती'ने प्रौढ शिक्षणाबाबतचा आपला दृष्टिकोन आणि सूचना नजीकच्याच सेवाग्राम 'राष्ट्रीय नयी तालीम संमेलना'त निर्णयासाठी सादर केल्या.

पूर्वबुनियादी ते उत्तमबुनियादी अशा कोणत्याही कार्यक्रमाखाली जे लोक येऊ शकत नाहीत अशा सर्व प्रौढ लोकांचा, म्हणजे त्यांच्या शिक्षणाचा, काही वेगळी भूमिका घेऊन विचार करण्यात आला. जे जीवनातील विविध रोजगारांमध्ये गुंतलेले आहेत अशा सर्वच स्त्री-पुरुषांना 'शिक्षणा'ची गरज आहे असे मानले गेले. मग ते साक्षर असोत वा निरक्षर. यांच्याच घरा-घरांतून लहान मुले वाढत असतात आणि त्यांच्या शिक्षणाची वा विकासाची जबाबदारी याच प्रौढांवर असते. साहजिकच, मुलांच्या शिक्षणाबाबतच्या कोणत्याही योजनेत यांच्या सहमतीची जरूर भासत असते. "विस्तृत निळ्या आकाशाप्रमाणे, या प्रौढांच्या जीवनाने साऱ्या राष्ट्राचे जीवन आच्छादिलेले आहे, त्यामुळे आवश्यकता अशी आहे की, त्यामध्ये काही अंधकार किंवा जी काही जडता साठून राहिली आहे ती त्वरेने दूर केली जावी. प्रौढ शिक्षणाचे हेच काम आहे." असे मत रामचंद्रन् यांनी आपल्या निवेदनात मांडले होते. तसेच, राष्ट्राच्या पुनर्रचनेच्या कोणत्याही कामात या प्रौढ वर्गाकडे दुर्लक्ष करून चालणार नाही, असेही रामचंद्रन् यांनी म्हटले आहे.

प्रौढ शिक्षणसमितीच्या दोन बैठकींमधून, प्रौढ शिक्षणाची नेमकी उद्दिष्टे कोणती असावीत आणि प्रौढ शिक्षणाच्या अंतर्गत कोणकोणत्या शिक्षणबाबींचा समावेश करायला हवा, यांवर सविस्तर चर्चा करण्यात आली होती. त्यापूर्वी ज्या विद्यापीठांमार्फत प्रौढ शिक्षणवर्ग चालविले जात असत किंवा ज्या खाजगी स्वेच्छासंस्था अशा कार्यात असत, त्यांचे अहवालही चर्चेत विचारार्थ ठेवले गेले होते. अर्थात असे चाललेले प्रौढ शिक्षणाचे कार्य काही फारसे विस्तारलेले नव्हते. त्यामुळे व्यापक प्रौढ शिक्षणाचा हेतू, समितीने आपल्या नजरेसमोर ठेवला. मुख्य

म्हणजे, समितीने, साक्षरता आणि शिक्षण यात भेद केला. 'समितीने जेवढा अधिक विचार केला तेवढा अधिक पक्का निर्णय झाला की, साक्षरता ही खऱ्या प्रौढशिक्षणाची सुरुवातही नाही आणि शेवटही नाही. समितीच्या सर्व सदस्यांचे याबाबतीत एकमत झाले की, प्रौढांचे शिक्षण हे त्यांच्या जीवनाच्या प्रत्येक पैलूला स्पर्श करणारे असे असावे, आणि त्यांच्या जीवनाचा पुरा चेहरा-मोहरा बदलून टाकणारे असे ते असावे." असे निवेदनात म्हणण्यात आले आहे.[१४] अर्थात याचा अर्थ असा नव्हे की समितीने साक्षरतेकडे पूर्णतः दुर्लक्ष केले. साक्षरतेचे महत्त्व समितीने मान्य केले होते. साक्षरता ही प्रौढशिक्षणाचे एक महत्त्वाचे अंग आहे असेच समितीने म्हटले आहे. परंतु ते योग्य वेळी आणि योग्य तऱ्हेने अमलात आणावे लागेल, असे मत समितीने व्यक्त केले होते. "प्रौढ शिक्षणाचे प्रमुख काम आहे ते प्रौढांच्या बुद्धीला चालना देण्याचे, ती सतेज करण्याचे आणि त्याकरवी त्यांचे जीवन उजळून टाकण्याचे."[१५] अशीच याबाबत समितीची भूमिका होती.

नयी तालीमच्या मूलभूत विचाराला सामावून घेणारा एक नवा विचार प्रौढ शिक्षणाबाबत या समितीने मांडला आहे. ज्या प्रकारच्या दैनंदिन कामांत, आपल्या उपजीविकेसाठी लोक गुंतलेले असतात, त्या कामांना सोडून त्यांच्या जीवनाला भिडणे शक्य नाही. "आर्थिक, सामाजिक वा सांस्कृतिक कोणत्याही दृष्टिकोनांतून विचार केला तरी, हे काम हाच त्यांच्या जीवनाचा पाया आहे. त्यामुळे, त्यांचे जे काही शिक्षण व्हायचे ते केवळ त्यांच्या या कामांच्या माध्यमांतून होऊ शकेल."[१६] अशी रास्त भूमिका प्रौढ शिक्षणाबाबत घेण्यात आली. या शिक्षणाचे उद्दिष्ट होते, ते प्रौढांचे जीवन अधिक दर्जेदार, संपूर्ण आणि समृद्ध बनविण्याचे.

'प्रौढ शिक्षा समिती'ने संमेलनापुढे ठेवलेल्या प्रस्तावामध्ये बुनियादी शिक्षणावर आधारित अशा प्रौढ शिक्षणाचा संपूर्ण ढाचाच देण्यात आला आहे. उद्दिष्टे, पद्धती आणि प्रौढ शिक्षणाचे उपक्रम या सर्वच बाबी, थोडक्यामध्ये, त्यांत समाविष्ट झाल्या आहेत. या प्रस्तावातील कलमे पुढीलप्रमाणे आहेत.

१. हिंदुस्तानातील प्रौढ शिक्षणसंस्थांचा उद्देश, आज, केवळ साक्षरतेचा आहे; आमचा उद्देश प्रौढांचे शिक्षण असा असेल.

२. प्रौढांचे शिक्षण कोणत्यातरी अनुकूल उद्योग-धंद्याकरवी व्हायला हवे, हा गांधीजींचा विचार समितीला स्वीकार्य आहे.

३. आज प्रौढांसाठी कोणत्याच प्रकारचे शिक्षण उपलब्ध नाही. दिवसभर त्यांना आपल्या उपजीविकेसाठी कोणत्या ना कोणत्या उद्योगात बुडून जावे लागते. त्यामुळे समितीने असा विचार केला आहे की, त्यांच्या शिक्षणासाठी ज्या कोणत्या

हस्तोद्योगाची निवड केली जाईल, त्यांतून त्यांचे आपल्या नेहमीच्या उद्योगधंद्यातील कौशल्य वाढविण्यास सहाय्य होईल. याचा अर्थ असा होतो की, प्रौढशिक्षणासाठी आम्हाला, त्यांच्या दैनंदिन व्यवसायाच्या वेळात त्यांच्या घरी जावे लागेल, किंवा त्यांच्या फुरसतीच्या वेळात त्यांना एकत्र करून त्यांच्याशी संपर्क साधावा लागेल. यासाठी, प्रौढ शिक्षणाचे काम करणाऱ्या कार्यकर्त्यांस, आपल्या संपर्कातील प्रौढांचा जो उद्योग असेल तो वैज्ञानिक अंगाने आणि त्याचे पूर्ण शास्त्र समजावून घेऊन शिकावा लागेल. प्रत्येक गाव किंवा गावाच्या समूहासाठी, हस्तोद्योगाची एक प्रयोगशाळा असावी लागेल, जिथे लोक नियमितपणे उपस्थित राहतील. तेथे त्यांना जे विषय शिकविले जातील ते त्यांच्याच प्रदेशातील उद्योगांशी जोडलेले असतील.

४. त्यामुळे प्रत्येक प्रौढ शिक्षणकेंद्रास, लोक ज्यांतून आपले पोट भरतात अशा उद्योगांचा आधी शोध घ्यावा लागेल; तसेच त्यांमध्ये काही उणिवा असतील, अडचणी असतील तर त्या शोधून त्या दूर करण्याचे उपाय शोधावे लागतील.

५. पाहून शिकण्याच्या पद्धतीचा पुरेपूर वापर करावा लागेल.

६. शिकणाऱ्यांवर लिहिण्या-वाचण्याचा बोजा न टाकता, साऱ्या विषयांच्या बाबतीत, शक्य तेथे पुस्तकांची मदत न घेता, उद्योगांबाबतचे तोंडीच शिक्षण द्यावे.

७. व्यक्तिगत, घराची नि गावाची स्वच्छता, शेजारधर्म, माणसाचे मूलभूत हक्क आणि गावाशी संबंधित कायदेकानूंची माहिती, शारीरिक शिक्षण, आहारशास्त्र, निरोगी मनोरंजन, घरगुती उत्पन्न व खर्चाचे हिशोब, आई-वडिलांचे कर्तव्य, सामाजिक संघटन व सहकार, विश्वाबद्दलची सामान्य माहिती, गावांतील सणांचा अभ्यास व संघटन, गावातील संसाधनांचा योग्य उपयोग करणे, अनिष्ट सवयी व कामांपासून अलिप्त राहणे अशा विषयांना पाठ्यक्रमात प्रमुख स्थान असेल. या समितीचे मत असे आहे की, धार्मिक सणांचे आयोजन करताना, ज्यातून धार्मिक झगड्यांना किंवा कुरबुरींना प्रोत्साहन मिळेल अशा रीतीने ते करू नये. उलट, अशा प्रसंगांचा उपयोग, त्यातून विश्वातील सर्वच धर्मांबाबत आणि समाजांबाबत आदरभावच निर्माण होईल, अशा तऱ्हेने त्यांचे आयोजन केले जावे.

८. प्रौढ शिक्षणातील कार्यकर्त्यांसाठी अगदी नव्या ढंगाने वाङ्मय निर्माण करावे लागेल. जरी प्रौढ शिक्षणाची सुरुवात किंवा शेवट हा साक्षरतेने होणार नसला तरी केव्हाना केव्हा प्रौढांना साक्षर बनविण्यासाठी पुरेपूर प्रयत्न करावे लागतील.

अशाप्रकारे प्रौढशिक्षणाची एक वैशिष्ट्यपूर्ण रचना समितीने केली होती. प्रौढांचे आपापल्या कामांतील व्यक्तिगत कौशल्य वाढावे, अधिक स्वच्छ नि समृद्ध जीवन त्यांना जगता यावे आणि एक समाज म्हणून त्यांच्यामध्ये सदैव शांततेचे व

सहकाराचे वातावरण राहावे या पद्धतीने ही रचना करण्यात आली होती.

याबाबत आर्यनायकम् यांचा या रचनेबाबतचा अभिप्राय असा आहे की "(माणसात) आत्मसन्मानाची भावना जागृत करण्यासाठी स्वावलंबनाची कास धरावी लागते; हाच एक साऱ्या सिद्धांतांना गवसणी घालणारा एकमेव सिद्धांत आहे; की जो हिंदुस्तानी तालिमी संघाच्या ग्रामीण प्रौढ शिक्षण कार्यक्रमात जागोजागी दिसून येतो."[१७]

पुढे १९४५ सालच्या प्रौढ शिक्षण समितीच्या एका बैठकीत गांधीजींनी हजेरी लावली होती. त्यावेळी त्यांच्याशी इतर कार्यकर्त्यांची, प्रौढशिक्षणाच्याच संदर्भात काही प्रश्नोत्तरे झाली. त्यावेळी त्यांना असा एक प्रश्न विचारण्यात आला की "स्वावलंबनाचा नेमका अर्थ काय आहे? जी प्रौढ व्यक्ती आठ तास किंवा त्याहूनही अधिक श्रम करून आपल्या परिवाराचे पोषण करीत असेल, तर त्याच्या सारख्यांच्या बाबतीत स्वावलंबनाचे स्वरूप काय असेल?"

गांधीजींनी तत्काळ उत्तर दिले की, एखादा आठ तास काम करीत असेल पण तो (त्यातून) आपल्या परिवाराचे प्रतिपालन करतो आहे असे म्हणणे चूक ठरेल. आपण ज्ञानाच्या दृष्टीने याकडे पाहिले तर दिसून येईल की तो स्वावलंबी नाही तर भिकारी आहे. मजुरी करण्यातील जे बारकावे आहेत, जे ज्ञान आहे, जो संतोष आहे याचा त्याला पत्ताच नसतो. अशी मजुरी हे त्याच्या गुलामीचे लक्षण आहे. मजूर जेव्हा भूमीधर होईल, त्याला ज्ञान असेल, त्याला (श्रमकार्यात) संतोष वाटत असेल तरच ते स्वातंत्र्याचे लक्षण मानता येईल.

याच प्रश्नोत्तरांच्या सभेत, गांधीजींनी, एका प्रश्नाचे उत्तर देताना, आपल्या मनात प्रौढ शिक्षणाचा विचार प्रथमतः केव्हा निर्माण झाला याची छोटीशी आठवण सांगितली. ते म्हणाले, "...मी एकदा आर्यनायकम्जींच्या समवेत बोलत बसलो होतो. समोरून एक म्हातारा चालला होता, बरोबर त्याचा बैलही होता. मी आर्यनायकम् यांना म्हणालो, तुम्ही सात ते चौदा वर्षांच्या मुलांना शिकवीत आहात; परंतु त्या म्हाताऱ्यालाही शिकवायला हवे आहे. तो म्हातारा खाकरून तेथेच थुंकला, आणि इथेच (माझे) प्रौढ शिक्षण सुरू झाले. मी त्याला विचारले, बाबारे, तू इथे असा थुंकलास याचे परिणाम काय होतील हे तुला माहीत आहे का? जर मी त्या वृद्धास दरडावून बोललो असतो तर ते प्रौढ शिक्षण ठरले नसते. अशा गोष्टींचे परिणाम काय होतात हे त्याला समजावूनच द्यायला हवे आहे. हा काही फार मोठा कार्यक्रम नव्हे. पण हेच प्रौढ शिक्षण आहे."[१८]

सातव्या अखिल भारतीय नयी तालीम संमेलनात, प्रौढ शिक्षण विभागाच्या

बैठकीत विनोबाजींनी आपले संदर्भित विचार समोर ठेवले होते. आपल्या भाषणाच्या अखेरीस अगदी साररूपाने विनोबांनी, बुनियादी पद्धतीच्या प्रौढ शिक्षणाची लक्षणे सांगितली होती. ते म्हणाले, "मी मुख्यतः चार गोष्टींकडे आपले लक्ष वेधले आहे. एक म्हणजे आपल्या प्रौढ शिक्षणाचा उद्देश असा राहील की हे शिक्षण एक पूरक शिक्षण असेल. दोन, हे शिक्षण देणारे कार्यकर्ते, लोकांच्या दैनिक कामांमध्ये भाग घेऊन, आपले काम करतील. तीन, अभ्यासावर (साक्षरी शिक्षणावर) थोडाच भर देतील, जास्त नाही आणि चार, ज्या गोष्टींविषयी (कार्यकर्ते) बोलत असतील ती (लोकांची) आजचीच समस्या असेल."[१९]

नवी उभारी

१९४५ सालच्या जानेवारी महिन्यातील, सेवाग्राममधील शिक्षणसंमेलनात, शिक्षण संपूर्ण जीवनाला भिडविण्याचा एक नवा विचार गांधीजींनी दिला, आणि नयी तालीमच्या देशभरच्या कार्यकर्त्यांमध्ये एक नवा उत्साह संचारला. यापुढे केवळ बुनियादीच नव्हे तर पूर्वबुनियादीपासून ते प्रौढ शिक्षणापर्यंतची आणि संपूर्ण समाजाच्याच शिक्षणाची नयी तालीम योजना आखण्याचे आणि अवलंबण्याचे आव्हान देशभरच्या बुनियादी शिक्षणाच्या प्रयोगशील कार्यकर्त्यांसमोर ठेवले गेले.

आता दुसऱ्या महायुद्धाचे वातावरण थंड झाले होते. देशात स्वातंत्र्याच्या दिशेने राजकीय वारे वाहू लागले होते. ठिकठिकाणच्या प्रांतांमध्ये पुन्हा एकदा १९३६-३७ सालची परिस्थिती उद्भवली होती. १९४६ सालच्या एप्रिल महिन्यात, पुनश्च एकदा, काँग्रेसची मंत्रिमंडळे अधिकाररूढ झाली होती. गांधीविचारांशी पूर्ण परिचित आणि बुनियादी शिक्षणाशी अधिक जवळून परिचित अशी मंडळी, काँग्रेसच्या सरकारांमध्ये शिक्षणमंत्री म्हणून कार्यरत झाली होती. उदाहरणार्थ, बिहारमध्ये आचार्य बद्रीनाथ वर्मा हे शिक्षणमंत्री झाले. मुंबई प्रांतात बाळ गंगाधर खेर यांनी मुख्यमंत्री आणि शिक्षणमंत्री म्हणून अधिकार ग्रहण केले. अविनाशलिंगम् हे मद्रास प्रांतात शिक्षणमंत्री झाले. मुंबई प्रांताचे मुख्यमंत्री व शिक्षणमंत्री बाळासाहेब खेर यांनी १९४६ च्या जुलै महिन्यात सर्व ठिकाणच्या शिक्षणमंत्र्यांचे संमेलनच भरवले आणि त्यांच्यापुढे स्पष्ट निवेदन केले की, "बुनियादी शिक्षणाने आता प्रायोगितेच्या सीमा पार केल्या आहेत. आता नयी तालीम, प्रांताप्रांतामधल्या सर्वच प्राथमिक शाळांतून सुरू करायला हवी आहे. परंतु त्यासाठी आवश्यक तेवढे प्रशिक्षित शिक्षक, बराच काळ उपलब्ध होणे कठीण आहे. त्यामुळे त्याची पूर्वतयारी म्हणून, सर्वच शाळांतून आणि प्रशिक्षण विद्यालयांतून एखादा तरी उद्योग सुरू करावा."[२०]

आसाममध्येही तत्कालीन मुख्यमंत्री आणि शिक्षणमंत्री गोपीनाथ बारदोलाई यांनी नयी तालीमच्या योजनाबद्ध कामासाठी एक शिक्षणसंमेलन आयोजित केले; आणि या संमेलनात जाहीर केले की, 'आसाम सरकार, प्राथमिक शिक्षणाच्या स्तरावर बुनियादी शिक्षण स्वीकारीत आहे; आणि लवकरात लवकर प्रांतामधल्या सर्व शाळांतून व प्रशिक्षण विद्यालयांतून बुनियादी शिक्षण सुरू केले जाईल.'[२१]

अशातऱ्हेच्या विविध ठिकाणच्या सरकारी पुढाकाराने अथवा पाठिंब्याने नयी तालीमच्या कामास नवीन उभारी प्राप्त झाली. ठिकठिकाणी बंद पडलेल्या बुनियादी शाळांना ऊर्जितावस्था आणण्याचे नि नवीन शाळा व प्रशिक्षण केंद्रे उभी करण्याचे प्रयत्न वेगाने सुरू झाले.

मध्यंतरी १९४४ साली नेमलेल्या सार्जंट समितीची युद्धोत्तर भारतातील शिक्षणविकासाची योजना केंद्र सरकारला सादर झाली होती. जाकिर हुसेन समितीने जो सात वर्षांचा बुनियादी शिक्षणाचा कालावधी ठरविला होता त्याऐवजी सार्जंट समितीच्या सूचनेनुसार, केंद्रीय सल्लागार बोर्डाने हा कालावधी आठ वर्षांचा ठरविला. सहा ते चौदा वयातील सर्व मुलांना निःशुल्क व सक्तीच्या शिक्षणाची सार्जंट समितीची शिफारस ही केंद्र सरकारने स्वीकारली होती.

साधारणपणे १९४५ ते १९४८ या तीन वर्षांच्या काळात, विविध प्रांतांमधून झालेल्या बुनियादी शिक्षणाच्या प्रगतीचा आढावा घेतला तर बुनियादी शिक्षणाबाबत खाजगी आणि सरकारी पातळीवर झालेल्या चेतना जागृतीचा चांगला प्रत्यय येतो.

बिहार

इतर प्रांतांच्या तुलनेत बिहार प्रांत बुनियादी शिक्षणाच्या बाबतीत अधिक उत्साही आणि पुढे असलेला असा दिसून येतो. १९१७-१८ सालात गांधीजींचे असलेले वास्तव्य आणि चंपारण जिल्ह्यातील निळीच्या संदर्भातील सत्याग्रहानंतर खुद्द गांधीजींच्या प्रयत्नांतून सुरू झालेल्या ग्रामीण शाळांमुळे अगोदरच येथे 'नव्या शिक्षणा'ची मुहूर्तमेढ रोवली गेली होती. राजेंद्रप्रसादांचे तेथे असलेले जनमानसातील स्थान आणि त्यांनी घेतलेला पुढाकार यामुळे १९३८ पासूनच तेथे बुनियादी शिक्षणाचे शिस्तबद्ध प्रयत्न झाले होते.

चंपारण जिल्ह्याचे क्षेत्र हे बुनियादी शिक्षणाचे सघन क्षेत्र मानले गेले होते. तेथील वृंदावन ग्रामसेवा केंद्राच्या चहू बाजूला बुनियादी शाळा उघडलेल्या होत्या. अगदी अडचणीच्या १९४२ ते १९४५ या काळांतही, तेथील गव्हर्नरांनी लक्ष घालून कजिन्स साहेबाकडे या सर्व शाळांच्या 'बेसिक एज्युकेशन बोर्डा'चे अध्यक्ष

म्हणून अधिकार दिल्यामुळे, शाळा बंद पडण्याचा धोका फारसा संभवला नाही. क्रमाने एक एक वर्ग वाढत जाऊन या शाळा १९४५ सालापर्यंत पाचव्या इयत्तेपर्यंत पोचल्या होत्या.

काँग्रेसचे नवे मंत्रिमंडळ, बिहारमध्ये, १९४६ सालच्या एप्रिल महिन्यात अधिकारावर आले आणि जे तोवर बुनियादी शिक्षणात कार्यरत होते ते आचार्य बद्रिनाथ वर्मा हेच शिक्षणमंत्री झाले. याचवेळी बुनियादी शाळांमधील पहिल्या तुकडीने, बुनियादी शिक्षणाचा सात वर्षांचा पहिला टप्पाही पूर्ण केला होता. त्यांपैकी जे विद्यार्थी पुढे शिक्षण घेऊ इच्छित होते त्यांच्यासाठी 'उत्तर बुनियादी' शिक्षणाची सोय करणे क्रमप्राप्त होते. तशातऱ्हेचा ठरावही बुनियादी शिक्षणबोर्डाने १९४४ सालच्या सप्टेंबर महिन्यात केला होता. त्यामुळे नवीन शिक्षणमंत्र्यांच्या पुढाकाराने पहिली उत्तरबुनियादी शाळा 'कुमारबाग पोस्टबेसिक हायस्कूल' या नावाने 'वृंदावन बुनियादी शाळे'च्याच आवारात १९४७ साली सुरू करण्यात आली. सुरुवातीलाच त्यामध्ये १२३ विद्यार्थ्यांनी प्रवेश घेतला.

मध्यंतरी बेसिक एज्युकेशन बोर्डाने आपल्या ७ सप्टेंबर (१९४६)च्या सभेत सघन क्षेत्र निवडून त्याद्वारेच बुनियादी शिक्षणाचा प्रयोग बिहार प्रांतामध्ये करण्याचा निर्णय घेतला. त्याबरोबरच १०० मुलांची सोय होईल असे नवे प्रशिक्षण विद्यालय सुरू करण्याचाही प्रस्ताव पारित केला. शिवाय मूळच्या पाटणा ट्रेनिंग स्कूलमध्ये १९४६-१९४७ आणि ४७-४८ अशा दोन वर्षांमध्ये, प्रशिक्षण चालूच ठेवून, आणखी शाळा उघडण्यासाठी शिक्षक तयार करण्याचे निश्चित केले. १९४७ साली अशीच आणखी पाच प्रशिक्षण विद्यालये, दरभंगा, रांची, सिंहभूमी, पाटणा या जिल्ह्यांमध्ये तसेच संथाल परगाण्यामध्ये नव्याने उघडण्यात आली. १९४८ च्या जुलैमध्ये अशीच आणखी सहा प्रशिक्षणाची विद्यालये, उरलेल्या जिल्ह्यांमधून उघडण्याचाही निर्णय घेण्यात आला.

बिहारमधील, त्यातही विशेषतः चंपारणमधील शाळांचा दर्जा फारच चांगला असल्याची ग्वाही, अनेक सरकारी अधिकारी आणि इतर अनेकांनी प्रत्यक्ष शाळाभेटी करून दिलेली आहे.

देशाला स्वातंत्र्य मिळेपर्यंत बिहारमध्ये आठ ट्रेनिंग स्कूलस् आणि वृंदावन सघन क्षेत्रात २८, विक्रम (पाटणा) सघन क्षेत्रात ७, पिरौटा (शहाबाद) सघन क्षेत्रात ४, पूसा (दरभंगा) सघन क्षेत्रात ३, कुरू (रांची) सघन क्षेत्रात ३, हंसडिहा मध्ये ३ तर हाटगमरिया मध्ये २ अशा एकूण ५० बुनियादी पद्धतीच्या शाळा चालू होत्या.

मुंबई

१९४६ साली काँग्रेसचे नवे मंत्रिमंडळ अधिकारावर आल्यानंतर बाळासाहेब खेर यांच्या मंत्रिमंडळाने बुनियादी शिक्षणाला चालना दिली. त्यांनी शिक्षणमंत्र्यांचे जे संमेलन १९४६ साली भरविले होते, त्यातच बुनियादी शिक्षणाच्या विस्ताराचा आपला मानस बोलून दाखविला होता. त्यावेळी मुंबई प्रांतात एकूण १५,००० प्राथमिक शाळा आणि त्यांमधून काम करणारे ४४,००० शिक्षक होते. त्यांपैकी २०,००० शिक्षकांचे जुन्या पद्धतीने प्रशिक्षण झालेले होते आणि त्यांना बुनियादी पद्धतीच्या शिक्षणाचा गंधही नव्हता. त्यामुळे खेर सरकारने अशी भूमिका घेतली की जोवर पूर्णबुनियादी प्रशिक्षणप्राप्त शिक्षक पुरेशा प्रमाणात उपलब्ध होणार नाहीत तोवर, 'बुनियादी शिक्षणाचे वातावरण निर्माण व्हावे यासाठी' शक्य तेवढ्या शाळांमधून 'हातांनी काम करण्याची' व्यवस्था विद्यार्थ्यांसाठी करावी. याबाबतीत शिक्षक तयार होण्यासाठी प्रत्येक जिल्ह्यात एक 'उद्योगशिक्षण केंद्र' निर्माण करण्यात आले. या केंद्रांमधून सूतकताई, विणकाम, सुतारकाम, कागदकाम, आणि शेती व बागकाम शिकविण्याची सोय करण्यात आली. या व्यवस्थेमधून १९४७-४८ सालापर्यंत सुमारे साडेतीन हजार शिक्षक शिकून तयार झाले.

मुंबई सरकारने दुसरा कार्यक्रम हाती घेतला होता तो 'शिक्षक-प्रशिक्षण विद्यालयां'चे रूपांतर 'बुनियादी शिक्षक प्रशिक्षण विद्यालयां'त करण्याचा. त्यासाठी तोवर अस्तित्वात असलेल्या सर्वच प्रशिक्षण विद्यालयांतून हस्तोद्योगांचे काम सुरू करण्यात आले. बुनियादी ट्रेनिंग स्कूलच्या शिक्षकांना शिकवू शकणारे प्रशिक्षक तयार करण्यासाठी बेळगावमध्ये एक बुनियादी ट्रेनिंग कॉलेज उघडण्यात आले; तसेच सेवाग्राम येथील 'नयी तालीम भवन'मध्ये प्रशिक्षणासाठी आठ अध्यापकांनाही पाठविण्यात आले.

बुनियादी शिक्षणाच्या सल्लागार मंडळाची १ फेब्रुवारी १९४७ ला पुनर्रचना केली गेली. त्यांनी प्रामुख्याने बुनियादी शिक्षणाच्या पाठ्यक्रमात सुधारणा घडवून आणली. पहिल्या पाच इयत्तांमध्ये समवाय पद्धतीने शिक्षण दिले जावे यासाठी शिक्षकांना मार्गदर्शक अशी एक पुस्तिका मराठी, गुजराती, कानडी, उर्दू आणि इंग्रजी या भाषांमध्ये छापण्यात आली. शिवाय बुनियादी शिक्षणाचे वेगळे स्वरूप लक्षात घेऊन, विद्यार्थ्यांच्या मूल्यमापनासाठी एका मानसशास्त्रज्ञाचीही नियुक्ती करण्यात आली. (याने असा अभिप्राय दिला आहे की बुनियादी शाळांमधील विद्यार्थ्यांचा बौद्धिक विकास तर इतर शाळांतील विद्यार्थ्यांप्रमाणेच झाला आहे. त्याशिवाय त्यांच्याकडे एका उद्योगाचेही पूर्ण ज्ञान व कौशल्य जमा झाले आहे![२२]

बुनियादी शाळा व प्रशिक्षण संस्था यांमधून जे उद्योगशिक्षण दिले जाई, त्याच्या अनुषंगाने निर्माण होणाऱ्या वस्तू विद्यार्थ्यांना हव्या असल्यास, त्या त्यांनी अर्ध्या किमतीत द्याव्यात तसेच भाज्या-फळे इत्यादी विद्यार्थ्यांनाच मोफत खाण्यास द्याव्यात, मात्र त्यांचे पक्के हिशोब ठेवावेत, अशाही सूचना दिल्या गेल्या होत्या. मुंबई प्रांतात, स्वातंत्र्याच्या काळापर्यंत तीन प्रशिक्षण केंद्रे आणि ५५ बुनियादी शाळा कार्यरत होत्या. या शाळांपैकी २७ शाळा या पूर्ण सातवीपर्यंतच्या व इतर चौथीपर्यंतच्या होत्या. सातवीपर्यंतच्या २१ शाळांमधून सुती कापडाचे तर तीन शाळांमधून लोकरीचे विणकाम चालत असे. बाकी शाळांतून मुख्यतः शेती, बागकाम आणि छोटे हस्तोद्योग यांवर भर होता. मात्र सर्वच शाळांमधून चौथीपर्यंत सूतकताई आणि बागकाम अशी दोन्ही कामे शिकविली जात असत.

मद्रास

गांधीजींनी, आगाखान पॅलेसच्या बंदिवासातून सुटका झाल्यानंतर, जो एक बुनियादी शिक्षणाचा, 'आईच्या गर्भापासून तो मृत्यूच्या अखेरच्या क्षणापर्यंत'चा विस्तारित विचार मांडला, त्याने पुनश्च चालना मिळून, जुलै १९४५ पासून नयी तालीमचे काम दक्षिण भारतात नव्याने सुरू झाले. प्रत्यक्षात १९४६ च्या मे महिन्यात, तामिळनाडूमध्ये, 'तामिळनाडू बुनियादी तालीम सोसायटी' स्थापन झाली. यामुळे खुद्द हिंदुस्तानी तालिमी संघाने रस घेऊन, संमेलन जिल्ह्यात तिरुचेनगोंडू नावाच्या गावात, तेथील 'गांधी आश्रमा'मध्ये, एक बुनियादी शिक्षणाचे ट्रेनिंग स्कूल सुरू केले; व लगोलग प्रशिक्षणासाठी पहिली तुकडी दाखल झाली. सहा महिन्यांच्या प्रशिक्षणानंतर येथून १९४६ च्या जानेवारीमध्ये २७ शिक्षक प्रशिक्षित होऊन बाहेर पडले. त्यांच्या मदतीने जूनपासून दहा शाळा तामिळनाडूमध्ये सुरू झाल्या. याच काळात, फेब्रुवारी १९४६ मध्ये, आंध्र प्रदेशातील शिक्षकांसाठी, गुंतुर जिल्ह्यातील कोनेटीपुरम गावात आणखी एक ट्रेनिंग स्कूल उघडण्यात आले.

आंध्रप्रदेश

आंध्र प्रदेशातील, याच काळातील एक उल्लेखनीय काम म्हणजे पूर्व गोदावरी जिल्ह्यातील सीतानगरम् या गावात, 'कस्तुरबा निधी'तर्फे, आंध्रप्रदेशातील केवळ महिला कार्यकर्त्यांसाठी एक नयी तालीम प्रशिक्षण केंद्र १९४६ च्या जुलैपासून सुरू करण्यात आले. येथील सारे अध्यापन आणि व्यवस्थापनही महिला कार्यकर्त्याच करीत होत्या.

कर्नाटक

तामिळनाडूप्रमाणेच म्हैसूरमध्येही नयी तालीमच्या कार्यासाठी, 'म्हैसूर रियासत बुनियादी तालीम सोसायटी'ची स्थापना जुलै १९४६ मध्ये करण्यात आली. या सोसायटीच्या अखत्यारीत, बंगलोरजवळच्या केंगरी गावातील 'गुरुकुल आश्रमा'ने बुनियादी प्रशिक्षणकेंद्र सुरू केले. अशातऱ्हेने आंध्रप्रदेश, तामिळनाडू आणि कर्नाटक, अशा दक्षिण भारतातील तीनही प्रांतांमध्ये, राष्ट्रीय कार्यकर्त्यांच्याकरवी नयी तालीमचे काम सुरू झाले.[२३]

याच काळात तत्कालीन मद्रास प्रांताचे शासन, राष्ट्रीय सरकारच्या ताब्यात आले. या सरकारातील शिक्षणमंत्री अविनाशलिंगम् हे नयी तालीमच्या, १९४६ साली पुण्यामध्ये भरलेल्या, शिक्षणमंत्र्यांच्या संमेलनात हजर होते. त्यांनी परत गेल्यावर लगेचच १९४६ सालच्या ऑगस्टपासून नयी तालीमचे काम आपल्या प्रांतात सुरू केले. पूर्वी ज्या पेरियनायकमपालयम्, गावात श्री रामकृष्ण विद्यालयातर्फे बुनियादी शाळा चालविली जात होती, त्याच गावात, तामिळनाडूच्या शिक्षकांसाठी सरकारतर्फे एक ट्रेनिंग स्कूल काढले. असेच आणखी एक ट्रेनिंगस्कूल आंध्रप्रदेशच्या शिक्षकांसाठी गुंतुर जिल्ह्यात विनयाश्रम येथे सुरू केले. आणखीही अशी नवी प्रशिक्षणकेंद्रे उघडण्याच्या इराद्याने, सरकारतर्फे १२ अध्यापकांना सेवाग्राम येथे प्रशिक्षणासाठी पाठवण्यात आले. या सर्व स्वेच्छा व सरकारी प्रयत्नांतून १९४६ च्या अखेरपर्यंत, मद्रास प्रांत सरकारच्या वतीने पाच, 'तामिळनाडू बुनियादी तालीम सोसायटी'तर्फे एक, कस्तुरबा निधीच्या आंध्र शाखेतर्फे महिलांचे एक तसेच कस्तुरबा निधीच्या तामिळनाडू शाखेतर्फे एक अशी आठ प्रशिक्षणकेंद्रे, दक्षिण भारतात उभी राहिली होती. त्यांतून शिकून तयार झालेल्या शिक्षकांकरवी तामिळनाडूत २६, आंध्रप्रदेशात ५, केरळमध्ये २ अशा एकूण ३३ बुनियादी शाळा चालत होत्या.

आसाम

आसाममधील बुनियादी शिक्षणाचे काम हे, प्रथमतः, कस्तुरबा निधीतर्फे गोहाटीजवळच्या सरनिया या गावात १९४६ साली एक केंद्र काढून सुरू झाले; आणि त्याचे उद्घाटन महात्मा गांधी यांच्या हस्ते करण्यात आले.

सुरुवातीला आसाममधील सर्वच जिल्ह्यांमधून निवडलेल्या बावीस महिलांचे बुनियादी प्रशिक्षण करण्यात येऊन त्यांच्या मदतीने, १४ शाळा उघडण्यात आल्या. या सर्वच शाळांमधून थोड्याफार प्रमाणात नयी तालीमचे काम सुरू करण्यात आले. परंतु या सर्व शाळा पूर्णपणे बुनियादी पद्धतीच्या नव्हत्या. यांपैकी फक्त चारच

शाळा पूर्णपणे बुनियादी पद्धतीच्या होत्या.

याशिवाय अन्य काही ठिकाणी ग्रामीण रचनात्मक कामांत काही कार्यकर्ते होते. त्यांनीही त्यांच्या त्यांच्या केंद्रांमधून बुनियादी शिक्षणाचे काहीसे काम सुरू केले. गौहाटीपासून ३७ मैलांवरील अत्यंत मागासलेल्या भागात, 'मौमान' नावाच्या गावात 'मौमान हरिजन सेवाश्रम' नावाची एक संस्था होती. येथे स्वयंस्फूर्तीने एक बुनियादी शाळा चालत असे. आसाम काँग्रेस कमिटीने पुढाकार घेऊन १९४६ च्या जूनमध्ये, बुनियादी शिक्षणाचे एक शिक्षण शिबिर आयोजित केले. त्यांत ३७ विद्यार्थ्यांनी भाग घेतला. याशिवाय चार विद्यार्थ्यांना काँग्रेस कमिटीने सेवाग्राममधील प्रशिक्षणासाठीही पाठवले. अशा प्रकारच्या विविध प्रयत्नांतून, सुमारे सत्तर कार्यकर्ते प्रशिक्षित झाले.

आसाम सरकारनेही बुनियादी शिक्षणात रस घेतला होता. १९४६ सालच्या जुलै महिन्यातच मुख्यमंत्री व शिक्षणमंत्री असलेले गोपीनाथ बारदोलाई यांनी बुनियादी शिक्षणाच्या संदर्भात एक संमेलन आयोजित करून त्यासाठी हिंदुस्तानी तालिमी संघाच्या पदाधिकाऱ्यांना आमंत्रित केले होते. या संमेलनात मुख्यमंत्र्यांनी, आसाम सरकारच्या वतीने सर्वत्र बुनियादी शिक्षण दिले जाईल, याची घोषणा केली. या घोषणेस अनुसरून 'बुनियादी सल्लागार बोर्ड' निर्माण केले गेले. या बोर्डाने सेवाग्राम तसेच दिल्लीच्या जामिया मिलिया इस्मालिया या संस्थेत वीस शिक्षकांना खास प्रशिक्षणासाठी पाठवले; आणि लगोलग पाच प्रशिक्षण केंद्रे उघडण्याचा प्रस्तावही, बोर्डाने, पारित केला. सरकारने स्वतःच्या अखत्यारीत पाच पूर्ण बुनियादी शाळा उघडण्याचे ठरवून त्यासाठी इमारतीही बांधल्या.

उशिरा सुरूवात करूनही, आसाममध्ये, स्वातंत्र्यापर्यंत अशाप्रकारे बऱ्यापैकी काम सुरू झाले.

उडिसा

उडिसामध्ये, १९३८ साली सुरू झालेले काम काँग्रेस मंत्रिमंडळाच्या राजीनाम्यानंतर, मार्च १९४० पासून बंद पडले. १९४२ च्या आंदोलनात सर्वच कार्यकर्ते तुरुंगांत गेल्यामुळे, बुनियादी शिक्षणाचे काम नव्याने सुरूही झाले नाही. मात्र जेलमधून सुटल्यानंतर १९४४ पासून बुनियादी शाळांचे काम पुनश्च सुरू करण्याच्या दिशेने प्रयत्न होऊ लागले. नव्याने आठ शाळा उघडण्यात आल्या.

सरकारच्या वतीने बुनियादी शिक्षणाचे काम, पुनश्च काँग्रेस सरकार अधिकारावर आल्यानंतर १९४६ साली सुरू झाले. सरकारने, एक धोरण म्हणून,

सर्वत्र बुनियादी शिक्षण सुरू करण्याचा निर्णय घेतला. जसजसे प्रशिक्षित शिक्षक उपलब्ध होत जातील तसतशा बुनियादी शाळा सुरू करण्याचे ठरविण्यात आले. त्याचप्रमाणे शिक्षक-प्रशिक्षण, त्यांची निवड व नियुक्ती, बुनियादी शाळांचे पर्यवेक्षण, शाळा व प्रशिक्षण केंद्रांमधील शिक्षकांचे वेतनमान, शाळांना आर्थिक साहाय्य इत्यादी सर्व बाबतींत सल्लागार मंडळाने केलेल्या शिफारसीही सरकारने मान्य केल्या.

स्वातंत्र्यकालापर्यंत, उडिसामध्ये दहा खाजगी संस्थांच्या व एक सरकारी अशा अकरा बुनियादी शाळा नव्याने अस्तित्वात आल्या होत्या. यांपैकी एकच, म्हणजे रामचंद्रपूर गावांतील शाळा, पूर्णपणे बुनियादी पद्धतीची शाळा होती. मात्र रामचंद्रपूर व अंगुल अशा दोन गावांमध्ये प्रशिक्षण केंद्रे काढलेली होती.

सरकारने जानेवारी १९४७ पासून या सर्व बुनियादी शाळांच्या शिक्षकांचे वेतन, हस्तोद्योग निर्माण करण्याचा व इतर शैक्षणिक साहित्याचा सर्व खर्च यांची जबाबदारी घेतली. संपूर्ण उडिसा प्रांतात बुनियादी शिक्षणाचे वातावरण निर्माण व्हावे यासाठी सर्वच शाळांमधून हस्तोद्योगांचे शिक्षण सुरू करण्याचाही निर्णय घेण्यात आला. परंतु फक्त पुरी जिल्ह्यामध्येच या निर्णयाची कार्यवाही होऊ शकली.

पश्चिम बंगाल

पश्चिम बंगालमध्ये बुनियादी शाळा सुरू करण्याच्या बाबतीत काही तात्कालिक कारण घडले. १९४३ सालच्या मोठ्या दुष्काळामुळे हजारो मुले दुष्काळपीडित आणि निराश्रित झाली होती. त्यांच्या एकूणच संरक्षणाचा नि पोषणाचा तसेच त्यांच्या शिक्षणाचा मोठा प्रश्न आ वासून उभा होता. त्यांना, पुढील आयुष्यासाठी स्वावलंबीही होण्याची गरज होती. अशावेळी तेथील रचनात्मक कार्यकर्ते पुढे सरसावले; त्यांनी, पश्चिम बंगालसाठी 'नयी तालीम संघ' स्थापन केला आणि या निराश्रित मुलांसाठी बुनियादी शिक्षणाची सोय करायचा निर्णय घेतला. त्यासाठी, अर्थातच, प्रशिक्षित शिक्षकांची गरज लागणार होती.

पश्चिम बंगालच्या नयी तालीम संघाने हिंदुस्तानी तालिमी संघाला विनंती करून त्यांच्या मदतीने, मेदिनीपूर जिल्ह्यात झाडग्राम येथे, तीन महिन्यांचे एक शिक्षक-प्रशिक्षण आयोजित केले. यातून तयार झालेल्या २३ शिक्षकांच्या मदतीने मग आठ शिशूसदने आणि तीन बुनियादी शाळा सुरू करण्यात आल्या. त्यानंतर ३८ शिक्षकांना दोन तुकड्यांमध्ये सेवाग्राम येथे प्रशिक्षणासाठी पाठविण्यात आले. काही अध्यापकांनाही खास शिक्षक-प्रशिक्षक म्हणून सेवाग्राममध्ये शिक्षण देऊन

तयार केले.

अशा सर्व पूर्वतयारीनंतर १९४५ सालच्या नोव्हेंबर महिन्यात मेदिनीपूर जिल्ह्यातील बलरामपूर गावात पश्चिम बंगालमधील पहिले प्रशिक्षण केंद्र उघडण्यात आले. येथे लगेचच सहा महिन्यांचे २५ शिक्षकांचे प्रशिक्षण करण्यात आले. हे प्रशिक्षण प्रत्यक्ष हस्तोद्योग शाळांमधून सुरू करण्याच्या बाबतींत अपुरे वाटल्यामुळे, १५ जुलै १९४६ पासून एक वर्ष मुदतीचे प्रशिक्षण सुरू करण्यात आले. मूलोद्योग म्हणून शेती आणि सूतकताई हे उद्योग ठेवण्यात आले. प्रशिक्षण केंद्रात एक दवाखानासुद्धा चालविला जात असे व त्याकरवी प्रशिक्षकांना मूलोद्योगांबरोबरच आरोग्य शिक्षणही दिले जात असे.

अल्प प्रमाणात शाळांतून का होईना, परंतु सात शाळांतून बुनियादी आणि सहा शाळांतून पूर्वबुनियादी अशा दोन्ही प्रकारच्या शिक्षणाचा प्रयोग पश्चिम बंगालमध्ये खाजगी संस्थांनी नयी तालीम संघाच्या मार्गदर्शनाखाली चालविला.

पश्चिमबंगालमध्ये, या संदर्भातले सरकारचे काम मात्र १९४७ मध्ये सुरू झाले. सरकारी स्तरावरून बुनियादी केंद्रे सुरू करण्यासाठी म्हणून, सरकारने, निवडक बारा शिक्षक सेवाग्रामला आणि चौतीस शिक्षक मेदिनीपूर जिल्ह्यातील बलरामपूर प्रशिक्षण केंद्रात पाठवले. सरकारने फकीरदास बंदोपाध्याय यांना सरकारतर्फे बुनियादी शिक्षणाचे अधिकारी म्हणून नियुक्त केले.

स्वातंत्र्यांच्या सुमारास पश्चिम बंगालमध्ये १५ बुनियादी शाळा चालविल्या जात होत्या, नयी तालीमचे शिक्षण घेतलेल्या शिक्षकांची संख्या ७६ एवढी होती.

नेपाळ

नेपाळमध्येही १९४६ सालापासून नयी तालीमचे काम सुरू झाले. नेपाळमध्ये या पद्धतीला 'आधार शिक्षणपद्धती' असे म्हटले जाऊ लागले. नेपाळने प्रामुख्याने बिहारमधील बुनियादी शिक्षणापासून प्रेरणा घेऊन, बिहारच्याच मदतीने आपले काम सुरू केले. सर्व काम मुख्यतः सरकारी स्तरावरून करण्यात आले.

नेपाळ सरकारने, आपल्या देशातील सुमारे एक कोटी लोकसंख्येच्या शिक्षणाचा विचार करून, बुनियादी शिक्षणाचा अवलंब करण्याचा निर्णय घेतला. त्यासाठी पाटणा येथील प्रशिक्षण संस्थेत आपले सहा पदवीधर व सहा मॅट्रिक शिक्षक प्रशिक्षणाकरिता पाठवले. त्याचबरोबर जिथे बुनियादी शिक्षणाचे काम प्रत्यक्षपणे आणि प्रभावीपणे चालले होते; अशा वृंदावन सघनक्षेत्रात आणखी सत्तर विद्यार्थी प्रशिक्षण व अनुभव घेण्यासाठी पाठवले. त्यांनी वेगवेगळ्या

शाळांमध्ये जाऊन वेगवेगळ्या हस्तोद्योगांचे शिक्षण आत्मसात केले.

लोकांना सर्वसामान्यपणे बुनियादी शिक्षणाची माहिती व्हावी, तसेच देशभर एकप्रकारे या नवशिक्षणाचे वातावरण निर्माण व्हावे याकरता, नेपाळ सरकारने, १९४६ च्या ऑक्टोबरमध्ये काठमांडूमध्ये दसऱ्याच्या निमित्ताने, एक आठवड्याचे बुनियादी राष्ट्रीय शिक्षणाचे कृतिदर्शन व प्रदर्शन आयोजित केले. त्यासाठी बिहार बेसिक एज्युकेशन बोर्डाचे मंत्री रामशरण उपाध्याय यांना तसेच काही अनुभवी कार्यकर्त्यांना आमंत्रित केले. व्याख्याने, चर्चा, प्रश्नोत्तरे यांच्याकरवी खास करून नेपाळमधील सुशिक्षित लोकांना अशा कार्याचे महत्त्व पटवून देण्यात आले.

बिहारमध्ये प्रशिक्षणासाठी पाठविलेले छात्रगण जेव्हा प्रशिक्षण घेऊन परतले तेव्हा, त्यांच्या मदतीने काठमांडूमध्ये पहिले प्रशिक्षण केंद्र, १९४७ च्या जानेवारीत उघडले. त्याला जोडून एक प्रॅक्टिसिंग स्कूलही खोलण्यात आले. याचबरोबर, आधार शिक्षण पद्धतीनुसार शिक्षणाला वळण देण्यासाठी एक पंचवार्षिक योजना आखण्यात आली. या योजनेनुसार, पुढील पाच वर्षांत, सगळीकडे पाच इयत्तांच्या व सात इयत्तांच्या बुनियादी शाळा नेपाळभर उघडण्यात येणार होत्या. तसेच नेपाळची राष्ट्रीय गरज लक्षात घेऊन, मूलोद्योग म्हणून शेती व सूतकताई (सुती व लोकरी) आणि सहाय्यक उद्योग म्हणून विणकाम, बागकाम, फलोत्पादन, मधुमक्षिकापालन, कुक्कुटपालन, कागदकाम, लोहारी काम व चर्मोद्योग अशा उद्योगांची निवड केली होती.

बिहारच्या वृंदावन सघन क्षेत्रामध्ये प्रशिक्षण व अनुभव घेऊन आलेल्या शिक्षकांच्या मदतीने नेपाळच्या पहाडी भागांतून १५ बुनियादी शाळाही लगेच उघडण्यात आल्या. पुढील वर्षी तेथे दुसऱ्या इयत्तेचे वर्गही सुरू करण्यात आले.

नेपाळ सरकारच्या वतीने पंचवार्षिक योजना आखून शिस्तबद्ध अशी बुनियादी शिक्षणाची चळवळ उभारण्यात शिक्षणखात्याचे तत्कालीन डायरेक्टर जनरल मृगेंद्र समशेर जंग बहादूर राणा यांनी खूपच रस व पुढाकार घेतला.

संयुक्त प्रांत

संयुक्त प्रांताच्या शिक्षणखात्याचे प्रतिनिधी आयू.आर्.खान यांनी स्वतः १९४८ साली एप्रिल महिन्यांत भरलेल्या, विक्रम येथील बुनियादी तालीम संमेलनात हजर राहून आपल्या सरकारच्या बुनियादी तालीमच्या कार्याचा अहवाल सादर केला होता.[२४] त्यांनी असे म्हटले होते की, "आमच्या प्रांताबाबत मी इतकेच सांगू इच्छितो की, येथील शिक्षक आणि विद्यार्थी हे बुनियादी तालीमचे आदर्श मानले जातात.

प्रांतातील सर्वच प्राथमिक शाळांना आम्ही बुनियादी शाळांमध्ये परावर्तित केले आहे. एकूण चाळीस जिल्ह्यांमध्ये चाळीस प्रशिक्षण केंद्रे चालू आहेत. जमीन आता चांगली तयार झाली आहे. जे पेरले जाईल ते उत्तम तऱ्हेने उगवेल. आम्ही आता, जुलै (१९४८) पासून, ज्या प्रकारे खेड्यांमधून बुनियादी शिक्षण चालले आहे त्याचतऱ्हेने ते आता प्रांताच्या शहरी विभागांतूनही लागू करणार आहोत. तालिमी शिक्षणाचे अंदाजपत्रकही दोन कोटींवरून पाच कोटींवर नेण्यात आले आहे. पूर्वबुनियादी शिक्षणातही काही पावले टाकली आहेत. पुष्कळशी पुस्तके तयार झाली आहेत. हिंदी आणि इंग्रजीचा फरक आम्ही काढून टाकला आहे, आणि सर्वांसाठीच आठ वर्षांचा एक अभ्यासक्रम समान ठेवला आहे. तो पूर्ण करून मुलगा आता नववीत प्रवेश करू शकतो.''

याच संमेलनात, या सरकारी अहवालापाठोपाठच, रणीवाच्या गांधी आश्रमाचे धीरेन्द्र मजूमदार यांनी खाजगी कार्याचा अहवाल थोडक्यात सादर केला.[२५] त्यात त्यांनी म्हटले की, ''आपण आत्ताच सरकारी कामाचा अहवाल ऐकलात. त्यांच्या नि आमच्या कामांत खूपच फरक आहे. ते (सरकार) या तीरावर आहे तर आम्ही त्या तीरावर आहोत. आम्ही गांधी आश्रमाकरवी दोन नवीन प्रयोग हाती घेतले आहेत. बनारस जिल्ह्यातील सेवापुरी गावात, हिंदुस्तानी तालिमी संघाने तयार केलेला पाठ्यक्रम व्यवहारात पुरेपूर उतरवण्याचा प्रयत्न करीत आहोत. या विद्यालयात तालीमसंघाकडून प्रशिक्षण घेतलेले तीन शिक्षक काम करीत आहेत. दुसरीकडे फैजाबाद जिल्ह्यातील रणीवा गावांत आमचा, प्रांतीय सरकारने बनविलेल्या पाठ्यक्रमाला अनुसरून बुनियादी तालीमचे काम चालविलेले आहे. याशिवाय आणखी एक बुनियादी शाळा आजमगढ जिल्ह्यातील दोहरियाघाटमधील हरिजन गुरुकुलाच्या वतीने उघडण्यात आली आहे. आम्हाला असे वाटते की आमचे काम पायाभूत आहे.

धीरेंद्र मजूमदार हे अगदी प्रथमपासून बुनियादी शिक्षणांशी संबंधित असलेले आणि या नवशिक्षणाच्या प्रयोग, प्रसार, प्रचार आणि त्याआधारे चिंतनशील लेखन करीत असलेले कृतिशील विचारवंत होते. नयी तालीमच्या शिक्षणातून योग्य दिशेने समाजक्रांती होईल याची त्यांना खात्री होती.

शासन व बुनियादी शिक्षण

वर्धा संमेलनात १९३७ सालच्या अखेरीस गांधीजींनी आपली नयी तालीमची संकल्पना विस्तृततेने मांडली, तेव्हा त्यांचा त्यापूर्वीचा चाळीस वर्षांचा

शिक्षणविषयक प्रयोगांचा नि विचारांचा इतिहास जसा होता, तसाच तत्कालीन काही प्रांतावर निर्माण झालेले काँग्रेसच्या सरकारांचे अधिपत्यही डोळ्यांसमोर होते. गांधीजी, काँग्रेसच्या नवनिर्वाचित काँग्रेस सरकारांना स्वावलंबी शिक्षणाची योजना सादर करू पाहात होते. म्हणूनच सेवाग्राममधील संमेलनास त्या त्या प्रांतांच्या शिक्षणमंत्र्यांनाही आवर्जून आमंत्रित करण्यात आले होते.

संमेलनानंतर नयी तालीमच्या कार्यवाहीसाठी जुजबी पाठ्यक्रम व योजना तयार करण्यासाठी स्थापन झालेल्या डॉ. जाकिर हुसेन यांच्या अध्यक्षतेखालील समितीचे लगोलग सुरू झालेले काम आणि १९३८ सालच्या सुरुवातीस राष्ट्रीय काँग्रेसच्या अधिवेशनात संमत झालेला राष्ट्रीय शिक्षणाचा ठराव आणि हिंदुस्तानी तालिमी संघाची निर्मिती, या साऱ्या घटनांची दखल तत्कालीन केंद्र सरकारने घेतली. शिक्षणखात्याच्या केंद्रीय सल्लागार मंडळाने बाळ गंगाधर खेर यांच्या अध्यक्षतेखाली, या योजनेची व्यापक शक्यता अजमावून पाहण्यासाठी, एका समितीची नियुक्ती केली. तोवर, देशामध्ये मुलांकडून उत्पादक काम करवून घेण्याच्या संकल्पनेवर बरीच टीका झाली होती. त्याचीही दखल खेर समितीने घेऊन, ही योजना 'उत्पादना'ची नसून 'शिक्षणा'ची आहे, असे सांगून योजनेतील कृतिशील शिक्षणाची संकल्पना उचलून धरली. केंद्रसरकारच्या शिक्षणखात्याला खेरसमितीने केलेल्या शिफारसी अशा होत्याः

१. बुनियादी शिक्षणाच्या योजनेचा आरंभ प्रथम ग्रामीण भागांत केला जावा;

२. सक्तीच्या शिक्षणासाठी ६ ते १४ ही वयोमर्यादा मानावयास हवी, परंतु, पाच वर्षाच्या मुलांनाही प्रवेश दिला जावा.

३. बुनियादी विद्यालयांचे विद्यार्थी पाचवीनंतर दुसऱ्या शाळांमध्ये प्रवेश घेऊ शकतील, अशी तजवीज असावी, आणि,

४. मातृभाषा हे शिक्षणाचे माध्यम राहावे.

बाळासाहेब खेर यांच्याच अध्यक्षतेखाली आणखीही एका समितीची नियुक्ती करण्यात आली होती. बुनियादी शिक्षण आणि (प्रचलित) उच्च शिक्षण यांच्यामध्ये समन्वय कशाप्रकारे ठेवता येईल हे पाहण्यासाठी ही समिती होती. या दोन्ही समित्यांच्या शिफारसी 'केंद्र शिक्षण सल्लागार समिती'ने स्वीकारल्या.

दुसरे महायुद्ध अखेरच्या टप्प्यात आले असतानाच, परंतु, युद्ध संपण्यापूर्वी, भारत सरकारने युद्धोत्तर कालातील शिक्षणविषयक धोरण कसे असावे, याविषयी विचार सुरू केला. शिक्षणविषयक योजना आखण्याची गरज सरकारला वाटून सरकारने, आपले शिक्षणसल्लागार जॉन सार्जंट यांच्याकडे हे काम, जानेवारी

१९४४ मध्ये सोपविले.

सार्जंट साहेबांपुढे, प्रचलित शिक्षणात काही बदल करण्यासाठी एक नमुना म्हणून नयी तालीमचा तोवर सहा-सात वर्षे चाललेला प्रयोग होता. बिहारमधल्या चंपारण जिल्ह्यातील नयी तालीमच्या शाळांना भेटी देऊन तेथील कामाचे अवलोकन करून या शाळांमागचा वैचारिक व व्यावहारिक दृष्टिकोनही त्यांनी समजावून घेतला होता. त्यातील काही बाबी स्वीकारून त्यांनी आपली शिक्षणविषयक योजना सरकारला सादर केली व सरकारनेही तिचा स्वीकार केला. या योजनेत पूर्वीच्या दोन्ही समित्यांच्या शिफारसींला स्थान देऊन असे सुचविण्यात आले की,

१. पूर्वीच्या दोन समित्यांनी सुचविलेल्या मार्गानेच शिक्षणाचे काम केले जावे.

२. ६ वर्षांपासून ते १४ वर्षांपर्यंतच्या, हिंदुस्तानातील सर्व विद्यार्थ्यांना मोफत व सक्तीचे शिक्षण देण्याचे काम लवकरात लवकर सुरू करण्याची आवश्यकता आहे. परंतु अशा कामासाठी पुरेसे शिक्षक मिळू शकणार नाहीत आणि त्यामुळे या सक्तीच्या शिक्षणास आणखी चाळीस वर्षे तरी लागतील. हातांनी काम करणे, याबाबत एक विशिष्ट भूमिका सार्जंट समितीने घेतली. "खालच्या इयत्तांमध्ये हातांनी करण्याचे काम हे वेगवेगळ्या प्रकारचे असेल, व हे काम अखेरीस परिणत होईल ते एखाद्या मूलोद्योगात. हा मूलोद्योगही भौगोलिक स्थानानुसार वेगवेगळा असेल. शक्यतो या पायांवर काम होईल. लेखन-वाचन-गणन यांचेच काम केवळ करून त्यातून चांगल्या नागरिकाची निर्मिती होत नाही. मात्र या सल्लागार बोर्डाने असेही मत व्यक्त केले आहे की, शाळांतील मुलांकडून, विशेषतः खालच्या इयत्तांमधून, त्यांनी केलेल्या वस्तूंमधून शाळांचा खर्च निघू शकेल अशी, वर्धा योजनेत केलेली आशा योग्य नाही. बोर्डाचे असेही म्हणणे आहे की, फार तर उद्योग-धंद्यांसाठी जे काही नवीन सामान खरेदी केले जाईल, त्याचा खर्च मुलांच्या मेहनतींतून निघू शकेल."[२६]

भारत सरकारच्या 'सेंट्रल ॲडव्हायजरी बोर्डा'ने शिक्षणविषयक या ज्या दोन समित्या १९३८-३९ साली नेमल्या होत्या, त्यांच्या शिफारसीत, असे म्हटले होते की, देशात ६ ते १४ वर्षांपर्यंतच्या मुलांसाठी राष्ट्रीय शिक्षणाची सोय केली जावी. परंतु त्यावर कोणतीच कार्यवाही नेमकेपणाने झाली नव्हती.

सार्जंट समितीसमोर माध्यमिक शिक्षणाबाबतचा, बुनियादी शिक्षणाच्या अंगाने असलेला नमुना नव्हता. उत्तर बुनियादी शाळांची संकल्पना तोवर अस्तित्वात आलेली नव्हती. त्यामुळे माध्यमिक शिक्षणाबाबत, सार्जंट कमिशनने स्वतंत्रपणे

वेगळी भूमिका घेतली होती. माध्यमिक शिक्षणाचे दोन हेतू त्यांनी मानले होते. एक, विद्यापीठांत प्रवेश घेण्यासाठी तयारी आणि दोन, स्वतंत्र व्यवसायांत प्रवेश करण्यासाठीची तयारी. त्यामुळे त्यातून ज्यांना विद्यापीठीय शिक्षण घ्यायचे नाही अशांना सरळ व्यवसायांत शिरण्यासाठी आवश्यक असे तांत्रिक शिक्षण माध्यमिक शाळेतच प्राप्त होणार होते. मात्र हे शिक्षण म्हणजे गांधीजींच्या कल्पनेतील 'उत्तर-बुनियादी' शिक्षण नव्हते. सार्जंट कमिशनने या स्तरावरील शिक्षणाला 'बहुमुखी' (मल्टी लॅटरल) शिक्षण असे म्हटले होते. १९४४-४५ मध्येच जेव्हा माध्यमिक शिक्षणाबाबत नेमलेल्या कमिशनचा अहवाल आला, तेव्हा त्यात या स्तरावरील शिक्षणास 'बहुउद्देशीय' म्हणून संबोधण्यात आले.

बहुतेक प्रांतांमधून बुनियादी शिक्षणाचा व्यवहार त्या त्या सरकारांनी स्थानिक स्वराज्य संस्थांकडे (लोकल बोर्डाकडे) सोपविलेला होता. हिंदुस्तानी तालिमी संघाचे ठिकठिकाणचे कार्यकर्ते लोकलबोर्डांच्या व्यवस्थापन कार्याविषयी असमाधानी होते. बुनियादी शिक्षणाच्या व्यवस्थापनाविषयीच्या प्रश्नांचा ऊहापोह करताना, सर्वच प्रांतांमधील कार्यकर्त्यांनी याविषयीचे आपले अनुभवकथन नयी तालीम संमेलनात केले. त्या सर्वांचे एकमत होते ते, स्थानिक स्वराज्य संस्थांच्या अकार्यक्षमतेविषयी आणि भ्रष्ट आचाराविषयी. त्यामुळे, अनेक कार्यकर्ते, शिक्षकवर्ग आणि सर्वसामान्य जनता यांची अशी मागणी हाती की सरकारांनी, या स्थानिक संस्थांकडील बुनियादी शिक्षणाचे नियंत्रण काढून घेऊन, ते सर्वस्वी आपल्या ताब्यांत घ्यावे. सरकारांची मात्र यास फारशी तयारी नव्हती, अशा प्रकारची ही माहिती कार्यकर्त्यांनी या संमेलनातील सहभागींपुढे ठेवली होती.

सभेत एक निर्णय मात्र असा घेण्यात आला की इथून पुढे नवीन बुनियादी शाळा उघडताना त्या प्रांतिक सरकारांच्या नियंत्रणाखाली असाव्यात.

लगोलग भारताला स्वातंत्र्य मिळाले. स्वतंत्र भारत सरकारने सार्जंट कमिशनची शिक्षणयोजनाच पुढे चालू ठेवली आणि सरकारी शाळांतील प्राथमिक शिक्षण हे 'बुनियादी शिक्षण' मानून, पहिल्या पंचवार्षिक योजनेत त्यासाठी आर्थिक तरतूदही केली.

भारताला स्वातंत्र्य मिळाले त्यावेळी बुनियादी शिक्षणाच्या स्वतंत्र प्रयोगांची आठ-नऊ वर्षे पूर्ण झाली होती. या शिक्षणसंकल्पनेची प्रगती उत्तर बुनियादी - म्हणजे माध्यमिक स्तरावरील शिक्षणापर्यंत झालेली होती. बुनियादीशिक्षण व उत्तरबुनियादी शिक्षण यामध्ये जशी एक सलगता होती. तशी सरकारी प्रयत्नांतील बुनियादी शाळा आणि पुढील माध्यमिक स्तर यांमध्ये, निर्माण झालेली नव्हती.

असाच प्रश्न पुढे जर नयी तालीमची संकल्पना सरकारतर्फे या स्तरांवर अमलात आणली गेली तर, माध्यमिक शिक्षण आणि विद्यापीठीय शिक्षण यांमध्ये येणार होता. यासाठी १९५६ साली सेवाग्राम येथे भरलेल्या, 'अखिल भारतीय उत्तर बुनियादी संमेलना'त अशा आशयाचा ठराव करण्यात आला, की सरकारने माध्यमिकच्या पातळीवर नयी तालीमची संकल्पना स्वीकारून, तिला बुनियादीचे प्रगत स्वरूप द्यावे. तसेच उत्तम बुनियादीचा ढाचा विश्वविद्यालयीन स्तरांवर अमलात आणावा व त्या दिशेने विद्यापीठीय शिक्षणाचे परिवर्तन करावे. परंतु असे काही घडले नाही. तसे घडणारही नव्हते.

असे काही घडणे कठीण होते कारण, मुळातच सरकार बुनियादी शिक्षणापासून दिवसेंदिवस दूरच जात होते. प्राथमिकच्या स्तरावरील बुनियादी शिक्षणही, पुढे नावापुरतेच 'बेसिक शिक्षण' राहिले. माध्यमिक स्तरावरही, बहुमुखी वा बहुउद्देशीय शिक्षणाला, व्यवहारात कधीच पुरेसे बळ आणले गेले नाही.

काही राज्यसरकारांनी म्हणजे, पंजाब, मद्रास आणि केरळ या राज्यांनी, त्यांच्या अखत्यारीतील खाजगी बुनियादी शाळांना मात्र मान्यता दिली.

तालिमी संघाची एक खास बैठक २२-२३ एप्रिल १९४७ ला पाटणा येथे घेण्यात आली. शासनाने, यापुढे, नयी तालीमबाबत कोणती भूमिका घ्यावी, याविषयीचा विषय या सभेपुढे होता. सभेला तालिमी संघाच्या सदस्यांबरोबरच मद्रासचे शिक्षणमंत्री टी.एस. अविनाशलिंगम्, बिहारचे शिक्षणमंत्री बद्रीनाथ वर्मा, उत्कलचे शिक्षणमंत्री लिंगराज मिश्र आणि संयुक्त प्रांताचे शिक्षणमंत्री संपूर्णानंद हे खास आमंत्रित म्हणून हजर होते. मुंबईचे शिक्षणमंत्री बाळासाहेब खेर उपस्थित राहू शकणार नव्हते म्हणून त्यांनी, पार्लमेंटरी सेक्रेटरी इंदुमती सेठ यांना, तर आसामचे शिक्षणमंत्री गोपीनाथ बारदोलाई यांनी, जी.ए. स्मॉल यांना, आपले प्रतिनिधी म्हणून पाठविले होते. शिवाय गांधी सेवा संघ, जामिया मिलिया इस्लामिया, बिहारची मौलिक शिक्षासमिती, उत्कलमौलिक शिक्षा समिती या संस्थाही प्रतिनिधीरूपाने उपस्थित होत्या. विविध शिक्षणमंत्र्यांनी आपापल्या प्रातांतील बुनियादी शिक्षणाचा अहवाल सभेपुढे सादर केला. याच सभेमध्ये पहिल्या पाच वर्षांसाठीचा बुनियादी शिक्षणाचा सुधारित अभ्यासक्रमही मंजूर करण्यात आला. विविध प्रांतांमधल्या सरकारप्रणित शिक्षणाबाबत असे मत सर्वसाधारणपणे व्यक्त झाले की, जोवर हे शिक्षण जिल्हा बोर्डांच्या अखत्यारीत आहे तोवर ते समाधानकारक नाही. त्यामुळेच सरकार ते आपल्या ताब्यात घेण्याचा विचार करीत आहे. भारत सरकारशी तालिमी संघाच्या शिक्षण योजनेबाबत चर्चा करण्यासाठी, डॉ.जाकिर हुसेन, प्रो. सैय्यदिन,

आर्यनायकम् व श्रीमती आशादेवी यांनी केंद्रीय शिक्षणमंत्री मौलाना अबुल कलाम आझाद यांना भेटावे असाही निर्णय या बैठकीत घेण्यात आला.[२७]

शाळांचे स्वावलंबन

भारतीय स्वातंत्र्याच्या उंबरठ्यावर, एप्रिल १९४७ मध्ये झालेल्या हिंदुस्तानी तालिमी संघाच्या बैठकीत नयी तालीममधल्या 'स्वावलंबना'च्या मुद्दयावरही चर्चा झाली. अविनाशलिंगम् यांनी, शाळांच्या आर्थिक स्वावलंबनाचा मुद्दा उपस्थित केला. प्रत्यक्ष उत्पन्नाची आकडेवारी काय सांगते, याची पृच्छा केली. त्यावर, हिंदुस्तानी तालिमी संघाचे सचिव आर्यनायकम् यांनी सेवाग्रामच्या बाबतीतील अशी आकडेवारी नुकतीच, प्रसिद्ध केली असल्याचे निदर्शनास आणून दिले. (सेवन इयर्स ऑफ वर्क - आठवा वार्षिक अहवाल.) बिहार मौलिक शिक्षा समितीचे रामशरण उपाध्याय यांनी, बिहारमधील बुनियादी शिक्षणाच्या मागील आठ वर्षांच्या अनुभवाच्या आधारे असे मत व्यक्त केले की, जर मुलांची हजेरी चांगली असेल आणि योग्य पद्धतीने शिक्षण दिले जात असेल तर बुनियादी तालीमच्या पाठ्यक्रमात दिल्याप्रमाणे उत्पन्न मिळू शकते.

मार्च १९५१ मध्ये, सातवे अखिल भारतीय बुनियादी शिक्षण संमेलन पाटणा येथे भरले होते. त्याचे उद्घाटन, मध्यप्रदेशचे तत्कालीन मुख्यमंत्री पंडित रविशंकर शुक्ल यांनी केले. आपल्या उद्घाटनपर भाषणात, १९४६ सालची शाळांच्या स्वावलंबनाबाबतची स्थूल आकडेवारी देऊन, शाळांच्या यशापयशाची कारणमीमांसा केली. त्यांनी असे सांगितले की, "जेव्हा १९४६ मध्ये फिरून काँग्रेस मंत्रिमंडळ आले तेव्हा या (बुनियादी शिक्षणाच्या) विद्यामंदिर योजनेचे केलेल्या प्रगतीचा आढावा घेतला. तेव्हा कळले की एकूण ८२ विद्यामंदिरांपैकी ७४ विद्यामंदिरे अजूनही चालू होती. त्यांपैकी १७ विद्यामंदिरांनी आपला सर्व खर्च वजा जाता १००० रुपयांपेक्षा अधिक रक्कम जमा केली होती. तर १० विद्यामंदिरांनी ५०० ते १००० रुपयांच्या दरम्यान तर ३३ विद्यामंदिरांनी ५०० रुपयांपेक्षा कमी रक्कम मिळविली. ज्यांचा खर्चही भरून निघाला नाही अशी विद्यामंदिरे केवळ १४ होती.

पंडित रविशंकर शुक्ल पुढे असेही म्हणाले की, महत्त्वाची गोष्ट अशी आहे की विद्यामंदिरांचे काम सर्वांगाने चांगले आहे. त्यांनी आपला खर्च भरून तर काढलाच पण येथे अभ्यासही चांगला चालला आहे आणि काही पैसेही जमा झाले आहेत. मी तर असे म्हणेन की अगदी एक विद्यामंदिर जरी उत्तम

तऱ्हेने चालत असेल तर त्यात काही ना काही असे असेलच की जे प्राथमिक शिक्षण चालविण्याचा खर्च भरून काढण्याचा उपाय सुचवीत आहे. बऱ्याचशा विद्यामंदिरांबाबत त्यांच्या अयशस्वितेची अनेक कारणे आहेत. काही वेळा दान मिळालेली जमीनच उपजाऊ नाही, काही ठिकाणी शेती पुरेशी नाही, तर काही ठिकाणी मिळालेली सर्व जमीन लागवडीखालीच आली नाही, अथवा दिलेल्या आदेशाप्रमाणे शेती केलीच गेली नाही. विद्यामंदिरे 'विद्यामंदिर समित्यां'च्या हाती दिल्यामुळेही काही गोष्टींवर पुरेसे लक्ष दिले गेले नाही. विद्यामंदिरांचे शिक्षक अधिक पगाराच्या नोकऱ्यांच्या शोधात राहिले, अशाही काही कारणांमुळे विद्यामंदिरांची अवनती झाली. परंतु ज्याठिकाणी व्यवस्थापन उत्तम होते आणि गावकऱ्यांचेही योजना सफल होण्यासाठी साहाय्य मिळाले, तेथे योजना पूर्णपणे यशस्वी झालेली दिसते. दुर्दैवाने अशी उदाहरणे फार थोडी आहेत."[२८]

⌘

८. सेवाग्राममधील नयी तालीम

नयी तालीमच्या शिक्षणात सांप्रदायिक धर्मांसाठी कोणतीही जागा नाही; परंतु पायाभूत अशा नैतिक शिक्षणाला भरपूर वाव असेल.

– गांधीजी

आनंदनिकेतनप्रमाणेच, १ ऑगस्ट १९४२ ला सेवाग्राममध्य'नयी तालीम भवन'चे उद्घाटन महात्मा गांधीजींच्या हस्ते झाले. हे शिक्षक–प्रशिक्षणाचे स्थापन झालेले पहिले विद्यालय होते. या प्रशिक्षण केंद्राला 'नयी तालीम भवन' असे नाव देण्याचे प्रयोजन काय होते ते आशादेवींनी आपल्या एका भाषणात सांगितले होते.[१] त्या म्हणतात, "त्याचे (प्रशिक्षण केंद्राचे) नाव आम्ही 'नयी तालीम भवन' असे ठेवले. यामध्ये आमचा हेतू असा होता की हे कॉलेज नाही किंवा संस्थाही नाही. तर ते नयी तालीमचे घरच आहे आणि या घरात नयी तालीमचे शिक्षक व विद्यार्थी एकत्र, एक कुटुंब म्हणून राहतील. शिक्षणात सगळ्यांत मोठी गरज असते ती प्रेमाची. जाकिर हुसेन साहेबांनी ज्याप्रमाणे आपल्या भाषणात सांगितले की 'खऱ्या शिक्षणाच्या पुस्तकावर, पहिल्या पानावर प्रेम लिहिलेले असते.' तसे येथे असेल.

नयी तालीम भवन

"या नयी तालीम भवनचा आणखी एक उद्देश आमच्यासमोर होता. तो म्हणजे हे भवन सत्याच्या पायावर उभे राहावे. त्यामुळे या भवनाची प्रार्थना निवडताना आम्ही उपनिषदांतील हा मंत्र निवडला – ऋतं वदिष्यामि, सत्यं वदिष्यामि, तत् मामवतु, तद्वक्तारभवतु। – म्हणजे मी सत्यच बोलेन, ते सत्यच माझे रक्षण करो, माझ्या गुरूचे रक्षण करो. या 'घरा'चे नि 'कुटुंबा'चे उद्घाटन गांधीजींच्या हस्ते झाले. त्यावेळी या आमच्या प्रार्थनेला उद्देशून गांधीजी म्हणाले की, 'हा मंत्र तुमचे

रक्षण करो.' नयी तालीमला हा रक्षणमंत्र देऊन गांधीजी आणि देशातील इतर सर्व नेते तुरुंगात प्रविष्ट झाले.''

सेवाग्राममधील 'नयी तालीम भवन' हे शिक्षक-प्रशिक्षण केंद्र होते. नयी तालीम शिक्षणातील अतिशय महत्त्वाचा नि दूरगामी परिणाम करणारा असा हा घटक होता. कारण, नयी तालीमपुढे ध्येय होते ते शिक्षणातील अहिंसक क्रांती घडवून आणण्याचे. येथे जसे ध्येय वेगळे होते, तद्वतच, शिक्षणाची पद्धतीही आमूलाग्र भिन्न असणार होती. त्यामुळे या नव्या शिक्षणाचे तत्त्वज्ञान स्वीकारून, सिद्धांत पचवून आणि शिक्षणपद्धतींचे कौशल्य आत्मसात करून विद्यार्थ्यांसाठी शिक्षणात झोकून देणारा असा शिक्षकवर्ग लागणार होता. पुन्हा तो केवळ एखाद-दुसऱ्या शाळेसाठीच नको होता. तर जो एक बुनियादी शिक्षणविस्ताराचा राष्ट्रीय कार्यक्रम, हिंदुस्तानी तालिमी संघासमोर होता, त्यासाठी अक्षरशः हजारोंच्या संख्येने शिक्षकवर्ग लागणार होता. हे सहजा-सहजी शक्य होणारे नव्हते. शिवाय एक वेगळाच पेच होता. जी शिक्षित तरुणमंडळी नयी तालीमच्या कामाला वाहून घ्यायला उद्युक्त झाली होती किंवा होत होती, ती सारीच तत्कालीन प्रचलित शिक्षणाच्याच मांडवाखालून गेलेली होती. त्यामुळे त्यांच्या शिक्षणविषयीच्या आणि शिकवण्याविषयीच्या संकल्पना, तत्कालीन रूढ शिक्षणातून बनलेल्या होत्या. ज्या प्रकारच्या शिक्षणाला विरोध करण्यासाठी नयी तालीमची नवी शिक्षणप्रणाली, जन्माला आली होती त्याच प्रकारच्या शिक्षणातून, शिक्षक होऊ पाहणारांची जडण-घडण झालेली होती. त्यामुळे त्यांच्यात मूलभूत बदल घडून येणे हे जेवढे आवश्यक होते तेवढेच ते कठीणही होते. आशादेवींनी शिक्षक-प्रशिक्षणाविषयी व शिक्षकांविषयी बोलताना, विक्रम येथे १९४८ साली भरलेल्या संमेलनात असे उद्गार काढले होते की, ''आमचे काम कठीण आहे. आजचा जागतिक प्रवाह याला प्रतिकूल आहे. लोक आम्हाला हसतील, आम्हाला विरोध करतील, आमच्यावर अविश्वास किंवा अश्रद्धा दर्शवतील. तरीही आम्ही हटणार नाही. आम्ही तर हे करू किंवा मरू. जर आम्ही हे केले नाही तर एकूणच मानवी समाजापुढे एक भयसूचक भविष्य आहे. आजपर्यंत आपण नयी तालीमचा पुरा अर्थ समजावून घेतलेला नाही. परंतु पश्चिमी दुनियेने भविष्याची विक्राळ छाया या महायुद्धात पाहिली, त्यांना हे चांगले समजून आले आहे. आपले पुढचे पाऊल असणार आहे ते आपल्या श्रद्धेला, आचरणाद्वारा आपल्या व्यक्तिगत आणि सामाजिक जीवनात उतरवणे. त्यासाठी व्यक्तिगत आणि सांघिकरीत्या अशा दोन्ही प्रकारच्या साधनेची

गरज आहे. या साधनेचेच नाव आहे शिक्षक-प्रशिक्षण! आपण एकेकटे अपूर्ण आहोत, दुर्बल आहोत; परंतु सर्वांनी विश्वासाने, एक परिवार म्हणून एकच ध्येय डोळ्यांसमोर ठेवून प्रयत्न केले तर या सामुदायिक प्रयत्नांतून एक नवी शक्ती निर्माण होईल.''[२]

शिक्षक-प्रशिक्षणाचा कालावधी कोणता असावा याचीही बरीचशी चर्चा १९४९ च्या विक्रम येथील संमेलनात झाली होती. आशादेवींनी आपल्या विवेचनात, याविषयाबद्दलचे गांधीजींचे मत सांगितले. गांधीजींना याविषयी प्रश्न विचारला असता, त्यांनी उत्तर दिले होते; ''कोणताच कालावधी निर्धारित करू नये. शिक्षकांना कुठवर शिकवावे याची न तुम्हाला माहिती आहे न मला. जोवर तो स्वावलंबी होत नाही तोवर (शिक्षण) चालूच ठेवावे. जोवर त्याचे शिक्षण पुरे होत नाही तोवर तो आपल्याकडेच राहील. जर (त्याचे) हृदय आपण जिंकू शकत नसू तर सोडून द्या. माझा तर हाच धंदा चालत असतो. माझ्याजवळ येणारा माणूस नित्य शिकतच जातो. कोणी आयुष्यभर राहतो तर कोणी दोनच दिवसांत निघून जातो. मी माझ्या अनुभवातून तुम्हाला सांगतोय. अनुभवांतून आणि विचारांतून मी या निर्णयावर आलो आहे की आपण अवधी निश्चित करू नये. कोणी येतील तरी भले, न येतील तरी भले. जो येईल त्याला आपण साफ साफ सांगून देऊ की आम्ही निश्चित अवधी ठरवीत नाही. जो सच्चा आहे, स्वच्छतेने, शुद्धतेने नि खरेपणाने जो काम करतो, आपला पूर्ण वेळ जो देतो, दिवसेंदिवस त्याचे अज्ञान कमी होत जाते. जे काही उत्पन्न होईल त्याचे तुम्ही दोघे विश्वस्त. यालाच खरा सहयोग म्हणतात, खरे कोऑपरेशन म्हणतात. सरकारी कोऑपरेशन नव्हे. जेव्हा शिक्षक तयार होईल तेव्हा तो निघून जाईल. मी जर माझी संस्था चालवणारा असेन तर म्हणेन, की जोवर तो स्वावलंबी होत नाही तोवर तो राहील, मग भले पंचवीस वर्षे होवोत. जगाला, अखेरीस, आपल्याला हे दाखवून द्यायचे आहे, कायमचेच आम्ही दिवाळखोर होऊन पडलो आहोत. एकदा पाया पक्का केला तर फळ मिळेलच.''[३]

शिक्षकांच्या प्रशिक्षणाच्या भोवतालचे वातावरण कसे असावे, याविषयी धीरेंद्र मजूमदार यांनी फार स्पष्ट असे विवेचन केले आहे. नयी तालीमची शिक्षणरचना ही प्रामुख्याने ग्रामीण शिक्षणाची योजना म्हणून गांधीजींनी मांडली होती. बुनियादी शिक्षणाचा सारा प्रयत्नही त्याच दिशेने होता. परंतु प्रत्यक्षात येणारे शिक्षक बऱ्याच प्रमाणात शहरी किंवा निमशहरी वातावरणांतून येत असत. त्यांचा गावांशी संपर्क असे पण गाव त्यांच्यात भिनलेले नसे. धीरेंद्रदांची यावरच टीका होती. ''आज

आपल्या प्रशिक्षण विद्यालयांचे वातावरण आणि तेथील व्यवहार शहरी स्वरूपाचा आहे. आपण गावांविषयी बोलतो, फावडी-कुदळी घेऊन काही कामही आपल्या हातांनी करतो, थोडीशी स्वच्छता करतो आणि खेड्यांतही जातो. परंतु आपल्या जीवनाचे वळण आणि पद्धती यांत 'गावपण' आणण्यात आपण यशस्वी झालेलो नाही.''[४]

धीरेंद्रदांची सूचना अशी होती की, जो काही पाठ्यक्रम शिक्षक-प्रशिक्षणासाठी तयार केला जाईल, त्यात ग्रामीण जीवनाच्या अभ्यासाची मात्रा अधिक असावी; ती अशी असावी की शिक्षकाच्या प्रवृत्तीतच मूलभूत परिवर्तन व्हावे. यासाठी धीरेन्द्र मजूमदार यांनी सुचविलेली व्यवस्था अशी होती :

१. शिक्षकांचे प्रशिक्षण केंद्र संपूर्णतया ग्रामीण वातावरणात असावे.

२. प्रशिक्षण विद्यालयाचे वातावरण, इमारत आणि कार्यक्रम असा असावा की प्रशिक्षणार्थींच्या जीवनपद्धती ग्रामीण व्हायला मदत होईल.

३. शिक्षणक्रमात, शिक्षणाचा जो काही कालावधी असेल त्यामधील अधिकाधिक काल प्रत्यक्ष गावांत राहून ग्रामोत्थानाच्या कार्यक्रमात घालविला पाहिजे. हा अवधी वर्षातील तीन महिन्यांपेक्षा कमी नसावा.

असे सारे केल्याशिवाय विद्यार्थ्यांच्या प्रवृत्तीत आणि प्रकृतीत ग्रामीण दृष्टी येणे शक्य नाही, असे मत धीरेंद्र मजूमदार यांनी व्यक्त केले.

वास्तविक नयी तालीमच्या शिक्षणपद्धतीत तीन घटक महत्त्वाचे आहेत. एक, केंद्रीभूत उद्योग, दोन, आजूबाजूचे सामाजिक वातावरण आणि तीन, निसर्गाशी परिचय-संबंध. खरे तर नयी तालीममध्ये ही तीन एकत्रितरीत्या शिक्षणाची माध्यमे आहेत. धीरेंद्रदांचे म्हणणे असे होत की यांपैकी उद्योगमाध्यमावर खूपच भर दिला जातो आणि या तुलनेत उरलेल्या दोन माध्यमांवर फारसा भर दिला जात नाही. १९४५ सालापासून बुनियादी शिक्षणाला जीवनशिक्षणाचे जे व्यापक परिमाण लाभले, त्यामध्ये तर सामाजिक वातावरण आणि नैसर्गिक पर्यावरण यांचे महत्त्व अनिवार्य असे आहे. याच काळात मूळ बुनियादी शिक्षणप्रयोगाची सहा-सात वर्षे झाल्यानंतर उत्तरबुनियादी शिक्षणाची जी निकड भासली, तिची उद्दिष्टे ठरविताना तर अधिक व्यापक अशा अहिंसक ग्रामस्वराज्याच्या आदर्शाशी विद्यार्थ्याने विद्यार्थ्यांचे भावी जीवन जोडण्याची गोष्ट केलेली होती. त्यादृष्टीने उद्योगांबरोबर उरलेल्या या दोन माध्यम-घटकांचे महत्त्व अधोरेखित झाले होते.

नयी तालीमभवनमध्ये १. राष्ट्रभरातून येणारे कार्यकर्ते, २. कस्तुरबा ट्रस्टतर्फे

येणाऱ्या भगिनी, ३. हिंदुस्तान सरकारच्या अखत्यारीत असलेल्या प्रांतांमधून पाठविले जाणारे सरकारी अधिकारी व शिक्षक, ४. खाजगी संस्थानांतून आलेले अधिकारी व शिक्षक आणि ५. प्रत्यक्ष बुनियादी शाळांमधील शिक्षक आणि प्रशिक्षण विद्यालयांमधील अध्यापक यांचा समावेश असे.

या सर्व प्रशिक्षणार्थींसाठी प्रशिक्षणाचे दोन विभाग सेवाग्रामच्या नयी तालीम भवनांत केलेले होते.

पहिला विभाग ही एक कायमस्वरूपी प्रशिक्षणाची संस्था होती. यांमधून देशभरच्या राष्ट्रीय कार्यकर्त्यांचे आणि कस्तुरबा ट्रस्टकडून आलेल्या महिलांचे नयी तालीमचे शिक्षण केले जात असे. या गटांसाठी पूर्वशिक्षणाची खास कोणतीही अट नसे. अनुभवी समाजकार्यकर्ते आपल्या गरजांनुसार, अल्प मुदतीसाठी येत असत. एक दीर्घ मुदतीचा तीन वर्षांचा कार्यकर्त्यांचा प्रशिक्षणवर्ग येथे चालविला जात असे. जर येणारा प्रशिक्षणार्थी मॅट्रिक झालेला असेल तर त्याच्यासाठी हा कालावधी दोन वर्षांचा असे. हिंदुस्तानी तालिमी संघाने तयार केलेला अभ्यासक्रमच येथे राबविला जात असे.

या सर्व कार्यकर्त्यांना इतर पाठ्यक्रमाबरोबरच एक महिना इस्पितळात प्रत्यक्षपणे आरोग्यविषयक अनुभवाधारित काम करावे लागत असे; तसेच धीरेंद्र मजूमदार यांनी सुचविल्याप्रमाणे तीन महिने गावात, शांता नारूळकर यांच्या समवेत, ग्रामसेवेचे काम करावे लागत असे. पहिल्या वर्षी या प्रशिक्षणासाठी ४५ विद्यार्थ्यांनी नाव नोंदविले होते.

नयी तालीम भवनचा दुसरा विभाग हा खास करून विविध प्रांतांमधील सरकारी अधिकाऱ्यांसाठी चालविला जात असे. यांच्या प्रशिक्षणाचा कालावधी नऊ महिन्यांचा होता. प्रशिक्षण समाप्तीनंतर हे अधिकारी, आपापल्या प्रांतांमध्य 'बुनियादी ट्रेनिंग' स्कूलसूचे अध्यापक म्हणून किंवा बुनियादी शाळांचे संघटक म्हणून काम करीत असत. हा विभाग कायमस्वरूपी मानला गेला नव्हता, याचे कारण असे की, पुढे अनुभवांती प्रत्येक प्रांतातच अशी प्रशिक्षण महाविद्यालये चालविली जातील. मग सेवाग्राममधील या विशिष्ट विभागाची गरज लागू नये असे मानलेले होते. पहिल्या वर्षी या विभागात प्रशिक्षणार्थींची संख्या ४५ इतकी होती. त्यात बिहारचे ८, आसामचे ४, उडिसाचे ८, बंगालचे १० आणि मद्रास प्रांताचे ९ प्रशिक्षणार्थी आले होते. दोन्ही विभागांचे मिळून ९० प्रशिक्षणार्थी सेवाग्राममध्ये प्रशिक्षणासाठी म्हणून जमले होते.

बुनियादी शिक्षणाचा कार्यविस्तार

भारतीय स्वातंत्र्याच्या सुमारास म्हणजे १९४७ सालापर्यंत, हिंदुस्तानी तालिमी संघातर्फे, सेवाग्राममध्ये चाललेल्या नयी तालीमच्या कामात पाच मुख्य विभाग होते.

१. पूर्वबुनियादी तालीम व त्यास जोडून असलेला प्रौढ शिक्षण विभाग;

२. आनंदनिकेतन ही पूर्णपणे बुनियादी शिक्षणाची सातवीपर्यंतची शाळा;

३. उत्तरबुनियादीभवन हा १९४६ मार्चमध्ये नव्याने उघडलेला विभाग. यामध्ये प्रामुख्याने ज्या विद्यार्थ्यांनी आनंदनिकेतनमधील सात वर्षांचा शिक्षणक्रम पूर्ण केला आहे असे विद्यार्थी किंवा बाहेरच्या राष्ट्रीय संस्थांमधून ज्यांचे सातवीपर्यंतचे बुनियादी शिक्षण पूर्ण झाले आहे असे विद्यार्थी घेतले जात असत.

४. नयी तालीम भवन हा प्रशिक्षण विभाग होता. यांत महिला वा पुरुष असे शिक्षक आणि कार्यकर्ते यांना प्रशिक्षण दिले जात असे. प्रशिक्षणासाठी दोन वेगळे विभाग याठिकाणी होते. एकामध्ये प्रामुख्याने कस्तुरबा निधीमार्फत येणाऱ्या महिलांसाठीचे शिक्षण दिले जाई तर दुसऱ्या विभागात मध्यवर्ती सरकारमार्फत अथवा अन्य संस्थाने किंवा खाजगी बुनियादी संस्थांकडून आलेल्या अधिकाऱ्यांचे, बुनियादी प्रशिक्षण वर्गाच्या अध्यापकांचे, बुनियादी शाळांच्या पर्यवेक्षकांचे आणि संघटकांची प्रशिक्षणे आयोजित केली जात असत.

५. पाचवा विभाग हा साहित्यनिर्मितीचा विभाग होता. येथे बुनियादी शिक्षणासाठी साहित्य-वाङ्मय निर्माण करण्याचे व प्रकाशित करण्याचे काम चालत असे.

१९४६-४७ साली आनंदनिकेतनमधील विद्यार्थ्यांची संख्या १२५ इतकी होती. त्यांपैकी ५५ विद्यार्थी छात्रावासात राहात होते.

वर्गविहीन पद्धतीचा एक वेगळा प्रयोग याठिकाणी करण्यात आला. शाळेच्या मुलांना 'वर्गां'मध्ये विभागण्याच्या ऐवजी आणि त्यांच्या वयोमानानुसार इयत्ता ठरविण्याच्या ऐवजी, शारीरिक-मानसिकतेच्या अंगांनी त्याचे चार गट पाडण्यात आले. त्यांना टोळ्या म्हणत. हे गटही कायमस्वरूपी नव्हते तर सतत वेगवेगळ्या कारणांनी बदलते राहावेत, अशी लवचिकता त्यांच्यामध्ये राखलेली होती. प्रत्येक टोळी सांभाळण्याचे काम एकेका शिक्षकाकडे दिलेले होते.

पहिला गट ७ ते ९ वर्षे
दुसरा गट ९ ते ११ वर्षे

तिसरा गट   ११ ते १३ वर्षे

चौथा गट   १३ ते १५ वर्षे

१९४६-४७ साली आनंदनिकेतनमध्ये या चार गटांतून अनुक्रमे २५, ४०, ३५, २५ अशी एकूण १२५ मुले होती. अशी गटपद्धत करण्यामध्ये आर्थिक आणि शैक्षणिक असे दुहेरी हेतू होते. आर्थिक दृष्टिकोनातून साधारणपणे २५ ते ३० विद्यार्थ्यांमागे एक शिक्षक असावा हे प्रमाण योग्य मानले होते. त्यामुळेच दुसऱ्या गटात विद्यार्थ्यांची संख्या अधिक असल्यामुळे तेथे शिक्षकाला एक सहाय्यकही पुरविण्यात आला होता. शैक्षणिक हेतू असा होता की समवयस्क मुलांची शारीरिक-मानसिक क्षमता जवळपास सारखी असते आणि दोन वर्षांचा फरक हा बौद्धिक दृष्टिकोनांतून मोठा असल्यामुळे वेगवेगळ्या पात्रतेची मुले एकत्र येऊन, परस्परांना मदत करीत, परस्परांकडून शिकत जातील. त्यामुळे सर्वांचीच प्रगती चांगली होईल.

या चार गटांच्या चार शिक्षकांव्यतिरिक्त कला, संगीत, विणकाम आणि स्वयंपाक यासाठी चार विशेषज्ञ नेमले होते. हे हिंदुस्तानी तालिमी संघाचेच कार्यकर्ते असून, त्यांना शिक्षणाच्या अन्य विभागांतही काम दिलेले होते. प्रशिक्षणांतून सर्वांगीण क्षमतेचे शिक्षक तयार होईपर्यंत अशातऱ्हेची व्यवस्था असणार होती. शिक्षकांना ५० रुपये पर्यंत ते ७५ रुपयांच्या दरम्यान वेतन दिले जात असे.

या काळापर्यंत प्रामुख्याने कताई व विणकाम आणि थोड्या प्रमाणात बागकाम एवढेच केंद्रीभूत उद्योग म्हणून होते. त्यामुळे स्वावलंबनाच्या दिशेने फारशी प्रगती होऊ शकली नव्हती. १९४६ साली गो-सेवा संघाकडून त्यांची सेवाग्राममधील शेती शाळेसाठी उपलब्ध झाली. त्यामुळे शेती आणि बागकाम यांमधून अधिक उत्पन्न मिळण्याची आशाही निर्माण झाली. १९४७ च्या सप्टेंबर महिन्यातील उत्पन्नाचे मान अशाप्रकारचे होते.

सेवाग्राममधील एक महिन्याचा उत्पादनाचा तपशील[५]

गट	सरासरी हजेरी	बनविलेले पेळू	कातलेले सूत	विणलेली नवार	विणलेले कापड	प्राप्त मजुरी रुपयांत
१	२२ दिवस	-	१५ गुंड्या	-	-	-
२	२५ दिवस	३.५ शेर	७५ गुंड्या	-	-	२८-६-६
३	२६ दिवस	१३.५ शेर	३१४ गुंड्या	४० वार	-	४९-१५-०
४	२१ दिवस	१४ छटाक	२१ गुंड्या	-	५३.२५ वार	७४-११-०
						१५३-०-६

मूळच्या अपेक्षेप्रमाणे पाहिल्यास, स्थूलमानाने तीन शिक्षकांचा महिन्याचा पगार या रकमेमधून मिळाला, असे मानता येईल. गांधीजींच्या मूळच्या शिक्षणस्वावलंबनाच्या कल्पनेजवळ जाणारे असे हे उत्पन्नाचे सरासरी आकडे आहेत असे दिसून येईल. इथपर्यंतची मजल मारण्यात, सेवाग्राम आश्रमातील कामात आशादेवींचे योगदान फार मोठे होते.

सेवाग्राममधील बालवाडी प्रयोगाची पूर्वतयारी

१९४४ साली, सेवाग्रामच्या नयी तालीमच्या परिसरात ५ ते ७ वर्षांच्या मुलांच्या शिक्षणाचा एक नवा प्रयोग पूर्वबुनियादी या नावाने किंवा बालघर या नावाने शांता नारूळकरांच्या मार्गदर्शनाखाली सुरू झाला. या प्रयोगाची बीजे मात्र बुनियादी शिक्षणपद्धतीच्या विचारातच रुजली होती. सात वर्षांच्या पुढील मुलांसाठी बुनियादी पद्धतीचा प्रारंभ १९३७ मध्ये झाला. त्याहीवेळेस सात वर्षांच्या आतील मुलांच्या शिक्षणाचे काय, हा प्रश्न तज्ज्ञांच्या मनात होता. १९४५ ला पूर्वबुनियादीचा शास्त्रशुद्ध विचार करण्यासाठी एक समितीही नेमली व पूर्वबुनियादी शिक्षणाची विचारपूर्वक मांडणीही झाली.

या काळात लहान बालकांचे शिक्षण, शास्त्रीय बालशिक्षण याबाबतचे विचार देशात सार्वत्रिक झाले नव्हते. पण ते वेगाने पसरण्याची गरज होती. गिजुभाई बधेका यांचा बालशिक्षणाचा प्रयोग भावनगरच्या दक्षिणामूर्ती संस्थेमध्ये १९१८ मध्ये सुरू झाला होता. त्यांच्या सहकारी व शिष्या ताराबाई मोडक यांनीही १९३६ मध्ये मुंबईला 'शिशुविहार' सुरू केले होते. बालशिक्षणाचे महत्त्व पटविण्यासाठी या दोहोंचे अहोरात्र प्रयत्न चालू होते. त्यात सेवाग्रामचा अजून एक प्रवाह येऊन मिसळला.

१९३८ साली जेव्हा बुनियादी शिक्षणाचा पाठ्यक्रम तयार करण्यात आला तेव्हा त्याच्या प्रस्तावनेत आपली भूमिका पाठ्यक्रम समितीने विस्ताराने मांडली आहे. या प्रस्तावनेत, बुनियादी शिक्षणाची सुरुवात सातव्या वर्षापासून करण्याचे जे योजले आहे, त्यावरील लोकांच्या आक्षेपाचे खंडन करताना, समितीने असे म्हटले आहे की, ''जाकिर हुसेन समितीच्या विवरणात असे स्पष्टपणे मांडले आहे की, शाळेत दाखल होण्यापूर्वी मुलांना जे शिक्षण मिळण्याची गरज आहे, त्याचे महत्त्व आम्ही मानतो आहोत; आणि आमचा असा कयास आहे की लोक खाजगीरीत्या अथवा जिथे शक्य आहे तिथे सरकारी सहाय्याने, असे

शालेयपूर्व शिक्षण देणारी बालमंदिरे चालवतील.''[६] परंतु,''आर्थिक आणि इतर काही कारणामुळे या शिक्षणाचा समावेश बुनियादी शिक्षणाच्या योजनेत आम्हाला करता येत नाही,'' अशी कबुलीही येथेच, समितीने दिली आहे. गांधीजींनी बुनियादी शिक्षणाला जीवनशिक्षणात परिवर्तीत केल्यानंतर मात्र, पूर्वबुनियादीची सुरुवात, पहिल्या प्रयोगाने सेवाग्राममध्ये झाली.

गांधीजींच्या पंचाहत्तराव्या वाढदिवसाच्या निमित्ताने, २ ऑक्टोबर १९४४ ला कस्तुरबा ट्रस्टच्या वतीने, त्यांना एक थैली अर्पण करण्यात आली. त्यावेळी या पैशाच्या विनियोगाविषयी सुचविताना त्यांनी म्हटले की, ''नयी तालीमचे काम, छोट्या मुलांपासून वृद्ध महिलांपर्यंत सर्वांसाठी आहे. शिक्षण उद्योगांमार्फत द्यायचे म्हणून त्यात सर्वच उद्योग समाविष्ट होतात. गावांची साफसफाई, आरोग्यरक्षण वगैरे सगळ्या कामांचाही यामध्ये समावेश होतो. सर्वचजण यात येतात. आज जे लाखो लोक मृत्यूपूर्वीच मरण भोगताहेत, त्याला थोपवायचे आहे.''[७] सेवाग्राममधील पुढील कामाची दिशा यांतून निश्चित झाली होती. प्रौढ शिक्षणाबरोबर बालशिक्षणावरही भर देण्यात आला. सेवाग्राममध्ये आरोग्यविषयक दोन केंद्रे चालविली जात असत. प्रसूतिमंडळ आणि बालआरोग्य केंद्र. ही दोन्ही कामे उपर्युक्त शिक्षणविचाराला जोडलेली होती.

आशादेवींनी आपल्या विक्रमसंमेलनातील भाषणात, सेवाग्राममध्ये नुकत्याच सुरू झालेल्या पूर्वबुनियादी शाळेमागील बालशिक्षणाबाबतची भूमिका आणि त्याचे प्रायोगिक स्वरूप स्पष्ट केले आहे.[८]

''येथे मी इतकेच सांगू इच्छिते की सेवाग्राममध्ये नयी तालीमची जी कामे चालली आहेत त्यात पूर्व बुनियादी आणि प्रौढशिक्षण असे दोन वेगळे विभाग केलेले नाहीत; कारण हे दोन्ही एकाच शिक्षणाचे दोन पदर आहेत. गावांतल्या लोकांना एक संपूर्ण आणि समृद्ध जीवन व्यतीत करायला शिकवणे, हे या शिक्षणप्रणालीचे ध्येय आहे. घर आणि शाळा दोन्हींच्या परस्पर सहयोगातूनच खऱ्या शिक्षणाचे काम चालत असते. त्यामुळे, सेवाग्राममध्ये पूर्वबुनियादी आणि प्रौढ शिक्षण यांची जबाबदारी एकाच कार्यकर्त्यांकडे दिलेली आहे आणि कार्यकर्त्यांचा वेळही मुलांचे घर आणि शाळा यांमध्ये विभागला जातो.''

''पूर्वबुनियादी शिक्षणाचे उद्दिष्ट आहे, मुलांचा सर्वांगीण विकास आणि नयी तालीमच्या तत्त्वांनुसार जी नवी समाजरचना घडवायची, त्यात जबाबदारी घेण्याची पहिली तयारी. छोट्या मुलांसाठी शिक्षणाचा कार्यक्रम ठरविण्याच्या आधी

त्या मुलांची घरे, कुटुंब, समाज, त्यांचे अन्न, झोपण्याच्या सवयी इत्यादी बाबींच्या अध्ययनाची जरुरी असते... यांच्याच पायावर त्यांच्या शिक्षणाचा कार्यक्रम आखला जातो.''

''मुलांच्या शिक्षणात सगळ्यांत पहिला आणि सगळ्यांत महत्त्वाचा पैलू आहे तो म्हणजे, त्यांचा शारीरिक विकास. आदर्श समाजात हे काम घरच्या घरीच होत असते. मात्र हिंदुस्तानच्या आजच्या परिस्थितीत, शाळांच्या शिक्षणाचा हा एक भाग ठरतो. सेवाग्रामच्या पूर्वबुनियादी शाळेत, मुलांना त्यांच्या घरच्या अन्नातील कमतरता विचारात घेऊन दूध आणि एखादे फळ पूरक म्हणून दिले जाते.''

''मुलांच्या वजनाचीही नोंद ठेवली जाते. शाळेत मुलांना दिला जाणारा अल्पोपहार हे एक त्यांच्या सामाजिक शिक्षणाचेही अंग आहे. या अन्नाबरोबरच सदाचार, स्वच्छता आणि निरोगी शरीर यांचे शिक्षण दिले जाते.''

''मुलांच्या शिक्षणातला दुसरा महत्त्वाचा विषय आहे स्वच्छतेचा. त्यांच्या शरीराची, कपड्यांची नि परिसराची स्वच्छता. शिक्षक, विद्यार्थी आणि त्यांचे आई-वडील या सर्वांसमवेत हे काम करतात. यानंतर येते ते नागरिकतेचे वा सामाजिकतेचे शिक्षण. यात खाणे-पिणे, उठणे-बसणे, निजणे-खेळणे, आणि संडास, मुतारीचा वापर हे सारे उपक्रम राबवताना, सदाचाराचे नियमही शिकवले जातात. मुलांची परस्परांमधील, तसेच प्रौढांबरोबरची, पाहुण्यांच्या बरोबरची वागण्याची रीत, घरच्या छोट्या मुलांचा सांभाळ, उत्सव-सण साजरे करणे, सामुदायिक प्रार्थनेत भाग घेणे या साऱ्या गोष्टी यामध्ये येतात. मुलांचे काम, खेळ आणि सहली यांबाबत दृष्टिकोन असा ठेवला आहे की, कमीत कमी खर्चाच्या आणि आसपास मिळणाऱ्या साधनांचाच वापर करायचा.''

''सर्वच प्रकारच्या उपक्रमांत असाच दृष्टिकोन ठेवला आहे की शक्य तेवढा मुलांच्या घरांचा, गावाचा व निसर्गाचा उपयोग करून याच साधनांच्या सहाय्याने त्यांचा विकास साधण्याचा प्रयत्न करावा...''

बालवाडीचे शैक्षणिक काम

बालवाडीच्या नियोजनावर नजर टाकली तर 'जीवनशिक्षण' कशाला म्हणतात याची झलक पाहायला मिळते. सकाळी ७ ते ७.३० शिक्षक काही मुलांच्या घरी

जाऊन मुलांच्या आवराआवरीकडे लक्ष देत. ७.३० ते १०.३० मुले व शिक्षक मिळून शाळा सफाई व अस्वच्छ मुलांची सफाई व प्रार्थना, आजारी मुलांना आरोग्य केंद्रात नेणे, १०.३० ते १.३० रचनात्मक खेळ, भाषा, गाणी व गोष्टी, सामाजिक तालीम - यात नेतृत्व, आपले सामान आवरणे, नाश्त्याचे वाटप इत्यादींचा समावेश होता. १.३० ते २.३० मधल्या सुट्टीत घरी जाणे. २.३० ते ५.०० वर्गव्यवस्था रचनात्मक खेळ, भाषा, मैदानी खेळ व आठवड्यातून एकदा भटकंती. मुलांना योग्य आहार आणि स्वच्छ पाणीही देण्याची व्यवस्था केली गेली होती.

या दिनक्रमातून शिक्षणाच्या विविध आयामांना स्पर्श केलेला दिसतो. शास्त्रीय बालशिक्षणातील बालविकासाची विविध उद्दिष्टे विचारात घेऊन दैनंदिन उपक्रमांची मांडणी केलेली आहे. उदाहरणार्थ,

१. **शारीरिक विकास** – यात बालकाच्या आहार व आरोग्याची काळजी घेतली आहे व बालकात स्वतःच्या आरोग्यासंदर्भात जाणीव निर्माण करण्याचा प्रयत्न केला आहे. त्यासाठी आंघोळ कशी करावी, दिवसभराच्या अनेक कामांमध्ये हातापायांची स्वच्छता करणे, नखे कापणे, केस धुणे, केसात उवा झाल्या तर औषध घालणे, वेळोवेळी केस कापणे, स्वतःचे कपडे राखेच्या पाण्यात उकळवणे, स्वच्छ धुवून घालणे, आजार झाला असेल तर दुर्लक्ष न करता आरोग्य केंद्रात जाणे, औषध घेणे आणि दिवसभरात पुरेसा पोषक आहार कोणता घ्यावा, या साऱ्या बाबी मुलांना व त्यांच्या पालकांना शिक्षकांनी जाणवून दिल्या. ही खूपच महत्त्वाची कामगिरी मानलेली होती. 'उत्तम आरोग्यासाठी उत्तम आहार' तसेच 'आरोग्य हा उत्तम शिक्षणाचा पाया आहे,' अशी शास्त्रीय भूमिका यामागे होती.

२. **बौद्धिक विकास** – मुलाच्या बौद्धिक विकासात भाषाशिक्षण, अंकगणित, दैनंदिन जीवनातील छोटे व्यवहार यांचा समावेश केला होता. विविध उपक्रम व शैक्षणिक साधने यांचा वापर यासाठी केला जात असे.

३. **स्वावलंबन** – स्वतःची आवराआवरी, आपण वापरलेल्या वस्तू नीटनेटक्या ठेवणे, दूध, नाश्ता, जेवण यांसाठी वापरलेली भांडी धुणे, अशी छोटी छोटी कामे मुलांकडून करवून घेतल्याने मुले स्वावलंबी होऊ लागली. श्रम स्वावलंबनही यालाच जोडले. जे पुढे आर्थिक स्वावलंबनाशी निगडित आहे. शेतात कापूस वेचणे, साफ करणे, टकळीवर सूत कातणे, बागेत खोदकाम करणे, झाडे लावणे, पाणी घालणे ही कामे मुले स्वतःच्या कुवतीनुसार पण आवडीने करू लागली.

४. **सामाजिक विकास** – समाजाचा विकास हा समाजातील व्यक्तींच्या

एकोप्यावर अवलंबून असतो. चांगला नागरिक घडण्याचा प्रारंभ पूर्वबुनियादीच्या या शाळेतून केला जाऊ लागला. समवयस्क किंवा लहान मोठ्या मित्रमैत्रिणींबरोबर जुळवून घेणे, खेळताना खेळांची वाटणी करणे, खेळण्यामध्ये हरण्याचा जिंकण्याचा असे दोन्ही अनुभव घेणे, इतरांना कामात मदत करणे,नाश्ता वाढणे, रांग लावणे, हे सारे घडते आहे ना, याकडे शिक्षक जाणीवपूर्वक लक्ष देत होते. प्रौढांबरोबर अदबीने वागणे, लोकांमध्ये असताना शांततेने वागणे, नीट बसणे, रस्त्याने चालताना नीट चालणे, याही गोष्टी समाजजीवनाचा भाग म्हणूनच शिकवल्या जाऊ लागल्या. मुलांची सामाजिकता वाढविण्याचेच हे सारे उपक्रम होते.

५. कल्पनाशक्तीचा विकास – कल्पना करणे, प्रत्यक्षात उतरविण्यासाठी प्रयत्न करणे हाही मुलांच्या विकासाचा एक महत्त्वाचा भाग आहे. यासाठी मणी, बिया, विविध प्रकारचे तुकडे, ठोकळे यांच्या रचना करायला दिल्या जाऊ लागल्या. मातीकाम, चित्रकला, रंगकाम यांतूनही मुले आपल्या कल्पना साकार करू लागली. विविध कलांचा अनुभव देण्याचा प्रयत्न इथे सुरुवातीपासून केला जाऊ लागला.

बालशिक्षणातून गावविकास

गांधीजींचे सारे लक्ष खेड्यांकडे, गावांकडे होते. खेड्यांचा विकास हे त्यांचे ध्येय होते. त्यामुळे बालशिक्षणाचा विचार हा अपरिहार्य होता. गांधीजींनी ताराबाई मोडकांनाही खेड्यात शिक्षणाचे काम उभे करण्याचा सल्ला दिला होता. त्यानंतरच १९४५ पासून ताराबाईंनी अनुताई वाघांच्या मदतीने बोर्डी व कोसबाड परिसरात बालशिक्षणाचे काम सुरू केले. पूर्वबुनियादी शिक्षणाचा विचार करण्यासाठी नेमलेल्या समितीनेही पूर्वबुनियादी शिक्षणाच्या ध्येयाचा विचार करताना असा मुद्दा मांडला की, ''हिंदुस्थानातील अधिकाधिक जनता खेड्यात राहते. खेड्यातील मुलांच्या शिक्षणाचा विचारच आजवर केला गेलेला नाही. जे काही बालशिक्षण आहे ते शहरात. त्यामुळे नयी तालीम संघाने बालशिक्षणाचा विचार करताना खेडी, छोटी गावे हेच आपले कार्यक्षेत्र नक्की करावे. गावातील मुलांचे शिक्षण चांगले झाले की पुढे चांगला समाज निर्माण होईल व गावविकास त्यातूनच साधता येईल. मुलांना जवळ करणे, त्यांचे शिक्षण करणे हा गावात शिरण्याचा, गावाला जवळ करण्याचा एक मार्ग आहे. हा बालशिक्षणाकडे पाहण्याचा गांधीजींचा एक दृष्टिकोन होता. खेड्यात, ग्रामीण–आदिवासी भागांत बालवाडी सुरू करणे, त्यात मुले येती, टिकती, शिकती करणे हे एक मोठेच दिव्य शिक्षकाला पार पाडायचे असते. १९४४ ची सेवाग्रामची बालवाडी, १९४५ ची बोर्डी, ताराबाई–अनुताईंची बालवाडी

किंवा आजची एखादी दुर्गम भागातील बालवाडी चालवताना शिक्षकाला येणाऱ्या अडचणी त्या भागांतील जीवनाच्या गरजा, मुलांचे आरोग्य-आहार शिक्षण यासंदर्भात येणारे प्रश्न सारखेच आहेत. नयी तालीममध्ये यांची उत्तरे शोधण्याचा प्रयत्न होता. खेड्यातील बालशिक्षकाची भूमिका ही निश्चित केलेली होती. त्याला गावविकासाशी जोडून घ्यायचे होते. त्यामुळे खेड्यात बालशिक्षक म्हणून काम करणारा शिक्षक हा प्रथम निष्ठावान कार्यकर्ताच असायला हवा, अशी भूमिका ठेवली होती.

मुलांची अस्वच्छता, गावाची अस्वच्छता त्यातून होणारे अनेक आजार गावागावांतून आढळत होते. बिघडलेले आरोग्य हा सगळ्यात महत्त्वाचा प्रश्न खेड्यात आहे. मुलामुलींना आंघोळी घालणे, त्यांचे कपडे उकळवणे, खरजांवर, उवांवर औषधोपचार करणे, ही कामे शिक्षकाला नित्यनियमितपणे करावीच लागतात. पालकांशी यासंदर्भात दररोज बोलत राहावे लागते, शिक्षण, आहार, आरोग्य याची माहिती सांगावी लागते. मुलाचे शिक्षण घरात, त्याच्या सभोवतालच्या वातावरणातून सर्वाधिक प्रमाणात होत असते. म्हणूनच मुलाच्या विकासासाठी पोषक असे वातावरण शाळेत, घरात, समाजात निर्माण करण्याची गरज असते. ती जबाबदारी शिक्षकाचीच आहे. प्रौढांचे बालकांच्या संदर्भात शिक्षणही बालशिक्षकालाच करावे लागते. या संदर्भातील विचार पूर्वबुनियादी शिक्षण समितीने केले; आणि ते प्रत्यक्षात उतरवण्याचा प्रयोग सेवाग्राम आश्रम परिसरात करण्यात आला. थोडक्यात असे की, गावाच्या स्वच्छतेच्या आणि विकासाच्या गरजांना थेट शाळेमध्ये आणून यांना शैक्षणिक रूप देण्यात आले. बालशाळा हा बालकांच्या गरजा आणि परिसरातील गावाच्या गरजा याना जोडणारा सांधा बनविण्यात आला.

नयी तालीम विद्यालय

नयी तालीम विद्यालय हा सेवाग्राममधील एक महत्त्वाचा उपक्रम होता. हा अकरा वर्षांचा आणि विविध उपक्रमांनी नटलेला असा पूर्णांशाने शैक्षणिक उपक्रम होता. येथे प्रामुख्याने पाच प्रकारचे हेतुपूर्ण कार्यक्रम राबविले जात होते. पूर्वबुनियादीमधील बालविकास व गावविकास यांच्या उपक्रमांची पुढची किंवा वरची पातळी येथे होती.

१. अन्नस्वावलंबनाच्या दिशेने केले जाणारे उपक्रम; यात बागकाम, शेती, अन्न साठवण, स्वयंपाक आणि आनुषंगिक बाबी आणि या सर्वांविषयीचे हिशेब;

२. वस्त्रस्वावलंबनाच्या दिशेने होणारे कापूस पिकविण्यापासून ते तयार

कपडे शिवण्या–घालण्यापर्यंतचे उपक्रम;

३. वैयक्तिक आणि सार्वजनिक स्वच्छतेचे आणि आरोग्याचे उपक्रम;

४. लोकशाही समाजातील सहभागाचे शिक्षण देणारे उपक्रम; आणि

५. करमणुकीचे व अन्य सर्जनशील उपक्रम; यांमध्ये संगीत, चित्रकला, नाट्य, लोकनृत्य, खेळ तसेच सहली, सण आणि उत्सव इत्यादींचा समावेश असे.

शेती व पशुपालनाला नयी तालीममधील शैक्षणिक कार्यक्रमांत मध्यवर्ती स्थान होते. अन्नस्वावलंबनाचा बिकट प्रश्न एकूणच देशासमोर होता आणि त्यादिशेने असलेल्या साधनसामग्रीतून अधिक धान्य व अन्य खाद्यवस्तू निर्माण करण्याचे आव्हान देशापुढे होते. त्यादिशेने काम करताना आपल्याजवळ पुढील पिढीचे शिक्षण व्हावे या हेतूने या व्यवसायांच्या शिक्षणाला प्राधान्य देण्यात आले होते. शेती, बागायत, पशुपालन नि दुग्धोत्पादन आणि तेलघाणी या साऱ्या एकप्रकारे शिक्षणाच्या तंत्रशाळा होत्या.

देशाच्या विकसनशील अवस्थेमध्ये, शेती आणि उद्योग यांना अनिवार्य महत्त्व असणार होते, हे गृहीत धरून, देशाला, त्यातील गरिबीच्या नि बेकारीच्या प्रश्नांच्या सोडवणुकीकडे नेणारे असे मध्यावधी तंत्रज्ञान (इंटरमिजिएट टेक्नॉलॉजी) देणारी शाळाही सेवाग्राममध्ये १९६० च्या दशकात उघडण्यात आली. आजूबाजूची खेडी, ग्रामीण विकासकेंद्रे, इतर बुनियादी शाळा या साऱ्यांनाच या मध्यवर्ती केंद्राचा लाभ मिळावा अशी योजना होती. अशी कार्यशाळा उघडण्यात प्रामुख्याने आर्यनायकम् यांचा प्रयत्न होता. त्यांनी यासाठी जर्मनीमधील 'ब्युरो ऑफ इंटरनॅशनल सोशल हेल्प' या निधीसंस्थेचे सहाय्य मिळविले होते. मध्यावधी तंत्रज्ञानाचे एक संशोधन व प्रसारकेंद्र म्हणून ही तंत्रशाळा विकसित करण्याचा हेतू स्थापनेमागे होता.

नयी तालीम ही सर्वोत्तम शिक्षा पद्धती आहे, हीच भूमिका नयी तालीमच्या कार्यकर्त्यांची आणि त्यावर अनुभवाधारित लेखन किंवा वैचारिक लेखन करणारांची होती. त्यामुळेच नयी तालीमचा सर्वांगाने नि सखोल विचार, या पत्रिकेच्या पानापानांतून मांडलेला दिसतो. विद्यार्थी जेव्हा शिक्षण पूर्ण करत असे त्यास एक सनद (सर्टिफिकेट) मिळत असे. ती अशी –

''श्री. ------ या विद्यार्थ्याने सेवाग्राममधील बुनियादी शाळेत, आपले बुनियादी शिक्षण केले आहे. त्याने बुनियादी हस्तोद्योग म्हणून कापड बनविण्याचे शिक्षण घेतले आहे; आणि त्यात, आपली उपजीविका करण्याइतके कौशल्य

प्राप्त केले आहे. स्वतःसाठी व समाजासाठी आवश्यक अशी स्वच्छतेची तत्त्वे त्याने आत्मसात केली आहेत. शहरी नागरिकत्वाचे अधिकार व जबाबदाऱ्याही त्याने समजावून घेतल्या आहेत. (हा विद्यार्थी) अस्पृश्यता मानीत नाही, सर्वांबाबत समान आदराची भावना ठेवतो. उपजीविकेसाठी आवश्यक तो मातृभाषा, गृहविज्ञान, सामाजिकज्ञान, कला व संगीत या साऱ्यांचे ज्ञान त्याने अवगत केले आहे. राष्ट्रीय वाङ्मय, लिहिणे-वाचणे व बोलणे यांचे शिक्षण त्याने घेतले आहे. त्यातही ------ या विषयात त्याने खास प्रावीण्य प्राप्त केले आहे. मी त्यास पुढील शिक्षणासाठी प्रवेश घेण्यास योग्य समजतो.

मला अशी खात्री आहे की आपले ज्ञान व आपले आयुष्य तो समाजसेवेत व्यतीत करील.

या सनदीसह विद्यार्थी, पुढील जीवनास सामोरा जात असे. याप्रमाणे सनद देण्याचे धैर्य शिक्षकात येण्याचे कारण म्हणजे, विद्यार्थ्यांचे विकासपत्र. त्याला आपण प्रगती पुस्तक म्हणतो. आज विद्यार्थ्यांचे कोणतेच प्रतिबिंब प्रगती पुस्तकावरून जाणवत नाही. उलट बुनियादी पुस्तकावरून विद्यार्थी, त्याचा परिवार, त्याची स्थिती, त्याचे ज्ञान, त्याची वैशिष्ट्ये, विशेषता सारे सारे स्पष्ट होत असे. असे प्रगती पुस्तक नयी तालीम पत्रिकेतून प्रकाशित करून अन्य संस्थांनी त्यातून शिकावे असा भाग नसून, अशा पद्धतीचे शिक्षण नयी तालीम मुलाला देते, याचा तो आरसा होता. अन् ते काम काटेकोरपणे होत असे.

गांधीजींनी सांगितल्याप्रमाणे, सुरुवातीला बुनियादी शाळेचा एक प्रयोग सेवाग्राममध्ये आणि असाच एक प्रयोग कुमारबाग (बिहार) येथे सुरू करण्यात आला. त्यानंतर तो अन्य राज्यांमधून अन्य संस्थांमधून आणि शासकीय स्तरांवरूनही अंमलात आणला गेला.

उत्तर बुनियादी भवन

ज्या विद्यार्थ्यांनी बुनियादी शाळेचे सात वर्षांचे शिक्षण पूर्ण केले आहे, त्यांच्या पुढील शिक्षणासाठी म्हणून मार्च १९४७ पासून 'उत्तर बुनियादी भवना'चे काम सेवाग्राममध्ये सुरू झाले. शिक्षक आणि केवळ १४ विद्यार्थी यांचा हा एकत्रित असा परिवार होता. सुरुवातीची स्थिती मोठी गंभीर होती. एकाच ठिकाणी, एका बाजूला, या विद्यालयात, शिक्षक आणि विद्यार्थी एकत्र राहात असत आणि दुसऱ्या बाजूला गायी बांधलेल्या असत. असे असले तरी शिक्षणस्वावलंबनाचे ध्येय समोर ठेवून, सेवाग्राममध्ये, उत्तरबुनियादी शिक्षणाचा प्रयोग सुरू करण्यात आला. पहिल्या वर्षी कष्टपूर्वक पण यशस्वीपणे तो राबविण्यात आला. या एकाच वर्षानंतरच्या

अनुभवानंतर आशादेवींनी सेवाग्राममधील या प्रयोगाचे अंतिम उद्दिष्ट पुढीलप्रमाणे मांडले आहे.

"...ही उत्तर बुनियादी शिक्षणाची एक प्रयोगशाळा आहे, असे आपण म्हणू शकतो. आमच्या समोरचे ध्येय स्पष्ट आहे. पण, या ध्येयाला एका शिक्षणपद्धतीचे रूप देण्यासाठी आम्ही वेगवेगळ्या प्रकारचे प्रयोग करीत आहोत."

"आमचा सर्वप्रथम प्रयोग असा आहे की, आम्ही असा एक सहकारी, स्वयंप्रेरित, स्वावलंबी, लोकशाही समाज बांधू इच्छितो की, ज्याचा पाया वित्तीय अर्थशास्त्राचा नसेल तर स्वास्थ्यपूर्ण, सुखी आणि सुसंस्कृत जीवन जगण्यासाठी लागणाऱ्या साऱ्या जरुरीच्या गोष्टी उत्पन्न करणाऱ्या अर्थशास्त्राचा असेल. या प्रयोगाचे यश हे कोणत्याही पाठ्यक्रमावर किंवा शिकविण्याच्या पद्धतीवर निर्भर नसेल तर ते निर्भर असेल, शिक्षक आणि विद्यार्थी यांनी हे ध्येय नीटपणे समजावून घेऊन त्याच्या पूर्तीसाठी आनंदाने सहभागी होण्यावर. आशेची बाब अशी की या संस्थेत जो एक मोठा क्रांतिकारक प्रयोग उभारला जात आहे, त्याचा आशय विद्यार्थी समजावून घेताहेत. प्रयोगाचे हे पहिलेच वर्ष आहे. आम्ही एका स्वावलंबी समाजाच्या निर्मितीसाठी, साधनसामग्रीची जुळवाजुळव करीत आहोत. याकरिता सामाजिक आणि मानसिक तयारी करीत आहोत. सामूहिक जीवनपद्धतीचा विकास साधू पाहात आहोत. आणखी एखाद्या वर्षांनंतर या प्रयोगाचे फलित, तालिमी संघ, आपल्यापुढे ठेवू शकेल अशी आशा आहे."[९]

सेवाग्राममधील उत्तरबुनियादी विद्यालयात दैनंदिन कामाचे स्वरूप असे होते :

४।। तास श्रमाचे /उत्पादनाचे काम,

३ तास कामाशी संबंधित असा अभ्यास,

२।। तास स्वयंपाक, सफाई व सामाजिक काम,

६ तास व्यक्तिगत काम, ज्यात प्रार्थना, स्वतःचे अध्ययन, भोजन इ.

८ तास आराम व झोप.

मुलांचे श्रमाचे काम हे अन्नस्वावलंबन आणि वस्त्रस्वावलंबन या दिशेने होत असे. पहिल्या वर्षभरच्या कामांतून हे स्वावलंबन सुमारे पन्नास टक्क्यांपर्यंत झाले होते, असे अहवालात नमूद करण्यात आले होते.[१०] उत्तरबुनियादीच्या विद्यार्थ्यांकडून आणखी एका स्वावलंबनाची अपेक्षा होती. ती म्हणजे, भौतिक स्वावलंबनाला पोषक अशा 'ज्ञान-विज्ञाना'मधील स्वावलंबनाची. उत्तरबुनियादी शिक्षणाचे हे एक महत्त्वाचे ध्येय मानले गेले होते. यात स्वयंअध्ययनाची सवय

लागणे महत्त्वाचे मानले होते. आपण करीत असलेल्या श्रमकामांच्या संदर्भातील माहिती गोळा करणे, वाचन करणे, त्यातून नवनवे ज्ञान आत्मसात करणे याची अपेक्षा विद्यार्थ्यांकडून केली जात असे.

निव्वळ आर्थिक स्वावलंबनाच्या दृष्टीने पाहिले असता दिवसभरात साडेचार तास असे जे काही श्रमकार्य प्रशिक्षणार्थींकडून केले जात होते, त्याचा प्राप्ती हिशोब अशा तऱ्हेचा होता.[११]

विणकाम	रु. ४२५-३-६
तेलघाणी	रु. १६०-०-०
सफाई व मलेरिया निर्मूलन कार्यक्रमांतून	रु. १८५-०-०
बागकाम	रु. ५४-३-६
	एकूण : रु. ८२४-७-०

हे सारे उत्पन्न केवळ आठ महिन्यांतील कामाचे होते. संपूर्ण उत्तरबुनियादी परिवाराचा याच काळाचा खर्च १५६१ रुपये इतका झाला. म्हणजे अंदाजे पन्नास टक्क्यांपेक्षाही थोडा अधिक खर्च या कामांद्वारे भरून निघाला. पुढील वर्षात ही प्राप्ती वाढत जाईल अशी अपेक्षा होती.

मात्र आर्थिक स्वावलंबन महत्त्वाचे असले तरी ते एकमात्र ध्येय कधीच नव्हते. मुलांच्या व्यक्तिमत्त्वाचा चौरस विकास होणे हे अधिक महत्त्वाचे उद्दिष्ट होते. त्यासाठी विद्यार्थ्यांना दिशा दाखविणे गरजेचे मानले होते. विद्यार्थ्यांना व्यापक अशा ज्ञानाच्या क्षेत्रात अवगाहन करायला लावावे; त्यासाठी त्यांना विकासात्मक कार्यांच्या माध्यमानेच परंतु अधिक प्रमाणात विविध ज्ञान-कला क्षेत्रांशी जोडले जावे, असा प्रयत्न करायचा होता. विद्यार्थ्यांना स्वयंअध्ययनाची व स्वतःहून विचार करण्याची सवय लागावी असा विचार करून भाषाशिक्षण व अन्य विषयांची मांडणी पुढील वर्षासाठी, नव्याने करण्यात आली. श्रमाच्या कामाकरवी इतर सर्वसामान्य विषयज्ञानाकडे कसे वळता येईल याचा एक नमुनाच, १९४७-४८ या वर्षासाठी तयार केलेला शिक्षण कार्यक्रम देतो. उत्तरबुनियादीचा म्हणजे शिक्षणातील माध्यमिक स्तरावरील या अभ्यासक्रमात साक्षरी शिक्षण, व्यवसायकौशल्य आणि ग्रामविकास या तिन्हींची सांगड घालण्यात आलेली होती.

शिक्षणक्रम (१९४७-४८)

१. मातृभाषा (मराठी) व हिंदी - शुद्ध लिहिता व वाचता येणे.

(क) वर्गात होणाऱ्या व्याख्यानांचा सारांश लिहिणे.

(ख) आपण वाचन केलेल्या पुस्तकांतील विषय लक्षात ठेवणे.

(ग) लेख तयार करणे, साप्ताहिक पत्रिका संपादित करणे.

२. इंग्रजी लिहिता वाचता येणे, बोलता येणे.

३. आरोग्य व स्वच्छता - वैज्ञानिक, सामाजिक तसेच मानसिक दृष्टीने अभ्यासणे.

४. सूतकताई व विणकाम

(क) यंत्रशास्त्राचे सिद्धांत, समीकरणे व हिशोब.

(ख)कामाच्या संदर्भात उपयुक्त ठरणारे बीजगणित व भूमिती यांचे सिद्धांत.

(ग) विणकामाचे केंद्र चालविण्यासाठी लागणारे हिशोब.

५. तेल घाणी

(क) तेलघाणीच्या विविध कामाच्या पायऱ्या.

(ख) तेलाचे रसायनशास्त्र, त्याची निर्मिती, त्याचे मिश्रण, तेल तयार करणे, टिकवणे.

(ग) तेलघाणीचे अर्थशास्त्र, घाणी चालवणे, तेल विकणे.

६. मधु-मक्षिका पालन

झाडावरील पोळी आणि मधपेट्यांमधील मधमाशांचे पालन, मधमाशांच्या जीवन व्यवहाराचे निरीक्षण करणे व त्याविषयीची माहिती जमा करणे.

७. शेती

(क) नियम, कायदे, पद्धती

(ख) रोपांवरील किडी-रोग, गवत यांसंबंधी सर्वसाधारण ज्ञान.

(ग) शेतीद्वारा खतांबाबत स्वावलंबी समाजरचना.

(घ) रोपट्यांची वाढ व त्यांचे श्वसन.

(ड) हंगामी भाज्या व त्यांची देखभाल.

(च) खते व त्यांच्या निर्मितीचे विज्ञान.

(छ) हिंदुस्तानचा शेतीसंबंधीचा भूगोल व त्याचा जागतिक भूगोलाशी संबंध.

(ज) वेगवेगळ्या पिकांसाठी जरूर असणारे भौगोलिक घटक.

(स) शेतीचे अर्थशास्त्र, शेती करणे, त्याचे हिशोब ठेवणे, जनावरांची देखभाल.

(ञ) बियाणांचे ज्ञान व त्याची साठवण.

८. इतिहास

(क) १५ व्या शतकापासून २० व्या शतकापर्यंतचा हिंदुस्तानचा आर्थिक इतिहास.

(ख) सन १८६० पासून तो चालू काळापर्यंतचा (१९४७) ब्रिटन-भारत संबंध.

(ग) वर्तमान भारताचे निर्माते; सन १८०० पासून पुढे चालू काळापर्यंत (१९४७).

(घ) वर्तमान जागतिक परिस्थिती.

(ड) मानवी विकासाचा इतिहास.

९.विविध विषय

(क) गावचे सहकारी क्षेत्र - त्याचे संचालन.

(ख) पृथ्वीभोवतालचे ग्रह-नक्षत्रे.

१०.भोजन बनविणे - त्यातील पौष्टिकता - सत्त्वे व घटक - त्यांचे काम.

११. चित्रकला, संगीत व लोकनृत्य - ज्यांची ज्यात रुची असेल ते.

हा नवीन शिक्षणक्रम स्थूलस्वरूपात देण्यात आला होता. अनुभवांनुसार आणि प्रसंगांनुसार आवश्यक अशी लवचिकताही या कार्यक्रमात ठेवली होती हे याचे एक वैशिष्ट्य होते.

प्रौढ शिक्षण

केवळ लेखन-वाचन-गणन नव्हे तर 'परिपूर्ण शिक्षण' हे प्रौढ शिक्षणाचे ध्येय नयी तालीमच्या सेवाग्राममधील कार्यात ठेवले होते. ग्रामवासीयांच्या जीवनाच्या साऱ्याच घटकांना स्पर्श करण्याचा आणि त्यातून त्यांना अधिक चांगले, परिपूर्ण आणि समृद्ध आयुष्य जगण्याची संधी, देण्याचा प्रयत्न या प्रौढ शिक्षण कार्यक्रमातून अपेक्षित होता.

इथेही बुनियादी शिक्षणाच्या मूलभूत प्रमेयांचा आधार घेतला जाणार होता. ग्रामवासी दिवसभर आपापल्या उद्योगात मग्न असतात. अशावेळी त्यांच्या या उद्योगांनाच माध्यम करून त्यांच्या शिक्षणाचा घाट घातला जाणार होता. हे करीत असताना, ग्रामजीवनाची आर्थिक बाजूही विचारात घेतली जाणार होती. उद्योगाला माध्यम करून जे शिक्षण द्यावयाचे ते असे असले पाहिजे की त्यातून त्या उद्योग-व्यवसायातील, प्रौढांची कार्यक्षमता वाढावी. प्रौढ शिक्षणाचा कार्यक्रम असा दैनंदिन कामांशी संलग्न केल्यामुळे, तो संबंधित प्रौढ प्रत्यक्ष कामांत असताना तसेच त्यांच्या

अन्य फावल्या वेळातही करण्याची अपेक्षा होती. व्यक्तिगत शिक्षण आणि सामुदायिक शिक्षण अशा दोन्ही पद्धतींचा गरजेनुसार वापर करणे अभिप्रेत होते.

प्रौढ शिक्षणात समाविष्ट केलेले विविध विषय पाहिले तर लक्षात येते की ग्रामीण विकासाचा जो रचनात्मक कार्यक्रम गांधीजींनी देशासमोर ठेवला होता, तोच इथे प्रौढांना शिक्षणाकरवी उत्तेजन, उत्साह आणि कौशल्ये देऊन पार पाडला जावा, अशी भूमिका स्वीकारली होती.

सेवाग्राममध्ये प्रौढ शिक्षणाचे दोन विभाग केलेले होते. एक, शेतीमध्ये व अन्य व्यवसायांत काम करणाऱ्या मजुरांसाठी आणि दुसरा सर्वसामान्य प्रौढांसाठी. याशिवाय अशिक्षित प्रौढ महिला आणि युवती यांच्यासाठीही काही खास प्रौढशिक्षण कार्यक्रम अवलंबले जात असत.

सेवाग्राममध्ये प्रौढ शिक्षण आणि बालशिक्षण यांची सांगड घालण्यात आली होती. त्यामुळ 'बालसंगोपन' हा प्रौढ शिक्षणातील एक महत्त्वाचा विषय मानला होता. मुलांना नियमित, तयार करून, शाळेत पाठवावे; त्यांची स्वच्छता, त्यांचे आरोग्य यांकडे लक्ष पुरवावे, एवढेच नव्हे तर त्यांना घरकामात समाविष्ट करून घ्यावे, यांबाबतचे प्रौढांचे शिक्षण केले जात असे.

प्रौढांना विशिष्ट कौशल्ये देऊन त्यांना नवनवीन कामे देण्याचा उपक्रमही प्रौढ शिक्षणाच्या अंतर्गत केला जात असे. उदाहरणार्थ, चार प्रौढांना विणकाम देऊन त्यांना स्वावलंबी बनविले गेले होते. आपल्या कामाची अगदी हिशोबापासूनची सर्व जबाबदारी या प्रौढांचीच होती. असाच ताडापासून गूळ तयार करण्याचा व नीरा उत्पादनाचा उद्योगही, सप्टेंबर ते एप्रिल या महिन्यांत काही प्रौढांना दिला होता. त्यांच्याकडून ६०० किलो गूळ एका वर्षात तयार होऊन त्याची विक्रीही गावातच होऊ शकली. यांव्यतिरिक्त पाच लोकांकडे गावच्या रेशनदुकानाची जबाबदारी दिलेली होती. हळूहळू हे दुकान चांगलेच फायद्यात चालू लागले. गावात धान्य-कोठी (ग्रेन बँक) तयार करण्यात आली. सुरुवातीच्या ३० मणांवरून लवकरच ८४ मणांपर्यंत त्यातील साठा गेला. आदर्श-सहकारी गोशाळा असाही एक प्रकल्प गावात उभा राहिला. प्रौढशिक्षण याही मार्गाने समाजजीवनाशी जोडले जात होते.

आरोग्यकेंद्र उघडून त्याकरवी आजारी व्यक्तींची सेवा करणे, महिलांना सार्वजनिक जीवनासंबंधीचे शिक्षण देणे अशी प्रौढ शिक्षणाशी संबंधित कामे विद्यार्थी व शिक्षकांकरवी गावांत केली जात असत.

स्वच्छतेचा विषय हा नेहमीच प्राधान्याने सर्व स्तरांवरील शिक्षणात

होता. तरीही ग्रामस्वच्छतेच्या दिशेने शोध चालूच होता. विशेषतः संडासाचा योग्य नमुना शोधण्याचा प्रयत्न केला जात होता. तसेच त्यातील मैल्याचे खत करण्याचे आणि विशिष्ट तंत्राचे बायोकेमिस्टकडून शिक्षण करवून घेण्याचे प्रयत्न करण्यात आले. त्यांतून निघणाऱ्या उत्पन्नाचे अंदाजही बांधण्यात आले.

गावात वाचनालय, व्यायाममंडळ अशी कामेही नवयुवकसंघाच्या मदतीने उभी करण्यात आली. स्वच्छतेचे, मनोरंजनाचे कार्यक्रमही आयोजित केले जात असत. सण, उत्सव साजरे केले जात असत.

प्रौढ शिक्षण असे गावविकासाशी निगडित करण्यात आले होते.

नयी तालीम पत्रिका

नयी तालीम पत्रिका (किंवा नयी तालीम पत्रिका) हे हिंदुस्तानी तालिमी संघाचे मुखपत्र म्हणून सुरू करण्यात आले. परंतु जानेवारी १९४१ पासून सुरू केलेले हे मासिक सप्टेंबर १९४२ ला शेवटचा अंक प्रकाशित करून बंद झाले. १९४२ ते १९४७ हा राजकीय, सामाजिक अशा अनेक घडामोडींचा काळ होता. सर्वच क्षेत्रात मोठी क्रांती होऊन भारताच्या स्वातंत्र्याबरोबरच नव्या युगाची सुरुवातही या काळात झाली. या उत्थापनाच्या काळात नयी तालीम व नयी तालीम पत्रिका यांनी आपले प्रभावी योगदान दिलेले आहे. मात्र स्वातंत्र्याच्या सूर्याबरोबर जबाबदारीच्या नव्या जाणिवांसह नयी तालीम सुरू होताच १९४७ मध्ये १ मार्चपासून पत्रिकाही पुन्हा सुरू करण्यात आली. नयी तालीमच्या या जन्माबद्दल आशादेवी आर्यनायकम् यांनी म्हटले आहे की, संस्कृतमध्ये ब्राह्मणाला म्हणजेच शिक्षणाचे काम करणाऱ्याला 'द्विज' म्हणून संबोधले आहे. नयी तालीमपत्रिकासुद्धा अशीच 'द्विज' आहे.

वस्तुतः हिन्दुस्थानी तालिमी संघाचे हे केवळ एक मुखपत्र असले, तरी त्याचे स्वरूप अत्यंत व्यापक होते. "हिंदुस्तानातील खेडुत मुले आणि त्यांचा नयी तालीमकरवी विकास याविषयाला मर्यादाच नाही. खेड्यांतील मुले आणि त्यांचा समाजाशी असलेला संबंध यासंदर्भातील सर्वच गोष्टी यात येतात."[१२] म्हणूनच, नयी तालीमच्या शिक्षणप्रयोगाचे ती केवळ परिचय देणारी पत्रिका न राहता त्यात सुंदर, शांत आणि शुद्ध जीवनाच्या अनेक गोष्टींचा समावेश झाल्याचे स्पष्ट दिसते. अनेक दिशांनी व्यक्त झालेले कार्यकर्त्यांचे चिंतनही त्यात येते.

शिक्षणातील शून्य ते सात, सात ते चौदा व प्रौढांचे शिक्षण, हे महत्त्वाचे मानून त्याकरिता हे मासिक प्रयत्नरत होते. नयी तालीमचे आदर्श छोटे आणि

संकुचित होणार नाहीत, याबाबत ही पत्रिका सतर्क होती. याबाबत पत्रिकेच्या पहिल्यापासूनच्या संपादिका आशादेवी आर्यनायकम् ''ही छोटीशी कागदीपत्रिका हा नयी तालीमचा जणू पहारेकरी बनेल तेव्हाच या पत्रिकेचा उद्देश सफल होईल,'' असा इशारा देतात.

ही पत्रिका सर्व कार्यकर्त्यांपर्यंत पोचावी, सेवाग्रामसारखे शिक्षणाचे प्रयोग देशभर पसरावेत, त्याचे मूल्य समाजाला समजावे, कार्यकर्त्यांच्या अनुभवांचे व प्रयोगांचे आदान प्रदान व्हावे, आलेल्या समस्यांचे मंथन व्हावे, हे सर्व घडविण्याचा प्रयत्न ही पत्रिका करीत होती.

अगदी सुरुवातीला हँडबिलाच्या आकाराची व केवळ पन्नास पानांची ही पत्रिका नंतर मोठ्या सर्वसाधारण मासिकाच्या आकारात शंभर पानांपर्यंत वाढली. मुखपृष्ठ सुरुवातीला साधे असे, पण नंतरच्या काळात त्यावर तत्कालीन नेते मंडळी व आदर्श कार्यकर्त्यांचे रेखाचित्रही दिले जात असे. शेवटच्या पानावर किंवा मलपृष्ठावर हिंदुस्थानी तालिमी संघाकडून प्रकाशित झालेल्या पुस्तकांची यादी किमतींसह दिलेली असे. एवढेच नव्हे, तर मूळ पुस्तक व अनुवादित पुस्तक यांचा संदर्भही दिलेला असे. एकूण अठ्ठावीस वर्षे अखंड चालू राहिलेले हे मासिक दर महिन्याच्या एक तारखेला नियमित प्रकाशित होत असे. आज त्याचे एकूण २९७ अंक उपलब्ध आहेत.

मासिकाचे वार्षिक शुल्क १९४१ पासून १९५० पर्यंतचे फक्त चार रुपये एवढे होते व त्यावेळी किरकोळ अंक सहा आण्यात दिला जाई. १९५२ मध्ये वार्षिक मूल्य तीन रुपये व अंकाची किंमत चार आणे अशी कमी करण्यात आली. मात्र नंतर पुन्हा बारा रुपये वार्षिक शुल्क करण्यात आले ते १९७० पर्यंत कायम होते. त्यानंतर वार्षिक शुल्क बारा रुपये व प्रती अंक किंमत दोन रुपये ही शेवटपर्यंत, म्हणजे १९८० पर्यंत, कायम होती. अंक अगदी सुरुवातीला राष्ट्रभाषा प्रेस, वर्धा येथे छापून प्रकाशित होत असे व शेवटी ते कार्य, उत्तरप्रदेश नयी तालीम समिती, ज्ञानोदय मुद्रणालय, वाराणसी येथून होत असे. बाह्य स्वरूपातले व किमतीतील बदल अपेक्षित असले, तरी 'समई'चा 'लोगो' मात्र कायम राहिलेला दिसतो. अगदी सुरुवातीला तर उर्दू व हिंदीत असे दुहेरी मुखपृष्ठ असे. तसेच अगदी सुरुवातीपासूनच जाहिरातविरहित मासिक, असेच याचे स्वरूप असले, तरी आर्थिक अडचण व संपादकीय व मार्गदर्शक तत्त्वांतील बदल म्हणून १९७७ च्या अंकापासून मात्र तीन चार जाहिराती स्वीकारलेल्या आढळतात. काही जाहिराती गांधी स्मारक निधी, उत्तर प्रदेश नयी तालीम समिती यांच्या आहेत. मात्र आसाम कार्बन प्रॉडक्ट,

केल्साइन्ड कोक चे निर्मित, हिन्दुस्थान शुगर मिल्स, उदयपूर सिमेंट वर्क्स अशा जाहिराती तत्त्व, व्यवहार, व दृष्टिकोनातील कालानुरूप पडलेला फरक स्पष्ट करतात.

या बाह्यरूपापेक्षा नयी तालीमचे अंतरंग महत्त्वाचे आणि विलक्षण मोहक व प्रभावी आहे. नयी तालीम पत्रिकेत तत्कालीन बहुतेक सर्व विचारवंत, मान्यवर, चिंतक व अगदी राजकीय नेतेही आपले विचार मांडताना दिसतात. अगदी नावेच द्यायची, तर अजीजुल हसन, अरुणाचलम आशादेवी, इ.डब्ल्यू. आर्यनायकम्, उत्तमसिंह तोमर, कृष्णदास गांधी, ख्वाजा गुलाम सैयद्दीन, जवाहरलाल नेहरू, झाकिर हुसेन, जीवनलाल पंडित, नंदलाल बसू, म. गांधी, रवींद्रनाथ ठाकूर, राजेंद्रप्रसाद, मार्जरी साइक्स, आचार्य विनोबा भावे; सरदार वल्लभभाई पटेल, नारायण देसाई, धीरेंद्र मजूमदार, रुद्रप्पास्वामी, डॉ. सुशीला नैय्यर, आचार्य काका कालेलकर, छगनलाल गांधी, रामदास मोहनदास गांधी, जयप्रकाश नारायण, ना.रा. पवार, सत्यनाथन, वेलफ्रेड वेलॉक, विमलादेवी, श्रीमन्नारायण अग्रवाल, डॉ. डब्ल्यू. एस. बारलिंगे, बनवारीलाल चौधरी, श्रीकृष्णदास जाजू, डॉ. पट्टाभिसीतारामय्या, प्यारेलाल नय्यर, अण्णासाहेब सहस्त्रबुद्धे, जानकीदेवी बजाज, गोपाळराव एकबोटे, डॉ. जे. सी. कुमारप्पा, के. एस. आचार्लू, शांताबहन रानीवाला, दादा धर्माधिकारी, गुरूनारायण, वजुभाई पटेल, मोरारजी देसाई, डॉ. सतीशचंद्र, डॉ. देवेंद्रकुमार, देवीप्रसाद, राधाकृष्ण बजाज आणि नयी तालीमचे अनेक विद्यार्थी, शिक्षक यांसारख्या लेखकांची यादी खूप मोठी होईल. शिक्षणविषयक पत्रिका ही या काळातील किती मोठी गरज होती, हे यावरून समजते. राजकारणी, सरकारी अधिकारी व सामाजिक नेते यांच्या विचारांची प्रत्यक्ष हजेरी नयी तालीममध्ये लागली. त्यामुळेच भारतभर नयी तालीमच्या स्वतंत्र शिक्षण विचारांचे मंथन सुरू झाले आणि तसे ते कित्येक वर्षे अखंडपणे चालू राहिले.

मान्यवर लेखकांप्रमाणेच मान्यवर संपादकांनी 'नयी तालीम पत्रिके'चा दर्जा सतत चढता ठेवला यात शंका नाही. अगदी सुरुवातीला संपादकीय जबाबदारी आशादेवी, मार्जरी साईक्स, रामकिशोर यांच्यावर होती. (जानेवारी १९४१ ते डिसेंबर १९४१) नंतरच्या काळात नयी तालीम पत्रिकेचे काम बंद झाले, ते पुन्हा १ जानेवारी १९४७ ला सुरू झाले. तेव्हापासून जून १९५७ पर्यंत आशादेवी व मार्जरी साईक्स या दोघी संपादक म्हणून काम करीत होत्या. जुलै १९५९ पासून या दोघींबरोबर देवीप्रसादही संपादक मंडळात सामील झाले. पुढे नोव्हेंबर १९५९ ते मे-जून १९६२ पर्यंत देवीप्रसाद व मनमोहन यांनी संपादकीय भार उचलला.

ऑगस्ट १९६२ पासून धीरेंद्र मजूमदार व आचार्य राममूर्ती हे दोघे संपादक

झाले. हे दोघे १९७४ पर्यंत कार्यरत होते. १९७४ पासून श्रीमन्नारायण हे प्रधान संपादक बनले, तर संपादक मंडळात कामेश्वर बहुगुणा, वंशिधर श्रीवास्तव, आचार्य राममूर्ती ही मंडळी होती. पुढील काळात संपादक मंडळात वजुभाई पटेल, मदालसा नारायण, डॉ. मदनमोहन शर्मा ही मंडळी बदलून आली. नयी तालीम पत्रिका बंद होण्यापूर्वीच्या काळात, म्हणजे १९७९-८० च्या काळात प्रधान संपादक म्हणून श्री. के. अरुणाचलम होते, तर संपादक मंडळात द्वारिका सिंह, वजुभाई पटेल, काशिनाथ त्रिवेदी, ज्योतिभाई पटेल ही मंडळी होती. या अंकांची संपादकीय जबाबदारी डॉ. देवदत्त तिवारी यांचेवर होती, तर सहसंपादक श्री. चंद्रभूषण होते.

प्रत्येक संपादकाच्या कृती व प्रकृतीचा ठसा त्या त्या कालावधीतील अंकांमध्ये जाणवतो. आशादेवी व मार्जरी साईक्स जोवर होत्या, तो काळ अत्यंत स्फूर्तीचा, आव्हानांचा होता. शून्यातून सारे उभे करायचे होते. अशावेळी त्यातील वाङ्मय प्रामुख्याने आशावाद उत्पन्न करणारे होते. नंतरच्या काळात सरकारी धोरण, नयी तालीम व्यतिरिक्त अन्य शिक्षण, मेकॉलेच्या शिक्षणाचे परिणाम व नयी तालीममधील शिक्षित पिढीला येणाऱ्या समस्या, यामुळे नयी तालीम परिवाराला नैराश्याने वेढलेले होते. आणि त्याचे प्रतिबिंब तत्कालीन अंकांमध्ये उमटलेले होते. महात्मा गांधीनंतर आचार्य विनोबांनी नयी तालीमचे मार्गदर्शन केले. पण, सरकारवर जो कृती उक्तीचा दबाव गांधींच्या काळात होता, तसा विनोबांच्या काळात पडला नाही. स्वतः विनोबा या काळात शिक्षणापेक्षा भूदानसारख्या चळवळीत सर्व देशाला घुसळून काढीत होते. या काळात नयी तालीमवर भूदानाच्या चळवळीचा मोठा परिणाम दिसतो. नंतर देवीप्रसादांच्या काळात कलाशिक्षण व सौंदर्यवादी दृष्टिकोनाचा नयी तालीमवर प्रभाव दिसतो.

संपादकांचे संपादकीय हादेखील नयी तालीम पत्रिकेचा एक मोठा ठेवा आहे. महात्मा गांधीपासून के. अरुणाचलम, पर्यंतची संपादकीये त्या त्या काळच्या समस्या, जबाबदाऱ्या व शैक्षणिक बदलाचे प्रतिबिंबच आहे. या संपादकांनी नयी तालीमपत्रिकेमधून मांडलेल्या विविध विषयांवर नजर जरी टाकली तरी त्याची व्याप्ती व खोली कळून येते.

बुनियादी तालीम, बुनियादी शिक्षकांच्या अडचणी, पाठ्यक्रम, खादीकार्य, कला शिक्षा, समाज स्वास्थ्य व शिक्षण, बालशिक्षण व प्रौढशिक्षण, नयी तालीमसाठी भोजनालय, स्त्री शिक्षण समानता, नयी तालीमच्या शिक्षकांची तयारी – कापसापासून कपड्यांपर्यंत, पूर्वबुनियादी शिक्षण, शिक्षणाचे, सूत्र, नयी तालीममध्ये धार्मिक शिक्षण, धार्मिक शिक्षण व सैनिकी शिक्षण, दक्षिण भारतामध्ये नयी

तालीम, बुनियादी शिक्षणाचे दक्षिण आफ्रिकेतील प्रयोग, फिनिक्सची शाळा, इतिहास कशाला म्हणतात, हस्तकलेचे माहात्म्य, भाषेचे शिक्षण, विद्यार्थी-विकासपत्र, आजच्या शिक्षणाची गंभीर स्थिती, सत्तेचे विकेंद्रीकरण, भांड्यांची स्वच्छता, नयी तालीममध्ये स्वयंपाक, नयी तालीमच्या समस्या, शैक्षणिक सहली, हिंदुस्तानचे भावी शिक्षण, शेतीचे प्रयोग, नयी तालीममधील जेवण वाढण्याविषयी, शिकण्याची कला, पंचवार्षिक योजनेत शिक्षणाचे स्थान, गोपालन, वस्त्रस्वावलंबन, फुलाचे सुशोभन : एक कला, नयी तालीमच्या शिक्षकांकडून अपेक्षा, नक्कल का करू नये, डेन्मार्कमधील शाळा, भारतीय वैज्ञानिकांकडून अपेक्षा, अहिंसक समाजासाठी बालशाळा, यांसारख्या विविध विषयांवर व त्याकाळच्या महत्त्वाच्या घटना, नयी तालीमच्या विविध प्रयोगांतील बाबी, वगैरेंना संपादकीयांतून प्रधान स्थान मिळत होते. या विषयांशिवाय सृजनात्मक अध्यापन, आत्मनिर्भरतेसाठी शिक्षण, शिक्षण व विकास, समाचार, शुभविवाह, यात्रा, बैठकीचे वृत्त, विद्यार्थी तथा शिक्षक आणि केंद्रप्रमुख यांच्या कार्याचा मासिक, अर्धमासिक आणि वार्षिक अहवाल, श्रद्धांजली, अभिनंदन, आदी विषयही वेळोवेळी असतच.

नयी तालीमचे आणखी एक विशेष म्हणजे, नयी तालीमने वेळोवेळी प्रकाशित केलेले विशेषांक होय. विविध विषय व तात्कालीन समस्या विशेषांकरूपाने विचारमंथन घडवून आणत असत. शिक्षण आणि त्याच्याशी संबंधित मूल, पालक, शिक्षक, प्रशासन, तत्त्व, विचार, नीती, राजकारण व विकास असे विविध विषय घेऊन विशेषांक प्रकाशित होत असत. तसेच शिक्षणावरील विविध संमेलनांचेही विशेषांक प्रकाशित केले जात असत. शिवाय या संमेलनांचे अहवालही त्यांतून प्रकाशित होताना दिसतात.

नयी तालीमचे विद्यार्थी व शिक्षक हेही आपल्या समस्या, अनुभव, मते नयी तालीम पत्रिकेतून वेळोवेळी मांडत असत. पत्रिकेचे संपादक आणि इतर तज्ज्ञव्यक्ती आपापल्या लेखांतून सातत्याने सामान्यजनतेचे आणि विशेषतः बुद्धिमंतांचे लक्ष शिक्षणामध्ये होत असलेल्या क्रांतीकडे वेधण्याचा प्रयत्न करीत होत्या.

अशा अनेक वैशिष्ट्यांनी आकर्षित करणारी ही पत्रिका १९८० साली बंद झाली, याचे दुःख सर्वच शिक्षण विचारवंत व अभ्यासकांना झाले असणार. या बंद होण्याला आर्थिक, सामाजिक अडचणीच कारणीभूत ठरल्या, की तत्कालीन शासकीय धोरणे व शिक्षणविषयक परिस्थिती यांमुळे हा प्रवाह थांबला, यावर विचार व्हायला हवा. कारण, नयी तालीम पत्रिका १ जानेवारी १९४७ ला

पुनश्च सुरू करण्यात आली. त्यावेळी, संपादकांनी म्हटले होते की, ही पत्रिका "पुनश्च एकदा या विश्वासाने सुरू करण्यात येत आहे की या नयी तालीमच्या शिक्षणात एक अहिंसक क्रांती आहे. ज्यात एका अशा नव्या समाजाचा पाया रचला जात आहे की जो न्यायाच्या संकल्पनेवर उभा आहे; आज गरीब व श्रीमंत यांच्यामध्ये जी अस्वाभाविक भिंत उभी राहिली आहे ती नाहीशी होईल; प्रत्येक माणसाला स्वातंत्र्याचा हक्क असेल आणि तो माणसासारखे जीवन जगू शकेल. ही क्रांती होण्यासाठी एका वर्गाकडून दुसऱ्या वर्गाची हत्या वगैरे होणार नाही किंवा हिंदुस्तानात मोठमोठे उद्योग उभारण्यासाठी लागणाऱ्या खर्चासारखी त्यासाठी फार मोठ्या खर्चाचीही गरज पडणार नाही. आम्हाला विदेशी यंत्रांवरही अवलंबून राहावे लागणार नाही की विदेशी बुद्धी वा कौशल्यावर यातून हिंदुस्तानची जनता स्वतःचीच भाग्यविधाता होणार आहे. या गांधीजींच्या विचारांचे असे ध्येय घेऊन नयी तालीम आणि नयी तालीम पत्रिका चालविण्यात येत होती. नयी तालीम हाच या पत्रिकेचा सर्वस्वी आधार होता; आणि नयी तालीमच अखेरचा श्वास घेत होती.

इतर प्रकाशने

'नयी तालीम पत्रिके' बरोबरच अक्षरशः असंख्य प्रकाशने हिंदुस्तानी तालिमी संघाच्या नावावर आहेत. ही प्रकाशने प्रामुख्याने हिंदी, उर्दू आणि इंग्रजी भाषांमधून आहेत. सेवाग्राममध्ये मराठी भाषेच्या माध्यमातून नयी तालीमचे शिक्षण दिले जात असल्यामुळे काही, अभ्यास विषयांशी संबंधित अशी पुस्तके मात्र मराठीतूनही प्रकाशित करण्यात आली आहेत. हिंदुस्तानी तालिमी संघाव्यतिरिक्त अन्य प्रांतांमधील व अन्य भाषांमधील, नयी तालीमच्या संदर्भातील प्रकाशनेही होत होती. पुढे हिंदुस्तानी तालिमी संघ विसर्जित झाल्यानंतर त्यांची उत्तराधिकारी म्हणून हि. ता. संघाची उत्तराधिकारी म्हणून नव्याने निर्माण झालेल्या 'नयी तालीम समिती' तर्फेही अनेक पुस्तके अगदी अलीकडच्या काळापर्यंत प्रसिद्ध झाली आहेत.

नयी तालीमच्या प्रकाशनांचे स्वरूप तीन प्रकारचे होते. एक म्हणजे, दरसालचे वार्षिक कार्यअहवाल, विविध ठिकाणी होणाऱ्या 'अखिल भारतीय नयी तालीम संमेलना'चे सविस्तर अहवाल, इतर अशाच प्रकारच्या प्रासंगिक संमेलनांचे अहवाल (उदा. उत्तरबुनियादी संमेलन इ.) असे प्रत्यक्ष कार्याची माहिती देणारे अहवाल. या अहवालांतून, अखिल भारतीय पातळीवरील कार्य अहवाल, सरकारी व खाजगीसंस्थांचे कार्य स्वतंत्रपणे मांडून, दिले जात असत. विशेषतः उद्घाटकांची आणि अध्यक्षांची भाषणे, चर्चेचे ठळक मुद्दे व त्या मुद्द्यांवरील मतप्रदर्शने,

प्रांताप्रांतांमधील नयी तालीमची प्रगती आणि संमेलनांतून संमत झालेले ठराव या साऱ्याच गोष्टी विस्ताराने मांडून हे अहवाल लिहिले जात असत.

दुसरे म्हणजे, तयार केलेले पाठ्यक्रम आणि या पाठ्यक्रमांतील विषय कसे शिकवावेत यांविषयीची सूक्ष्मतेने लिहिलेली अशी मार्गदर्शक पुस्तके. नयी तालीमच्या शिक्षणात समवाय पद्धतीने शिक्षण देण्याचा आग्रह होता. त्यामुळे श्रमाची ज्ञानाशी सांगड कशी घालता येते, वा घातली जाते यासंदर्भातील असंख्य पुस्तके वैयक्तिक कार्यकर्त्यांनी लिहिलेली आढळतात. 'मूलोद्योग कातना' हे विनोबांनी (१९५६) लिहिलेले पुस्तक किंवा 'कताई कला' हे सूर्यदेश ठाकूर यांचे पुस्तक (१९४८) 'कताई का हिसाब' हे कृष्णदास गांधी यांनी लिहिलेले पुस्तक ही या प्रकारच्या पुस्तकांची आदर्श उदाहरणे म्हणून सांगता येतील. शेती व बागकाम आणि अन्य उद्योगांच्या संदर्भात अशी काही पुस्तके प्रसिद्ध करण्यात आली आहेत. हिंदुस्तानी तालिमी संघाकडून वा अन्य खाजगी प्रकाशकांकडून प्रसिद्ध झालेल्या तिसऱ्या प्रकारची पुस्तके म्हणजे नयी तालीम विषयीची वैचारिक पुस्तके. 'लेटेस्ट फॅड' हे आचार्य जे.बी. कृपलानींचे पुस्तक(१९३८), 'द वर्धा स्कीम' हे के.एल्. श्रीमाळी यांचे पुस्तक (१९४९) किंवा त्यांचेच 'द फ्युचर ऑफ बेसिक एज्युकेशन' हे पुस्तक (१९६६) तसेच आर्यनायकम् यांच 'अंडरस्टँडिंग बेसिक एज्युकेशन' (१९५४) हे आणि 'स्टोरी ऑफ नयी तालीम' हे मार्जरी साइक्स यांचे पुस्तक (१९९३) ही या प्रकारच्या पुस्तकांची काही ठळक उदाहरणे. नयी तालीम हा शिक्षणाचा एक अगदी वेगळ्या दृष्टिकोणांतून केलेला विचार होता. त्याची उद्दिष्टे नि पद्धती प्रचलित नि रूढ शिक्षणापेक्षा वेगळ्या होत्या. या शिक्षणाचा अनुभव भरीव होता. त्यामुळे या शिक्षणविचाराकडे अनेकजण आकर्षित झाले. काहींनी प्रत्यक्ष प्रयोगांतच स्वतःला झोकून दिले. द्वारकाप्रसाद परसाई, एस.राधाकृष्ण, पवार, भिसे, देवीप्रसाद, धीरेन्द्र मजूमदार, मार्जरी साइक्स ही त्यातील काही दमदार उदाहरणे. या मंडळींनी प्रत्यक्ष प्रयोगांमध्ये आपले योगदान देत असतानाच या प्रकारच्या शिक्षणाचे वैचारिक अंगही वेळोवेळी तपासून पाहिले आहे. नई तालीमचा क्रांतिकारक विचार हे त्यांच्या लेखनाचे सूत्र आहे आणि या दिशेने केलेला प्रत्यक्ष व्यावहारिक प्रवासही त्यांनी मांडला आहे. 'समग्र नयी तालीम' हे धीरेंद्र मजूमदार यांचे पुस्तक (१९६२) 'नयी तालीम का संदेश' हे देवीप्रसाद यांनी संपादित केलेले पुस्तक (१९८८), 'शिक्षा, संस्कृति और समाज' हे आचार्य राममूर्ती यांचे पुस्तक (१९७०), 'हमारा राष्ट्रीय शिक्षण' हे चारुदत्त भंडारी यांचे पुस्तक (१९६१) किंवा 'अंडरस्टँडिंग बेसिक एज्युकेशन' हे टी.एस्. अविनाशलिंगम् यांचे पुस्तक (१९४८)

ही अशा प्रकराच्या वैचारिक ग्रंथाची उदाहरणे होत.

नयी तालीमचा शिक्षणविचार आधाराला घेऊन त्याचे खंडन-मंडन करणारे किंवा त्या शिक्षणाची विशेषता किंवा प्रासंगिकता मांडणारे असेही अनेक ग्रंथ भारतीय आणि पाश्चात्त्य लेखकांनी लिहिले आहेत. नयी तालीमच्या मागचे अर्थशास्त्र, समाजशास्त्र, मानसशास्त्र किंवा शिक्षणशास्त्र सांगण्याचाही प्रयत्न अनेक ग्रंथकारांनी केला आहे. 'नयी तालीम' हे धीरेंद्र मजूमदार यांचे पुस्तक (१९५५), 'बेसिक एज्युकेशन : अ रिइंटरप्रिटेशन' हा आय्.बी.वर्मा यांचा ग्रंथ, (१९६९) 'बुनियादी शिक्षण' हे श्यामसुंदर सांख्यघर यांचे पुस्तक (१९५८), तसेच, 'नयी तालीम अँड सोशल ऑर्डर' हे विल्फ्रेड वेलॉक यांचे पुस्तक, किंवा, 'हायर एज्युकेशन इन रिलेशन टू रुरल इंडिया' हे आर्थर मॉर्गन यांचे पुस्तक (१९५४) ही अशीच काही ठळक उदाहरणे आहेत.

सेवाग्राममध्ये, नयी तालीमच्याच अधिपत्याखाली एक भव्य ग्रंथालयही अस्तित्वात होते. शिक्षणविषयक व धर्मविषयक ग्रंथांचा मोठा संग्रह आर्यनायकम् यांनी केलेला होता. हिंदुस्तानी तालिमी संघाची व अन्य प्रकाशकांची नयी तालीमविषयीची पुस्तके हाही या ग्रंथालयाचा एक अविभाज्य भाग होता. यांव्यतिरिक्त विद्यार्थ्यांना उपयुक्त अशी ज्ञानसाधनेची पुस्तके आणि गांधी-विनोबा वाङ्‌मयही या ग्रंथालयात वेळोवेळी वाढत गेले.

सेवाग्रामचे नवे रूप

हिंदुस्तानी तालिमी संघाच्या १२ जानेवारी १९५७ ला झालेल्या सहामाही सभेपुढे आशादेवींनी जून ते डिसेंबर १९५६ या कालावधीत सेवाग्राममध्ये झालेल्या कामाचा आढावा थोडक्यात घेतला. त्यात दोन नव्या 'प्रयोगां'ची माहिती सभेपुढे ठेवली. सेवाग्रामचा शिक्षणस्वावलंबनाचा प्रयोग सातत्याने चालला होता. त्याला बऱ्यापैकी यशही मिळाले होते. येथील अनुभवांच्या मुशींतून तयार झालेले विद्यार्थीही आता, स्वतंत्रपणे विचार करू लागले होते. आनंदनिकेतनच्या शेवटच्या वर्षात शिकणाऱ्या गटाने (सेवाग्राममधील शब्द-टोळीने) वीस विद्यार्थी आणि त्यांचे तीन शिक्षक यांच्या अन्न व वस्त्र स्वावलंबनाच्या दिशेने शिक्षणाची एक योजना, स्वयंप्रेरणेने तयार केली. त्यासाठी शाळेने त्यांना, वीस एकर कोरडवाहू व दोन एकर सिंचनाखालील जमीन, तसेच दोन विहिरी व दोन बैलजोड्या दिल्या. या गटाने स्वतःची स्वतंत्र भोजनशाळा सुरू केली व हिशोब नेमकेपणाने राखण्यावर भर दिला.

याच काळात, केवळ अन्नस्वावलंबन, वस्त्र स्वावलंबनच नव्हे तर, स्वावलंबनाच्या क्षेत्रात आणखी एक पाऊल पुढे टाकून, ज्ञान-स्वावलंबनाचाही प्रयोग उत्तरबुनियादीच्या सर्व विद्यार्थ्यांच्या बाबतीत सुरू करण्यात आला. स्वाध्यायपद्धतीने ज्ञानप्राप्तीचा हा प्रयोग असणार होता.

स्वावलंबन संकल्पनेचा असा व्यावहारिक स्तरावर विस्तार करीत असतानाच, आणखीही एका दिशेने, नयी तालीमच्या शिक्षणाला, याच काळात, वळण देण्यात आले. सेवाग्राम परिवाराने १९५७ चा वर्षभराचा कार्यक्रम आखताना एक संकल्प केला होता. "सेवाग्राममधील नयी तालीम परिवार नम्रतापूर्वक असा संकल्प करीत आहे की हा समुदाय, आपले वैयक्तिक व सामुदायिक जीवन भूदानमूलक अहिंसक क्रांतीचे जे सर्वोदय समाजरचनेचे अंतिम ध्येय आहे, ते साध्य करण्याच्या दिशेने सामुदायिकरीत्या प्रयत्न करील. याचबरोबर इथले अधिकाधिक विद्यार्थी व कार्यकर्ते सेवाग्रामच्या बाहेर पडून, देशाच्या वेगवेगळ्या भागांमध्ये भूक्रांतीचे कार्य करण्याचा प्रयत्न करतील. आम्ही अशी प्रार्थना करतो की या कार्यासाठी आम्हाला सामर्थ्य प्राप्त होवो तसेच सर्वांचा सहकार व आशीर्वाद मिळो."[१३]

अर्थातच या सर्व वैचारिक नि व्यावहारिक प्रगतीच्या मागची प्रेरणा ही विनोबाजींचीच होती. विनोबाजींनी, हिंदुस्तानी तालिमी संघाच्या १७ एप्रिल १९५५ च्या सभेपुढे सुरुवातीलाच जे प्रवचन दिले होते, त्याचा मुख्य विषय होता ता 'नयी तालीमचा सैद्धांतिक पाया आणि शिक्षणपद्धती,' असा. त्यात त्यांनी स्वावलंबनाच्या कल्पनेला 'नयी तालीमचा अपरिहार्य सिद्धांत' असे म्हटले होते. या आधारावर नयी तालीमचे काम बळकटपणे कसे उभारता येईल, याचा सखोल विचार त्याच सभेत झाला होता. असाही संकल्प करण्यात आला होता की पुढील तीन वर्षांत नयी तालीमचा परिवार, त्याचे सामाजिकजीवन व शैक्षणिक उपक्रम या साऱ्यांचा खर्च भरून काढून स्वावलंबी होण्याचा प्रयत्न करील.

हिंदुस्तानी तालिमी संघाने याच सभेत असे ठरविले होते की, जे कोणी विद्यार्थी व कार्यकर्ते भूदान कार्यासाठी आपला पूर्ण वेळ देऊ इच्छितील त्यांना त्यांच्या चालू कार्यातून मुक्त केले जावे.

हिंदुस्तानी तालिमी संघाच्या १८ फेब्रुवारी १९५९ च्या आर्यनायकम्‌जींच्या अध्यक्षतेखाली भरलेल्या सहामाही सभेत, सेवाग्रामच्या भावी कार्याचे स्वरूप चर्चिले गेले. सेवाग्रामच्या समग्रविकासाची एक पुढली पायरी सदस्यांच्या डोळ्यांसमोर होती. यासंदर्भात, संघाने पारित केलेला प्रस्ताव असा होताः

“संघाला याची जाणीव झाली आहे की, आता अशी वेळ आली आहे की सेवाग्रामस्थित साऱ्या संस्थांचा विकास समग्र रीतीने व्हावा. बापूजींनी सेवाग्रामची निवड एक केंद्र म्हणून केली ती केवळ आपल्याच देशासाठी नाही; तर साऱ्या विश्वाला येथून सत्य नि अहिंसा यांचा प्रत्यक्ष अनुभव प्राप्त व्हावा. यासाठी त्यामुळे अशी आशा करणे उचितच आहे की इथल्या बापूजींच्या दैनंदिन जीवनाला, जेवढे शक्य तेवढे, पुढे चालविण्याचा प्रयत्न व्हावा, आणि त्याचबरोबर येथील समाजात बापूंच्या सत्यशोधन व आर्थिक समानता या विचारांच्या दिशेने प्रयोग होत राहावेत.”[१४]

सेवाग्रामला एक संगम-समाज बनविण्याचा प्रयत्न, इथून पुढे केला जाणार होता.

⌘

९. स्वातंत्र्योत्तर बुनियादी शिक्षण

नयी तालीम ही सामाजिक मूल्यांतील क्रांती आहे; एक, नवा वर्गविहीन आणि शोषणमुक्त समाज निर्माण करणे हे तिचे ध्येय आहे. ज्ञान व कर्म यांच्या समन्वयाशिवाय ते साध्य होणार नाही.

– विनोबा

नयी तालीमचा विचार २२-२३ ऑक्टोबर १९३७ च्या संमेलनात गांधीजींनी देशापुढे ठेवला. त्याचे प्रयोग, त्याचा प्रचार आणि प्रसार देशभर घडविण्यासाठी काही प्रमाणात सरकार आणि बऱ्याच प्रमाणात खाजगी स्वेच्छाकार्य संस्था कार्यरत झाल्या. दहा वर्षांनंतर १९४७ च्या ऑगस्टमध्ये भारताला स्वातंत्र्य मिळाले. नयी तालीमच्या संकल्पनेला बरोबर दहा वर्षे पूर्ण झाल्यानंतर, २५ ऑक्टोबर १९४७ ला 'हरिजनसेवक'मधील एका लेखात गांधीजींनी, बदलेल्या परिस्थितीच्या संदर्भात पुनश्च एकदा 'नयी तालीम'ची तत्त्वे देशासमोर ठेवली. गांधीजींनी म्हटले आहे की, "आपण हे लक्षात घेतले पाहिजे की बुनियादी तालीम ही देशातील वातावरणातून निर्माण झालेली आहे आणि ती देशाच्या गरजा भागविणारी आहे."[१] इथे जा 'देशातील वातावरणा'चा गांधीजींनी उल्लेख केला आहे ते, त्यांच्याच म्हणण्याप्रमाणे, हिंदुस्तानातील सात लाख खेड्यांत आणि त्यांमध्ये राहणाऱ्या कोट्यवधी लोकांमध्ये पसरलेले आहे. 'खरा भारत शहरांमध्ये नाही तर तो या सात लाख गावांमधून वसला आहे. ' असे गांधीजींनी, आपल्या मृत्यूच्या केवळ दोन महिने आधी आणि मुख्य म्हणजे भारताला स्वातंत्र्य मिळाल्यानंतर, आपल्या सरकारला ठणकावून सांगितले आहे.

गांधीजींनी पुन्हा एकदा नयी तालीमच्या मूलतत्त्वांवर विचार करण्याचे

आवाहन आपल्या या लेखात केले आहे. ही मूलतत्त्वे, त्यांच्याच शब्दांत पुढीलप्रमाणे आहेत.

१. संपूर्ण शिक्षण स्वावलंबी असायला हवे. म्हणजे (शिक्षणाच्या) अखेरीस भांडवली खर्च वगळता, आपल्या शिक्षणाच्या सारा खर्च आपल्या शिक्षणातून निघायला हवा.

२. यामध्ये अगदी शेवटच्या इयत्तेपर्यंत हातांचा पुरेपूर उपयोग केला जावा. म्हणजे विद्यार्थी आपल्या हातांनी काहीतरी उद्योग-धंदा शेवटच्या इयत्तेपर्यंत करीत राहील.

३. सारे शिक्षण, विद्यार्थ्याला, त्याच्या परिसरातील भाषेतून दिले जाईल.

४. या शिक्षणात सांप्रदायिक धर्मांना कोणतेही स्थान असणार नाही. मात्र पायाभूत नैतिक शिक्षणावर यात खूपच भर असेल;

५. हे शिक्षण, मुलांनी घेवो वा मोठ्यांनी, स्त्रियांनी घेवो वा पुरुषांनी, ते विद्यार्थ्यांच्या घरोघर पोचेल.

६. हे शिक्षण घेणारे लाखो-करोडो विद्यार्थी, जर आपल्याला हिंदुस्तानचे नागरिक म्हणवून घेणार असतील तर त्यांना एक आंतर-प्रांतीय भाषा शिकावी लागेल. संपूर्ण देशाची ही भाषा नागरी व उर्दू लिपीत लिहिली जाणारी हिंदुस्तानी भाषाच असेल. त्यामुळे विद्यार्थ्यांना या दोन्ही लिपी चांगल्या तऱ्हेने शिकाव्या लागतील.

स्वातंत्र्य मिळताच, हिंदुस्तानी तालिमी संघाचे प्रथमपासूनचे कार्यवाह आणि सेवाग्राम मधील नयी तालीमच्या प्रयोगाचे प्रणेते, आर्यनायकम् यांनी 'आजाद हिंदुस्तान में नयी तालीम' याविषयीचे आपले मनोगत, १ सप्टेंबर १९४७ च्या 'नयी तालीम'च्या एका अंकात प्रकाशित केले आहे. त्यात ते म्हणतात, "आज आपण एका नव्या युगाच्या आरंभस्थानी उभे आहोत, आणि आपण अशी आशा धरू शकतो की शिक्षणातसुद्धा एक नवीन प्रेरणा निर्माण होईल, आणि या कठीण कामात सहभागी होण्यासाठी नवे कार्यकर्ते पुढे येतील."

"राष्ट्रीय शिक्षणाच्या या क्षेत्रात गांधीजींनी पहिल्यापासूनच आम्हाला मार्ग सांगून ठेवला आहे. अकरा वर्षांपूर्वीच त्यांनी, देशासमोर राष्ट्रीय शिक्षणाची अशी एक योजना ठेवली की जी स्वतंत्र राष्ट्राच्या गरजा भागवू शकेल."

"गांधीजी पुन्हा पुन्हा सांगत आले आहेत की नयी तालीम ही साफसफाईच्या कामापासून सुरू होते. सेवाग्रामच्या आसपासच्या गावांमधून अशा बातम्या आल्या आहेत की, गावांतील सर्व लोकांनी एकत्र येऊन गावात साठलेली

घाण आपल्या हातांनी स्वच्छ केली. आजवर हे काम अगदी खालच्या दर्जाचे मानले जात असे; परंतु स्वातंत्र्याच्या प्रेरणेमुळे लोकांमधील आत्मसन्मान व आत्मविश्वास यांची भावना अशाप्रकारे निर्माण झाली आहे की त्यांनी स्वच्छतेचा कार्यक्रम स्वातंत्र्योत्सवात समाविष्ट केला.''

''जेव्हा गांधीजींनी राष्ट्रासमोर सात ते चौदा वर्षांपर्यंतच्या मुलांकरिता मोफत नि सक्तीच्या बुनियादी शिक्षणाची योजना ठेवली तेव्हा त्यांना हे चांगले ठाऊक होते की स्वातंत्र्यप्राप्तीबरोबरच सात लाख खेड्यांमधील जनतेत जी शक्ती व संघटन निर्माण होईल, त्याद्वारे लोक हे काम आपला हक्क आणि आपले कर्तव्य मानून पूर्ण करतील. हे काम कागदावरील योजना व कोट्यवधी रुपये यांच्या सहाय्याने पूर्ण होणारे नाही. यासाठी स्वतंत्र जनतेच्या अंतर्गत प्रेरणेतून जागी झालेली शक्ती आवश्यक आहे.''

''आमच्या राष्ट्रीय नेत्यांकडून आम्हास अशी अपेक्षा आहे की ते राष्ट्रनिर्माणाच्या कार्यात नयी तालीमला योग्य असे स्थान बहाल करतील, व सच्च्या स्वरूपात त्याचा देशभर विस्तार करण्याचा प्रयत्न करतील. ही नयी तालीमच राष्ट्राच्या आजच्या गरजांना पुरी करू शकेल. तसेच आमच्या जनतेला माणुसकीच्या घसरलेल्या पायरीवरून उचलून घेऊन एका नव्या संस्कृतीकडे, नव्या नैतिक आदर्शाकडे घेऊन जाईल. याचा पाया असेल न्याय, सत्य नि मैत्री यांचा. आमचा आजचा राष्ट्रीय झेंडा हे याचेच प्रतीक आहे.''[२]

गांधीजींची ३० जानेवारी १९४८ ला हत्या झाली.

गांधीजींनी रचनात्मक कामांसाठी ज्या काही संस्था उभारल्या आणि वाढवल्या, त्या त्या संस्थांमध्ये गांधीजींचा आधार नाहीसा झाल्यामुळे व गांधीजींचे मार्गदर्शन संपल्यामुळे काही नवी व्यवस्था लावण्याचा विचार प्रबळ झालेला दिसतो.

हिंदुस्तानी तालिमी संघाच्या १७ मार्च १९४८ च्या सभेत, 'नयी तालीम'चे जनक तसेच संघाचे संस्थापक आणि मागील दहा वर्षे मार्गदर्शक राहिलेल्या महात्माजींच्या निधनाबद्दल एक शोकप्रस्ताव सभेने मंजूर केला.

हिंदुस्तानी तालिमी संघाची ही सभा राष्ट्रपिता महात्मा गांधी यांच्या निधनाबद्दल, आपल्या हृदयातील दुःख प्रकट करीत आहे. बापूंनी भारतदेशाला नव्या जीवनाची दिशा दाखविण्यासाठी जी कामे सुरू केली त्यांमध्य 'नयी तालीम'च्या कामाचे खास महत्त्व आहे. ज्यावर स्वतंत्र भारताची सुंदर, विशाल व शानदार इमारत ते उभी करू इच्छित होते, तोच हा पाया आहे. त्यांच्याच मार्गदर्शनाने आम्ही नयी तालीमच्या मार्गावर थोडी फार वाटचाल करू शकलो. आज आम्ही

असा पण करीत आहोत, की जोवर आमच्या शरीरात प्राण आहे तोवर हा प्रवास अखंड चालू ठेवू आणि आमच्या जीवनात व कामात खालील उपदेश मनात साठवून आम्ही ध्येयाकडे वाटचाल करीत राहू;

१. शिक्षणात सत्य व अहिंसा यांचे पालन करणे.

२. हाताने काम, नैसर्गिक वातावरण आणि समाजजीवन याच्याशी शिक्षणाचा मेळ घालणे.

३. शिक्षणातून खरी देशभक्ती व मानवी सहानुभूती शिकवणे तसेच सांप्रदायिकता नाहीशी करणे.

४. लहानपणापासून वृद्धत्वापर्यंतच्या नयी तालीमच्या शिक्षणाचा प्रबंध करणे.

५. मुलांना नि इतरांना अशा एका समाजव्यवस्थेसाठी तयार करणे की ज्यामध्ये संघर्षाच्या जागी सहयोग व शोषणाच्या जागी न्याय असेल, स्वातंत्र्य जबाबदारी घेऊन आलेले असेल आणि आर्थिक संपन्नतेबरोबरच नैतिक संपन्नता असेल.

तालीम संघाच्या सदस्यांसाठी काही 'जीवन-नियम' असावेत. असा व्यक्तिगत व्यावहारिक जीवनाविषयीचा एक विचार पुढे येऊन याच सभेत, सदस्यांसाठी काही कायमस्वरूपी पाळण्याचे नियम निश्चित करण्यात आले. हे नियम असे होते :

१. महिन्यातून एकदा तरी संडाससफाई किंवा ग्रामसफाईचे काही काम करावे.
२. स्वतः कातलेल्या किंवा कुटुंबात कातलेल्या सुताची किंवा विणलेल्या किंवा प्रमाणित खादीची वस्त्रे परिधान करावीत.
३. नियमितपणे सूत कातावे.
४. शक्यतो ग्रामोद्योगातील वस्तूंचाच वापर करावा.
५. आपण राहतो तेथे गायीच्या दुधाचाच वापर होईल यासाठी प्रयत्न करावा.
६. जिथे जिथे सोय आहे तिथे मुलांना बुनियादी शिक्षण द्यावे.
७. नागरी, उर्दू आणि एक तरी दक्षिणी भाषेची लिपी शिकण्याचा प्रयत्न करावा.

हेच नियम पुढे निर्माण होणाऱ्या, सर्व रचनात्मक संस्थांच्या समन्वय संघातही अमलात आणण्याचा प्रयत्न करावा, असे याच सभेत ठरविण्यात आले. पुढील १७ एप्रिल १९४८ च्या सभेत या नियमावलीला एक पुस्ती जोडण्यात आली. ती

अशी “वरील नियमावली अन्य संबंधित संघांच्या सदस्यांनाही लागू करावी व मुंबईत होणाऱ्या संमेलनात ही गोष्ट मांडली जावी.”

निर्वासितांच्या छावण्यांमध्ये नयी तालीमचे काम

सेवाग्राममध्ये १६-१७ मार्च १९४८ ला झालेल्या, हिंदुस्तानी तालिमी संघाच्या सभेला, गांधीजींचे सचिव प्यारेलाल खास निमंत्रित म्हणून आले होते. त्यांनी संघापुढे एक नवीनच विषय मांडला. हिंदुस्तानच्या फाळणीनंतर निर्वासितांचा जो लोंढा भारतात आला होता, त्यांच्यामध्ये ठिकठिकाणी नयी तालीमच्या धर्तीवर शैक्षणिक काम केले जावे, विशेषतः कुरुक्षेत्र छावणीमध्ये असे काम सुरू व्हावे, अशी सूचना त्यांनी केली. या सूचनेला संघाच्या सदस्यांचा प्रतिसाद चांगला होता. सभेच्या अहवालात असे नमूद करण्यात आले आहे की, “संघाच्या दृष्टीने नयी तालमीच्या वतीने निर्वासितांमध्ये काम करण्याची ही मोठी संधी आहे, आणि एक खास शैक्षणिक प्रयोग म्हणून संघ हे काम अंगावर घेईल.”

बरोब्बर एक महिन्याने, म्हणजे १७ एप्रिल १९४८ ला विक्रम येथे झालेल्या सभेत हा विषय पुन्हा एकदा पुढे आला. निर्वासितांसाठी रचनात्मक कार्यक्रमांतील सर्वच संस्था आणि विशेषकरून हिंदुस्तानी तालिमी संघ नेमके काय करू शकेल, यावर विस्ताराने चर्चा करण्यात आली. रचनात्मक कामांतील कार्यकर्त्यांच्या वतीने विनोबाजी, श्रीकृष्णदास जाजू आणि कृष्णदास गांधी हे दिल्ली आणि पूर्वपंजाबच्या निर्वासितांच्या शिबिरांना भेट देऊन आलेले होते. यात्रेचा वृत्तांत विनोबाजींनी सभेमध्ये कथन केला.

विनोबाजींनी असे आवाहन केले की रचनात्मक कार्यात असलेल्या सर्वच संस्थांनी, आपापले मूळ काम सांभाळून, जेवढ्या काही कार्यकर्त्यांना पाठविता येणे शक्य आहे, तेवढ्यांना पाठवून शक्य तेवढी कामे सुरू करावीत. त्यांच्यामते, सर्वच प्रकारच्या रचनात्मक कार्यांना तेथे वाव आहे. तेथे अनेक मुले आहेत, त्यांना नयी तालीमपद्धतीने शिक्षण देण्याची आवश्यकता आहे; अनेक अनाथ मुले असून आठ-दहा वर्षांची पूर्णबुनियादी व उत्तरबुनियादी शिक्षणाची व्यवस्था होणे गरजेचे आहे.

विनोबाजींनी असेही सुचविले की सर्वच शिबिरांमध्ये एकदम काम सुरू करता येणे शक्य नाही. आपलीच ताकद मर्यादित असल्यामुळे काही मर्यादित शिबिरांमध्ये नमुन्याची कामे उभी करावीत. आधी ठरल्याप्रमाण ‘कुरुक्षेत्र’ हे काम करण्याच्या दृष्टीने फारसे योग्य नाही, कारण ते खूप मोठे क्षेत्र आहे असे सांगून,

अशा प्रायोगिक कामांसाठी दिल्लीजवळील 'कलका' (२००० शिबिरार्थी) आणि पूर्व पंजाबमधील 'गुरगाव' (१२००० शिबिरार्थी) या दोन छावण्यांची शिफारस त्यांनी केली. त्यातही गुरगाव छावणीत पूर्व पंजाबमधील काही मुसलमानही परतल्यामुळे तिथे हिंदु-मुसलमान असा एक वेगळाच प्रश्न निर्माण झाला होता. शिवाय, श्रीकृष्णदास जाजू हे या दोन्हींमध्ये केंद्र स्थापून काम हाती घेणार होते. त्यामुळे त्यांच्या सहाय्यानेच हिंदुस्तानी तालिमी संघाने आपले काम उभारावे अशी शिफारस विनोबाजींनी केली.

हिंदुस्तानी तालिमी संघाचा निर्वासितांमधील कामाचा उत्साहवर्धक संकल्प, प्रत्यक्षात मात्र वर्ष अखेरपर्यंत सुरू होऊ शकला नाही. तशी कबुली आपल्या १३ नोव्हेंबर (१९४८) च्या सभेत कार्यवाहांनी दिली होती. मात्र, भारत सरकारच्या वतीने राजपुरा आणि फरिदाबाद या दोन ठिकाणच्या सर्वच विद्यार्थ्यांच्या शिक्षणाची जबाबदारी हिंदुस्तानी तालिमी संघाकडे सोपविली गेली व तशा तऱ्हेचे अनुज्ञापत्र संघाकडे आले. ही दोन्ही नगरे अनुक्रमे ४०,००० व ६०,००० लोकवस्तीची होती. भारत सरकारने निर्माण केलेल्या निर्वासित व्यवस्थापन मंत्रालयाच्या दोन बैठकांमध्ये याविषयीचा विचार होऊन हिंदुस्तानी तालिमी संघ व जामिया मिलिया इस्लामिया अशा दोन स्वेच्छाकार्य संस्थांकडे या दोन ठिकाणच्या शिक्षणाचा कार्यभार सोपविण्याचा निर्णय घेतला गेला; आणि त्याच्या पूर्तीसंबंधीचा विचार होऊन १७ सप्टेंबरला (१९४९) काम सुरूही करण्यात आले. अशाचप्रकारे राजपुरा छावणीचा अभ्यास करून तेथे काम करण्याच्या शक्यता पडताळून पाहण्याची जबाबदारीही, याच सभेत, आशादेवींकडे सोपविण्यात आली. त्यानंतर लवकरच तेथेही नयी तालीमचे काम सुरू झाले.

डॉ. जाकिर हुसेन

सेवाग्राम येथे झालेल्या हिंदुस्तानी तालिमी संघाच्या दिनांक ५-६ नोव्हेंबर १९५० च्या बैठकीत, संघाचे अध्यक्ष डॉ. जाकिर हुसेन यांचा अध्यक्षपदाचा राजिनामा सादर करण्यात आला. २२-२३ ऑक्टोबरला १९३७ ला जेव्हा नयी तालीमचा विचार पहिल्यांदा वर्धा येथील शिक्षणविषयक संमेलनात मांडला गेला, तेव्हाच या विचाराला व्यावहारिक स्तरावर पुढे नेण्याची जबाबदारी डॉ. जाकिर हुसेन यांच्यावर सोपविण्यात आली होती. राष्ट्रीय काँग्रेसच्या फेब्रुवारी १९३८ मधील, हरिपुरा येथील अधिवेशनातही डॉ. जाकिर हुसेन व श्री. आर्यनायकम् यांच्यावर बुनियादी राष्ट्रीय शिक्षणाची आखणी करून, त्याच्या कार्यवाहीसाठी संस्था निर्माण

करणे व त्याची लिखित घटना तयार करणे यांची जबाबदारी सोपविलेली होती.

हिंदुस्तानी तालिमी संघाची, घटना संमत होऊन, रीतसर स्थापना संघाच्या स्थापना बैठकीत[३] करण्यात आली. तेव्हापासून सलग बारा वर्षे, संघाचे अध्यक्षपद डॉ. जाकिर हुसेन यांनी भूषविले होते. एवढेच नव्हे तर त्यांनी प्रत्यक्षपणे नयी तालीमचा एक कार्यकर्ता म्हणून, नयी तालीमचा जो काही प्रयोग आणि विचार होता त्यांच्याशी ते एकनिष्ठ राहिले. गांधीजींच्या शिक्षणाच्या विचारांशी असलेला त्यांचा संबंध मात्र त्याहीपूर्वी कितीतरी वर्षे होता.

तो काळ असहकारितेच्या चळवळीचा होता. ब्रिटिश सरकारच्या नियंत्रणाखालील शैक्षणिक संस्थांवर बहिष्कार टाकण्याचे आणि त्यांच्या जागी स्वतःच्या राष्ट्रीय शिक्षणसंस्था उभारण्याचे आवाहन गांधीजी देशभर करीत होते. याच संदर्भात १२ ऑक्टोबर १९२० ला गांधीजी, आपल्या सोबत अलीबंधूंना घेऊन, अलीगडच्या 'मोहमेडन अँग्लो-ओरिएंटल कॉलेज'मध्ये गेले. तिथल्या युनियन हॉलमध्ये सभा घेऊन बहिष्काराचा हेतू त्यांनी समजावून दिला. त्यावेळी जाकिर हुसेन हे तेथे एम्.ए. चे विद्यार्थी होते. आपला विचार पक्का करून, थोड्याच दिवसांत, म्हणजे, २९ ऑक्टोबरला काही शिक्षक व विद्यार्थी यांना घेऊन जाकीर हुसेन तेथून बाहेर पडले. आणि लगेच 'जामिया मिलिया इस्लामिया' म्हणजे राष्ट्रीय मुस्लिम विद्यापीठाची मुहूर्तमेढ त्यांनी रोवली.

अर्थात आपला पुढील शिक्षणाचा विचार मात्र रद्द केला नाही. इंग्लंडच्या व्हिसावर इंग्लंडला जात असताना, बोटीचा प्रवास मध्येच खंडित करून ते इटलीच्या किनाऱ्यावर उतरले; तेथून थेट ते जर्मनीला पोचले, तेथे बर्लिन विद्यापीठातून अर्थशास्त्राची डॉक्टरेटची पदवी प्राप्त करून ते इतर काही शिक्षणासाठी स्कँडेनेव्हियन देशांमध्ये गेले. तेथे विविध कलांचे शिक्षण प्राप्त करीत असताना ते आपली गुजराण मात्र, गांधीजींवर लेख लिहून नि व्याख्याने देऊन करीत असत.

जाकिर हुसेन जर्मनीत असताना, इकडे मात्र पैशाच्या टंचाईमुळे जामिया मिलिया विद्यापीठ बंद पडण्याची वेळ आली. ही गोष्ट होती १९२४ सालची. जर्मनीहून तार पाठवून त्यांनी, पैशाची व्यवस्था करीत असल्याचे आपल्या विद्यापीठांतील मित्रमंडळींना कळवले; यावेळी गांधीजींनी या संस्थेसाठी मदतीचा हात पुढे केला. आणि संस्था अलीगडहून दिल्लीला हलविण्याविषयी सुचविले. जाकिर हुसेन १९२६ साली भारतात परतले; आणि लगेचच त्यांनी जामिया मिलियाचे विद्यापीठाचे कुलगुरूपद ग्रहण केले, वयाच्या केवळ २९ व्या वर्षी. जाकिर हुसेन या पदावर पुढे सतत बावीस वर्षे राहिले. आणि अनेक अडचणी पार

करत त्यांनी या संस्थेला वाढवले आणि जनमानसात मान्यताप्राप्त केले. गांधीजींनीसुद्धा आपला धाकटा मुलगा देवदास याला याच संस्थेत महाविद्यालयीन शिक्षणासाठी पाठविले होते. देवदास गांधी, काही काळ, येथे शिक्षक म्हणूनही राहिले होते.

जाकिर हुसेन यांची गांधीजींशी प्रत्यक्ष भेट आणि मुलाखत १९२६ साली जून महिन्यात झाली; आणि कायमचेच ते गांधीजींच्या परिवारात येऊन बसले. त्यामुळेच २२ ऑक्टोबर १९३७ च्या वर्धा संमेलनात गांधीजींनी विश्वासाने देशभराचे नयी तालीमचे कार्य करण्यासाठी सुकाणू डॉ. जाकिर हुसेन यांच्या हाती सोपविले.

तब्बल बारा वर्षांच्या आपल्या अध्यक्षीय कारकीर्दीनंतर हिंदुस्तानी तालिमी संघातून त्यांनी निवृत्ती मागितली. ती देताना, संघाने, केलेल्या ठरावात आपली कृतज्ञता व्यक्त करून, म्हटले आहे, "...वर्धा शिक्षण योजनेच्या शिक्षणक्रम समितीचे अध्यक्ष या नात्याने (डॉ. जाकिर हुसेन यांनी) नयी तालीमचे सिद्धांत आणि आदर्शांना शिक्षणशास्त्राचे रूप दिले आणि हिंदुस्तानी तालिमी संघाचे अध्यक्ष या नात्याने त्यांनी ते (शिक्षणशास्त्र) प्रत्यक्ष प्रयोगांच्या क्षेत्रांत आणून ठेवले..."[४]

यानंतरच्या काळात काही वर्षे डॉ. जाकिर हुसेन हे अलीगड मुस्लिम विद्यापीठाचे कुलगुरू झाले. देशातील अनेक शिक्षणविषयक समित्यांवर त्यांनी काम केले. १९५२ साली व १९५६ साली त्यांची राज्यसभेवर नियुक्ती झाली. त्यातूनच पुढे त्यांची भारताचे उपराष्ट्रपती म्हणून १९६२ साली निवड झाली; आणि डॉ. राधाकृष्णन यांचा राष्ट्रपतीपदाचा कार्यकाल संपल्यानंतर, भारताचे राष्ट्रपतीपदही डॉ. जाकिर हुसेन यांच्याकडे आले. परंतु दुर्दैवाने त्यांच्या राष्ट्रपतिपदाचा कार्यकाल संपण्यापूर्वीच त्यांचे ३ मे १९६९ ला आकस्मिक निधन झाले.

नयी तालीमचा विस्तार

डॉ. जाकीर हुसेन यांच्या त्यागपत्राच्या स्वीकृतीनंतर, संघाच्या ५ मार्च १९५० च्या सभेमध्ये आचार्य काका कालेलकर यांची, संघाच्या अध्यक्षपदी तीन वर्षांसाठी निवड करण्यात आली.

या सुमारास बुनियादी शिक्षणाचा देशभर विस्तार झाला होता. विविध प्रांतांमधील नयी तालीमची प्रगती बऱ्यापैकी झाली होती.

नयी तालीमच्या प्रांतवार कामांचा आढावा येथेच घेणे सयुक्तिक ठरेल. हा

संख्यात्मक आढावा, स्वातंत्र्योत्तर काळातील बुनियादी शिक्षणातील वळणे लक्षात घेण्यासाठी उपयोगी होईल.

बिहार (१९५१-५२)

पहिल्या पंधरा वर्षांमध्ये देशभर विस्तार झालेल्या बुनियादी शाळांची संख्या दुर्लक्षित करण्याजोगी खचितच नव्हती, तरीही जनमानसात नवा शैक्षणिक विचार रुजविण्यासाठी शाळांचे स्वरूप मात्र प्रयोगशील असेच बहुतेक ठिकाणी राहिलेले होते.

५३५ बुनियादी विद्यालय,१३ सर्वोदय (हायस्कूल),१९ बुनियादी प्रशिक्षण विद्यालय,१. सर्वोदय महाविद्यालय, १ पूर्वबुनियादी शाळा.

१ एप्रिल १९५१ ला विद्यार्थी संख्या ६३, ३८३ आणि प्रशिक्षण संस्थांमध्ये दरवर्षी ५० स्नातकांची व्यवस्था, १००० स्नातकपूर्व शिक्षकांच्या तालमीची व्यवस्था.

मुंबई (३१ मार्च १९५२ पर्यंत)

राज्यातल्या २८,३३५ प्राथमिक शाळांपैकी २८०१ शाळा-उद्योग शाळांमध्ये परिवर्तित केल्या गेल्या होत्या. १९३८-३९ मध्ये उघडलेल्या ५५ बुनियादी शाळा चांगल्या पद्धतीने चालू होत्या. धारवाड आणि सूरतमध्ये ९० नव्या शाळांमध्ये बुनियादी शिक्षण जारी केले गेले. ६ शाळा लोकांद्वारे उघडल्या गेल्या. त्यांमध्ये कार्यकर्त्यांचा सर्व खर्च आणि स्थायी सामानाचा दोन तृतीयांश खर्च सरकारकडून दिला जात असे. वस्त्र स्वावलंबन संघाची स्थापना झाली.

मद्रास (१९५१-५२)

मद्रास प्रांतातील बुनियादी शिक्षणाचे हे सातवे वर्ष. यावर्षी बुनियादी प्रशिक्षण केंद्रांची संख्या ५६ इतकी झाली. याच्या आदल्यावर्षी ती ४८ इतकी होती. एकूण ५६ पैकी ४३ सरकारी आणि १३ खाजगी संस्थांची त्यांमधून ज्युनिअर ग्रेडमध्ये १९८९ आणि सिनीअर ग्रेडमध्ये ७३३ प्रशिक्षणार्थींनी भाग घेतला. त्यांपैकी अनुक्रमे १९१६ आणि ६३१ प्रशिक्षणार्थी उत्तीर्ण झाले.

या वर्ष अखेरीस संपूर्ण प्रांतामध्ये मिळून एकूण ५०७ बुनियादी शाळा होत्या, त्यातल्या फक्त १३ पूर्ण बुनियादी स्वरूपाच्या होत्या.

ओरिसा (१९५१–५२)

ओरिसामध्ये १९५१–५२ या वर्षी ४0 नव्या बुनियादी शाळा सुरू केल्या गेल्या. त्यापूर्वी १३६ शाळा होत्या. पुढच्या वर्षी अजून ४0 शाळा सुरू करण्याचा विचार सरकारने केला होता.

स्वावलंबन

नयी तालीमच्या प्रथमपासूनच्या कामामध्ये, स्वावलंबनाचा मुद्दा ठळकपणे अधोरेखित झाला होता. किंबहुना बुनियादी शाळांचे ते एक खास वैशिष्ट्य होते. शाळांच्या यशाचा तो एक निकषही होता. नयी तालीमच्या वार्षिक, अर्धवार्षिक सभांमध्ये याविषयीची चर्चा, वेळोवेळी होत असे. उदाहरणार्थ, हिंदुस्तानी तालिमी संघाच्या १३ नोव्हेंबर १९४८ च्या सभेत, तत्कालीन प्रांतीय सरकारांनी केवळ पहिल्या पाच इयत्तांपर्यंतच जी बुनियादी तालीम लागू केली होती, त्याविषयीची चर्चा उपस्थित झाली होती. याबाबतीत संघसदस्यांचे मत असे होते की ही नयी तालीम किंवा बुनियादी शिक्षणाची योजना आठ इयत्तांपर्यंत विस्तारली पाहिजे. यासंदर्भातील एक ठरावही या सभेत संमत करण्यात आला होता.

शाळांमधील आठ इयत्तांपर्यंतची बुनियादी शिक्षणाची योजना सर्व प्रांत सरकारांनी स्वीकारावी याकरिता समर्थनार्थ मांडण्यात आलेला प्रमुख मुद्दा शिक्षणसंस्थांच्या आर्थिक स्वावलंबनाचा होता. ठरावात असे म्हटले होते की, ‘‘जिथे जिथे बुनियादी शिक्षणाच्या कार्यक्रमात हस्तोद्योगांना योग्य तऱ्हेने स्थान दिले गेले आहे, तेथील कामांचे जे काही अहवाल प्राप्त झाले आहेत, त्यांवरून परिणामस्वरूप अशी खात्री देता येते की, ज्या ज्या शाळांतून हस्तोद्योगांकरवी, नीट समजून उमजून, शिक्षण अमलात आणले आहे तेथील तयार होणाऱ्या वस्तूंमधून शाळांचा चालू खर्च निघू शकतो. परंतु हे केवळ आठवीपर्यंतच्या बुनियादी शाळांमध्येच शक्य आहे. कारण, शाळांना उद्योगाकरवी जे उत्पन्न प्राप्त होते. त्यातला मोठा हिस्सा हा शेवटच्या तीन इयत्तांमधला असतो.[५]

त्यामुळे यासंदर्भात, ठरावातच, अशी ग्वाही दिली होती की प्रांतसरकारांनी जर बुनियादी शिक्षणाची मर्यादा आठवीपर्यंत नेली तर त्यांच्यावर कोणताही आर्थिक बोजा पडणार नाही.

पुढे १९५६ मध्ये कांचिपुरम् (मद्रास) येथे झालेल्या अकराव्या नयी तालीम संमेलनात, सेवाग्राममधील ‘स्वावलंबना’च्या संदर्भातील काही माहिती सादर केली गेली.

१९५२ मध्ये सेवाग्राममध्ये विश्वविद्यालयाचा आरंभ झाला. ९ विद्यार्थ्यांच्या एका तुकडीने तीन वर्षांचा हा 'उत्तरबुनियादी'चा अभ्यास पूर्ण केला. त्याबाबतची माहिती देताना संस्थेच्या डॉ. रामेश्वर प्रसाद ज्योतिषी यांनी सांगितले की तीन वर्षांपैकी पहिले वर्ष संस्थेत किंवा संस्थेबाहेर प्रत्यक्ष काम करण्याचे होते. उरलेली दोन वर्षे संस्थेतल्याच निवडक उद्योगांमध्ये काम करण्याची होती. प्रत्येक विद्यार्थ्याने एक मुख्य विषय घ्यायचा आणि दुसरा एक उपविषय म्हणून निवडायचा. जसे शेती मुख्य विषय घेणारा गोपालन हा उपविषय म्हणून घेऊ शकतो. याशिवाय साहित्य, विभिन्न धर्माचे अध्ययन, कला, संगीत, नाट्यशास्त्र, समाजशास्त्र, अर्थशास्त्र याविषयांचाही समावेश असावा. राष्ट्रभाषा अनिवार्य विषय असावा. इंग्रजी अनिवार्य नाही पण विद्यार्थ्याने त्यात एवढे प्रावीण्य मिळवावे की पुढची प्रगती तो स्वतःची स्वतः करू शकेल.[६]

शेती विषयावर काम केलेल्या विद्यार्थ्यांच्या ४-४ जणांच्या तुकडीने पाच एकर जमिनीवर स्वावलंबनाचे विशेष प्रयोग केले. त्यावरून हे सिद्ध झाले की ५ एकर जमिनीत दरदिवशी ३-४ तास काम करून आणि उरलेल्या वेळात काही इतर सहाय्यक उद्योग चालवून विद्यार्थ्यांचे पूर्ण स्वावलंबन होऊ शकते. अशा प्रयोगात ५ एकर जमिनीतून विद्यार्थ्यांनी २२०५ रु. चे उत्पादन केले आणि खर्च वजा जाता त्यातून १०११ रुपये १४ आणि ६ पै. इतकी त्यांची बचत झाली.[७]

गोपालन विषयातही असाच स्वावलंबनाचा प्रयोग झाला. या प्रयोगातील आकड्यांवरून हे सिद्ध झाले की तीन विद्यार्थी तीन गाई आणि दोन एकर जमीन यांच्या सहाय्याने पूर्ण स्वावलंबन करू शकतात. या विद्यार्थ्यांनी आपल्या भोजनातील ७६ टक्के उत्पादन याच जमिनीद्वारे केले. त्यांचे एकूण उत्पादन २८७५ रुपये झाले. आणि एकूण खर्च १६६३ रुपये १२ आणि ० इतका झाला.[८]

या विद्यार्थ्यांबाबतचा विशेष अनुभव सांगताना डॉ. ज्योतिषी म्हणाले की या तीन वर्षांच्या अनुभवाच्या आधारावर आपण असे म्हणू शकतो की स्वावलंबनाद्वारे शिक्षण घेता येऊ शकते आणि ते नितांत आवश्यक आहे. उत्तरबुनियादीचे विद्यार्थी ३-४ तास उद्योग करून पूर्ण स्वावलंबी होऊ शकतात. त्याबरोबरच त्यांचा हा स्वावलंबनाचा प्रयत्न शिक्षणाचे एक महत्त्वपूर्ण माध्यमही बनते.[९]

बिहारचे शिक्षणमंत्री आचार्य बद्रीनाथ वर्मा बिहारमधील अनुभव सांगताना म्हणाले की नयी तालीमच्या उत्तरबुनियादी शिक्षणात खूप अडचणी येत आहेत. एकतर यासाठी अनुकूल वातावरण निर्माण होण्यासाठी समाजव्यवस्था बदलण्याची गरज प्रकर्षाने भासते आहे. मुख्य अडचण विश्वविद्यालयांमधून येत आहे.

सरकारचे धोरण स्पष्ट नसल्यामुळे त्यांना पाऊल पुढे टाकता येत नाही. मी माझ्याकडून अनेक दिवस सरकारशी पत्रव्यवहार करतो आहे आणि सांगतो आहे, की तुम्ही तुमच्या पद्धतीने उत्तरबुनियादी विद्यालयांची परीक्षा घ्या आणि ठरवा की ती तुमच्या पद्धतीत कोणत्या श्रेणीत बसतात. पण त्यांचा या पद्धतीच्या शिक्षणावरच विश्वास नाही. मी सरकारतर्फे काही प्राध्यापकांना अशी चाचणी करायला सांगितली. तरीही विश्वविद्यालयांनी याला स्वीकारले नाही.[१०]

एक तास शाळा

'शिक्षणाची नवी योजना' यामध्ये विनोबाजींनी एक तासाच्या शाळेची कल्पना मांडली आहे. सकाळी सूर्योदयानंतर थोड्या वेळाने प्रसन्न वातावरणात एक तासाचा पठण-वर्ग घेता येईल. गणित, भाषा, शास्त्र याचे आवश्यक ज्ञान या वेळात घेता येईल. यानंतर उरलेल्या वेळात मुले शेती किंवा इतर उद्योगांमध्ये आपल्या पालकांबरोबर मदत करतील. पुन्हा संध्याकाळी एक तास प्रौढांसाठी श्रवण वर्ग होईल. यात लेखन-वाचन न घेता रामायण, महाभारत, संतचरित्र, भजनसंगीत असा कार्यक्रम केला जाईल. या वर्गात विद्यार्थ्यांनाही परवानगी असेल. या शाळेला सुटी देण्याचीही गरज नसेल. शिवाय सकाळी एक तास शाळा झाल्यानंतर शिक्षकही दिवसभर काम करू शकेल. त्यामुळे त्यालाही जास्त पगार देण्याची गरज राहणार नाही.[११]

शासन आणि नयी तालीम

देशाला स्वातंत्र्य मिळून पाच वर्षे उलटून गेली तरी नयी तालीमच्या शिक्षणाला फारसा उठाव आला नाही. देशात सरकार राष्ट्रीय काँग्रेसचे होते; नयी तालीमशी आणि त्याही पूर्वीच्या चंपारणमधील शिक्षणप्रयोगांपासून गांधीजींच्या विचारांशी परिचित असलेले डॉ. राजेंद्रप्रसाद हेच देशाचे राष्ट्रपती होते. गांधीजींच्या स्वातंत्र्यचळवळीमधूनच ज्यांचे नेतृत्व उजळलेले आहे असे पंडित जवाहरलाल नेहरू स्वतः देशाचे पंतप्रधान होते. तरीही गाधीजींची शिक्षणविषयक मते किंवा त्यांवर आधारित असे झालेले नयी तालीमचे प्रयोग यांना राष्ट्रीय सरकारने आपल्या विचारांत किंवा कृतींत फारसे स्थान दिलेले नव्हते. याचा अगदी ठळकपणे प्रत्यय आला तो नवव्या नयी तालीम संमेलनातील प्रमुख वक्त्यांच्या भाषणांमधून.

नववे अखिल भारतीय नयी तालीम संमेलन (१९५३)

नयी तालीमचे नववे संमेलन आसाममध्ये टिटाबर येथे काका कालेलकर यांच्या अध्यक्षतेखाली भरविण्यात आले. संमेलनाचे उद्घाटन आसामचे तत्कालीन राज्यपाल जयरामदास दौलतराम हे होते.

या संमेलनासाठी पाठविलेल्या संदेशात पंतप्रधान पंडित नेहरू यांनी स्पष्ट केले होते की, ''मला असे सांगितले गेले आहे की देशात सर्व ठिकाणी बुनियादी शाळा कायम करायच्या असतील तर त्याचा खर्च काहीशे करोड रुपयांपर्यंत जाईल. म्हणजे तो भारत सरकारच्या आजच्या एकूण उत्पन्नापेक्षाही खूप जास्त होईल. आपण एवढी मोठी रक्कम उभी करू शकत नाही, ही गोष्ट जाहीरच आहे. म्हणून ते सर्व कसे काय करायचे. याबद्दल आपल्याला नव्याने विचार करायला हवा. जेव्हा अगदी सुरुवातीला बुनियादी शिक्षणाचा विचार मांडला गेला, तेव्हा असे मानले गेले होते की ही व्यवस्था अगदी सोप्या पद्धतींनी प्रत्यक्षात येऊ शकेल. अशावेळी आपल्या अगदी मर्यादित साधनांद्वारे चांगल्या बुनियादी शाळा चालविण्याचा प्रश्न आपल्या शक्तीबाहेर का असावा?[१२]

पंडित नेहरूंनी यापूर्वीच्या, एक वर्ष आधी झालेल्या आठव्या संमेलनात, आपल्या उद्घाटनपर भाषणात म्हटले होते की, 'मी जवाहरलाल म्हणून सांगतो की या बुनियादी शिक्षणाच्या मार्गानेच आपल्याला जायचे आहे,' याबद्दल माझ्या मनात कोणतीही शंका नाही? पण हे त्यांचे एक व्यक्ती म्हणून मांडलेले, आणि नयी तालीमच्या दृष्टीने आशावादी असे मत होते. पंतप्रधान या नात्याने, पंडित नेहरू याच भाषणात म्हणाले होते की, 'नयी तालीमबाबत सरकारचे धोरण काय असावे? सध्याची शिक्षणपद्धती आणि नयी तालीम यांचा काहीच संबंध नाहीये... जे काम हिंदुस्तानी तालिमी संघ करतोय ते निर्विवादपणे चांगलेच आहे; त्याच्याकडे आपण एक प्रयोग म्हणून पाहायचे आणि त्याचा फायदा घ्यायचा व सर्वशक्तीनिशी त्याच्या प्रसारासाठी प्रयत्न करायचा, की इतक्या वर्षांत ते सार्वत्रिक करण्याजोगे यशस्वी झाले आहे की नाही याचे मूल्यमापन करायचे?... मी नेहमी पाहतो की चांगल्या गोष्टीसुद्धा जेव्हा वेगाने पसरतात तेव्हा त्या बिघडतात. त्यातल्या ज्या पायाभूत गोष्टी असतात त्या मात्र मागे पडतात. लक्षात घ्या की जेव्हा वेगवेगळे अनेकजण त्या करू लागतात तेव्हा त्याचा दर्जा कमी होण्याचा धोका असतो. म्हणून प्रश्न असा आहे की (नयी तालीमचे काम) कोणत्या मर्यादेपर्यंत वाढवावे?'[१३] अशातऱ्हेने नयी तालीमचा विस्तार करणे योग्य आहे काय, याबद्दलच पंडितजींनी शंका उपस्थित केली. पर्यायाने असे सुचविले की नयी तालीमचा देशभर विस्तार

करणे योग्यही नाही आणि आर्थिकदृष्ट्या शक्यही नाही.

पंडितजींनी याच भाषणात एक नवीनच सूचना केली. त्यांचे म्हणणे असे पडले की देशात सर्वांसाठी एक समानच शिक्षण ठेवले जावे, आणि त्याशिवाय काही खास मुलांसाठी तांत्रिक शिक्षणाची सोय केली जावी. त्यांची स्पष्टोक्ती अशी होती, "या पद्धतीनेच आपल्याला पुढे जायचे आहे याबाबत माझ्या मनात कोणतीही शंका नाही."[१४]

साहजिकच, पुढील काळात भारतातील शिक्षणाचा बाज याच पद्धतीने पुढे सरकला. मात्र नेहरूंच्या या भाषणावरून हे स्पष्टच झाले की नयी तालीम जशी होती तशी स्वीकारण्याची त्यांची तयारी नव्हती आणि त्याची त्यांच्या मते असलेली कारणे, त्यांनी स्पष्ट केली होती. स्वातंत्र्योत्तर कालात नयी तालीमचा पुरेसा प्रसार आणि विस्तार न होण्यामागे सरकारची उदासीनता किंवा निरुत्साह होताच, पण त्याहीपेक्षा महत्त्वाचे म्हणजे नेतेमंडळीच नयी तालीमच्या स्वरूपाच्या शिक्षणाबाबत साशंक होती. याची जाणीव अर्थातच सर्वच कार्यकर्त्यांना होती. उदाहरणार्थ, नवव्या अखिल भारतीय संमेलनात, त्याचे उद्घाटक, जयरामदास दौलतराम यांनी सांगितले की जोपर्यंत सरकारचा शिक्षण विभाग मनापासून या शिक्षणाला पाठिंबा देत नाही तोवर नयी तालीम पूर्णतः प्रस्थापित होऊ शकणार नाही.[१५]

या संमेलनात काका कालेलकर यांनी अध्यक्षपदावरून बोलताना, आपल्या जुन्या आठवणींना उजाळा देऊन, नयी तालीमच्या संदर्भातील देशातील परिस्थितीचे कथन केले.

महात्मा गांधीजींनी सर्व रचनात्मक कार्यक्रमांमध्ये प्रमुख स्थान शिक्षणयोजनेला दिले होते. मला तो दिवस आठवतो, जेव्हा वर्ध्याच्या पहिल्या बुनियादी शिक्षण परिषदेच्या शेवटी गांधीजींनी आम्हा काही कार्यकर्त्यांना एकत्रित करून सांगितले होते की, 'शिक्षणाची सर्व क्षेत्रे आणि सर्व अवस्थांनुसार तुम्ही बुनियादी शिक्षापद्धती तयार करा. कारण माझी खात्री आहे की राष्ट्रासाठी बुनियादी शिक्षा ही माझी सर्वश्रेष्ठ देणगी आहे. माझ्या सर्व अनुभवांचे सार आहे आणि त्याद्वारेच भारतीय जीवनाचे भवितव्य उज्ज्वल होऊ शकेल, त्यात तेज येऊ शकेल.

पण राष्ट्रपित्याच्या या महान देणगीला राष्ट्राने कसे स्वीकारले? या योजनेच्या पहिल्या मसुद्याला तर काँग्रेसने कोणत्याही विशेष चर्चेशिवायच मंजूर केले. प्रत्येकाचे लक्ष राजनैतिक आंदोलनावर केंद्रित होते आणि गांधीजींची प्रत्येक गोष्ट चूपचाप मानणे आवश्यक मानले जात होते. पण नंतर भारताच्या परंपरावादी शिक्षणशास्त्रींनी, जे ब्रिटिश पद्धतीचे सहीसही अनुयायी होते, त्यांनी याविरुद्ध आवाज उठवला.

त्यांनी म्हटले की शिक्षणाच्या आधुनिकतम सिद्धांतांशी गांधीजींची बुनियादी शिक्षा बिलकुल जुळत नाही. यात सांस्कृतिक विकासाची तरतूद नाही. ही पद्धती शरीरश्रमाचा अत्याधिक आग्रह करते. हे राष्ट्राच्या बौद्धिक विकासाला बाधक ठरेल.[१६] याचवेळी ब्रिटिश शिक्षणपद्धतीवर टीका करताना काकासाहेब कालेलकर म्हणाले की ही शिक्षण-पद्धती खूप दिवस चालेल असे मला वाटत नाही. ती आत्मनाशाच्या दिशेने चाललेली आहे. जर एखाद्या चांगल्या पर्यायी पद्धतीने तिचे स्थान घेतले नाही तर भारताचे भविष्य अंधकारमय आहे हे अक्षुण्ण सत्य आहे.[१७]

दहावे अखिल भारतीय नयी तालीम संमेलन (सणोसरा, सौराष्ट्र १९५४)

गुजरात-सौराष्ट्रमधील सणोसरा येथे, दहावे अखिल भारतीय नयी तालीम संमेलन भरले. आचार्य काका कालेलकर अध्यक्षपदी तर तत्कालीन राष्ट्रपती डॉ. राजेंद्रप्रसाद हे उद्घाटक होते. आपल्या उद्घाटनपर भाषणात डॉ. राजेंद्रप्रसाद यांनी नयी तालीमच्या मंदगती प्रगतीबाबत, एक प्रकारे, मुक्त चिंतन केले. ते म्हणाले,

"...मागच्या १६, १७, वर्षांमध्ये जो काही विचार केला गेला किंवा प्रयोग केला गेला त्यातून मला वाटते तेच जे पहिल्या संमेलनातील चर्चा-वादविवादांमधून काढले गेले होते अनुमान निघेल, ते म्हणजे या पद्धतीची अनुकूलता आणि श्रेष्ठता आमच्या शिक्षणशास्त्रज्ञांनी मानली होती पण त्याद्वारे शिक्षणाचा खर्च काढणे असंभवच नाही तर अनुचितही मानले गेले होते. या पद्धतीचा उपयोग आहे आणि त्यातून पूर्ण नाही तरी अधिकांश खर्च निघू शकतो हे प्रयोगांद्वारे पाहिले गेले आहे. उच्च शिक्षणाबाबत फारसे प्रयोग झालेले नसल्यामुळे त्याबाबतीत अजून काही सांगता येत नाही. हे सर्व होऊनसुद्धा या पद्धतीला स्वराज्यप्राप्तीनंतर मात्र अपेक्षित प्रोत्साहन मिळू शकले नाही किंवा प्रचार झाला नाही. माझ्या मते, याचे कारण असे असू शकेल की या पद्धतीची उपयोगिता प्रमाणित होऊनसुद्धा जुन्या पद्धतीबाबत जी आस्था आहे ती कमी झालेली नाही. त्यामुळेच जे लोक शिक्षणाशी संबंधित आहेत त्यांचे लक्ष या पद्धतीकडे तेवढे गेलेले नाही. साहजिकच त्यांनी याबाबत सखोल चिंतन केला नाही. याला राष्ट्रीय कार्यक्रम मानून आमच्या सरकारनेही याचा प्रचार आणि प्रसार केला नाही आणि क्रियात्मक रूपात काही करण्याचा विचारच केला नाही. माझा विश्वास आहे की जोपर्यंत मौलिक रूपात काही करण्याचा विचार करून मूलभूत परिवर्तन केले जाणार नाही, तोपर्यंत जे दृश्य

आज आपण पाहतो आहोत ते अजून भयंकर होत जाणार आहे. म्हणून माझी इच्छा आहे की जेवढे लोक शिक्षणाशी संबंधित आहेत, विशेषतः शिक्षणशास्त्रज्ञ, विद्यापीठ, महाविद्यालये आणि शाळांचे संचालक आणि शिक्षणमंत्री या सगळ्यांनी सर्व विषयाबाबत फक्त विचार करून नव्हे तर क्रियात्मक रूपात शिक्षा-प्रणालीला बदलण्याचा निश्चय करायला हवा."[१८]

अध्यक्षीय भाषणात काकासाहेब कालेलकर म्हणाले, की सामाजिक आदर्श सिद्ध करण्यासाठी ज्यांची गरज आहे असे संस्कार आणि आपला व्यवसाय चांगल्या पद्धतीने चालविण्यासाठी आवश्यक ती कुशलता हे दोन्ही मिळून शिक्षण संपूर्ण बनते.[१९]

"नयी तालीमला आपण बुनियादी तालीम म्हणतो, माझ्या दृष्टीने त्यात काहीतरी चूक आहे. बुनियादी तालीम म्हटल्यावर मनात असा विचार येतो की हे फक्त प्राथमिक शिक्षण आहे. मी पाहिले आहे की शिक्षण विभागाचे मोठमोठे अधिकारी असं मानतात की गांधीजींची नयी तालीम फक्त प्राथमिक वर्गासाठी आहे. हायस्कूल आणि कॉलेजचे शिक्षण जुन्या पद्धतीनेच चालेल. हा भ्रम दूर करण्यासाठी आम्हाला नयी तालीमला 'बुनियादी तालीम' न म्हणता 'नयी बुनियाद की तालीम' असे म्हणायला हवे. आमची ही नयी तालीम असेल तर संपूर्णच असेल. बुनियाद पासून शिखरापर्यंत किंवा रूपक बदलून म्हणायचे तर मूळ, खोड, फांद्या, पाने-फुले-फळे अशा पूर्ण रूपात ती फुलेल.[२०]

काका कालेलकर यांनी याच भाषणात, नयी तालीमच्या विचाराला पूरक असे काही तात्त्विक विवेचन केले आहे. ते नयी तालीमची संकल्पना व्यापक तात्विक परिप्रेक्षात पाहण्याच्या दृष्टीने महत्त्वाचे आहे.

काकासाहेब कर्माची संकल्पना स्पष्ट करताना म्हणाले, की राजा भर्तृहरीनेही स्पष्ट म्हटले आह 'बुद्धीःकर्मानुसारिणी.' बुद्धी कर्माच्या मागे चालते. जसे कर्म करतो तशी बुद्धी बनते. अशा कर्माला प्रधानपद देऊन पूर्ण शिक्षणाचा विस्तार आम्हाला करायचा आहे. जीवनोपयोगी आणि समाजोपयोगी सत्कर्म, कोट्यवधींना प्रामाणिक उपजीविका देणारे कर्म हेच आमच्या शिक्षणाचे मुख्य साधन आहे. शब्द, अक्षर किंवा अंक हे शिक्षणाचे मुख्य वाहन नाहीत. परंतु जीवन उघड पद्धतीने जगण्यासाठी अत्यंत आवश्यक असणारे कर्म हेच शिक्षणाचे मुख्य वाहन होऊ शकते. आकडेमोड किंवा गणित त्यासाठी मदत करील. वाणी त्याची खुबी समजावून देईल. कारण वाणी विचार आणि अनुभव देण्याघेण्याचे साधन आहे. पण तालीम मात्र निरीक्षण, प्रयोग, रचना या कर्मप्रवृत्तीनेच साधू शकते.[२१]

संस्कृतीची एक सुंदर आणि सोपी व्याख्या काकासाहेबांनी स्पष्ट केली. जीवनाच्या प्राथमिक आणि सर्वोच्च आवश्यकतांची पूर्ती करताना माणूस जो अनुभव मिळवतो, जे ज्ञान मिळवतो आणि त्यातून रिवाज बनतो त्यालाच आम्ही संस्कृती म्हणतो. अशा जीवन प्रवृत्तीसाठी जे ज्ञान उपयोगी आहे त्यालाच शिक्षणात प्रधान स्थान मिळायला हवे.[२२]

अनुबंध (को-रिलेशन) ही संकल्पना स्पष्ट करताना काकासाहेब म्हणतात 'जीवन जगताना ज्या ज्ञानाचा शोध लागतो आणि त्याचे जे शास्त्र आपण बनवतो तो शिकण्या-शिकवण्याचा क्रमही त्या जीवनक्रमाबरोबर बांधलेला असायला हवा. त्याला आम्ही अनुबंध म्हणतो. जीवन जगताना जे ज्ञान आवश्यक आहे तेवढे ज्ञान त्या-त्या योग्य वेळी मिळत गेले तर त्याचे ओझे वाटत नाही. नयी बुनियादच्या तालीमची खुबी हीच आहे की ज्ञानाचा प्रत्येक हिस्सा अनुबंधामुळे शुभ मुहूर्तावर मिळाल्यामुळे त्याला मिळवताना किंवा सांभाळताना त्रास वाटत नाही.'[२३]

ज्या दिवशी गांधीजींनी नयी बुनियादच्या तालीमची कल्पना देशासमोर ठेवली, त्या दिवसापासून या अनुबंधाचे माहात्म्य आम्ही गात आलो आहोत, मात्र त्याच्या नमुन्यादाखल एखादे पुस्तक काही आम्ही प्रकाशित केले नाही. हेही बुनियादी तालीमचा पूर्ण स्वीकार किंवा प्रचार अजूनपर्यंत झाला नाही, याचे एक निदर्शक आहे.[२४]

काका कालेलकर स्वतः गांधीजींच्या भारतातील पहिल्यावहिल्या शिक्षणप्रयोगांमध्ये व तेव्हापासून विकसित होत गेलेल्या शिक्षण विचारांचे प्रथमपासूनचे साक्षी होते. बुनियादी शिक्षणप्रयोगांचे साक्षेपी अवलोकन ते सातत्याने करीत आले होते. नयी तालीमच्या आठ-दहा वर्षांच्या अनुभवानंतर या कामामध्ये जे दोष दिसले त्याबाबत काकासाहेब म्हणतात, ''आम्ही नयी बुनियादची तालीम शहरांऐवजी खेड्यात सुरू केली हे चांगलेच केले. पण आपण तिथे नेले शहरी शिक्षकांना. या तालीमच्या नावाखाली ते उद्योगाचा कारखाना चालवतात आणि बालमजुरांकडून तालीमचा खर्च काढून घेतात, या दोन आक्षेपांना टाळण्यासाठी आम्ही पुस्तकी शिक्षणात प्रवीण लोकांना शिक्षक म्हणून नियुक्त केले. काही तास बौद्धिक तालीम आणि काही तास औद्योगिक तालीम असा भेद दाखवणारे वेळापत्रक बनवले. आम्हाला लोकांना समजवायला हवे होते की जीवनोपयोगी उद्योगांद्वारे आम्ही सर्वोच्च बौद्धिक शिक्षणच देत आहोत. केवळ थोड्या मदतीसाठी पुस्तकांद्वारे दिले जाणारे शिक्षण ठेवले आहे. पण मुख्य दोष मात्र शिक्षकांच्या निवडीचा आहे. मध्यमवर्गातील शहरी पुस्तक-पंडितांना कारागिरीचे पाठ पढवून

बुनियादी तालीमचे शिक्षक बनवण्याचा आमचा प्रयास निष्फळ ठरला आहे. यामुळेच ही तालीम ग्रामाभिमुखही झाली नाही.''[२५]

यानंतर, नयी बुनियादची तालीम देशभरच्या प्रांतीय सरकारांनी कशी स्वीकारली, केंद्र सरकारचे धोरण काय होते, त्याची परिणती कशात झाली याबाबत बोलताना काकासाहेब म्हणाले की, आमच्या प्रांतीय सरकारांनी या योजनेचे स्वागत काही प्रमाणात आणि काही सन्मान्य अपवाद वगळता, केवळ औपचारिकपणे केले.

हिंदुस्तानी तालिमी संघ व सर्वसेवा संघ समन्वय

गांधीजींच्या निधनानंतर झालेल्या लगेचच्याच म्हणजे १७ मार्च १९४८ च्या, हिंदुस्तानी तालिमी संघाच्या सभेत, रचनात्मक कामांत असलेल्या विविध संस्थांचे एक संघटन करावे असा विचार पुढे आला होता. या सभेला विनोबाजींना आणि चरखा संघाच्या विश्वस्तांना मुद्दाम आमंत्रित करण्यात आले होते. हिंदुस्तानी तालिमी संघ आणि चरखा संघ अशा, या सभेत हजर असणाऱ्या दोन्ही संस्थांच्या मान्यतेने विविध रचनात्मक संस्थांनी एकत्र येण्याबाबतचा एक ठराव संमत करण्यात आला. चरखासंघ, ग्रामोद्योग संघ, हिंदुस्तानी तालिमी संघ, हरिजनसेवक संघ, गो-सेवा संघ आणि हिंदुस्तानी प्रचार सभा अशा सहा संस्थांनी प्रथमतः एकत्र येण्याविषयीचा हा ठराव होता. मात्र ठरावात असे स्पष्टपणे म्हटले होते की, या संस्थांनी आपले स्वतंत्र अस्तित्व टिकवूनच त्यांच्या परस्पर सहकार्यासाठी एक संघटन संस्था (कोऑर्डिनेटिंग ऑर्गनायझेशन) निर्माण करावी. या संस्थेने इतर संस्थांना रचनात्मक कार्यासाठी संघटित करावे. यासाठी सर्व संस्थांच्या प्रतिनिधींची एक समिती असावी. या समितीने घेतलेले निर्णय मात्र मान्यतेसाठी परत या दोन्ही संघांपुढे ठेवायचे होते.

हिंदुस्तानी तालिमी संघाने पुढीलप्रमाणे ठराव केला.

१. प्रथमतः, चरखा संघ, ग्रामोद्योगसंघ, तालिमी संघ, हरिजन सेवक संघ, गोसेवा संघ व हिंदुस्तानी प्रचारसभा या सहा संस्थांचे एकत्रिकरण केले जावे आणि मग इतर संस्थांनाही सहभागी होण्यासाठी प्रवृत्त करावे.

२. आधीचे संघ बंद करून नवीन संघ बनविले जाऊ नयेत, तर त्यांना कायम ठेवूनच, या संस्थांचा एक समन्वय संघ करावा.

३. हा नवीन समन्वयसंघ एकत्र आलेल्या सर्व संस्थांना समग्र-रचनात्मक कामांची प्रेरणा देण्याचे काम करील आणि स्वतंत्रपणे योग्य वाटेल ते काम करील.

४. प्रतिनिधी सभेत जे काही ठरेल त्यासंबंधीचा प्रस्ताव संघाच्या सभेपुढे संमतीसाठी ठेवला जावा.

ही सर्व रचनात्मक कार्य करणाऱ्या संस्थांच्या प्रतिनिधींची सभा २७ एप्रिल १९४८ ला मुंबईत भरणार होती. त्यासाठी तालिमी संघाचे अध्यक्ष व कार्यवाह हजर राहणार होते.

हिंदुस्तानी तालिमी संघाने या एकत्रिकरणसमितीवर आपले अध्यक्ष व कार्यवाह यांची आपले प्रतिनिधी म्हणून नियुक्ती केली.

याच सभेत आणखीही एक महत्त्वाचा निर्णय घेण्यात आला. आजपर्यंत चालू असलेल 'नयी तालीम पत्रिका' मासिक हे या निर्णयाने आपले स्वतंत्र अस्तित्व गमावणार होते. यासंदर्भात केलेला ठराव असा होता की, चरखा संघ, ग्रामोद्योग संघ हिंदुस्तानी तालिमी संघ यांची निघत असलेली स्वतंत्र मासिके, आता स्वतंत्रपणे न काढता, त्यांचे एकत्रित असे एकच मासिक असावे. या निर्णयाला एक पुस्तीही जोडण्यात आली होती. ती अशी की, जोवर या तिन्ही मासिकांचे एकत्रिकरण होत नाही तोवर, निदान नयी तालीम पत्रिका व खादी जगत या दोन मासिकांना एकत्र करून जोड मासिक लगेचच सुरू करावे आणि त्याचे नाव 'खादी जगत' असे असावे. परंतु पुढे ३० नोव्हेंबर १९५१ च्या सभेत मात्र नयी तालीम पत्रिकेचे प्रकाशन पुनर्जिवित करण्यात आले. गांधीजींच्या निधनानंतर लगेचच रचनात्मक संस्थांच्या भवितव्याबाबत विचारांचे असे नवे वारे वाहू लागले. हिंदुस्तानी तालिमी संघ, नयी तालीम पत्रिका यांचे आणि त्याचबरोबर प्रत्यक्ष नयी तालीमचे अस्तित्व संपण्याचीच ही सूचक सुरुवात होती.

हा विषय पुनश्च चर्चेत आला तो दि. ५-६ नोव्हेंबर १९५० च्या हिंदुस्तानी तालिमी संघाच्या सेवाग्राम येथे भरलेल्या सभेत. याला तात्कालिक कारण असे घडले की, सर्वसेवा संघाने आपल्या १० एप्रिल १९५० च्या बैठकीत याबाबतचा प्रस्ताव तयार करून तो हिंदुस्तानी तालिमी संघाकडे विचारार्थ पाठविला होता. परंतु, हा विषय महत्त्वाचा असून, संघाचे अनेक सदस्य या बैठकीस उपस्थित नाहीत, तद्वत, हा विषय पुढील सभेपर्यंत स्थगित ठेवावा, असा निर्णय या सभेत घेण्यात आला. हिंदुस्तानी तालिमी संघाच्या, त्यानंतर एक वर्षाने झालेल्या सभेत (३, ४, ५ मार्च १९५१) संघ, सर्वसेवा संघात विलीन करण्याबाबतची चर्चा करण्यात आली. परंतु सदस्यांनी स्पष्टपणे असा ठराव केला की, 'संघाच्या घटनेमध्ये अशा तऱ्हेचा मूलभूत बदल करण्याची वेळ अजून येऊन ठेपलेली नाही.' मात्र विलीनीकरणानंतरच्या परिणामांची अगाऊ शहानिशा करण्यासाठी, श्रीमन्नारायण

अग्रवाल यांच्या संयोजनाखाली एक उपसमिती, या सभेत निर्माण करण्यात आली. सर्वश्री नारायण देसाई, धीरेन्द्र मजूमदार, गोपबन्धू चौधरी आणि मार्जरी साइक्स हे या उपसमितीचे अन्य सभासद होते.

हिंदुस्तानी तालिमी संघाचे सर्वसेवा संघात विलीनीकरण करण्याचा विषय पुढील काळात सतत जागता होता. प्रत्येक सभेत याविषयीची चर्चा होत असे. संघाच्या बहुसंख्य सदस्यांना मात्र आपले स्वतंत्र अस्तित्व गमवावे असे वाटत नव्हते. याचे प्रतिबिंब २१ एप्रिल १९५३ ला झालेल्या कार्यकारिणीच्या सभेत झालेल्या ठरावात दिसून येते. या ठरावात असे म्हटले होते की, जोपर्यंत सर्व सेवासंघ आपल्या कार्यक्रमांत, खादी प्रमाणेच नयी तालीमला अनिवार्य स्थान देणार नाही, तोपर्यंत हिंदुस्तानी तालिमी संघ एक स्वतंत्र संस्था म्हणूनच काम करीत राहील. मात्र, या विषयाच्या संदर्भात विनोबाजींचेही काही मत होते. विनोबाजी संघाच्या सर्व कार्यकर्त्यांना भेटू इच्छितात अशा तऱ्हेचा त्यांचा निरोप, याच सभेत, आशादेवींनी सर्व सदस्यांना दिला. त्यामुळे, साहजिकच अशा तऱ्हेची एक सभा आयोजित करावी, असा निर्णयही याच सभेत घेण्यात आला.

संघाची या पुढील वार्षिक सभा १७ एप्रिल १९५४ ला बुद्धगयेमध्ये, सर्वोदय संमेलनाच्या वेळी, म्हणजे १४ एप्रिलला काका कालेलकर यांच्या अध्यक्षतेखाली घेण्यात आली. तत्पूर्वी तीन दिवस हिंदुस्तानी तालिमी संघाचे सदस्य व कार्यकर्ते यांच्याबरोबर विनोबाजींची अपेक्षित भेट झाली होती. या भेटीचा सारा वृत्तांत सभेपुढे ठेवण्यात आला. याच दिवशी सायंकाळच्या प्रार्थनेनंतर विनोबाजींनी परत संघसदस्यांशी चर्चा केली आणि विलीनीकरणाच्या संदर्भात एक वेगळाच प्रस्ताव त्यांनी सदस्यां पुढे ठेवला. विनोबाजी नयी तालीमच्या सर्वसेवा संघात करावयाच्या विलीनीकरणाबाबत आग्रही होते. त्यांनी असे सुचविले की, हिंदुस्तानी तालिमी संघाच्या सर्व सदस्यांना सर्व सेवा संघाचे सदस्य म्हणून स्वीकृत केले जाईल. पुढे ते असेही म्हणाले की, सर्वसेवा संघाला त्यांची अशी सूचना असणार आहे की, तेथील सर्व निर्णय बहुमताने न होता 'सर्वेशाम् अविरोधेन' म्हणजे सर्वमताने असे होतील.

दि. १६ एप्रिलला सुरू झालेली ही सभा तिसऱ्या दिवशीही चालू राहिली. पुन्हा एकदा विनोबाजींबरोबर चर्चा झाली. अखेरीस सर्व सदस्यांच्या संमतीने पुढीलप्रमाणे प्रस्ताव मंजूर करण्यात आला.[१]

"श्री. विनोबाजींनी केलेल्या सूचनेचा स्वीकार करून संघ असा निश्चय करीत आहे की, अशा प्रकारची व्यवस्था जर सर्व सेवा संघाला मंजूर असेल

तर आम्ही सर्व सेवा संघाबरोबर विलीन व्हायला तयार आहोत. वास्तविक 'विलीन' हा शब्द आम्हाला पसंत नाही. 'समन्वय' हा शब्द अधिक चांगला आहे, परंतु त्याने पूर्णपणे अपेक्षित भाव प्रकट होत नाही, त्याला आजकालच्या संस्थांच्या 'फेडरेशन'चा अर्थ येतो. हिंदुस्तानी तालिमी संघाचा सर्व सेवा संघाबरोबर संगम व्हावा ही सूचना आम्ही मनापासून स्वीकारीत आहोत. तसेच पुढील आठ व्यक्तींच्या समितीला असे अधिकार सुपूर्त करीत आहोत की, विनोबाजींच्या मदतीने, सर्व सेवा संघाशी सल्लामसलत करून दोन्ही संघ एकरूप होतील याविषयीची तजवीज करावी.''[२६]

या समितीत, आचार्य काका कालेलकर, बद्रिनाथ वर्मा, अण्णासाहेब सहस्रबुद्धे, धीरेन्द्र मजूमदार, क्षितीषराय चौधरी, मालतीदेवी चौधरी, आशादेवी व संघाचे मंत्री आर्यनायकम् यांचा समावेश होता.

उपर्युक्त सूचनेनुसार कोणकोणत्या व्यक्ती, हिंदुस्तानी तालिमी संघाच्या सामान्य सदस्य मानल्या जातील व पुढे त्या सर्वसेवा संघाच्या सदस्य बनतील याची नेमकी कल्पना, पुढील नोव्हेंबरमध्ये सौराष्ट्रमधील सणोसरा येथे होणाऱ्या नयी तालीम संमेलनात निश्चित केली जाणार होती. संमत केलेला प्रस्ताव विनोबाजींकडे पाठविण्यात येऊन तो सर्वसेवा संघापुढे त्यांच्या मान्यतेसाठी ठेवला जाणार होता.

सर्वसेवा संघाच्या पातळीवर मात्र एक नवीनच पेच निर्माण झाला.

सेवाग्राममध्ये सर्वोदय संमेलनाला धरून, हिंदुस्तानी तालिमी संघाची वार्षिक बैठक १७ एप्रिल १९५५ ला, काका कालेलकर यांच्या अध्यक्षतेखाली झाली. या सभेत सर्वसेवा संघाचेही सदस्य उपस्थित राहिलेले होते. विनोबाजींनी सुरुवातीलाच 'नयी तालीम दर्शन व पद्धती' यावर भाष्य करणारे प्रवचन दिले; आणि त्यानंतर सभेला रीतसर सुरुवात झाली.

हिंदुस्तानी तालिमी संघ व सर्वसेवा संघ यांच्या समन्वयाच्या संदर्भात, सर्वसेवा संघाच्या सभेत घेतला गेलेला निर्णय या सभेपुढे ठेवला गेला. सर्वसेवा संघाने नयी तालीमच्या सर्व सदस्यांना आपले सदस्य करवून घेण्याची विनोबाजींची सूचना आणि त्यावरील हिंदुस्तानी तालिमी संघाने केलेला ठराव यांची दखल घेऊन, त्यावर सविस्तर चर्चा केली होती. परंतु त्यांचा निर्णय मात्र असा झाला होता की, हिंदुस्तानी तालिमी संघाच्या सदस्यांना सर्वसेवा संघाचे सदस्य म्हणून स्वीकृत करावे, परंतु त्यांपैकी जे राजकीय पक्षांचे सदस्य असतील त्यांना मात्र सर्वसेवा संघाचे सदस्य म्हणून मान्यता दिली जाणार नाही. या तरतुदींमुळे असा पेच निर्माण झाला होता की, हिंदुस्तानी तालिमी संघाचे कित्येक सदस्य हे

सर्वसेवा संघाचे सदस्य होऊ शकणार नव्हते. साहजिकच, हा दोन्ही संघांच्या विलिनीकरणाच्या मुळावरच घाव बसला आणि अशा विलीनीकरणाचा यापूर्वी केलेला प्रस्ताव रद्द करण्याचा ठराव, हिंदुस्तानी तालिमी संघाने आपल्या या सभेत केला.

विलीनीकरणाच्या योजनेवर तात्पुरता तरी पडदा पडला.

⌘

भाग ३
नयी तालीम : अखेरचे पर्व

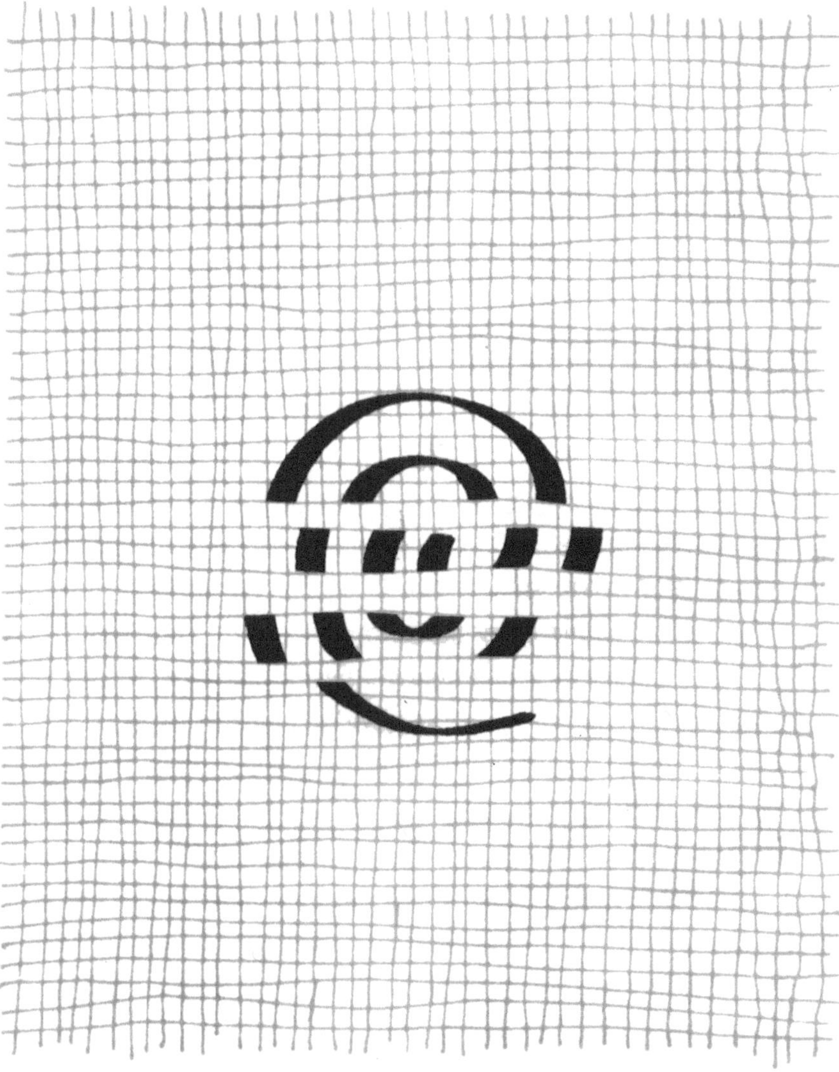

१०.हिंदुस्तानी तालिमी संघाचे विसर्जन

नयी तालीम ही नित्य नवी तालीम आहे. तिचा एखादा विशिष्ट असा ढाचा बनून चालणार नाही. काळ वेगाने बदलत आहे. हे विज्ञानयुग आहे. दहा वर्षांपूर्वीचा ढाचा आज चालणार नाही. सतत प्रयोग होत राहिले पाहिजेत.

– गांधीजी

सर्वसेवा संघ आणि हिंदुस्तानी तालिमी संघ यांचे विलीनीकरण – समन्वय – संगम यांबाबतचा विषय, तालिमी संघाच्या सभांमधून जरी मागे पडला असला तरी तो अनौपचारिक चर्चांच्या क्षितिजावर कायमच जागता होता. विनोबाजींनी याबाबतचा आपला आग्रहही सोडला नव्हता. उलट, दोन्ही संघांच्या सदस्यांच्या त्यांच्याशी होणाऱ्या भेटी, सर्वोदयसंमेलनांचे व्यासपीठ अथवा भूदान, ग्रामदान आणि ग्रामस्वराज्य यांबाबतचे विचार मांडणारी प्रवचने यांमधून 'नयी तालीम'चे ग्रामस्वराज्याच्या निर्मितीत असणारे पायाभूत महत्त्व, ते मांडतच होते.

सणोसरा (सौराष्ट्र) येथे भरलेल्या दहाव्या नयी तालीम संमेलनाला विनोबाजींनी संदेश पाठविला होता. त्यात त्यांनी म्हटले होते, "नयी तालीम समोर आज खूप मोठ्या समस्या उभ्या आहेत. भूदान–यज्ञ–मूलक ग्रामोद्योग–प्रधान अहिंसक क्रांतीचे जे विशाल व सखोल असे कार्य, भगवान आमच्या हातून करवून घेऊ इच्छित आहे, त्यामुळे आपल्या सर्वच रचनात्मक कार्यांच्या आणि अर्थातच, नयी तालीमच्या स्वरूपात फरक पडणार आहे. जर नयी तालीम त्याला अनुकूल अशी होऊ शकली नाही तर ती नयी तालीम राहणार नाही. ती जुनी होईल. या

कारणाने नयी तालीमला आता नित्य नयी तालीम व्हावे लागणार आहे.''

''पाच कोटी एकर जमिनीची प्राप्ती, त्याची वाटणी आणि त्यानंतरचे रचनात्मक काम हे नयी तालीमविना सिद्ध होणार नाही आणि ते सिद्ध करून दाखविल्याशिवाय नयी तालीमही टिकणार नाही.''[१]

विनोबाजींचा हा विचार ग्राह्य धरून 'भूदानयज्ञ व नयी तालीम' या विषयावर एका अभ्यासमंडळाची नियुक्ती करण्यात आली. भूदानयज्ञमूलक तालीम कशी असावी, याची योजना तयार करण्याचे काम या मंडळाकडे सोपविण्यात आले. अभ्यासमंडळातील चर्चांचा निष्कर्ष, मंडळाने अशाप्रकारे मांडला आहे;

''नयी तालीम कार्यकर्त्यांच्या या दहाव्या अखिल भारतीय संमेलनात पूज्य विनोबाजींनी आपल्या भाषणातून नयी तालीम परिवारास जे मार्गदर्शन केले आहे, त्याबद्दल आम्ही त्यांचे आभारी आहोत. या भाषणामधून त्यांनी भूदान-यज्ञ-मूलक ग्रामोद्योगप्रधान अहिंसक क्रांती घडवून आणण्याची जी जबाबदारी नयी तालीम व तिचे कार्यकर्ते यांच्यावर टाकली आणि तसे आवाहन केले आहे; त्याचा आम्ही मनापासून स्वीकार करतो. आमचा असा विश्वास आहे की बापूजींनी जी समग्र जीवनशिक्षणाची कल्पना केली होती ती या अहिंसक समाज-रचनेच्या भूमिकेनेच सार्थ ठरेल. समग्र जीवनशिक्षण आणि अहिंसक समाजरचना यांचे व्यावहारिक स्वरूप आज भूदान-यज्ञद्वारा प्रकट झाले आहे. या दृष्टीने पाहता, भूदान-यज्ञ आणि नयी तालीमचे आम्ही सारे कार्यकर्ते नवसमाजरचनेच्या कार्यास आपले प्रधान उद्दिष्ट मानीत आहोत. तसेच या उद्दिष्टपूर्तीकरिता आमच्यात नवी चेतना, नवा उत्साह जागविण्याची आणि उत्कट पराक्रमाची आवश्यकता आहे, असेच आम्ही मानतो आहोत.

''आज आम्ही, अखिल भारतीय स्तरावर, जिथे भूदान-यज्ञ-आंदोलनाचे फलित म्हणून भूमीप्राप्ती, भूमीवितरण आणि ग्रामरचनेसाठी अनुकूल अशी परिस्थिती निर्माण झाली आहे, अशा सघन क्षेत्रांमध्ये आपला पुरुषार्थ एकनिष्ठतेने पणाला लावू. तसेच तेथे नव्या संस्कारांच्या नि नव्या मूल्यांच्या आधारावर नयी तालीम, नवीन समाजरचना नि नवीन मानसिकता घडवून आणू. आम्हाला अशी खात्री आहे की नयी तालीम परिवारांतील बंधू-भगिनी या आवाहनाचा स्वीकार करतील व नव्या जबाबदारीसाठी, त्याच्या पूर्तीसाठी आनंदाने आणि त्वरेने पुढे येतील.''[२]

नयी तालीममधील सर्वच स्तरांवरचे शिक्षण भूदान-यज्ञ मूलक व्हावे

यासाठी एक सूचक आराखडाही अभ्यासमंडळाने तयार केला. यांत, पूर्वबुनियादी स्तरावर गोष्टी, गाणी वगैरे नवक्रांतीला अनुरूप अशा असाव्यात; बुनियादीच्या स्तरावर मुलांना भूदान यज्ञाची माहिती देणे, भूदान-यज्ञाची गीते ऐकवणे व म्हणवून घेणे, मनोरंजनाच्या कार्यक्रमांमध्ये भूदानाबाबतच्या बाबींचा समावेश करणे आणि मुलांच्या सुट्टयांमधून भूदान कार्याच्या प्रचारार्थ मुलांना प्रवासास नेणे अशाप्रकारचे उपक्रम समाविष्ट करण्यात आले होते. वरच्या वर्गांतून म्हणजे उत्तरबुनियादीमध्ये विद्यार्थ्यांना वर्षांतून एक महिना प्रत्यक्ष भूदानाच्या कार्यात अनुभव देणे, तसेच आजूबाजूच्या वस्त्यांमधून आर्थिक सर्वेक्षण, भूदानविषयक प्रदर्शने भरवणे, मनोरंजनाचे कार्यक्रम करणे इत्यादी उपक्रम सुचविले होते. त्याहून वरच्या म्हणजे उत्तम बुनियादी आणि शिक्षक प्रशिक्षण कार्यक्रमांतील विद्यार्थ्यांना वर्षांतून तीन महिने प्रत्यक्ष भूदान कार्यात सहभागी होऊन भूमीप्राप्ती, भूमीवितरण, कार्य करणे आणि देशोदेशीच्या भूमी समस्या व त्या निवारणाचे तुलनात्मक अभ्यास करणे, अशा जबाबदाऱ्या देण्यात आल्या होत्या. प्रौढ शिक्षणामधील तर सर्वच कार्यक्रम भूदान-मूलक असा अपेक्षिला होता. अशाप्रकारे नयी तालीमचे प्रत्यक्ष चालू असणारे कार्य भूदान-यज्ञ-मूलक क्रांतीच्या दिशेने वळविण्याचा व त्या अंगाने नवी पिढी तयार करण्याचा, प्रयत्न यांतून सुरू होणार होता.

मुख्य दिशा असणार होती ती नयी तालीमला ग्रामविकासाशी जोडण्याची.

अकरावे अखिल भारतीय नयी तालीम संमेलन (१९५६)

जयप्रकाश नारायण कांचीपुरम (मद्रास) येथे झालेल्या अकराव्या नयी तालीम संमेलनास हजर राहिले होते. सर्वोदय विचाराचे ध्येय आणि खेड्यांमधील समाजाची प्रत्यक्षातील मानसिकता यांमधील असलेले अंतर त्यांनी स्पष्ट करून सांगितले. त्यांचे म्हणणे असे होते की, आवश्यक ती मानसिकता समाजात निर्माण झाल्याशिवाय नवी समाजरचना घडणे अशक्य आहे. पण वस्तुस्थिती अशी आहे की आपण लोकांपुढे त्यांच्या कल्याणाचा विचार ठेवीत असलो तरी तो त्यांनाच कळत नाही. ग्रामरचनेचे, ग्रामराज्याचे चित्र त्यांच्यासमोर ठेवले तरी त्याविषयी ते फारसे उत्साही नसतात. जयप्रकाशजींनी त्याची कारणमीमांसाही केली.

एक म्हणजे, गावांमधून कोणत्याही प्रकारचे सामूहिक जीवनच अस्तित्वात नाही. प्रत्येकजण स्वतःचा स्वार्थ पाहतो, संपूर्ण गावाच्या कल्याणाचा विचार

त्याच्या मनात नसतो. दुसरे कारण असे की, गावात रुपयाचे महत्त्व वाढले आहे. स्वावलंबनाविषयी कुणाला आस्था नाही. तिसरे असे की, प्रत्येक गावात दोन-चार सुखी-संपन्न बड्या आसामी असतात, पण त्यांची वृत्ती मात्र शोषणाची असते. त्यामुळे कुणी ग्रामनिर्माणाचे काम करीत असेल तर त्याला यांचाच विरोध असतो. चौथी गोष्ट अशी की, गावातील शिक्षणही असे असते की त्याचे ग्रामविकासाच्या कामांकडे लक्ष नसते. एकूणच गावाची विकासाबाबतची उदासीनता, एक समस्या म्हणून जयप्रकाशजींनी सभेपुढे मांडली. अशाप्रकारे नयी तालीम जेव्हा गावविकासाशी जोडून घेईल तेव्हा त्यातील सेवकांना कोणत्या वास्तव परिस्थितीला तोंड द्यावे लागणार आहे, याची स्पष्ट कल्पना जयप्रकाश नारायण यांनी आपल्या भाषणातून देऊन ठेवली होती.[३]

याच सभेत विनोबाजींनीही मार्गदर्शन केले. या काळात ते भूदान-यज्ञाद्वारे ग्राम-राज्य स्थापनेसाठी तामीळनाडूमध्ये पदयात्रा करीत होते. अधिक काळ याच प्रांतात घालविण्याचा मानसही त्यांनी सभेत बोलून दाखविला होता. याच्या पार्श्वभूमीवर विनोबाजींनी अशी घोषणा केली की नयी तालीमला समग्र ग्रामरचनेचे एक अनिवार्य अंग मानून याचा प्रयोग ते स्वतःच तामीळनाडूमध्ये करतील. म्हणजे आता विनोबाजी स्वतःच प्रत्यक्षपणे नयी तालीमच्या कामात पूर्णांशाने उतरणार होते. तसे आश्वासनच त्यांनी या घोषणेतून दिले.[४]

विनोबाजींच्या या उद्‌गारांमुळे कार्यकर्त्यांमध्ये नवा उत्साह संचारला. संमेलनातील कार्यकर्त्यांनी प्रस्तावाद्वारे असे जाहीर केले की, ‘‘नयी तालीम ही नवसमाजरचनेसाठी आहे. नव्या मूल्यांची प्रतिष्ठापना तसेच लोकसत्तेवर आधारित शोषणविहीन आणि शासन-निरपेक्ष समाजरचना हे नयी तालीमचे ध्येय असेल!’’[५]

गांधीजींचे स्वप्न, असा समाज निर्माण करण्याचे होते की जो समता व न्याय्यता यांचा पायांवर उभा असेल, ज्या समाजात श्रीमंत नि गरीब असा भेदभाव नसेल, जिथे सर्वांनाच स्वातंत्र्याचा हक्क असेल आणि प्रत्येकाला आपल्या भाकरीची शाश्वती असेल. विनोबाजींच्या ग्रामदानी गावांमध्ये ग्रामराज्य स्थापन करण्याचा जो इरादा होता, त्याचेही हेच उद्दिष्ट होते.

नयी तालीमचा दुसरा अध्याय

नयी तालीमच्या स्वातंत्र्योत्तर दहा वर्षांच्या अनुभवांनंतर नयी तालीमच्या परिवर्तनाचाच एक क्षण येऊन ठेपला.१

हिंदुस्तानी तालिमी संघाची १९३८ साली एप्रिल महिन्यात स्थापना

झाल्यानंतर अखंड एकवीस वर्षे, एक अखिल भारतीय संस्था म्हणून हा संघ कार्य करीत होता. प्रामुख्याने नयी तालीमचे व्यावहारिक प्रारूप ठरवण्यापासून ते त्याचे विविध कार्यक्रम ठरवणे, प्रयोग करणे, आचार व विचारांचा प्रसार करणे, बुनियादी शाळांना मार्गदर्शन करणे, त्यांचे मूल्यमापन करणे, शिक्षकांचे व पर्यवेक्षकांचे प्रशिक्षण करणे, नयी तालीम पत्रिका चालवणे, आणि दरसाल वार्षिक अधिवेशन भरवणे इथपर्यंतची सारी कामे संघातर्फे केली जात होती. संघाची लिखित घटना, स्थापनेनंतरच लगोलगच एप्रिल अखेरीस तयार करण्यात आली होती. त्यानुसार संघाचे कार्य अविरत चालू होते.

यानंतर मात्र हिंदुस्तानी तालिमी संघाच्या कार्यास वेगळे वळण प्राप्त झाले. देशामध्ये, विनोबाजींच्या नेतृत्वाखाली, १९५२ साली सुरू झालेली भूदान चळवळ वेगाने फोफावत होती. हजारो एकर जमीन भूदानात प्राप्त झाली होती. ग्रामदानाची नवी संकल्पना जोम धरत होती; जिल्हादान, राज्यदानापर्यंत मोहिमेची मजल पोचत होती. गांधीजींचे ग्रामस्वराज्याचे स्वप्न साकार करण्यासाठी एक वेगळीच पार्श्वभूमी भूदान चळवळीने प्राप्त करून दिली होती आणि ज्यावेळी नयी तालीमचा प्रस्ताव गांधीजींनी मांडला. त्यावेळी देखील गांधीजींच्या समोर ग्रामस्वराज्याचे स्वप्न तरळत होते आणि नयी तालीम हे त्या स्वप्नाला साकार करणारी शिक्षणव्यवस्था असणार होती; तशी ती मानली गेली होती.

चारुदत्त भंडारी यांनी आपल्या 'हमारा राष्ट्रीय शिक्षण' या ग्रंथात[६] एक घटना उल्लेखिलेली आहे.[७] ही गोष्ट आहे १९५६ सालची. विनोबांची भूदानाची पदयात्रा तामीळनाडूमध्ये चाललेली होती. आर्यनायकम्‌जी सुद्धा सुमारे अकरा महिने या पदयात्रेत सामील झाले होते. भूदान मागणीची चळवळ आता ग्रामदानाच्या मागणीपर्यंत पोचलेली होती. ग्रामदान आणि ग्रामदानी गावात ग्रामस्वराज्याची निर्मिती, या दिशेने विनोबांचे विचार वळलेले होते. ही वैचारिक प्रगती विलक्षण आकर्षक होती. गांधी-विनोबांचे ग्रामस्वराज्याचे स्वप्न प्रत्यक्षात उतरू शकेल अशातऱ्हेचे वातावरण निर्माण होत असलेले दिसत होते.

चारुदत्त भंडारी लिहितात की, या वातावरणाने आर्यनायकम्‌जी खूपच प्रभावित झाले होते. त्यांच्या मनात अशी धारणा निर्माण झाली की, नयी तालीमचे जे अहिंसक समाज निर्माण करण्याचे उद्दिष्ट आहे ते साकार करण्यासाठी, प्रारंभ करण्याची वेळ आता आली आहे. नयी तालीमचे काम अखंडपणे सुमारे वीस वर्षे चालूच होते. बुनियादी शिक्षण संकल्पनेचा विस्तार होऊन पूर्वबुनियादी, बुनियादी, उत्तरबुनियादी आणि उत्तमबुनियादी असा थेट विश्वविद्यालयीन शिक्षणापर्यंत नयी

तालीमचा विकास होत गेला होता. त्याचे सेवाग्राममधील कार्य अगदी आदर्शवत् वाटावे असे झाले होते. परंतु हे सारे कार्य केवळ प्रयोगशाळेतील कार्य झाले होते. ते बऱ्याच अंशी मूळ संकल्पनेला व्यावहारिक रूप देण्यात यशस्वीही झाले होते. तरीही ते प्रयोगात्मक रूपांतच राहिलेले होते. आपल्या मूळ उद्दिष्टाकडे प्रत्यक्षात पोचण्याची संधी अजून मिळाली नव्हती.

दुसरीकडे, भूदान चळवळीने, ग्रामदान – ग्रामस्वराज्य आणि पुढे जाऊन अहिंसात्मक सामाजिक क्रांतीकडे पोचण्याच्या शक्यता समोर उभ्या केल्या होत्या. नयी तालीमचे उद्दिष्ट नेमके हेच होते. आणि ही निर्माण झालेली नवीन आशादायक परिस्थिती आर्यनायकम्‌जींना नवे आव्हान देणारी वाटत होती.

आणखी एक महत्त्वाची गोष्ट अशी होती की, भूदान चळवळ ही लोकांच्यात उत्स्फूर्तपणे निर्माण झालेली चळवळ होती. ग्रामस्वराज्याच्या निर्मितीसाठी आणि अहिंसक समाजाचे स्वप्न साकार करण्याची परिस्थिती ही लोकशक्तींतून निर्माण झालेली होती. ती सरकारनिरपेक्ष होती. गांधीप्रणीत नयी तालीमच्या विचारांत आणि प्रत्यक्ष ती राबविणाऱ्या कार्यकर्त्यांमध्ये अशी भावना सबल होती की अहिंसक समाजनिर्मितीचे कार्य हे सरकारकडून कदापि होणारे नाही; ते जनशक्तीच्या उत्स्फूर्त आंदोलनांतून उभे राहू शकणारे आहे. ही भावना पल्लवित करण्याचे कामही, निर्माण झालेले आशादायक वातावरण घडवून आणत होते. आर्यनायकम्‌जींची भावना अशी झाली की, अशी जनशक्ती प्रत्यक्षात निर्माण करण्याचे काम नयी तालीमच करू शकेल.

दिल्लीमधील हरिजनवस्तीत १९५७ च्या १८ जानेवारीला हिंदुस्तानी तालिमी संघाची जी बैठक झाली, त्यामध्ये आर्यनायकम्‌जींनी, भूदान पदयात्रेतील आपण घेतलेला अनुभव व त्यातून झालेली नवी मनोधारणा लोकांसमोर उघड करून, आपल्या भाषणात विस्ताराने मांडली. ते म्हणाले, "आजपर्यंत आपण, जुन्या आर्थिक व सामाजिक व्यवस्थेत नयी तालीमचे जे काही काम केले ती, अर्थातच, एक तडजोड होती; एका अर्धकच्च्या शिक्षणक्रमाचा तो एक अपूर्ण राहिलेला असा प्रयोग होता... आता केवळ बुनियादी शाळेची इमारत हे नयी तालीमचे क्षेत्र असणार नाही. संपूर्ण गावच नयी तालीमचे विद्यालय बनेल. गावातील सर्व कुशल शेतकरी व कारागीर हे नयी तालीमचे शिक्षक बनतील आणि लहान मुलांपासून ते वृद्ध लोकांपर्यंत सारेच जण नयी तालीमचे विद्यार्थी असतील. असे झाले तर बापूजींचे हे विधान सार्थकी लागेल की, 'आता नयी तालीमचे क्षेत्र सात ते चौदा वर्षांपर्यंतची मुले हे नसेल तर अगदी मातेच्या उदरात बाळाची चाहूल

लागते तेव्हापासून ते थेट मृत्यूपर्यंत नयी तालीमचे क्षेत्र असेल.'

"जेव्हा आपण एखाद्या गावात किंवा शहरात नयी तालीमची शाळा उघडण्याचा विचार करतो तेव्हा लगेच प्रश्न उभा राहतो की त्यासाठी इमारत, शेतीसाठी जमीन, उद्योगासाठी साधने कुठून मिळवायची? पण इथे तर ग्रामदानाने संपूर्ण गावच एक कुटुंब झाले आहे. सगळी जमीन गावाची झाली आहे. त्यामुळे बुनियादी शाळेसाठी वेगळ्या इमारतीची, वेगळ्या जमिनीची आवश्यकताच राहिलेली नाही. जेव्हा जेव्हा (गावात) शेतीचे काम चालू असेल तेव्हा गावातील सगळे विद्यार्थी आणि नयी तालीमचे शिक्षक तिथे काम करतील. गावातील चांगले शेतकरी त्यांना मार्गदर्शन करतील आणि तीच नयी तालीमची शेती असेल. गावात सगळ्यांकडेच वस्त्र स्वावलंबनाचे काम चालेल. घराघरांतून चरखे आणि हातमाग चालतील. गावांतील कुशल विणकर विणकामाचे धडे देतील. गावातील सुतार मुलांना सुतारकाम शिकवतील. शिक्षकांचे काम एवढेच असेल की या उद्योगांबरोबर ते ज्ञानाचा संबंध जोडून देतील. अशाप्रकारे विनोबांच्या 'एका तासाच्या शाळे'चे काम चालेल. गावात सकाळ-संध्याकाळ प्रार्थना होईल, चांगल्या धर्मग्रंथांचे वाचन चालेल. गावातील भजनीमंडळांकडून मुले भजने शिकतील. शाळेतील वेगळ्या संगीत शिक्षकाची गरजच राहणार नाही. जेव्हा अशाप्रकारे गावालाच शाळा मानून काम होईल तेव्हाच खरे नयी तालीमचे काम होईल. आता असे करण्याची वेळ आली आहे. हा ऐतिहासिक मुहूर्त आपण ओळखला पाहिजे.

"यासाठीच मी म्हणतो की नयी तालीमचा आता दुसरा अध्याय सुरू होत आहे. तो आहे, नयी तालीमद्वारा नवी समाजरचना उभी करण्याचा अध्याय. याकरिता आपल्याला आता ग्रामदानी गावांमधून ग्राम-राज्य-रचनेचे काम हाती घ्यावे लागेल आणि माझ्यामते, हाच नयी तालीमचा पुढील कार्यक्रम असणार आहे."[८]

अर्थात हा विषय एकदमच या सभेपुढे मांडला गेला असे नाही. यापूर्वी काही काळ याविषयीची चर्चा कार्यकर्त्यांमध्ये आपापसात चालूच होती.

"भूमीप्राप्तीसाठी विचारशील, विनयशील, कार्यदक्ष, निष्ठावान सेवकांची जरूरी आहे. असे सेवक कोण निर्माण करणार? (जमीन) वाटपाच्या कामासाठी विशिष्ट शिक्षणाची जरुरी आहे, हे शिक्षण कोण देणार? जीवन-दानी सेवक व त्यांचे कुटुंब यांना समग्र जीवनशिक्षण कोण पुरवणार? सारेच्या सारे गाव दान म्हणून मिळते आहे, मिळत राहील. या गावांना सर्वोदयाचे शिक्षण कोण देणार? सर्वोदयाचा विचार गावागावांत नि घराघरांत नेमकेपणाने पोचवण्याची जबाबदारी कोण घेणार? असे प्रश्न उपस्थित केले जात होते.

या सर्व प्रश्नांचे उत्तर नयी तालीमशी अनिवार्यपणे जोडलेले आहे, असे विनोबाजींनी सांगून ठेवलेच होते. १ जानेवारी १९५७ च्या हिंदुस्तानी तालिमी संघाच्या प्रार्थना सभेतही, नयी तालीम परिवाराच्या वतीने केलेला संकल्प याच दिशेने मांडलेला होता.

''सेवाग्रामचा नयी तालीम परिवार नम्रतापूर्वक असा संकल्प करीत आहे की, १९५७ या वर्षात, हा समाज, सर्वप्रथम आपले सामुदायिक जीवन आणि सदस्यांचे वैयक्तिक जीवन, भूदानमूलक अहिंसक क्रांतीच्या अंतिम ध्येयाच्या दिशेने म्हणजेच सर्वोदय समाजरचनेच्या दिशेने, विकसित करण्याचा सामुदायिक प्रयत्न करील. याचबरोबर सेवाग्राममधील अधिकाधिक विद्यार्थी आणि कार्यकर्ते सेवाग्रामच्या बाहेर जाऊन देशाच्या भिन्न भिन्न जिल्ह्यांमध्ये भूक्रांतीचे काम करतील. आम्ही अशी प्रार्थना करतो की या प्रयत्नांसाठी आम्हाला शक्ती प्राप्त होईल आणि सर्वांचेच सहकार्य व आशीर्वाद मिळतील.''[९] आपल्या १८ जानेवारीच्या सभेत संघाने या संकल्पाची नोंद घेऊन त्यास पाठिंबा दर्शविला.

आर्यनायकम् यांच्या सविस्तर निवेदनानंतर या सभेत तशा आशयाचा ठरावही करण्यात आला. या ठरावात म्हटले आहे की, ''पूज्य विनोबाजींच्या भूदान कार्याने जे आता ग्रामदानाचे रूप घेतले आहे, त्याकरवी अहिंसात्मक क्रांतीचे काम प्रत्यक्षात उतरवण्याचा क्षण आला आहे. अहिंसात्मक क्रांती ही राज्यसत्तेद्वारे नाही तर शिक्षणाच्याद्वारेच होऊ शकते. यामुळे हिंदुस्तानी तालिमी संघाचे हे कर्तव्य आहे की, या (होऊ घातलेल्या) क्रांतीत यथाशक्ती सहयोग दिला जावा.''

''पूर्वबुनियादी, बुनियादी, उत्तरबुनियादी असा सर्वतोपरी अनुभव घेऊन झाल्यावर आणि त्याची आवश्यकता राष्ट्रासमोर सिद्ध केल्यानंतर आता संघाचे असे कर्तव्य ठरते की या अहिंसक क्रांतीत श्रद्धापूर्वक प्रवेश करावा. यासाठी हिंदुस्तानी तालिमी संघ आपल्या कार्यकर्त्यांना अशी विनंती करीत आहे की त्यांनी भूदानयज्ञमूलक अशा या अहिंसक सामाजिक क्रांतीमध्ये, जेथे जेथे सर्वोदय मंडळांनी आपल्या हाती कार्यभार स्वीकारला आहे त्यांना पूर्णतः सहकार्य करावे.''[१०]

याच सभेत अशीही सूचना पुढे आली की, ग्रामदानात मिळालेली जी गावे आहेत, त्या गावांमधून, ग्रामराज्यस्थापनेकरिता योजनाबद्ध कार्यक्रम बनविण्यासाठी एका चर्चासत्राची किंवा शिबिराची आखणी करावी. अशा पदयात्री शिबिराचे काम, पूज्य विनोबाजींशी चर्चा करून ठरविण्याची जबाबदारी सभेने आर्यनायकम् यांच्याकडे दिली. विनोबाजींबरोबर पदयात्रा करता करताच त्यांचे मार्गदर्शन प्राप्त करून ग्रामस्वराज्यावर आधारित असा नयी तालीमच्या शिक्षणक्रमाचा मसुदा तयार

करावयाचा निर्णय या सभेत घेण्यात आला.

हिंदुस्तानी तालिमी संघाचा हा निर्णय, आर्यनायकम् यांनी, सर्वसेवा संघाच्या प्रबंध समितीच्या दिनांक ८ ते १० मार्च १९५७ या काळांत, कोरापुट (उत्कल) येथे भरलेल्या सभेपुढे मांडला. भूदान-यज्ञ आंदोलनाच्या प्रगतीच्या बरोबरीने हिंदुस्तानी तालिमी संघाच्या कामांमध्ये कसकसा बदल होत गेला आणि कार्यकर्ते कसकसे भूदान कार्यात सहाय्य देऊ लागले. हा सर्व आढावा, आर्यनायकम् यांनी या सभेतील सदस्यांपुढे ठेवला. याचवेळी, भूदान कार्यात नयी तालीमचे नेमके योगदान कुठे होऊ शकेल, तेही विस्ताराने सांगितले. भूदान आंदोलन जसजसे पुढे सरकते आहे, अनेक ठिकाणी जेव्हा ग्रामदाने होऊ लागली आहेत, तेव्हा ग्राम-कार्यकर्त्यांच्या शिक्षणाचा प्रश्न महत्त्वाचा ठरणार असल्याचे त्यांनी, निदर्शनास आणले; आणि तालिमी संघाने नेमक्या या कार्यावर जोर देण्याचा निर्णय घेतला असल्याचेही सांगितले. या बदलत्या परिस्थितीच्या संदर्भात, तीन तऱ्हेची शिक्षणकार्ये, गावांमध्ये आणि गावांच्या दृष्टिकोनांतून होण्याची गरज, आर्यनायकम् यांनी प्रतिपादन केली.

१. सर्वोदयाचे सिद्धांत ज्यांनी आत्मसात केले आहेत अशा उच्च स्तरावरील कारागिरांचे शिक्षण,

२. गावात राहून काम करू शकणाऱ्या ग्रामसेवकांचे शिक्षण, आणि

३. गावच्या लोकांचे नि तेथील मुला-मुलींचे शिक्षण.

हे सारे काम जिथे जिथे नयी तालीमच्या संस्था कार्यरत आहेत, त्यांच्या सहकार्याने करण्याचा मानसही, या बैठकीत, आर्यनायकम् यांनी बोलून दाखवला. अशावेळी प्रत्येक प्रांतात निदान एक तरी प्रशिक्षण केंद्र असावे लागेल असेही त्यांनी सुचविले.

या सभेत, हजर असलेल्या सदस्यांनी आर्यनायकम् यांच्या या विचारांविषयी प्रशंसोद्‌गार काढले. उदाहरणार्थ, जयप्रकाश नारायण यांनी सर्वोदयाच्या समग्र दृष्टिकोणांतून कार्यकर्त्यांच्या कराव्या लागणाऱ्या शिक्षणाच्या मुद्द्यावर जोर दिला. त्यांचे असे म्हणणे पडले की, ग्राम-कार्यकर्त्यांसमोर हे चित्र स्पष्टपणे असले पाहिजे की, सर्वोदयाच्या दृष्टिकोनातून गावाचे स्वरूप कसे असेल, गावाची व्यवस्था कशी असावी लागेल. याशिवाय या कार्यकर्त्यांना एखाद्या विशिष्ट विषयाचे खास ज्ञानही असावे लागेल. ग्रामदान, ग्रामसंकल्प आणि ग्रामराज्य यांच्या प्रकाशात, शिक्षणाचे सारे रूपच बदलावे लागणार आहे, हेही जयप्रकाश नारायण यांनी सूचित केले.

धीरेंद्र मजूमदार यांनी असे म्हटले की हिंदुस्तानात नयी तालीमचे काम जे लोक करताहेत. त्यांनी तालिमी संघाच्या प्रस्तावावर गंभीरपणे विचार केला पाहिजे. इतरही सर्व सदस्यांनी, तालिमी संघाच्या प्रस्तावाचे स्वागत केले.

सर्वसेवा संघाच्या या सभेत, जयप्रकाश नारायण यांच्या सूचनेनुसार, शिक्षणाचे नवे स्वरूप कसे असावे, यावर विचारविनिमय करण्यासाठी, नयी तालीमच्या देशातील काही निवडक कार्यकर्त्यांचे संमेलन, हिंदुस्तानी तालिमी संघाने भरवावे, असे ठरविण्यात आले.

तेरावे अखिल भारतीय नयी तालीम संमेलन (१९५९)

तेरावे अखिल भारतीय नयी तालीम संमेलन पंजाबमधील राजपुरा येथे १९५९ सालच्या एप्रिल अखेरीस आयोजित करण्यात आले. मागील संमेलनानंतर जवळजवळ अठरा महिन्यांनी हे संमेलन भरत होते. १९४९ साली, जेव्हा निर्वासितांच्या शिक्षणात हिंदुस्तानी तालिमी संघ उतरला तेव्हा राजपुरा आणि फरिदाबाद येथील छावण्यांमधून नयी तालीमचे काम सुरू करण्यात आले होते. भंगलेल्या समाजगटांना परस्परांना जोडण्याची संधी येथे प्रथमतःच तालिमी संघाच्या कार्यकर्त्यांना लाभली होती. त्यामुळे हे स्थान संमेलनासाठी खास करून निवडण्यात आले होते.

राजपुऱ्याच्या स्थानमाहात्म्यामुळे जसे हे संमेलन महत्त्वाचे होते तसेच ते आणखीही कितीतरी कारणांमुळे महत्त्वाचे होते.

पहिली ते सातवीपर्यंतचे असे सात वर्षांचे बुनियादी शिक्षण हे एकसंध शिक्षण आहे, असे हिंदुस्तानी तालिमी संघाचे कार्यकर्ते मानत होते. तर सरकार त्याचे दोन तुकडे करून फक्त चौथीपर्यंतचे म्हणजे पहिल्या चार वर्षांचे बुनियादी शिक्षण राष्ट्रात अनिवार्य करू पाहात होते. 'नयी तालीमचे असे तुकडे होऊ शकत नाहीत हा बुनियादी शिक्षणाचा पायाभूत विचार आहे,' असे या संमेलनात विनोबाजींनी सरकारला ठणकावून सांगितले. सरकारजवळ पैसे नसतील तर त्यांनी कमी शाळा खोलाव्यात पण त्या पूर्ण दर्जाच्या असाव्यात, असेही विनोबाजींचे सांगणे होते. सरकारने नयी तालीमचे असे तुकडे करणे योग्य होणार नाही असे सांगून विनोबाजी म्हणतात, "एक तर तुम्हाला नयी तालीमचा सात वर्षांचा व्यवस्थित कार्यक्रम अमलात आणला पाहिजे अथवा असे मानले पाहिजे की आम्ही नयी तालीम नव्हे तर प्राथमिक शाळाच चालवीत आहोत."[११]

पण हा होता तात्कालिक महत्त्वाचा विषय. विनोबाजींनी या अनुषंगाने

शिक्षणाचे शास्त्रच उलगडून दाखविले आहे. हे विश्लेषण खूप महत्त्वाचे आहे. नयी तालीमला त्यांनी नवे अर्थ दिले आहेत, एक नवा दृष्टिकोन प्राप्त करून दिला आहे. आणि या गोष्टी नयी तालीमचा विचार पुढे नेणाऱ्या अशा होत्या. हे सारे विचार एका प्रवाहासारखे त्यांच्या भाषणांतून पुढे गेले आहेत

'नयी तालीम ही नित्य नवी तालीम आहे' तिचा एखादा विशिष्ट असा ढाचा बनून चालणार नाही. काळ वेगाने बदलत आहे. हे विज्ञानयुग आहे. दहा वर्षांपूर्वीचा ढाचा आज चालणार नाही. सतत प्रयोग होत राहिले पाहिजेत.

प्रत्येक मूल ही एक परिपूर्ण गोष्ट आहे. मूल अपूर्ण आहे असे मानून त्याला पूर्ण करण्यासाठी शिक्षणाचा आटापिटा असेल तर ते खरे शिक्षण नव्हे. मुलांचा मेंदू नवीन गोष्टी आत्मसात करण्यासाठी सततच तयार असतो. त्यामुळे आमच्या जवळच्या बाबी त्यांच्या मेंदूत ठासून भरण्याची जरुरी नाही. असे नेहमीच मानले जाते की मुलांना घडविणे हे आपले काम आहे. पण मुले घडलेलीच असतात.

मुले म्हणजे नवे विश्व, आपले ते जुने विश्व. त्यामुळे त्यांच्या प्रगतीत बाधा येणार नाही. हे आपल्याला पाहिले पाहिजे.

विनोबाजी आणखी एक फारच क्रांतिकारक विचार मांडतात. नयी तालीमचा कोणताही ठराविक साचा असता कामा नये; येथे प्रत्येक मुलाला शिकण्याचे, न शिकण्याचे, चुकीचेही शिकण्याचे स्वातंत्र्य असले पाहिजे. स्वातंत्र्य कधीच कुणाचे वाईट करीत नाही, त्यातही जर विद्यार्थ्यांना स्वातंत्र्य मिळाले तर त्यात भिण्यासारखे काहीच नाही. मुले श्रद्धापूर्वक शिकत असतात, त्यांना मार-पीट करण्याचे काहीही कारण नाही. शिक्षणात पूर्ण स्वातंत्र्य आणि पूर्ण अहिंसा असली पाहिजे. मुलांवर कोणताही दबाव असता कामा नये.

शिक्षण ही जास्तीत जास्त घेण्याची वस्तू आहे आणि कमीत कमी देण्याची वस्तू आहे. जिथे शिक्षण द्यायचे आहे तेथे ते कमीत कमी दिले पाहिजे, जास्तीत जास्त घेऊ दिले पाहिजे.

भाषा शिक्षणाचेही एक शास्त्र आहे. प्रथमतः मातृभाषा, तिच्या साऱ्या व्याकरणासहित नीटपणे शिकली की मनुष्य दुसऱ्या भाषा सहजपणे आत्मसात करू शकतो; त्यामुळे मातृभाषेचे ज्ञान पक्के झाल्यावरच दुसऱ्या भाषा शिकवाव्यात. अशी कोणतीही नवी भाषा शिकवताना ती गप्पांमधून शिकवावी; असे बोलणे चालूच ठेवले तर भाषेचे ज्ञान कायम टिकते. हिंदुस्तानच्या लोकांनी, एकच इंग्रजी नव्हे तर वेगवेगळ्या परकीय भाषा शिकाव्यात, त्या त्या देशांमध्ये जावे; तेथील ज्ञान आत्मसात करावे. एकट्या इंग्रजीद्वारे जगाचे ज्ञान करून घेणे एकांगी ठरेल,

चुकीचे ठरेल. विनोबाजी स्वतः बहुभाषाकोविद असल्यामुळे त्यांच्या या विचारांना अनुभवाधारित म्हणून अनिवार्य महत्त्व आहे.

शासन आणि शिक्षण यांच्या संबंधांबाबतही विनोबा स्पष्टपणे निवेदन करतात. त्यांचे म्हणणे असे की, कोणत्याही देशाचे शिक्षण हे सरकारच्या हातात असता कामा नये. शिक्षणाचा हा एक पायाभूत असा सिद्धांत आहे. अन्यथा शिक्षणाचे सैनिकीकरण होईल, एक विशिष्ट साच्यात शिक्षण बसवले जाईल आणि लोक आपल्या विचारांचे स्वातंत्र्य गमावून बसतील. मग तिथे लोकशाही उरणार नाही. सरकारच्या हातात शिक्षण राहिले तर मग ज्या रंगाचे सरकार येईल तो रंग शिक्षणाला मिळेल. हजारो वर्षे शिक्षण शासनापासून अलिप्तच राहिले आहे, स्वतंत्रच राहिले आहे. परंतु, आता 'कल्याणकारी राज्या'चा जमाना आल्यामुळे सरकारच्याच हातात विविध गोष्टींची सत्ता जात आहे. त्यातच शिक्षणही सरकारच्या स्वाधीन झाले आहे.

एक शिक्षकी शाळांच्या संकल्पनेवरही विनोबाजी कठोर टीका करतात. ''अलीकडे एक शिक्षकी शाळेचा विचार चर्चेत आहे. एक शिक्षकी शाळा म्हणजे चार वर्गांना एकच शिक्षक शिकवणार. हे जेव्हा मी ऐकले तेव्हा मला वाटले की चारमुखी ब्रह्मदेवासारखे शिक्षक निर्माण व्हावे लागतील. ब्रह्मदेवाशिवाय एकशिक्षकी शाळा चालविता येणार नाही. ही तर एक हास्यास्पद गोष्ट आहे. सरकारला वाटले तर त्यांनी थोडे काम करावे, पण करायचे ते नीट करावे. आणि सगळ्या सगळे काम सरकारनेच केले पाहिजे, असे थोडेच आहे? काही काम जनतेलाही करू द्यावे.''[१२]

बदलत्या काळाचे विनोबाजींनी रेखाटलेले चित्र कालातीत आहे. विज्ञानाच्या विकासाचे, त्याने जगात वेगाने होत गेलेल्या बदलांचे वर्णन करून विनोबाजी म्हणतात, जसजसे विज्ञान वाढेल तसतसे इकडे असेल गाव आणि तिकडे असेल 'वनवर्ल्ड' एक विश्व. या दोन्हींमधील साऱ्या गोष्टी हळूहळू नाहीशा होतील.'' जसजसे विज्ञान पुढे जाईल तसतसे देशादेशांमधील प्रेम वाढले पाहिजे, याची समज विनोबाजी देतात. सर्वोदयाचे आपले स्वप्न आणि विज्ञान विकासाचे वास्तव यांचा संबंध ते जोडून देतात. त्यांचे सांगणे असे की विज्ञानावर जर कुणाचा हक्क असेल तर तो सर्वोदयवाल्यांचा. कारण, अन्य लोकांच्या हाती विज्ञानाची मक्तेदारी असेल तर जगाचा विनाश होण्याची शक्यता दाट आहे. त्यामुळे, 'विज्ञानाशिवाय सर्वोदयाचे चालणार नाही आणि सर्वोदयाशिवाय विज्ञानाचे.'

नयी तालीम हे समाजाला सर्वोदयापर्यंत नेण्याचे साधन असल्यामुळे,

विनोबाजी जाणीव करून देतात की नयी तालीमला विज्ञानाची अतिशय गरज आहे. आपल्याला विज्ञानाला प्रोत्साहन द्यायला हवे. विज्ञान आणि अहिंसा या दोन गोष्टी एकत्र झाल्या तर पृथ्वीवर स्वर्ग अवतरेल! मात्र विज्ञान एका बाजूला आणि अहिंसा दुसऱ्या बाजूला असे झाले तर जगाचा विनाश अटळ आहे!

आर्यनायकम् हे या संमेलमाचे अध्यक्ष होते. या संमेलनापर्यंत नयी तालीमच्या कार्याची एकवीस वर्षे पूर्ण झाली होती. आपल्या भाषणात त्यांनी याचा आढावा घेतला. सेवाग्राममध्ये आर्यनायकम् पति-पत्नींनी अतिशय गांभीर्याने पूर्वबुनियादी पासून उत्तमबुनियादीपर्यंतचा प्रयोग घडवून आणला होता. याच काळात, वेगवेगळ्या राज्यांमधील सरकारी अधिकारी आणि रचनात्मक कार्य करणाऱ्या सुमारे १५०० कार्यकर्त्यांचे प्रशिक्षण केले होते. या संपूर्ण कालातील जमा-खर्चही आर्यनायकम् यांनी संमेलनात थोडक्यात कथन केला. या संपूर्ण कालातील सेवाग्राममधील नयी तालीमचा खर्च व उत्पन्न रुपयांत, असा होता,

खर्च (रुपये)		**उत्पन्न (रुपये)**	
चालू खर्च	१२,३७,००२	--	--
उत्पादन	७,६७,७०४	वेतनखर्च	४,९१,३११
स्थावर संपत्ती	४,०७,४३७	वेतनखर्च	४,९१,३११
एकूणखर्च	२३,२९,७०२	एकूण उत्पन्न	११,७५,१४१

याचा अर्थ असा की, खर्चाचा सुमारे पन्नास टक्के भाग उत्पन्नातून भरून निघाला. नयी तालीमची सुरुवातीपासूनची अपेक्षा निदान वेतनखर्च कामांमधून भरून निघावा अशी होती. या आकडेवारीवरून दिसून येईल की सेवाग्राममधील प्रयोगामध्ये ही अपेक्षा पार करून कितीतरी अधिक उत्पन्न मिळू शकले होते. या सगळ्या सखोल अनुभवांतून, आर्यनायकम् सांगतात की, कार्यकर्त्यांमध्ये दोन बाबींविषयी पूर्णतः विश्वास निर्माण झाला आहे. एक, या राष्ट्रातील बालकांच्या नि प्रौढांच्या विकासासाठी, एका स्वतंत्र लोकशाही राष्ट्राचे नागरिक तयार करण्यासाठी आणि वर्गविहीन सहकारी सामाजाच्या निर्मितीसाठी नयी तालीम हे सर्वश्रेष्ठ साधन आहे.

कार्यकर्ते आणि शिक्षणविभागातील अधिकारी यांच्यात श्रद्धा व कार्यमग्नता असेल तर भारतातील गरिबातील गरीब गावातही हा संपूर्ण शिक्षणक्रम अंमलात आणला जाऊ शकतो. आर्यनायकम् म्हणतात, 'परंतु यासाठी पहिली आणि सर्वांत

मोठी गरज आहे ती नयी तालीम वरील विश्वासाची!' यावरून ते असे अनुमान काढतात की, 'आपल्या देशात जिथे जिथे नयी तालीम अयशस्वी ठरली आहे तिथे कार्यकर्ते आणि अधिकारी यांच्यात या विश्वासाचा अभाव होता, असेच मानले पाहिजे.'[१३]

हिंदुस्तानी तालिमी संघाची एक खास बैठक २० व २१ मे १९५९ या दोन दिवशी पठाणकोट येथे आर्यनायकम्‌जींच्या अध्यक्षतेखाली भरली. तेव्हा, नव्याने पुन्हा एकदा, सर्वसेवा संघ व हिंदुस्तानी तालिमी संघ यांच्या विलीनीकरणाचा प्रश्न चर्चेमध्ये आणला गेला. या बैठकीच्या आधी काही वेळ संघाच्या सदस्यांनी विनोबाजींची भेट घेऊन चर्चा केली होती. या चर्चेच्या वेळी, विनोबाजींनी, देशाची वर्तमानस्थिति आणि सर्वोदय आंदोलनाचा विकास यांच्या संदर्भात, नयी तालीमचे भावी स्वरूप कसे असेल व कार्यक्रम कसे असावे लागतील यांबाबतचे आपले विचार सदस्यांना ऐकवले. या विषयाच्या बाबतीत त्यांनी पुन्हा एकदा दोन्ही संघांचा संगम होण्याची गरज विस्ताराने प्रतिपादन केली. त्यामुळे प्रत्यक्ष सभेमध्ये याच एका विषयावर विविध सदस्यांनी आपापले विचार मांडले. किंबहुना, या सभेचे नियोजनच या एका विषयासाठी होते. त्यामुळे, अनेक सदस्य, जे सभेस उपस्थित राहू शकले नाहीत, त्यांनी आपले विचार, आपली मते लिहून कळविली होती.

प्रथमतः आचार्य काका कालेलकर यांनी आपले मत सविस्तरपणे मांडले. ते म्हणाले, ‘‘हिंदुस्तानी तालिमी संघाला सर्वसेवा संघात विलीन करण्याची गोष्ट किंवा दोन्ही संस्थांचा संगम करण्याची ही बाब थेट बोधगया (च्या संमेलना) पासून चालत आलेली आहे. विनोबाजींशी बोलल्यानंतर जेव्हा त्यामधील अडचणींचा परिहार झाला, तेव्हा आशादेवी व आर्यनायकम्‌ यांना 'संगमा'साठी तयार करून मी विनोबाजींना संतुष्ट केले होते... कुमारप्पा आणि मी दोघेही गांधीजींच्या सर्वच रचनात्मक संस्था, सर्वसेवा संघात विलीन करण्याच्या मताचे होतो. पण त्यावेळी लोक त्यासाठी तयार नव्हते. आता त्याकरिता अनुकूलता दिसून येत आहे. आज परत विनोबाजींनी तो प्रश्न उपस्थित केला तेव्हा माझ्या मनात काही शंका होत्या, आणि त्या मी त्यांच्यासमोर ठेवणार होतो. पण, विनोबाजींचे प्रास्ताविक भाषण आज ऐकल्यानंतर माझ्या त्या शंका दूर झाल्या आहेत...

‘‘आज सर्वसेवा संघ हा सेवांचा संघ आहे. त्यांत शिक्षणवृत्ती दाखल झालेली नाही. त्यामुळे त्याच्या हाती हिंदुस्तानी तालिमी संघ बहरेल की नाही, अशी ही माझी शंका होती. परंतु आज विनोबाजींनी सांगितले आहे की सर्वसेवा संघाची सर्व कामे, आणि शांतिसेनेचे काम देखील शिक्षणदृष्टीने आणि शिक्षणवृत्तीने

चालवायचे आहे. यातच माझ्या शंकेचे निरसन झाले आहे. मला खास आनंद याचा आहे की विनोबा स्वतःच बुनियादी शिक्षणाचा प्रचार करणार आहेत. नयी तालीम ही केवळ प्राथमिक शिक्षणासाठी नाही. ती समग्र शिक्षणाला पायाभूत असे शिक्षण पुरविणारी अशी आहे. त्यामुळे नयी तालीमचा प्रचार केवळ शिक्षणसंस्थांमधून नव्हे तर संपूर्ण राष्ट्रीय जीवनात करण्याची गरज आहे.''

''विनोबाजी स्वतःच एक शक्ती आहेत. ते जेव्हा आपली सारी शक्ती नव्या बुनियादी शिक्षणाच्या प्रसारासाठी देतील तेव्हा मोठेच काम होणार आहे. आज आपल्याला समग्र मानसपरिवर्तन, समग्र जीवन परिवर्तन आणि समाज परिवर्तन हवे आहे : शांतिसेना हे याचेच एक अंग आहे. तुम्हाला आठवेल, कांचीपुरम्‌मध्ये जेव्हा मी शांतिसेनेविषयी बोललो, तेव्हा मी बुनियादी शिक्षणाचेच व्यासपीठ पसंत केले. कारण, मी पहिल्यापासून असे मानत आलो आहे की, शांतिसेनेला जे अहिंसक संरक्षणाचे काम करायचे आहे ते बुनियादी तालीमद्वाराच सफल होऊ शकणार आहे.''

''बुनियादी तालीम, बुनियादी सिद्धांत यांनुसार शिक्षण देण्याचे तंत्र सिद्ध करणे, त्याचा विकास करणे हे आपले पहिले कर्तव्य होते. हिंदुस्तानी तालिमी संघाने हे काम, गेली बावीस वर्षे केलेले आहे; आणि त्यात तयार झालेले लोक देशाला पुरविले आहेत, हे काम संघाचेच आहे आणि इथून पुढे हे काम संघ व्यापक स्तरावर करील. परंतु, बुनियादी शिक्षणातून जे जीवनपरिवर्तन होत असते ते राष्ट्राला समजावून देण्याचे काम व त्यासाठी लोक तयार करण्याचे काम हे देशातील नेत्यांचे आहे, सर्वसेवा संघाचे आहे तसेच ते काँग्रेसचेही आहे. ज्याप्रमाणे गांधीजींनी खादीला राष्ट्रमान्य बनवून ती, राजकीय नेत्यांसमोर ठेवली, समाजसेवकांसमोर ठेवली, धर्मसेवकांसमोर ठेवली, शिक्षणतज्ज्ञांसमोर ठेवली, इतक्या प्रमाणात की कधी दुष्काळ वा अन्य काही संकट आले तरीही लोकांना साहाय्य पोचवताना गांधीजींनी खादीचाच पुरस्कार केला. त्यांची सारी कामे याच सूर्याची ग्रह, उपग्रह झाली. त्याचप्रमाणे आज आपल्याला, अहिंसक क्रांतीला पायाभूत म्हणून नयी तालीम स्वीकारायची आहे... श्रमजीवनाने प्राप्त होणारे पावित्र्य व संस्कार, उद्योगांचे रचनात्मक कौशल्य व त्याद्वारे बुद्धीचा व हृदयाचा होणारा विकास आणि खास करून जातीयता मिटविण्याची नयी तालीमची रचनात्मक शक्ती या साऱ्या गोष्टींच्यामुळे उत्साहाने नि दृढतेने, राष्ट्रीय शिक्षणाकरवी अहिंसक क्रांतीचा संदेश आपण आत्मसात करू शकू. अशा साऱ्या बाबींचा विचार करून, मी विनोबाजींची सूचना स्वीकारीत आहे; आणि त्याद्वारे होणाऱ्या प्रगतीचा वेध घेत आहे. अडचणी

तर येतीलच. त्यांवर इलाजही सापडत जाईल. खरे म्हणजे, विशिष्ट शिक्षणपद्धतीचा पुरस्कार करणारे आपण सर्वजण सर्वसेवा संघाच्या सदस्यांना आपल्याच विचारांचे बनवू आणि त्यांच्याही सेवेचा पुरेपूर लाभ घेऊ...''[१४]

सभेला खास आमंत्रित असलेल्या यू.एन्. ढेबर यांनी, दोन्ही संघांचा संगम व्हावा, या विनोबाजींच्या सूचनेस आपली सहमती दर्शविली. त्यातून नयी तालीमला नवी शक्ती प्राप्त होईल असेही ते म्हणाले. पुढे त्यांनी असेही मत व्यक्त केले की, ''एक काळ असा होता की, राष्ट्रीय आंदोलनामुळे बापूजींच्या मार्गदर्शनाने राष्ट्राला काही संस्कार मिळाले; स्वातंत्र्यानंतर जी नवी पिढी निर्माण झाली आहे तिला मात्र शिक्षणातूनच संस्कार मिळणार आहे. त्यामुळे शिक्षणाचा एक राष्ट्रव्यापी कार्यक्रम श्रेष्ठ व्यक्तींनी एकत्र येऊन ठरविला पाहिजे.'' पंतप्रधान नेहरू व विनोबाजींनी यासाठी एकत्र बसून निर्णय केला पाहिजे. असेही ढेबर यांनी सुचविले. दोन्ही संघांच्या संगमाबाबत त्यांनी अशी भूमिका मांडली की हा संगम क्रमबद्ध पद्धतीने आणि वैज्ञानिक दृष्टीने व्हावा; त्यासाठी एक योजना तयार करावी.[१५]

श्रीमन्नारायण यांनी ढेबर यांच्या सूचनेला अनुमोदन दिले व सुचविले की पंतप्रधान नेहरू आणि विनोबाजी यांनी एकत्र येऊन राष्ट्रासाठी एक (शिक्षणाचा) सामान्य कार्यक्रम सादर करावा. श्रीमन्नारायण यांनी दोन्ही संघांच्या संगमाबाबतची आपली भावना पुढील शब्दांत व्यक्त केली; ''काही वर्षांपूर्वी हिंदुस्तानी तालिमी संघाला सर्वसेवा संघात विलीन करण्याचा विचार पुढे आला, त्यावेळी याविषयी मी फारसा उत्साही नव्हतो. मात्र, आज माझे मत असे आहे की, काम व्यापक करण्याच्या दृष्टीने हिंदुस्तानी तालिमी संघाने सर्वसेवा संघात विलीन होण्याची आवश्यकता आहे.''[१६]

हिंदुस्तानी तालिमी संघाच्या या सभेमध्ये, मार्जरी साइक्स यांनी, संगम-सूचनेस मान्यता देतानाच पुढील काळातील कार्याची दिशाही स्पष्ट केली. त्या म्हणाल्या, ''नयी तालीमला अधिक चांगल्या रीतीने कसे पुढे नेता येईल, याचा विचार करणे हेच आपले मुख्य काम आहे. हिंदुस्तानी तालिमी संघ आणि सर्वसेवा संघ यांचा संगम घडवून आणण्याच्या प्रश्नाकडे आपण याच दृष्टिकोनांतून पाहिले पाहिजे. 'सर्वोदय जगत्'मध्ये विनोबाजींनी नयी तालीमची तुलना गुरुत्वाकर्षणाच्या शक्तीशी केली आहे. तिथेच त्यांनी असेही म्हटले आहे की, प्रत्येक संस्थेला तसेच सर्वसेवा संघाच्या प्रत्येक अंगाला, सर्वोदयाच्या दिशेने वाटचाल करताना नयी तालीमच्या मांडवाखालून गेले पाहिजे; नयी तालीमच्या रंगात रंगून निघाले पाहिजे. विनोबाजींच्या या विचारधारेशी मी सहमत आहे. मला असे वाटते की

सर्वोदयाच्या सर्वच कार्यकर्त्यांसाठी एक योग्य वेळ आलेली आहे; त्यांनी आपली सारी ताकद, सारा अनुभव आपल्या उद्दिष्टसिद्धीसाठी उपयोगात आणला पाहिजे. दोन्ही संस्थांच्या संगमामुळे प्रगतीचा हा मार्ग अधिक सुकर होणार आहे.''[१७]

मार्जरी साइक्स यांचा नयी तालीमच्या प्रत्यक्ष कामाशी दीर्घकाल संबंध होता. त्यामुळे, नवीन सूचनेच्या संदर्भात, नयी तालीमच्या विस्ताराविषयी त्या अधिक जाणतेपणाने विचार करीत होत्या; विचार मांडीत होत्या. दोन्ही संस्थांच्या संगमाविषयी त्या केवळ आपले मत नोंदवून थांबल्या नाहीत तर संगमानंतर पुढील कार्याची दिशा कोणती असावी, याबाबतही त्यांनी या सभेत भाष्य केले. त्या म्हणाल्या, ''आपल्या कामाचे तीन पैलू आहेत आणि ते वेगवेगळे लक्षात घेतले पाहिजेत. शक्य तेवढ्या व्यापक प्रमाणावर नयी तालीमचा प्रचार करणे हा त्याचा पहिला पैलू आहे. याचा एका राष्ट्रीय आंदोलनाला पुढे न्यायचे असेल तर हिंदुस्तानी तालिमी संघ व सर्वसेवा संघ यांच्या एकत्रीकरणात मला बरेच तथ्य दिसते आहे.''

''दुसरा पैलू तांत्रिक आहे. तालिमी संघाने मुले व प्रौढ यांच्याबाबत शिक्षणपद्धतीवर संशोधन करून व त्या अमलात आणून, त्या प्रभावी असल्याचे सिद्ध केले आहे. हीच तंत्रपद्धती पुढे नेली पाहिजे. तसेच, कार्यकर्त्यांनाही याच तंत्राचे प्रशिक्षण दिले गेले पाहिजे. सर्वसेवा संघाशी मीलन झाल्यानंतर निर्माण होणाऱ्या नव्या संस्थेस असा निश्चय केला पाहिजे की या क्षेत्रातील अनुभवी कार्यकर्त्यांवर नयी तालीमचे काम पुढे नेण्याचीच जबाबदारी सोपविली पाहिजे. एखादी खास समिती स्थापन करूनही हे काम केले जाऊ शकते. पण, जे असा विचार करताहेत की या सम्मिलित संस्थेतील सर्वच सदस्यांनी, निदान सुरुवातीला तरी, आपल्या प्रत्यक्ष चिंतनाचा विषय नयी तालीम हाच ठेवला पाहिजे; त्यांच्याशी मी सहमत आहे. असे कधीही भासता कामा नये की नयी तालीम हा केवळ नयी तालीमच्याच काही थोड्या लोकांचा आवडीचा विषय आहे.''

''तिसरा पैलू संघटनाशी संबंधित आहे. यात अनेक विषय येतात. उदाहरणार्थ, शिक्षणाच्या, बाबतीत सरकारशी उचित संबंध राखणे, वयाच्या ६ ते १४ वर्षांपर्यंतच्या आठ वर्षांसाठीचे शैक्षणिक धोरण, भारतातील शिक्षणात इंग्रजीचे स्थान. या किंवा अशा इतरही विषयांबाबत उत्साहजनक व शैक्षणिक अंगाने सार्वजनिक प्रबोधन करण्याचे काम हे काही केवळ व्यावसायिक शिक्षकांचे नाही तर सर्वोदय समाजनिर्मितीसाठी कार्य करणाऱ्या सर्वांच्याच चिंतनाचा हा विषय व्हायला हवा. माझी अशी खात्री आहे की दोन संस्थांच्या निकट येण्याने नि सर्वांच्या सहकाराने आपण हे काम करण्यासाठी आपली शक्ती वृद्धिंगत करणार आहोत.''[१८]

"विनोबाजींच्या मार्गदर्शनाखाली नयी तालीम जनशक्तीच्या आधारावर एका आंदोलनाचे रूप घेत आहे. आजच्या संदर्भात विनोबाजींचे मार्गदर्शन मिळत राहणे फायदेशीर आहे, याकरिता संगम आवश्यक ठरतो" असे विधान करून क्षितिशराय चौधरी यांनी अशी सूचना केली की नयी तालीमच्या शास्त्रीय पैलूंच्या विकासासाठी सर्वसेवा संघाची एक उपसमिती नियुक्त केली जावी.

जनाब सय्यद अन्सारी यांनी संगमाच्या सूचनेला पाठिंबा देतानाच आपल्या मनात असलेल्या दोन शंकाही बोलून दाखविल्या. नयी तालीमसारखी शिक्षणसंस्था सर्वसेवा संघात विलीन झाल्यास, संघाच्या शैक्षणिक सिद्धांतांनाच खो बसणार नाही ना? तसेच, संगमानंतरच्या नव्या व्यवस्थेत, हिंदुस्तानी तालिमी संघाच्या प्रमुख कार्यकर्त्यांचा उपयोग नेमका कसा होईल? अशाप्रकारे प्रश्न उपस्थित करून सय्यद अन्सारी यांनी, विनोबाजींच्या मताचा दाखला देऊन हा संगम विनाशर्त व्हावा, अशी आपली भावना बोलून दाखविली. संगम विनाअट असावा असेच मत देवीप्रसाद यांनीही व्यक्त केले. राधाकृष्ण, आशादेवी वगैरेंनीही संगमास पाठिंबा दर्शविणारी भाषणे केली. संगम झाल्यानंतरच्या कार्याबाबत एक ठोस सूचना आशादेवींनी केली. त्या म्हणाल्या, "संगम झाल्यानंतर नयी तालीमच्या कामासाठी सर्वसेवा संघाची एखादी खास समिती नियुक्त न करता, ग्रामदान, शांतिसेना, सर्वोदयपात्र अशा सर्वसेवा संघाच्या संपूर्ण कार्यक्रमांप्रमाणेच, नयी तालीमचा कार्यक्रम स्वीकारला तरच उद्दिष्टपूर्ती होऊ शकेल. असे झाले तरच, विनोबाजींच्या शब्दांत, सर्वसेवा संघाचे सर्वच काम नयी तालीमच्या नव्या रूपाला अनुसरून होईल."[१९]

आर्यनायकम्‌जींनी, अखेरीस, बापूजींच्या नावाचा उल्लेख करून आणि चर्चेचा समारोप करताना म्हटले की, "हिंदुस्तानी तालिमी संघाचा जन्म एक स्वतंत्र संस्था म्हणून झाला आहे. गेल्या बावीस वर्षांत राष्ट्रीय शिक्षणाचा एक ढाचा तयार झाला आणि त्याचबरोबर देशातील प्रचलित शिक्षणावरही त्याचा काही परिणाम झाला आहे. मी असे मानतो की शिक्षणाच्या कामात कार्यकर्त्यांचे कायमस्वरूपी वाहून घेणे आवश्यक आहे; कार्यकर्त्यांच्या आत्मियतेवरच कामात चैतन्य येणे नि खोलवरचे काम होणे सर्वस्वी अवलंबून आहे. विनोबाजींच्या बरोबर १९५७ साली मी जेव्हा पदयात्रा करीत होतो तेव्हाच, हा दोन संस्थांचा संगम होणे जरुरीचे आहे, अशी माझ्या मनाची स्पष्ट भावना झालेली होती. विनोबाजींचे प्रवचन ऐकल्यानंतर असा संगम व्हावा याबद्दलची त्यांच्या मनाची तीव्रता व त्यांचा तसा आग्रह समजून आला आहे. सर्व उपस्थित आणि अनुपस्थित (जे अनुपस्थित होते त्यांनी

आपले मत लिहून कळविले होते.) संघ सदस्यांची मते अजमावल्यानंतर, असे दिसून येते की असा संगम व्हावा याबद्दल सर्वांचीच तयारी झालेली आहे. ज्या अनुपस्थित सदस्यांनी आपली मते लिहून कळविली आहेत त्यांचा अभ्यास केला असता असे जाणवते की पुढील काही लिखित प्रश्नांच्या बाबतींत स्पष्टीकरण आवश्यक आहे.'' ते प्रश्न असे :

१. हिंदुस्तानी तालिमी संघाचे पूर्वीचे व आत्ताचे जे सदस्य नयी तालीमच्या कामांत मदत करीत आले आहेत, नयी तालीमच्या प्रत्यक्ष कामांत उतरून ज्यांनी त्यांच्या विकासाला विशेष हातभार लावला आहे, आजही लावीत आहेत, त्यांची ही परंपरा संगम झाल्यानंतरही अशीच अतूट राहिली पाहिजे. नयी तालीमच्या भावी योजनेत यावर विचार झाला पाहिजे.

२. संगम करण्याची प्रक्रिया योग्य तऱ्हेने, क्रमबद्ध रीतीने व व्यवस्थित प्रकारे होण्यासाठी, हिंदुस्तानी तालिमी संघ व सर्वसेवा संघ यांच्या प्रतिनिधींनी एकत्र बसून एक योजना तयार करायला हवी. यासाठी शक्य तेवढ्या लवकर संयुक्त बैठक बोलावली जावी.

३. श्री. अरुणाचलम् यांच्या मते, सर्वसेवा संघाची नवी घटना जोवर तयार होणार नाही तोवर संगमाची प्रक्रिया बंद राहावी.

४. आजवर हिंदुस्तानी तालिमी संघाचे चार उपक्रम चालत आले आहेत :
एक, नयी तालीमच्या प्रचार व प्रसाराचे काम, दोन, सरकारबरोबरचा संबंध, तीन, सेवाग्राम व आसपासच्या गावांतील नयी तालीमचे काम, आणि चार, नयी तालीमचे ग्रामस्वराज्याविषयीचे काम.

आर्यनायकम् यांनी अशी सूचना केली की संगमानंतरचा कार्यक्रम, या सर्व बाबी लक्षात घेऊन आखला जावा.

या प्रश्नांपैकी पहिल्या म्हणजे सदस्यांच्या योगदानाबाबतच्या प्रश्नाबाबत सर्वसेवा संघाबरोबर चर्चा करण्यासाठी मार्जरी साईक्स व श्रीमन्नारायण यांनी, जूनच्या पहिल्या आठवड्यात मद्रास येथे होणाऱ्या सर्वसेवा संघाच्या बैठकीस जावे असे ठरविण्यात आले. तसेच दुसऱ्या प्रश्नाबाबत म्हणजे संगमाबाबतची योजना तयार करण्यासाठी ९ व १० जूनला विनोबाजींच्या समवेत दोन्ही संघांची एक संयुक्त सभा भरवावी असाही निर्णय घेण्यात आला.

यानंतर मात्र, विनोबाजींनी 'शिक्षणामध्ये आध्यात्मिक श्रद्धा' या विषयावर आपले काही विचार मांडले. एका अर्थी, हिंदुस्तानी तालिमी संघ व सर्वसेवा संघ यांच्या मीलनाविषयीची चर्चा कायमची संपुष्टात आल्याचे हे निदर्शक होते.

संघाने, सायंकाळी, पुनश्च सभा भरवून दोन्ही संस्थांच्या एकत्रीकरणाबाबतचा ठराव, अंतिमतः संमत केला. संपूर्णपणे विनोबाजींच्या इच्छेने झालेले हे एकत्रिकरण होते. या विषयीच्या ठरावात म्हटले होते की, "ता. २० मे रोजी पठाणकोट येथे झालेल्या तालिमी संघाच्या विशेष बैठकीत विनोबाजींनी, देशाची वर्तमान परिस्थिती आणि सर्वोदय आंदोलनाचा विकास या बाबतींत आपले विचार सदस्यांसमोर ठेवले. संघाने त्या विचारांवर मनन केले आणि उपस्थित सदस्यांच्या मतप्रदर्शनावर आणि न आलेल्या सदस्यांच्या लिखित मतांवर पूर्णांशाने विचार केला. संघ असा एकमताने निर्णय घेत आहे की तालिमी संघ व सर्वसेवा संघ यांचा संगम व्हावा आणि या एकत्रित शक्तीद्वारा, विनोबाजींच्या मार्गदर्शनाखाली नयी तालीमचा पुढील कार्यक्रम, पुढील उद्दिष्टे समोर ठेवून बनविला जावा."[२०]

हिंदुस्तानी तालिमी संघाची विशेष बैठक ९-ते-११ जून १९५९ ला, आर्यनायकम्‌जींच्या अध्यक्षतेखाली, जम्मूमध्ये भरविण्यात आली. ही बैठक हिंदुस्तानी तालिमी संघ व सर्वसेवा संघ या दोहोंची संयुक्त बैठक होती. दोन्ही संस्थांमधील काही सदस्य मात्र तेच होते.

यापूर्वी मद्रास येथे झालेल्या सर्वसेवा संघाच्या बैठकीत उपस्थित राहिलेल्या हिंदुस्तानी तालिमी संघाच्या प्रतिनिधी श्रीमती मार्जरी साइक्स यांनी तेथील सभेतील, हिंदुस्तानी तालिमी संघाच्या सदस्यांच्या बाबतीत झालेला निर्णय, या सभेपुढे ठेवला. या निर्णयानुसार सर्व सदस्यांचे सदस्यत्व संस्थांच्या संगमानंतरही कायम राहणार होते.

या सभेमध्ये, भविष्यकालाच्या दृष्टीने, आणखीही दोन निर्णय घ्यायचे होते. एक होता तो ग्रामदानी गावांमधून 'ग्रामस्वराज्य नयी तालीम' या नयी तालीमच्या नव्या रूपांतील कार्यक्रम अंगीकारण्याबद्दल आणि दुसरा निर्णय होता, तो सेवाग्राममधील कार्याचे भावी स्वरूप कसे असावे याबाबत.

ग्रामदानी गावांमध्ये नयी तालीमचे कार्य ग्रामस्वराज्याच्या दिशेने करण्याबाबत काही नवा प्रयोग करण्याची गरज निर्माण झाली होती. त्यामुळे सुरुवातीला काही निवडक ग्रामदानी क्षेत्रांमध्ये असे काम सुरू करावे असे ठरविण्यात आले. या कामासाठी कोरापूट (उडिसा), उत्तर लक्ष्मीपूर (आसाम), तिरुमंगलम्‌ तालुका (मदुरा जिल्हा, मद्रास), अक्राणी महल (महाराष्ट्र) आणि कडप्पा जिल्हा (आंध्रप्रदेश) या ठिकाणी म्हणजे जिथे मुळातच नयी तालीमचे काहीसे बस्तान बसले होते, अशा ठिकाणच्या कार्यकर्त्यांच्या अनुभवांवर आधारित असे काम सुरू करण्याचा निर्णय झाला.

हिंदुस्तानी तालिमी संघाच्या तोवरच्या कार्यामध्ये सेवाग्रामचे महत्त्व विशेष होते. वीस वर्षे तेथे सातत्याने नयी तालीमच्या कार्याचा वाढता व्याप राहिला होता. अनेक उपक्रम तेथे स्थिर झाले होते; आणि हिंदुस्तानी तालिमी संघाकडे त्याचे नियंत्रण होते. नव्या परिस्थितीत तालिमी संघाचेच विसर्जन झाल्यानंतर सेवाग्राममधील विविध उपक्रमांचे परस्परसंबंध कसे राहावेत, त्याचबरोबर सेवाग्रामच्या आसपासच्या सघन क्षेत्रामध्ये, लोकांच्या गरजा ओळखून तिथे नवसमाजरचनेचा कार्यक्रम कशाप्रकारे हाती घेतला जावा, एकूणच सेवाग्रामचे भावी स्वरूप कसे असावे, अशातऱ्हेचे प्रश्न, सभेपुढे चर्चेत होते.

या प्रश्नांबाबत झालेल्या विचार विनिमयामध्ये सर्वसामान्य भावना मात्र अशी होती की, सेवाग्राममधील सर्वच उपक्रम शिक्षणाच्या दृष्टिकोनांतूनच चालावे आणि तोवर जे कार्य सेवाग्राममध्ये झाले त्याच्या अनुभवाच्या आधारावर येथे अधिक उच्च श्रेणीचे प्रयोग होत राहावेत; सेवाग्राम हे एक संशोधन केंद्र म्हणून विकसित व्हावे व येथे शेती, गोपालन, खादी, ग्रामोद्योग अशा साऱ्या क्षेत्रांमध्ये विशेष प्रयोग, अध्ययन व संशोधन होत राहावे. असाही प्रस्ताव पुढे आला की सेवाग्राममधील संस्थात्मक काम व परिसरातील सघन क्षेत्रातील काम हे परस्परपूरक या पद्धतीने संघटित केले जावे.

याबाबत विनोबाजींचाही सल्ला घेण्यात आला.

विनोबाजींनी सेवाग्रामविषयीची आपली संकल्पना स्पष्ट केली. त्यांचे म्हणणे असे होते की, सेवाग्राम तर एक आध्यात्मिक केंद्र झाले पाहिजे. ते असे की ज्याचा संबंध साऱ्या हिंदुस्तानशी आणि साऱ्या विश्वाशी बांधला गेला पाहिजे. तिथेच शांतिसेनेचे केंद्र झाल्यास फारच चांगले. मात्र तिथे एकाच जागी अनेक कार्ये केंद्रित होऊन चालणार नाही. एका जागी खूप मालमत्ता एकत्र झाली तर शक्ती क्षीण होत जाते; नि मग आसपासच्या लोकांवर त्याचा फारसा चांगला परिणाम होत नाही. बापू सांगत असत प्रत्येक गावात एक कार्यकर्ता असण्याऐवजी शंभर कार्यकर्ते एका जागी केंद्रित झाले तर त्यांची शक्ती क्षीण होते.

अर्थात विनोबाजींच्या या साऱ्या सूचनांवर बराच विचार करण्याची गरज होती, त्यामुळे एकदम निर्णय घेणेही शक्य नव्हते. अखेरीस सेवाग्रामशी संबंधित अशा अनेक कार्यकर्ते आणि तालिमी संघाचे सदस्य यांनी एकत्र जमून या मुद्द्यावर विचार करावा असे ठरले. २९, ३० ऑगस्ट (१९५९) ला अशी बैठक बोलविण्याचे निश्चित करण्यात आले.

पुनश्च एकदा हिंदुस्तानी तालिमी संघ व सर्वसेवा संघ यांच्या एकत्रिकरणाचा

विषय या सभेत चर्चेत घेण्यात आला. आता, चर्चा अशी फारशी करण्याची गरज नव्हती. निर्णय तर यापूर्वीच्या सभेत झालाच होता. त्यावर अखेरचे शिक्कामोर्तब करण्याचाच उपचार फक्त राहिलेला होता.

अखेरीस एक छोटासा ठराव करण्यात आला; तो असा :

''संघ एकमताने असा निर्णय करीत आहे की, तालिमी संघ आणि सर्वसेवा संघ यांचा संगम करण्याची वेळ आता आली आहे. आता या सम्मिलित शक्तीच्याद्वारे, विनोबाजींच्या मार्गदर्शनाखाली नयी तालीमचा पुढचा कार्यक्रम, पुढे दिलेल्या उद्देशांना धरून असेल :

१. नयी तालीम हा एक राष्ट्रव्यापी कार्यक्रम बनेल.

२. ग्रामदान व ग्रामस्वराज्य यांच्या संदर्भात नयी तालीमचा नवा विकास व्हावा.

३. केंद्रीय व राज्य-सरकारांमार्फत नयी तालीमचे जे काही काम चालले आहे, त्याला योग्य ते मार्गदर्शन पुरविले जावे.

४. नयी तालीमची शिक्षणपद्धती आणि शिक्षणशास्त्र याचा शास्त्रीय पद्धतीने विकास केला जावा.

५. सर्वोदयाचे काम करणाऱ्या संस्थांच्या सर्वच उपक्रमांना नयी तालीमचे रूप दिले जावे.

६. देशातील संपूर्ण जनतेलाच क्रांति-साधन आणि शांतता कायम टिकविण्यासाठी तयार केले जावे.

७. जीवनामध्ये मूलभूत आध्यात्मिक श्रद्धेचा विकास केला जावा.

‘‘या प्रस्तावानुसार आम्ही हिंदुस्तानी तालिमी संघास विसर्जित करीत आहोत आणि संगमाची कार्यवाही पूर्ण होईपर्यंत या प्रस्तावावर कार्यवाही करण्याचे अधिकार संघाचे अध्यक्ष श्री. आर्यनायकम् व मंत्री श्री. राधाकृष्ण यांना देण्यात येत आहेत.''[२१]

आता हा प्रस्ताव सर्व सेवासंघाकडे पाठविला जाणार होता व त्यांच्या स्वीकृतीनंतर तो अंमलात येणार होता.

हिंदुस्तानी तालिमी संघाने पाठविलेला ‘समन्वया'चा ठराव, सर्वसेवा संघाच्या प्रबंध समितीच्या बैठकीच्या कार्यसूचीवर आला. ही बैठक २५ ते २८ ऑगस्ट १९५९ अशी तीन दिवस सेवाग्राममध्ये आणि ३० ऑगस्ट ते २ सप्टेंबर १९५९ अशी चार दिवस वाराणसीमध्ये झाली. सभेस अनुक्रमे धीरेंद्रभाई व शंकरराव देव अध्यक्ष लाभले होते.

या दोन्ही संघांच्या समन्वयानंतर, नयी तालीमचा पुढील कार्यक्रम कसा

असावा, याबाबतही सभेत चर्चा करण्यात आली.

हिंदुस्तानी तालिमी संघाने दिलेली, नयी तालीमच्या उद्दिष्टांची सप्तपदी प्राथमिक कार्यक्रम म्हणून स्वीकारणारा आणि समन्वयाच्या निर्णयाचे स्वागत करणारा ठराव, या बैठकीत सर्व सेवासंघाने करून, समन्वयाच्या निर्णयावर आपल्याही बाजूने शिक्कामोर्तब केले. इतरही काही निर्णय, पुढील कार्यक्रमांबाबत घेतले गेले ते असे,

१. नयी तालीमच्या सर्व पैलूंवर सखोल चर्चा व्हावी यासाठी एका चार दिवसीय परिसंवादाचे आयोजन, लगेचच नोव्हेंबरमध्ये (१९५९) करावे. राधाकृष्णन यांनी या आयोजनाची जबाबदारी घ्यावी.

२. विनोबांजींच्या सोयीनुसार त्यांच्याबरोबर प्रमुख शिक्षणतज्ज्ञांची चर्चा आयोजित केली जावी.

३. अशाचप्रकारे, काही चर्चा प्रदेशपातळीवर आखल्या जाव्यात. ज्यातून मुख्यतः नयी तालीमबाबतची दृष्टी स्पष्ट व्हावी; आणि शिक्षणात ज्यांना रस, आहे अशा लोकांशी संपर्क साधला जावा.

४. विशेषकरून शहरांमध्ये पालक गट स्थापन केले जावे. यांमधून पालकांपर्यंत नयी तालीमचा विचार पोचवावा. असा विचार त्यांच्यापुढे ठेवावा की, शिक्षणाची जबाबदारी, सरकारपेक्षाही त्यांची स्वतःची अधिक आहे. तसेच घरी नि समाजात अनुकूल वातावरण असेल तरच शिक्षण चांगले होते.

५. पुढील सर्वोदय संमेलनाच्या मागे-पुढे लागूनच, सोयीस्कर तारखा पाहून, नयी तालीम संमेलन आयोजित केले जावे.

६. 'नयी तालीम पत्रिका' अशीच पुढेही चालू राहावी.

७. आज देशात असे काही लोक आहेत की ते आपल्या मुलांना नयी तालीमचेच शिक्षण देऊ इच्छितात. त्यामुळे सर्वसेवा संघाला ही जबाबदारी घेतली पाहिजे की अशांच्या मुलांची व्यवस्था केली जावी. त्यासाठी सर्वच प्रांतांमधून, नयी तालीमची केंद्रे काढण्याचा प्रयत्न संघाला केला पाहिजे.

८. निवडक ग्रामदानी गावांमधून आणि ग्रामनिर्माण क्षेत्रांमधून, समग्र नयी तालीमचे काम सुरू केले जावे आणि त्यासाठी कार्यकर्ते मिळविले जावे.

नयी तालीम पत्रिका, इथून पुढे, हिंदुस्तानी तालिमी संघाऐवजी, सर्वसेवा संघाच्या वतीने चालविली जाणार होती. अशा आशयाचे एक निवेदन, पत्रिकेच्या पुढील अंकात प्रसिद्ध करावे, असेही या सभेत ठरविण्यात आले.

सर्वसेवा संघाच्या सर्वच कामांना नयी तालीमचा रंग चढला पाहिजे, असे

सूत्र विनोबाजींनी दोन संघांच्या समन्वयासाठी दिले होते. समन्वयानंतर आणि विशेषतः, देशात भूदान यज्ञाच्या अनुषंगाने जे सर्वोदय आंदोलन उभे राहात होते, त्या दिशेने, नयी तालीमच्या भावी कार्याची दिशा ठरविण्याची आवश्यकता होती.

सर्वसेवा संघाने याबाबत काही भूमिका स्पष्टपणे आपल्या प्रबंध समितीच्या बारा दिवसीय दीर्घ सभेत (दि. १७ मार्च ते २९ मार्च १९६०) मांडली. ही सभा, बाराव्या सर्वोदय संमेलनास जोडून, सेवाग्राममध्येच घेण्यात आली होती.

ही सभा महत्त्वाची होती. देशातील आणि आंतरराष्ट्रीय स्तरावरील एकूणच आर्थिक-सामाजिक-राजकीय परिस्थितीचा आढावा घेऊन, अशा परिस्थितीत सर्वोदय आंदोलनाचे महत्त्व काय आहे, हे शोधण्याचा प्रयत्न या सभेमध्ये करण्यात आला. आजूबाजूची अस्थिर, हिंसक, अनीतिकारक परिस्थिती हीच मुळी सर्वोदय कार्यकर्त्यांसमोर असलेले आव्हान होते. कार्यकर्त्यांची अशी पक्की धारणा होती की, सर्वोदयाच्या मार्गानेच सारे प्रश्न सुटू शकतात. सरकार नव्हे तर समाजपुरुषच हे प्रश्न सोडवू शकतो. अपरिमित असा पुरुषार्थ समाज दाखवू शकतो, आणि याचे काहीसे प्रत्यंतर भूदान-ग्रामदान आंदोलनात आले होते. हाच पुरुषार्थ, हे आपले अंतर्गत सामर्थ्य जर समाजाने ओळखले तर, मानवी इतिहासात अनोखे असलेले असे सर्वोदय समाजरचनेचे रूप भारतात प्रकट होऊ शकेल अशी सर्वोदय कार्यकर्त्यांची श्रद्धा होती. या जनतेतील शक्तीस आवाहन करण्यासाठी जनजागरण करण्याचा संकल्प, या सभेत करण्यात आला.

अखिल भारतीय सर्वसेवा संघाच्या अंतर्गत विभिन्न प्रकारची अनेक कार्ये चालू होती. त्या सर्वांमध्ये सुसूत्रता आणण्याचा तसेच काही विशेष कामांवर अधिक लक्ष केंद्रित करण्याचा, तसेच, प्रत्येक कार्यक्रमाची योजना तयार करताना ती शास्त्रीय असेल, तिच्यात वास्तव परिस्थितीचे भान ठेवले जाईल, त्यात सातत्याने मूल्यमापन करण्याची व्यवस्था राहील आणि आपल्या मर्यादा ध्यानांत ठेवूनही, आपली शक्ती वृद्धिंगत करण्याचा प्रयत्न केला जाईल, असा मानस सभेने व्यक्त केलेला आहे.[२२]

अशा दिशेने जेव्हा कार्यक्रमांची आखणी आणि अंमलबजावणी होईल, तेव्हा साहजिकच कार्यकर्त्यांचे, या दिशेने, प्रशिक्षण करण्याची आवश्यकता प्रतिपादन केली गेली. इथे नयी तालीमचे महत्त्व मानलेले होते. सारीच कामे नयी तालीमच्या दृष्टीतून करावयाचा जो संकल्प विनोबाजींनी बोलून दाखवला होता, त्याकरिता प्रशिक्षित कार्यकर्त्यांची फौज उभी राहायला हवी होती. त्यासाठी, सेवांतर्गत प्रशिक्षणाचा, प्रत्यक्ष आपापली कामे करीत असताना, कार्यकर्त्यांचे

प्रशिक्षण करण्याचा कार्यक्रम महत्त्वाचा मानला. अशा प्रशिक्षणातून कार्यक्रमांना वेग येईल आणि यांमधून नवे नेतृत्व निर्माण होईल असा प्रयत्न व्हावा, असे या सभेचे प्रतिपादन होते.

हिंदुस्तानी तालिमी संघ आणि अखिल भारतीय सर्वसेवा संघ यांच्या समन्वयापूर्वी, तालिमी संघाने आपल्याला येणाऱ्या समस्या सरकारकरवी दूर करवून घेण्यासाठी एक 'संपर्क समिती' तयार केलेली होती. तिला, याच सर्वसेवा संघाच्या सभेत, पुनश्च मान्यता देण्यात आली. वास्तविक नव्या उभारीने, नव्या दिशेने, नयी तालीमचे कार्य राष्ट्रव्यापी करण्यासाठी, सर्वसेवा संघाच्या अंतर्गतच एखादी 'नयी तालीम समिती' निर्माण करण्याच्या सूचनेवर या सभेत खल करण्यात आला. परंतु, दोन्ही संघांचा संगम करताना, अशी वेगळी समिती असू नये असा विचार विनोबाजींनी मांडला होता. त्याचा आश्रय घेऊन असे ठरविण्यात आले की, याबाबत पुनश्च एकदा विनोबाजींशी चर्चा करून मग निर्णय घ्यावा. सर्वसेवा संघाच्या प्रबंध समितीची विश्वनिडम् (बंगलोर) येथे २७ ऑक्टोबर ते ४ नोव्हेंबर १९६० या कालावधीत जी बैठक झाली, त्यात राधाकृष्ण यांनी, नयी तालीमच्या 'संपर्क समिती'च्या कार्याचा आढावा घेऊन, सांगितले की, उत्तरबुनियादी शिक्षणाच्या संदर्भात जे चर्चासत्र आयोजित केले त्यात, देशभरच्या या स्तरावरील शिक्षणात एकसूत्रता आणण्यासाठी, आणि विद्यालयांची गुणवत्ता सुधारण्यासाठी एखादी समिती नियुक्त केली जावी. ही मागणी मान्य करण्यात येऊन, अशी समिती निर्माण करण्याचा निर्णय, या सभेत झाला. राधाकृष्णन् यांच्याचवर याची कार्यवाही करण्याची जबाबदारी सोपविण्यात आली.

प्रत्यक्षात अशातऱ्हेची समिती निर्माण करण्यात आली, ती मात्र, ६-७-८ मार्च १९६१ या कालात, गोलकगंज (आसाम) येथे झालेल्या सर्व सेवासंघाच्या सभेत. सर्वश्री धीरेंद्र मजूमदार, के. अरुणाचलम्, मूलशंकर भट्ट, क्षितीशराय चौधरी आणि संयोजक म्हणून राधाकृष्ण अशी पाच जणांची समिती, नयी तालीमची भावी कालांतील धोरणे व कार्यक्रम ठरविण्यासाठी नियुक्त करण्यात आली. अर्थातच, ही केवळ विशिष्ट कामापुरतची नेमलेली समिती होती.

दोन्ही संघांचा समन्वय होऊनही नयी तालीमची फारशी प्रगती झाली नाही. सर्वसेवा संघाच्या एकूण कार्यक्रमांमध्ये नयी तालीमला फारसे प्राधान्य मिळाले नाही. त्यामुळे मूळचे नयी तालीमचे प्रमुख कार्यकर्ते नाराज होते. या त्यांच्या भावनेचे पडसाद स्पष्टपणे उमटले ते काशी येथे, १३-१४ ऑगस्ट १९६१ ला भरलेल्या प्रबंध समितीच्या बैठकीत. आर्यनायकम् यांनी स्पष्टपणे आपली

व्यथा बोलून दाखविली. ते म्हणाले, ''सर्व सेवासंघ व तालिमी संघ यांचा संगम झाल्यानंतर अशी अपेक्षा होती की, नयी तालीमचे काम व्यापक होऊन सर्वदूर पसरेल. परंतु यासाठी असावा असा कार्यक्रम दिसत नाही. उलट कार्याची गती कुंठितच झालेली आहे.'' त्यांनी पुनश्च एकदा, नयी तलीमच्या मागील बावीस वर्षांच्या कार्याचा आढावा घेतला व सांगितले की, मुख्यतः तीन गोष्टींवर लक्ष पुरविण्याची आवश्यकता आहे.

१. उत्तरबुनियादीचे शिक्षण पूर्ण झालेल्या विद्यार्थ्यांना, इतर कॉलेजांमधून प्रवेश देण्यास सरकारची आडकाठी आहे, ती ताबडतोब दूर झाली पाहिजे (काशी विद्यापीठ मात्र याला अपवाद होते).

२. विद्यापीठ स्तरांपर्यंतचे शिक्षण देणारे नयी तालीमचे पूर्ण रूप दाखविणारे असे एक नमुना विद्यालय सेवाग्राममध्ये चालू राहिले पाहिजे. सुमारे बावीस वर्षे लोकांना सेवाग्राममधून जी प्रेरणा मिळत होती ती गोष्ट गमावता कामा नये.

३. नियोजनमंडळाने तिसऱ्या योजनेच्या आराखड्यात (१९६१-६६) शिक्षणाचा जो ढाचा सांगितला आहे तो निरुपयोगी असून, उलट, अमेरिका, इंग्लंड व रशियामध्ये असणारी ट्रेनिंगस्कूलस्, नयी तालीमच्या दृष्टीने पाहता अधिक चांगली आहेत. डॉ. शूमाकर यांनी भारताच्या पंचवार्षिक योजनेच्या संदर्भात जे टिपण दिले होते, त्याकडे आर्यनायकम् यांनी लक्ष वेधले. डॉ. शूमाकर यांनी म्हटले होते की, भारताचे जेव्हा ग्रामीणीकरण होईल तेव्हाच भारतीय अर्थव्यवस्था ठोस अशा पायांवर उभी राहील.

पुन्हा एकदा, नयी तालीमच्या कार्य विस्ताराबाबत विचार विनिमय करण्यासाठी, एक अधिवेशन, पूसा रोड येथे घेण्यात यावे असे या सभेने ठरविले.

नयी तालीमच्या कार्यविस्तारासाठी कायमस्वरूपी समिती नेमण्याचा विचार, सर्वसेवा संघाच्या प्रबंध समितीने बराच काळ अंगाबाहेर ढकलला होता. उदाहरणार्थ, १७ ते २३ जून १९६२ च्या पाटणा (बिहार) येथे झालेल्या सभेतही, नयी तालीमवर विशेष लक्ष पुरविण्यासाठी आणि त्याच्या दैनंदिन कार्यासाठी एक वेगळी समिती नेमण्याचा विचार सर्वसामान्यपणे, सर्वच सदस्यांना मान्य होता. तरीही याही बैठकीत हा निर्णय, पुन्हा एकदा त्यावर (साबरमती येथे) चर्चा होण्यासाठी पुढे ढकलण्यात आला.

मध्यंतरी २९ व ३० ऑगस्ट १९६२ अशी दोन दिवस, सेवाग्राममध्ये केवळ नयी तालीमच्या कार्याबद्दल संबंधितांमध्ये चर्चा करण्यात आली. दोन्ही संघाच्या संगमानंतर, नयी तालीम परिवाराची सेवाग्राममध्ये अपेक्षा काय आहे,

याविषयी आपली स्पष्ट मते, आर्यनायकम् यांनी या चर्चासत्रात मांडली. परंतु चर्चासत्राच्या अहवालात त्याचा उल्लेख करण्यात आला नव्हता. प्रबंध समितीच्या पुढील, म्हणजे १ ते ६ सप्टेंबर १९६२ या काळात, मदुराई येथे भरलेल्या सभेत, आर्यनायकम् यांनी, आणखी एक प्रश्न उपस्थित केला. 'संगम' होऊन आता तीन वर्षे होऊन गेली होती. परंतु नयी तालीमच्या मालमत्तेचे विधिवत् असे हस्तांतरण झालेले नव्हते. त्यामुळे त्याचा सर्वसेवा संघातर्फे होत असलेला विनियोग बेकायदेशीर असल्याचे, आर्यनायकम् यांनी निदर्शनास आणले होते. ही गोष्ट मान्य करून, प्रबंध समितीने, हस्तांतरण पूर्ण करण्यासाठी आर्यनायकम् यांनाच पुढाकार घेण्यास सुचविले.

नयी तालीमच्या संयोजनासाठी व मार्गदर्शनासाठी सर्वसेवा संघाची एक 'अखिल भारतीय नयी तालीम समिती' नव्याने निर्माण करण्याचा निर्णय या बैठकीत घेतला गेला, व याच्या कार्यवाहीची जबाबदारी, सर्वसेवा संघाचे अध्यक्ष श्री. नवकृष्ण चौधरी यांच्याकडे सोपविण्यात आली, व त्यासाठी संबंधित लोकांशी व विनोबाजींशी सल्लामसलत त्यांनी करावी, असेही सुचविण्यात आले.

हिंदुस्तानी तालिमी संघ, सर्वसेवा संघात विसर्जित झाल्यानंतर केवळ तीनच वर्षांनंतर, अशारीतीने, नयी तालीमचे कार्य करण्यासाठी स्वतंत्र अशी 'अखिल भारतीय नयी तालीम समिती' निर्माण करण्यात आली.

अखिल भारतीय सर्वसेवा संघाच्या प्रबंध समितीची सभा वाई गाई (जि. मदुरा) येथे १६ ते १९ नोव्हेंबर १९६४ या दिवसांत घेण्यात आली. तोवर नयी तालीमच्या कामाला २५ वर्षे पूर्ण झाली होती. त्यामुळे सिंहावलोकन करून, पुढील काळात नयी तालीमच्या कामास उभारी देण्यासाठी काय करता येईल, याचा विचार करण्यासाठी एक चर्चासत्र आयोजित करण्याचा विचार या सभेत झाला. त्यानुसार पूर्वतयारीसाठी एक छोटी समिती तयार करण्यात आली. नयी तालीमचे अखेरचे पर्व आता सुरू झाले होते.

⌘

११. अखेरचे पर्व

आदर्श समाजव्यवस्था निर्माण होण्यासाठी लागणारी सहकारशीलता आणि व्यवसाय करण्यासाठी आवश्यक असणारी कुशलता या गोष्टी शिक्षणाने दिल्या पाहिजेत, तरच ती शिक्षणव्यवस्था परिपूर्ण ठरेल.

– काका कालेलकर

ग्रामस्वराज्याच्या उद्दिष्टाच्या दिशेने जाणारे एक आर्थिक व सामाजिक आंदोलन भूदान चळवळीच्या रूपाने उभे राहात होते. अशा वेळी हिंदुस्तानी तालिमी संघाने, आपली वेगळी चूल न ठेवता, एक समन्वयात्मक दृष्टिकोण अंगीकारून, या चळवळीच्या रचनात्मक कार्यात एकरूप व्हावे, अशा तऱ्हेचा विचार पुढे येऊन, ९, १०, ११ जून १९५९ या कालावधीत जम्मूमध्ये हिंदुस्तानी तालिमी संघ व सर्वसेवा संघ यांच्या सदस्यांची संयुक्त बैठक होऊन, हिंदुस्तानी तालिमी संघाचे विसर्जन सर्वसेवा संघात करण्यात आले.

अखंडपणे बावीस वर्षे हिंदुस्तानी तालिमी संघाचे स्वतंत्र अस्तित्व एका ठरावाने नाहीसे करण्यात आले.

समग्र राष्ट्रीय शिक्षणाचा ढाचा प्रयोगान्ती, तावून-सुलाखून हिंदुस्तानी तालिमी संघाने, देशासमोर ठेवला. देशातील विविध प्रांतांतून, काही ठिकाणी सरकारी स्तरांवरून तर बहुतेक ठिकाणी स्वेच्छा प्रयत्नांतून, नयी तालीमचा प्रयोग अंगीकारण्यात आला. त्यासाठी अक्षरशः शेकडो कार्यकर्ते, प्रशिक्षण देऊन 'शिक्षक' म्हणून घडविण्यात आले. विविध स्तरांवरील अभ्यासक्रम तयार करण्यात आले; वेळोवेळी ते सुधारण्यात आले. ज्या वैचारिक पायावर नयी तालीमचे सिद्धान्त उभारण्यात आले, त्यांच्याशी शक्य तेवढे प्रामाणिक राहून, ठिकठिकाणी हे

अभ्यासक्रम राबविण्यात आले. वार्षिक बैठकांतून आणि वेळोवेळी भरविण्यात आलेल्या, कार्यकर्त्यांच्या अखिल भारतीय संमेलनांतून, मागील कार्याचा आढावा आणि पुढील काळाचे नियोजन करतानाच, नयी तालीमच्या यशापयशाची चर्चाही मुक्तपणे होत होती. अनेक अडचणी सातत्याने येत होत्या, आणि कार्यकर्ते उत्साहाने त्यांवर मात करून आपले विहित कार्य सातत्याने करीत होते.

सेवाग्राम आश्रमात तर नयी तालीमचे नमुनेदार स्वरूप 'आनंदनिकेतन विद्यालया'च्या रूपाने, प्रशिक्षणाबरोबरच देशभरच्या कार्यकर्त्यांना प्रेरणा देण्याचे काम करीत होते. आर्यनायकम् आणि आशादेवी यांनी संपूर्णपणे, या कार्यात स्वतःला झोकून दिले होते. नयी तालीमच्या, नव्या शिक्षणाच्या प्रयोगासाठी लागणाऱ्या ऊर्जेचा तो एक नवा स्रोत इथे निर्माण झाला होता. हिंदुस्तानी तालिमी संघाचा बळकट आधार या अनोख्या प्रयोगामागे सतत होता. परंतु १९५९ साली झालेल्या हिंदुस्तानी तालिमी संघाच्या विलयामुळे, सेवाग्राममधील मूळ प्रयोगाचेही भवितव्य शंकास्पद झाले होते.

वास्तविक १९५७ साली हिंदुस्तानी तालिमी संघाच्या बैठकीत आर्यनायकम् यांनी 'समग्र नयी तालीम'चा प्रस्ताव स्वीकारला. त्यावेळी त्यांनी बरेच महत्त्वाचे विचार मांडले. हे विचार ऐकून धीरेन्द्र मजूमदार प्रभावित झाले. त्यांनी आर्यनायकम् यांना प्रत्यक्ष भेटून असे सुचविले की त्यांनी व आशादेवींनी एखाद्या ग्रामदानी गावात जाऊन वास्तव्य करावे व हा समग्र नयी तालीमचा प्रयोग करावा. धीरेनदा याबाबतीत त्यांना सर्वतोपरी सहाय्य करायला' तयार होते. (धीरेंद्र मजूमदारांनी म्हटले आहे की, 'याच उत्साहात मी 'समग्र नयी तालीम' हे आपले पुस्तकही लिहून टाकले') धीरेनदांच्या म्हणण्यानुसार आर्यनायकम् यांचा या सूचनेला होकारार्थी प्रतिसाद होता. परंतु त्याच दरम्यान तालिमी संघाच्या विलीनीकरणाचा प्रश्न पुढे ठाकला आणि त्याने सर्वांचीच मने काळवंडली. उत्साह ओसरू लागला. मने निराशेने भरू लागली. परिणामतः समग्र नयी तालीमचा प्रश्न कायमचाच मागे पडला.[१]

भावीकालयोजना

हिंदुस्तानी तालिमी संघ, सर्वसेवा संघात विलीन झाल्यानंतर लगेचच, सर्वसेवा संघाच्या कार्यकारी समितीची बैठक सेवाग्राममध्ये बोलावण्यात आली या सभेस, आर्यनायकम् पति-पत्नी, धीरेंद्र मजूमदार, अण्णासाहेब सहस्रबुद्धे, श्रीमन्नारायण, जुगतराम दवे, आचार्य राममूर्ती, रामकृष्ण पाटील हे, नयी तालीमचे सर्व प्रमुख कार्यकर्ते हजर होते.

चर्चा प्रामुख्याने केंद्रित झाली होती ती, नयी तालीमचे तोवरचे झालेले काम पुढे न्यावे, की तसे न करता, त्याला, संपूर्णपणे नवीच दिशाच द्यावी, यावर.

चर्चेअंती असे ठरले, की सेवाग्राममधील कामाचा संपूर्ण आढावा घेऊन, त्यात आवश्यक त्या सुधारणा करून, हे काम आणखी पुढे न्यावे व देशासमोर एक, समग्र शिक्षणाचा नमुना कायम राहील असे पाहावे. दुसरे असेही ठरले की, शिक्षणाचे हे काम 'विकासा'शी जोडले जावे. धीरेनदांनी म्हटले होते की, लोकांच्या दैनंदिन जीवनातील समस्यांना, आता शिक्षणकार्याने हात घातला पाहिजे. त्यासाठी ते आसपासच्या गावांशी जोडले गेले पाहिजे. सेवाग्राममध्ये अनेक कामांचे केंद्रीकरण केले जाऊ नये, अशी सूचना विनोबाजींनी केली. याच बैठकीत, सर्वसेवा संघाच्या वतीने, सेवाग्राममधील अनेक कामांची जबाबदारी अण्णासाहेब सहस्रबुद्धे यांच्यावर सोपविण्याचा निर्णय घेतला गेला; आणि खऱ्या अर्थाने हिंदुस्तानी तालिमी संघाचे अस्तित्व पुसून टाकण्यात आले.

स्वातंत्र्योत्तर कालात नयी तालीमच्या कार्याला उभारी येईल या अपेक्षेने, नयी तालीमच्या कार्यकर्त्यांनी प्रयोगांवर व त्याहीपेक्षा अधिक नयी तालीमच्या प्रसारावर जोर दिला. प्रांतसरकारांनी आणि त्यातही विशेषकरून केंदसरकारने नयी तालीमला राष्ट्रीय शिक्षण म्हणून मान्यता द्यावी, बुनियादी शिक्षणाची केवळ पहिली ते चौथीपर्यंतची नव्हे, तर एकात्मिक शिक्षण म्हणून आठवीपर्यंतची मान्यता सरकारने द्यावी आणि नयी तालीमचे सार्वत्रिकीकरण करावे यासाठी, नयी तालीमचे कार्यकर्ते सतत खटपट करीत राहिले. एके काळी गांधीजींचे अनुयायी असलेले, त्यातही प्रत्यक्षपणे नयी तालीमशी संबंध असलेले अनेक जण काँग्रेस सरकारात महत्त्वाच्या पदांवर होते, त्यामुळे, खरे तर, नयी तालीमला ऊर्जितावस्था येईल, अशा तऱ्हेची अपेक्षा, कार्यकर्ते अनेक वर्षे धरून होते. परंतु, स्वातंत्र्योत्तर, काळात शिक्षणात काही मूलभूत परिवर्तन करण्याची आवश्यकता आहे, अशी गरज शासनकर्त्यांना वाटली नाही. त्यामुळे ब्रिटिश परंपरेने घालून दिलेला शिक्षणव्यवस्थेचा ढाचा तसाच कायम ठेवण्यात आला. फक्त वेळोवेळी समित्या किंवा आयोग नेमून, त्यात आशयाच्या, विषयांच्या किंवा रचनेच्या अंतर्गत सुधारणा केल्या गेल्या.

सरकारने, बुनियादी शिक्षणाची नेमकी अवस्था काय आहे, हे समजून घेण्यासाठी एक नमुना पाहणी करण्याचा निर्णय १९५४ साली घेतला. केंद्रसरकारद्वारा 'राष्ट्रीय बुनियादी शिक्षणसंस्थे'ची नुकतीच स्थापना करण्यात आली होती. या संस्थेनेच ही पाहणी १९५६ साली सुरू करून आपला अहवाल १९५९ साली सरकारला सादर केला. ज्यावेळेस हिंदुस्तानी तालिमी संघ विसर्जित झाला, त्या वेळी बुनियादी

शिक्षणाची राष्ट्रात असलेली परिस्थिती किती शोककारक होती, त्याची कल्पना, या अहवालावरून येते. या सर्वेक्षणात १३ प्रशिक्षण विद्यालये आणि १०४ विद्यालये व त्यांचे शिक्षक यांच्याशी संपर्क साधण्यात आला. या सर्वेक्षणात असे आढळून आले, की बुनियादी शाळांमधून, उद्योगांच्या आधारे शिक्षण देण्यासाठी साधनेच उपलब्ध नाहीत, ग्रंथालयेही नाहीत. जिथे शेती हा मध्यवर्ती उद्योग मानला होता, तेथे शेतीसाठी जमीनच उपलब्ध नाही; ज्या काही सर्वसामान्य सोयी नयी तालीमसाठी आवश्यक होत्या, त्यांचीच वानवा बहुतेक शाळांमधून आढळून आली. शाळांवरील पर्यवेक्षणासाठी जे अधिकारी नेमले जात असत, त्यांची बुनियादी शिक्षणाच्या अगदी सामान्य सिद्धान्ताशीही ओळख नव्हती. त्यामुळे, या बऱ्याचशा शाळा प्रभावी शिक्षणाचे माध्यम होऊच शकत नव्हत्या.

१९६५ साली नवी दिल्ली येथे, नयी तालीमचे एक अखिल भारतीय संमेलन (कन्वेन्शन) १५, १६, १७ एप्रिलला आयोजित करण्यात आले. या संमेलनात सर्व संमतीने पुनश्च एकदा 'नयी तालीम समिती'चे स्वतंत्र स्थान निर्माण करण्यात आले. त्यामागे भूमिका अशी होती की, कित्येक ग्रामदानी क्षेत्रांमध्ये ग्रामस्वराज्याच्या दिशेने जाण्यासाठी, सामाजिक-आर्थिक परिवर्तनाचे अनेक रचनात्मक कार्यक्रम राबविण्याची गरज निर्माण झाली असून त्यासाठी नयी तालीमच्या शैक्षणिक प्रयोगांचा व विचारांचा प्रसार करण्याचीही आवश्यकता निर्माण झाली. त्यामुळे या प्रसार-प्रचारासाठी स्वतंत्ररीत्या विशेष समिती, 'नयी तालीम समिती'च्या रूपाने गठित करण्यात आली. आता, 'हिंदुस्तानी तालिमी संघा'ची जागा 'नयी तालीम समिती'ने घेतली. या समितीचे मुख्य कार्यालय सेवाग्राम येथेच ठेवण्यात येऊन, एकवीस सदस्यांच्या कार्यकारिणीकडे समितीचा कार्यभार सोपविण्यात आला. गुजरातचे तत्कालीन राज्यपाल, श्री. श्रीमन्नारायण, यांची अध्यक्षपदी तर के.एस्.आचार्लू यांची मंत्री म्हणजे कार्यवाहपदी नियुक्ती करण्यात आली. समितीचे कार्य पुढीलप्रमाणे ठरविण्यात आले.

(क) ग्रामस्वराज्य निर्मितीच्या कार्यक्रमांत सर्वसेवा संघास साहाय्य करणे, देशात, विशेषतः ग्रामदानी क्षेत्रांतील मुले, युवक व प्रौढ यांना नयी तालीमच्या धर्तीवर शिक्षण देणे, आणि या क्षेत्राच्या विकासाला अनुकूल ठरेल अशा शैक्षणिक योजना व कार्यक्रम तयार करणे;

(ख) नयी तालीमच्या कामांत असलेल्या व्यक्ती व संस्था यांच्याशी घनिष्ठ संबंध ठेवणे;

(ग) नयी तालीमसंबंधी माहिती व अनुभव यांच्या प्रसार-प्रचारासाठी

'क्लियरिंग हाऊस' म्हणून काम करणे.

(घ) नयी तालीमशी मिळत्या-जुळत्या अशा अन्य शैक्षणिक प्रयोगांचे व्यापक अध्ययन करणे;

(ड) न्यूजलेटर, बुलेटिन अथवा अन्य पत्र-पत्रिका प्रसिद्ध करणे.

(च) उपर्युक्त उद्देश असणाऱ्या संस्थांशी संपर्क ठेवून परस्परांमधील संबंधांना प्रोत्साहन देणे;

(छ) नयी तालीम पद्धतीच्या शिक्षणासाठी मार्गदर्शिका तयार करणे;

(ज) अधिवेशने, चर्चासत्रे, कार्यशाळा इत्यादींद्वारे नयी तालीमच्या शिक्षणासाठी जनमत तयार करणे;

(झ) नयी तालीमच्या कार्यक्रमांशी संबंधित बाबींसाठी, योजना राबवणे, तसेच नयी तालीमच्या विचारांचे मूल्यमापन आणि नवीन संशोधनांस प्रोत्साहन देणे.

(ट) नयी तालीमच्या संदर्भात जनतेचे प्रबोधन करून लोकशक्तीच्या वृद्धीसाठी उपयुक्त असे वातावरण निर्माण करणे व त्याकरवी शिक्षणातील क्रांतीची मागणी करणे.

या संमेलनानंतर लगेचच, म्हणजे ६ ते १० मे १९६५ या कालावधीत सर्वसेवा संघाच्या प्रबंध समितीची सभा गोपुरी (वर्धा) येथे झाली. संघाचे मंत्री राधाकृष्ण यांनी दिल्लीतील संमेलनाचा वृत्तान्त देऊन संमेलनाच्या शिफारसी सभेस सादर केल्या, त्यानंतर नयी तालीमबाबत सर्वसेवा संघाने काय करावे, यासंबंधी बरीच चर्चा झाली. चर्चेअंती असे ठरविण्यात आले की,

१. सर्वसेवा संघाची 'नयी तालीम समिती' ही किमान पन्नास जणांची असावी;

२. या समितीची एक कार्यकारिणी असावी.

३. समितीच्या व कार्यकारिणीच्या सदस्यांची नावे अध्यक्षांनी निश्चित करावी.

४. भारतामध्ये ज्या दहा-वीस ठिकाणी, सरकार-निरपेक्ष असे नयी तालीमचे जे प्रयोग चालले आहेत, त्यांना मार्गदर्शन करणे, तसेच, नयी तालीमच्या कामांत वेळोवेळी येणाऱ्या अडचणी सोडवून, नयी तालीमचे कार्य पुढे वाढविणे, अशी या समितीची कामे असतील. समिती आपल्या स्वतःच्यावतीने कोणतेही विद्यालय मात्र चालविणार नाही.

५. या समितीचे नाव 'नयी तालीम समिती' असे असेल; व त्यापुढे कंसात

'सर्व सेवा संघद्वारा नियुक्त' ज्यात हिंदुस्तानी तालिमी संघ विलीन आहे, असे शब्द राहतील.

मध्यंतरीच्या काळात, मूळच्या 'हिंदुस्तानी तालिमी संघा'चे अध्यक्ष डॉ. जाकिर हुसेन हे राष्ट्राध्यक्ष झाले होते; नेहरूंच्या नेतृत्वाखालील काँग्रेसने, नयी तालीमच्या तत्त्वज्ञानाला किंवा त्यावर आधारित अशा शिक्षणव्यवहाराला कधीही उचलून धरले नव्हते. भाषावार प्रांतरचना होऊन ठिकठिकाणी निर्माण झालेल्या राज्यांनी नयी तालीमच्या शाळांना ना मदतीचा हात दिला, ना कधी नयी तालीमचे धोरण स्वीकारले. त्यामुळे एक एक करीत विविध राज्यांमधील नयी तालीमच्या शाळा, नयी तालीमचे वळण सोडून पारंपरिक शिक्षणव्यवस्थेकडे वळल्या. या साऱ्या पार्श्वभूमीवर, नयी तालीम समितीचे पुनर्गठन करताना, तिच्या उद्दिष्टांमध्ये बदल घडून येणे अभिप्रेतच होते.

नव्या लिखित घटनेमध्ये ठरविलेली उद्दिष्टे, अर्थातच, मोघम होती. सर्वसेवा संघ ही संस्था पितृस्थानी मानलेली होती. त्यामुळे तिच्या ग्रामस्वराज्यनिर्मितीच्या उद्दिष्टांना साहाय्यक ठरेल अशा तऱ्हेने, पण केवळ प्रयोगविहीन प्रचार-प्रसाराचे कार्य करण्याची अपेक्षा नयी तालीम समितीकडून केली होती. थोडक्यात असे, की १९३८ सालच्या 'हिंदुस्तानी तालिमी संघा'च्या घटनेतील प्रत्यक्ष -नयी तालीमच्या प्रयोगाच्या, बुनियादी शाळा निर्माण करण्याच्या किंवा असलेल्या शाळांचे बुनियादी शाळांमध्ये रूपांतर करण्याच्या प्रत्यक्ष कार्याऐवजी, संघाची जागा घेणाऱ्या १९६५ च्या 'नयी तालीम समिती'ला केवळ अप्रत्यक्षरीत्या 'नयी तालीम'च्या विचार प्रसाराचे काम करावयाचे होते. खाजगीरीत्या का होईना, परंतु प्रत्यक्ष गांधी विचारांवर आधारित असा प्रयोग करणे काय किंवा कालमानानुसार आणि आलेल्या अनुभवांनुसार नयी तालीमच्या तत्त्वांत नि व्यवहारांत फरक करून नवीन धर्तीचा प्रयोग करणे काय, याचे धाडसच या घटनेमध्ये व्यक्त झालेले नव्हते.

नयी तालीमचे अन्य अनेक ठिकाणचे काम हळूहळू मंद होत होत बंद पडले. सेवाग्राममध्ये मात्र पंचवीस वर्षांनंतरही नयी तालीमचे काम काही प्रमाणात चालू होते. येथ 'सेवाग्राम नयी तालीम समाज' अस्तित्वात होता. त्याचेच एका स्वतंत्र स्वायत्त संस्थेत रूपांतर करण्याविषयीचा प्रस्ताव, सर्वसेवा संघाच्या प्रबंध समितीने, आपल्या ५ ते ९ जून १९६९ च्या सभेपुढे विचारार्थ आणला. चर्चेअंती असा निर्णय झाला, की सेवाग्राममधील नयी तालीमचे सर्व कार्यक्रम चालविण्यासाठी एक स्वायत्त संस्था निर्माण करावी. तिची स्वतंत्रपणे (धर्मादाय आयुक्तांकडे) नोंदणी करावी. एकीकडे अशी पुनश्च स्वायत्ततेकडे वाटचाल

करण्याचा मानस व्यक्त होत असतानाच दुसरीकडे जे शिक्षणकेंद्र १९७० च्या आसपास, सेवाग्राममध्ये एक परिपूर्ण असे नमुनेदार शिक्षणकेंद्र अशा तऱ्हेचे जे शिक्षणकेंद्र अस्तित्वात होते, ते या सुमारासच आर्थिक अडचणीत सापडले.

विज्ञानयुगाकडे वाटचाल

नयी तालीमच्या परिस्थितीत १९५९ नंतर बराच फरक पडला. एकूण नयी तालीमच्या सर्वांगीण समस्यांचाच विचार करण्याची वेळ येऊन ठेपली होती. पुढील दिशाही नेमकेपणाने ठरविण्याची गरज निर्माण झाली होती. याकरिता दिनांक २८,२९ व ३० ऑगस्ट १९६२ या तीन दिवसांच्या कालावधीत, नयी तालीमच्या निवडक कार्यकर्त्यांची बैठक बोलावली होती. या बैठकीतील चर्चेचे सार ऑक्टोबर १९६२ च्या 'नयी तालीम पत्रिके'त देण्यात आले आहे.

आधुनिक काळाला साजेशी अशी शास्त्रीयता नयी तालीमच्या विचारांत व प्रयोगांत यावी, यादृष्टीने झालेली चर्चा व त्यांतून काढलेले निष्कर्ष हे या बैठकीचे वैशिष्ट्य होते. नयी तालीमच्या यशापयशाचा आढावाही या बैठकीत घेण्यात आला; तसेच सर्व सरकारी वा खाजगी प्रयोगांचे, त्यांच्या यशापयशाचे मूल्यमापन केले जावे, असेही सभेने ठरविले. एक गोष्ट स्वीकारण्यात आली की, श्रमाधारित जीवनाची साधना आणि योग्यता विकसित करणे, हे जरी नयी तालीमचे उद्दिष्ट असले, तरी समाजातील इतर व्यवसाय व सरकारी कार्येही महत्त्वाची आहेत;त्या त्या कार्यांमध्येही सेवाभाव निर्माण व्हावा, असा प्रयत्न नयी तालीमचे विद्यार्थी तयार करताना केला जावा; हे अन्य व्यवसायही नयी तालीमच्या विद्यार्थ्यांना खुले असतील असे पाहावे, किंबहुना जबरदस्तीने त्यांना यांपासून वंचित ठेवू नये, अशी भूमिका या बैठकीत घेण्यात आली.

आणखीही एक विचार वास्तवतेला धरून करण्यात आला. नयी तालीमचा विचार लोकांकडून स्वीकारला जावा यासाठी एकीकडे, कार्य केवळ शाळांशी मर्यादित न ठेवता, 'लोकशिक्षण' हे कार्यकर्त्यांचे महत्त्वाचे कार्य मानावे, तर दुसरीकडे, कार्यकर्त्यांनी, प्रचलित शिक्षणाच्या प्रश्नांमध्ये रस घेऊन त्यांच्या माध्यमातून शिक्षणासंबंधीची लोकजागृती घडवून आणावी, असे ठरविण्यात आले.

याच सभेत प्रयोग व संशोधनाची दिशाही स्पष्ट करण्यात आली आहे. उदाहरणार्थ, विज्ञानामुळे मानवी जीवनात सर्वांगीण विकासाची जी शक्यता निर्माण झाली आहे, तिच्या पूर्तीसाठी विकेंद्रित उद्योग व शेती तंत्रात आधुनिक वैज्ञानिक उपायांचा उपयोग करून पाहणे; तसेच, विद्यार्थ्यांच्या विकासाला 'सत्ताकेंद्री' समाज

बदलण्याच्या दृष्टीने वळण देऊन, त्यांच्यात स्वतंत्र विचारशक्ती व कर्तृत्वशक्ती यांची रुजवण करणे, प्रगतिशील समाजासाठी आवश्यक असे नेतृत्व घडविण्याच्या दिशेने प्रयोग करणे; यांव्यतिरिक्त जागतिक स्तरावरील ज्ञानसाधना व प्रचलित ज्ञान-प्रवाहाशी, परस्पर विनिमयांतून जुळवून घेणे आणि जेव्हा वैज्ञानिक ढंगाने प्रयोग होतील तेव्हा गरजेनुसार पुरेसे शास्त्रीय साहित्य निर्माण करणे आणि आजूबाजूच्या समाज-समस्यांचे अध्ययन करून विद्यालयांतून प्राप्त होणारे नवे ज्ञान समाजापर्यंत पोचविण्याचे प्रयत्न करणे, अशा विविध अंगांनी नयी तालीमला नवी शास्त्रीय दिशा देण्याचा प्रयत्न करण्याचा निर्णय घेण्यात आला.

मानवीय मूल्यांचे लक्ष्य समोर ठेवून त्यावर आधारित अशा समाजरचनेच्या निर्मितीचे कार्य हे आपले प्रधान कार्य आहे, याची जाणीवही या घेतलेल्या विविध निर्णयांमधून दिसून येते.

हिंदुस्तानी तालिमी संघ व सर्वसेवा संघ यांच्या संगमानंतर, विनोबाजींच्या प्रेरणेने सेवाग्राममधील नयी तालीमच्या कार्याला अधिक व्यापक करण्याचा प्रयत्न आर्यनायकम् यांनी केला. सेवाग्रामचा नयी तालीम समाज, आजूबाजूच्या गावांशी जोडून त्या गावांमधून नवसमाजनिर्मितीचे काम करू लागला. नवसमाजनिर्मितीचे उद्दिष्ट समोर ठेवून, त्यासाठी उद्याचा नागरिक घडविण्याचे काम नयी तालीमने आपल्या अंगावर घेतले होते. यासाठी प्रामुख्यान 'नयी तालीम विद्यालय' ही संपूर्ण अकरा वर्षांच्या शिक्षणाची, म्हणजे, पूर्वबुनियादी, बुनियादी ते उत्तरबुनियादी या शिक्षणाची सोय, तीही मोफत अशा निवासी शाळेकरवी, केलेली होती. हस्तोद्योगाकरवी शिक्षण आणि अनुबंध पद्धतीचा वापर ही या शाळेची खास वैशिष्ट्ये कायम होती.

अन्नामध्ये स्वयंपूर्ण होण्याची, या काळातील राष्ट्राची धडपड डोळ्यांसमोर ठेवून, सेवाग्राममध्ये नयी तालीम समाज हा अन्नस्वावलंबनासाठी झटत होता. अन्नस्वावलंबन हा शिक्षणाचाच एक अविभाज्य भाग मानला होता. त्यासाठी विद्यार्थी, शिक्षक व अन्य कार्यकर्ते, शेती, बागबगीचा, दूधउत्पादन या व्यवसायांचा प्रशिक्षणासाठी आणि आपल्या दैनंदिन गरजांसाठी वापर करीत होते. वैयक्तिक नि सामुदायिक स्वच्छता व आरोग्य, वस्त्रस्वावलंबनासाठी कापसाच्या उत्पादनापासून ते तयार कापडापर्यंतच्या सर्व प्रक्रियांचे उत्पादन कार्य, करमणुकीसाठी नि आनंदासाठी अनेक सर्जनशील उपक्रम व उत्सव आणि प्रामुख्याने संपूर्ण नयी तालीम समाजाची लोकशाहीपद्धतीने रचना व प्रत्यक्ष व्यवस्था ही सारी या इथल्या नयी तालीम विद्यालयाची शैक्षणिक वैशिष्ट्ये होती.

येथील 'ग्रामीण तंत्रज्ञान व अभियांत्रिकी' विभाग, हे एक, ग्रामीण भागांत शेती-औद्योगिक समाज उभा राहावा यासाठी उभारलेले उपयुक्त तंत्रज्ञान पुरविणारे केंद्र होते. याचा उपयोग जसा इतर खेड्यांना होत होता, तसाच तो सेवाग्राममधील व अन्य नयी तालीम विद्यालयांना प्रशिक्षणासाठी होत होता. आर्यनायकम् यांनी आपल्या अगदी अखेरच्या काळात, जर्मनीतील, 'ब्युरो फॉर इंटरनॅशनल सोशल हेल्प' या संस्थेच्या सहकार्याने हे केंद्र उभारले होते. खेड्यांमधून छोट्या व मध्यम उद्योगांना पायाभूत सोयी-सुविधा तसेच शिक्षण-प्रशिक्षण आणि व्यवस्थापन कौशल्य यांचे साहाय्य करण्याच्या हेतूने हे केंद्र स्थापन करण्यात आले होते.

नव्याने निर्माण करण्यात आलेला दुसरा विभाग होता ता 'ग्रामीण स्वच्छता व आरोग्य' विभाग. अमेरिकेतील डॉक्टर एल्टन केसेल यांनी हा विभाग सेवाग्राममध्ये सुरू केला होता. नयी तालीमच्या शिक्षक व विद्यार्थी यांच्याकरवी आजूबाजूच्या खेड्यांमधून स्वच्छता व आरोग्याच्या सोयी पुरविल्या जात असत. राष्ट्राचाच आरोग्याचा प्रश्न खेड्यांच्या स्तरावर हाताळण्याचा आणि त्यासाठी नयी तालीमच्या शाळांना नि विद्यार्थ्यांनाच आरोग्यशिक्षणाचे कार्यकर्ते बनविण्याचा असा हा प्रयत्न होता.

सेवाग्राममधील नयी तालीम समाजाला आणखीही एका कामाची जबाबदारी घ्यावी लागत होती. गांधीजींच्या दीर्घकालच्या आणि अखेरच्या काळांतील वास्तव्यामुळे सेवाग्राम आश्रमास एक ऐतिहासिक महत्त्व प्राप्त झाले होते. यामुळे अनेक देशी-विदेशी पाहुणे, पर्यटक, अभ्यासक येथे येत असत व असतात. त्यांच्यासाठी एक 'आंतरराष्ट्रीय केंद्र व वसतिगृह' येथे तयार करण्यात आले. त्याची देखभाल करण्याचे तर काम होतेच, पण त्याशिवाय या केंद्राचे काम, आंतरराष्ट्रीय शांतता नि बंधुभाव वृद्धी यासाठी प्रयत्न करण्याचे होते.

मार्जरी साईक्स यांनी म्हटले आहे की, १९५९ ते १९६१ ही वर्षे सेवाग्रामच्या इतिहासातील निर्णायक वर्षे होती. त्याची दोन कारणे त्यांनी दिली आहेत. एक म्हणजे नयी तालीमसमोर विनोबाजींनी ठेवलेले व्यापक स्वप्न आणि दुसरे म्हणजे, नेमके याच काळात, वर्षांनुवर्षे नयी तालीमवर लक्ष केंद्रित केलेले खंदे कार्यकर्ते, नयी तालीमचे क्षेत्र सोडून अन्य ठिकाणी, नव्या जबाबदाऱ्या घेण्यासाठी निघून गेले. उदाहरणार्थ, राधाकृष्ण ह 'गांधी पीस फौंडेशन' मध्ये गेले; देवीप्रसाद यांनी 'वॉर रेझिस्टर्स इंटरनॅशनल'चे आमंत्रण स्वीकारून, ते आंतरराष्ट्रीय स्तरावरील अहिंसेच्या कार्यासाठी गेले. इतरही अनेक जण अन्य ठिकाणी निघून गेले. खुद्द

मार्जरी साइक्सही निलगिरी पर्वतामध्ये अधिक सघन कार्य करण्यासाठी निघून गेल्या.[१] हळूहळू नयी तालीमच्या सेवाग्राममधील कार्यास अवकळा येऊ लागली.

आशादेवींनी, आपल्या अखेरच्या काळात, सेवाग्राममधील नयी तालीमचे कार्य आर्थिक अडचणींतून बाहेर काढून ते टिकवून ठेवण्याच्या हेतूने, लोकांसाठी एक 'विनंतीपत्रक' छापून प्रसिद्ध केले. त्यात त्या म्हणतात, ''गांधीजींची अशी अपेक्षा होती की, शैक्षणिक समुदाय हा खऱ्या अर्थाने स्वावलंबी बनला पाहिजे. तो केवळ आर्थिक बाबतींतच नव्हे तर सामाजिक नि सांस्कृतिक बाबतींतही स्वावलंबी झाला पाहिजे.

नयी तालीम समाजाने अगदी प्रथमपासूनच, अन्न, वस्त्र तसेच शैक्षणिक नि सांस्कृतिक गरजांच्या बाबतींत स्वयंपूर्ण होण्याचा आटोकाट प्रयत्न केला. आपल्या चालू खर्चाचा काही भाग आपल्या शेती उत्पन्नातून भागविण्याचाही प्रयत्न केला. तरीही असे दिसून येते की, अशा तऱ्हेच्या समुदायाला अगदी संपूर्णपणे स्वयंपूर्ण होता येत नाही. त्यामुळे या संस्थेला, राष्ट्रीय नि आंतरराष्ट्रीय संदर्भात, एक शैक्षणिक प्रकल्प म्हणून भावी कालात विकसित होण्यासाठी, आर्थिक सुरक्षिततेची गरज भासते आहे.

महात्म्याचा वारसा सांभाळण्याचे मूल्य ज्यांना जाणवते आहे, अशांना, आमचे हे काम बळकट आर्थिक पायांवर उभे करण्यासाठी, उदार हस्ते मदत करण्याचे आवाहन करीत आहे.'' दिलेली मदत अतिशय जबाबदारीने, काटकसरीने वापरली जाईल, तसेच 'गांधीजींचा साधेपणा व प्रामाणिकपणा पाळणारा हा नयी तालीम समाज आहे', असे आश्वासनही या 'आवाहनपत्रा'त अखेरीस दिलेले आहे.

आर्यनायकम् यांच्या खांद्यास खांदा भिडवून, नयी तालीम समाजाच्या 'माँ' बनून ज्यांनी नयी तालीम विद्यालयाचे काम पाहिले; 'नयी तालीम पत्रिके'चे संपादन सतत पंधरा वर्षे करून तिला नावारूपाला आणले, त्या आशादेवींचे ३० जून १९७० ला निधन झाले.

१९६५ साली नव्याने पुनर्गठित करण्यात आलेल्या 'नयी तालीम समिती'ची अधिकृत नोंदणी १९७२ साली करण्यात आली. त्यापूर्वी, १९७० सालच्या नोव्हेंबर महिन्यापासून सर्वसेवा संघाने स्वायत्त अशा 'नयी तालीम समिती'चे काम स्वतंत्रपणे सुरू करून दिले. या समितीची पहिली बैठक, नवी दिल्लीच्या गांधी पीस फौंडेशनच्या कार्यालयात झाली. या सभेत, श्री. श्रीमन्नारायण यांची अध्यक्षपदी तर के.एस. आचार्लू यांची कार्यवाहपदी निवड करण्यात आली. नवनिर्मित नयी तालीम समितीच्या या पहिल्याच सभेत, दुर्दैवाने, आशादेवी आर्यनायकम् यांच्या निधनाबद्दल दुखवट्याचा ठराव करण्याची वेळ आली.

१९७१ सालच्या १६ व १७ जानेवारीला नयी तालीम समितीची दुसरी बैठक, अहमदाबादच्या राजभवनात झाली. नयी तालीम समितीची धर्मादाय संस्था म्हणून स्वतंत्रपणे नोंदणी करण्याचा प्रस्ताव या सभेत करण्यात आला. प्रत्यक्षात देशामध्ये चाललेल्या नयी तालीमच्या कार्याचे सर्वेक्षण करण्याचा आणि देशातील शिक्षणाचे परिवर्तन नयी तालीम पद्धतीच्या शिक्षणात करण्याबाबतचा विषय चर्चेत घेतला होता.

सर्व सेवा संघाच्या प्रबंध समितीची बैठक २२ नोव्हेंबर १९७० ला झाली. या सभेत एक नवीनच मुद्दा चर्चेमध्ये आला. नव्याने निर्माण करण्यात आलेली 'नयी तालीम समिती' ही स्वायत्त संस्था आहे किंवा नाही, असा प्रश्न उपस्थित केला गेला. या समितीचे नेमके स्थान काय असेल, याची नोंद सभेच्या वृत्तान्तात करण्यात आली आहे. 'नयी तालीम समिती' हा नयी तालीमच्या कामासाठी निर्माण केलेला सर्वसेवा संघाचा कार्यकारी विभाग असून, त्या समितीच्या उद्दिष्टांनुसार कार्य करण्याची पूर्ण स्वायत्तता समितीस प्रदान करण्यात आली आहे. फक्त एक वार्षिक कार्य अहवाल मात्र सर्वसेवा संघाला या समितीने द्यायचा आहे. असा स्पष्ट निर्णय झाला.

सेवाग्राममध्ये ६ ऑगस्ट १९७२ ला श्रीमन्नारायण यांच्या अध्यक्षतेखाली 'नयी तालीम समिती'ची सभा झाली. या सभेत, 'नयी तालीम' व 'बुनियादी तालीम' या दोन शब्दांच्या वापराबद्दल चर्चा झाली व सभेत असा निर्णय घेण्यात आला, की अशाप्रकारे चालणाऱ्या शाळांमध्य 'बुनियादी तालीम' असाच शब्द वापरला जावा; आणि व्यापक स्तरावर या शिक्षणाविषयी बोलताना मात्र 'नयी तालीम' असा शब्द वापरला जावा. याच सभेत सरकारकडून, राष्ट्रीयीकरणाची वेगाने पावले उचलली जात असल्याबद्दलची चिंता व्यक्त करण्यात आली; त्यातही शिक्षणाच्या राष्ट्रीयीकरणाची जी काही मागणी शिक्षकवर्गाकडून केली जात होती, त्यास विरोध नोंदविण्यात आला.

सेवाग्राममध्ये पुनश्च एकदा, २ ऑक्टोबर १९७३ पासून स्वावलंबी नयी तालीम विद्यालय सुरू करण्यात आले. परंतु त्याला फारसा प्रतिसाद लाभला नाही. फक्त पाचच विद्यार्थ्यांनी प्रवेश घेतला. तरीही एकूणच नयी तालीमचे सदस्य, प्रांतवार नयी तालीम मंडळे स्थापन व्हावीत, नयी तालीमच्या ध्येयधोरणांचा, या शिक्षणपद्धतीचा प्रचार व्हावा याबाबत आग्रही होती. त्यासाठीच किंबहुना, 'नयी तालीम समिती'चे नावही 'अखिल भारतीय नयी तालीम समिती' असे करण्यात आले होते.

अखिल भारतीय राष्ट्रीय शिक्षण संमेलन (१९७२)

सेवाग्राममध्ये १४, १५, १६ ऑक्टोबर १९७२ असे तीन दिवस अखिल भारतीय राष्ट्रीय शिक्षण संमेलन भरविण्यात आले. हे संमेलन नयी तालीम समिती व शिक्षामंडळ, वर्धा या संस्थांच्या संयुक्त विद्यमाने भरविण्यात आले. देशाच्या तत्कालीन पंतप्रधान इंदिरा गांधी यांनी या संमेलनाचे उद्घाटन केले. जवळजवळ प्रत्येक राज्याच्या शिक्षणमंत्र्यांनीही या संमेलनात आपली हजेरी लावली होती. नयी तालीमचे अध्यक्ष व तत्कालीन गुजरातचे राज्यपाल श्री. श्रीमन्नारायण हे संमेलनाच्या अध्यक्षस्थानी होते. त्यांनी स्वतःच या संमेलनातील चर्चेसाठी 'राष्ट्रीय शिक्षण आणि विकास व सामाजिक न्याय' या विषयावर निबंध प्रस्तुत केला होता. या संमेलनाने राष्ट्रीय शिक्षणाबाबत केलेल्या शिफारसींचा मुख्य आधार हा या निबंधाचा होता.

संमेलनाने, आपल्या शिफारसींद्वारे काही महत्त्वाच्या गोष्टींकडे लक्ष वेधले होते. उदाहरणार्थ,

१. ग्रामीण व शहरी दोन्ही ठिकाणच्या सर्व स्तरांवरील शिक्षणाचा संबंध सामाजिकदृष्ट्या उपयोगी, म्हणजे उत्पादक, क्रियांकरवी आर्थिक विकास साध्य करण्याशी बांधला जावा; शिक्षणाचा विस्तार व्हावा पण त्याबरोबर गुणवत्तेचा ऱ्हास होता कामा नये.

२. प्राथमिकपासून विद्यापीठीय स्तरांपर्यंतचा सर्व अभ्यासक्रम हा मुख्यतः तीन मूलतत्त्वांवर आधारित असावा;

(अ) आत्मनिर्भरता, आत्मविश्वास, याचबरोबर श्रमकार्याला प्रतिष्ठा हे शिक्षणाचे अविभाज्य अंग मानले जावे;

(आ) समाजसेवेच्या अर्थपूर्ण कार्यक्रमांत विद्यार्थी व शिक्षक यांना सहभागी करून घेऊन, त्यांतून राष्ट्रीयत्वाची व सामाजिक दायित्वाची भावना निर्माण करावी.

(इ) नैतिक मूल्ये, सर्वधर्मसमभाव व त्यांच्या मूलभूत सिद्धान्ताची एकता यावर भर दिला जावा.

३. माध्यमिक व महाविद्यालयीन स्तरांवर विविध सामाजिक शास्त्रांच्या अभ्यासांमधून गांधी विचारधारेचा प्रवेश व्हावा.

४. जात, भाषा, धर्म, आर्थिक अथवा सामाजिक श्रेणी कोणतीही असो, पण प्रत्येक विद्यार्थ्यांसाठी प्राथमिक व माध्यमिक स्तरांवर शाळा सर्वांसाठी खुल्या असल्या पाहिजेत. (कोठारी आयोगाने सुचविलेल्या) 'नेबरहुड स्कूल' म्हणज

'परिसर शाळा'ची कल्पना अमलात आणली पाहिजे, असेही येथे सुचविण्यात आले.

५. आणखी एक महत्त्वाची सूचना अशी होती, की सामाजिक न्याय व राष्ट्रीय एकतेच्या दृष्टीने सर्वच शाळांसाठी समान पद्धत लागू करण्यात आली तरीही, राज्यसरकारांनी, अध्ययनपद्धती, परीक्षापद्धती, पाठ्यक्रमांतील विषय मांडणी, पाठ्यपुस्तकनिर्मिती व शिक्षकांचे प्रशिक्षण या सर्व बाबतींत नवनवीन प्रयोगांत सक्रिय प्रोत्साहन दिले पाहिजे. 'समानते'च्या दृष्टिकोनामुळे शैक्षणिक क्षेत्रातील प्रयोगशीलता व शोधकारिता यांवर निर्बंध येता कामा नयेत.

६. सार्वजनिक व खाजगी नोकऱ्या आणि पदव्या यांच्यातील संबंध तोडला जावा, अशीही शिफारस करण्यात आली.

याबरोबर इतरही अनेक लहान-मोठ्या शिफारसी या संमेलनाने केल्या आहेत.

याच संमेलनात, 'शिक्षणाचा पाया' या विषयावर विनोबाजींनी आपले विचार व्याख्यानातून व प्रवचनांतून मांडले; संमेलनातील सहभागींशी प्रश्नोत्तरेही केली. या साऱ्यांमधून एकूणच शिक्षणाविषयी विनोबाजींनी काही मूलभूत मांडणी केली. या शिक्षणसंमेलनाचे हे एक मोठे योगदान होते.

योग, उद्योग व सहयोग अशी शिक्षणत्रयी विनोबांनी मांडली. योगाचे काम आहे चित्तशुद्धी. इंद्रियांवर अंकुश ठेवणे; आपला आचार, आपली वाणी आणि आपले मन हे आपल्या ताब्यात ठेवणे. गीतेच्या भाषेत स्थितप्रज्ञ होणे. उद्योग म्हणजे श्रमाचे काम. यात शेती प्रमुख. शहरात असो किंवा खेड्यात असो, विद्यालयाला जोडून शेतीचा प्रबंध केला पाहिजे. निसर्गाशी जुळवून घेता आले पाहिजे. विनोबांनी वेदातील एका वाक्याचा आधार घेऊन सांगितले की, सृष्टीत सौंदर्य पाहिजे आणि समाजात सौजन्य; हे दोन्ही मिळून जीवन परिपूर्ण होते. साऱ्या समाजशास्त्रांना आपल्या कवेत घेणारा योग म्हणजे सहयोग, मानवांना, मानवी समाजाला एकत्र जगायचे आहे, त्यामुळे सहजीवन हाच त्याचा पाया आहे. सहजीवनासाठी आवश्यक आहे, दुसऱ्याचे दोष न पाहता, दुसऱ्यांचे गुणग्रहण करावे. सहयोगामागची ही भूमिका आहे.

विनोबाजींनी शिक्षणाला व्यापक स्तरावर नेले आहे. त्याला समाजाशी, वैश्विक समाजाशी आणि निसर्गाशी जोडले आहे, आणि त्यासाठी शिक्षणातून मन घडविण्यावर त्यांनी भर दिला आहे.

सोळावे नयी तालीम संमेलन

सेवाग्राम येथे सोळावे अखिल भारतीय नयी तालीम शिक्षण संमेलन

भरविण्यात आले. हे संमेलन २९-३० नोव्हेंबर व १ डिसेंबर १९७४ असे तीन दिवस चालले. या संमेलनाचे वैशिष्ट्य असे होते की या संमेलनास केवळ नयी तालीमच्या कार्यकर्त्यांनाच आमंत्रण दिले होते. सुमारे दोनशे लोक हजर होते.

या संमेलनाचा उद्देश पुन्हा एकदा नव्याने विचार करून नयी तालीमच्या कार्याला देशभर ऊर्जितावस्था आणण्याचा होता. तसेच पंधराव्या संमेलनात विनोबाजींनी नयी तालीमची जी नवी व्याख्या केली त्या योग-उद्योग-सहयोग या त्रिसूत्रीवर आधारित असा नवा अभ्यासक्रम तयार करण्याचीही मनीषा या संमेलनाने आपल्यासमोर ठेवली होती. संमेलनात यासाठी एक 'पाठ्यक्रम उपसमिती' ही निर्माण करण्यात आली.

डॉ. जाकिर हुसेन समितीने तयार केलेला मूळ अभ्यासक्रम हा पस्तीस वर्षांपूर्वी बनविलेला होता. त्यात वेळोवेळी किरकोळ बदल होऊन अजूनही चालूच होता; परंतु आता परिस्थिती बदलली होती. एकीकडे नयी तालीमला सरकारचा कुठलाच पाठिंबा नव्हता, तर दुसरीकडे सरकारी नेतृत्वाखाली चाललेले शिक्षण समाधानकारक नव्हते.

डॉ. कामेश्वरप्रसाद बहुगुणा यांच्या अध्यक्षतेखाली आणखी एक उपसमिती नेमण्यात आली. ग्रामस्वराज्याची निर्मिती करण्यासाठी ज्या ज्या ठिकाणी कार्य चालले होते, तेथे तेथे नयी तालीमच्या माध्यमातून लोकशिक्षण कसे करता येईल, याचा विचार ही समिती करणार होती.

आजवरचा सरकारी अनुभव विचारात घेऊन, इथून पुढे सरकारवर कोणताही भरवसा न ठेवता नयी तालीम व्यापक बनविण्याचा संकल्पही या संमेलनात करण्यात आला.

पाठ्यक्रम उपसमितीच्या २८ ते ३१ जुलै १९७५ आणि २२ ते २४ ऑक्टोबर १९७५ अशा दोन बैठका होऊन नवीन अभ्यासक्रम तयार केला गेला. चालू काळाच्या गरजांनुसार उत्पादक व लवचिक, विज्ञानसारख्या विषयांचे स्वतंत्र स्वरूप लक्षात घेऊनही विविध विषयांत मेळ घालणारा आंतर-विषय (इंटरडिसप्लिनटी), स्वसंस्कृतीला अनुसरून शरीर व बुद्धी यांच्या विकासाकरवी सामाजिक विकास साधणारा आणि स्वयंअध्ययनास वाव देऊन अध्ययन, श्रमकार्य व जीवन यांचा सकारात्मक दृष्टीने मेळ घालणारा असा हा पाठ्यक्रम निर्माण करण्यात आला.

१९४२ च्या स्वातंत्र्यलढ्याच्या काळात ज्याप्रमाणे नयी तालीमच्या नुकत्याच लावलेल्या रोपट्याला कार्यकर्त्यांच्या राजकीय कार्यातील प्रवेशामुळे काही काल अडचणींचा गेला, त्याचप्रमाणे जून १९७५ पासून राष्ट्रात इंदिरा

गांधी सरकारने पुकारलेल्या आणीबाणीमुळे-पुन्हा एकदा वेगळ्या प्रकारच्या राजकीय कारणामुळे, नयी तालीमच्या देशभरच्या कार्याला आघात सोसावा लागला. ‘‘जून ७५ ते जानेवारी ७७ या काळात सारा देशच जेलखाना बनला होता. नयी तालीमचे अनेक कार्यकर्ते जेलमध्ये गेले किंवा आणीबाणीशी लढण्यासाठी भूमिगत तरी झाले. एवढेच नाही, स्वतः सर्वोदय परिवारही वेगवेगळ्या पक्षांमध्ये विभागला जाऊन, विनोबाजींनी मागील पंचवीस-तीस वर्षांत नयी तालीमसह अन्य विविध कार्यांची जी पायाभरणी केली होती, ती इमारत जणू मातीमोल झाली. हा नयी तालीमसाठी दुसरा मोठा आघात होता. सर्वसेवा संघात विलीन होणे हा पहिला आघात होता.’’[२]

आणीबाणीचा काल संपून जानेवारी १९७७ मध्ये नव ‘जनता सरकार’ केंद्रामध्ये आले. या सरकारने स्थानग्रहण करण्यापूर्वी राजघाटावर गांधीजींच्या समाधीला अभिवादन करून गांधीजींच्या स्वप्नातील भारत निर्माण करण्याचा संकल्प केला. नयी तालीमच्या कार्यकर्त्यांच्या आशा याने पुनश्च पल्लवीत झाल्या.

केंद्रीय शिक्षणमंत्री डॉ. प्रतापचंद्र सुंदर यांनी, नयी तालीमचे अध्यक्ष श्रीश्रीमन्नारायण यांच्या सल्ल्याने १७-१८ मे १९७७ ला सुमारे पन्नास शिक्षणतज्ज्ञांची बैठक दिल्लीमध्ये आयोजित केली. त्यानंतर १० व ११ ऑगस्ट १९७७ दिल्लीला सर्व राज्यांच्या शिक्षणमंत्र्यांचे संमेलन बोलावले गेले. या दोन्ही संमेलनांमध्ये १०+२+३ हाच आराखडा प्रामुख्याने चर्चेमध्ये होता. शिक्षणमंत्र्यांच्या संमेलनाचे उद्‌घाटन करताना, तत्कालीन पंतप्रधान मोरारजी देसाई यांनी, स्पष्टपणे बजावले की, ‘‘१०+२+३ ही पद्धती केवळ बुनियादी शिक्षणाच्या सिद्धांतांवर आधारित असली तरच ती यशस्वी होऊ शकेल, अन्यथा तिच्यामुळे आपले प्रश्नच अधिक तीव्र होतील.’’[३] परंतु या विधानाचे कोणतेही पडसाद प्रत्यक्ष संमेलनाच्या अहवालात पडले नाहीत. परंतु सरकारतर्फे मात्र सदैव गांधी विचाराधारित धोरणे बनविण्याची भाषा मात्र होत होती.

आता मात्र नयी तालीम समितीने आपणहूनच पुढाकार घेऊन, १८-१९-२० डिसेंबर १९७८ असे तीन दिवसांच ‘तिसरे राष्ट्रीय शिक्षण संमेलन’ नवी दिल्ली येथे आयोजित केले. (यापूर्वीची दोन संमेलने अनुक्रमे पुणे येथे १९३९ साली व नवी दिल्ली येथे १९४१ साली भरविण्यात आली होती.) या संमेलनास, योजना आयोग, विद्यापीठ अनुदान मंडळ, एन्.सी.ई.आर.टी., केंद्र व राज्य सरकारांचे प्रतिनिधी सुमारे तीस विद्यापीठांचे प्रतिनिधी आणि सुमारे शंभर शिक्षणतज्ज्ञ अशांना आमंत्रित करण्यात आले होते. तीन दिवस संमेलनात झालेल्या चर्चांतून अनेक

महत्त्वपूर्ण शिफारसी करण्यात आल्या. त्यात मुख्यतः प्रचलित शिक्षण पद्धती पूर्णतः अयशस्वी झाल्याचे मान्य करण्यात येऊन गांधीजींच्या विचारांवर आधारित बुनियादी शिक्षणप्रणालीला, नव्या परिस्थितीत, नव्या मुद्द्यांना घेऊन, प्रस्थापित करावे असे मांडण्यात आले.

या सर्व प्रयत्नांमागे नयी तालीम समितीचे अध्यक्ष श्रीश्रमन्नारायण यांचा खंबीर आधार होता. परंतु संमेलनानंतर लगेचच दिनांक २ जानेवारी १९७८ ला त्यांचे निधन झाले आणि नयी तालीमचा आधारच कोसळला.

अशाही परिस्थितीत, नयी तालीम समितीचा प्रयत्न, सरकारला नयी तालीमच्या तत्त्वांवर आधारित अशी शिक्षणप्रणाली स्वीकारायला लावण्याचा प्रयत्न चालूच होता.

पुन्हा एकदा आपला मुद्दा उचलून धरण्यासाठी, सतरावे अखिल भारतीय नयी तालीम संमेलन बैरकपूर (कोलकाता) येथे २७ ते ३० मे १९७९ असे तीन दिवस भरविण्यात आले. भारत सरकारने स्वीकारलेल्या शिक्षणविषयक धोरणावर व्यापक चर्चा करणे हा या संमेलनाचा उद्देश होता. चर्चा झाल्या; परंतु त्यातून निष्पन्न असे फारसे काही झाले नाही. आणि दरम्यान नवे शिक्षण धोरण आखणारे जनता सरकारही कोसळले.

या सर्व खिन्न अनुभवावरून सुंदरलाल बहुगुणा यांनी असा निष्कर्ष काढला[४] की, ''भारताचे हे दुर्भाग्य आहे की शिक्षण हा राजकीय पक्षांचा विषय झाला आहे. जोवर शिक्षण सरकारच्या ताब्यात आहे तोवर हे असेच होत राहणार. अशा परिस्थितीत बुनियादी शिक्षणाचे भवितव्यही गाढ अंधारात आणि धोक्यातच असणार आहे.''

पंचमुखी स्मृती कार्यक्रम

१९६७ साली आर्यनायकम् यांचे निधन झाले. त्यांच्या तीस वर्षांच्या समर्पित सेवेची स्मृती कायम राहावी यासाठी आशादेवी प्रयत्नशील होत्या. आर्यनायकम्‌जींच्या स्मारकाची त्यांची कल्पना अशी होती, की सेवाग्राममधील भूमी, इमारती आणि सारी साधनसामग्री यांचा उपयोग करून, अहिंसक शिक्षण आणि संशोधन यांचा एक पंचमुखी कार्यक्रम अमलात आणला जावा. त्यामध्ये,

१. एक नयी तालीम निवासी विद्यालय असावे. ७ ते १८ वर्षांपर्यंतच्या मुलांच्या शिक्षणाची व्यवस्था असावी. समन्वित पूर्ण अभ्यासक्रम असावा. हे विद्यालय अन्न, वस्त्र, आरोग्य, स्वच्छता, सांस्कृतिक उपक्रम यांच्या सामुदायिक

आधारावर ते स्वावलंबी असावे. त्याच्या सर्व सदस्यांनी लोकशाही पद्धतीने त्याचे नियंत्रण करावे.

२.कृषी व पशुपालन विभाग - जिथे शास्त्रीय दृष्टीने काम केले जावे.

३.ग्रामआधारित उद्योग-इंजिनियरिंग यांच्या बाबतीतील ग्रामीण तंत्रज्ञान विभाग चालावा.

४. पाचव्या दशकात, डॉ. एल्टन कैसलद्वारा सुरू केलेल्या कामाला अनुरूप अशा भावनेने एक सफाई विद्यालय चालविले जावे.

५. गांधीजींचे (शैक्षणिक) सिद्धान्त व कार्य, पाहण्याची, समजावून घेण्याची सुविधा असलेले एक आंतरराष्ट्रीय केंद्र असावे.[५]

श्रीमती आशादेवी आर्यनायकम् यांनी अशी इच्छा प्रदर्शित करूनही या दिशेने फारसे काही घडले नाही. याची कारणमीमांसा करताना, मार्जरी साइक्स यांनी म्हटले आहे की, ''१९६९ पासून सेवाग्रामच्या स्वरूपात हळूहळू परिवर्तन होऊ लागले. हे परिवर्तन, अंशतः इथे मेडिकल कॉलेज निघाल्यामुळे झाले. डॉक्टर सुशीलाने या कॉलेजसाठी खूप परिश्रम घेतले. दुसरे अंशतः कारण असे, की वर्धा भागाचा विस्तार होऊन सेवाग्राम मार्गावर औद्योगिक क्षेत्र निर्माण झाले. या दोन्ही कारणांमुळे सेवाग्रामच 'गांवपण' हरवले. मेडिकल कॉलेजच्या इमारती काय किंवा विद्यार्थी वसतिगृह काय, या साऱ्या इमारती आधुनिक पद्धतीच्या नि आधुनिक सुखसोयींनी व्याप्त अशाच आहेत.'' साईक्स पुढे म्हणतात, की त्यांच्यासारख्यांच्या अशा अपेक्षा होत्या परंतु की ''श्रेष्ठ अशा ग्रामीण परंपरांना अनुसरून व (ग्रामीण) सामग्रीचा उपयोग करून साध्या, स्वच्छ, सुंदर अशा आदर्शरूप, स्थानिक गावाच्या इमारतींसारख्या त्या नाहीत.''[६]

अखेरीस १९७४ साली आनंदनिकेतन विद्यालय बंद करण्यात आले. याच वर्षी तामिळनाडूमध्ये झालेल्या बुनियादी संमेलनात डॉ. माल्कम आदिषैय्या यांनी असे सुचविले, की श्रमावर आधारित शिक्षणाच्या दोन पूर्वअटी पुऱ्या व्हाव्या लागतात. एक, पूर्ण लोकशाही तंत्राने त्याचा कारभार सहभागींनी चालवणे; आणि दोन, सर्व शाळा-कॉलेजेस दोन वर्षांसाठी पूर्णपणे बंद करून सर्व विद्यार्थ्यांना शेती व कारखान्यांमध्ये नियमितपणे काम करायला पाठविणे. मार्जरी साइक्स यांचे यावरील भाष्य असे आहे की, ''नजीकच्या भविष्यात, यांपैकी कुठलीही अट पूर्ण होण्याची शक्यता नाही.''

नयी तालीमची सुवर्णजयंती

१९८७ साली बुनियादी शिक्षणाच्या संकल्पनेची (आणि प्रयोगांची)

सुवर्णजयंती साजरी केली गेली. मार्जरी साइक्स यांनी त्या वेळी केलेल 'चिंतन' अनुभवाधारित आणि नयी तालीमच्या सिद्धान्तांवरील विश्वासाने केलेले असल्यामुळे महत्त्वाचे आहे. सेवाग्राममधील 'ग्रामविद्यालय किंवा आनंदनिकेतन' आणि सेवाग्राम गाव यांमध्ये एक स्वाभाविक असा संपर्क ठेवला गेला होता. सेगाव (सेवाग्राम)च्या सामाजिक वातावरणामध्ये पहिल्या काही वर्षांमध्ये विद्यालय सुरक्षित होते; आणि मार्जरी साइक्स यांच्या मते, त्यामुळे ते एक शक्तीस्रोत म्हणून पुढे आले. मात्र हा संपर्क पुढे कमी झाला. इतर, म्हणजे उत्तरबुनियादी, विश्वविद्यालय अशा संस्था पुढे नयी तालीमच्या आवारात सुरू झाल्या आणि आनंदनिकेतन हे निवासी विद्यालय होऊन त्याचा गावाशी असलेला संपर्क दिवसेंदिवस कमी होत गेला. त्यामुळे हा शक्तीस्रोतही दिवसेंदिवस विझत चालला. त्याचे रूपही असे आदर्श राहिले नाही, की ते पाहून कोणतेही गाव अशा धर्तीवर आपली स्वतःची शाळा आपल्याच साधनांनी उभी करू शकेल. शिवाय बुनियादी शिक्षण व्यवहारांतील शिक्षकही कधी उत्पादक उद्योगाकरवी स्वतःला आत्मनिर्भर करू शकले नाहीत. त्यामुळे असे काही उदाहरण ते विद्यार्थ्यांपुढे ठेवू शकले नाहीत. १९८७ हे नयी तालीमचे सुवर्णजयंतीचे वर्ष होते.

नयी तालीमची संकल्पना प्रत्यक्षात उतरवण्याचा जो प्रयोग सुरू करण्यात आला होता, त्याला पन्नास वर्ष म्हणजे अर्धशतक उलटले होते. अनेक उन्हाळे-पावसाळे या प्रयोगाने अनुभवले होते. देशात शिक्षणाचे पाश्चात्त्य वारेच अधिक पसरले होते, त्यामुळे नयी तालीमला आपला पसारा आवरता घ्यावा लागला होता. या संमेलनातील कार्यकर्त्यांची उमेद मात्र अशी होती की, "नयी तालीमच्या कल्पनेतला भारत हा एक असा समाज आहे की जो कुणाला भीत नाही नि कुणाला भीतीही घालत नाही, जो स्वतः संपन्न आहे आणि शेजाऱ्यांचा मित्र आहे. त्याचा आधार हिंसा नव्हे तर सहकार नि सहिष्णुता हा आहे. नयी तालीमच्या योजनेनुसार भारतीय समाज शोषणयुक्त, स्वतंत्र व अहिंसक होईल."[७] यासाठी, या संमेलनातील विचारविनिमयानंतर, असा विश्वास व्यक्त करण्यात आला की, सेवाग्राम तसेच देशातील अन्य ठिकाणी, पहिल्या दहा-वीस वर्षांत नयी तालीमचे जे काही काम झाले, त्यातून समाजपरिवर्तनासाठी लागणाऱ्या शक्तीचे दर्शन झाले आहे; याची आठवण पुन्हा एकदा देशाला करून द्यायला हवी. तसेच जिथे कुठे तुटकपणे नयी तालीमचे काम चालले होते, त्याच्यात पुन्हा एकदा प्राण कसा ओतता येईल याचाही विचार संमेलनात झाला.

थोडक्यात असे, की नयी तालीमच्या पन्नासाव्या वर्धापनदिनी पुन्हा

एकदा नयी तालीमच्या कार्याला वाहून घेण्याचा आणि पुढचे वर्षभर सुवर्णजयंती वर्ष म्हणून साजरे करण्याचा निश्चय करण्यात आला. संमेलनाच्या अखेरीस काही निर्णय घेण्यात आले.

१. देशाच्या वेगवेगळ्या भागांमध्ये नयी तालीम संमेलने आयोजित करणे,

२. या संमेलनांनंतर १९८८ सालच्या हिवाळ्यात एक अखिल भारतीय संमेलन भरवणे.

३. हिंदुस्तानी तालिमी संघाची प्रकाशने, उदाहरणार्थ, पाठ्यक्रम, पत्रिका, अहवाल यांचे पुनःप्रकाशन करणे.

४. आपापल्या कामांचे अहवाल, परिणाम, काम करताना येणाऱ्या अडचणी यांच्या प्रकाशनांकरिता एक द्वैमासिक पत्रिका सुरू करणे, तोवर हे अहवाल आचार्यकुलाच्या पत्रिकेत प्रकाशित करणे.

५. देशाच्या वेगवेगळ्या भागांत चाललेल्या नयी तालीमच्या कामांची एक सूची तयार करणे.

६. दोन वा तीन अशी चर्चासत्रे आयोजित करणे की ज्यामध्ये शिक्षणतज्ज्ञ, शिक्षणक्षेत्रांतील विद्वान, केंद्र व राज्यांचे प्रतिनिधी आणि नयी तालीमचे कार्यकर्ते भाग घेतील. हे सर्व जण प्रत्यक्ष अनुभवांच्या आधारावर विचारविनिमय करून देशातील प्रचलित शिक्षणप्रणालीचा विकास कसा करावा, याविषयी सुचवतील.

देशातील शैक्षणिक व सामाजिक प्रश्नांची सोडवणूक केवळ शिक्षणप्रणालीतील क्रांतिकारक परिवर्तनातूनच होऊ शकेल आणि त्याकरवी देशामध्ये एका नवसमाजाची निर्मिती होऊ शकेल व हे परिवर्तन नयी तालीम प्रणालीतूनच होईल. यावरील

आपला विश्वास अधोरेखित करून, देशाला नयी तालीम प्रणालीचाच आधार घ्यावा लागेल असे सूचित केले.

धीरेंद्र मजूमदार यांनी, आपल्या, 'भूदान-यज्ञ-आंदोलन : विचार और प्रक्रिया' या पुस्तकाच्या सुरुवातीसच गांधीजींच्या दोन आठवणी दिल्या आहेत. या दोन्ही घटना आहेत भारतीय स्वातंत्र्यानंतर लगेचच घडलेल्या. १९४७ सालच्या अखेरीच्या.

चरखा संघ, हिंदुस्तानी तालिमी संघ अशा सर्वच रचनात्मक कार्य करणाऱ्या संस्थांची एक सभा पाटणा येथे भरली होती. एकेका संघाची सभा पुरी होत गेली. चरखा संघाच्या संदर्भातील अखेरची बैठक चालू होती. तालिमी संघाच्या बाबतीतली सभा होऊ गेलेली होती, आणि आर्यनायकम्‌जींना दिल्लीला निघायचे

होते. म्हणून, चर्चा चालू असतानाच, गांधीजींचा निरोप घेण्यासाठी ते गांधीजींच्या कानाशी लागले.

गांधींनी विचारले, इतकी घाई काय आहे? आर्यनायकम् म्हणाले की, केंद्रीय शिक्षणमंत्र्यांना भेटून, शिक्षणाबाबतची योजना, त्यांना काँग्रेस रचनात्मक समितीच्या वतीने, सादर करायची आहे, आणि म्हणून जायला हवे आहे.

गांधीजींनी जरा अधिक चौकशी केल्यावर, आर्यनायकम्जींनी त्यांना, आचार्य कृपलानींनी तयार केलेली योजना ऐकवली.

गांधीजी स्मित करून म्हणाले, ''प्रोफेसरसाहेबांना सांगा, रचनात्मक काम करण्यासाठी तेथे जागा नाहीये.'' सरकार काय करू शकणार नाही याबाबतची गांधीजींची भूमिका नेहमीच स्पष्ट होती.

धीरेनदांची दुसरी आठवणही याच विषयाच्या संदर्भातील आहे. १९४७ सालच्या अखेरीस, गांधीजींच्या नजीकच्या संपर्कातील लोक दिल्लीत एकत्र जमले होते. आचार्य कृपलानी, शंकरराव देव, डॉ. जाकिर हुसेन, वगैरे नेत्यांसहित रचनात्मक कार्य करणाऱ्या संस्थांचे कार्यकर्तेही तेथे उपस्थित होते. चर्चेचा मुख्य विषय होता तो, स्वातंत्र्योत्तर राष्ट्रनिर्माणाची दिशा कोणती असावी, याबद्दलचा. या चर्चेला एक पार्श्वभूमी होती. स्वातंत्र्य मिळाले होते. काँग्रेसचे नेते आता राज्यकर्ते म्हणून काम करू लागले होते. पण, प्रथमपासून त्यांनी आर्थिक वा सामाजिक क्षेत्रातील धोरणांमध्ये गांधीजींच्या कोणत्याच कार्यक्रमांचा समावेश केला नव्हता; आणि गांधीजींचा मार्ग ते अवलंबूही इच्छित नव्हते. त्यामुळे चर्चेचा सारा ओघ वळला तो, या राष्ट्रीय परिस्थितीत रचनात्मक कार्यामधील कार्यकर्त्यांचे कर्तव्य काय असेल, याकडे. कारण या बहुतेकांची समजूत आणि अपेक्षाही अशी होती की स्वातंत्र्यानंतर राष्ट्राच्या उभारणीचे कार्य गांधीजींनी दर्शविलेल्या दिशेनेच होईल. परंतु भ्रमनिरास होऊ लागला होता, आणि गांधीवादी विचारसरणीच्या या लोकांनीच सरकारात शिरावे की काय, अशीही भावना चर्चेमध्ये व्यक्त होत होती.

अशी अटीतटीची चर्चा चालू असतानाच, सभेच्या ठिकाणी गांधीजींचा प्रवेश झाला. कार्यकर्त्यांनी आपल्या मनातील खंत गांधीजींपुढे व्यक्त केली. त्यांनी सारे ऐकून घेतले आणि आपले स्पष्ट मत कार्यकर्त्यांना सुनावले. ते म्हणाले, की यासाठी सत्तेमध्ये प्रवेश करण्याची आवश्यकता नाही. इतकेच नव्हे तर, रचनात्मक कार्य करण्याच्या दृष्टीने सत्तेत प्रवेश करणे, ही गोष्ट निरर्थक आहे. गांधीजींनी येथे, आपल्या या मताचे दिलेले स्पष्टीकरण खूप महत्त्वाचे आहे. ते म्हणतात, 'वास्तवातील अधिकार हे सत्ताधाऱ्यांकडे नसतात. ते तर असतात जनतेच्याच

हातात आणि याची पक्की जाणीव लोकांना असायला हवी. तशी ती नसेल तर लोकांना याची जाणीव करून देण्याचे काम रचनात्मक कार्यातील कार्यकर्त्यांनी केले पाहिजे. जनतेला आत्मशक्तीची जाणीव करवून देऊन त्यांचे संघटन करणे, हेच तर रचनात्मक कार्याचे खरे उद्दिष्ट आहे.'

महात्मा गांधींचे असे पक्के मत होते, की राष्ट्रनिर्माणाची वाट रचनात्मक कार्याच्या प्रांगणातून जाते, आणि हे कार्य सरकारचे नाही, तर ते जनतेने आपणहून संघटित होऊन, आपणच आपल्यासाठी करायचे असे ते कार्य आहे. सरकार हे करू शकणार नाही. विशेषतः शिक्षणाचे काम हे तर सरकारचे कामच नाही.

गांधीजींची शिक्षणविषयक भूमिका

१९३७ साली गांधीजींकरवी मांडल्या गेलेल्या नयी तालीमच्या विचारांवर आधारित प्रयोग सेवाग्राममध्ये लगोलग सुरू झाला. बिहार राज्याने मोठी उचल खाऊन या प्रयोगाचा विस्तार केला. अन्य प्रांतांमध्येही बुनियादी शाळांचे पेव फुटले. स्वातंत्र्याच्या काळापर्यंत आशा-निराशेच्या गर्तेतून जाऊनदेखील पहिल्या सात-आठ वर्षांत बुनियादी शिक्षणाचा विचार आणि शाळा दोन्हींचा प्रसार झाला. १९४४ साली आगाखान पॅलेसमधील स्थानबद्धतेतून सुटका झाल्यानंतर गांधीजींनी जीवनभराच्या शिक्षणाचा नवा विचार मांडला. आता बुनियादी शिक्षणाला, प्रौढ शिक्षण, पूर्वबुनियादी, उत्तरबुनियादी आणि उत्तमबुनियादी असे विभाग मागे-पुढे जोडले. जाऊन, पुनश्च नव्या उभारीने, जीवनशिक्षणाचा विस्तारित प्रयोग सेवाग्राम व अन्य अनेक ठिकाणी होऊ लागला. १९४७ सालची स्वातंत्र्यप्राप्ती व १९४८ सालचे गांधीजींचे निधन या दोन्ही, अनुक्रमे आनंददायी व दुःखद घटना पचवून, कार्यकर्त्यांच्या जिद्दीने प्रयोग पुढे सरसावला. नव स्वतंत्र भारताच्या काँग्रेसप्रणित सरकारकडून बुनियादी शिक्षणाच्या सार्वत्रिकीकरणाबाबत कार्यकर्त्यांच्या उदंड अपेक्षा होत्या. परंतु वास्तवाची जाण मात्र गांधीजींनीच दर्शविली होती. त्यामुळे शिक्षण हे सरकारचे काम नाही, अशीच त्यांची आयुष्याच्या अखेरीस भूमिका राहिली.

शिक्षणाचे काम हे सरकारचे कामच नाही, ही भूमिका गांधीजींनी आणि पुढे विनोबाजींनीही अनेकदा मांडली आहे. नयी तालीमच्या व्यापक प्रयोगाचाही हाच अनुभव होता. १९७२ ला सेवाग्राम आश्रमात केलेल्या आपल्या भाषणात विनोबाजींनी सुरुवातीलाच आपली 'सरकार व शिक्षण' यांबाबतची भूमिका स्पष्ट केली. ते म्हणतात, ''माझ्या मनात असे येते आहे की, मुळातच घाव

घातले पाहिजे. शिक्षण हे सरकारी तंत्रातून मुक्त झाले पाहिजे. शिक्षणावर सरकारचा कोणताही वरदहस्त असता कामा नये. शिक्षकांचे वेतन सरकारने जरूर द्यावे; ते सरकारचे कर्तव्यच आहे. परंतु जसा न्यायविभाग स्वतंत्र आहे, आणि सर्वोच्च न्यायालय सरकारच्या विरोधात निकाल देऊ शकते, आणि दिलेलेही आहेत; पण न्यायाधिशाला पगार मात्र सरकारकडूनच मिळतो. अशाच प्रकारे शिक्षण स्वतंत्र झाले पाहिजे. जर हे घडून आले नाही, तर फार मोठा धोका आहे आपल्या देशाला.''

सरकारने दुर्लक्ष केल्यामुळे नयी तालीमचा प्रयोगशील विचार अधुरा राहिला, असे काही प्रमाणात म्हणता येईल. खरे तर गांधीजींपुढे जशी भविष्यात साध्य करावी अशी समाजरचनेची, आदर्श समाजव्यवस्थेची रचना होती, तशी ती सामान्यतः सरकारपुढे असत नाही. सरकार स्वभावतःच दीर्घदृष्टी ठेवू शकत नाही. वर्तमानातच असणे हे अपरिहार्यपणे सरकारला स्वीकारावे लागते. मात्र शिक्षण हे नेहमीच भावीकालाभिमुख असते, असावे लागते. ते आजच्या विद्यार्थ्यांच्या भावी जीवनासाठी असते. गांधीजींनी दिलेल्या पद्धतीनुसार ते आजच्या जीवनातून यावे लागते; त्याने जीवनाबरोबर प्रवास करावा लागतो. बदलत्या जीवनानुसार बदलण्याचे सामर्थ्य त्यात असावे लागते. शिक्षणाने माणसाची जीवनभरची साथ करायची असते. तसेच, हे सारे करीत असतानाच शिक्षणाने नवीन समाजजीवनाची घडण करीत जायचे असते. ती दिशा शिक्षणकर्त्यांसमोर ठळकपणे असावी लागते.

नयी तालीमचे कार्य असे विशिष्ट दिशा ठरवून त्या दिशेने पावले टाकीत जाण्याचे होते. गांधीजींनी दिलेल्या रचनात्मक कार्यांना ऊर्जा पुरविण्याचे कार्य, हे नयी तालीमचे कार्य होते. नवी शोषणरहित अहिंसेवर आधारित अशी सहकारी समाजरचना घडविणे, हे तिचे अंतिम ध्येय होते.

जेव्हा जेव्हा, जे जे समाजगट, या ध्येयाच्याद्वारे मार्गक्रमण करू पाहतील, त्यांना नयी तालीमचा मूलभूत विचार आणि नयी तालीमचा इतिहास प्रकाश पुरवतील, इतके संचित या संकल्पनेत आहे.

धीरेंद्र मजूमदार

ही गोष्ट आहे १९२१ सालची. वाराणसीच्या हिंदु विश्व विद्यालयात, इंजिनियरिंग कॉलेजमध्ये, धीरेंद्र मजूमदार या युवकाने, नुकताच प्रवेश घेतला होता. प्रवेश घेऊन केवळ पाचच महिने लोटले होते. भारतात असहकाराचे आंदोलन उभे ठाकले होते. गांधीजींचे शिक्षकांना-विद्यार्थ्यांना शाळा-कॉलेज सोडण्याचे

आणि आंदोलनात उतरण्याचे आवाहन होते.

धीरेंद्रला त्यापूर्वीच्या आयुष्यात राष्ट्रीयत्व, स्वातंत्र्य, अशा गोष्टींची कोणतीच प्रेरणा नव्हती. एकूण अशा राजकीय क्षितिजाविषयीचे अज्ञानही भरपूर होते. केवळ आपला अभ्यास आणि जवळपासचे मित्रमंडळ, यांव्यतिरिक्त अन्य काही ओढ नव्हती. कुटुंबाची पार्श्वभूमी ब्राह्मो समाजाची असल्यामुळे, प्रवृत्ती सुधारकाची आपोआपच घडलेली होती, एवढेच काय ते, अगदी खुद्द बंगालमध्ये वास्तव्य असूनही वंगभंगाच्या चळवळीविषयीही काहीच माहिती नसलेला हा तरुण.

निमित्त होते मावसबहिणीच्या विवाहाचे. कॉलेजमध्य 'पिकेटिंग'चे वातावरण पसरलेले होते. त्यात मावसबहिणीचे आग्रहाचे आमंत्रण आले. तिने पत्रात लिहिले होते, की एवीतेवी कॉलेजमध्ये तास होतच नाहीत, त्यामुळे रजा काढून लग्नाला आलास तर या पिकेटिंगच्या झंझटातूनही सुटशील. धीरेंद्र आणि त्याचा एक मित्र यांनी विवाहाला जाण्याचा निर्णय घेतला. प्राचार्यांच्या नावे अर्ज लिहायला धीरेंद्र बसला आणि कसे कुणास ठाऊक, अगदी स्वतःच्याही नकळत लिहून गेला 'राष्ट्राच्या हाकेला उत्तर म्हणून, सरकारी साहाय्याने चालणाऱ्या कॉलेजमध्ये शिकणे मी नाकारत आहे. कृपया माझे नाव रजिस्टरमधून काढून टाकावे.'

स्वारी 'राजीनामा' द्यायला प्राचार्यांकडे गेली. त्यांनी विचारले, 'हा अर्ज बेहोशीत तर लिहिला नाहीस?' 'नाही. पूर्ण विचारांती लिहिला आहे' असे धीरेंद्रने स्पष्टपणे सांगितले. प्राचार्य होते आयरिश, त्या वेळी आयर्लंडचाही स्वातंत्र्यलढा चालू होता. त्यामुळे प्राचार्य उद्‌गारले, 'मला खूप आनंद होतोय, तुझ्या या निर्णयाचा. माझे आशीर्वाद तुझ्या पाठीशी आहेत.'

दुसऱ्या दिवशी सकाळी ट्रंका घेऊन मित्रांसमवेत धीरेंद्र कॉलेजबाहेर पडला. टांगा केला आणि मग कुठे जायचे याचा विचार सुरू झाला. त्यातील एका मित्राचा जहालवादी मंडळींशी थोडासा संपर्क होता. त्याने कलकत्याला सी.आर.दास यांच्याकडे जावे असे सुचविले. अर्थात, कलकत्त्याला प्रस्थान ठेवण्यापूर्वी कुठल्यातरी एखाद्या धर्मशाळेत टेकायचे ठरवले. टांगेवाला मात्र, थोडेफार बंगाली कळत असल्याने ही चर्चा समजू शकत होता. मग त्यानेच सुचविले, 'मला असे दिसते आहे, की तुम्ही मुले कॉलेज सोडून निघाला आहात. धर्मशाळेत कशाला जाता? इथे भदैनीमध्ये गांधीबाबांनी एक शाळा उघडली आहे...' आणि टांगेवाल्याने या मंडळींना सरळ शाळेच्या दारात नेऊन पोचवले.

धीरेंद्र मजूमदारांचे आयुष्य अशातऱ्हेने वेगळे वळण घेऊन गांधी आश्रमात, आचार्य जे.बी. कृपलानींच्या सहवासाने नि सहकार्याने घडू लागले. तेथे सुतारकामांपासून, ग्रामीण जीवनाला भिडण्याची संथा मिळाली आणि मग आयुष्यभर ग्रामक्रांतीच्या दिशेने अखंड वाटचाल त्यांनी केली.

लोकनिष्ठा, लोकचेतना आणि लोकशक्ती हे धीरेंद्रभाईंचे क्रांतिसूत्र होते. ग्रामीण विकास, ग्रामीण तंत्रज्ञान, व ग्रामीण शिक्षण यांना भिडून ग्रामस्वराज्याचे स्वप्न साकार करण्याची ईर्षा त्यांना होती.

'बोधयन्तः परस्परम्' ही शिक्षणनीती धीरेनदांनी अवलंबिली आणि आपल्या विविध ठिकाणच्या प्रयोगांतून प्रत्यक्ष साकारली. धीरेनदांनी म्हटले आहे, ''शिक्षणाला जेवढे स्वाभाविक रूप देता येईल तेवढे दिले पाहिजे. म्हणून मी म्हणतो की एकत्र बसू या. सहजीवन असेल तर सगळेच सहज होईल. गुरू-शिष्य संबंध नसले तरी सहविचार, सुखसंवाद, विचारांची देवाणघेवाण या साऱ्या गोष्टी स्वाभाविकच आहेत. यात देवाणघेवाण असेल, फक्त 'देवाण' नाही. गुरूकडूनच शिष्य शिकतो असे काही नाही. गुरु-शिष्य एकत्रित संवाद झडला तरच काही मिळेल. म्हणून मी म्हणतो, की साधना, व्यापार, संघटन वा राजसत्ता या दूर सारल्या तरी सहवासशिक्षण आणि अन्योन्यशिक्षण या गोष्टींचे महत्त्व मानावेच लागेल. जसे मित्र अन्योन्य असतात तद्वतच शिक्षक व विद्यार्थी, दोघेही, अन्योन्य शिक्षक आणि अन्योन्य विद्यार्थी आहेत, ही भूमिका घेऊनच शिक्षण व्हायला हवे.''[८]

धीरेनदांची पहिली ग्रामीण प्रयोगशाळा उभी राहिली ती १९३०-३२ सालांमधील आंदोलनांतून बाहेर आल्यानंतर फैजाबाद जिल्ह्यात रणीवा नावाच्या खेडेगावात. ग्रामसफाई, आरोग्यसेवा, ग्रामनिवास, विणकाम, सुतारकाम, साबणउद्योग यांच्याबरोबरच त्यांनी शिक्षणाला हात घातला. रात्रशाळा, ग्रामोद्योग विद्यालय, खादी शिक्षणाचे केंद्र, चरखा विद्यालय, स्त्रीशिक्षण, कताई प्रशिक्षण, कागद उद्योग प्रशिक्षण अशा विविधांगी प्रयोगांनी ग्रामक्रांतीची साधना येथे चालली. हे कार्य चालू असतानाच ९ ऑगस्ट १९४२ ला क्रांतीचे शिंग देशात फुंकले गेले. धीरेंनदांना अटक झाली आणि त्यांचा आश्रमही जप्त करण्यात आला.

१९४५ साली त्यांची तुरुंगातून मुक्तता झाली आणि 'अहिंसक समाज स्थापने'चे गांधीजींचे स्वप्न अंगीकारून, धीरेंद्रजी सेवाग्राममध्ये दाखल झाले. तेथील शिबिरात 'समग्र ग्रामसेवे'चा संदेश घेऊन, बनारस जिल्ह्यातील 'सेवापुरी' गावात जाऊन, त्यांनी नव्याने काम सुरू केले. काही काळाने त्यांना पुनश्च नव्या ठिकाणी प्रस्थान ठेवावे लागले, धीरेनदा बिहारमधील 'खादीग्राम'शी जोडले

गेले. नव्या ठिकाणी विचारांची नि स्वप्नांची नवी शिदोरी घेऊन जावे आणि नव्या भूमीवर नवे प्रयोग सुरू करावेत अशी धीरेनदांची पद्धत. खादीग्रामनंतर, १९६० च्या एप्रिलमध्ये त्यांनी पूर्णिया जिल्ह्यातील बलिया गावात नव्याने काम सुरू केले. तेथ 'सर्वजनाधार' घेऊनच काम करण्याचा निर्णय झाला होता. याच वेळी वयाची साठ वर्षे पूर्ण झाली आणि धीरेनदांनी सर्व संस्था-संघटनांमधील आपली पदे आणि पदांची जबाबदारी यांमधून मुक्तता स्वीकारली.

त्यापूर्वी बलियामध्ये काम करता करता धीरेंद्र मजुमदार यांनी 'ग्रामभारती'चा, म्हणजे नयी तालीमच्या समग्र शिक्षणाचा, प्रयोग हाती घेतला. 'ग्रामविश्वविद्यालया'ची गांधीजींची संकल्पना साकारण्यासाठी सुरू केलेला हा नवा अध्याय होता. १९५६ च्या जानेवारीत सुरू झालेली 'श्रमशाला' हा बुनियादी शिक्षणाचा अत्यंत काटेकोर पण अभिनव प्रयोग होता.

धीरेंद्र मजूमदार यांनी इवान इलिच यांच्याही पूर्वी शाळा-मुक्ती (डीस्कुलिंग) चा प्रयोग केला होता. शाळा नकोच, सारे गावच शिक्षणाचे केंद्र अशी भूमिका मांडून तसा प्रयोगही त्यांनी 'ग्राम-गुरुकुल' या नावाने व्यवहारात१९७० च्या दशकात आणला होता.

ग्राम-गुरुकुल किंवा ग्राम विश्वविद्यालय या नावे धीरेंद्रदा यांनी केलेल्या सरकार-मुक्त शिक्षणाच्या प्रयोगाची प्रमुख सूत्रे अशी होती.[९]

१. गावातील शिक्षण गावाच्याच हातात. इयत्ता पाचवीपर्यंतचा अभ्यासक्रम गावातील वातावरणाशी निगडित असा असेल, शाळेच्या प्रशासनात गावाची भागीदारी असेल व शिक्षक ग्राम-संघटनांचे सदस्य असतील.

२. शाळेमध्ये शिकविण्याचा बंदिस्त असा कार्यक्रम नसेल. शिकण्याचा अभ्यासक्रम गावातील शेती-पशुसंवर्धनासारखे व्यवसाय, तेथील सामाजिक-सांस्कृतिक वातावरणाशी जोडलेला असेल. खेड्यातील साऱ्या व्यवसायांत विज्ञानाचा वापर होऊन उत्पादनवाढीचा प्रयत्न केला जाईल; गावातील तंटे-बखेडे गावातच सामोपचाराने मिटविले जातील आणि या साऱ्या गोष्टी हा अभ्यासक्रमाचाच भाग असेल.

३. गावातील मुला-मुलींबरोबर प्रौढ स्त्री-पुरुषही या (मुक्त) शिक्षणव्यवस्थेचे लाभार्थी असतील. शिक्षक व विद्यार्थी आपले शिक्षण प्रत्यक्ष गावात त्याचे प्रयोग अमलात आणूनच करतील; प्रौढांबरोबर संपर्कात राहूनच करतील.

४. शिक्षक हा कुणाचा 'नोकर' नसेल. तो एक स्वतंत्र व्यक्ती, स्वतंत्र

नागरिक असेल. तो सदैव ग्रामविकासात सहभागी असेल, गावाला यथाशक्ती मार्गदर्शन करीत राहील. अशा शिक्षकांचा समूह हाच शिक्षणाचे व्यवस्थापन करील.

५. हा गावपातळीवरील शिक्षणाचा प्रयोग जेव्हा जिल्हास्तरावर पूर्णतः अंमलात येईल, तेव्हाच खऱ्या अर्थाने शाळा सरकारमुक्त होईल. धीरेंद्र मजूमदार यांनी स्वतःच हा प्रयोग स्वतःच्या हिमतीवर बिहारमधल्या अनेक गावांमधून केला. त्यासाठी आपल्या मृत्यूपर्यंत खस्ता खाल्ल्या. २१ नोव्हेंबर १९७९ ला त्यांचे निधन झाले.

बुनियादी शिक्षणाचा वेगळ्या अंगाने नि वेगळ्या ढंगाने विचार करणारे विचारवंत धीरेंद्र मजूमदार यांनी फार पूर्वीच, नयी तालीमच्याही जन्माआधीच म्हणजे १९३५ साली, आपल्या शिक्षणविषयक चिंतनातून अशी सूचना केली होती की, ''आपल्याला जर प्राथमिक शिक्षण निःशुल्क नि सक्तीचे करायचे असेल, अगदी गरिबांतील गरीब मुला-मुलांनी योग्य शिक्षणाचा लाभ व्हायला हवा असेल तर 'म्हशीच्या पाठीवरील शाळे'ची व्यवस्था करायला हवी. जिथे मुले गुरे चारायला नेतात तिथे शाळा घेऊन जावी लागेल.''[१०] पुढे जी गांधीप्रणीत नयी तालीमची शिक्षणप्रणाली लोकांसमोर आली, तिच्यातील दोन मूलभूत सूत्रे, धीरेंद्रदांच्या शिक्षणविषयक प्रयोगांतून व चिंतनांतून पुढे आलेली दिसतात. एक आहे शिक्षणाला श्रमकार्याशी बांधणे आणि दुसरे आहे ते शिक्षणाला परिसरातील सामाजिक जीवनाशी जोडणे. शासनमुक्त शिक्षणाचे जे तिसरे सूत्र आहे, ते गांधीजी व विनोबाजींच्या शिक्षणविषयक विचारांतील एक प्रधान धागा आहे. शिक्षण सार्वत्रिक व्हायला हवे असेल, ते गुणवत्तापूर्ण व्हायला हवे असेल, तो पठडीबद्ध व्हायला नको असेल ते केवळ पाटी-पुस्तके-परीक्षांच्या जंजाळात अडकून कमजोर व्हायला नको असेल तर ते शासन-मुक्त व्हावे लागेल.

⌘

संदर्भसूची

प्रस्तावना

१. यंग इंडिया : ११-८-१९२०

२. प्रा. कृष्णकुमार, 'बुनियादी शिक्षणाची मूलतत्त्वे', विनोबा विचार केंद्र प्रकाशन, पा. १२ (विमर्श मे ९८)

३. उनि.पा.१३

४. तेंडुलकर डी.जी. 'महात्मा : लाईफ ऑफ मोहनलाल करमचंद गांधी', १९५२ खंड - पा १४१

५. विनोबा, पाचवे अखिल भारत नयी तालीम संमेलन अहवाल

६. गांधीजी, नवजीवन १२.४.३१

७. गांधीजी, हरिजन ६.५.१९३३

८. मार्क थॉमसन, 'गांधी अँड हिज आश्रमस्' संगमबुक्स(१९३३) पा. १७८

९. उनि.पा.१७९

१०. गांधीजी, हरिजन १०.१२.३९

११. गांधीजी हरिजन २४.३.३९

१२. गांधीजी हरिजन २४.३.३९

१३. हिंदस्वराज्य परंधाम प्रकाशन (१९९०)पा.४

१४. उनि पा.७

१५. गांधीजी १९३९ साली लिहिलेल्या एका पत्रातून उल्लेख, हिंदस्वराज्य (१९९०)

१६. उनि.प्रस्तावना पा.१३

१७. उनि.पा.३३

१८. उनि.पा.३३

१९. सातवे अखिल भारत नयी तालीम संमेलन अहवाल (१९५१) पा. २६-२७

२०. उनि. पा. ७०

२१. उनि.पा. ७०

२२. उनि.पा.७२

२३. अखिल भारतीय उत्तर बुनियादी शिक्षा संमेलन अहवाल (१९५६) पा.३

२४. प्यारेलाल, 'द लास्ट फेज', नवजीवन, पा. १७४-१७५

२५. गांधीजी, हरिजन २८.७.१९४२

२६. प्यारेलाल, तत्रैव, पा.१७६
२७. प्यारेलाल, उनि. पा. २८८
२८. गांधीजी, 'विधायक कार्यक्रम', नवजीवन प्रकाशन, प्रस्तावना पा.९
२९. प्यारेलाल, उनि पा. २९१
३०. प्यारेलाल, तत्रैव पा.२९०
३१. प्यारेलाल, उनि पा. २९९
३२. कृष्णकुमार, विमर्श मे १९९८
३३. कृपलानी जे.बी., पाचवे अखिल भारत नयी तालीम संमेलन, अहवाल पा. १८-१९
३४. उनि.विनोबा उद्घाटनाचे भाषण
३५. उनि. आशादेवी, पा.२९
३६. तेंडुलकर डी.जी. तत्रैव पा. २९९-३००
३७. विनोबा, बारावे अखिल भारत नयी तालीम संमेलन
३८. तत्रैव, तेंडुलकर, (१९५२) पा.२२९
३९. डॉ. जाकिर हुसेन, बारावे अखिल भारत नयी तालीम संमेलन अहवाल पा.२६
४०. तत्रैव तेंडुलकर, (१९५२) पा. २२७
४१. कृपलानी जे.बी. (१९४५) पा.१७१-१७२
४२. विनोबा, सातवे अखिल भारत नयी तालीम संमेलन, पा.१४
४३. विनोबांचा संदेश पान-१ दहावे अखिल भारत संमेलन १९५४
४४. कृपलानी जे.बी. 'लेटेस्ट फॅड बेसिक एज्युकेशन' पा.२४
४५. मॉंटेसोरी, 'द अॅडव्हान्स्ड मॉंटेसोरी मेथड', पा.२५५
४६. उनि. पा.१८४
४७. उनि. पा. १९-२०
४८. मॉंटेसोरी, 'द सिक्रेट ऑफ चाईल्डहुड', पा.१३७
४९. डॉ. जाकिर हुसेन समिती अहवाल पा.४९
५०. आचार्लू.के.एस्. १ ऑक्टो. १९८५
५१. मार्जरी साइक्स,...(१९९३) पा.७-८
५२. गांधी, कनकमल,(संपा.)२००५, पा ७९
५३. विनोबा, गांधीप्रणीत शिक्षा क्यों और कैसे? पा.७९
५४.गांधी, कनकमल, तत्रैव, पा.११७

प्रकरण : १

१. पारिख नरहरी , 'भूमिका' 'शिक्षाका विकास'ले. कि. घ. मश्रुवाला नवजीवन प्रकाशन मंदिर, अहमदनगर

२. कृपलानी जे.बी. 'द लेटेस्ट फॅड बेसिक एज्युकेशन' हिंदुस्थानी तालिमी संघ, जून१९५७

३. शिक्षा के प्रश्न का हल (३१.७.३७), शिक्षा की समस्या (२१.८.३७), अनावश्यक भय (२८.८.३ साक्षरता के बारे में (४.९.३७), स्वावलंबी शिक्षा (११.९.३७), राष्ट्रीय शिक्षकोंसे (१९.९.३७), बम्बईमें प्राथमिक शिक्षा (२६.९.३७), विचार नही, प्रत्यक्षकार्य (२.१०.३७) स्वावलंबी स्कूल (३.१०.३७) उद्योगद्वारा शिक्षणके दो आधार (१६.१०.३७) प्राईमरी अध्यापकीके उम्मीदवारोंसे (१६.१०.३७), कुछ आलोचनाओंका जबाब (१६.१०.३७), स्वाश्रयी शिक्षा (१७.१०.३७)

४. अकोलकर ग.वि. : 'मूलोद्योग शिक्षण-पुनर्मूल्यांकन', म.गांधी गौरव ग्रंथ पृ.२७९-२८०.

५. शिक्षाके प्रश्नका हल

६. 'अॅकेडमीक सब्जेक्टस्'ला 'साक्षरी विषय' असा शब्दप्रयोग, किशोरलाल मश्रुवाला यांनी त्यांच्या 'शिक्षाका विकास' या ग्रंथात केला आहे. येथे हाच 'साक्षरी' शब्द वापरला आहे.

७. म. गांधी, 'संपूर्ण स्वदेशी' - सुलभ राष्ट्रीय ग्रंथमाला, पुणे १९४७

८. संपूर्ण स्वदेशी-गांधी पृ. १३४

९. राजेंद्रप्रसाद, 'आत्मकथा' (१९४७, १९९२) राजेंद्रप्रसाद ग्रंथावली ट्रस्ट, अलाईड पब्लिशर्स लि. नवी दिल्ली.

१०. हरिजन-सेवक ५.६.१९३७

११. 'शिक्षाकी समस्या' हरिजन-सेवक २१.८.३७

१२. हरिजन-सेवक २.१०.१९३७

१३. हरिजन-सेवक दि. ११.९.१९३७

१४. स्वावलंबी शिक्षण हरिजन-सेवक ११.९.३७

१५. 'विचार नही, प्रत्यक्ष कार्य' हरिजन-सेवक २.१०.१९३७

१६. हरिजन-सेवक दिनांक २.१०.१९३७

१७. कृपलानी जे.बी. 'गांधीयन थॉट', गांधी स्मारक निधी नवी दिल्ली, (१९६१)

प्रकरण : २

१. गांधी मो.क. सत्याचे प्रयोग अथवा आत्मकथा पा. १८९ नवजीवन प्रकाशनमंदिर, अहमदाबाद

२. डी.जी. तेंडुलकर, महात्मा – १९५१, पा. ६१–६२

३. उनि पा.८६

४. तत्रैव, गांधीजी, आत्मकथा पा. २८४

५. सत्याग्रह आश्रम का इतिहास, पा. ३

६. रस्किन जॉन, अर्थशास्त्र की अनर्थशास्त्र – (अनुवाद : आचार्य शं.द. जावडेकर) (पा. ५–६) सुलभराष्ट्रीय ग्रंथमाला, पुणे

७. तत्रैव, गांधीजी आत्मकथा पा. २८४

८. फिशर लुई, द लाईफ ऑफ महात्मा गांधी, (१९५०, १९८३), पा. ६९

९. तत्रैव, रस्किन, पा. ७

१०. फिशर १९८३ पा. ६९

११. गांधी प्रभुदास 'जीवननु परोढ' पा.६३

१२. तत्रैव, फिशर लुई , 'द लाईफ ऑफ महात्मा गांधी' (१९६३) पा.१११

१३. महात्मा गांधी, आर्थिक आणि औद्योगिक जीवन व संबंध, हिंदमाता प्रकाशन, मुंबई (१९६३) पा. १११

१४. भाकर श्रम म्हणजे काय (यंग इंडिया ५.११.२५), भाकर–श्रम सिद्धांताचा शोध (येरवडा मंदिरांतून – प्रकरण ९), सर्वोदयाची शिकवणूक (सत्याचे प्रयोग, प्रकरण १८), भाकर–श्रमाचे कर्तव्य (हरिजन २९.३.३५), शारीरिक श्रमाची जरुरी (यंग इंडिया १५.१०.२५), भाकर–श्रमाची जबाबदारी (गांधीजींची पदयात्रेची रोजनिशी, हरिजन २.३.४७), आचरणात भाकर–श्रम (हरिजन २७.१.४०), माझे भाकर–श्रम (यंग इंडिया ५.११.२५), आश्रमाच्या जीवनात भाकर–श्रमाला स्थान (हरिजन, १४.११.४८ व २८.११.४८ – आश्रमातील आचार यातून), बुद्धी आणि श्रम (विधायक कार्यक्रम प्रकरण) २ बौद्धिक प्रगती की अधोगती? (हरिजनबंधूवरून, हरिजन ८.५.३७), चतुर भाकर–श्रम म्हणजे सर्वोच्च समाजसेवा (हरिजन १.६.३५), बौद्धिक आणि शारीरिक श्रम (हरिजन २३.२.४७)

१५. तत्रैव, रस्किन, पा. ७

१६. तत्रैव गांधी (१९६३) पा. १३१

१७. हरिजन, ८.५.१९३७

१८. उनि. म.गांधी – (१९६३) पा. ११२

१९. हरिजन, २७.१.१९४०

२०. उनि. म.गांधी (१९६३) पा. ११२

२१. हरिजन, २७.१.१९४०

२२. इंडियन ओपिनियन, ३.१०.१९०८

२३. श्री. कोर्डिझ हे एक जर्मन थिऑसॉफिस्ट होते. त्यांची गांधीजींवर भक्ती होती आणि काही काळ फिनिक्समधील शाळा ते चालवीत होते. ते १९६० मध्ये सेवाग्राम येथे वारले.

२४. उ.नि.

२५. इंडियन ओपिनियन, ९-१-१९०९

२६. सौराष्ट्राचे पंडित नथूराम शर्मा हे एक धार्मिक पुरुष व हिंदू तत्त्वज्ञानाचे अभ्यासू, त्यांनी उपनिषदांचे गुजरातीत भाषांतर केले आहे.

२७. पाहा 'आत्मकथा' भाग १, प्र. ९.

२८. इंडियन ओपिनियन, ३-१०-१९०८

२९. 'द कलेक्टेड वर्क्स ऑफ महात्मा गांधी' नवी दिल्ली (१९६३) खंड १० पा.२४५

३०. उ.नि. पा. १८८

३१. उ.नि. पा. २४७

३२. उनि. पा. ४१२

३३. उनि खंड ४२ पा. १२५

३४. उनि. खंड २१ पा. ३१९

३५. पळशीकर वसंत, प्रस्तावना 'हिंद स्वराज्य' (१९९०)

३६. गांधी हिंदस्वराज्य (१९९०) पा. ९३-९४

३७. तत्रैव, पळशीकर (१९९०) पा. ३०

३८. तत्रैव प्रभुदास गांधी, (१९५४)

३९. प्रभुदास गांधी, १९५४ पा ४०५-४०६

४०. कुमारप्पा 'नयी तालीम की ओर' पा.२३

४१. उनि. पा. २४

४२. उनि. पा. २२

४३. गांधी, आत्मकथा (२००४) पा. ३२४-३२५

४४. उनि. पा. ३२६

४५. उनि. पा. ३२६

४६. उनि. पा. ३२५

४७. तत्रैव प्रभुदास गांधी - (१९५४) पा. ४०८

प्रकरण : ३

१. इंडियन ओपिनियन, २६.८.१९१४

२. रेड्डी, इ.एस् व गांधी, गोपालकृष्ण, 'गांधी इन साऊथ आफ्रिका–१९१४–१९४८.' प्रस्तावना

३. दिल्लीतील प्रार्थना सभेतील उद्‌गार २८.६.१९४६

४. दिल्लीतील प्रार्थनासभेतील उद्‌गार, ११.४.१९४७

५. विश्वभारती बुलेटिन क्र. २१, 'शिक्षा–सत्र', (सत्यनाथन यांच्या हस्तलिखित ग्रंथातून उद्‌धृत)

६. उनि. पा. १५२–५३

७. उनि – पा. ४४

८. कन्हैय्यालाल– राष्ट्रीय शिक्षाका इतिहास और उसकी वर्तमान अवस्था, काशी विद्यापीठ, काशी. पा.५६–५७

९. उनि. कन्हैय्यालाल पा. ५८–५९

१०. कालेलकर द.बा.'जीवनी' संस्कृतीके परिव्राजक पा.१४८

११. उनि. पा. १४६

१२. मृणालिनी जोगळेकर, 'काकासाहेब कालेलकर व्यक्ती आणि कार्य', पा. २९–३०

१३. इयरबुक ऑफ एज्युकेशन, लंडन (१९४०) पा. ४३७ सत्यनाथन यांच्या हस्तलिखितातून उद्‌धृत.

१४. आर्यनायकम्, 'समग्र नयी तालीम', हि.ता. संघ, (१९४५)

१५. काका कालेलकर, जीवनप्रबोधन, प्रस्तावना पा. ८

१६. गांधींजी 'सत्याग्रह आश्रम का इतिहास' – पा.८५

१७. लुई फिशर – 'द लाईफ ऑफ महात्मा गांधी', पा. १५२–१५३

१८. उनि. पा. १५३

१९. म. गांधी संकलित वाङ्‌मय खंड १४ पृ. ११४–११५

२०. व्रजकिशोर प्रसाद, दरभंगा येथील प्रमुख वकील; कट्टर राष्ट्रीयवृत्तीचे गृहस्थ; गांधीजींचे अनुयायी; १९१७ मध्ये चंपारणातील शेतकऱ्यांच्या चळवळीत गांधीजींबरोबर कार्य केले. १९२० मध्ये असहकार चळवळीत दाखल होण्यासाठी वकिली सोडली.

२१. तेंडुलकर, डी.जी. 'गांधी इन चंपारण', पा. ११०–१११

२२. यंग इंडिया १३.१०.२१

२३. नवजीवन १४.९.१९२४

२४. जाजू कृष्णदास 'द ऑल इंडिया स्पिनर्स असोसिएशन अँड इटस् वर्क' ऑल इंडिया स्पिनर्स असोसिएशन, वर्धा
२५. अप्रकाशित खाजगी पत्रे
२६. सत्यनाथन एम.ए. 'ए एज्युकेशन फॉर लाईफ' अप्रकाशित पुस्तक. प्रकरण ६, पा. २२१
२७. हरिजन, १०.१२.१९३८
२८. मो.क.गांधी, 'विधायक कार्यक्रम' (१९४१)

प्रकरण : ४

१. अखिल भारतीय काँग्रेस अधिवेशन ५१ वे, ठराव क्र. १५
२. जाकिर हुसेन समितीचे सदस्य : सर्वश्री ख्वाजा गुलाम सैयदेन, किशोरलाल मश्रुवाला, खुशाल तलकशी शाह, जे.सी. कुमारप्पा, विनोबा भावे, श्रीकृष्णदास जाजू, काकासाहेब कालेलकर, श्रीमती आशादेवी व श्री. आर्यनायकम् (संयोजक)
३. जाकिर हुसेन समितीका विवरण और विस्तृत पाठ्यक्रम, हिंदुस्तानी तालीमीसंघ, सेगाँव, वर्धा (१९३९) पाने १३ व १४
४. हिंदुस्तानी तालिमी संघाच्या लिखित घटनेत नमूद केलेली सदस्यांची यादी पुढीलप्रमाणे आहे;

१. डॉ. जाकिर हुसेन (अध्यक्ष)	१२. आचार्य जे.बी. कृपलानी
२. डॉ. अबीद हुसेन	१३. जे.बी. कुमारप्पा
३. राजकुमारी अमृतकौर	१४. प्रा.एम्. मुजीब
४. श्रीमती आशादेवी	१५. आचार्य नरेंद्र देव
५. व्ही.व्ही. अतितकर	१६. नरहरी पारीख
६. टी.एस्. अविनाशलिंगम्	१७. जी. रामचंद्रन
७. प्रा. के.पी. चट्टोपाध्याय	१८. प्रा. के.जी. सय्यद्दीन
८. कु. दुराह-तुल-बैझा हसन	१९. आचार्य बद्रीनाथ वर्मा
९. श्रीकृष्णदास जाजू (खजिनदार)	२०. आचार्य विनोबा भावे
१०. डॉ. एस्. जेसुदासन	२१. इ. डब्ल्यू. आर्यनायकम् (कार्यवाह)
११. आचार्य काका कालेलकर	

५. उनि. अभ्यासक्रम प्रस्तावना पा.१
६. साइक्स, मार्जरी, 'द स्टोरी ऑफ नयी तालीम', (१९८७) पा. २५
७. उनि. पा. २६

८. कंटक प्रेमा 'पुण्यधाम सेवाग्राम' सेवाग्राम आश्रम प्रतिष्ठान प्रकाशन (१९६९), पा. ३
९. उनि. पा. २०
१०. बलवंतसिंह, 'बापू की छायामें', नवजीवन प्रकाशनमंदिर, अहमदाबाद. पा. १५९
११. तत्रैव पा. ४२-४३
१२. सत्यनाथन, एम्.ए; 'एज्युकेशन फॉर लाईफ' खंड २ (अप्रकाशित) पा. ४२
१३. बी.आर. नंदा, 'वर्धा इन इंडियाज् फ्रिडम स्ट्रगल' - पा.२७-२८
१४. तत्रैव, कंटक, प्रेमा पा. ८, ९
१५. तत्रैव, बलवंतसिंह पा. २१२-२१३
१६. तत्रैव, बलवंतसिंह पा. २१२-२१३
१७. आशादेवी, विक्रम संमेलनातील भाषण, 'दस सालका काम', हि.ता. संघ, पा. ९२
१८. तत्रैव, साइक्स मार्जरी, पा. ३६
१९. उनि. पा. ३६-३७
२०. आर्यनायकम् पति-पत्नींवर नयी तालीमच्या कामात आल्यावर एक दुर्दैवी आघात झाला. त्यांच्या साडेतीन वर्षे वयाच्या मुलाचे-आनंदचे अपघाती निधन झाले. त्यामुळे येथे निघालेल्या निवासी शाळेस, या मुलाच्या स्मृतिप्रीत्यर्थ 'आनंदनिकेतन' हे नाव देण्यात आले.

प्रकरण : ५

१. जाकिर हुसेन यांच्या अध्यक्षतेखाली नेमलेल्या या समितीचे अन्य सदस्य होते, सर्वश्री ख्वाजा गुलाम सैयदिन, के.री. शाह, विनोबा भावे, काकासाहेब काललेकर, किशोरलाल मश्रुवाला, जे.सी. कुमारप्पा, श्रीकृष्णदास जाजू, श्रीमती आशादेवी आणि श्री. आर्यनायकम्
२. आठ सालों का संपूर्ण शिक्षाक्रम -दुसऱ्या आवृत्तीची प्रस्तावना हिंदुस्तानी तालिमी संघ, सेवाग्राम (मे १९३८)
३. आठ सालोंका संपूर्ण शिक्षाक्रम, चौथी आवृत्ती (१९५४) प्रस्तावना
४. बुनियादी राष्ट्रीय शिक्षा - 'विस्तृत पाठ्यक्रम की प्रस्तावना जाकिर हुसेन समिती का विवरण' (१९५७) पा.१७५.
५. उनि. पा.१७७
६. उनि. पा.१७७

७. उनि. पा.१३९
८. आठ सालोंका संपूर्ण शिक्षाक्रम- (१९५४) पा.३
९. आठ सालोंका संपूर्ण शिक्षाक्रम (१९५४) पा.५
१०. तत्रैव, पाठ्यक्रम, पा.१०१.
११. पा. १०१
१२. नयी तालीम पत्रिका, वर्ष ५ अंक ५
१३. उनि.
१४. 'टू इयर्स ऑफ वर्क' रिपोर्ट ऑफ द सेकंड बेसिक एज्युकेशन कॉन्फरन्स, एप्रिल १९४१, 'बेसिक सिलॅबस अॅट वर्क' पा. १३५
१५. उनि. पा. २३२
१६. हिंदुस्तानी तालिमी संघ, 'दस साल का काम' (१९५०) पा. १३०
१७. अखिल भारतीय बुनियादी शिक्षा संमेलन, सेवाग्राम-१९५६ संक्षिप्त विवरण पा.२२

प्रकरण : ६

१. नयी बुनियादी तालीम : पहिले अखिल भारतीय बुनियादी संमेलन (१९३९) इतिवृत्त पा. ४१
२. 'बुनियादी तालीमके दो साल.' दुसऱ्या बुनियादी शिक्षण संमेलनाचा (१९४२) अहवाल एप्रिल १९४१
३. उनि. पा.७
४. हिंदुस्तानी तालिमी संघ, 'दस साल का काम', पा.४३
५. हिंदुस्तानी तालिमी संघ, जाकिर हुसेन समितीका विवरण
६. हि.ता.सं. बुनियादी तालीमके दो साल, (१९४१), पा.२१
७. बुनियादी तालीम के दो साल - गांधीजींचा संदेश - एप्रिल १९४१
८. उनि. पा.३९
९. आर्यनायकम्, 'वेलकम अॅड्रेस', Second Basic Education Conference (१९४१) पा.८

प्रकरण : ७

१. नारूळकर शांता व पवार ना.रा. , 'नयी तालीम का संदेश' पूर्वबुनियादी सिद्धांत और प्रत्यक्ष प्रयोग, पा.४६

२. नयी तालीम का संदेश पृ.४७

३. समग्र नयी तालीम पृ. १५३

४. समग्र नयी तालीम पृ. १५३-५४

५. समग्र नयी तालीम पृ. १६२

६. समग्र नयी तालीम पृ. १६२

७. पूर्वबुनियादी तालीम समितीका विवरण - हि.ता.सं. सेवाग्राम

८. जीवनशिक्षा का प्रारंभ हि.ता.सं (एप्रिल १९५३) - शांता नारूलकर पा.४

९. उनि. पा. ५

१०. उनि. पा. ४८

११. एक महिने का काम, आशादेवी, नयी तालीमका संदेश - देवी प्रसाद, गांधीशांती प्रतिष्ठान, नवी दिल्ली १९८८

१२. नयी तालीम ॲट सेवाग्राम. पृ. ५

१३. समग्र नयी तालीम तालीम पृ. १५८-८६

१४. रामचंद्रन्-प्रौढ-शिक्षा-समिती का विवरण, 'नयी तालीम मे प्रौढ शिक्षा' सेवाग्राम आश्रम प्रतिष्ठान, १९७९, पा. २५

१५. उनि. पा. २५

१६. उनि. पा. २५

१७. उनि. पा. ५

१८. उनि. पा. ११

१९. उनि. पा. १६

२०. 'दस साल का काम', हिंदुस्तानी तालिमी संघ, पा. ७१-७२

२१. तत्रैव पा. ७९-८०

२२. दस साल का काम, हिं.ता.सं.पा. ७३

२३. रुद्रप्पास्वामी 'दक्षिण भारतमें नयी तालीम' नयी तालीम (मासिकपत्रिका) वर्ष ५ अंक ९, १ नोव्हेंबर १९४७

२४. तत्रैव. पा. ८६

२५. तत्रैव पा. ८६

२६. नयी तालीम के सात साल, हिं.ता. संघ, पा. ३२

२७. नयी तालीम व. ५ अं. ४ १ जून १९४७. १३१-१३२

२८. पा. ४-५ सातवे अखिल भारतीय बुनियादी शिक्षा संमेलन का विवरण

प्रकरण : ८

१. आशादेवी, विक्रम संमेलनातील भाषण, दस साल का काम, हिंदुस्तानी तालिमी संघ १९५१ पा. ९३
२. दस साल का काम तत्रैव पा. १४५
३. तत्रैव पा. १४६
४. दस साल का काम पा,. १४८
५. नयी तालीम का नवाँ साल (१९४६-४७) हिंदुस्तानी तालिमी संघ, पा. २३
६. प्रस्तावन, वर्धा शिक्षा परिषद १९३७ व जाकिर हुसेन समितीका विवरण, हिंदुस्तानी तालिमी संघ, सेवाग्राम पा.१८३
७. आशादेवी, विक्रम संमेलनातील भाषण, दस साल का काम, हि.ता.सं.पा. पा.९५
८. तत्रैव पा. ९६-९७
९. तत्रैव पा. १३०
१०. दस साल का काम पा. १३१
११. नयी तालीमका नवाँ साल (१९४६-४७) हि.ता.संघ. पा.२४
१२. संपा.पृ.क्र. २६ नयी तालीम १९४१
१३. १२ जानेवारी १९५७ च्या अर्धवार्षिक सभेचा वृत्तांत
१४. सेवाग्रामला एक संगम-समाज बनविण्याचा प्रयत्न, इथून पुढे केला जाणार होता.

प्रकरण : ९

१. 'नयी विश्वविद्यालय'- नयी तालीम पत्रिका, १ डिसेंबर १९४७ मधून
२. नयी तालीम पत्रिका, १ सप्टेंबर १९४९
३. दि. २३-२४ एप्रिल १९३८
४. हिंदुस्तानी तालिमी संघाच्या सभेचा अहवाल दि. ६ नोव्हेंबर १९५०
५. हिंदुस्तानी तालिमी संघाच्या सभेचा अहवाल दि. १३ नोव्हेंबर १९४८
६. ग्यारहवाँ अखिल भारतीय नयी तालीम, संमेलन, अहवाल, पा. ६७
७. उनि. अहवाल पा. ६८
८. उनि. अहवाल पा. ६९
९. उनि. अहवाल पा. ७३
१०. उनि. अहवाल पा. ७८

११. विनोबाजी, शिक्षणाची नवी योजना, पा. ८१-८२
१२. पूर्वोक्त अहवाल पा. १६
१३. आठवे अखिल भारतीय नयी तालीम संमेलन, अहवाल, उद्घाटनाचे भाषण
१४. उनि.
१५. नववे अखिल भारतीय नयी तालीम संमेलन, अहवाल, उद्घाटनाचे भाषण
१६. उनि. अहवाल अध्यक्षीय भाषण. पा. ३२-३३
१७. उनि. अहवाल, पा. ३३
१८. दसवाँ अखिल भारतीय नयी तालीमसंमेलन, अहवाल, उद्घाटनाचे भाषण पा. १३-१४
१९. उनि अहवाल अध्यक्षीय भाषण, पा. १७
२०. उनि. पा.१९
२१. उनि. पा.२०
२२. उनि. पा.२०
२३. उनि. पा.२०-२१
२४. उनि. पा.२१
२५. उनि. पा.२२
२६. हिंदुस्तानी तालिमी संघाच्या सभेचा अहवाल दिनांक २१ एप्रिल १९५४

प्रकरण : १०

संदर्भ

१. दसवाँ अखिल भारतीय नयी तालीम संमेलन (१९५४) संक्षिप्तविवरण, पा.१
२. 'अध्ययन-मंडलियोंके निष्कर्ष', संमेलन अहवाल (१९५४)
३. ग्यारहवाँ अखिल भारत नयी तालीम संमेलन (१९५६) अहवाल, पा.४४
४. उनि. प्रस्ताव १
५. उनि. प्रस्ताव ३
६. हा मूळ ग्रंथ 'जातीय शिक्षा कोन पथे' या शीर्षकाने बंगाली भाषेत प्रसिद्ध झालेला असून त्याचा हिंदी अनुवाद विद्याभूषण 'श्रीरश्मी' यांनी केला आहे !
७. उनि.पा. २७७-२७८
८. हिंदुस्तानी तालिमी संघाचा सभेचा कार्य वृत्तांत दि. १८ जानेवारी १९५७
९. उनि.
१०. उनि.
११. तेरहवाँ अखिल भारत नयी तालीम संमेलन, अहवाल, पा.१९

१२. उनि.
१३. उनि.
१४. हिंदुस्तानी तालिमी संघाचा सभेचा कार्य वृत्तांत दि. २१ मे १९५९
१५. उनि.
१६. उनि.
१७. उनि.
१८. उनि.
१९. उनि.
२०. उनि.
२१. हिंदुस्तानी तालिमी संघाच्या सभेचा वृत्तांत दि. ३० ऑगस्ट १९५९
२२. हिंदुस्तानी तालिमी संघाच्या सभेचा वृत्तांत दि. २९ मार्च १९६०

प्रकरण : ११

१. मजूमदार धीरेंद्र 'शिक्षा मे क्रांति का प्रयास शुरू हो' – नयी तालीम पत्रिका मार्च१९७२
२. बहुगुणा सुंदरलाल, 'नयी बुनियाद की तालीम – इतिवृत्त–' सर्व सेवा संघ प्रकाशन (१९८१) पा. १४६
३. उनि. पा. १५०
४. उनि. पा. १५४
५. साइक्स, मार्जरी 'नयी तालीमकी कहानी' , नयी तालीम समिति, वर्धा, १९९३ पा. ११७
६. तत्रैव पा. ११८
७. देवीप्रसाद (संपा.), प्रस्तावना, नयी तालीमका संदेश, गांधीशांती प्रतिष्ठान, नवी दिल्ली (१९८८)
८. लोकक्रांतिपाथेय, 'शिक्षा मे क्रांति' पृ.५
९. उनि. पा. १४१–१४२
१०.नयी बुनियाद की तालीम : इतिवृत्त, सर्वसेवा संघप्रकाशन (१९८१) पा. १४२–१४३

⌘

परिशिष्टे

१. शिक्षण

२. जीवन आणि शिक्षण

३. आमच्या साऱ्या कार्यांना नयी तालीमचा रंग द्यायला हवा.

४. संमेलनांची यादी

५. शिक्षणाच्या इतिहासातील अपूर्व घटना

६. विनोबांनी दिलेली 'नयी तालीम'ची बारा सूत्रे

परिशिष्ट : एक

शिक्षण

(नयी तालीमचा विचार प्रथमतः ठळकपणे मांडणारा गांधीजींचा ३१ जुलै १९३७ ला 'हरिजना'मध्ये प्रसिद्ध झालेला लेख)

शिक्षणाचा प्रश्न कसा सोडवावा, ही समस्या, दुर्दैवाने, दारूचे उत्पन्न लयाला जाण्याशी जोडली गेली आहे. नव्या करांची अंमलबजावणी करण्यास वाव आहे, यात शंका नाही. शहा आणि खंबाटा या प्राध्यापकद्वयांनी दाखवून दिले आहे की हा गरीब देशसुद्धा नव्या करांची आकारणी करू शकतो. श्रीमंतांना अजून पुरेसे करांखाली आणले गेले नाही. जगातल्या इतर देशांपेक्षाही या देशात, अमर्याद संपत्ती जवळ बाळगणे हा भारतीय लोकांविरुद्धचा गुन्हा मानला गेला पाहिजे. त्यामुळे विशिष्ट मर्यादेपलीकडील श्रीमंतीवरील कमाल दर कधीही गाठला जात नाही. माझ्या माहितीप्रमाणे, इंग्लंडमध्ये, विशिष्ट उत्पन्नावरील कराची मर्यादा सत्तर टक्क्यांच्या वर गेली आहे. भारतात याहूनही वरचा दर असायला काहीच हरकत नाही. आपल्याकडे वारसा-कर का नाही? लखपतींची वयात आलेली जी मुले आहेत, आणि ज्यांना वारसाहक्काने अमाप संपत्ती मिळते, त्यांचे या वडिलोपार्जित धनामुळेच नुकसान होते. देशाचे तर यात दुहेरी नुकसान होते. एकतर, ही व्यक्तिगत वारसाची मालमत्ता ही राष्ट्राच्या मालकीची असते, (ती राष्ट्राला मिळत नाही.) आणि दुसरे म्हणजे, अशा संपत्तीच्या ओझ्याखाली दबलेल्या युवकाच्या सर्व क्षमताही विकसित होत नाहीत, आणि त्यानेही राष्ट्राचेच नुकसान होते. वारसा कर बसवण्याचा अधिकार प्रांतिक सरकारकडे नाही, म्हणून काही मी म्हणतोय ते चुकीचे ठरत नाही.

परंतु आपला देश शिक्षणाच्या बाबतींत इतका मागासलेला आहे की, आपण केवळ पैशांसाठी अडून बसलो तर, या पिढीत तरी आपल्याला सर्वांना शिक्षण देण्याचे आपले कर्तव्य करता येणार नाही. त्यामुळे, टीकेचा धोका पत्करूनही, मी हे ठामपणे म्हणतो की, शिक्षण हे स्वावलंबी असले पाहिजे. हे शिक्षण म्हणजे, मुलामधील किंवा प्रौढामधील सर्व क्षमतांचा - शरीर, मन आणि आत्मा - यांचा सर्वांगीण विकास होय. साक्षरता हा शिक्षणाचा शेवट नव्हे, आणि सुरुवातही नाही. ते एक स्त्री-पुरुषांच्या शिक्षणाचे अनेक साधनांपैकी एक साधन आहे. त्यामुळे साक्षरता म्हणजे शिक्षण नव्हे. त्यामुळे बालकाच्या शिक्षणाची सुरुवात आपण एखादा उद्योग शिकवून आणि त्याच्या शिक्षणाच्या सुरुवातीपासूनच त्याला

काहीतरी उत्पादन करण्यास लावून करू शकतो. अशाप्रकारे प्रत्येक शाळा स्वाश्रयी होऊ शकते. अर्थात शाळांनी उत्पादन केलेला माल सरकारने घेतला पाहिजे.

अशाप्रकारच्या शिक्षणपद्धतीत मनाचा नि आत्म्याचा कमाल विकास होऊ शकतो, अशी माझी खात्री आहे. अर्थात, त्यासाठी जो हस्तोद्योग शिकवायचा तो आजच्या सारखा, केवळ तांत्रिक पद्धतीने शिकवून चालणार नाही. तर तो शास्त्रीय पद्धतीने, म्हणजे, उत्पादनातील प्रत्येक प्रक्रिया का व कशी याचे ज्ञान मुलांना देऊन शिकविला पाहिजे. मी हे आत्मविश्वासाने मांडतो आहे, कारण, त्यामागे तसा अनुभव आहे. कामगारांना सूतकताईचे शिक्षण देताना ही पद्धत बऱ्याच प्रमाणात वापरली होती. मी स्वतः पायतणे तयार करण्याचे आणि सूतकताईचे प्रशिक्षण देताना, या पद्धतीचा अवलंब यशस्वीपणे केला होता. या पद्धतीत इतिहास, भूगोलाचे शिक्षण वगळलेले नाही. पण, मला वाटते की यांचे शिक्षण आवश्यक ती माहिती पुरवून, तोंडी देता येते. लिहून-वाचून शिकविण्यापेक्षा या पद्धतीने दसपट जास्त शिकविता येते. प्रत्यक्ष अक्षर ओळख, नंतर म्हणजे विद्यार्थी जेव्हा गहू आणि फोलपटे वेगळी करायला शिकल्यानंतर आणि आपली आवड-निवड समजू लागल्यानंतर, करता येईल. हा क्रांतिकारी प्रस्ताव आहे. पण त्याने, जे शिकायला एरवी अधिक वेळ लागला असता ते केवळ वर्षभरातच मुले आत्मसात करतील; त्यातून त्यांच्या श्रमाचीच बचत होईल. म्हणजे एकूणच अनेक प्रकारची आर्थिक काटकसर होईल. विद्यार्थी हस्तोद्योगाचे काम करता करताच गणितही आत्मसात करील.

मी सर्वांत जास्त महत्त्व प्राथमिक शिक्षणाला देत आहे. माझ्या दृष्टीने, प्राथमिक म्हणजे आजच्या मॅट्रिकपर्यंतचे - त्यातील इंग्लिश वगळून - केलेले शिक्षण होय. समजा, सगळ्या कॉलेजवासियांनी प्राप्त केलेले ज्ञान अकस्मात नाहीसे झाले, लाखो कॉलेजवासीयांच्या स्मरणांतून ते गेले तर त्याने होणारे नुकसान काहीच नाही, असे नुकसान, तीस कोटी जनतेस ज्ञानांधकाराच्या सागरात ठेवल्याने होणार आहे. निरक्षरता हे कोट्यवधी खेडुतांच्या अडाणीपणाचे मोजमाप ठरू शकणार नाही.

मी कॉलेज शिक्षणातही मूलभूत परिवर्तन करून त्याचा संबंध राष्ट्रीय गरजांशी जोडून देईल. मेकॅनिकल आणि इतर अभियांत्रिकीच्या पदव्या राहतील. त्यांना वेगवेगळ्या उद्योगांशी जोडून दिले जाईल. हे उद्योग आपल्याला हव्या त्या तऱ्हेचे प्रशिक्षण तेही पैसे देऊन त्यांना देतील. उदाहरणार्थ, टाटा स्वतः इंजिनियरिंगचे

कॉलेज, सरकारच्या नियंत्रणाखाली काढून, त्यात अभियंत्यांचे शिक्षण करतील. मिल ॲसोसिएशन्स अशीच आपल्याला गरज असलेल्यांचे शिक्षण देणारी कॉलेजेस् काढतील. इतर उद्योगही असेच करतील. राहता राहिली आर्टस्, मेडिसीन व शेतीची कॉलेजे. आजच कित्येक खाजगी आर्टस् कॉलेजेस स्वाश्रयी आहेत. त्यामुळे सरकार त्यात पडणार नाही. मेडिकल कॉलेजेस ही अधिकृत इस्पितळांशी जोडली जातील. कारण, ती श्रीमंत वर्गात लोकप्रिय आहेत. त्यामुळे त्यांनी अशा कॉलेजांसाठी देणग्या देणे अपेक्षित आहे. शेतकी कॉलेजेस ही सुद्धा त्यांच्या विशिष्ट (व्यावसायिक) स्वरूपामुळेच स्वाश्रयी होतील. मला काही शेतकी-पदवीधरांचा वाईट अनुभव आहे. त्यांचे सारे ज्ञान वरवरचे असते. त्यांना प्रत्यक्ष कामाचा अनुभवच नसतो. पण जर त्यांनी देशाच्या गरजा भागविणाऱ्या स्वावलंबी शेतीवर ॲप्रेंटिसशिप केली तर त्यांनी पदवी मिळाल्यानंतर आपल्या नोकऱ्यांत मालकांच्या खर्चाने वेगळा अनुभव घेण्याची गरज भासणार नाही.

हे काही कल्पित चित्र नव्हे. आपण जर मानसिक दुर्बलता सोडली तर हा अत्यंत योग्य आणि वास्तववादी असा काँग्रेस मंत्रिमंडळांसमोरील, म्हणजेच काँग्रेससमोरील शिक्षणाच्या प्रश्नावरील व्यावहारिक तोडगा आहे. ब्रिटीश सरकारने, अलीकडेच जाहीर केल्याप्रमाणे, जर ते वागतील तर काँग्रेसच्या मंत्रिमंडळांना व्यवस्थापनाची क्षमता असलेल्या अशा सिव्हिल सर्विसची, आपली धोरणे अंमलांत आणण्यासाठी मदत मिळणार नाही. अगदी गव्हर्नर्स किंवा व्हॉईसराय यांनी आपल्या लहरीपणांतून ठरविलेली धोरणे कशी नेटकेपणाने अंमलांत आणायची याचे चांगले ज्ञान या सिव्हिलसर्वंटस्‌ना असते. मग मंत्रिमंडळांनी विचारपूर्वक व मनोभावे धोरणे आखावीत आणि ती या मंडळींना, आपल्या वेतनाला प्रामाणिक राहून, दिलेल्या वचनांनुसार प्रत्यक्षात उतरवण्यास सांगावी.

एक प्रश्न उरला. तो आहे शिक्षकांबाबतचा. के.टी. शहा यांनी सुचविल्याप्रमाणे शिक्षकांचे सक्तीने प्रशिक्षण करून तो सोडविता येईल. ज्यामध्ये त्यांची तयारी असेल त्याच्या शिक्षणासाठी जे ठरवून पाच वर्षे तरी द्यायला तयार असतील, त्यांना, देशाच्या आर्थिक परिस्थितीत आवश्यक असे किमान गरजांपुरते वेतन देऊन नेमता येईल. शिक्षणाच्या उच्चस्तरावरील शिक्षकांना नि प्राध्यापकांना अतिशय उच्च असे वेतन देण्याची प्रथा बंद केली पाहिजे. खेड्यांतील शिक्षकांच्या जागी अधिक कार्यक्षम असे शिक्षक नेमले पाहिजेत.

परिशिष्ट : दोन

जीवन आणि शिक्षण

(दहाव्या अखिल भारतीय नयी तालीम संमेलनातील
काका कालेलकर यांचे अध्यक्षीय भाषण)

काका कालेलकर

१९३४ मध्ये मी गुजरात विद्यापीठातील काम सोडून गुजरातच्या बाहेर गेलो, व दुसरे काम करू लागलो. गांधीजींच्या इच्छेविरुद्ध उचललेले हे पाऊल, ही काही किरकोळ बाब नव्हती, शिक्षणतज्ज्ञ या अंगाने विचार करता, ती माझी आत्महत्त्याच होती. पण मी माझ्या मनाची, आत्म्याची हाक ऐकली होती. खलील जिब्रान यांनी म्हटल्याप्रमाणे, 'कधीकधी माणसाला आत्मसन्मानासाठी आत्महत्त्याही करावी लागते.' त्याप्रमाणे ही माझी देशाच्या सेवाकार्यासाठी केलेली आत्महत्या होती. मी शिक्षणातून बाहेर पडलो व हिंदी भाषेच्या प्रचाराचे काम करू लागलो. लाहोरपासून आसामपर्यंत आणि दक्षिणेला कन्याकुमारीपर्यंत राष्ट्रीय एकता व त्यासाठी राष्ट्रभाषेची गरज यांवर लोकांशी बोलत होतो.

ज्याप्रमाणे गुजरात विद्यापीठातील काम एका टप्प्यापर्यंत पूर्ण करून, सोडले, त्याप्रमाणे हिंदी प्रचाराचे कामही एका टप्प्यानंतर सोडून राजकीय व सांस्कृतिक दृष्टीने महत्त्वाच्या अशा (हिंदुस्तानी) प्रचाराचे काम सुरू केले. पण देशाच्या फाळणीबरोबरच तेही काम अर्धवट राहिले. पुढे मला खेड्यात राहणाऱ्या, मागासलेल्या लोकांसाठी काम करण्याची संधी मिळाली. अस्पृश्यता निवारणाचे काम मी करू लागलो. नानाभाईंच्या (भट्ट) 'लोकभारतीच्या स्थापनेच्या वेळी मी पुन्हा सौराष्ट्रात आलो, आणि पुन्हा शिक्षण-क्षेत्राशी माझा संबंध आला. गेल्या वर्षी आसाममध्ये टीटावर येथे जेव्हा हिंदुस्तानी तालीम संघाचे वार्षिक अधिवेशन झाले, तेव्हा मी त्याचा अध्यक्ष होतो. इथे सुमारे वीस वर्षांनी मी पुन्हा शिक्षणावर बोललो.

या वीस वर्षांत मी देशात आणि परदेशात अनेक ठिकाणी फिरलो. अनेक प्रश्नांचा अभ्यास केला. हळूहळू माझी दृष्टी बदलत गेली, अनेक दुराग्रह बाजूला पडले. जगातील अनेकांचा असा अनुभव आहे, की अर्धसत्य हे दिसताना खूप ताकदवान दिसते, त्याचा गाजावाजा खूप होतो, पण त्यामुळे प्रगती होत नाही. मात्र संपूर्ण सत्य असा गाजावाजा करत समोर येत नाही, पण ते जास्त कल्याणकारी असतं. अशा प्रकारच्या संपूर्ण सत्याच्या दिशेने व ते समजावून घेऊन आपल्याला

पुढे जायचे आहे.

या माझ्या सगळ्या अनुभवावरून मी आता असं निश्चितपणे सांगू शकतो, की सर्वसामान्य माणसाच्या प्रगतीसाठी, विकासासाठी, उत्कर्षासाठी बुनियादी तालीम हीच योग्य अशी शिक्षणव्यवस्था आहे. हे पूर्ण सत्य आहे.

आदर्श समाजव्यवस्था निर्माण होण्यासाठी लागणारी संस्कारशीलता, आणि व्यवसाय करण्यासाठी आवश्यक असणारी कुशलता या गोष्टी शिक्षणाने दिल्या पाहिजेत, तरच ती शिक्षणव्यवस्था परिपूर्ण ठरेल. जेव्हा परकीयांचे राज्य असते, तेव्हा आपले सामाजिक आदर्श ढिले पडतात, सामाजिक एकतेला धक्का बसतो. यातून हळूहळू समाजही संस्कारहीन बनतो. परदेशातून आपण जेव्हा वस्तू आयात करतो, तेव्हा त्यासाठीची इथे असणारी कार्यकुशलता, कलाकौशल्य कमी होऊ लागते, व हळूहळू नष्ट होते आणि स्वतःचा उत्कर्ष साधण्यासाठी प्रसंगी समाजद्रोह करायला उद्युक्त करणारी, चारित्र्यहीन शिक्षणव्यवस्था तिची जागा घेते. आपल्याकडे मात्र आजवर राष्ट्रीय जबाबदारीची जाणीव करून न देणारी, कार्यप्रवण व कार्यकुशलतेला प्रोत्साहन न देणारी शिक्षणव्यवस्था चालत आली आहे.

गेली साधारण हजारभर वर्षे आपण आपल्या शिक्षणव्यवस्थेकडे नीट लक्ष दिलेले नाही. मेहनतमजुरी करणारे अशिक्षित लोक, त्यांच्या मेहनतीवर जगणारे श्रीमंत, ज्ञान-तत्त्वज्ञान शिकणारा, मांडणारा पण रूढी-परंपरेत अडकलेला ब्राम्हण वर्ग असा आपला समाज विभागलेला होता. ही समाजव्यवस्था विकासाला अनुकूल नव्हतीच. यामुळे राष्ट्रीयत्वाची भावनाही विकसित झाली नाही. ही व्यवस्था सुधारण्यासाठी गांधीजींनी नयी तालीमची व्यवस्था आणली.

पाश्चिमात्य अर्थव्यवस्था पाहिली, तर ती साम्राज्यवादाला पोषक ठरणारी अर्थव्यवस्था आहे. त्यात ज्ञान मिळते, भौतिक विकास होतो, पण मानवतेचा विकास मात्र होत नाही. विश्वबंधुभावाची, विश्वकुटुंबाची संकल्पना जर मांडायची असेल, तर जीवनक्रम, जीवनाची प्राधान्ये बदलणे गरजेचे असते, व त्यासाठी शिक्षणव्यवस्था बदलायला हवी.

आपण नयी तालीमला बुनियादी तालीम असं म्हणतो. मला या शब्दात थोडी गफलत वाटते. बुनियादी तालीम असं म्हणतो, तेव्हा असे वाटते की, ही पद्धती फक्त प्राथमिक शिक्षणापुरती मर्यादित आहे. शिक्षण क्षेत्रातील अनेक अधिकारी व्यक्तींनाही तसेच वाटते. त्यामुळे माध्यमिक किंवा महाविद्यालयीन शिक्षण जुन्याच पद्धतीने दिले जाते आणि असे व्हायला नको असेल, तर आपल्याला नयी तालीमला बुनियादी तालीम न म्हणता, 'नयी बुनियाद की तालीम' असे म्हणावे

लागेल. तिचे स्वरूपही बदलावे लागेल, ती अधिक जीवनव्यापी व जीवनाभिमुख बनवावी लागेल.

केवळ विचार हा जीवनाचा भक्कम पाया होऊ शकत नाही, तर त्या विचाराला कृतीची जोड असावी लागते. व्यावहारिक जीवन असो वा आध्यात्मिक असो, त्याला उद्योगाचा आधार असावा लागतो. उद्योग हेच अध्यात्म असावे लागते. अशा विचारावर आधारित कृतींना सर्वोच्च मानून आपल्याला शिक्षणाचा विस्तार करायला हवा. जीवनोपयोगी व समाजोपयोगी कृती हे आपल्या शिक्षणाचं मुख्य उद्दिष्ट असणार आहे. अक्षर, शब्द, अंक त्यात असतीलच, पण शिक्षणाची सुरुवात त्यापासून न होता, कामांपासून व्हायला हवी.

जीवनातल्या प्राथमिक व सर्वोच्च गरजांची पूर्तता करताना जो अनुभव मिळतो, जे ज्ञान मिळते, जे रिवाज त्यातून तयार होतात, त्याला आपण संस्कृती असे म्हणतो. जीवन जगण्यासाठी जे ज्ञान उपयोगी असते, त्या ज्ञानार्जनाच्या कामांना या शिक्षणात प्रमुख स्थान असले पाहिजे. त्यातून आपण संस्कृतीचा विकास साधू शकू.

जीवन जगताना प्रत्येक टप्प्यावर त्या त्या वेळचे आवश्यक ज्ञान आपण घेत गेलो, तर त्या ज्ञानाचं ओझे वाटत नाही. बुनियादी तालीमचे हेच वैशिष्ट्य आहे, की ज्ञान घेताना त्याचे ओझे वाटत नाही. बुनियादी तालीमचा अजून नीटपणे प्रसार झाला नाही, याचे कारण मला हेच वाटते, की काम व ज्ञान यातला अनुबंध आपण नीटपणे मांडू शकलेलो नाही.

या संदर्भात एक गोष्ट तातडीने करणे आवश्यक आहे, ती म्हणजे, लोकांना उपयुक्त असा त्यांच्या भाषेतला ज्ञानकोश तयार करणे. ज्यात प्रत्येक विषयांशी संबंधित अशी इतर विषयांची माहिती दिलेली असेल. असे परस्पर-संबंध उलगडून दाखवणारा ज्ञानकोश हा अशा प्रकारची परस्पर-संबंधांची मांडणी करणाऱ्या शिक्षकांना उपयुक्त ठरेल. एकदा असा कोश तयार झाला, की विविध विषयांची पाठ्यपुस्तके संदर्भपुस्तके, टिपणे तयार करणे सोईचे जाईल.

याचबरोबर आणखी एक काम करणे आवश्यक आहे. संपूर्ण मानव समाजाच्या जीवनाचा एक नकाशा तयार करायला हवा. त्यांचे जीवन, व्यक्तिगत-सामाजिक-सांस्कृतिक वैशिष्ट्ये, त्याच्याशी संबंधित सर्व विद्या, कला यांची माहिती त्यातून मिळेल. हे शिक्षणाचे एक चांगले साधन बनेल. या सर्वांतून सर्वांना उपयुक्त असा एक अभ्यासक्रम तयार करता येईल. हा अभ्यासक्रम वास्तववादी व आदर्शवादी असेल.

परिश्रम करणारे व त्यांच्या श्रमांवर जगणारे असे दोन वर्ग आज आहेत. बुनियादी तालीम ही या प्रकारचा वर्गभेद दूर करणारी असेल. या शिक्षणातून जात-पात मानणारा, उच्च-नीचता मांडणारा समाज राहणार नाही.

आपण बुनियादी तालीम शहरांत सुरू न करता खेड्यांतून सुरू केली, हे योग्यच केले. पण आपण खेड्यात घेऊन गेलो, ते शहरी शिक्षकांना. आपण शिक्षणाच्या नावाखाली कारखाने चालवतो आणि येणारा खर्च मुलांकडून वसूल करतो, अशी आपल्यावर टीका होऊ लागली. त्यामुळे आपण या उद्योगशिक्षणाबरोबर पुस्तकी शिक्षण देऊ लागलो आणि उद्योग व बौद्धिक शिक्षण अशी विभागणी करून लोकांना दाखवली. खरं तर आपल्याला लोकांना हे समजावून सांगायला हवे होते की, या जीवनोपयोगी व्यवसायशिक्षणाकरवीच, आम्ही बौद्धिक शिक्षणही देत आहोत.

याहीपेक्षा, आपण जी शिक्षकांची निवड केली, ती अधिक दोषपूर्ण होती. शहरी शिक्षकांना बुनियादी तालीमचे प्रशिक्षण देऊन त्यांना शिक्षक करण्याचा आपला प्रयोग निष्फळ झाला. त्यामुळेच आपण ग्रामीण भागात शिक्षण देऊनही ते ग्रामीण समाजाभिमुख झाले नाही. आता आपण खेड्यातल्या छोट्या-मोठ्या कारगिरांना निवडून त्यांना शिक्षणशास्त्र व शिक्षणकला शिकवू या व त्यांच्या सहकार्याने बुनियादी तालीम चालवूया. यातून आपल्या प्रयोगाला नेमकी दिशा मिळेल.

आपण कारागिरांची परीक्षा घेऊ. त्यात शेती, बागकाम, विणकाम, रस्ते, पूल आदी बांधकामाचे तंत्रज्ञान, नौका चालवणे, मासेमारी, पशुपालन या आणि इतरही उद्योगांमधल्या कुशलतेची परीक्षा घेऊ. त्यात उत्तीर्ण झालेल्यांची भाषा, गणित आदी विषयांची परीक्षा घेऊ. नंतर दोन-तीन वर्षे त्यांना अध्यापनाचं प्रशिक्षण देऊ. त्यानंतर त्यांना बुनियादी तालीमच्या शिक्षकाची पदवी देऊ.

यामुळे आजपर्यंत मागे राहिलेल्या समाजघटकांना पुढे येण्याची संधी मिळेल. आज भले हे लोक मागे असतील, पण तीन-चार वर्षांच्या कामानंतर ते उठून दिसतील. खरे सांगायचे तर, बुनियादी तालीम ही देशासाठी नवे रचनात्मक नेतृत्व तयार करण्यासाठीची तालीम आहे. मागे राहिलेल्यांना समर्थ, ताकदवान बनवण्याचा हा मार्ग आहे. सुशिक्षितांची बेकारी यातून कमी होईल. राष्ट्रापुढच्या समस्या सुटतील. त्यामुळे बुनियादी तालीम ही राष्ट्रव्यापी शिक्षणपद्धती व्हायला हवी.

बुनियादी तालीमचे महत्त्व मानणाऱ्यांनी अहिंसेवर विश्वास ठेवून काम अंगीकारावे, असा आग्रह किशोरलालभाईंनी जोपासला. काही जणांनी त्याला तात्त्विक विरोध केला. पण मला मध्यममार्ग मांडावासा वाटतो. संपूर्ण जीवनभराची

चर्चा आपण इथे करत नाही. शिक्षणात लोकांना समजावायचे असते, जबरदस्ती करायची नसते. आपण बुनियादी तालीममध्ये ज्या प्रकारची जीवनपद्धती अपेक्षित करतो आहोत, ती अहिंसेवर आधारित आहे; आणि मी असे म्हणेन, की बुनियादी तालीम यशस्वी झाली, तर आपले जीवन प्रेममय आणि सेवाव्रती होईल आणि मनानेही आपण अहिंसावादी होऊ.

स्वराज्यात आता सरकार शाळांमधून सैनिकी शिक्षण राबवू पाहात आहे. आणि आपल्यातले बुजुर्ग याचा विरोध करीत आहेत, की बुनियादी तालीममध्ये हिंसा प्रवृत्तीला व लष्करी शिक्षणाला स्थान देऊ नये. मानवतेच्या विकासाचे ध्येय्य बाळगणाऱ्या नयी तालीममध्ये हे होऊ नये.

पण हेही निश्चित, की अन्याय अत्याचारांचा प्रतिकार केल्याशिवाय जीवन सुखी होणार नाही. त्यामुळे या प्रकारच्या प्रतिकार करण्याची कलाही बुनियादी तालीममध्ये शिकवली पाहिजे. हिंसावादी लोकांना हिंसेने प्रतिकार करू देत, आम्ही मात्र अहिंसेने प्रतिकार करू. पण प्रतिकारशक्ती हवी; असल्याशिवाय मानवताही टिकणार नाही.

शिक्षणाची भाषा कोणती असावी. याचीही चर्चा आता जुनी झाली. शिक्षण हे मातृभाषेतूनच दिले गेले पाहिजे. हिंदी आमची राष्ट्रभाषा आहे, तिचा प्रसार व्हायला हवा.

अनेक जण असे मानतात, की आज इंग्रजीतून शिक्षण दिले, तर येणाऱ्या नव्या पिढीला, ती भाषा सहजपणे आत्मसात करता येईल. आज इंग्रजी ही आंतरराष्ट्रीय भाषा आहे, हे निर्विवाद. इंग्रजी शिकवावी, हे निश्चित. पण इथल्या ज्या कोट्यवधी लोकांना जी भाषा साधी समजतही नाही, त्या भाषेतून ज्ञान देण्याची ही कोणती विचित्र कृती आहे? आंतरराष्ट्रीय व्यवहाराला व व्यापाराला इंग्रजीची गरज असेल, पण देशांतर्गत व्यवहारांसाठी इंग्रजी कशाला? इथल्या लोकांना जी भाषा समजते त्या भाषेतूनच देशाचे राजकीय व्यवहार चालले पाहिजेत. जोपर्यंत राजकारण इंग्रजीतून चालवू तोपर्यंत लोकही इंग्रजीचा आग्रह धरतीलच.

आणखी एक गोष्ट आपण केली पाहिजे. आपण नेहरू सरकारला हे ठरवायला लावले पाहिजे, की सरकारी नोकरीत बुनियादी तालीममध्ये शिक्षण घेतलेल्या लोकांना प्राधान्य दिले जाईल. हे झाले तर अनेक विद्वान बुनियादी तालीमकडे वळतील. बुनियादी तालीमच्या प्रसारामुळे अनेक खाजगी संस्था पैशांच्या बाबतीत स्वयंपूर्ण होतील. बुनियादी तालीम घेतलेले तरुण अधिक कार्यकुशल, अधिक सुज्ञ, समजदार असतील.

गांधीजी सतत सांगायचे, की राष्ट्राच्या गरजेप्रमाणे आपण शिक्षण दिले पाहिजे. बुनियादी शिक्षणाचे हेच वैशिष्ट्य आहे. देशाची नाडी ओळखून या शिक्षणाचे स्वरूप निश्चित केले आहे.

आपल्याकडे धर्माचा प्रश्नही महत्त्वाचा आहे. आपण धर्माचे महत्त्व विनाकारण वाढवतो आहोत. सर्व धर्मांचा सखोल अभ्यास करून धर्माचं उज्वल रूप लोकांसमोर आणले पाहिजे. धर्माच्या नावाखाली, जे संकुचित, स्वार्थी राजकारण चालतं, तिकडेही दुर्लक्ष करून चालणार नाही. आपण या परिस्थितीकडे दुर्लक्ष केलं, लोकांचं अज्ञान दूर करण्याचा प्रयत्न केला नाही, तर ते जास्त धोकादायक ठरेल.

यासाठी बुनियादी तालीममध्ये सर्व धर्मांविषयी योग्य ज्ञान विद्यार्थ्यांना मिळेल, याची काळजी घ्यायला हवी. धर्माचा उपदेश करायचा नाही, पण धर्मांचा अभ्यास करायला हवा. शिक्षकांत सर्व धर्म समन्वयाची भूमिका असायला हवी. तरच विद्यार्थ्यांवर त्याचा योग्य परिणाम होईल.

ज्याप्रमाणे समाजोपयोगी व्यावसायांतून शिक्षण द्यायचा आपला प्रयत्न आहे, त्याप्रमाणे त्या त्या संस्थांकडूनही चारित्र्याची, सद्गुणांची शिकवण मुलांना मिळायला हवी. या कामात जेवढे शाळेचे महत्त्व आपण मानतो आहोत, तेवढेच महत्त्व विद्यार्थ्यांच्या वसतिगृहांनाही आहे. या वसतिगृहांत शिक्षक मुलांबरोबर राहिले, तर त्यातून एक आश्रमीय जीवनपद्धती आकाराला येईल. याचा ग्रामजीवनावरही चांगला परिणाम होईल. गावाच्या मदतीने मुले व शिक्षक ग्रामविकासाची कामे करतील. ग्रामसफाई करतील, प्रौढ मुली सूतिकागृह चालवतील. वसतिगृहाच्या स्वयंपाकाबरोबर सगळ्या गावाचाही स्वयंपाक तिथे होईल. बुनियादी तालीम ही जीवनासाठी व जीवनातूनच दिली जाईल. जीवनाच्या सर्व अंगांचा त्यात समावेश असेल. जसजशी यात सहभागी होणाऱ्या लोकांची संख्या वाढेल, तसतसे कामही वाढेल. पण त्याचबरोबर श्रमविभागणी होईल आणि कामही हलके होईल. या सगळ्यामुळेच आपण असे म्हणतोय की नयी तालीम ही नव्या सामाजिक नेतृत्वाची तालीम आहे. वसतिगृहात सर्व जाति-धर्माचे लोक राहतील, हे वेगळे सांगण्याची तर गरजच नाही. ते सर्व एकत्र जेवतील, साफसफाई करतील. एका कुटुंबाप्रमाणे सर्व जण राहतील व देशाची सेवा करतील.

परिशिष्ट : तीन

आमच्या साऱ्या कार्यांना नयी तालीमचा रंग द्यायला हवा.

(२० मे १९५९ ला नयी तालीमच्या पठाणकोट येथील सभेत विनोबाजींनी दिलेले भाषण :)

आज नयी तालीमसमोर जे काही प्रश्न आहेत त्यांना खरा न्याय द्यायचा असेल तर आपली सेवकांची सारी जमात नयी तालीमबाबत विचार करणारी आणि कार्य करणारी अशी झाली पाहिजे. अशातऱ्हेचा एक विचार मी राजपुरा संमेलनात मांडला होता. आज केवळ नयी तालीम संघच काय तो नयी तालीमबाबत विचार करीत असतो. एक काळ असा होता की अशाप्रकारे संघाने स्वतंत्रपणे काम करण्याची जरुरी होती. आता मात्र अशी परिस्थिती आहे की तालिमी संघाचे अधिक व्यापक रूप बनून तो सर्वसेवा संघात विलीन झाला तर ते खूप फायदेशीर होईल. चार वर्षांपूर्वीसुद्धा अशा तऱ्हेची सूचना मी केली होती. परंतु त्यावेळी मी याबाबत फारसा आग्रह धरला नव्हता. इच्छा मात्र अशी होती की याबद्दल चर्चा होत राहावी. पण आता मात्र ही आग्रहाची सूचना मी करतो आहे. हा काही माझा व्यक्तिगत आग्रह नाही. बाह्यपरिस्थितीचा अंदाज घेतला तर असे करणे आवश्यक आहे असे मला वाटते. त्याची कारणे मी आज आपल्यासमोर ठेवू इच्छितो.

काकासाहेबांनी दोन–तीन वर्षांपूर्वी सुचविले होते की नयी तालीमला एक कार्यक्रम म्हणून भूदानाशी जोडले पाहिजे. तेव्हा माझी अशी तयारी नव्हती. एक संपूर्ण कार्यक्रम म्हणून भूदान कार्यात त्याचा समावेश करू शकेन, एवढी शक्ती त्यात मला जाणवत नव्हती. तसे पाहिले तर, दोन–तीन गोष्टी एकत्र केल्याने लाभ होतोच, दृष्टी व्यापक बनते, अनेक लोकांचे सहकार्य प्राप्त होते. पण पुरी ताकद त्यात नसेल तर अनेक कामे एकत्र करूनही त्यांचे शक्तीत रूपांतर होत नाही. लोकांचे चित्त एकाग्र होत नाही. त्यामुळे मी काकासाहेबांची सूचना त्यावेळी स्वीकारू शकलो नाही. मी भूदानाशी केवळ ग्रामोद्योग जोडून दिला होता. परंतु अनुभव असा आला की ही निव्वळ जोडणी झाली, त्यावर जोर काही दिला गेला नाही. पुढे अंबर चरख्याच्या शोध लागल्यावर त्यात काहीशी ताकद आली; ही गोष्ट आता प्लानिंग कमीशनसुद्धा मानते. लोकांमध्येसुद्धा याबाबत ग्रह अनुकूल होऊ लागला आहे. शांतिसेनेबाबतसुद्धा काकासाहेबांची सूचना होती. ती सूचना पहिल्यापासूनच मला योग्य वाटत होती. तरीही अपुऱ्या शक्तीमुळे मी तिकडे लक्ष देऊ शकलो नाही. मी असे मानले होते की निदान १९५७ पर्यंत तरी दुसऱ्या कोणत्या

गोष्टींकडे लक्ष देऊ नये. परंतु १९५७ सालच्या अखेरीला या सर्व बाबींवर समग्र असा विचार झाला, तो मी आता आपणासमोर ठेवीत आहे.

जसे १९५७ चे वर्ष जवळ येत गेले तेव्हा आणि खास करून येलवाल परिषदेत नेत्यांनी ग्रामदानाला आशीर्वाद आणि नैतिक पाठबळ देताना असे सांगितले की ग्रामदानामुळे नैतिक आणि भौतिक अशा दोन्ही दृष्टींनी उन्नती होईल, आणि यासाठी हा कार्यक्रम पुढे चालत राहायला हवा. तेव्हा माझी अशी भावना झाली की आपल्या विचारावर आता शिक्कामोर्तब झाले आहे. गांधीजींनी जी वस्तू दिली होती तिचा स्वीकार समाजाकडून करवून घेण्याचे काम, आता, आपण करू शकतो. आमचा विचार लोकमान्य झाला आहे, आता फक्त तो लोकप्रिय करणे बाकी आहे. ते काम चालूच राहील. यामुळे येलवाल परिषदेनंतर मी शांतिसेनेवर जोर देण्यास सुरुवात केली.

म्हैसूर यात्रेत, हंसभावीमध्ये देशभरचे डी.पी.आय्. मला भेटण्यासाठी आले होते. त्यांच्याशी नयी तालीमबाबत खूप चर्चा झाली. मी पाहिले की हे जे लोक तिथे आले होते त्यांना मनापासून, नयी तालीमचा प्रचार व्हायला हवा होता. तसे तर सरकारने एखादे धोरण आखले तर त्याचा प्रचार करणे हे सरकारी कर्मचाऱ्यांचे कामच आहे. परंतु या कामासाठी त्यांना अंतःप्रेरणा असेल तर ती वेगळी बाब आहे. या लोकांना खरेच असे वाटत होते की आपल्या हातून काही घडावे. त्यांनी कित्येक प्रश्न विचारले, मी उत्तरे दिली, त्याने त्यांना समाधान झाले असावे, असे मला वाटते. तेव्हापासूनच अधून-मधून मी नयी तालीमवर जोर देत आलो आहे. परंतु अलीकडे मला असे वाटायला लागले आहे की लोकांमध्ये याचा व्यापक प्रमाणावर प्रचार होण्याची गरज आहे. आपल्या काही कामांबाबत सरकार अनुकूल आहे, परंतु त्याची अनुकूलता अशी आहे की, जर त्यासाठी लोकमत तयार झालेले असेल तर ते काम आम्ही करू, असे सरकारचे म्हणणे आहे. सरकारने सिंदरीला फॅक्टरी खोलली तेव्हा असा विचार केला नाही की लोकमत आहे का? कारण, त्यामागे एक आर्थिक विचार आहे, त्यानुसार ते निर्णय घेते, तिथे लोकांना विचारावे असे सरकारला वाटत नाही. ते असे मानते, की सरकार हे लोकांनी निवडलेले आहे आणि त्यामुळे ते जे जे काही करते ते लोकांना मान्यच आहे. परंतु जो गांधीजींचा कार्यक्रम आहे तो मात्र अर्थशास्त्रात बसतो की नाही याचा विचार सरकार करते. कारण, दुनियेचा सारा प्रवाह याच्या विरोधात उभा आहे. त्यामुळे त्यासाठी लोकमत हवे. सरकारचे हे म्हणणे आहे आणि ते ठीकच आहे. आज काही लोकांचे म्हणणे असे आहे की जुन्या शिक्षणात कोणताही

मूलभूत असा दोष नाही; फक्त त्यात सुधारणा होण्याची गरज आहे. अशाप्रकारचे विचार मंत्रीसुद्धा मांडत असतात. या सगळ्याचे सार असे की आता आपल्याला लोकांच्यात जाऊन (नयी तालीमसाठी) अनुकूलता निर्माण केली पाहिजे. नयी तालीमची राष्ट्रीय स्तरावर शहानिशा झाली पाहिजे, त्याच्या गुण-दोषांची चर्चा व्हायला हवी, लोकांनी आपापल्या सूचना दिल्या पाहिजेत. जशी भूदानाबाबत कितीतरी चर्चा झाली. कुठे विरोध झाला, काही त्रुटीही दाखविल्या गेल्या. अशाचप्रकारे लोकमत तयार करण्यासाठी आपण प्रचारात उतरले पाहिजे. त्याच्याशिवाय आमचे नयी तालीमचे प्रयोग मर्यादित राखले जातील आणि परिणाम मात्र आम्हाला पाहिजे तसा होणार नाही. त्यामुळे असे घडायला पाहिजे की लोकांनी यास मान्यता दिली आहे. म्हणून मला असे वाटले की, आज जो नयी तालीमसंघ बनलेला आहे तो सर्वसामान्य जनतेपर्यंत पोचण्यास समर्थ नाही. सर्वसेवा संघानेच जर का हे काम हाती घेतले तरच हे होऊ शकेल. सर्वसेवा संघाची आज जेवढी ताकद आहे तेवढी पाच-सहा वर्षांपूर्वी नव्हती. परंतु भूदानासारखे सामाजिक काम त्यांनी हाती घेतले त्यांत अनेकांचा सहयोग त्यांनी मिळविला. तसेच आज जर नयी तालीमचा विषय सर्वसेवा संघाने हाती घेतला तर पुरी ताकद त्यासाठी लावली जाईल.

मला असे म्हणायचे आहे की, आजवर तालिमी संघाने जे काही प्रयोग केले ते काही एका मर्यादेपर्यंत पूर्ण झाले आहेत. जर आम्ही तेच प्रयोग पुन्हा पुन्हा करीत राहिलो, त्यात असलेल्या -उणिवा सुधारीत राहिलो, त्यातच वेळ देत राहिलो, तर वेळ वायाच जाईल. नायकम्‌जी आमच्या तामीळनाडूच्या यात्रेत होते. त्यांनासुद्धा असे वाटले की नयी तालीमचे रूप आणखी नवे झाले पाहिजे, बदलले पाहिजे. आता गावालाच शाळा समजून प्रयोग करायला हवेत. आमचा जुना ढाचा सुमारे वीस वर्षे चालला. त्याचा एक नमुना आपण दिला, त्याची एक दिशाही ठरली. सरकारसमोर ही गोष्ट ठेवली. त्यांना स्वीकारायची असेल तर ते ती स्वीकारू शकतात. त्यात परिवर्तन वा वाढ जी काही करायची असेल ती करण्याचा हक्क सरकारला आहे. हे केवळ तालिमी संघाचे काम नाही. तात्पर्य असे की नयी तालीमचा एक प्रयोग पूर्ण झाला आहे. आता त्याला दुसरे रूप द्यायला हवे आहे. हा विचार तालिमी संघानेही मान्य केला आहे; आणि तसा ठरावसुद्धा केला आहे. आता मला असे वाटते की त्यावर कृती करायची असेल तर ती सर्व सेवा संघच करू शकेल. आजच्या परिस्थितीत तालिमी संघ नाही करू शकणार. एक दोन ठिकाणी, हवे तर नमुन्याचे काम करून दाखवील. परंतु संपूर्ण भारतात या कामासाठी

हवा निर्माण करायची असेल तर पुऱ्या शक्तीनिशीच ते व्हायला हवे. याकरिता तालिमी संघ सर्वसेवा संघात विलीन होणेच इष्ट आहे.

सरकारकडून काही काम करवून घ्यायचे असेल तर, सरकार व्यापक कामच करणारे आहे. एकदम संबंध भारतात ते लागू करण्याची गोष्ट येते. त्याशिवाय व्यापक काम होऊ शकत नाही. त्यासाठी आम्हाला काही बाबी सैल कराव्या लागतात. सैल करताना काही गोष्टींचा आग्रहही धरावा लागतो. नाहीतर कशाचे काय होऊन बसेल. याबाबत सरकारशी बोलणी करण्याचे कामसुद्धा, पर्याप्त शक्तीने करायचे, तर ते सर्वसेवा संघच करू शकणार आहे. सरकारला हे दिसले पाहिजे,की हे सगळेच लोक याचा विचार मांडताहेत. जी काही माहिती मिळवायची ती सर्वसेवा संघाकडूनच मिळवायला हवी. असे झाले तर ते सरकारलाही बरे पडेल, आणि आपल्यालाही. नाहीतर काहीसे एकांगीपण येते. सरकारने आपले काही आग्रह धरले तर त्यांचा मुकाबला प्रेमाने करायला हवा. हे ठरवायला हवे की कुठे सैल सोडायचे, कुठे ठाम राहायचे.

अलीकडे नयी तालीमचे दोन तुकडे करण्याची गोष्ट चालली आहे. पहिला पाच वर्षांचा आणि पुढला तीन वर्षांचा. पहिला विभाग आधी सुरू करून मग दुसरा सुरू करायचा असे सांगितले जाते. पहिला विभाग जेवढा विस्तारीत तेवढा दुसरा असण्याची गरज नाही. पहिला विभाग स्वयंपूर्ण मानूनच काम केले जावे. मला तरी हे धोक्याचे वाटते. कदाचित हे योग्यही असेल. आता यावर आपल्याला एकत्र बसून विचार करायला हवा, की ही योजना ठीक आहे की नाही. नीटपणे विचार करून आपले मत स्पष्टपणे सरकारसमोर मांडले पाहिजे. अलीकडे इंग्रजीचाही प्रश्न पुढे आला आहे. इंग्रजी कुठपासून सुरू करावी, याची चर्चा होते आहे. संपूर्ण शिक्षणासमोरचाच हा प्रश्न आहे. आणि उद्या नयी तालीम हीच जर का सार्वत्रिक होणार असेल तर, नयी तालीमचे हे कर्तव्य आहे की याबाबत आपले विचार स्पष्टपणे मांडले जावेत. मुंबई प्रांतात तर इंग्रजीबद्दल खूपच चर्चा चालू आहे. इंग्रजीबद्दल आमच्या मनात मुळीच आकस नाही हे सर्वांनाच माहीत आहे. परंतु संबंध देशाच्याच पायाभूत शिक्षणाच्या संदर्भात आम्ही असे मानले आहे की बुनियादी शिक्षणात इंग्रजीचा प्रवेश होणार नाही, तर तो नंतरच्या शिक्षणात होईल. सरकार जर याबाबत निर्णय घेऊ पाहात असेल तर याबाबतीत आपला विचार ठाम असला पाहिजे. असे काही प्रश्न असतील की ज्यावर निर्णय होऊ शकतच नसेल तर चर्चा करून असे प्रश्न सोडून दिले पाहिजेत. परंतु ज्यावर सर्वसंमतीने वा बहुमताने निर्णय होऊ शकतो, तो सरकारपुढे ठेवण्याचे काम सर्वसेवा संघानेच केले पाहिजे,

केवळ तालिमी संघाने करून भागणार नाही. सर्वसेवा संघ हे काम करणार नसेल तर मला धोका संभवतो. कारण सरकार जेव्हा विचार करते तेव्हा पुऱ्या शक्तीनिशी विचार करते आणि आपण जर अपुऱ्या शक्तीनिशी त्यांच्यापुढे जाणार असू तर आपले म्हणणे मानले जाणार नाही. लोकमत आमच्या बाजूला नसेल आणि म्हणून आमचे ऐकले जात नसेल तर एकवेळ ठीक आहे. परंतु आपण कमजोर असू तर लोकमत आपल्या बाजूला असूनही आपल्या म्हणण्याप्रमाणे होणार नाही. त्यामुळे, छोट्या नव्हे तर मोठ्या संघाला हे काम करायला हवे.

आपण खादी ग्रामोद्योग, निसर्गोपचार अशी काम करतो आहोत. ही सर्व कामे सर्वसेवा संघाशी संबंधित आहेत. ही सर्वच नयी तालीमचा भाग व्हावी लागतील. आपल्याकडे लाखो चरखे आहेत, देशभरात आपले १००-२०० छोटे मोठे आश्रम आहेत, ज्यांच्याकरवी खादी ग्रामोद्योग आदी कामे चालतात. परंतु या कामांमधून नयी तालीमचा फारसा प्रवेश कधी झाला नाही; यात कुणाचा दोष आहे याची चर्चा मी इथे करत नाहीये. परंतु हे सांगू इच्छितो की, अजून आपले समग्र चिंतन झालेले नाही; आणि आपले प्रयोग जेवढे व्यापक व्हायला हवे आहेत तेवढे झालेले नाहीत. त्यामुळे आता सर्वसेवा संघालाच हे काम हाती घ्यायला हवे आहे, आणि आपल्या सर्वच कामांना नयी तालीमचे रूप दिले पाहिजे. यातून व्यापक स्तरावर काम कसे करायचे, हे आपल्या लक्षात येईल. सरकार व्यापक काम करीत असेल तर आपणसुद्धा व्यापक होऊ शकतो. आपल्या सगळ्या कामांत मिळून आपला निदान २०-२५ लाख लोकांशी संबंध येत असावा. इतक्या मोठ्या प्रमाणावर काम कसे करता येते याचा नमुना आपण देणे याची देशाला गरज आहे. मला असे वाटते आहे की आपल्या सर्वच कामांना नयी तालीमचा रंग दिला पाहिजे. रंग दिलेली चीज नयी तालीम असेल. ती पाण्यात मिसळली तर पाण्याला आपला रंग बहाल करते.

मी अलीकडे शांतिसेनेविषयी बोलतो. एक गोष्ट स्पष्ट आहे की आपण आपल्या पद्धतीचे शिक्षण जितके पुढे नेऊ तेवढी शांतिसेना निर्माण होत जाईल. एक प्रकारे जरूर आहे की आपण संबंध देशभर पसरले पाहिजे; आणि हे शिक्षणातूनच होऊ शकते. शांतिसेनेची जबाबदारी नयी तालीमची नाही तर आणखी कुणाची आहे? शांतिसैनिकांना शिक्षण द्यायचे तर तीही जबाबदारी नयी तालीमचीच आहे. शांतिसैनिकांचा नमुना निर्माण करायचा असेल तर जिथे नयी तालीमचा शिक्षक तिथेच तो होऊ शकतो. या शिक्षणाचा केवळ मुलांशी नाही तर त्यांच्या आई-वडिलांशीही संबंध असतो. मुलांना आणि त्यांच्या आई-वडिलांना शांतिसेनेसाठी

तयार करण्याचे काम शिक्षकच करू शकतो. या सर्व कामांत सर्वसेवा संघ समर्थ आहे की नाही, हे मी सांगू शकत नाही; पण, तो तसा होऊ शकेल असे मला वाटते. देशामध्ये व्यापक प्रमाणावर शांतिसेनेची भावना निर्माण करण्याची जबाबदारी सर्वसेवा संघाची आहे. बापूंनी नयी तालीमबाबत सांगितले होते की याचे ध्येय, प्रथमपासून ते अखेरपर्यंतच्या जीवनाबाबत विचार करण्याचे आहे, केवळ जीवनाचा एखादा तुकडा घेऊन विचार करण्याचे नाही. त्यामुळे प्रौढांचे शिक्षणही यामध्ये येते. त्यांना शांतिसेनेच्या दिशेने नेण्याचे काम कोण करणार? त्यामुळे माझ्या मनात अशी खात्री निर्माण झाली आहे की हे नयी तालीमचेच काम आहे आणि मला याचा आनंद होतो आहे की नयी तालीमच्या लोकांना यात रस आहे. आजपर्यंत शांतिसेनेच्या शिक्षणाचे काम नयी तालीमकरवीच झाले आहे. परंतु त्याला अजून व्यापक रूप प्राप्त झालेले नाही. आता यात, खादीवाले, ग्रामोद्योगवाले अशा सर्वांनाच सामील व्हायचे आहे. यासाठी सर्वांना एकत्र आले पाहिजे.

अलीकडे मला अशी प्रेरणा झाली आहे की मी नयी तालीमचा प्रचार करावा. ग्रामदान, शांतिसेना व सर्वोदयपात्र असे माझे त्रिविध कार्य आहे. ग्रामदान नि शांतिसेना ग्रामस्वराज्यासाठी आहे असे मी मानतो. ग्रामस्वराज्य पूर्ण नसले तरी काहीसे चित्र लोकांसमोर मांडण्याची गरज आहे. त्यात नयी तालीमविषयी बोलावेच लागते. ग्रामदानी गावांमध्येही जर जुनीच शिक्षणपद्धती चालू राहिली तर काम अर्धवटच होईल. तिकडे अक्राणी महलमध्ये आपले कार्यकर्ते काम करताहेत. सरकारनेसुद्धा त्या प्रदेशासाठी काही योजना तयार केली आहे. दोन्हींच्या सहयोगातूनच काही काम चालले आहे. सरकारची इच्छा आहे की शिक्षणाचे काम आपण अंगावर घ्यावे. तेथून प्रोफेसर बंग यांनी मला लिहिले आहे की आपण सरकारची विनंती स्वीकारावी असे वाटते. यामुळे एक व्यापक काम करण्याचे आव्हान आपल्यापुढे उभे आहे. तिथे सुमारे तीनशे गावांमध्ये काम उभे करावे लागेल. तिथे आपल्याला नयी तालीमचे व्यापक रूप प्रकट करावे लागेल. या साऱ्या गोष्टी लोकांसमोर ठेवाव्या लागतील. त्यामुळे मला असे वाटायला लागले आहे की व्यक्तिगत स्तरावर आपण स्वतः नयी तालीमकडे लक्ष पुरवावे. तसे पाहिले तर खादी, गोरक्षण अशी सारी कामे एक दुसऱ्यांशी जोडलेली आहेत; तरीही थोड्या काळापुरता त्यांचा वेगळा विचार करता येईल. परंतु नयी तालीमचा मात्र अल्पकाळसुद्धा वेगळा विचार करता येणार नाही. त्यामुळे राजपुरा संमेलनानंतर मी बहुतेक व्याख्यानांमधून नयी तालीमविषयी बोलत असतो. लोकांमध्ये त्याविषयी चर्चासुद्धा सुरू झालेली आहे. आज ते शक्य असेल वा नसेल, पण मी पुन्हा पुन्हा

सांगत आलो आहे की, सरकारच्या हातून कशाची मुक्ती करायची असेल तर ती आधी 'शिक्षणा'ची केली पाहिजे. आज ते केरळमध्ये जे काही चालले आहे, ते इतर प्रांतांतल्यापेक्षा काही निराळे चालले आहे असे मला वाटत नाही. दुसऱ्या प्रांतांमधूनसुद्धा शिक्षणावर सरकारचे पूर्ण नियंत्रण आहे. अगदी कुणाला हुं की चूं करू दिले जात नाही. फरक इतकाच आहे की कम्युनिस्टांमध्ये कार्यदक्षता (एफिशियन्सी) आहे तशी इतरांच्यात नाही. पण सगळ्या प्रांतांमधून एकच क्रमिक पुस्तक असते ही किती भयानक गोष्ट आहे. त्यामुळेच मी नेहमी सांगत आलो आहे की, शिक्षण सरकारच्या नाही तर जनतेच्या हातांत असले पाहिजे. यासाठीच मी ग्रामदान, सर्वोदयपात्र आणि शांतिसेना यांच्या बरोबरीने नयी तालीमचे कामही करावे म्हणतो. शांतिसेनेसाठी नयी तालीमची जरूर आहे. ग्रामस्वराज्यासाठी नयी तालीमची जरूर आहे. त्यामुळे पुनश्च एकदा विचार करून यावर जोर देण्याची आवश्यकता आहे. म्हणून मी म्हणतो की सर्वसेवा संघाची पुरी ताकद यासाठी लावली गेली पाहिजे.

परिशिष्ट : चार

नयी तालीम संमेलने

क्रम	ठिकाण	तारखा	अध्यक्ष	उद्घाटक
१.	सेवाग्राम, वर्धा	ऑक्टो २२-२३-१९३७	मो.क. गांधी	जाकिर हुसेन
२.	पुणे	ऑक्टो २२-२३-१९३९	के.जी. सैयदिन	मो.क. गांधी
३.	जामिया नगर दिल्ली	एप्रिल१९४१	जाकिर हुसेन	डॉ. राजेंद्र प्रसाद
४.	सेवाग्राम	जानेवारी १९४५	जाकिर हुसेन	मो.क. गांधी
५.	विक्रम जि. पाटना (बि.)	एप्रिल १९४८	जाकिर हुसेन	माधव श्रीहरी अणे
६.	पेरिनी के पाल्यम कोईबतूर	मे १९४९	जाकिर हुसेन	विनोबा भावे
७.	अनगुल, ओरिसा	ऑगस्ट १९५०	के. माधवन् मेनन	लिंगराज मिश्रा
८.	सेवाग्राम	२८ फेब्रुवारी ते १९५१ मार्च ५ पर्यंत	बद्रीनाथ वर्मा	पंडित रविशंकर शुक्ला
९.	सेवाग्राम	ऑक्टोबर १९५२	जाकिर हुसेन	पट्टाभी सीतारामैया

१०.	टिटाघर, आसाम	११-१६ नोव्हेंबर १९५३	काका कालेलकर	जयरामदास दौलतराम
११.	सनोसरा, सौराष्ट	१९५४	काका कालेलकर	डॉ. राजेंद्र प्रसाद
१२.	सेवाग्राम उत्तर बुनियादी	१६-२१ जानेवारी १९५९	जुगतराम दवे	कालूलाल श्रीमाळी
१३.	कान्तीपुरम, मद्रास	३०-३१ मे १९५९	काका काललेकर	विनोबा भावे
१४.	तुर्की, बिहार	२८-३० नोव्हेंबर १९५७	श्री. आर्यनायकम्	जाकिर हुसेन
१५.	राजपुरा, पंजाब	२५ एप्रिल १९५९	श्री. आर्यनायकम्	कालूलाल श्रीमाळी
१६.	शारदाग्राम, गुजरात	३-४ जून १९७२	उच्छंगराय	कांसीघर श्रीवास्तव ढेबर
१७.	नयी दिल्ली	१८-२० डिसेंबर १९७७	श्रीमन्नारायण	मोरारजी देसाई
१८.	बैरकपुर बंगाल	२७-२६ मे १९७९	श्री.पी.सी. चुंदर	मोरारजी देसाई
१९.	सेवाग्राम	२६-३० मार्च १९८७	राधाकृष्ण	देवीप्रसाद
२०.	सेवाग्राम	१-३ नोव्हेंबर १९८७	राधाकृष्ण	रामलाल पारीख
२१.	सेवाग्राम	४-५ ऑक्टोबर १९९९	डॉ. गुरुशरण	राधाकृष्ण
२२.	सेवाग्राम	१०-११ ऑक्टोबर २००४	नारायण देसाई	सामदोंग रिनपोके

परिशिष्ट : पाच

शिक्षणाच्या इतिहासांतील अपूर्व घटना

(वर्धा योजनेबाबत मॅडम मारिया मॉन्टेसोरींचे विचार)

जीवनशिक्षणासंबंधी आपल्या कल्पना स्पष्ट असल्या पाहिजेत. ज्याची सुरुवात जन्मापासून नव्हे, जन्माच्याही आधी म्हणजे गर्भादानापासून होते, ते जीवनशिक्षण म्हणजे काय ते आपण समजून घेणे जरूर आहे. महात्माजींसारख्या लोकनेत्याने अगदी प्रथमच अशा प्रकारच्या शिक्षणाच्या योजनेला चालना दिली आहे. म्हणून या प्रकारच्या शिक्षणाबाबत आपण आणखी बारकाईने विचार केला पाहिजे. महात्माजींनी शिक्षण केवळ जीवनव्यापी बनविले एवढेच नव्हे तर शिक्षणांत 'जीवनाचे संरक्षण' ही कल्पना मुख्य, मध्यवर्ती व महत्त्वाची बनविली आहे. एखाद्या राजकीय आणि आध्यात्मिक नेत्याने या कल्पनेला चालना द्यावी, ही घटना शिक्षणाच्या इतिहासांत अपूर्व आहे. विज्ञानाने या प्रकारच्या शिक्षणाची आवश्यकता नुसती प्रकट केली होती, एवढेच नव्हे तर, या शतकाच्या सुरुवातीपासून समग्र जीवनव्यापी शिक्षणाची कल्पना कशी निश्चितपणे यशस्वी व परिणामी होऊ शकते ही गोष्ट प्रयोगाने सिद्ध करून दाखविण्यात आली आहे.

'जीवनाला मदत' आणि 'जीवनाचे संरक्षण' या अर्थाच्या शिक्षणाच्या कल्पनेचा अंमल युरोप किंवा अमेरिकेतील कोणत्याही शैक्षणिक मंत्रिमंडळाने केल्याचे दिसत नाही. आजपर्यंत कल्पिलेले शिक्षण, पद्धतींच्या दृष्टीने समृद्ध आहे. सामाजिक ध्येय्यवाद आणि अंतिम उद्दिष्टे या दृष्टीनेही संपन्न आहे. परंतु प्रत्यक्ष जीवनाचा त्यात अगदी अगदीच अत्यल्प विचार आहे. निरनिराळ्या देशांनी अधिकृतपणे मान्य केलेल्या अनेक पद्धती आहेत. परंतु कोणत्याही राज्यमान्य पद्धती प्रत्यक्ष जीवनाचा विचार करीत नाहीत; किंवा जन्मापासून व्यक्तीला मदत करणे व तिच्या विकासाचे संरक्षण करणे यासाठी प्रयत्न करताना दिसत नाहीत. शिक्षण म्हणज 'जीवनाचे संरक्षण' असा अर्थ केल्यास जीवनाच्या सर्व अवस्थांत शिक्षणाला सहकार मिळणे आवश्यक होईल हे तुम्हाला पटेल. आजच्या कल्पनेचे शिक्षण जीवशास्त्र आणि सामाजिक शास्त्रांच्या ज्ञानावर आधारलेले आहे. या प्रश्नाचा थोडा अधिक विचार केल्यास असे दिसेल की आज शिक्षण घेणारे विद्यार्थी आजच्या समाजापासून अलग करण्यात आले आहेत. सर्व विद्यार्थी आपापल्या संस्थांचे नियम पाळतात व शिक्षणखात्याने नेमून दिलेल्या शिक्षणक्रमाप्रमाणे अभ्यास

करतात. यात प्रत्यक्ष जीवनाचा संबंध कुठे येतो? हायस्कूलमध्ये शिकायला आलेला विद्यार्थी जेवून आला आहे की अन्न न मिळाल्याने उपाशी आला आहे, हा प्रश्न शाळेच्या कक्षेत येत नाही. अगदी काही वर्षांपूर्वी, अंशतः बहिऱ्या असणाऱ्या बालकांना कमी गुण देण्यात येत. कारण, शिक्षक म्हणत ती बहिरी आहेत, परंतु हे गुण देताना या बहिरेपणाचा विचार ते करीत. जर एखाद्या बालकाला नीटसे बरोबर दिसत नसेल, तर चांगले सुंदर अक्षर काढता येत नाही म्हणून कमी गुण देण्यात येत. अशा प्रकारचे शारीरिक दोष कित्येकदा विचारांत घेतले जात नसत आणि आजदेखील पद्धतींतील दोषांमुळे विद्यार्थ्यांच्या मनोविकासाला काही धोका असला तरी त्याची पर्वा कोणाला वाटत नाही. शिक्षणक्रमाप्रमाणे अभ्यास झाला पाहिजे एवढे जो तो पाहतो. विश्वविद्यालयीन शिक्षण घेणारा विद्यार्थी वारला ही घटना दुःखद मानली जाते. परंतु विश्वविद्यालये याबाबत फार तर स्मशानांत स्वतःचा प्रतिनिधी पाठवतात. या पलीकडे काही करता येईल, याचा विचारच करीत नाहीत. अशा कितीतरी व्यक्ती आहेत की त्या धांदरट (nervous) असतात. त्यांच्या स्वतःच्या जीवनाला तर त्यांचा उपयोग होत नाहीच. परंतु त्यांचे कुटुंबीय व इतर यांच्या जीवनांतही त्यांच्यामुळे प्रश्न उपस्थित होतो. पण या व्यक्तीसंबंधी शाळा काय करू शकतात? अभ्यास आणि परीक्षांच्या मागे लागलेल्या शाळा या अशा आहेत. समाजशास्त्र शिकलेली व सामाजिक कार्य करणारी मंडळी नेहमी म्हणतात की विद्यालयांतून पदव्या घेऊन बाहेर पडलेली मंडळी जीवनाच्या दृष्टीने तयार नसतात. एवढेच नव्हे तर त्यांच्या जीवनक्षमतेपैकी कित्येक शक्तींचा ऱ्हास झालेला असतो.

शाळेचे जग सामाजिक जीवनापासून अलग झाले आहे. याला कारण जीवनाच्या सांघिक जोपासनेची एकात्म अशी कल्पना आपल्याजवळ नाही. एक तुकडा येथे तर दुसरा तेथे व प्रत्येक एकमेकांची अवगणना करीत असतात. बालशाळा प्राथमिकशी संबंध ठेवीत नाहीत, दुय्यम शाळा प्राथमिककडे ढुंकूनही पाहात नाहीत, विश्वविद्यालये आपल्या उंच वातावरणांत मग्न आहेत. समग्र जीवनविकासाची कल्पना कोठेही दिसत नाही. जेव्हा राजकीय पुढारी शिक्षण म्हणज 'जीवनविकासाला मदत' असे मानले पाहिजे, असे म्हणतात तेव्हा आपल्याला त्यांचे महत्त्व पटू लागते. शिक्षणशास्त्रांत या कल्पना नवीन नाहीत. परंतु समाजात तसे काही अस्तित्वात नाही म्हणून समाजाच्या दृष्टीने ही घटना अपूर्व आहे. सर्व तऱ्हेची पूर्वतयारी झालेली आहे. चालू शिक्षणप्रथेतील चुकांवर पडदा पडला आहे, जीवनाच्या भिन्न भिन्न अवस्थांच्या दृष्टीने काय व्हायला पाहिजे त्याचीही स्पष्टता

झाली आहे. सर्व तयारी झाली आहे व म्हणूनच गांधीजींच्या या निर्णयांचे फार मोठे महत्त्व आहे. संस्कृतीला आपला उत्कर्ष साधण्याच्या दृष्टीने अत्यंत उपयोगी अशी ही पहिली पायरी आहे. ही पायरी प्रत्यक्ष शोधण्याच्या दृष्टीने, वैज्ञानिक शिक्षणाच्या क्षेत्रात प्रयत्नशील बनले पाहिजे.

शिक्षण अभ्यासक्रमावर नव्हे, पण मानवी जीवनाच्या अनुभवांवर आधारले पाहिजे. आपल्याला सार्वत्रिक सक्तीचे शिक्षण करायचे झाल्यास ते शिक्षण व्यावहारिक असणे अत्यंत महत्त्वाचे आहे. अव्यावहारिक शिक्षण सार्वत्रिक करण्याचा कोणालाही अधिकार मिळू शकत नाही. शिक्षण म्हणजे जीवनाचे संरक्षण, या अर्थाने शिक्षण बालकापुरते मर्यादित राहात नाही. मातापिते, समाज, राज्य, ही सर्व आपल्याला विचारांत घ्यावी लागतील. समाजाचा प्रत्येक भाग या कल्पनेने जागृत बनला पाहिजे. शिक्षणाच्याबाबत आजची जड, बुरसटलेली, बेपर्वावृत्ती यापुढे चालणार नाही.

(अहमदाबाद येथील भाषणावरून शिक्षणपत्रिका, ऑगस्ट १९५२)

परिशिष्ट : सहा

विनोबांनी दिलेली 'नयी तालीम'ची बारा सूत्रे

१. नयी तालीम म्हणजे, ज्याची परिणती आनंदात होते असे ज्ञान व कर्म यांचे एकीकरण.

२. आजची समाजरचना आहे तशीच ठेवून नयी१ तालीम अनुसरता येणार नाही. नयी तालीम ही 'भाकरीकरिता श्रम' या सिद्धांतावर आधारलेली आहे. याचा अर्थ आहे सामाजिक मूल्यांमध्ये क्रांती.

३. नयी तालीम हे अहिंसेसाठीचे शिक्षण आहे. स्वातंत्र्य व सहकार हा त्यांचा पाया आहे. त्याचे लक्ष आहे भयापासून मुक्ती.

४. शारीरिक गरजांच्या पूर्तीसाठी, मुक्त नि विश्लेषक चिंतनासाठी, पूर्णज्ञान प्राप्तीसाठी आणि आध्यात्मिक विकासासाठी स्वावलंबनावर आधारित अशी ही नयी तालीम आहे.

५. शिक्षणाने विद्यार्थ्यांमध्ये सामाजिक प्रेरणा जागृत केली पाहिजे. त्याचप्रमाणे दुसऱ्यांच्याबरोबर सहकाराने काम करण्याची सवय व त्याकडे कल या गोष्टी निर्माण केल्या पाहिजेत.

६. सर्व माणसांविषयी समान आदरभाव हा नयी तालीमचा सामाजिक आदर्श आहे.

७. शिक्षणाचा निसर्गाशी आणि जीवनाशी सुसंवादी व घनिष्ठ संबंध असला पाहिजे. शेतीशी जोडले न गेलेले जीवन अपूर्ण होय!

८. चांगल्या कौटुंबिक आदर्शांनुसार शाळांची व्यवस्था असली पाहिजे.

९. शिक्षणाचे ध्येय आहे अनुशासन व चारित्र्य; स्वैराचार नव्हे, संयम!

१०. नयी तालीम ही कधीही न संपणारी, नित्य नवी अशी सातत्याने चालणारी प्रक्रिया आहे. प्रत्येक ठिकाणी प्रत्येक दिवशी ती नवे रूप घेत असते.

११. नयी तालीम ही केवळ प्राथमिक स्तरावरील शिक्षणासाठी नाही. संपूर्ण शिक्षणासाठी चारित्र्याचा पाया हे तिचे स्वरूप आहे. ती केवळ खेडेगावांसाठी नाही, तर सर्वांसाठी आणि जीवनाच्या सर्व अवस्थांसाठी आहे.

१२. नयी तालीम ही काही शिक्षणाची पद्धती नाही. ती काही एखाद्या 'विशिष्ट पद्धती'चे ज्ञान नाही. नयी तालीम हा एक सृजनात्मक विचार आहे. एक जीवनपद्धती आहे. एक नवे दर्शन आहे, नवा चेहरा आहे. शिक्षणाचे लक्ष्य किंवा उद्दिष्ट आहे, 'सत्याचा शोध'.

गांधी सेवा संघ संदर्भ ग्रंथालय, सेवाग्राम, वर्धा

नयी तालीम ग्रंथो की सूची

No.	Name	Author/Editor	Publishers
1.	Education for life	Kumarappa	Rasamundri
2.	The latest Fad Basic Ed.	Kripalani	Nai Talim Sevagram
3.	The Wardha Scheme	Warkey	Oxford Press
4.	Syllabus for Basic Schools	-	Yervada Press
5.	H.T.S. Constitution	-	H.T. Sangh
6.	H.T.S. Third Report	Aryanayakam	H.T. Sangh
7.	Basic Edu. in Bihar	Dwarik Singh	H.T. Sangh
8.	The Medium of Instruction	Shriman Narayan	Kitabistan Allahabad
9.	Dhanush Takli	Bharatananda	H.T. Sangh
10.	H.T.S. Sixth Report	Aryanayakam	H.T. Sangh
11.	Consturctive Programme for students	Shrimanji	Padma Pub. Bombay
12.	The wardha Scheme of B.E.	Majumdar	Basic School Shillong
13.	New Schools in Bihar	Marjorie Sykes	-
14.	Understanding B. Education	Avinashlingam	Govt. of India
15.	B.E. in Madras Province	-	Govt. of Madras
16.	Nai Talim Sevagram	Marjorie	H.T. Sangh
17.	The Story of Twelve years	Aryanayakam	H.T. Sangh
18.	5th A.I.Basic Edu. Conference	-	H.T. Sangh
19.	The Task of Peace Making	-	Vishva Bharti 1949
20.	The Wardha Scheme	Srimali	Allahabad Law Press
21.	Health Education	Chitra Naik	Bombay Govt.
22.	Common Ailments of Village	Vasanti Behen	Kasturba So. Sewagram
23.	Higher Education	Arthur Morgan	H.T. Sangh
24.	B.E. its Principles & Practice	Marjorie	Nai Talim
25.	Boimondau	Claire Bishop	H.T. Sangh
26.	B.E. in Bihar	Armstrong	H.T. Sangh
27.	N.T. & the Social order	Weifred Wellock	H.T. Sangh
28.	6th A.I. Basic Edu. Conference	Aryanayakam	H.T. Sangh

गांधी सेवा संघ संदर्भ ग्रंथालय, सेवाग्राम, वर्धा
नयी तालीम ग्रंथो की सूची

No.	Name	Author/Editor	Publishers
29.	Nai Talim at Sewagram	Aryanayakam	H.T. Sangh
30.	Prayars	-	H.T. Sangh
31.	Wardha Scheme of	Babulal Gupta	H.T. Sangh
32.	Education for life	Armstrong	Narahari
33.	Syllabus For Basic Schools	-	Govt. of India
34.	Basic Education	Gandhi	Navjivan
35.	Basic Education Sevagram	Aryanayakam	H.T. Sangh
36.	Basic Edu. in Bihar	Upadhayay	B.E. Board Patna
37.	Revised Syllabus for Teachers	-	H.T. Sangh
38.	A.I. Christian Conference on B. Edu.	-	-
39.	Draft Syllabus for post B.E.	-	Bihar Basic ed. Board
40.	B.E. The Need of the Day	Dr. B. Pattabhi	H.T. Sangh Sitaramayya
41.	The Edu. Philosophy of M. Gandhi	Patel	Navjivan
42.	Towards New Education	Gandhi	Navjivan
43.	After Fifteen Years	Aryanayakam	H.T. Sangh
44.	Social Edu. Organizers Training	Ramchandran	Gandhi Gram
45.	The idea of a Rural University	A. Morgan	H.T. Sangh
46.	The Rural University	Morgan	H.T. Sangh
47.	Picture&Programme of Post Basic Education	Marjorie	H.T. Sangh
48.	Crisis in Education	Aryanayakam	H.T. Sangh
49.	Report & Syllabus for Post Basic Education in Bombay	Aryanayakam	Bombay Govt.
50.	Understanding Basic Education	Aryanayakam	Govt. of India

गांधी सेवा संघ संदर्भ ग्रंथालय, सेवाग्राम, वर्धा

नयी तालीम ग्रंथो की सूची

No.	Name	Author/Editor	Publishers
51.	Christaian Nurture & B.E.	-	Church of India
52.	The Future Prog. of H.T.S.	Aryanayakam	H.T. Sangh
53.	Nai Talim at Sevagram	Aryanayakam	H.T. Sangh
54.	Basic Education in India	-	Govt. of India
55.	Foundations of Living	Majorie	Parisar Pune
56.	Progress of Basic Edu.	Shukla	Govt. of India
57.	Institute of B.E. Research.	Majumdar	TRA. Collage, Banipur
58.	The Latest Fad Basic Edu.	Kripalani	-
59.	Language Study	M.P. Desai	Navjivan
60.	Exhibitions in Schools	J.K. Shukla	-
61.	Progress of Basic Education	-	Govt. of India
62.	The Community of the future	Arthur Morgan	H.T. Sangh
63.	Work Camps	Max Parker	H.T. Sangh
64.	Technique of Corelation	Solanki	Navjivan
65.	Basic Edu. in Practice	Subbarao	Ajanta Pub.S`bad
66.	Basic Edu. Abstracts	-	Govt. of India
67.	Ayurvedic Health	Lakshmipathi	S.S. Sangh
68.	Village Health Guide	Elton Kessel	H.T. Sangh
69.	Inspection of Basic Schools	Desai	Govt. of India
70.	Rural Universtiy Faculty of Ayurveda	LakshmiPathi	H.T. Sangh
71.	Administration of B.E.	-	Govt. of India
72.	Basic Edu. Bibliography	-	Govt. of India
73.	Future in Basic Edu.	Mathur	A.Chand Jallandhar
74.	Gadhiji's Experiments in Edu.	Avinashlingam	Govt. of India

गांधी सेवा संघ संदर्भ ग्रंथालय, सेवाग्राम, वर्धा
नयी तालीम ग्रंथो की सूची

No.	Name	Author/Editor	Publishers
75.	The Message of Sevagram	Aruaayakam	H.T. Sangh
76.	Education from Dewey to Gandhi	Ramnathan	ASIA Pub.House
77.	Thoughts on Basic Edu.	Salamtullah	ASIA Pub.House
78.	An appeal	Asha Devi	H.T. Sangh
79.	N.T. Convention, New Delhi	Radhakrishna	Sarva Seva Sangh
80.	M. Gandhi & Basic Edu.	Taneja	Uni. Pub. Jallandhar
81.	The Implications of continuing	Roby Kidd	Adu. Edu. Asso. Delhi
82.	Gandhi the Teacher	Asha Devi	Vidhy Bhavan, Bombay
83.	Basic Edu. A Retrospect	Acharlu	Basic Edu. Council
84.	The Future of Basic Edu	Shgrimali	Pubjab Uni.
85.	Essence of Basic Education	Vinoba	Tanjavur
86.	Basic Edu. A. Reinterpretation	Verma	Mehra Co. Agra
87.	Gandhian Values In Indian	S. Narayan	Govt. of Gujarat
88.	Memorandum on Basic Edu.	Radhakrishna	N.T. Samiti
89.	Gandhijis Challenge to Edu.	Acharlu	Gandhi Sahitya A`bad
90.	Towards New Edu. Pattern	Mashruwala	Navjivan
91.	Recommendations	-	Govt. of Gujarat
92.	Basic Edu. Evaluation Report	-	Govt. of Gujarat
93.	Implementation of Ed. Report	-	Govt. of Gujarat
94.	A National Policy On Edu.	-	N.T. Samiti

गांधी सेवा संघ संदर्भ ग्रंथालय, सेवाग्राम, वर्धा
नयी तालीम ग्रंथो की सूची

No.	Name	Author/Editor	Publishers
95.	Linking Edu. With Growth	S.Narayan	Govt. of Gujarat
96.	Acharyakul-Its Edu. Policy	Bansidhar	Acharyakul, Rajghat
97.	Wardha Conference on Trusteeship	Shriman Narayan	Sevagram Ashram
98.	Souvenir Second State Edu.Conf.	Subbaraman	TamilnaduB.Edu.
99.	National Pattern of Edu.	S. Narayan	N.T. Samiti
100.	National Edu. Conference	S. Narayan	N.T. Samiti
101.	The Message of Bapus Hut	Ivan Illich	Sevagram Ashram
102.	Peace Education	Devi Prasad	G.P.F. Delhi
103.	Gandhi Vigyan (Oct.)	Acharlu	Academy. Hyd.
104.	Gandhi & Western Education	J. Brotherton	G.P.F. Delhi
105.	Gandhi Vigyan	Acharlu	Bangalore
106.	Marjorie Sykes	Martha Dart	Academy Hyd.
107.	Towards New Education	Gandhi	Navjivan
108.	The Wardha Scheme	Warkey	Oxford Uni.
109.	Syllabus for Basic Schools I-VII	Ashadevi	Yervada Press
110.	The Wardha Scheme-Gandhian Plan	K. Srimali	Law Press. Allabad
111.	Health Education	Chitra Naik	Bombay Govt.
112.	Common Ailments of Village	-	Kasturba Hospital
113.	Basic Edu. In Bihar	Upadhyaya.	B.E. Bord, Patna
114.	Understanding Basic Edu. 1954	Avinashlingam	Govt. of India

गांधी सेवा संघ संदर्भ ग्रंथालय, सेवाग्राम, वर्धा
नयी तालीम ग्रंथो की सूची

No.	Name	Author/Editor	Publishers
115.	Foundations of Living	Marjorie Sykes	Parisar Pune
116.	Exhibitions in Basic Schools	Shukla	Govt. of India
117.	Basic Education Abstracts	-	Govt. of India
118.	Admn. of Basic Education	Shukla	Govt. of India
119.	Basic Edu. Bibliography	Shukla	Govt. of India
120.	Future in Basic Edu.	Mathur	A.Chand, Jallandhar
121.	Edu. From Dewey to Gandhi	Ramnathan	Asia Pub. House
122.	Thoughts on Basic Edu.	Salamtullah	Asia pub. House
123.	Mahtma Gandhi & Basic Edu.	Taneja	Uni. Pub. Jallandhar
124.	Basic Edu. A Restrospect	Acharlu	Govt. of India
125.	The Future of Basic	Srimali	Punjab Uni.
126.	Basic Edu. A Reinterpretation	Verma	R. Mehra Agra
127.	Basic Edu. Evaluation Report	-	Govt. of Gujarat
128.	Gandhian Perspective on Edu.	Gangrade	Gandhi Darshan Delhi
129.	Essence of Basic Edu.	Vinoba	Thanjavur
130.	Acharyakul-Its Edu. Policy	Bansidhar	Acharyakur, Varanasi

गांधी सेवा संघ संदर्भ ग्रंथालय, सेवाग्राम, वर्धा

नयी तालीम ग्रंथो की सूची

No.	Name	Author/Editor	Publishers
१.	शिक्षा में अहिंसक क्रांति	गांधीजी	हिंदुस्तानी तालीमी संघ
२.	वर्धा शिक्षण परिषद कार्य विवरण	गांधीजी/त्रिवेदी	मारवाडी शिक्षा मंडल वर्धा
३.	बुनियादी राष्ट्रीय शिक्षा	गांधीजी	हिं.ता. संघ
४.	हिं. ता. संघ पहले साल की रिपोर्ट	आर्यनायकम्	हि.ता. संघ
५.	एक कदम आगे	आर्यनायकम्	हि.ता. संघ
६.	तकली	कुन्दर दिवान	हि.ता. संघ
७.	ओटना, धुनना व तांत बनाना	सत्यनाथन	हि.ता. संघ
८.	गत्ते का काम	लक्ष्मीश्वर सिंह	हि.ता. संघ
९.	नयी तालीम	धीरेन्द्र मजूमदार	सर्वसेवा संघ
१०.	बुनियादी तालीम के दो साल	आर्यनायकम्	सर्वसेवा संघ वाराणसी
११.	समग्र नयी तालीम	आर्यनायकम्	हिं.ता. संघ
१२.	पूर्वबुनियादी तालीम समिति	शांता नारुलकर	हिं.ता. संघ
१३.	जीवन-शिक्षा का प्रारंभ (पूर्वबुनियादी)	शांता नारूलकर	हिं.ता. संघ
१४.	सांची केलवणी (गुजराती)	गांधीजी	साहित्य मण्डल अहमदाबाद
१५.	पूर्वबुनि. शिक्षकों का पाठ्यक्रम	-	हिं.ता. संघ
१६.	नयी तालीम के सात साल	एस.सी. मजूमदार	हिं.ता. संघ
१७.	नयी तालीम के आठ साल	एस.सी. मजूमदार	सेवाग्राम आश्रम
१८.	जीवन की बुनियादे	मार्जरी साईक्स	सेवाग्राम आश्रम
१९.	दस साल का काम	आर्यनायकम्	हिं.ता. संघ
२०.	जडमूल से क्रांन्ति	मश्रुवाला	नवजीवन अहमदाबाद
२१.	नयी तालीम का नवा साल	मजूमदार	हिं.ता. संघ
२२.	न.ता.भवन परिचय १९४७,४८	-	-
२३.	कताई कला	सुखदेव ठाकुर	बेसिक एज्युकेशन बोर्ड
२४.	सत्याग्रह आश्रम का इतिहास	गांधीजी	नवजीवन
२५.	समवायी शिक्षण कला	राधाप्रसाद सिंह	वैशाली, मुजफ्फरपुर
२६.	बुनियादी शिक्षा के सिद्धांत	राधाप्रसाद सिंह	-
२७.	पूर्व बुनियादी शिक्षकों का पाठ्यक्रम	शांता नारूलकर	हिं.ता. संघ

गांधी सेवा संघ संदर्भ ग्रंथालय, सेवाग्राम, वर्धा
नयी तालीम ग्रंथो की सूची

No.	Name	Author/Editor	Publishers
२८.	बुनियादी शिक्षा	गांधीजी	नवजीवन
२९.	सच्ची शिक्षा	गांधीजी	नवजीवन
३०.	ग्राम स्वराज्य नयी तालीम	देवीप्रसाद गुप्त	हिं.ता. संघ
३१.	बढे चलों बहादुरो	रामलाल	न.ता. सेंटर फरीदाबाद
३२.	सातवें बु.शि. सम्मेलन	आर्यनायकम्	हि.ता. संघ
३३.	बुनियादी शिक्षा	मिलापचन्द्र दुबे	गयाप्रसाद संस, आगरा
३४.	प्रौढ शिक्षा का उद्वेश्य	नारुलकर/साईक्स	हिं. ता. संघ
३५.	आठवां न.ता. सम्मेलन	आर्यनायकम्	हिं.ता. संघ
३६.	बुनियादी शिक्षा	दुबे	गयाप्रसाद संस, आगरा
३७.	सेवाग्राम विश्वविद्यालय विवरण पत्रिका	आर्यनायकम्	हिं.ता. संघ
३८.	सेवाग्राम विश्वविद्यालय-परिचय	आर्यनायकम्	हिं.ता. संघ
३९.	नयी किताब	आर्यनायकम्	हिं.ता. संघ
४०.	भारत की कथा	आशादेवी	हिं.ता. संघ
४१.	खेती शिक्षा	भिसे पाटील	हिं.ता. संघ
४२.	कम्पोस्टवाली संडास	डॉ. केसल	हिं. ता. संघ
४३.	जीवन और शिक्षण	विनोबा	सस्ता साहित्य मंडल दिल्ली
४४.	प्रशिक्षणार्थी परिचय ५२-५३	मार्जरी साइक्स	हिं.ता. संघ
४५.	नयी तालीम प्रदर्शनी	देवी प्रसाद	हिं.ता. संघ
४६.	सेवाग्राम के काम पर कुछ विचार	चेस्तुरीड राईस	हिं.ता. संघ
४७.	सेवाग्राम गांधी लोक	क्लेयर वोकार्ड	हिं.ता. संघ
४८.	नवां न. ता. सम्मेलन विवरण	आर्यनायकम्	हिं.ता. संघ
४९.	नयी तालीम और समाज का नवनिर्माण	धीरेन्द्र भाई	सर्वसेवा संघ
५०.	उत्तरबुनियादी शिक्षाक्रम (संक्षिप्त)	शांता नारुलकर	हिं.ता. संघ
५१.	न.ता. में स्वाश्रयिता	द्वारिका सिंह	हिं.ता. संघ

गांधी सेवा संघ संदर्भ ग्रंथालय, सेवाग्राम, वर्धा

नयी तालीम ग्रंथो की सूची

No.	Name	Author/Editor	Publishers
५४.	नयी तालीम का विश्वरूप	धीरेन्द्र मजूमदार	हिं.ता. संघ
५५.	बिहार में बु.शि. की प्रगति	द्वारिका सिंह	हिं.ता. संघ
५६.	नयी तालीम विशेषांक (दिसंबर ५४)	आशादेवी	हिं.ता. संघ
५७.	वर्तमान शिक्षा की गंभीर स्थिति	आर्यनायकम्	हिं.ता. संघ
५८.	शिक्षा की समस्या	गांधीजी	नवजीवन
५९.	परिचय पत्रिका १९५३-५४	-	हिं.ता. संघ
६०.	नयी तालीम	धीरेन्द्र मजूमदार	सर्व सेवा संघ
६१.	नयी तालीम	धीरेन्द्र मजूमदार	उ.प्र. भूदान समिती
६२.	बुनियादी शिक्षा प्रश्न और उत्तर	-	प्रकाशन विभाग, दिल्ली
६३.	शिक्षण विचार	विनोबा	सर्व सेवा संघ
६४.	बेसिक शिक्षा क्या है?	हंसराज भाटिया	ओरिएन्ट लौंगमन्स
६५.	बु.शि. के सिद्धान्त	लाला धर्मप्रकाश	धर्मप्रकाश प्रकाशन
६६.	बु.शि. एक अध्ययन	गुरु शरण	सर्वो. पुस्तक भंडार
६७.	न.ता. का विश्वरूप	धीरेंद्र मजूमदार	हिं.ता. संघ
६८.	न.ता. में खेती बागवानी	-	-
६९.	न.ता. की ओर	गांधीजी	नवजीवन
७०.	मूल उद्योग : कातना	विनोबा	हिं.ता. संघ
७१.	ब्रम्ह विद्यालय का आदर्श	रविन्द्रनाथ ठाकुर	हिं.ता. संघ
७२.	ग्यारहवां न. ता. सम्मेलन कांचीपुरम	-	-
७३.	अ.भा. उत्तरबुनियादी सम्मेलन (संक्षिप्त)	आर्यनायकम्	हिं.ता. संघ
७४.	अ.भा. शिक्षा सम्मेलन जयपुर	श्रीमन्नारायण	नवीन प्रेस दिल्ली
७५.	न.ता. भवन प्रशिक्षार्थियों के पते	मार्जरी साईक्स	हिं.ता. संघ
७६.	शिक्षा में विवेक	मश्रुवाला	नवजीवन
७७.	शिक्षा का विकास	मश्रुवाला	नवजीवन

गांधी सेवा संघ संदर्भ ग्रंथालय, सेवाग्राम, वर्धा
नयी तालीम ग्रंथो की सूची

No.	Name	Author/Editor	Publishers
७८.	सुंदरपुर की पाठशाला	जुगतराम दवे	सर्वसेवा संघ
७९.	ग्रामशाला : ग्रामदान	शालिग्राम पथिक	सर्वसेवा संघ
८०.	शिक्षा और गांधीजी	आनंदप्रकाश	मलसीपूर प्रेस सहारनपुर
८१.	बु. स्कूलोंके लिये पाठ्यचर्या का निर्माण	चिस्कर मने	शैक्षिक अनु. परिषद दिल्ली
८२.	न. ता. की ओर	गांधीजी	नवजीवन
८३.	तालीम की बुनियादें	मश्रूवाला	नवजीवन
८४.	आठ सालों का संम्पूर्ण शिक्षाक्रम	आर्यनायकम्	हिं. ता. संघ
८५.	शांति सेना	गांधी-विनोबा	हिं.ता. संघ
८६.	विद्यार्थियों से	विनोबा	हिं. ता. संघ
८७.	शिक्षकों से	विनोबा	हिं. ता. संघ
८८.	नयी तालीम का नया पर्व	आर्यनायकम्	-
८९.	सफाई विज्ञान और कला	वल्लभस्वामी	सर्वसेवा संघ
९०.	बारहवां न.ता. सम्मेलन	आर्यनायकम्	हिं. ता. संघ
९१.	मूल उद्योग खेती और खादी	दयालचन्द्र सोनी	ओरिएंटल लांगमेन
९२.	प्रौढ शिक्षा का उद्देश	शांता नारुलकर	हिं.ता. संघ
९३.	माता पिताओं सें	म. भगवानदीन	सर्वसेवा संघ
९४.	बालक सीखता कैसे है?	भ. भगवान दीन	सर्वसेवा संघ
९५.	शिक्षा में विवेक	मश्रुवाला	नवजीवन
९६.	शिक्षा का विकास	मश्रुवाला	नवजीवन
९७.	विनोबाजी की बालसभा	तरुणभाई	सर्वो. साहित्य वाराणसी
९८.	बुनियादी शिक्षण	श्यामसुन्दर	नवयुग बिकानेर
९९.	तेरहवा न.ता. सम्मेलन	आर्यनायकम्	हिं.ता. संघ
१००.	बुनियादी शिक्षा पद्धति	धीरेन्द्र मजूमदार	सर्वसेवा संघ
१०१.	बच्चों की कला व शिक्षा	देवीप्रसाद	सर्वसेवा संघ कांशी
१०२.	ता. संघ सर्व सेवा संघ का संगम	आर्यनायकम्	हिं.ता. संघ
१०३.	आदर्श कताई बुनाई शिक्षा	घैसास	जबलपुर प्रकाशन
१०४.	राजाराम मोहन राय से गांधी	मगनभाई देसाई	नवजीवन

गांधी सेवा संघ संदर्भ ग्रंथालय, सेवाग्राम, वर्धा
नयी तालीम ग्रंथो की सूची

No.	Name	Author/Editor	Publishers
१०५.	सेवाग्राम आश्रम परिचय	घैसास	सेवाग्राम आश्रम
१०६.	बुनियादी तालीम	शांता नारुलकर	हिं.ता. संघ
१०७.	शिक्षा जिसकी हमें आवश्यकता है	–	न.ता. समिति
१०८.	हमारा राष्ट्रीय शिक्षण	चारुचंद्र भंडारी	सर्वसेवा संघ
१०९.	बुनि. शिक्षा के २० साल	द्वारिका सिंह	राष्ट्रीय प्रकाशन, लखनऊ
११०.	बुनि. शिक्षा के सिद्धांत	शर्मा (तिवारी)	आशिया पब्लिकेशन्स
१११.	समग्र नयी तालीम	धीरेन्द्र मजूमदार	सर्वसेवा संघ
११२.	बालक बनाम विज्ञान	भगवानदीन	सर्वसेवा संघ
११३.	बुनियादी शिक्षा क्या और कैसे	दयालचंद सोनी	सर्वसेवा संघ
११४.	ग्रामभारती	धीरेन्द्र मजूमदार	सर्वसेवा संघ
११५.	बुनियादी शिक्षा के अर्थ और सिद्धांत	प्रेमनाथ सहाय	दिल्ली पुस्तक सदन
११६.	बुनियादी शिक्षा मे अनुबन्ध की कला	अमरसिंह सोलंकी	नवजीवन
११७.	बुनियादी स्कूलों के लिए पाठ्यचर्या	चिक्करमनं	प्रकाशन विभाग दिल्ली
११८.	बुनियादी शिक्षा में योग्यताका मूल्यांकन	सलामत उल्ला	प्रकाशन विभाग दिल्ली
११९.	बुनियादी शालाओं का निरीक्षण	देसाई	प्रकाशन विभाग दिल्ली
१२०.	बालवाडी	जुगतराम दवे	सर्व सेवा संघ
१२१.	सेवाग्राम उत्तम बुनियादी विभाग	सुमन बंग	हिं.ता. संघ
१२२.	शिक्षण और शांति	जयप्रकाश नारायण	सर्व सेवा संघ
१२३.	कुलपतिजी के भाषण	महात्मा गांधी	गुजरात विद्यापीठ
१२४.	हमारी आन हमारी शान	यदुनाथ थत्ते	सर्व सेवा संघ
१२५.	देश की शिक्षा पद्धती	मोरारजी देसाई	न.ता. समिति
१२६.	नवयुग की मांग	धीरेन्द्र मजूमदार	सर्वसेवा संघ
१२७.	पुण्यधाम सेवाग्राम	प्रेमा कंटक	सेवाग्राम आश्रम
१२८.	गैर बुनियादी पाठशालाओं के लिये बुनियादी कार्यकलाप	शुक्ला	बुनि. शिक्षा अनुसंधान, दिल्ली

गांधी सेवा संघ संदर्भ ग्रंथालय, सेवाग्राम, वर्धा
नयी तालीम ग्रंथो की सूची

No.	Name	Author/Editor	Publishers
१२९.	नये समाज के लिये नयी तालीम	वंशीधर श्रीवास्तव	-
१३०.	राष्ट्रतीर्थ सेवाग्राम	उमाशंकर शुक्ला	सेवाग्राम आश्रम
१३१.	शिक्षा संस्कृति और समाज	राममूर्ति	श्रमभारती खादीग्राम
१३२.	नयी तालीम समितिका संविधान	आचार्लू	नयी तालीम समिति
१३३.	बुनियादी शिक्षा और समाज व्यवस्था	वेल्फ्रेड वेलाक	सर्वसेवा संघ
१३४.	बुनि. शिक्षा कार्यक्रम मूल्यांकन रिपोर्ट सारांश	-	गुजरात सरकार
१३५.	शिक्षा के तीन प्राण	विनोबा	परंधाम पवनार
१३६.	न.ता. सम्मेलन, शारदाग्राम	वंशीधर श्रीवास्तव	नयी तालीम समिति
१३७.	गुजरात में बुनि. शिक्षा	-	गुजरात सरकार
१३८.	राष्ट्रीय शिक्षा सम्मेलन	श्रीमन् नारायण	नयी तालीम समिति
१३९.	कार्योन्मुख विद्यालय	-	नयी तालीम समिति
१४०.	देश की शिक्षा पद्धति	मोरारजी देसाई	नयी तालीम समिति
१४१.	न.ता. सम्मेलन बैरकपुर	कनकमल गांधी	नयी तालीम समिति
१४२.	न.ता. मे प्रौढ शिक्षा	कनकमल गांधी	नयी तालीम समिति
१४३.	नयी बुनियाद की तालीम इतिवृत	कामेश्वर बहुगुणा	सर्वसेवा संघ
१४४.	शिक्षा में क्रांति और आचार्य कुल	विनोबा	आचार्यकुल पवनार
१४५.	शिक्षा विचार	विनोबा	आचार्यकुल पवनार
१४६.	शिक्षा में क्रांति	धीरेन्द्र मजूमदार	आचार्यकुल पवनार
१४७.	गांधीमार्ग फरवरी १९८२ (न.ता. विहंगम दृष्टी)	विश्वनाथ टण्डन	गांधी शांति प्रतिष्ठान
१४८.	गांधीमार्ग मार्च १९८२ (न.ता. विहंगम दृष्टी) विहंगम दृष्टी	विश्वनाथ टण्डन	गांधी शांति प्रतिष्ठान

गांधी सेवा संघ संदर्भ ग्रंथालय, सेवाग्राम, वर्धा

नयी तालीम ग्रंथो की सूची

No.	Name	Author/Editor	Publishers
१४९.	गांधीमार्ग अप्रैल १९८२ (न.ता. विहंगम दृष्टी)	विश्वनाथ टण्डन	गांधी शांति प्रतिष्ठान
१५०.	गांधीमार्ग मई १९८२ (न.ता.विहंगम दृष्टी)	विश्वनाथ टण्डन	गांधी शांति प्रतिष्ठान
१५१.	शिक्षण द्वारा समग्र क्रान्ति	विमला ठकार	विमल प्रकाशन, अहमदाबाद
१५२.	गांधी मार्ग, अगस्त १९८५	देवीप्रसाद	गांधी शांति प्रतिष्ठान
१५३.	गांधीजी का शिक्षा दर्शन	कमला द्विवेदी	श्री प्रकाशन दिल्ली
१५४.	राष्ट्रीय शिक्षा का इतिहास	कन्हैयालाल	काशी विद्यापीठ
१५५.	नयी तालीम परिसंवाद	कनकमल गांधी	नयी तालीम समिति
१५६.	शान्तिपूर्ण क्रान्ति	कनकमल गांधी	नयी तालीम समिति
१५७.	आचार्य कुल नयी तालीम स्वर्णजयन्ति	रा.कृ. पाटील	आचार्यकुल गोपुरी
१५८.	आचार्य कुल शिक्षा अंक	रा.कृ. पाटील	आचार्यकुल गोपुरी
१५९.	नयी तालीम की कहानी	मार्जरी साईक्स	-
१६०.	मां और बाबा	शं.प्र. पाण्डे	नयी तालीम समिति
१६१.	गांधी मार्ग न.ता. विशेषांक मार्च १९८८	देवीप्रसाद	गांधी शांति प्रतिष्ठान
१६२.	नयी तालीम की कहानी	मार्जरी साईक्स	नयी तालीम समिति
१६३.	न.ता. कार्यकर्ता सम्मेलन	कनकमल गांधी	नयी तालीम समिति
१६४.	शिक्षा में क्रान्ति और आचार्य कुल	विनोबा	आचार्यकुल, गोपुरी
१६५.	गांधी मार्ग, अक्तूबर १९९४	अनुपम मिश्र	गांधी शांति प्रतिष्ठान
१६६.	गांधी शिक्षा दर्शन अध्ययन	कमला द्विवेदी	वाय.के. पब्लि. आगरा
१६७.	न.ता. का नया आयाम	निर्मलचन्द्र	सर्व सेवा संघ
१६८.	न.ता. का नवां साल	मजूमदार	हिं.ता. संघ
१६९.	न.ता. भवन परिचय १९४७-४८	मार्जरी साईक्स	-
१७०.	कताई कला	सूयदेव ठाकूर	बु.शि. बोर्ड, पटना
१७१.	समन्वयी शिक्षण कला	राधाप्रसादसिंह	वैशाली, मुजफरनगर
१७२.	बुनि. शिक्षा के सिद्धान्त	राधाप्रसादसिंह	वैशाली, मुजफरनगर

गांधी सेवा संघ संदर्भ ग्रंथालय, सेवाग्राम, वर्धा
नयी तालीम ग्रंथो की सूची

No.	Name	Author/Editor	Publishers
१७३.	शिक्षा की समस्या	गांधीजी	नवजीवन
१७४.	बेसिक शिक्षा क्या है	हंसराज भाटिया	ओरिएंट लांगमेन
१७५.	बुनियादी शिक्षा के सिद्धान्त	लाला धर्मप्रकाश	धर्मप्रकाश प्रकाशन
१७६.	बुनि. शिक्षा एक अध्ययन	गुरुशरण	सर्वो. पुस्तक भंडार
१७७.	न.ता. का विस्वरूप	धीरेन्द्र मजूमदार	हिं.ता. संघ
१७८.	अ.भा. शिक्षा सम्मेलन, जयपुर	श्रीमन् नारायण	नवीन प्रेस दिल्ली
१७९.	न.ता. भवन प्रशिक्षणार्थियों के पते	मार्जरी साईक्स	हिं.ता. संघ
१८०.	मूल उद्योग खेती और खादी	दयालचन्द सोनी	ओरिएंट लोगमेन
१८१.	बुनियादी शिक्षण	श्यामसुन्दर	नवयुग बिकानेर
१८२.	आदर्श कताई बुनाई शिक्षा	घैसास	यूनियन प्रेस. इलाहाबाद
१८३.	सेवाग्राम आश्रम परिचय	घैसास	सेवाग्राम आश्रम
१८४.	बुनि. शिक्षा के २० साल	द्वारिकसिंह	राष्ट्रीय प्रकाशन, लखनऊ
१८५.	बुनि. शिक्षा के सिद्धांत	शर्मा/तिवारी	आशिया पब्लि. हाऊस
१८७.	बुनि. शिक्षा में अनुबन्ध की कला	अमरसिंह सोलंकी	नवजीवन
१८८.	कुलपतिजी के भाषण	महात्मा गांधी	गुजरात विद्यापीठ
१८९.	नये समाज के लिये नयी तालीम	वंशीधर	-
१९०.	बुनि. शिक्षा और समाज व्यवस्था	-	-
१९१.	न.ता. सम्मेलन शारदा ग्राम	वंशीधर	न.ता. समिति
१९२.	गुजरात में बुनि. शिक्षण	-	सरकारी प्रेस
१९३.	गांधीजी का शिक्षा दर्शन	कमला द्विवेदी	श्री. पब्लि. दिल्ली
१९४.	गांधी शिक्षा दर्शन का अध्ययन	कमला द्विवेदी	वाय.के. पब्लि. आगरा
१९५.	सत्याग्रह आश्रम का इतिहास	महात्मा गांधी	नवजीवन
१९६.	राजा राममोहन राय से गांधी	मगनभाई देसाई	नवजीवन
१९७.	राष्ट्रीय शिक्षा का इतिहास	कन्हैयालाल	काशी विद्यापीठ

नयी तालीम प्रयोगातील प्रमुख कार्यकर्ते

आचार्य विनोबा भावे

जाकिर हुसैन

आचार्य काकासाहेब कालेलकर

धीरेन्द्र मजूमदार

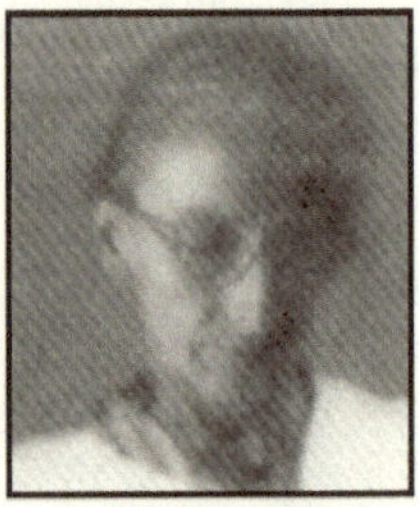

मार्जरी साइक्स

जुगतराम दवे

किशोरलाल मश्रूवाला

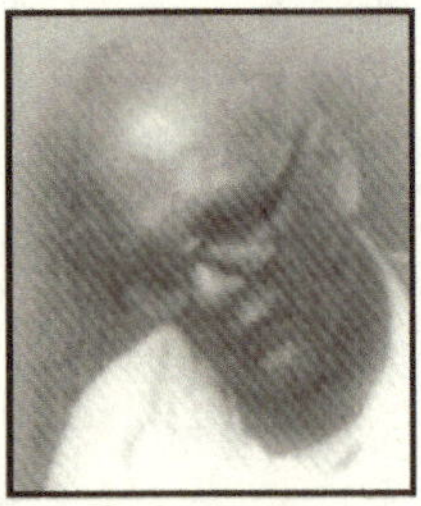

देवी प्रसाद

www.ingramcontent.com/pod-product-compliance
Lightning Source LLC
LaVergne TN
LVHW040328051026
849518LV00001B/116